ग्रीकांजली

मीना प्रभु

पुरंदरे प्रकाशन

पुरंदरे प्रकाशन

अमृत पुरंदरे

१२२८, सदाशिव पेठ, पुणे ४११ ०३०.

purandreprakashan@gmail.com

ग्रीकांजली

सहावी आवृत्ती – एप्रिल २०१९

लेखिका :

मीना प्रभु

meenasprabhu@yahoo.com

मुखपृष्ठ / सजावट :

विकास गायतोंडे

छायाचित्रे :

मीना प्रभु

मुद्रक / पुस्तक बांधणी :

न्यू भारत प्रिंटर्स,

५२०, नारायण पेठ,

पुणे ४११ ०३०

मूल्य : ३५०/-

कालवश आबा आणि आई
तुमच्या चरणी ही कुसुमांजली

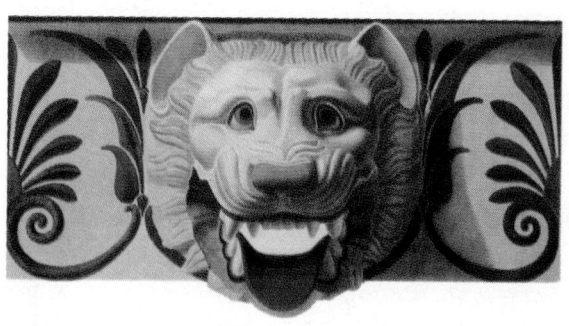

हितगुज

मित्रजनहो,

ग्रीसबद्दलचं कुतूहल इंग्लंडमधे राहायला लागल्यापासून माझ्या मनाला वेढून होतं. इंग्लिश भाषेत, साहित्यात, कलांमधे पदोपदी प्राचीन ग्रीकांचे संदर्भ येत. त्यांच्या संस्कृतीचा पाया इजिप्शिअन संस्कृतीत. तिचीही अपार ओढ होतीच. म्हणून ग्रीसच्या आधी मी इजिप्तला गेले. पण इस्लामपूर्व संस्कृती तिथं फक्त पुरातन भग्नावशेषांतून शिल्लक राहिल्या होत्या. रोजच्या जीवनाशी त्यांचा कसलाच संबंध उरला नव्हता. सर्वसामान्य जनतेला आपल्या अभूतपूर्व संचिताची अजिबात जाणीव नव्हती. त्याचं कारण सातव्या शतकात संपूर्ण इजिप्तनं केलेला इस्लामचा स्वीकार.

तसा धर्मबदल तर ग्रीसमधेही त्याआधीच तीन शतकं झाला होता. पण 'पुरातन' धर्माच्या जागी क्रिश्चनांच्या ग्रीक ऑर्थॉडॉक्स शाखेनं पगडा बसवला तरी ग्रीकांनी आधीची संस्कृती टाकली नाही. ती ग्रीसमधे आणि सर्व युरोपमधे अजून जोपासली जाते. आजही नाट्य-चित्र-संगीत या तिन्ही कलांना ती आधारभूत आहे. तेव्हा हे नवल कसं घडलं? हे प्रश्नचिन्ह मला सतत ग्रीसकडे ढकलत होतं. त्याच्या उत्तराचे दुवे शोधण्याची संधी मिळताच मी ती साधली.

ग्रीसला एकटीनं जाण्याहूनही त्यावर लिहिणं हे मोठं आव्हान होतं. त्याआधीच्या 'इजिप्तायन'नं योग्य स्वरूपात बाहेर येण्यासाठी वेळ घेतला होता. त्यामुळे या प्रवासाची पूर्वतयारी करणं अजिबात जमलं नव्हतं. मग वाचन न झाल्यानं 'जाईन तसं पाहीन'सं ठरवून टाकलं. ग्रीसचा प्रवास आखताना त्याचाच पूर्वभाग असलेला तुर्कस्तान पाहणं जरूरीचं आहे हे ध्यानात आल्यावर तोही सामील करून टाकला. त्या दोन देशात अडीच-तीन महिने अविरत फिरून मी लंडनला परतले ती ताज्या अनुभवांनी आणि लिहिण्याच्या उत्साहानं थबथबत. आल्याआल्या सरळ ब्रिटिश लायब्ररीत जाऊन थडकले.

तिथं मला पहिला धक्का बसला. खरं तर सगळ्याच विषयांच्या पुस्तकांनी ते

ग्रंथालय समृद्ध. पण ग्रीसवरच्या पुस्तकांनी शिगोशीग भरलेली लांबलचक कपाटं पाहिली आणि मी हायच खाल्ली. सत्तर-ऐंशी फूट लांब, दहा फूट उंच आणि सहा शेल्फं असलेली ती ग्रीक ग्रंथसंपदा दिसली तेव्हा कळलं की मी हे वाचीन तरी वा ग्रीसवरचं पुस्तक लिहीन तरी. एका आयुष्यात दोन्ही साधणं अशक्य. मग काटेकोरपणे त्यांतली पाचपंचवीस निवडली, त्यांत तुर्की भर घातली आणि वाचत सुटले.

तेव्हा मला दुसरा धक्का बसला. जगाला किती दिलं या ग्रीकांनी! वाचता वाचता थक्क होऊन जात होते. त्यातून अत्यंत रोचक असा पुराणा-इतिहासाचा, दंतकथा-आख्यायिकांचा आणि अवांतर माहितीचा भलामोठा, अस्ताव्यस्त गुंता हाती आला. वेगवेगळ्या लांबीच्या, वेगवेगळ्या रंगांच्या लोकरीच्या ढिगासारखा. त्यातले सगळे धागे वेगवेगळे सोडवून, ते वेगळाले विणून, नाना आकारांच्या त्या बहुरंगी तुकड्यांमधून मोहक झेला गुंफण्याचा हा अल्पसा प्रयत्न आहे.

इतिहासाचा डोळा भूगोल. ग्रीसचं सर्वांत मोठं वैशिष्ट्य म्हणजे त्याचं भौगोलिक स्थान. त्यानंच या देशाचा रोमहर्षक इतिहास घडवला. जुन्या काळच्या आशियाई पौर्वात्य आणि युरोपीय पाश्चिमात्य जगांच्या मधोमध तो येतो. पूर्वापारपासून त्याला धार्मिक, राजकीय आणि व्यापारी महत्त्व होतं. जलमार्गानं हालणाऱ्या जुन्या जगातलं ग्रीस हे मोठं नाकं होतं. त्यामुळे त्यावर वर्चस्व मिळवायची दोन्ही खंडांमध्ये अहमहमिका असायची. अशा या अद्वितीय भूमीवर एका अभूतपूर्व संस्कृतीचा उगम झाला. साधारणपणे संस्कृती नद्यांच्या काठानं फुलतात. इथं मात्र नाव घेण्याजोगी नदी ग्रीसच्या गाठीशी नसूनही ती फुलारली.

आज आपल्याशी पूर्णपणे आणि मोकळेपणानं बोलणारे प्राचीन ग्रीक हे इतिहासातले पहिले लोक आहेत. आपल्या आजच्या भावभावना आणि विचार ते तीन हजार वर्षांपूर्वी व्यक्त करताहेत, आपल्याच दृष्टिकोनातून ते कलेकडे आणि जीवनाकडे पाहताहेतसं वाटतं. त्यांच्या तुलनेत इजिप्त वा मेसोपोटेमियाच्या संस्कृती दूरच्या, परक्या नि विचित्र वाटतात. त्या ग्रीकांहून पुरातन आहेत, त्यांचा ग्रीकांवर खोल प्रभाव पडलेला आहे हे निःसंशय. ग्रीकांनी त्यांच्याकडून खूप उचललं पण ते आपल्यात पूर्ण मुरवून घेऊन स्वतःचं असं एक वेगळं सांस्कृतिक रसायन तयार केलं आणि जगापुढे मांडलं. त्या अभिनव रसायनापासूनच आजची पाश्चिमात्य संस्कृती थेट घडली. युरोपच्या चालू भाषा, कला आणि कल्पनांची मुळं त्या रसायनात रुजून पोसलेली आहेत. त्यामुळे सर्व पाश्चिमात्य देशांना ग्रीक ओळखीचे वाटतात.

समुद्रावरची हुकमत हे ग्रीकांच्या शक्तीचं गमक होतं. तीन हजार वर्षांपूर्वी त्यांच्या वसाहती 'मॅग्ना ग्रेसिया' म्हणजे 'विस्तारित ग्रीस' या नावे समुद्रांच्या काठाकाठांनी पश्चिमेकडे फ्रान्स-स्पेनपर्यंत आणि पूर्वेला आशिया मायनर-रशियापर्यंत पसरलेल्या

होत्या. त्यांच्यामधून क्रीटची 'मिनोअन' आणि मायसीनीची 'मायसीनिअन' या आद्य ग्रीक संस्कृती सर्वदूर पोहोचल्या. नंतर अलेक्झांडरनं खुष्कीच्या मार्गानं भारतापर्यंत दौड मारली. या सर्व प्रदेशांवर ग्रीकांची भाषा, धर्म आणि चालीरीती यांचा कमीअधिक पगडा बसलेला आहे. इसवी सनापूर्वी अकराशे वर्षं झालेल्या ट्रोजन युद्धांवर काळानं आणि दंतकथांनी केलेल्या संस्कारांतून पुढे होमरची इलियड आणि ओडिसी ही महाकाव्यं जन्मली. आजही ती सर्वोत्कृष्ट म्हणून पश्चिम जगात वाचली-अभ्यासली जातात. आजही ती प्रतिभावान कवींना पछाडताहेत.

आपल्या वसाहतींचा हा शकट हकलत असताना खुद्द ग्रीसमधेच एक जबरदस्त बदल घडून आला. इसवी सन पूर्व सातआठ शतकं अथेन्सच्या राजकीय गोटात स्वयंपूर्ण लोकशाहीची कल्पना प्रथम स्फुरली, त्या वेळी तत्त्वज्ञानाचाही जोरकस विचार व्हायला लागला. त्या आधीचे तत्त्वज्ञ जगाची निर्मिती आणि अमानवी नैसर्गिक शक्ती यांची कोडी देवाच्या आधारे सोडवण्यात गुंतलेले होते. पंचवीसशे वर्षांपूर्वी बऱ्यावाईटाची नीती, राजकारण आणि आनंदी जीवन यांबद्दलचे मूलभूत प्रश्न आणि त्यांची त्यांनी शोधलेली उत्तरं यांच्यावर आजतागायत कुणाला मात करता आलेली नाही.

मग मानवी चौकसबुद्धी देवांच्या पौराणिक कथाशृंखला तोडून शास्त्राच्या दिशेनं पावलं टाकू लागली. दैवी कोप मानली गेलेली चंद्र-सूर्यग्रहणं आधी गणितं मांडून सांगता यायला लागली. इसवी सन पूर्व सहाव्या शतकात सावलीवरून पिरॅमिड्सची उंची मोजण्यात आली. अणूचा शोध आपल्या कणाद ऋषींनी इसवी सन पूर्व सहाव्या शतकात लावला. नंतर दोनशे वर्षांनी डीमॉक्रीटसनं त्यापुढचं संशोधन ग्रीसमधे केलं. त्याला 'आतोमो' (किंवा ॲटम) म्हणजे 'न विभागता येणारा' हे नावदेखील त्यानंच दिलं. अचूक वेळ दाखवणारी सौर-घड्याळं शोधली गेली. 'माणूस एकेकाळी मासा होता की काय?' असा उत्क्रांतवादाचा खल सुरू झाला. पृथ्वी स्थिर नसून बदल, चलनवलन हा साऱ्या विश्वाचा न्याय आहे हे मान्य झालं. पायथागोरसचा भूमितीतला पायाभूत सिद्धांत आपणां सगळ्यांना पाठ आहे. पण तो मोठा तत्त्वज्ञानी आणि खगोलवेत्ताही होता हे कुणालं माहीत आहे? ग्रहांच्या परिभ्रमणाला तो 'अवकाश संगीत' म्हणायचा.

या सगळ्या विद्वानांनी आपले विचार स्वत:पाशी ठेवले नाहीत. त्यांनी आपले शिष्य निर्माण केले. पायंडे पाडले, अकादमी स्थापल्या आणि संबंध ग्रीक जगात ज्ञानाचा प्रसार केला. आधीची कोंडी फोडून जगाला नवी शास्त्र-दृष्टी दिली. 'मी अथीनिअन नव्हे, ग्रीक नव्हे, मी जगाचा नागरिक आहे' हे सॉक्रेटिसचे उद्गार आहेत.

नुसत्या बौद्धिक वाढीवर भर न देता ग्रीकांनी आरोग्याचं महत्त्व जगावर ठसवलं. मानवी देहाला ते देवाचं मंदिर म्हणत. ते उत्तम राखणं, त्यासाठी बलोपासना करणं,

एकमेकांशी निरागस स्पर्धा करणं हा धर्माचा भाग मानला. मग जागोजाग व्यायामशाळा, स्टेडिअम्स उभारली गेली. त्यातूनच इसवी सन पूर्व आठ शतकं ऑलिम्पिक्सचा जन्म झाला.

पाश्चात्यांना नाट्यभूमीचं वरदानदेखील ग्रीकांमुळे मिळालं. इसवी सन पूर्व सहासात शतकं नाट्यकला अथेन्समधे जन्मली आणि वणव्यासारखी सगळीकडे पसरली. प्रत्येक धार्मिक वा ऐतिहासिक स्थळी ॲम्फिथिएटर असावं असा नियमच झाला.

ट्रॅजेडी आणि कॉमेडी या जनतेला डोळस करण्याच्या शाळा होत्या. लेखक, नट वा समूहगायक म्हणून त्यात ती भाग घेई. नाटकं पाहणं हे मनोरंजनाइतकंच बोधकही असे. देव, धर्म, राजकारण, समाज हे विषय हाताळून, साधकबाधक माहिती देऊन त्यांच्यावर प्रेक्षकांमधे चर्चा घडवून आणणं हे त्याहून महत्त्वाचं काम नाटकांनी साधलं. त्यातून लोकजागृती झाली. नाट्यमहोत्सवांसाठी हजारोंची सोय असलेली ॲम्फिथिएटर्स निर्माण झाली.

देवांची देखणी मंदिरं बांधणं, ती मूर्तींनी आणि पुतळ्यांनी सजवणं यांच्यामधून ग्रीक वास्तू, शिल्प आणि चित्रकला जन्मली. आपले देव ऑलिम्पिया पर्वतावर राहतात आणि अधूनमधून खाली येऊन मानवांमधे वावरतात अशी प्राचीन ग्रीकांची समजूत होती. देव खाली आल्यावर त्यांना राहण्यासाठी ही मंदिरं. ती बांधली संगमरवरात किंवा इतर दगडांत पण त्याआधीच्या लाकडी बांधणीची त्यात नक्कल केलेली दिसते. इजिप्शियननांनी मोठमोठी अधिक टिकाऊ देवळं बांधली पण ग्रीकांनी त्यांच्यामधे ओतलेलं सौंदर्य त्यांच्याहून टिकाऊ ठरलं. ही सौंदर्यदृष्टी त्यांनी प्रगल्भ केली. ग्रीकांचा कित्ता भारतीयांनीही गिरवला. अलेक्झांडरच्या भारत-भेटीनंतर निर्माण झालेल्या आपल्या गांधार-शैली स्तंभांच्या शिरोभागी, कॉरिन्थिअन धाटणीतल्या फुलापानांच्या सजावटीत गौतम बुद्ध विराजमान झाला.

इजिप्तची शिल्पकला ग्रीकांच्या आधीची पण ग्रीक शिल्पं मानवी शरीररचनेच्या अधिक जवळ जाणारी, त्यांच्या भावभावना अधिक प्रभावीपणे दर्शवणारी होती. त्यांची चित्रकलाही अशाच वास्तव अंगानं मोहरली. मोझेइक भित्तिचित्रांच्या वा भुईचित्रांच्या रूपानं ती आपल्याला दिपवून टाकते. उत्तम चित्रं रेखलेले, भाजल्या मातीचे कलश त्यांच्या कबरींमधून नव्यासारखे, अभंग मिळालेले आहेत.

भाषा आणि लेखनकला हा त्यांनी दिलेला आणखी एक कृपाप्रसाद. इंग्लिशमधे वीस टक्क्यांहून अधिक शब्द ग्रीकमधून आलेले आहेत. आजही नवा शब्द शोधायचा असेल तर ग्रीक किंवा लॅटिनकडे धाव घ्यावी लागते. इंग्लिश मूळाक्षरांचा उगम ग्रीक लिपीत आहे. इतर युरोपीय भाषाभगिनीही याबाबतीत ग्रीकांच्या समऋणी आहेत.

आणखी एक महत्त्वाची देणगी म्हणजे आधुनिक वैद्यकशास्त्र. पश्चिमी वैद्यकात

सत्तर-ऐंशी टक्के शब्द ग्रीक उगमाचे आहेत. 'हिप्पोक्रेतीस' हा त्यांचा सर्वांत मोठा आणि प्रसिद्ध डॉक्टर. आधुनिक वैद्यकाचा जनक. त्याचबरोबर त्यानं डॉक्टरांची व्यावसायिक नीतिमत्ता आणि पात्रता यांचे दंडक बनवले. रुग्णांबाबत नीतिमूल्यं जपणं आणि गुप्तता राखणं यांबाबत त्यानं घालून ठेवलेल्या मौलिक शपथेचा उच्चार आजही पाश्चिमात्य डॉक्टरांच्या पदवीदानापूर्वी केला जातो.

पंधराव्या शतकात पाश्चात्य जगतातल्या 'रेनेसॉन्स'ची, म्हणजे सर्व कलांच्या पुनरुत्थानाची सुरुवात अशा या प्राचीन ठेव्यांपासून झाली. जुन्या ग्रीक वास्तू, जुनी शिल्पं, जुनी चित्रं शोधून ती नमुन्यादाखल समोर ठेवण्यात आली. त्यामुळे या कलांना अभिजात स्वरूप आलं. लेखकांच्या डोळ्यांपुढे ग्रीक नाट्यसंपदा आणि महाकाव्यं होतीच. नवनाट्यनिर्मिती होण्यासाठी, काव्यं बहरण्यासाठी मिथकं लागतात. ती ग्रीक पुराणांनी पुरवली.

प्राचीन ग्रीकांनी जगाला असं भरभरून दिलं. ठळक गोष्टींचीदेखील यादी करावी तेवढी थोडी. त्यांची संस्कृती दोन हजार वर्षांपूर्वी लयाला गेली तरी ती आपल्यामधे अशी तगून आहे.

त्यानंतर ग्रीकांवर रोमन, बिझेन्तिन, अरब, लॅटिन क्रुसेडर्स, व्हेनिशिअन, स्लाव्ह, तुर्की ऑटोमन अशी अनेक राज्यं येऊन गेली. त्यांच्या सबर-निबर ठशांमधून आजचा सबगोलंकार ग्रीस तयार झालेला आहे. अशा या प्राचीन-अर्वाचीन देशात मला दोनेक महिने घालवायची संधी मिळाली. अर्थात जिथं अभ्यासू वर्षानुवर्षं घालवतात तिथं या दोन महिन्यांची काय पत्रास? तरी त्या अल्प काळातल्या प्रवासावर हे पुस्तक बेतत आहे.

ग्रीसमधे भरभरून अनुभव आले. अगदी उलटसुलट आले. ज्या गोष्टी सोप्या वाटल्या होत्या त्या अवघड होऊन पुढ्यात ठाकल्या तर जी गणितं अवघड म्हणून भेडसावत होती ती चुटकीसरशी सुटली. राहण्याची व्यवस्था होईल तशी करत गेले. ती बरीच सुलभ झाली पण भाषा मात्र वाटेत आडवी पडली. 'इंग्लिशमधे पंचवीस टक्के शब्द ग्रीक आहेत. मग कसला त्रास' या विश्वासाला पोहोचल्यादिवशीच तडा गेला. ग्रीकांच्या उच्चारांची त्यात भर पडली. रस्त्यावरच्या पाट्या वाचायच्या प्रयत्नाला लिपीच्या गमतीजमतींचं तोंडी लावणं होतंच. त्यामुळे अनेकदा घोटाळे नि गैरसमज झाले. कधी काहीच समजेनासं झालं.

तिथं भाषा कळण्याची ही तऱ्हा तर इथं ग्रीक शब्द मराठीत लिहिण्याची दुसरीच. ग्रीक पुराणं उचलताना पाश्चात्यांनी उच्चारांचे खूप फेरफार केले. युरोपमधे 'टठडढण' ही कठीण मूर्धन्य व्यंजनं बहुधा नाहीत. त्यांच्याजागी 'तथदधन' ही मृदू दंतव्य व्यंजनं वापरली जातात. या नियमाला इंग्लिश ही सणसणीत अपवाद. तिच्यात मृदू व्यंजनं कमी आणि शब्दाच्या शेवटी येतात. त्यामुळे ग्रीक 'कॉन्स्तान्तिनोपोल' हे इंग्लिश

'कॉन्स्टॅन्टिनोपल' होऊन जातं. आपल्या कानांना इंग्लिशची सवय असल्यानं मूळचे उच्चार बोबडे वाटायला लागतात. शिवाय ह चा उच्चार करायचा नाही, ग चा उच्चार ह आणि ख च्या मधे कुठंतरी असे ग्रीक भाषेचे अंगभूत चमत्कारही आहेत.

त्यामुळे लिखाणात त्यातले कोणचे स्वीकारावे हा प्रश्न जालिम होता. ग्रीक देवांचा राजा, स्वत: ग्रीक त्याला 'झेफ्स' म्हणतात. रोमनांनी दोन हजार वर्षांपूर्वी त्याचा 'ज्युपिटर' केला. पण पाश्चात्य देशांत, विशेषत: इंग्लंडमधे आज त्याला 'झ्यूस' म्हणतात. त्यात पुन्हा झ्यूसमधला उकार ह्रस्व करू की दीर्घ हा मराठी धोबीपछाड. अशा शाब्दिक गोंधळात मीच गरगरत होते. तेव्हा ज्या शब्दांचे उच्चार इंग्लिशमधून आपल्या कानी आलेले आहेत ते तसेच ठेवून जे शब्द प्रथमच भेटताहेत ते ग्रीक उच्चारांनी दिले आहेत. या सगळ्या प्रकारात मला माझ्या दिमित्री ड्रिमोनितिस या ग्रीक मित्रानं फार मदत केली हे मी इथंच साभार नमूद करते. माझ्या डोक्यात शब्द पक्के बसेतो त्यानं ते अनेकवार उच्चारून दाखवले.

वाचताना आणखी एक मोठी गोष्ट लक्षात आली. ग्रीसचे आणि भारताचे संबंध केवळ अलेक्झांडरपासूनचे नसून त्याच्याही खूप आधीचे आहेत. नव्हे त्या भूमीतल्या आद्य रहिवाशांशी तिथं पोहोचलेल्या भारतीय आर्यांचं मिश्रण होऊन ग्रीक बनले. बऱ्याच गोष्टींची मुळं त्यामुळे भारताशी जुळतात. त्यांच्या देवांची नावं, त्यांची अधिराज्यं इत्यादी प्रकार आपल्या पुराणांमधून तिथं पोहोचले. नक्षत्रांची नावं सारखी आहेत. मृग नक्षत्राचं दुसरं नाव 'अग्रहायन'. त्यावरून ग्रीकांचं 'ओरायन' आलं आणि त्या ताऱ्यांमधे आपल्याला हरणाच्या शरीरात घुसलेला बाण दिसतो तर त्यांना तो योद्ध्याचा कंबरपट्टा दिसतो. त्यांच्या आणि आपल्या महाकाव्यांमधे दिसणारं साधर्म्य केवळ योगायोग नव्हे. सीतेसारखं हेलनला दुसऱ्या देशाच्या राजानं पळवलं. दोघीही लग्न झालेल्या, परस्त्रिया आणि राजस्त्रिया. दोघींच्या शोधासाठी त्यांच्या नवऱ्यांनी वर्षानुवर्षं प्रयत्न केले आणि सुटकेसाठी सार्वत्रिक मदत घेऊन परदेशावर चाल केली. त्या वेळी आपल्या महावीर हनुमंतासारखाच त्यांचा हेराक्लीज पराक्रम गाजवतो. या लाग्याबांध्यांची जाणीव झाल्यावर ग्रीक मला अधिकच जवळचे वाटायला लागले. लिहायला आणखी उत्साह आला. तुमच्यापुढे किती ठेवू आणि किती नकोसं झालं.

प्राचीन ग्रीकांना आपल्या संस्कृतीची, ज्ञानाची आणि परंपरांची योग्य जाणीव होती. देशी-परदेशी ते जातील तिथं त्यांनी ती आवर्जून राखली. त्या मुळे दरेक ठिकाणी त्यांच्या इमारतींची मांडणी एकच असे. सगळीकडे ॲक्रोपोलिस, थिएटर, क्रीडा-केंद्र आणि एका प्रभावी देवतेचं मंदिर ही असणारच. ओरॅकल किंवा भविष्यवेत्तेही त्या वेळी अत्यंत लोकप्रिय होते. त्यांची ठाणी जागोजाग होती. त्यामुळे लिखाणात काही वेळा पुनरावृत्ती झाल्यासारखी वाटेल. पण दरेक ठिकाणी काहीतरी वेगळं,

वैशिष्ट्यपूर्ण सापडलं की ते लिहावंसं वाटलं. तेच तुमच्यापुढे ठेवते आहे.

पुस्तकाचं नाव 'ग्रीकांजली' असलं तरी ग्रीकांना मराठी थोडंच वाचता येतंय. तेव्हा ही शब्दांजली मित्रहो, तुमच्यासाठी. नाहीतरी जिथं जाईन तिथं तुम्ही माझे सांगाती असताच.

–मीना प्रभु

ऋणसंभार

दिमित्री, हेलन आणि सेमेली द्रिमोनितीस □ युफ्रसीनी आणि अपॉस्तॉलस दॉक्सियादिस □ कॉस्तॉस □ क्लिओ हात्झोपोउलू □ श्री० राम पटवर्धन □ सौ० पद्मा भागवत □ श्री० शंकर आणि डॉ० सरोजिनी वैद्य □ श्री० मधू आणि सुलू अभ्यंकर □ श्री० गुरुनाथ सामंत □ कु० नेत्रा मयेकर □ श्री० पाटीलमामा □ श्री० चित्रकार विकास गायतोंडे □ ब्रिटिश लायब्ररी अधिकारी वर्ग □ मौज प्रकाशन गृह

ग्रीस

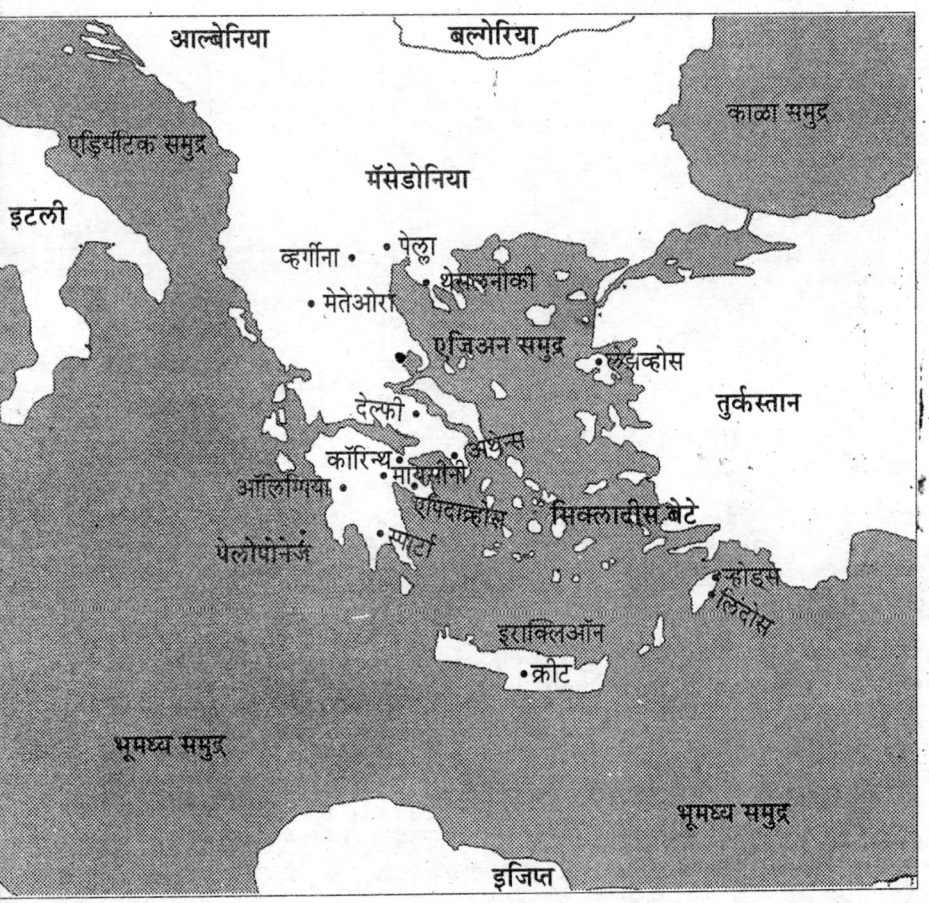

आल्बेनिया
बल्गेरिया
काळा समुद्र
एड्रियॅटिक समुद्र
इटली
मॅसेडोनिया
व्हर्गीना
पेला
थेस्सलनीकी
मेतेओरा
एजिअन समुद्र
छझ्क्होस
तुर्कस्तान
डेल्फी
कॉरिन्थ
अथेन्स
ऑलिग्पिया
मायसीनी
एपिदाव्होस
सिक्लादीस बेटे
पेलोपोनेंज
स्पार्टा
ऱ्होडस
लिंदोस
इराक्लिऑन
क्रीट
भूमध्य समुद्र
भूमध्य समुद्र
इजिप्त

α

विमान अथेन्सच्या दिशेनं उडतंय आणि मी अंतराळात तरंगतेय. या विमानात मी बसले आहे, ऑलिम्पिक्सच्या जन्मस्थळी, खुद्द ग्रीसला निघाले आहे यावर माझा विश्वासच बसत नाही. गेली सात वर्षं साऱ्या जगानं ज्याची तयारी केली होती त्या या क्रीडामहोत्सवाबाबत मी गेल्या सात दिवसात जागी झाले होते. त्याचं चित्रण टी० व्ही०वर पाहताना ऑलिम्पिक्सच्या पुनरुज्जीवनानंतर एकशे आठ वर्षांनी, त्याच्या माहेरी घडणाऱ्या २००४च्या या सोहळ्याला आपण प्रत्यक्ष जावं, स्वागत समारंभ नाही तरी त्याचा सांगता समारंभ साधावा असं फार वाटायला लागलं.

पहिला अडथळा आला परवान्याचा. ग्रीसला जाण्यासाठी युरोपचा शेंगेन व्हीजा लागतो. त्यासाठी फक्त फोनवरूनच भेट ठरवता येते. मला सप्टेंबरची नऊ तारीख मिळाली. तोवर ऑलिम्पिक्सचा मांडवसुद्धा परतला असणार. कारण सांगता समारंभ होता २९ ऑगस्टला. तेव्हा खूप धडपडल्यावर २७ ऑगस्टला, अंतिम समारंभाच्या केवळ दोन दिवस आधी परवाना हाती आला.

एव्हाना इंटरनेटवरची सगळी आकर्षक 'पॅकेज डील्स' नाहीशी झाली होती. ग्रीसचा विमान प्रवास, चांगल्या हॉटेलात राहणं, दोन अंतिम स्पर्धा पाहणं आणि क्रीडा-समाप्तीला हजर असणं असं एकूण एक सगळं त्यांच्यामधे चपखल बसवलेलं होतं. आता जायचं तर केवळ स्वतःच्या बळावर. त्यात सगळ्या अडचणीच अडचणी. जाण्याचं विमान मिळत होतं पण परतीच्याची खात्री नव्हती. सगळी हॉटेल्स काठोकाठ भरलेली. अथेन्समधे परिचयाचं सध्या कुणी नाही. राहणार कुठे? तेव्हा हाती परवाना असूनसुद्धा मला जाणं रद्द करावं लागलं.

पण मन मात्र फार चुटपुटत होतं. बेचैन झाले होते. कंप्यूटरवर परत परत तपासत होते. प्रवासी कचेऱ्यांना सारखे फोन करत होते. त्यात परतीच्या एका तिकिटाचा सुगावा लागला आणि अथेन्समधल्या एका सुमार हॉटेलमधे अचानक निवारा मिळाला. मग मागचा पुढचा विचार न करता, बाकी कसलीही व्यवस्था न करता, समारंभापूर्वी केवळ चोवीस तास आधी मी विमानात चढले होते. भराभर माहितीपत्रकं वाचत होते. आपण खरोखर तिकडे जातोय यावर माझा अजून विश्वास बसत नव्हता. सगळं आभासमय, स्वप्नवत वाटत होतं.

अथेन्सजवळ आलो. खाली समुद्रात शेकडो लहानमोठी बेटं तरंगताहेत. बाकीची जमीन घडवून झाल्यावर विधात्यानं सागरात हात झटकल्यावर ग्रीस देश बनला असावा. पण अधिक नवल वाटावं त्या समुद्राचं. इतका आकाशासारखा दिसणारा समुद्र मी कधी पाहिला नव्हता. क्षितिजापर्यंत एक विराट आरसा आडवा टाकलेला आहे आणि त्यात त्या सांज-नभाचं प्रतिबिंब पडलेलं आहे असं वाटावं. तोच तो धूसर निळसर, अर्धपारदर्शी आकाशी रंग. तसाच तलम नितळ काचेरी पृष्ठभाग. त्यावर लाटेची एकही चुणी नाही. आजवर नाना समुद्रांची नाना रूपं पाहिली पण भूमध्य समुद्राचं हे शांताकारम्, गगनसदृशम्, नीलवर्णी शुभांग स्वरुप काही वेगळंच होतं.

विमान आणखी खाली आलं, तरीसुद्धा किनाऱ्याशी लाटांची सफेत झालर दिसत नव्हती. खालच्या निळाईवर आता शेकडो चिमण्या, पांढऱ्याशुभ्र शिडांच्या बोटी मात्र दिसायला लागल्या. एखाद्या अवखळ बाळाला दहीभात भरवत असताना त्यानं निळ्या टेबलक्लॉथवर फुर्रर्र करून शितं उडवावीत तशा.

विमानतळ आला. खाली उतरले. व्हीजाच्या मानानं ग्रीसमधे प्रवेश अगदीच सोपा. दाही दिशांच्या लोकांनी गेल्या दोन आठवड्यात इथं गर्दी केलेली. अधिकारी सरावलेले होते. कुणी काही विचारलंच नाही. खेळांच्या निमित्तानं नवाकोरा बांधलेला हा विमानतळ ऑलिम्पिक्सच्या रंगांत रंगलेला होता. भिंतींवर आणि छतावर चमकत्या निऑनमधे जाहिराती होत्याच पण खालच्या फरशीवरसुद्धा ऑलिम्पिक्स उत्साह चेतवणारे, तवणारे नाना रंगांचे, विविध क्रीडा-चौकोन होते. या खेळांचं जगातल्या प्रत्येक व्यक्तीला आमंत्रण होतं. जागोजाग 'वेलकम होम' असं लिहिलेलं होतं. इथं आलेल्या प्रत्येकाचा हा देश होता. त्याचं स्वागत करत होता. ग्रीसबद्दल एकदम आपुलकी वाटायला लागली.

विमानतळावरची बस अथेन्सच्या मध्यवर्ती, 'प्लाका' विभागात पोहोचेपर्यंत रात्रीचे आठ वाजत आले. काळोख दाटायला लागला होता. हातानं बॅग ओढत निघाले. वाटेत बरीच हॉटेल्स लागत होती. माझ्या नियोजित निवासाची लायकी माहीत असल्यानं दिसेल त्या प्रत्येकात खोलीची चौकशी करत होते. दरेक ठिकाणी नन्नाचा पाढा. लंडनहून करून ठेवलेल्या बुकिंगच्या काडीचा मनाला आधार होता. त्याच्या बळावर पुढे पुढे जात होते.

चढाच्या एका अरुंद, दगडी बोळात माझ्या हॉटेलशी येऊन पोहोचले. अगदीच मामुली दिसत होतं ते. बंद दार. ओंगळ अवतार. रस्त्यावर उतरण्यापेक्षा बरं, एवढंच. आत

कालपट

मिनोअन संस्कृतीचा उदयास्त	मायसीनीयन कालखंड	होमरच्या इलियडमधील ट्रॉयचे युद्ध	ग्रीक साम्राज्याच्या वसाहतींची सुरुवात
इ०स०पू० २२००-१५००	इ०स०पू० १६००-१२००	इ०स०पू० ११००	इ०स०पू० ११००

बसलेल्या जाड्या बाईचं इंग्लिश फारच रोड. माझी खोली दुपारी चार वाजताच दुसऱ्यांना देऊन टाकल्याची सुवार्ता तिनं दिली.

''असं कसं केलंत तुम्ही? माझं विमान उशीरा पोहोचणार हे मी आधी कळवलं होतं. आता तुम्हांला माझी काहीतरी व्यवस्था केलीच पाहिजे. दुसरीकडे कुठेही जागा नाही.'' मी चिकाटीनं म्हणाले.

''नो रूम. टेरेस. कूल. गुड व्ह्यू.'' ती म्हणाली.

काय आहे ते पाहावं म्हणून वक्री जिन्यानं तिच्यामागे चार मजले चढून जाऊन हॉटेलची गच्ची गाठली. ती म्हणाली तसा भोवताली देखावा छान होता पण शेजारची छपरं अगदीच लागून. रात्री कुणीही तिथं येऊ शकलं असतं. अशा जागी मी एकटी झोपणं अशक्य.

खाली आल्यावर माझा ठाम नकार ऐकून ती म्हणाली, ''वन् वूमन अँड गर्ल. थर्ड बेड ओ०के०?''

''ओ०के०'' मी तात्काळ होकार भरला.

''वूमन नाऊ आउट. यू गेट बेड इफ् शी से येस.''

आता बाहेर गेलेल्या आणि रात्री परतणाऱ्या त्या अनोळखी बाईच्या मर्जीवर मी कुठं झोपणार ते अवलंबून ठेवून सामान तिथं टाकलं. आज रात्री जमलं तर मला इथल्या 'हेरोडिअन' या प्राचीन ॲम्फिथिएटरमधे नाटक पाहायचं होतं. मनात धास्ती होती. शहर परकं. सगळं अनोळखी. 'अपरात्री या हॉटेलात जागा मिळाली नाही तर काय करू?' ही काळजी मनावेगळी करत हॉटेलच्या बाहेर पडले.

आमचा हा रस्ता अगदी शुकशुकाटाचा. पण शंभर पावलं पुढे जाते तो ॲक्रोपोलिसला जाण्याचा रस्ता लागला आणि चित्र एकदम पालटलं. आतापर्यंत मला वाटलेली निराशा आणि औदासिन्य कुठल्या कुठे पळालं. हाही रस्ता छोटा, दगडी, चढउतारांचा. पण त्यावर लोकांची गच्च गर्दी होती. जगातल्या सर्व देशांची माणसं एकमेकांत मिसळून हसत खिदळत चाललेली. त्यात नटून आलेली ग्रीक कुटुंबही भरपूर दिसली. जणू प्रत्येकाच्या घरी आज लग्नकार्य होतं. मघाची ती स्मशान शांतता, आताचा हा उसळता सागर. अपार बदललेलं रस्त्याचं ते रूप खरं वाटेना.

दुतर्फाची दुकानं नि उपाहारगृहं माणसांनी फुललेली. त्यांची टेबलं बाहेरच मांडलेली. रस्त्याच्या कडेनं विजेचे दिवे असले तरी टेबलांवर मेणबत्त्या होत्या. त्यांच्या सोनसळी

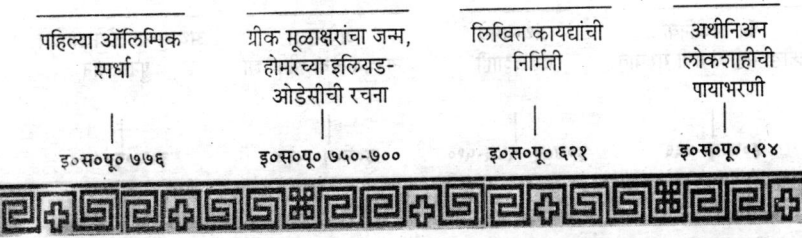

पहिल्या ऑलिम्पिक स्पर्धा	ग्रीक मूळाक्षरांचा जन्म, होमरच्या इलियड-ओडेसीची रचना	लिखित कायद्यांची निर्मिती	अथीनिअन लोकशाहीची पायाभरणी
इ०स०पू० ७७६	इ०स०पू० ७५०-७००	इ०स०पू० ६२१	इ०स०पू० ५९४

प्रकाशात जेवणं चाललेली. उत्तम ग्रीक जेवणाचा, निखाऱ्यांवर भाजलेल्या सुवलाखीचा म्हणजे कबाबांचा आणि सुविख्यात ग्रीक वाइनचा गंध दरवळत होता. पोटात भूक भडकत होती पण पुढे जाण्याची ओढ तिच्याहून अधिक होती. जमल्यास आजच्या हेरोडिअनमधल्या नाटकाचं आणि उद्याच्या क्लोजिंग सेरेमनीचं तिकिट मिळवायचं होतं. अचानक उठून आल्यानं ऑलिम्पिकचं एकही तिकीट माझ्यापाशी नव्हतं. इतकी दूर आलेली, निदान एक खेळ तरी प्रत्यक्ष पाहायला हवा. एक तरी स्टेडिअम आतून बघायला हवं. पण हे सगळं जमणार कसं?

वाटेत ऑलिम्पिक्सची अधिकृत दुकानं लागली. तिथं 'तेकवांदो' आणि 'हँडबॉल' या दोनच खेळांची तिकिटं शिल्लक होती. हे दोन्ही खेळ मला अनोळखी. त्यांच्या जागाही माहीत नाहीत. तेकवांदो सकाळी आठला सुरू होणार. इतक्या लवकर तिथपर्यंत कशी पोहोचणार?

मी क्लोजिंग सेरेमनीच्या तिकिटाची चौकशी केली.

''ते मिळण्याची शक्यता आहे.'' माझ्या आशा एकदम फुलवत विक्रेता म्हणाला, ''फक्त साडेसातशे यूरोंची तिकिटं शिल्लक आहेत.''

किंमत ऐकून धसकले. त्यांचा रुपयात केलेला गुणाकार डोक्यात मावेना. दोन तासांच्या समारंभाला तीस हजार रुपये? एवढ्या पैशात मी लंडनहून मुंबईला जाऊन आले असते. मन धजेना. स्वस्त तिकीटं मिळण्याची आशा संपली. आता निदान आजच्या नाटकाचं तिकीट मिळतंय का ते पाहण्यासाठी हेरोडिअनवर जायचं. लोकगंगेच्या प्रवाहातून त्या दिशेनं पोहत गल्लीच्या टोकाशी गेले आणि उजवीकडे ॲक्रोपोलिस एकदम सामोरं आलं. खूप उंचावर. स्वर्ग-धरेच्या सीमेवर उभं असल्यासारखं. ते या भागात आहे हे माहीत होतं पण त्याच्या अवचितपणानं सुखद धक्का दिला.

ॲक्रोपोलिस हे अथेन्सचंच नव्हे तर सगळ्या ग्रीसचं हृदय आहे. मोठाल्या खडकांची उंच टेकडी आणि तीन हजार वर्षांपूर्वी बांधलेलं 'अथीना' देवतेचं 'पार्थेनॉन' हे भग्न मंदिर. या शहराला 'अथीना' म्हणजे अथेन्स हे नाव मिळालं ते या देवीमुळं. टेकाडाच्या उतारावर इतर अनेक मंदिरांचे नि राजमहालांचे भग्नावशेष विखुरलेले होते. अदृश्य दिव्यांची खुबीदार प्रकाशयोजना त्यांची शोभा खुलवत होती. पायथ्याच्या कडेनं ऑलिव्हवृक्षांची गर्द हिरवी किनार. सबंध टेकडीला स्वयंभू देवस्थानचं रूप आणि पावित्र्य होतं.

छोट्या पाऊलवाटेनं ॲक्रोपोलिस चढायला लागले आणि अर्ध्यावर जाऊन एका मोक्याच्या जागी थबकले. जवळ आल्यानं डावीकडचं पार्थेनॉन आता आणखी झगमगत होतं.

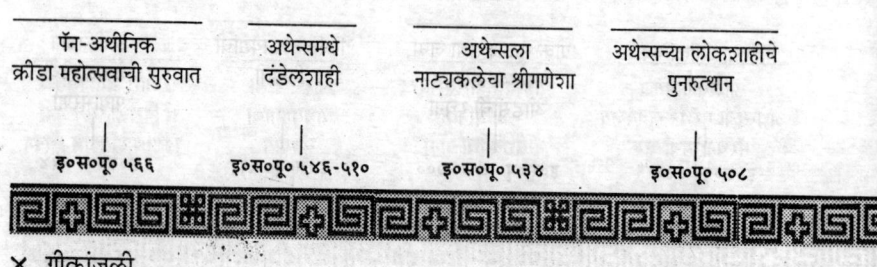

पॅन-अथीनिक क्रीडा महोत्सवाची सुरुवात	अथेन्समधे दंडेलशाही	अथेन्सला नाट्यकलेचा श्रीगणेशा	अथेन्सच्या लोकशाहीचे पुनरुत्थान
इ०स०पू० ५६६	इ०स०पू० ५४६-५१०	इ०स०पू० ५३४	इ०स०पू० ५०८

पांढऱ्याशुभ्र रंगाचे, अत्यंत प्रमाणबद्ध असे आठ दर्शनी खांब. त्यांच्यावर मुकुटासारखा संगमरवरी त्रिकोन आणि मागे लांबट चौकोनात विस्तारलेलं देवालय. त्यातून प्रकाश झिरपतोय. पोटात दिवा असलेला छोटा संगमरवरी ताजमहाल जसा स्वयंप्रकाशित वाटतो, तशी पार्थेनॉनची नाजूक दुधी प्रभा आतून फाकत होती. चढत चढत त्याच्या बंद वाटेशी येऊन पोहोचले तरी माझी नजर त्यावरून हलेना.

थोड्या वेळानं वळून उजवीकडे पाहते तो 'उतरली तारकादळे जणु नगरात.' तीन बाजूंनी अथेन्सच्या लाखो दिव्यांचं मोहोळ पसरलेलं. या टेकडीच्या बरोबर समोर दुसरी एक उंच टेकडी होती. टोकावर चिमुकलं चर्च. तिथून जथ्थ्यानं खाली धावत सुटलेले हॅलोजेनचे दिवे वीज खेळवत होते. तेही नजरबंदी करत होते. तेजाची ती दुहेरी जादू बघत काही वेळ तिथं उभी राहिले.

ॲक्रोपोलिसच्या या बाजूला लोकांची वर्दळ अगदी कमी. चिमुकले घडीव रस्ते. त्यांच्यावर शतकानुशतकं उभी असलेली सलग घरं. सुंदर, स्वच्छ नि सुबक. नजरेला तोषवणारी. गेली तीन हजार वर्षं इथं वस्ती आहे. कला, विज्ञान आणि तत्त्वज्ञान या तिन्हींमधे जगाला वाट दाखवणाऱ्या सॉक्रेटिस, प्लेटो, आर्किमिडिस, पायथागोरससारख्या महामानवांचे पाय या वाटांवरून फिरले. तिथून फिरताना मनाला एक वेगळं समाधान मिळत होतं.

परतून तळाशी माणसांत आले आणि पुढं निघाले.

जवळच एक गंमतशीर अंधारा चौकोन उभा केला होता. गुडघाभर उंचीचा एक मंच. त्यावर पुरुषभर उंच आणि अंगठ्याएवढ्या जाड फायबर टिप्सच्या स्वयंप्रकाशी कांडक्या उगवलेल्या. त्यांची निळसर जांभळी टोकं कमीअधिक स्फुरत होती. भोवतालच्या गहिऱ्या अंधारात या मंद प्रकाशाची नाजूक धडकन् चालू होती. मी कुतूहलानं वर चढले तर हे अजब शेत गातही असल्याचं जाणवलं. खोल गुहेत कुणी प्राचीन वाद्य वाजवावं आणि त्याचे स्वर घुमत, पडसादत वर यावेत तसं हे खर्जातलं गंभीर वादन पायातळी स्रवत होतं. लोक पुन:पुन्हा त्यात घुसत होते. निश:ब्द वावरत होते. मीही आत शिरले. केवळ तीस फूट लांबीरुंदीच्या त्या प्रकाश-शेतातून फिरताना गंमत वाटली तरी अंतर्मुखताही येत होती. हातानं कांड्या बाजूला सारत फिरायचं. भोवती हृद्स्पंदनासारखा तो उडता, निळा-जांभळा, मंद उजेड.

तशीच उडती पदकं ॲक्रोपोलिसच्या पायथ्याशी फिरणाऱ्या लोकांच्या छातीवर होती. या रुंदशा प्रदक्षिणा-पथावरून हजारो लोक चाललेले. इंचभर ग्रीक झेंडे किंवा एकमेकांत गुंतलेली ऑलिम्पिक्सची पाच कडी त्यांनी छातीवर लटकवलेली. त्यांच्यावरचे मोहरीएवढे

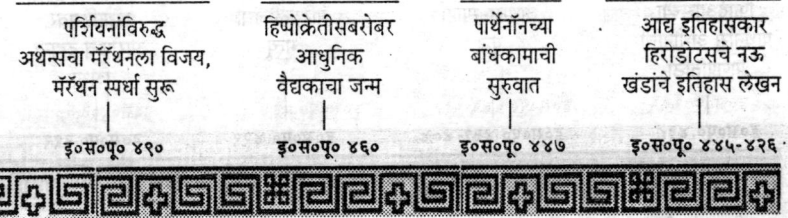

पर्शियनांविरुद्ध अथेन्सचा मॅरॅथनला विजय, मॅरॅथन स्पर्धा सुरू	हिप्पोक्रेतीसबरोबर आधुनिक वैद्यकाचा जन्म	पार्थेनॉनच्या बांधकामाची सुरुवात	आद्य इतिहासकार हिरोडोटसचे नऊ खंडांचे इतिहास लेखन
इ०स०पू० ४९०	इ०स०पू० ४६०	इ०स०पू० ४४७	इ०स०पू० ४४५-४२६

लाल-निळे दिवे लकलकत होते. किंचित अंधाऱ्या वाटेवर काजव्यांसारखे लुकलुकणारे ते बिल्ले उठून दिसत होते.

प्रदक्षिणेचा वळसा भरपूर मोठा. पुरुष, स्त्रिया, मुलं सगळे जण हसतखिदळत, गप्पा मारत चालले होते. वाटेतल्या आकर्षणांपाशी थांबून गर्दी करत होते. एका जागी पाण्याचे दोन फवारे पिळा घालत, एकमेकांशी शिवणापाणी खेळत होते. पोरं त्यात भिजत होती. थोर पोरं बनून त्यांना भिजवत होते.

पुढे एका बैठ्या चबुतऱ्यावर संपूर्ण पांढऱ्या स्त्रीचा जिवंत पुतळा उभा होता. अगदी निश्चळ. चेहेरा, हाताचे पंजे पांढरे रंगवलेले. अंगावर झिरझिरीत, घोळदार पांढरी वस्त्रं. त्यांच्या लांबलांब, गोलगोल अस्तन्या पायाशी भिडलेल्या. लोक तिचे आणि तिच्याबरोबर आपले फोटो काढून घेत होते. पोरं तिला चाचपून पाहायची. मधूनच तिनं त्यांच्या गालाला हात लावला की दचकून पळायची. खूप मजा येत होती.

एक भला मोठा ड्रॅगन समोर लोळत पडलेला. त्याच्यावर धातूचे सुंदर कोरीव खवले. पाहत पुढे चालले होते. वाटेवर कधी अंधार तर कधी जमिनीसरसा हॅलोजेनचा प्रखर झोत. इतका झगझगीत की त्यातून चालत असताना आपली सावली आभाळावर पडावी.

उजवीकडे हेरोडिअन लागलं. रुंद दगडी पायऱ्या चढून वर गेले. त्याच्या दगडी भिंती, दगडी कमानी, दगडी फरशी. सगळं सुघड, सुंदर. वर उंचावरचं पार्थेनॉन परत दिसताच नजर पुन्हा चाकाटली. मनात होतं तसं थिएटरमधे मात्र जायला मिळालं नाही. आज इथं खेळच नव्हता. मग तशी जाहिरात कां केली होती कोण जाणे.

परत खाली आले. माहितीकक्षातल्या बाईनं सांगितलं, ''नाटक नसलं तरी आत्ता ग्रीक लोकनृत्य-संगीताचा मुक्त कार्यक्रम सुरू होत आहे. हे सारे लोक तिकडे चालले आहेत. तुम्हीही जा.''

ॲक्रोपोलिसला वळसा घालत, लोकसंघाबरोबर मी निघाले. डावीकडे एक छोटंसं चर्च दिसलं. दागिन्याच्या पेटीसारखं सुबक. नेहमीच्या उंच टोकाऐवजी त्यावर नीटस घुमट होते. अगदी घरगुती वाटत होतं. उंच टोकेरी चर्चं, नाकावर बोट ठेवून 'चूप' म्हणून दरडावतात. ही गोल कौलारू छपरं आपल्याला 'आत ये' म्हणून हाकारतात.

मी आत गेले.

आतूनही ही दागिन्यांची पेटीच. चौकोनी छोटीशी खोली. बसायला खुर्च्या-बिर्च्या नाहीत. खूप मेणबत्त्या लावलेल्या. त्यांच्या थरथरत्या उजेडात खोलीचा पिवळसर रंग मिसळलेला.

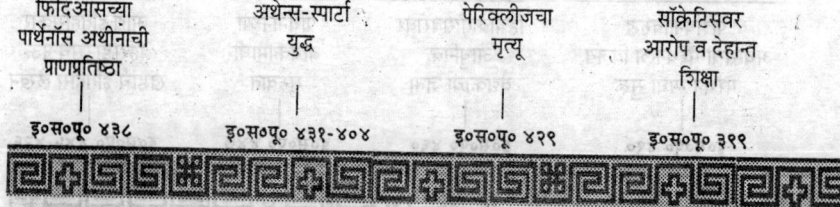

फिदिआसच्या पार्थेनॉस अथीनाची प्राणप्रतिष्ठा	अथेन्स-स्पार्टा युद्ध	पेरिक्लीजचा मृत्यू	सॉक्रेटिसवर आरोप व देहान्त शिक्षा
इ०स०पू० ४३८	इ०स०पू० ४३१-४०४	इ०स०पू० ४२९	इ०स०पू० ३९९

भिंतींवर नक्षीदार चौकटीत जुन्या संतांची तैलचित्रं. कोपऱ्यात धूप उसासतोय. कशी गोड, गरम, सोनेरी जागा. मधाच्या पोळ्यात शिरल्यागत वाटलं.

डावीकडच्या खोल कोनाड्यात एक आरसा होता. त्याच्या पुढे चांदीचा मोठा क्रॉस. ओळीनं जाऊन प्रत्येक जण तिथं मान लववी आणि क्रॉसवर ओठ टेकवून परत येई. रात्री अकरा वाजताही त्यांची भक्ती तितकीच ताजी वाटत होती.

पुन्हा बाहेरच्या गारव्यात आले. लोक तर चालतच होते. मीही त्यांच्यापाठून बरीच चालले. पण त्या ग्रीक संगीतनृत्याचा काही पत्ता लागेना. अखेरीस गाडीरस्त्याची चाहूल लागल्यावर मी परत फिरले आणि गलबल्यातून वाट काढत माझ्या शांत हॉटेलवर येऊन पोहोचले. रात्रीचा एक वाजून गेलेला. माझ्या झोपण्याचा प्रश्न अद्याप ऐरणीवरच. मला खोलीत थारा देऊ शकणाऱ्या त्या मायलेकी अजून परतल्या नव्हत्या.

''दुसऱ्या मजल्यावर जिन्याशेजारी जेवणाची छोटीशी जागा आहे.'' बरं इंग्लिश येणारा रात्रपाळीचा कारकून म्हणाला, ''तिथल्या सोफ्यावर हवं तर तुम्ही झोपू शकता.''

टॉयलेटला जायची वाट होती ती. तीन कोपऱ्यांत तीन दारं. चौथ्या कोपऱ्यात छोटंसं बाकडं. शेजारी डगमगतं टेबल. इथं रात्र कशी काढणार? पण आता जाणार तरी कुठं? 'हो' म्हणण्याखेरीज गत्यंतर नव्हतं. मघाच्या गच्चीपेक्षा हे सुरक्षित. वर छप्पर तरी होतं.

काही खाण्याची वासना मेली. अंग कसकसत होतं. तशीच त्या बाकावर कलंडले. फक्त माझा पासपोर्ट नि पैसे एकत्र करून पोटाशी बांधले. डोक्यावरून घट्ट पांघरूण ओढलं आणि जीव मुठीत धरून झोपी गेले.

चर्चच्या घंटांनी सकाळी सातला जाग आली. मनात मोठा प्रश्न फणा काढून उभा होता. 'ऑलिम्पिक्समधला सर्वांत महत्त्वाचा आजचा सबंध दिवस माझ्यासमोर आहे, तो मी कसा घालवणार?''

माझ्याकडे त्याची काहीही तयारी नाही. ना कसलं तिकीट, ना चालू खेळांची कल्पना, ना तिथं जाण्याची माहिती. आणि संध्याकाळच्या क्लोजिंग सेरेमनीचं काय करू?

अथेन्समधे विसांहून अधिक ठिकाणी हे खेळ खेळले जात होते. ती सारी ठिकाणं चहूदिशांनी विखुरलेली आहेत. बरीचशी नवी बांधलेली आहेत. त्यांतलं एकसुद्धा पाहायला मिळालं नाही तर मी एवढी धडपड करून इतक्या दूरवर येण्याचा फायदा काय? जायचंय खरं, पण कुठं?... सुन्नशी बसले होते.

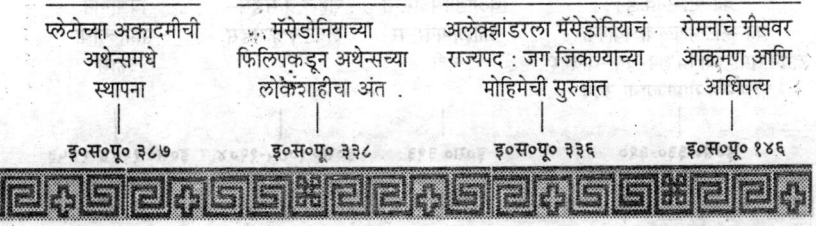

प्लेटोच्या अकादमीची अथेन्समधे स्थापना	मॅसेडोनियाच्या फिलिपकडून अथेन्सच्या लोकशाहीचा अंत	अलेक्झांडरला मॅसेडोनियाचं राज्यपद : जग जिंकण्याच्या मोहिमेची सुरुवात	रोमनांचे ग्रीसवर आक्रमण आणि आधिपत्य
इ०स०पू० ३८७	इ०स०पू० ३३८	इ०स०पू० ३३६	इ०स०पू० १४६

''गुड् मॉर्निंग.''

तीनपैकी एका दारातून ऑलिम्पिक स्वयंसेवकाचा पोशाख घातलेला तिशीचा एक तरुण आत आला. पाठीवर पडशी. काल संध्याकाळी हॉटेलात त्याची-माझी नजरभेट झाली होती. तेव्हाही त्यानं मला असंच हसतमुख अभिवादन केलं होतं.

या क्रीडा-महोत्सवाला मदत करण्यासाठी ग्रीसनं जगभरच्या लोकांना आवाहन केल्यानं जगभरचे लोक स्वयंसेवक म्हणून आले होते. पंचखंडांतून आलेले ते पंचरंगी गणवेशधारी काल रात्री वारंवार दिसत होते. मदतीचा हात पुढे करत होते.

''गुड् मॉर्निंग.'' मी म्हणाले. ''इतक्या सकाळी तुम्ही मॅच पाहायला चालला आहांत का?''

''मी 'तेकवांदो'ला चाललो आहे.'' तो म्हणाला. ''आजचा माझा इथला शेवटचा दिवस. जमेल तेवढं पाहणार आहे.''

''मी तुमच्याबरोबर आले तर चालेल का?'' मी एकदम विचारून गेले. नंतर संकोचानं पुस्ती जोडली; ''मला इथली काही माहिती नाही.''

''चला ना.'' तो मनापासून म्हणाला. ''पंधरवडाभर इथं आहे मी. मला अथेन्स बऱ्यापैकी माहीत झालंय. पण घाई करायला हवी. मॅच आठला सुरू होते. माझ्याजवळ तिकीट आहे. तुमचं तुम्ही तिथं काढा.''

ऑलिम्पिक कमिटीनं निवडलेले हे स्वयंसेवक लोकांच्या मदतीसाठी नेमलेले होते म्हणून त्याच्यावर विश्वास टाकला होता. मार्गदर्शकाचा प्रश्न सुटला. आता काळजी नव्हती.

मोजून पाच मिनिटांत तयारी करून मी खाली धावले.

''मी मीना प्रभु.''

बाहेर पडल्यावर मी औपचारिक ओळख करून दिली.

''मी रॉनल्ड शेफर.''

चालता चालता त्यानं आपली माहिती दिली. हा जर्मनीतून आलेला स्वयंसेवक. दुहेरी पदवीधर पण सध्या बेकार. लवकरच त्याला चीनमधे इंग्लिश शिकवायची नोकरी मिळणार होती. मला पट्कन हसू आलं. रॉनल्ड चांगलं इंग्लिश बोलत असला तरी ते जर्मन ढंगातलं, जड आघातांचं, क्लिष्ट होतं. पण सध्या चिन्यांना इंग्लिश शिकण्याची इतकी घाई झाली आहे की असल्या फुटकळ गोष्टींकडे ते लक्ष देत नाहीत.

कॉन्स्टन्टिनकडून कॉन्स्टॅन्टिनोपलची स्थापना रोमन सम्राटांचा क्रिश्चन-धर्म स्वीकार. बिझेन्तिन साम्राज्याचा उदय	थिओडोसिअसची ऑलिम्पिक्सवर बंदी	पहिले क्रुसेड्स– शेवटचे क्रुसेड्स	बिझेन्तिन साम्राज्याचा ऱ्हास
इ०स० ३३०-३९०	इ०स० ३९३	इ०स० १०८५-१२०४	इ०स० १२०४-१४५३

रॉनल्ड फुटबॉल खेळाचा स्वयंसेवक होता. त्याला तीन शर्ट्स, दोन चड्ड्या, एक कोट-टोपी नि काम करताना जेवण फुकट एवढ्याच सवलती होत्या. येणं-जाणं-राहणं स्वत:चं. ग्रीसला तो स्वत:च्या खर्चानं, स्वत:ची गाडी तीन दिवस चालवत आला होता. दूरच्या एका स्वस्त कॅंपवर त्यानं ती ठेवली होती. रोज तिथूनच ये-जा करायची. आज सकाळी लवकर मॅच असल्यानं रात्रीपुरता तो आमच्या हॉटेलात उतरला होता.

मेट्रो स्टेशनवर पोहोचलो. विमानतळावर काढलेलं माझं तिकीट चोवीस तास चालत होतं. रॉनल्डला विनामूल्य प्रवासाची सूट होती. आम्ही अथेन्सच्या दक्षिणेला चाललो होतो. गाडीचं शेवटचं स्टेशन आलं. बाहेर उतरलो आणि तिथं उभ्या असलेल्या ऑलिम्पिक बसमधे चढलो. आलेल्या सर्व पाहुण्यांना योग्य ठिकाणी मोफत पोहोचवण्याची ही व्यवस्था करून ग्रीकांनी आपलं खानदानी औदार्य राखलं होतं.

रस्त्यावरती खास 'ऑलिम्पिक लेन' आखलेली होती. ऑलिम्पिक्सची पाच कडी तिच्यावर जिथं तिथं रंगवलेली. त्यांच्यावरून केवळ याच बसेस धावत होत्या. शेजारच्या दोन लेन्समधे सहनशक्ती पणाला लागलेल्या गाड्यांच्या सोशिक रांगा. पण एकही या लेनमधे घुसत नव्हती.

ऑलिम्पिक्सच्या निमित्तानं ग्रीक सरकारनं अथेन्समधे अनेक रस्ते, पूल नि पाणधक्के बांधले. नवा विमानतळ उभारला. संपूर्ण नवी भुयारी रेल्वे उभारून ट्रॅफिक जॅम्स कायमचे संपवले. नवे रंग देऊन सगळं शहर चकाचक नवं केलं. केवळ सात वर्षांत हा कायापालट घडवून आणून जगाला चकित करून टाकलं.

स्टेडिअम आलं. एका बाजूला समुद्रकाठ. तिथं नाना देशांचे झेंडे कोवळ्या उन्हात वाऱ्यावर फडफडताहेत. प्रसन्न वाटत होतं. प्रशस्त सुंदर परिसर. मधोमध स्टेडिअमची नवीकोरी इमारत. तिथवर जाण्यासाठी भरपूर चालावं लागत होतं. चालू ऑलिम्पिक्सच्या प्रेक्षकांनी पुढच्यात भाग घेण्याइतपत तगडं व्हावं असं संयोजकांचं धोरण असावं. सगळीकडे मोटारींना बंदी. गाडीतळ बऱ्याच अंतरावर. तिथपासून चालण्याचे रस्ते, पूल अतिशय सुंदर. रॉनल्डसारखा माहितगार बरोबर असल्यानं माझ्यामागे शोधाशोधीची किंवा चुकण्याची कटकट नव्हती. खेळाचं तिकिटही सहज मिळलं. विमानतळासारख्या सुरक्षा चाचणीनंतर खुद्द स्टेडिअममधे पाऊल टाकलं.

सुरेख लंबवर्तुळाकार आकार. खालून वर चढत जाणाऱ्या खुर्च्या. अजून बऱ्याचशा

फत्ते महंमदची ऑटोमन राज्य स्थापना	तुर्कांकडून ग्रीसला स्वातंत्र्य, नामधारी जर्मन राजा गादीवर	किंग ऑटोची पदच्युती. ग्रीस संपूर्णतया स्वतंत्र	पीएर द कुबेर्‌तॅंकडून ऑलिम्पिक क्रीडा महोत्सवाचे पुनरुज्जीवन
इ०स० १४५३	इ०स० १८३२	इ०स० १८६०	इ०स० १८९६

रिकाम्याच. त्यांतल्या मोक्याच्या दोन पकडल्या आणि विसावलो. खेळ माहीत नसला तरी केवळ इथं आल्याचा आनंद माझ्या मनी मावेना. एकातरी ऑलिम्पिक खेळाची मी साक्षी होत होते. अचानकपणे प्रत्यक्ष येऊन पोहोचले होते. अशा दुसऱ्या स्टेडिअममधे पुन्हा जाईन की नाही याची खात्री नव्हती. इथला दर क्षण मनापासून जगत होते. मनात खोल साठवू पाहत होते.

खाली खेळाचा लांबटगोल आखाडा पसरलेला. त्याच्या भोवती आखलेल्या चौकोनावर चार पंचांच्या खुर्च्या. नंतर परीक्षकांची टेबलं. मग वर प्रेक्षक. दुतर्फा स्कोअर बोर्ड्स आणि खेळ बारकाईनं दिसण्यासाठी उंचावर टेलिव्हिजनचे टोलेजंग पडदे. छताशी आडव्या नळ्यांवर साठेक देशांचे झेंडे टांगलेले होते. खेळात ज्यांचा सहभाग असतो त्यांचा झेंडा लावतात. बारकाईनं पाहूनही मला आपला तिरंगा त्यांत कुठे दिसेना.

कराटे, कंग फूसारख्या स्वरक्षणाच्या कलांमधे तेकवांदो येतो. मी तो पहिल्यांदाच पाहत होते. त्याचे नियम मला रॉनल्ड समजावून देत होता. छातीवर चिलखत आणि डोक्याला शिरस्त्राण अशा रणवेशात प्रतिस्पर्धी येत. बराच वेळ एकमेकांचा अंदाज घेत रिंगण धरत आणि संधी मिळाली की छाताडावर लाथ हाणत. या लाथा छातीपुरत्याच मर्यादित असाव्या लागतात. जितक्या थेट बसतील तितके गुण अधिक. दरेक फेरीत लाथा मारून झाल्या की प्रतिस्पर्धी एकमेकांचे लंगोटीयार असल्यासारखे एकमेकांना घट्ट कवटाळत. ते पाहून मात्र हसू फुटे. हे छान. आधी घाला लाथा नि मग झुकवा माथा.

प्रेक्षकांची संख्या वाढत गेली. एव्हाना बाकीच्या जागा भरून गेल्या. सुवर्णपदक जिंकेलसा वाटणारा ग्रीक खेळाडू रिंगणात आला आणि सगळीकडे चैतन्याची लाट उसळली. ही फेरी अंतिम नसूनही लोक पेटले होते. त्याला प्रोत्साहन देण्यासाठी धडाधडा बाकांवर हात आणि पाय बडवत होते. खेळाडूची प्रत्येक लाथ जणू स्वत: मारल्याचा त्यांचा आवेश. कल्लोळ माजून गेला.

असे कित्येक खेळ आपण टी०व्ही०वर बघतो. पण टी०व्ही०वर पाहणं आणि त्याला स्वत: हजर असणं यात अमाप फरक आहे. केशरी बासुंदीचा नुसता वास घेऊन तिची चव थोडीच कळते?

बारा वाजता या स्पर्धा संपल्या. आम्ही ट्रॅमनं पुढच्या खेळासाठी 'आगोरा'ला पोहोचलो. हा अथेन्सचा जुना विमानतळ. त्याचं आता स्टेडिअम झालं आहे. आगोरा म्हणजे उघडी, मोकळी जागा. प्राचीन काळापासून ज्ञान, मनोरंजन, क्रीडा आणि व्यापार यांचं ही केंद्र होती. 'आग्राफोबिया' म्हणजे 'मोकळ्या जागेचं भय' या मानसिक रोगाचं नाव या जागेवरून आलेलं आहे. अशा महत्त्वाच्या जागी रॉनल्डमुळे यायला जमलं होतं. हँडबॉलच्या ज्या अंतिम स्पर्धेसाठी तो अथेन्सला थांबला होता ती इथं होणार होती.

फुटबॉलच्या खालोखाल जर्मनीत हँडबॉल लोकप्रिय आहे. त्यातून आजचा सामना क्रोएशिया या त्यांच्या कट्टर दुष्मनांशी होता. जर्मन युरोपिअन विजेते तर क्रोएशिअन जागतिक विजेते. सामना नि:संशय चुरशीचा होणार होता. दोन्ही संघांच्या चाहत्यांची अलोट गर्दी झाली होती. अर्धे प्रेक्षक जर्मन ध्वजाच्या काळ्या, लाल नि पिवळ्या रंगांनी मढलेले आणि अर्धे क्रोएशियाच्या लाल-पांढऱ्यांनी सजलेले. अंगावर त्या रंगांचे कपडे. पाठीवर

त्यांच्याच झूली. केसांमधे, कपाळांवर, गालांवर, छातीवर ते झेंडे रंगवलेले. मोठ्यानं घोषणा देताहेत. हातातल्या लांब नळकांड्यांचा कडकडाट चाललाय. आठ ते ऐंशी...सगळ्या वयांची पोरं त्यात सामील झालेली. सुदैवानं रॉनल्डकडे जोड तिकिट होतं. त्यांतलं एक मला मिळालं. थोडंसं खाऊन घेतलं आणि स्टेडिअम गाठलं.

ते मघासारखं पण खूपच मोठं होतं. पंचवीस-तीस हजार लोक बसण्याची सोय असेल. माणसांनी नुसतं फुललेलं. माणसागणिक झेंडे. काही काड्यांवरचे हातरुमाली छोटे, काही दांड्यांवरचे पलंगपोशी मोठे. खेळ सुरू व्हायच्या आधीपासून 'डॉय्शलँड' आणि 'क्रोएशिया' अशा गगनभेदी गर्जना चाललेल्या. त्यात बोलणं सोडाच, काही सुचणंही अशक्य.

हँडबॉल खेळदेखील मला अपरिचित. सर्वसाधारण फुटबॉलसारखा. पण मैदान त्याच्या निम्मं आणि लाकडी जमिनीचं. प्रत्येक गटात सहाच खेळाडू. खेळताना आणि गोल करताना पायांऐवजी हात वापरायचे. रॉनल्डनं विशद केलेले नियम सोपे असल्यानं खेळ चटकन कळला.

सामना कमालीचा रंगला. खेळाच्या प्रचंड वेगामुळे खेळाडूंवर नजर ठरत नव्हती. त्यांच्या घामाच्या सरी खाली जमिनीवर झरत होत्या. त्यावरून ते घसरून पडू नयेत म्हणून कर्मचारी मधेच झटकन येऊन, ओल टिपून जात. सारखी बरोबरी होत होती. जर्मनीनं एक गोल केला रे केला की दुसरा क्रोएशियानं केलाच म्हणून समजा. दर वेळी त्यांचे त्यांचे पाठीराखे बेहोष होऊन ओरडत होते. झेंडे नाचवत होते. राष्ट्रगीत गात होते. त्यांचा उत्साह सांसर्गिक होता. रॉनल्डबरोबर मीही जर्मनीच्या बाजूनं, तावातावानं घोषणा द्यायला लागले.

हुकवत-चुकवत, अखेरीपर्यंत बरोबरी करत दीड तासांनंतर या तुल्यबल गटांमधे क्रोएशियानं आघाडी मारली आणि शेवटच्या मिनिटात २६ विरुद्ध २४ गोल्स असा विजय मिळवला. आम्ही हरलो होतो तरी एक अपूर्व सामना बघायला मिळाला होता.

आता छप्परच कोसळतंय असा गदारोळ झाला.

विजयोन्मादानं क्रोएशिआचे खेळाडू धुंदावले होते. ते हसत होते, नाचत होते. एकमेकांना मिठ्या मारत होते. चुंबत होते. हात पसरून विमानं करत तिरके तिरके धावत होते. मग एकाएकी सगळे जण रांगायलाच लागले. शेवटी त्यांनी नाचत स्टेडिअमची फेरी पुरी केली आणि आमच्या बाजूला येऊन पाण्यात सूर मारावा तसं स्वत:ला झोकून दिलं. पोटावर वीसवीस फूट घसरून ते कडेला लागायचे. लाकडी जमिनीवर त्यांच्या घामानं भिजून थप्प झालेल्या शर्टांचे ओले फराटे उठत होते.

आता तिथं ऑलिम्पिक-पदकं देण्याचा समारंभ होणार होता. तो मी प्रथमच प्रत्यक्ष पाहणार होते. रशियानं तिसरं–ब्राँझ मेडल काल मिळवलं होतं. हिरमुसल्या जर्मनीला दुसरं–सिल्व्हर मेडल मिळालं होतं तर सुखराशीत लोळणाऱ्या क्रोएशियाला पहिलं–गोल्ड मेडल. खेळाडू कपडे बदलून येईतो आमच्यासमोर लांबच लांब निळे चबुतरे रचले गेले. तिन्ही देशांचे झेंडे उभारले गेले.

प्रथम ब्राँझ मेड्ल्स देऊन रशियाचा सन्मान केला गेला. प्रमुख अधिकाऱ्यांनी प्रत्येकाचं नाव

घेऊन खेळाडूच्या गळ्यात पदकाची फीत अडकवली आणि त्याच्या डोक्यावर, अडीच हजार वर्षांची परंपरा सांगणारा, ऑलिव्हच्या पानांचा कड्यासारखा मुकुट चढवला. ते चक्र डोक्यावर धारण करताना त्या खेळाडूंना काय धन्य वाटत असेल!... स्वत:बद्दल, आपल्या कुटुंबीयांबद्दल, गावाबद्दल, देशाबद्दल त्यांना किती अभिमान वाटत असेल आणि या गौरवानं, त्यांच्या मायदेशाचा ऊर गर्वानं किती फुगून येत असेल.

खेळाडू वेडे होऊन आपल्या डोक्यावरची कडी प्रेक्षकांमधे फेकत होते. प्रेक्षकही जीव पणाला लावून झेलत होते. आयुष्यभर जपणार होते. ऑलिम्पिक्सची ही अपूर्व भेट सुकली तरी कोमेजणार नव्हती.

जर्मनीचं रजत-पदकही तशाच थाटात दिलं गेलं.

शेवटी सुवर्ण-पदकाचा मानकरी क्रोएशिया. त्याचे सगळे खेळाडू हातात हात घालून तयार होते. नाव पुकारताच टाळ्यांच्या सरींत भिजत, उंच उडी मारून सगळे जण एका क्षणी चबुतऱ्यावर चढले. गळ्याभोवती सर्वोच्च मान स्वीकारताना आणि नंतरचं राष्ट्रगीत ऐकताना बहुतेक जण हुंदके देत आनंदाश्रू ढाळत होते. तो सोहळा असा जवळून पाहताना मला कृतार्थ वाटत होतं तिथं प्रत्यक्ष विजेत्यांची काय कथा!

सगळं संपेतो सात वाजून गेले. रॉनल्डकडे शेवटच्या क्लोजिंग सेरेमनीचं तिकीट नसल्यानं तो त्याच्या गाडीकडे जायला निघाला. पत्त्यांची देवाणघेवाण झाली. मी त्याचे मन:पूर्वक आभार मानले. संपूर्ण अनोळखी माणूस पण दिवसभर त्यानं माझी देखभाल केली होती. तो गेला आणि माझ्यापुढे 'आता मी काय करू?' हा सनातन प्रश्न उभा ठाकला.

क्लोजिंग सेरेमनी नऊला सुरू होत होता. त्याचं 'वाका' स्टेडिअम अथेन्सच्या उत्तर टोकाला. ते शोधत तिथपर्यंत पोहोचायलाच मुळी दोन तास लागणार. जवळ तिकीट नाही. आत प्रवेश कसा मिळणार? गेले बारा तास मी सतत गडबडीत होते. मरगळले होते. आता पायही कुरकुरत होते. तेव्हा जवळच्या कुठल्या तरी चौकात टी०व्ही०वर तो सोहळा पाहण्यात शहाणपण.

पण आजचा हा मंतरलेला दिवस माझ्यासाठी काही वेगळा उगवला होता. कल्पना नसताना रॉनल्डसारखा निपुण मार्गदर्शक मला लाभला होता. मग स्वप्नात असल्यागत सगळीकडे संचारले होते. दोन नवे खेळ पाहायला मिळाले होते. एक अत्यंत चुरशीची स्पर्धा साधली होती आणि एक पदक-प्रदान-सोहळाही पदरात पडला होता. सगळी दानं माझ्या बाजूनं पडत होती. मातीचं सोनं बनत होतं. आज मला पाण्यावरून चालायला जमलं असतं. नशीब जोरावर होतं. त्याचा अखेरचा पडताळा घ्यायचं ठरवलं आणि वाकाच्या बसमधे चढले.

रस्ताभर माझ्या या निर्णयाचा विचार करत होते. तिकीट नसताना मी जातेय. प्रवेश न मिळाल्यास प्रत्यक्ष नाहीच नाही, टी०व्ही०वरचा कार्यक्रमही हुकणार. पण आत जायला मिळालं नाही तरी बाहेरच्या वातावरणात डुंबून यावं, ती आरास पाहावी, तिथले आवाज ऐकावेत आणि त्या सोहळ्याचा गंध छातीभर हुंगावा ही माफक इच्छा तग धरून होती.

रस्त्यांमागून रस्ते पार करत, थांबत, सुरू होत बस चालली होती पण ते वाका स्टेडिअम काही येत नव्हतं. मी अधिकाधिक निराश होत होते. अजून किती अंतर आहे कोण जाणे. कार्यक्रमाआधी बस तिथं पोहोचण्याचीही आशा मावळायला लागली.

पावणे नऊ वाजले. बसनं एक वळण घेतलं आणि वाका स्टेडिअमच्या छपराची, दिव्यांनी उजळलेली पांढरी कमान दिसली. पुन्हा एकदम तरारले. बस उभी राहताच धावत सुटले तरी समोरच्या इमारतीच्या देखणेपणानं चकित होत होते. ऐंशी हजारांच्या अतिविशाल स्टेडिअमला, त्या पारंपरिक वास्तुशिल्पाला कळत नकळत दिलेलं आधुनिक वळण डोळ्यांना लोभावत होतं. ती डौलदार वास्तू ग्रीकांचा लाडका शुभ्र रंग लेऊन उभी होती.

धापा टाकत प्रवेशदारांशी गेले नि दिसेल त्याला तिकीट आहे का ते विचारत सुटले. सगळीकडे नकारघंटा. नऊ वाजत आलेले. आता फार उशीर झाला होता. आतमधे प्रेक्षकांना बसण्याच्या सूचना होताहेत नि इकडे मी तिकिटासाठी धावतेय. माझ्यासारखे दोनचार आशाळभूत तिथं घोटाळत होते.

आणखी एकाला विचारलं. त्यानं एका बाजूच्या कोपऱ्याकडे बोट दाखवून 'निळ्या शर्टातल्या माणसाकडे मघा तिकिटं होती' असं काहीसं सांगितलं. मी तो माणूस गाठला आणि त्याच्या हातात असलेलं शेवटचं तिकीट जवळ जवळ हिसकावून घेतलं. अर्ध्या किंमतीत! घटका भरत आल्यानं तोही माझ्यासारखा टेकीला आलेला. विकलं गेलं नाही तर सगळंच तिकीट त्याच्या अंगावर पडलं असतं. माझ्यामागोमाग धावलेल्या दोघांना मात्र त्यानं हात हलवत परत पाठवलं.

पुढच्या काही क्षणात मी स्टेडिअममधे शिरले केव्हा आणि गर्दीतून उंच चढून जात माझ्या जागी बसले केव्हा कळलंच नाही. दोन चंद्रकोरी जुळल्यागत प्रचंड मोठं स्टेडिअम. उजवीकडे उंचावर, पांढऱ्या तोफनळीच्या टोकाशी ऑलिम्पिक्सची विशाल ज्योत पेटलेली.

बसल्या जागेवरून मला समोरचा अर्धचंद्र नीट दिसत होता.

वळत जाणाऱ्या पांढऱ्या नळीखाली अर्धगोल टांगतं छप्पर. त्याच्या तारा एकाद्या तंतुवाद्यासारख्या मागच्या आधाराला जुळवलेल्या होत्या. त्याखाली मानवी धडांच्या उतरंडी रचल्यासारख्या. खुर्च्यांच्या उतरत्या गच्च रांगा. तळच्या लांबटगोल अरीनामधे ऑलिम्पिक-ज्योतीपासून मध्यापर्यंत एक लांबलचक स्टेज उभारलेलं. सगळे कार्यक्रम, भाषणं त्यावरून सादर होणार होती. त्याच्यापुढे गव्हाच्या ओंब्यांनी भलीथोरली चकली काढलेली.

हे स्टेडिअम आकारानं छान होतंच पण तिथली प्रकाश-योजना अजब होती. छपराची संपूर्ण भव्य किनार दिव्यांनी रेखलेली होती. ती वारंवार रंग आणि त्यानुसार समारंभाचा नूर पालटत होती. आताच्या निळसर जांभूळ प्रकाशात मला सगळंच स्वप्नवत वाटत होतं. दहा मिनिटांपूर्वी बसमधे चिंतातूर बसलेली मी आणि आता या स्वप्निल आसनावर येऊन बसलेली मी, एकच का? नशिबाच्या या अखेरच्या साथीचा अजून अर्थ लागत नव्हता. तेव्हाची ती काचरी हुरहूर आणि आताची ही तृप्त उत्कंठा यांचा मेळ बसत नव्हता. या सुदैवी योगायोगाला माझ्या आयुष्यात तरी तुलना नव्हती. त्याच स्तंभित, तरल विश्वात पुढचे अडीच तास मी विहरत होते. 'आयुष्यातले काही अनुभव चिमटीनं तर काही बचक्यानं उचलायचे

असतात' असं श्री० म० माटे म्हणायचे. आताचा हा अनुभव सर्वांगानं टिपावा आणि मनाच्या संपुटात जपावा.

.संचालिकेनं सुरुवातीपासूनच आम्हां प्रेक्षकांना त्या सोहळ्यात सामील करून घेतलं. दाराशी मिळालेल्या पिशवीमधे कार्यक्रमांची रूपरेषा, एक पांढरा तलम रुमाल, एक फुगा आणि लालनिळ्या दिव्यांची उघडमीट करणारं पांढरं पदक होतं. आता ते गळ्यात घालून आतले दिवे चालू करण्याची तिनं सगळ्यांना विनंती केली.

त्याबरोबर त्या जांभ्या मखमाली अंधारात लाखो चिमणे बुंदके चमचमायला लागले. तुटल्या ताऱ्यांसारख्या हजारो फ्लॅशलाइट्सचा लकलकाट त्यांच्यात मिसळला आणि स्वप्नातच मला स्वप्न पडलं. त्या विश्वकुटुंबातला मीही एक चमकता स्फुल्लिंग आहे ही जाणीव मनाला अतीव सुखवत होती. कालपासूनची दगदग-दैना, झोपेची दीन कहाणी... या क्षणी सगळी सुफळ संपूर्ण.

ऑलिम्पिक्सच्या शुभारंभ सोहळ्यात दोन आठवड्यापूर्वी ग्रीसच्या प्राचीन इतिहासाची झलक दाखवली गेली होती. आताच्या सांगता समारंभाचा विषय होता 'आजचा ग्रीस'. त्यानुसार एकापाठी एक कार्यक्रम होत होते. नाना उत्सव नि प्रथा सादर केल्या जात होत्या. सगळ्यांचं आकलन होत होतं असं नाही पण त्यांत भाग घेणाऱ्या शेकडो कलावंतांचे सुंदर पोषाख आणि सांघिक हालचाली खिळवून ठेवत होत्या. ते कुठून येताहेत नि कुठं जाताहेत हे कळू नये असा त्यांचा बिनचूक, अलगद वावर.

दारूकामाची एक फैर छप्पर उजळून गेली नि ज्यांच्यामुळे हे क्रीडास्वप्न साकार झालं त्या खेळाडूंनी अरीनामधे प्रवेश केला. सबंध जगातल्या सर्वोच्च युवाशक्तीचा परिपाक समोर चालत होता. त्या वेळी त्यांनी सर्वस्व पणाला लावून क्रीडेतून केलेलं जनरंजन आठवत होतं. 'या पृथ्वीवर आम्ही मानव नुसतीच युद्धं आणि द्वेष करत नाही. सगळे एकत्र येऊन काही आदर्श निर्माण करून दाखवू शकतो, एकमेकांशी आम्ही बंधुभावानं बांधलेलो आहोत' या भावनांचं ते प्रतीक होते.

टाळ्यांच्या बरोबरीनं हातचे पांढरे रुमाल हलवून प्रेक्षकांनी त्यांना सलामी दिली. हजारो शुभ्र कबुतरं जागच्या जागी फडफडायला लागली. हे आगळं स्वागत त्यांना खूप सुखवून गेलं असणार. पांढरा हा शांतीचा रंग. या खेळांमधून विश्वबंधुत्वाबरोबर विश्वशांतीचाही संदेश दिला जात होता. तो असाच अनंतकाळ दिला जाऊ दे. हे खेळ कायम चालू राहू देत. त्यातून ऐक्य वाहू दे. पाहता पाहता मन भरून आलं. डोळे पाणावले.

ऑलिम्पिक समितीच्या अध्यक्षांच्या हस्ते त्यानंतर मॅरॅथन स्पर्धकांना पदकदान झालं. तिसऱ्या क्रमांकावरच्या ब्राझीलिअन खेळाडूचं सुवर्णपदक कुणा विघ्नसंतोषाच्या कारवायांनी हुकलं हे सगळ्यांनाच माहीत असल्यानं त्याला ब्राँझ पदक देताना लोकांनी सुवर्णपदकाचा गडगडाट केला. जणू सारे जण म्हणत होते, 'अरे, नाइलाजानं तुला तिसरा गणायचा. पण सुवर्णपदकाचा खरा मानकरी तूच हे आम्हांला माहीत आहे.' सत्याच्या मागे लोकशक्ती जातेच जाते. अमेरिकेला रौप्य आणि इटलीला सुवर्णपदक मिळालं. इटालिअन राष्ट्रगीताचे स्वर स्टेडिअम भरून वाहू लागले. 'हा मान आपल्या जनगणमनला कधी मिळेल?' हा प्रश्न

मन चाटून गेला.

अध्यक्षीय भाषण मला फार हेलावणारं वाटलं. ग्रीसकडून एवढी मोठी जबाबदारी पेलली जाईल असं जगात कुणालाच वाटलं नव्हतं. बाकी युरोपच्या मानानं गरीब असलेल्या या युरोपीय देशानं हे कठीण काम वेळेत करून दाखवलं होतं. खेळांमधे अनेक उच्चांक स्थापित केले होते आणि कोणतीही दुर्घटना न होता त्यांची आज समाप्ती होत होती. उत्तेजकांच्या दुरुपयोगाविषयी ते विशेष जागरूक राहिले होते. ही विषवल्ली उपटून काढताना त्यांनी ग्रीसच्या अव्वल खेळाडूंचीसुद्धा गय केली नव्हती. हे सर्व उभारताना झालेलं डोंगराएवढं कर्ज फेडायला देशाला तीस वर्षं लागणार आहेत. पण त्याचा त्यांना अभिमान आहे. स्वयंसेवकांच्या निस्वार्थी सेवेचाही त्यांनी मोठ्या गौरवानं उल्लेख केला. आज सबंध दिवस त्याची भरघोस प्रचिती घेत असल्यानं मी कडकडून टाळ्या वाजवून त्याला दाद दिली. मध्यम उंचीच्या, जाडगेल्या रॉनल्डची हसरी मूर्ती तेव्हा मनात तरळत होती.

दोन टोकांच्या दोन मोठ्या टी॰व्ही॰ पडद्यांवर या महोत्सवातील सगळ्या खेळांचे उच्च क्षण या वेळी येऊन जात होते. जिंकल्याच्या क्षणी झालेला परमानंद खेळाडूंच्या नकळत टिपला होता. त्यात आपले रौप्यपदकविजेते राज्यवर्धन राठोड क्षणभर चमकून गेले. संपूर्ण सांगता-समारंभात लागलेली एवढीच भारतीय हजेरी. विजेत्यांच्या या सौभाग्यक्षणांमधे हरलेल्यांचे वैफल्यक्षणही विखुरले होते. खेळ जिंकण्या-हरण्यापेक्षा त्यात सहभागी होणं महत्त्वाचं.

आणखी चार वर्षांनी होणारे खेळ बैजिंगला असल्यानं तिथले मेयर आज आलेले होते. त्यांच्याबरोबर चिनी कलाकार होते. चीनच्या भावी आकर्षणांची झलक त्यांनी नाना प्रकारे दाखवून दिली. बैजिंगला जायलाच हवंसं वाटायला लागलं.

सगळे कार्यक्रम चालू असताना आपली पसंती दाखवण्यासाठी प्रेक्षक लागोपाठच्या विभागात क्रमशः उठून, हात उभारून 'मेक्सिकन वेव्ह' तयार करत होते. थोड्या थोड्या वेळानं त्या लाटेवर स्वार होताना मजा येत होती.

गेले पंधरा दिवस अव्याहतपणे जळणारी इथली ऑलिम्पिक ज्योत मालवून आता या समारंभाची खरी सांगता होणार होती. सगळीकडे एकदम शांतता पसरली. वातावरण गंभीर, किंचित उदासवाणं झालं. त्यावर अनंतचतुर्दशीच्या गणपती विसर्जनाची कळा आली. बाप्पा पुढच्या वर्षी लवकर येत असतात. इथं चार वर्षांचा अवधी जाणार होता.

ग्रीस आणि चीनचा एकेक प्रतिनिधी त्या ज्योतीच्या पायथ्याशी गेले. सगळे दिवे मालवून अंधार झाला. हलकेच खाली येत येत ती ज्योत त्यांच्यापर्यंत वाकली. तिच्यातून दोघांनी दिवट्या पेटवून घेतल्या. त्याच क्षणी आधीचे हजारो कलाकार खाली अरीनाच्या कडेनं चिमणे दीप हृदयाशी धरून उभे ठाकले. आमच्या छातीवरही ती कणःस्वरूपात चमकत होती. ज्योत हळूहळू वर गेली आणि एका अदृश्य मुखाच्या फुंकरीसरशी विझली. पण या दीपिकांच्या रूपानं प्रत्येकाच्या हृदयात ती तेवतच राहिली.

ऑलिम्पिक्सचा झेंडा समारंभानं उतरवून चीनच्या स्वाधीन करण्यात आला. त्यानंतर पुन्हा एकदा दारूकामाची फैर झडली. आमच्या मागे आणि समोर निळसर दुधी धुरातून

चकचकाट करत चंदेरी ठिणग्या बरसत होत्या. त्यांच्या धबधब्यापलीकडे नारळी पौर्णिमेचा चंद्रमा हसत असताना मला दिसला. पुरातन काली याच दिवशी ऑलिम्पिक खेळांची सुरुवात होई. आज तो सांगतेला आला होता. छताकडून हजारो टम्म फुगे एकदम ओतायला लागले. प्रेक्षकांनी पिशवीतल्या फुग्यांची त्यात भर घातली. प्रसिद्ध ग्रीक गायक स्टेजवरून गात होते. आता सोहळ्याला थोडं पार्टीचं स्वरूप आलं पण प्रेक्षक आणि खेळाडू दोन्ही तिच्यात रमून गेले.

तब्बल अडीच तासांनी कार्यक्रम संपला. गर्दी ओसरल्यावर बाहेर पडले तरी आजूबाजूला लोकांचे घोळके रेंगाळत होते. स्टेडिअमच्या शेजारी व्हॉलिबॉल आणि पोहण्याच्या तलावाच्या भव्य इमारती पुनवेच्या चांदणदुधात नहात होत्या. जवळच्या मेट्रो स्टेशनापर्यंत झाडा-कारंज्यांची नि शुभ्र कमानींची सुरेख वाट वळत गेली होती. आनंदानं भारावलेली, श्रांत-क्लांत अशी मी तिथून चालत निघाले. उभ्या आयुष्यात कदाचित एकदाच मिळणारी ही अनुभूती, ती कधी संपूच नयेसं वाटत होतं.

गाडी आली. डब्यात पाऊल टाकलं आणि स्वप्न-नगरीतून सत्य-जगात परतले.

४

ग्रीसला पुन्हा परतले ती आठ महिन्यांनी. या वेळी तो सवडीनं, सावकाश पाहण्यासाठी, इथला ईस्टर साधण्यासाठी वेळ काढून एप्रिलमधे आले होते. उत्तररात्री अथेन्सच्या विमानतळावर उतरले. अवेळी लंडनहून निघालेली. अवेळीच इथं येऊन पोहोचले. पहाटेचे तीन वाजले होते. ग्लिफादा या अथेन्सच्या उपनगरात असलेल्या माझ्या एका शिक्षिका मैत्रिणीकडे राहण्याचा विचार होता. पण अशा अडाणी वेळी तिच्या घरी जाऊन धडकण्याचा धीर होईना. दिवस उजाडेतो विमानतळावर थांबून मग जाणार होते. ती आठ वाजता शाळेला जाणार. त्याआधी साडेसातपर्यंत जाऊन पोहोचायचं होतं. तेव्हा येते चार तास तरी मला विमानतळावर बसून काढावे लागणार होते.

अपरात्र. प्रवासानं आणि जागरणानं शिणले होते. कधी एकदा अंथरुणाला पाठ टेकीनसं झालं होतं. पण त्याआधी इथून ग्लिफादाला जायची व्यवस्था पाहायची होती. टॅक्सीनं तीस युरो सांगितले. बस तीन युरोत पोहोचवणार होती. मला घाई नव्हतीच. मी नीट चौकशी केली. दोन ठिकाणी विचारून खात्री केली आणि शहाण्णव नंबरच्या बसचं तिकीट काढून ठेवलं. साडेसहाची बस मला वेळेत नेणार होती. जवळचा नकाशा काढून मी ग्लिफादा भाग, तिथल्या माझ्या नियोजित वास्तव्याचा रस्ता नीट पाहिला आणि सामान जवळ घेऊन उजाडायची वाट पाहत बसले. तिथं रिकाम्या खुर्च्यांची रांग असली तरी मधले हात पक्के असल्यानं आडवं होता येत नव्हतं. हाताशी पुस्तक होतं पण वाचवत नव्हतं. दिव्यांच्या चकचकाटात नुसतंच आजूबाजूला पाहत बसले होते.

विमानतळाचं स्वरूप या वेळी बदललेलं होतं. खास ऑलिम्पिक खेळांच्या खुणा पुसल्या होत्या तरी त्याच्या नवेपणाची झिलई उडाली नव्हती. क्रीडामहोत्सवाच्या निमित्तानं हा एक

नित्य वरप्रसाद अथेन्सला मिळाला आहे.

भोवती पाचपंचवीस लोक असतील नसतील. बहुतेकांनी जमिनीवर पथाऱ्या पसरलेल्या होत्या. त्यांतल्या समोरच्या एका जोडप्यानं माझं लक्ष वेधलं. ती जपानी आणि तो पाश्चिमात्य गोरा. नुकतेच झोपेतून उठून जमिनीवरच पाठमोरे बसलेले होते. तिचे काळेभोर सरळ केस, रेशमासारखे चमकत पाठ भरुन जमिनीवर रुळत होते. त्याचे पिवळसर रुपेरी 'ब्लाँड' केस मात्र अगदी विचित्र. वीतभर वाढवून त्यांच्या जाड फुलवाती वळून ठेवलेल्या. त्यामुळे डोकंभर सोनकेळी किंवा लिंबोण्या लोंबल्यासारख्या दिसत होत्या. टोकाशी त्यांना रबर बँड वा चिकटपट्टी लावलेली. मनात आलं की हा केस कसे विंचरत असेल? कसे धूत असेल? ते नुसते बघूनच माझं डोकं हुळहुळायला, खाजायला लागलं. तो तिच्या केशसंभाराकडे मोठ्या प्रेमानं, कौतुकानं पाहत होता. मला नवल वाटत होतं तिचं. एवढ्या सुंदर केसाच्या मुलीनं हा ओंगळ जटाधारी कसा पत्करला होता देव जाणे!

मन कसंतरी रमवत होते. वेळ जाता जात नव्हता. दर दहा मिनिटांनी कर्ण्यांतून होणाऱ्या घोषणा डोकं उठवत होत्या. अवेळी विमानतळावर अडकल्यावर होणारे सगळे भोग भोगत होते. पुन्हा असं विमान न पकडण्यासाठी कानाला खडा लावत होते.

एकदाचे साडेसहा वाजले आणि माझी बस सुटली. पंधरावीस मिनिटांत मी हेलनच्या घरी पोहोचणार होते. लवकर होईल का फार? असं मनात येत असताना ड्रायव्हरला म्हणाले, ''मला मार्क्स अँड स्पेन्सरच्या पुढच्या स्टॉपवर उतरवाल का?''

माझ्याकडे चकित नजरेनं बघत तो म्हणाला, ''ही बस तिकडून जात नाही. तुम्ही चुकीच्या बसमधे बसला आहांत. येत्या स्टॉपवर उतरा. तिथून दहा मिनिटांत सत्त्याण्णव नंबरची बस तुम्हांला मिळेल.''

अडीच तास वाट पाहून, नेमक्या मार्गाची खात्री करून घेऊनदेखील पुन्हा आमची स्वारी आपली रस्त्यावर!

आता चांगलं उजाडलं होतं. राखी क्षितिजावर सूर्य उगवत होता. मला उन्हानं न्हाऊ घालत होता. हवेत चांगलाच गारवा होता. थोडा वारा वाहत होता. त्यानं रात्रीची मरगळ हटून थोडी टवटवी वाटली, पण मनाला शंका ग्रासतच होत्या. दहाऐवजी पंधरा मिनिटं उलटली. वीस झाली. सात वाजून गेले. अजून बसचा पत्ता नव्हता. आता ती येणार केव्हा नि मी हेलनकडे पोहोचणार केव्हा? त्याआधी ती शाळेला गेली तर मी तिच्या घरात जाणार कशी? मग उतरू कुठे? आता पोहोचायला उशीर होण्याची भीती मला वाटत होती.

एकूणातच तिच्याकडे उतरून तिला त्रास कशाला द्यावा याबाबत मला खूपच संकोच वाटत होता. आमची ओळख फार मामुली. तिच्या मुलीची, सेमेलीची आणि माझी अगदी चुटपुटती गाठ माझ्या इजिप्तच्या सफरीत पडली होती. तिनं मला आग्रह केला होता. ''ग्रीसला येण्याआधी मला फोन कर. आमच्या घरी उतर.'' खुद्द सेमेली सध्या अथेन्सच्या बाहेर होती. पण तिच्या आईनंही तोच ठेका धरला होता. ''दिमित्री आणि मी सोडून सध्या आमच्याकडे कुणी नाही. ॲलेक्स आणि सेमेली दोघांच्याही खोल्या रिकाम्या आहेत. तू अवश्य आमच्याकडे ये. आम्हांला फार बरं वाटेल.''

सहसा एवढ्या जुजबी ओळखीवर कोण कुणाकडे उतरतं? पण मला एका ग्रीक घरात राहण्याची संधी मिळत होती. ग्रीस आतून पाहायला मिळणार होता. नुसतं हॉटेलमधे राहून ते कधीच साधलं नसतं. ऑलिम्पिकसाठी झालेल्या मागच्या फेरीत हेलनला मी जेवायला बोलावलं होतं. ती आली तेव्हा मी तिच्या आग्रहाला मान तुकवली होती. आता तिच्या घरी वेळेत पोहोचण्याची निकड वाटत होती.

एकदाची पुढची बस आली. मी नेमक्या स्टॉपवर उतरले. साडेसात झाले होते. मी हेलनला फोन केला, ''दोन मिनिटांत घरी पोहोचते.'' इथून तिचं घर अगदी जवळ होतं पण सामानामुळे टॅक्सी करावी लागली. टॅक्सीवाल्याला तिचा पत्ता सांगितला, नकाशात दाखवला आणि आम्ही निघालो. पाच मिनिटं झाली, सात झाली, दहा उलटली. मोठ्या रस्त्यावर टॅक्सी भरधाव धावतेय. मी चकित होऊन चुळबूळ करतेय. इतकं अंतर कसं असेल? नकाशात तर अगदी शेजारी दिसत होतं. जेव्हा अथेन्सच्या पाट्या दिसायला लागल्या तेव्हा मला वाट चुकल्याचा संशय आला. मी त्याला थांबवलं.

''बाबा, तू कुठं चालला आहेस?'' मी विचारलं.

''ॲगिसिलाव स्ट्रीटला. अथेन्स सेंटर.'' त्यानं मर्यादित इंग्लिशमधे सांगितलं.

''मला ग्लिफादाच्या ॲगिसिलाव स्ट्रीटला जायचं आहे.''

पुन्हा एकदा मी नकाशा दाखवला. तेव्हा कुरकुरत त्यानं गाडी वळवली. झालेला घोटाळा अपुऱ्या भाषेमुळे झाला होता की त्याला अनुकूलसा, मुद्दाम केलेला होता कोण जाणे. पण एक युरो भाड्याच्या ठिकाणी सहा युरो मोजून मी हेलनकडे पोहोचले तेव्हा आठचे टोले पडत होते.

हेलन वाट पाहत होती. दारातच तिनं मला कवेत घेऊन जुन्या मैत्रिणीसारखं स्वागत केलं. माझ्या मनातल्या शंकांची कोळिष्टकं पार झाडली गेली. मी हक्काच्या घरी आले होते.

''मीना, तू अंघोळ वगैरे करून थोडी विश्रांती घे. आताच मला फोन आला होता. सकाळचा तास रद्द झाल्यानं शाळेला अकरा वाजता पोहोचायचं आहे. तू हवं तर माझ्याबरोबर चल.''

''नक्की येईन मी तुझ्याबरोबर.'' मी उत्तरले. आल्याआल्याच मला इथली शाळा बघायला मिळत होती.

हेलन इंग्लिशची शिक्षिका. त्यातून बरीच वर्षं इंग्लंड, ऑस्ट्रेलिया, कॅनडा अशा इंग्लिश-भाषिक देशांतून राहिलेली. त्यामुळे भाषेचा काहीच प्रश्न नव्हता. दोघींच्या गप्पा चालल्या होत्या. मी चकली, चिवडा, वड्या, चिकी असला आपला खाऊ बाहेर काढत होते. तिच्यासाठी आणलेला चांदीचा लामणदिवाही मी तिला दिला. त्याचं वैशिष्ट्य सांगितलं. तिला तो नंदादीप खूपच आवडला. डायनिंग टेबलवरच्या दिव्याखाली तिनं तो लटकावूनही टाकला.

अकराला शाळेत पोहोचलो. केवढी तरी मोठी, तीन मजली इमारत. मोठं पटांगण. आत वर्गांच्या मोठमोठ्या खोल्या. जाण्यायेण्याचे प्रशस्त कॉरिडॉर्स. बऱ्यापैकी स्वच्छता. आधी

हेलन मला मुख्याध्यापकांकडे घेऊन गेली. ताठ उभ्या केसांचा हा माणूस प्रथमदर्शनी कडकसा वाटला. पाठीत किंचित वाकलेला पण फार तर्कट दिसणारा. हेलनला बघितल्यावर तो भुंकल्यासारखा बोलायला लागला. भाषा कळत नसल्यानं मी कुचंबून उभी होते. हा कशानं रागावलाय? मला बरोबर आणलं म्हणून तर नव्हे? मुळात रागावलेला आहे की नाही? काही कळत नव्हतं. पहिल्या स्फोटानंतर तो बराच थंडावला. हेलननं माझी ओळख करून दिल्यावर तो नुसताच हसत, बघत राहिला कारण त्याला कणभरही इंग्लिश येत नव्हतं. मला त्याचं फार आश्चर्य वाटलं.

ही नववी, दहावी आणि अकरावीची माध्यमिक शाळा. इथून मुलं थेट विद्यापीठात दाखल होणार. तेव्हा तिथल्या वरिष्ठ शिक्षकाला इंग्लिश येत नाही ही गोष्ट मनाला पटत नव्हती. ग्रीस युरोपिअन युनिअनमधे दाखल झाल्याला आता दशकं उलटून गेली. इंग्लिश ही इथली दुसरी भाषा. सगळीकडे शिकवली जाते. तरी इथं तिची इतकी वानवा आहे.

हेलननं बाकीची शाळा हिंडून दाखवली. ग्रंथालय, प्रयोगशाळा वगैरे सर्व आवश्यक गोष्टी तिथं होत्या पण एकूणात वातावरण ज़ुजबी, उनाड वाटत होतं. विद्यार्थ्यांचा भयंकर दंगा चाललेला. भोवताली सोळा ते अठरा वयाची, पौगंडावस्थेतली मुलंमुली. पण काय त्यांचे कपडे आणि काय त्यांचं वागणं. मुलींच्या खांद्यांवरून त्यांचे ड्रेस घसरताहेत. पोटं उघडी. बेब्यांतून रिंगा किंवा खडे टोचलेले. मुलांच्या ढगळ पँटी. त्यावर गुडघ्यापर्यंत पोहोचणारे टी-शर्ट्स. मागे फिरवलेल्या उलट्या टोप्या. नाकाकानात कायकाय अडकवलेलं. तोंडात बबलगमचे चिकट फुगे.

त्यांचं आपापसांतलं वागणं उघड सलगीचं, लघळपणाचंच म्हणावं असं. कुणी कुणाला ढकलतंय, कुणी गळ्यात गळा घातलाय. कुणी कंबरेत लाथ मारतंय. कुणी तोंडात तोंड घालतंय. मला हा माहोल कळूच शकत नव्हता. ही काय शाळा म्हणायची की नाइट क्लब? आजूबाजूला शिक्षक आहेत याची कुणाला फिकीर नव्हती.

तिथं आपल्याकडच्या शाळांची आठवण आल्याखेरीज राहिली नाही. भारतीय काय वा इंग्लिश काय दोन्ही शाळांमधून एक किमान शिस्त कायम असते. चीनमधे पाहिलेली एक शाळाही डोळ्यापुढे उभी राहिली. तिथं थोडं इंग्लिश बोला-शिकवायचा प्रसंग आला होता. युरोपशी कधीच संबंध न आल्यानं अगदी बेतास बात इंग्लिश येत असूनही तिथली मुलं शांत बसली होती. नमुनेदारपणे वागली होती. तितका नसला तरी शिक्षकांच्या बाबतीत थोडासा आदर, वेगळेपणा? इथं ते काहीच दिसत नव्हतं. हेलनला टपला मारत मुलं चालली होती.

तेवढ्यात तासाची घंटा झाली आणि आम्ही वर्गावर गेलो. वर्गांत साताठ जणंच होती. खुर्च्यांऐवजी डेस्कवर बसलेली. एकमेकांना खडू-कागद मारणारी. हेलननं माझी ओळख करून दिली आणि मलाच आजचा तास घ्यायला सांगितलं. मी आधी टेबलावर डस्टर वाजवून त्यांच्या लीला थांबवल्या आणि मग त्यांच्याशी थोडं बोलायचा प्रयत्न केला. आठआठ वर्षं इंग्लिशचे धडे घेऊनही त्या मुलांना साधं संभाषण जमत नव्हतं. ''तुझं नाव काय?'' ''कुठे राहतोस?'' ''सुट्टीला कुठे गेला होतास?'' असले अगदी साधे प्रश्नसुद्धा त्यांना कठीण वाटत होते. डोकं खाजवत, शब्दांची जुळवाजुळव करत ते महाकष्टानं उत्तरं

देत होते. अगदीच अडली तर हेलन त्यांना आवश्यक शब्द सांगायची. आणखी महिन्याभरात ती विद्यापीठाच्या परीक्षेला तोंड देणार होती हे खरं वाटत नव्हतं. त्यांचं वागणं, त्यांचे अवतार आणि त्यांचं ज्ञान पाहून मला त्यांची, त्यांच्या भवितव्याची चिंता वाटली.

तास संपल्याची घंटा झाली आणि दोन्ही बाजूंनी सुटकेचा निःश्वास टाकला.

आता पुढचा वर्गही घेण्याची जबाबदारी हेलननं माझ्यावर टाकली.

इथं जरा अधिक म्हणजे वीसेक मुलंमुली होत्या. त्यांचं वागणंही थोडं नरमाईचं होतं. मघाच्या अनुभवानं मी थोडी अधिक धीट झाले होते. ओळख झाल्यावर मी त्यांना अभ्यासाऐवजी ''तुला पुढे कोण व्हायचंय?'' हा प्रश्न विचारत होते, त्यांच्या छंदांबद्दल त्यांना बोलकं करत होते.

बहुतेक सगळ्यांनी आपला मोकळा वेळ 'पॉप म्युझिक' ऐकण्यात घालवत असल्याचं सांगितलं. त्यांच्या महत्त्वाकांक्षाही फार वरच्या दिसल्या नाहीत. कुठं तरी नोकरी मिळवून सामान्यपणे जगायचं एवढीच झेप होती त्यांची. बराच वेळ बरोबर घालवल्यानं माझ्याशी जास्त मोकळी मात्र व्हायला लागली होती. ईस्टर अगदी तोंडावर आलेला. तेव्हा त्या सुट्टीत काय करणार असंही मी विचारलं.

ग्रीक ऑर्थॉडॉक्स हा इथला राष्ट्रीय धर्म. नावाप्रमाणे तो बराच कर्मठ धर्म आहे. त्यांच्यांत आणि बाकीच्या क्रिश्चनांमधे 'पवित्र आत्मा केवळ देवानं निर्माण केला. येशूनं नाही' असा काही मतभेद आहे. मूळ धर्म जरी एकच असला तरी यांचे सण वेगळ्या वेळी येतात. क्रिसमसपेक्षा यांचा ईस्टर अधिक मोठा आणि महत्त्वाचा. तो साधूनच मी ग्रीसला आले होते.

''उद्या सकाळी नऊ वाजता आम्ही चर्चला जाणार आहोत. त्यानंतर आमची इथं शाळेत पार्टी आहे. नाच-गाणं आहे. तुम्ही याल का?'' एका मुलीनं मला विचारलं.

''अरे वा! तुम्ही सगळे जण फार धार्मिक दिसता.'' मी म्हणाले.

''छे:! आमचा मुळीच विश्वास नाही धर्मावर.'' तीच मुलगी पुढे म्हणाली. ''उद्या चर्चला जाणं हे सक्तीचं आहे. नाही गेलो तर गैरहजेरी लावतात. या खाड्याची दखल फार गंभीरपणानं घेतली जाते. म्हणून तासाभरापुरतं तिथं जायचं आणि मग पार्टीसाठी इथं यायचं.''

''तुमचा धर्म कोणता?'' दुसऱ्या एकानं विचारलं.

मी हिंदू म्हणून सांगताच त्यानं पुढं विचारलं, ''तुमचा विश्वास आहे का त्याच्यावर? तुमच्या देवांवर?''

मी ''नाही'' म्हणताच त्यांना थोडी अधिक जवळिक वाटली असावी.

''मला क्रिश्चॅनिटीहून आमचे जुने ग्रीक देव अधिक जवळचे वाटतात.'' दुसरा एक जण म्हणाला. ''आमचे झ्यूस, अपोलो, अथीना यांच्याबद्दल मला प्रेम वाटतं. ते कसे आमच्यातले वाटतात. त्यांना राग-लोभ आहे. ते आमच्यासारख्या चुका करतात. बरेवाईट वागतात. ते आम्हांला आवडतात. त्यामानानं येशू हा फारच अलिप्त आणि परकासा वाटतो.''

या मुलांचे असे काही विचार असतील आणि ते माझ्यासारख्या त्रयस्थ व्यक्तीसमोर सहज प्रगट करतील असं मला मुळीच वाटलं नव्हतं. केवळ हेलनमुळेच मला हे ग्रीक-जगत आतून दिसत होतं.

''जमल्यास उद्या येईन'' असं सांगून मी सुटका करून घेतली.

''कशी काय वाटली तुला आमची शाळा?'' शिक्षकांच्या खोलीत पोहोचल्यावर हेलननं विचारलं, ''इथल्या शाळेत आणि तुमच्या शाळेत काय फरक आहे?''

''भरपूर फरक आहे'' म्हणत मी तो तिला परखडपणानं सांगून टाकला. ''विद्यार्थ्यांचं एकूणातलं ढिसाळ वागणं आमचेकडे कधी खपवून घेतीलसं वाटत नाही. ही कोणत्या प्रकारची शाळा आहे? खासगी की सरकारी?''

''ही सरकारी शाळा आहे.'' ती म्हणाली. ''इथं शिस्त फार कमी. हिची इमारत केवढी मोठी आहे पाहिलीस ना?''

''हो. त्यामानानं मुलं सारी तीनशेच हे ऐकून मला नवल वाटलं होतं.'' मी म्हणाले.

''मुळात ही सातआठशे मुलं येतील या अपेक्षेनं बांधलेली होती. पण घटत्या लोकसंख्येमुळं आहेत ती मुलंही थोपवून धरावी लागतात. आम्ही त्यांना काही बोलत नाही वा दुखवत नाही. कमी विद्यार्थी म्हणून आम्हां शिक्षकांनाही काम कमी. रोज दोनचार तास शिकवायचं. त्यांचेच पैसे मिळतात. उरलेली दुपार खासगी शिकवण्या करून आम्ही पैसे मिळवतो. त्यातून ही शाळा वांड मुलांची म्हणून प्रसिद्ध आहे. गेल्याच महिन्यात इथल्या एका विद्यार्थ्यानं पैशाच्या उसनवारीवरून दुसऱ्याचा खून केला.''

ऐकून माझ्या डोक्यावर वीज पडली.

ग्रीस हा प्राचीन देश. विद्येची, ज्ञानाची याला केवढी मोठी परंपरा. संपूर्ण पाश्चिमात्य जगाला तीन हजार वर्षं यानं कला, शास्त्र आणि तत्त्वज्ञान यांचे पाठ दिले. इथल्या पुराणांत प्रॉमेथसची कथा आहे. त्यानं देवांकडून अग्नी चोरून आणून पृथ्वीवर ज्ञानदीप लावला होता. त्यासाठी त्यानं निर्घृण मरणयातना भोगण्याची शिक्षा आजन्म सहन केली. देवांना फसवल्याबद्दल त्याला शाप मिळाला होता. दिवसा पक्षी त्याचं यकृत कुरतडत असत. पण ही चोरी माणसाच्या भल्यासाठी केल्यामुळे रात्री त्या जखमा भरून येत. अलेक्झांड्रियासारखी मातब्बर विद्यापीठं, ग्रंथालयं त्याचं मानवजातीवरचं ऋण मान्य करून त्याचा पुतळा उभारतात.

अशा उदात्त पूर्वपीठिकेचा आणि आज मला इथं दिसलेल्या विद्यार्जनाच्या स्वरूपाचा मेळ कसा घालायचा हा विचार डोक्यात भणभणायला लागला.

संध्याकाळी हेलनचा नवरा दिमित्री भेटला. दोघे एकमेकांना अगदी अनुरूप आणि पूरक. पंचावन्नच्या आसपासचं देखणं जोडपं. हेलन षोडशेच्या सडसडीत बांध्याची आणि रेखीव चेहेऱ्याची. दिमित्रीही प्रभावी व्यक्तिमत्त्वाचा. डोक्यावर राखी कुरळ्या केसांचा भरगच्च मुकुट. धीरगंभीर चेहेरा. तरी पटकन हसणारा. व्यवसायानं मायनिंग एंजिनिअर, पण गती सर्व विषयांत. 'कौन बनेगा करोडपती'सारख्या प्रश्नोत्तरांच्या अवघड कार्यक्रमात ग्रीक टी०व्ही०वर चमकलेला. इतिहास, भूगोल, संगीत, कला सगळ्यांत हुषार. उत्तम इंग्लिश बोलणारा आणि सांगण्या-शिकवण्याची हौस असलेला. असा हा खंदा गुरू घरातच मिळाल्यानं मला कोण आनंद झाला. त्यांच्या घरच्या वास्तव्यात मी धडाधड प्रश्न विचारायचे आणि त्यानं उत्तरं द्यायची असं चाललं होतं. माझा ग्रीक इतिहास हसतखेळत, हां हां म्हणता तयार झाला. पुढे

ग्रीसमधे जागोजाग फिरताना काळावेळाचं माझं भान, माझ्या या 'फ्रेण्ड, फिलॉसॉफर आणि गाइड'मुळे सतत जागतं राहिलं.

''ग्रीक लोक ग्रीसमधे आले कुठून? की ते या देशातले आद्य रहिवासी?'' मी विचारलं.

''ते सगळे मूळचे इथले नव्हेत. पूर्वेकडून आलेल्या आर्यांच्या टोळ्यांशी इथल्यांचा संकर होऊन ग्रीक निर्माण झाले. आर्य आले ते वेगवेगळ्या वेळी. त्यांची अखेरची टोळी हिंदुस्थानातून, पामिरच्या पठारातून इकडे आली. भारताशी आमचा साडेतीन हजार वर्षांचा जुना संबंध आहे.'' हसत हसत, मुंबईच्या चिवड्याचा बकाणा भरत दिमित्री पुढे म्हणाला, ''तुला आमच्याकडे राहायला कसलाही संकोच वाटायचं कारण नाही.''

तुटपुंज्या ओळखीमुळे मला वाटणारं कानकोंडेपण हेलननं त्याला सांगितलेलं असावं.

''आता अजिबात वाटणार नाही. जेव्हा अथेन्समधे असेन तेव्हा इथंच ठिय्या ठोकीन.'' मीही हसत म्हणाले. ''दिमित्री, ग्रीसमध्ये फिरताना मला भाषेचा फारसा त्रास होणार नाही असा माझा अंदाज होता. पण आज शाळेत काय किंवा सकाळी विमानतळावर काय, फारसं इंग्लिश कुणाला येत नाही हे जाणवलं. इंग्लिशच नव्हे तर सगळ्या युरोपिअन भाषांचा उगम ग्रीकमधून झालेला आहे. त्यामुळे मला ती थोडीफार कळेलसं इथं येण्यापूर्वी वाटलं होतं, त्याचा मात्र पुरा फज्जा उडाला आहे.''

''सकाळी विमानतळावर राहून राहून तीन घोषणा होत होत्या. 'इमारतीबाहेर गाडी उभी करू नका', 'फिरत्या जिन्यावरून ट्रॉली नेऊ नका', आणि 'सामान मोकाट टाकून जाऊ नका'. पण अनेकदा ऐकूनही त्यातला एक शब्दही मला उमगत नव्हता. त्यांचं इंग्लिश भाषांतर ऐकेपर्यंत नेमकी कुठली सूचना दिली गेली ते मला एकदाही सांगता आलं नाही.''

माझ्या या कबुली-जबाबावर भरपूर हसत दिमित्री म्हणाला, ''त्याचं कारण आमचे उच्चार अगदीच वेगळे आहेत. त्या सूचना तुझ्यापुढे लेखी ठेवल्या असत्या तर तुला पत्ता लागला असता. तरी एक खरं की आमची भाषा ही परकीयांना अवघड वाटते.''

ते अवघडपण मला पुढे बरंच अनुभवायचं होतं.

रात्रीच्या जेवणासाठी ग्लिफादामध्येच एके ठिकाणी गेलो. गच्च झाडीचा रस्ता. गाडीबाहेर पडताच कवठीचाफ्यासारख्या एका मंद, भरीव सुगंधानं मला वेढून टाकलं. हा मोहोर दाटण्याचा एप्रिल महिना. वसंत ऋतू. झाडं 'ऑरेंज ब्लॉसम'नं ओथंबून गेली होती. शुभ्र-केशरी सकवार फुलं वरून बरसत होती. पायांखालीही त्यांचाच सुवासिक गालिचा. त्या मृदू गंधावर तरंगत आत गेले. हवेत शिरशिरी असली तरी टेबलं उघड्यावर मांडलेली होती. तिथंही तो घमघमत होताच.

ग्रीकांचं जेवण फार परोपरीचं नसतं. साधंसं सूप, एखादं सॅलड, चिकन वा मटन सुवलाकी म्हणजे भाजलेलं मांस. त्याला फ्रेंचांसारखी खुमासदार सॉसची जोड नाही. कधी ते मांस 'स्ट्यू' केलेलं म्हणजे उकळलेलं असतं. नाव घ्यावेत असे खास गोड पदार्थही त्यांच्या जेवणात नाहीत. फक्त लसूण आणि मोहरी घातलेलं काकडीचं दही-रायतं तेवढं चमचमीत. हे 'त्झाझिकी' पुढच्या प्रवासात मी मिळेल तिथं मागवलं.

ऑलिव्ह मात्र भरपूर. इजिप्तमधल्या खजुरासारखे इथं ऑलिव्हचे अगणित प्रकार.

कोकणी माणसाच्या आयुष्यात नारळाचं जे स्थान तेच ग्रीकांच्या आयुष्यात ऑलिव्हला असतं. त्यांच्या पावात, सॅलडमधे, भाज्यांमधे सगळीकडे हजर. त्याचं तेल तर प्रसिद्धच आहे. लोण्याऐवजी पावाला ते लावतात. नुसते खायलाही ठेवलेले होते. त्यांची किंचित तुरटशी, खास चव जिभेला झडझडून जागं करत होती.

नंतर आलेला गरम कोको स्वादिष्ट होता. त्याचा आस्वाद घेता घेता पोटात ऊब आणि डोळ्यांत झोप एकदमच दाटून आली.

कालचा दिवस हेलनबरोबर काढला असला तरी आजपासून माझं मला फिरायचं होतं. तसं वेळेचं अगदी घट्ट वेळापत्रक बांधून मी आलेली नव्हते. आठदहा आठवडे इथं काढणार होते. त्यांत जमेल तेवढा ग्रीस पाहणार होते.

इथला ईस्टरचा सण मला आवर्जून बघायचा होता. तो येत्या रविवारी सुरू होत होता. दोन आठवड्यांपूर्वी होऊन गेलेला इंग्लिश ईस्टर चार दिवसांचा. 'गुडफ्रायडे'ला सुरू होऊन 'ईस्टर मंडे'ला संपणारा. त्या चार दिवसातही विशेष समारंभ घडतात किंवा लोक काही खास करतात असं नाही. चर्चला जाणारे थोडे भाविक सोडले तर या सुट्टीत बहुतेकांना बाहेरगावी किंवा परदेशी पळायची घाई. ग्रीसमधे मात्र हा सण फार गंभीरपणे घेतला जातो. आधीच्या 'पाम संडे'पासून लोक कुठल्या ना कुठल्या धार्मिक विधींमधे गुंतलेले. त्या आठवड्यात दररोज चर्चला जायचं.

त्याआधी दोनच दिवस मी इथं येऊन पोहोचल्यानं ईस्टरच्या उत्साहाची लागण झालेली दिसत होती. सगळ्यांचे बेत चालले होते. हेलन आणि दिमित्री उत्तरेत थेसलनीकीला, हेलनच्या आईकडे जाणार होते. तिथं अॅलेक्स आणि सेमेली येणार होते. मला आमंत्रण नव्हतं. त्यांच्या भेटीगाठींचा कौटुंबिक सोहळा असल्यानं ते साहजिकच होतं. तेव्हा अथेन्सजवळच्या एका खेड्यात, हेलनच्या मैत्रिणीच्या गावी मी तो आठवडा काढावा असं साधारणत: ठरत होतं. मी त्याला गुळमुळीत होकार दिला होता.

आज मी प्रथम मध्यवर्ती अथेन्सला एकटी चालले होते. ग्लिफादा हे अथेन्सचं दक्षिण उपनगर. उच्च मध्यमवर्गीय आणि श्रीमंतांचा हा बालेकिल्ला. इथून सिन्तागमा विभाग सुमारे दहा मैलांवर. जायला थेट बस होती. दिमित्रीनं मला रस्ते समजावून सांगितले होते. चुकण्याची भीती नव्हती. सकाळची गर्दी ओसरल्यावर बस पकडली. पूर्वी पाहिलेलं असलं तरी आता उपनगरातून जाताना मला अथेन्सचं वेगळं दर्शन घडत होतं.

प्रवास झकास होत होता. अलीकडेच झालेल्या ऑलिम्पिक्सच्या कृपेनं मिळालेले गुळगुळीत रस्ते छान आहेत. पण कुठेही उड्डाणपुलांचं किंवा भुयारी मार्गांचं जाळं नाही. एकाच पातळीवर सगळं शहर असल्यानं समजायला सोपं. उड्डाणपुलांच्या गुंतवळीत सापडलं की माझी तरी दिशाभूल होते. नेमके आलो कुठून आणि निघालो कुठे हे नवख्या शहरात कळत नाही. उडते पूल रहदारीला सोयीचे पण शहर समजायला बिकट. त्यांचा ताप अथेन्समधे नाही. सरळ एका दिशेनं जात होते.

उत्तम नव्याकोऱ्या जोड-बसेस. गर्दी नाही. तिकीट आधी काढून ठेवायचं. बसमधे शिरल्यावर आतल्या यंत्रात सरकवून ते वापरल्याचं छापून घ्यायचं. तपासनीस नाहीत. एका तिकिटावर एका वेळी हवं तितकं जाता येतं आणि ते अगदी स्वस्त असल्यानं कुणी फसवतही नसावं. स्वच्छ ऊन पडलं होतं. सहल संपू नये वाटण्याइतकं छान होतं सगळं. माणसं इंग्रजांइतकी अबोल नसली तरी त्यांचा कलकलाट नाही. इंग्लिशचा अभाव जाणवण्याइतका. कधी कुणी बोलायचा प्रयत्न करी. मीही उत्साहानं उत्तर देई. पण संभाषण लवकरच आवरे.

उपनगरं मागे पडत होती. कुठल्याही युरोपियन शहरासारखं नेटकं, स्वच्छ अथेन्स. मुख्य म्हणजे इथल्या इमारती प्रमाणबद्ध वाटत होत्या. सगळ्या साधारणत: एका उंचीच्या, सारख्या आकारांच्या आणि दुधी रंगाच्या. अगदी स्पेन-पोर्तुगालसारख्या पांढऱ्याफट्ट नव्हेत. मध्यवर्ती भागातसुद्धा फार उंच इमारती नाहीत. बाहेर सहा मजले. इथं फार तर दहा. या शहरानं उंचीत चांगलं मानवी परिमाण राखलंय. बाकीच्या युरोपियन शहरांमधे मधला व्यापारी मोहल्ला काहींच्या बाहीच उंचावलेला आहे. बाजूच्या जुन्या घडणीशी विसंगत असणाऱ्या तिथल्या गगनचुंबी इमारती आपल्याला खुजं, ओशाळवाणं करून सोडतात.

सिन्तागमा आलं आणि सिन्तागमा गेलं. मी आपली माझ्या विचारात इकडेतिकडे बघत बसलेली. मग पुढच्या स्टॉपला उतरले. एकापरीनं ते उत्तम झालं कारण मी एका फार सुंदर इमारतींपुढे उतरले होते. आर्किऑलाजी म्यूझिअमच्या दिशेनं निघाले होते पण समोर दिसणारी ही इमारत कसली होती ते पाहिल्याखेरीज पुढे जाववेना. पदपथाला लागून हिरवळीचा पट्टा. त्यानंतर थोडी झाडीची चढण. प्रवेशद्वाराच्या दुतर्फा, चबुतऱ्यांवर बसवलेले दोन सुंदर संगमरवरी शुभ्र पुतळे.

त्यांच्या पलीकडच्या पायऱ्या चढून गेल्यावर उंच खांबांची भव्य आरस्पानी इमारत लागली. तिच्या शिरोभागी पेडिमेंटची त्रिकोनी टोपी. सर्वांत वर निळ्या आकाशात ग्रीसचा, शुभ्र पट्ट्यांचा आकाशी ध्वज मधोमध फडफडतोय. एवढी सुंदर इमारत आहे तरी कसली म्हणून चौकशी केली. ती 'अकादमी' होती. तत्त्वज्ञानाचं खास पीठ. ग्रीसमधे सॉक्रेटिस, प्लेटो, ॲरिस्टॉटलसारखे मोठमोठे तत्त्ववेत्ते होऊन गेले. तीन हजार वर्षं उलटली तरी त्यांनी चेतवलेला ज्ञानदीप अजूनही प्रकाश देत असतो. म्हणूनच प्रवेशद्वारापाशी उजवीकडे सॉक्रेटिस आणि डावीकडे त्याचा शिष्य प्लेटो बसवलेला होता. मी वळून पुन्हा त्यांच्या पायाशी गेले आणि मान वर करून पुतळे निरखत राहिले.

दोघे उच्चासनावर टेकलेले. फक्त कटिवस्त्र नेसलेले. खांद्यावर त्याचा सोगा टाकलेला. अशा महर्षींनी उत्तमांग न झाकण्याची त्या काळची प्रथा. भरघोस दाढी राखणं हेही त्याच परंपरेतलं. दोघांच्या पुस्तकी वर्णनाप्रमाणे, चित्रां-पुतळ्यांप्रमाणे हे तंतोतंत घडवलेले होते. या दोन महामानवांनी—विशेषत: सॉक्रेटिसनं—किती दिलं. त्यानं कुठली पुस्तकं लिहिली नाहीत. मुद्दाम आपला शिष्यगण तयार केला नाही. फक्त बारकाईचं मानवी निरीक्षण आणि त्यावरून काढलेली अनुमानं यावर त्याचं तत्त्वज्ञान उभं असे. भौतिकाकडून आध्यात्माकडे कसं पोहोचावं? हा त्याच्या तत्त्वज्ञानाचा पाया होता. त्यानं कधी लंबीचौडी व्याख्यानं दिली नाहीत.

तो लोकांशी संवाद साधे. सरळसोपे, कधी कधी अगदी बावळट वाटणारे प्रश्न विचारून तो त्यांना बोलतं करायचा. अर्थगर्भ उत्तरं द्यायचा. त्यांतलं एक सहज आठवलं.

सॉक्रेटिसचा मित्र त्याला एकदा अथेन्सच्या बाजारात, आगोरामधे घेऊन गेला होता. जगभरच्या नाना चीजांनी ओतून चाललेला तो भरगच्च बाजार पाहून सॉक्रेटिस म्हणाला, ''अबब! ज्यांची मला मुळीच गरज नाही अशा किती वस्तू या.''

त्याच्या या साधेपणामुळे, जगाकडे बघण्याच्या वेगळ्या दृष्टीकोनामुळे आणि याच्याकडे काहीतरी वेगळं सांगण्यासारखं आहे, याच्या उत्तरांत खोल अर्थ आहे हे पटल्यानं लोक, विशेषत: तरुणवर्ग आकर्षित व्हायचा. तो अतिशय लोकप्रिय व्हायला लागला. ''धर्म हा लोकांचा आधार म्हणून सोडल्यास त्याला महत्त्व नाही आणि कलांची स्फूर्ती म्हणून सोडल्यास त्याला अस्तित्व नाही '' हे त्याचं परखड मत तो बोलून दाखवायचा. त्यामुळे कर्मकांडांचं बंड माजवून स्वत:चं स्तोम वाढवणाऱ्या धर्ममार्तंडांना तो डोईजड झाला. त्यांनी त्याला विष प्यायला लावलं. हलाहलाचं मरण स्वीकारायला लावलं.

विचारात गढून सामोरी उभी असताना काल रात्रीचा तो सुवास पुन्हा एकदा श्वासांतून नसानसांत भिनला. बिटर लेमन आणि बिटर ऑरेंजचा जुळा वास. तरी जाईजुई, चमेली, मोगरा, कुंदा सगळ्यांचं मिश्रण असल्यासारखा, साजूक कुरकुरीत वास. त्याचं वर्णन करणं कठीण. फक्त अंग भरभरून घेत राहायचा. आडबाजूला लावलेल्या चंदनी उदबत्तीनं घर भरून दरवळावं तसं वाटत होतं. वाटलं, शतकानुशतकं आपल्या विचार-सौरभाचा ठेवा मानवाला दान देणाऱ्या या दोन महान तत्त्ववेत्त्यांची सुगंधी पूजा इथं चाललेली आहे का?

मागच्या पायऱ्या चढून परत इमारतीशी गेले. समोर मोठं दालन होतं. त्यात जायची परवानगी नव्हती. पण दारांतून वाकून पाहिलं. चारी भिंतींवर उत्तम तैलचित्रं काढलेली खूप मोठी चौकोनी खोली. मधे लंबवर्तुळाकारात सुखासनं मांडलेली. अजूनही इथं तत्त्ववेत्त्यांच्या परिषदा भरतात. पाहून समाधान वाटलं. आपल्या प्राचीन वारशाशी इमान ठेवून काहीतरी करत राहण्याचा ग्रीकांचा हा प्रयत्न खूप आवडला.

लगोलग शेजारी अथेन्स विद्यापीठाची भव्यसुंदर इमारत आणि तिच्यालगत होतं इथलं प्रमुख ग्रंथालय. हारीनं उभ्या असलेल्या या तीन इमारती. 'निओक्लासिकल' शैलीतल्या. तशा फार जुन्या नव्हेत, पण अथेन्सला राजस रूप देणाऱ्या. तिन्ही विद्येशी निगडित. ग्रंथालयातही फक्त सभासदांना प्रवेश होता. मी आत डोकावले. जमिनीपासून आढ्यापर्यंत शिगोशीग लागलेली पुस्तकं. आतल्या भागात शंभरेक माणसं. कुणी वाचताहेत, लिहिताहेत. कुणी कंप्यूटरवर काम करताहेत. कुणी हलक्या आवाजात चर्चा करत आहेत. चौफेर ज्ञानोपासना चालू होती. ती पाहून मनोमन बरं वाटत होतं. कालच्या शाळेतला कळकट अनुभव धुऊन निघत होता. माझ्या अथेन्स पाहण्याचा श्रीगणेशा अगदी अकल्पितपणे या श्रीशारदा मंदिरांपासून झाला याचं खोल समाधान वाटलं.

मुळात पाहायला निघाले होते ते पुराण-वस्तु-संग्रहालय शोधता शोधता सापडलं. नेहमी विविध जागी आधी जाऊन, तिथं नांदलेल्या संस्कृतींचा, घडलेल्या इतिहासाचा परिचय

करून घेऊन मग अशा संग्रहाला भेट देणं उचित. पण या वेळी मी आधी संग्रहालयात जात होते. माझ्या भ्रमंतीचा नक्की कार्यक्रम आखलेला नव्हता. ग्रीस देशही तुकड्यातुकड्यांनी बनलेला. त्यांतले दूरचे विभाग अगोदर उरकून अथेन्सला परतावं म्हणत होते. तेव्हा सध्या हाताशी असलेले दोनतीन दिवस पार्श्वभूमी तयार करण्यात घालवावे आणि शेवटी पुन्हा परतले की अथेन्स यथासांग पाहावं ही दिमित्रीची सूचना व्यवहार्य वाटत होती.

उत्खननात मिळालेल्या वस्तू ठेवण्याची बहुतेक पुराण-वस्तु-संग्रहालयं स्वतःच उत्खननातून काढल्यासारखी ओबडधोबड, बऱ्याचदा बेढब असतात. आतूनही फारशी नेटकी नसतात. कैरोचं म्यूझिअम बाहेरून जरा बरं आहे पण तुतनकामेनचा विभाग सोडला तर आत गचाळ कारभार. अडगळीच्या खोलीत गाठोडी फेकल्यासारखा, धुळीनं आणि उपेक्षेनं भरलेला. अथेन्सचं म्यूझिअम त्याला सन्माननीय अपवाद आहे. नुकत्याच पाहिलेल्या तीन इमारतींच्या पंगतीत शोभेलशी ही चौथी भव्यसुंदर इमारत होती.

प्रशस्त दालनं. त्यात कालानुसार सगळी मांडणी. खाली ग्रीक आणि इंग्लिशमधून समग्र माहिती. वेगळ्या वाटाड्याची गरज भासू नये. संगमरवरातले आणि ब्राँझमधले अत्युत्तम पुतळे, पात्रं आणि मातीचे कुंभ हजारो वर्षांचा ग्रीस डोळ्यांपुढे साकार करत होते. इतक्या प्राचीन काळी कला आणि शास्त्र इतकं कसं पुढारलेलं होतं, कोरीव कामातले, चित्रांमधले इतके बारकावे कसे टिपलेले होते ते पाहत फक्त आश्चर्य करत राहायचं.

संगमरवर हा पुतळे घडवण्यासाठी किंवा इमारती बांधण्यासाठी सर्वोत्तम. कोरीव कामासाठी सोपा. ग्रीसमधे त्याचे डोंगरच्या डोंगर आहेत. शुभ्रतेला कमी किंवा दुसऱ्या रंगांची भेसळ असलेला बांधकामासाठी वापरायचा आणि अगदी बर्फासारखा पांढरा पुतळ्यांसाठी राखायचा. तसा हा मऊ दगड. हवापाण्याच्या आघातांनी झिजणारा. पुतळ्यांचे नाकडोळे ओघळून जातात. पण इथले बरेचसे पुतळे देवालयांमधले असल्यानं जवळ जवळ जसेच्या तसे सुरक्षित राहिलेले आहेत.

सौंदर्यपूर्ण शिल्पशास्त्राचा ग्रीसमधे उगम झाला. त्याआधीचे इजिप्शिअन पुतळे आहेत. त्यांतले काही अतिभव्यही आहेत. पण त्यांच्यात शारीरिक प्रमाणबद्धता आणली ग्रीकांनी. शिल्पकलेची परिमाणं ठरवली. शरीराच्या एक षष्ठांश डोकं असायला हवं. हातपाय इतक्या लांबीचे हवेत. बोटं इतक्या प्रमाणात हवीत. गोंडस, मांसल पावलामुळे पायाची करंगळी जमिनीवर टेकता कामा नये, पायाचं दुसरं बोट अंगठ्याहून लांब असायला हवं इत्यादी सौंदर्याचे सुजाण बारकावे प्रत्येक पुतळ्यात दिसत होते.

या पुतळ्यांमधून ग्रीकांच्या असंख्य पौराणिक कथा साकार होत होत्या. आपल्या हिंदूसारखंच अतिशय भरगच्च असं देवांचं राज्य पूर्वी ग्रीसमधे मानलं जायचं. त्यात सुर, असुर, नर, वानर, यक्ष, किन्नर, अप्सरा सारे काही होते. मानवी जीवनातलं एकेक खातं आपल्यासारखंच एकेका देवाला वाटून दिलेलं.

झ्यूस हा त्यांचा देवाधिदेव. सर्वांत वरिष्ठ. ईरा देवी ही त्याची पत्नी असली तरी त्याला इतर मानवी बायकाही पुष्कळ. त्यांची आख्यानं अगणित. उरलेले सारे देव त्याची मुलं– अपोलो (प्रकाश, समृद्धी, संगीत) त्याची जुळी बहीण आर्तेमिस (बाळंतपण, मुलांचं पोषण),

आफ्रोदीती (सौंदर्य, प्रेम), अेअरीस (युद्ध), दिऑनिसोस (नाट्यकला, मद्य), इरॉस (प्रेम), हर्मिस (निरोप्या), पॅन (खट्याळ गुराखी) आणि झ्यूसचे दोन भाऊ–समुद्रस्वामी पोसिदोन आणि पाताळस्वामी आदिस.

आपल्या शिल्पकार भाऊ साठेंनी त्यांच्या 'आकार' पुस्तकामधून शिल्पं पाहायला शिकवलेलं. त्यानुसार एकेक पुतळे पाहत, त्यांच्याभोवती गुंफलेल्या गोष्टी वाचत, चेहेऱ्यांवरचे भाव निरखत, सौंदर्य मनात साठवताना वेळेचं भान सरलं. एके जागी पायातून आरपार बाण गेलेल्या एका वीराचा अर्धवट उठलेला पुतळा होता. चेहेरा वेदनेनं जितका पिळवटलेला तितकाच 'मारता मारता मरीन' या निश्चयानं दृढावलेला. रेषांतून किंवा रंगांतून दाखवायला कठीण असलेलं दगडातून प्रतीत होत होतं. ते प्रत्यक्षात आणणं किती कठीण असतं हे जाणवलं तरी त्याचा पूर्ण आस्वाद घ्यायला खरं तर माझ्याऐवजी भाऊच इथं असायला हवे होते.

पुरुष नग्न कोरायचे आणि स्त्रिया सवस्त्र असा पुरातन ग्रीकांचा शिरस्ता पण बायकांच्या अंगावरील वस्त्रांच्या चुण्या, त्यांची कमनीयता आणि वस्त्राचं तलमपण चतुरपणे दाखवून जात होत्या. त्यासाठी विवस्त्रतेची गरज नव्हती. तिथं वास्तवता तरी किती. वाटलं, आत्ता जर इथली खिडकी उघडली तर सगळी वस्त्रं फडफडायला लागतील आणि ती सावरताना या सुडौल सुंदरींची त्रेधातिरपीट उडेल. तीन हजार वर्षांपूर्वी, शिल्पकलेचं एवढं सामर्थ्य दाखवू शकणारी कोणती हत्यारं होती त्यांच्याकडे?

भरधाव घोड्यावर बसलेल्या आठेक वर्षांच्या मुलाचं ब्रॉंझ शिल्प असंच अतुल्य. वेगामुळे शरीर पुढे झुकलेलं. बसायला खोगीर नाही. पायात रिकिबी नाहीत. चेहेऱ्यावर पराकाष्ठेची भीती आणि पराकाष्ठेचा आनंद यांचा अजब कोलाहल.

दोन्ही हात फैलावलेला जगप्रसिद्ध ब्रॉंझचा झ्यूस इथंच पाहायला मिळाला. अनेक शतकं पाण्याखाली राहिल्यानं तो हिरवाचार पडलाय पण मूळचा अप्रतिम पुतळा जसाच्या तसा शिल्लक आहे.

ग्रीकांच्या आत्यंतिक अभिमानाचा आणखी एक विभाग म्हणजे इथली पॉटरी. भाजल्या मातीचे पुरुषभर उंचीचे रांजण, डेरे, घडे, गुडघाभर उंचीचे बुधले, चिमुकले घट-प्याले, दागिन्यांची-प्रसाधनांची देखणी पात्रं. किती किती प्रकार त्यांचे. मातीचे असून काळ्या धातूचे वाटावेत असे गुळगुळीत. त्यांच्यावर पांढऱ्या-लाल रेषांमधली उत्तम चित्रकला केलेली. तीन हजार वर्षांपूर्वी नांदून गेलेल्या जीवनाची, आता काळाच्या पड्याआड गेलेल्या समृद्ध संस्कृतीची ही ठळठळीत रेखीव साक्ष. त्यावरून इतक्या जुन्या इतिहासाचा सचित्र आलेख रेखला गेला होता.

अशा कलाकृती सबंध ग्रीसमधे सापडतात. सुरुवातीच्या घटांवर नुसत्या भूमितीतल्या आकृती त्रिकोन, चौकोन, वर्तुळं, षटकोन यांची झकास नक्षी असायची. हळूहळू त्यात माणसांचे आणि प्राण्यांचे चेहेरे डोकावायला लागले. नंतर त्यांचे जीवन-व्यवहार उतरू लागले. पुराणातल्या गोष्टी आणि दंतकथा चित्ररूपात प्रकट झाल्या. उत्खननात सापडलेले घडे अर्थातच फुटून गेलेले आणि मागाहून काळजीपूर्वक सांधलेले होते तर मृतांच्याबरोबर

त्यांच्या थडग्यांत ठेवलेले, अजिबात धक्का न पोहोचलेले तेलाचे, अत्तराचे आणि पाण्याचे पुरातन घडे अगदी अभंग सुघड होते. तीन हजार वर्षांपूर्वीच्या जुन्या, तरीही नव्याकोऱ्या वस्तू पाहताना आश्चर्य आणि आनंद एकदमच होत होता.

त्या काळच्या माणसांचे चेहेरे, अंगलट, पोषाख, दागिने, भोजन, घरं, रथ, युद्ध साऱ्याचं हुबेहूब चित्रण या घटांमधून डोळ्यांपुढे उभं राहत होतं. समग्र ग्रीसचा इतिहास तिथं सलग नांदतोय. 'पास्ट इज द अननोन कंट्री व्हेअर वी कम फ्रॉम' असं म्हणतात. त्या धूसर, अनोख्या प्रदेशाची ही अधुरी, अल्प ओळख फार सुखदायी होती. बोधकही होती. हे घट किंवा 'अँफोरा' ग्रीसचं प्रतीक मानले जातात. नुकत्याच झालेल्या ऑलिम्पिक्सच्या शुभारंभ संचलनात दर क्रीडाङ्गटापुढे त्या त्या देशाचा झेंडा हाती घेतलेला प्रमुख स्पर्धक असे. त्याच्याशेजारी ग्रीसचा प्रतिनिधी म्हणून या अँफोराची प्रतिकृती अंगावर घालून हे घटच जणू चालत गेल्यासारखे दाखवले होते. इतके ते या देशाच्या इतिहासाशी एकजीव झालेले आहेत.

बाजूच्या इतिहास-पूर्व विभागात पोहोचले. त्या काळच्या संस्कृतीच्या पाउलखुणा मातीच्या छोट्या छोट्या मूर्तींमधून इथं उमटलेल्या आहेत. मूर्ती किती छोट्या? बोटभर असतील नसतील. लाल खापरात बनवलेल्या. सुमारे सातेक हजार वर्षांपूर्वीच्या. त्या काळातल्या लोकांच्या शेकडो ओबडधोबड कलाकृती. त्यांच्या भावनांचा तो उद्गार. त्या प्रकट करण्याचं ते एक साधन. आजच्या मापानं त्या मोजता येणार नाहीत. बहुतेक साऱ्या बायकांच्याच प्रतिमा आहेत आणि बाईचं स्त्रीत्व त्यांच्यात ठासलेलं आहे. उन्नत स्तन, भरीव मांड्या आणि टपोरी पोटं या तिन्ही गोष्टी त्यांच्यात प्रामुख्यानं दाखवलेल्या आहेत.

त्यांतल्या काही गर्भिणी तर काही तान्ह्यांना स्तनपान करणाऱ्या. स्त्री त्या समाजाचा केंद्रबिंदू असायची. तीच समाज वाढवायची. मुलं कशी होतात हे तेव्हा माहीत नव्हतं. झाडांवर फुलं येतात, फळं धरतात तशी बाईला मुलं होतात. ती होण्यासाठी पुरुषाची गरज असते हे त्या काळी अज्ञात होतं. बाईतली ती वेगळी अलौकिक शक्ती तिला देवत्व देई. त्यामुळे या सगळ्या मूर्ती मातृकेन्द्रित आहेत. सात हजार वर्षांपूर्वीच्या समाजमानसाचा त्या आरसाच आहेत.

मनात आलं की आपली भारतीय संस्कृतीही किती पुरातन. पण तिची ओळख पटवणारी अशी एक तरी खूण आपल्यापाशी आहे का? पूर्वी मला वाटायचं की माणूस मेला की त्याला लगेच अग्नीच्या स्वाधीन करून टाकण्याची हिंदू पद्धत फार चांगली. त्याच्यामागे त्याची फार लांबण लावून ठेवायची नाही. शव राखून त्याचं थडगं बांधा रे, मग त्याची देखभाल करा रे, दरवर्षी तिथं जाऊन फुलं वाहा रे, अशी कोणतीच बंधनं आप्तांवर नसतात. तीनेक पिढ्यांनंतर ते सगळं कोपऱ्यात जाऊन पडतं. इतकं जुनं कोण ध्यानात ठेवणार? आपल्याला कुठं आपले पणजोबा, खापरपणजोबा माहीत असतात? त्यांच्याबद्दल कुठं काय वाटतं? खास कारण असल्याखेरीज बरंही वाटत नाही आणि वाईटही नाही. काही भावनाच नसतात. ही थडगी मग उखणली जातात, फोडली जातात, हाडं कुठं फेकली जातात. त्यांचं काही का होईना, ती जागा मात्र कायमची बद्दू होते. चांगल्या कामासाठी वापरता येत नाही. कधीमधी तिच्यातून सांगाडे बाहेर येतात. कुणाला त्यांची भीती वाटते तर कुणाला किळस. त्यामुळे मृत्यूनंतर

माणसाला पुरणं हे चुकीचं आहे, दहन हेच योग्य असं माझं ठाम मत होतं.

पण आता हे संग्रहालय पाहताना वाटलं, की नाही, मृताला आपण जाळतो हे दोन दृष्टींनी चुकीचं आहे. एक म्हणजे मृत्यू काही अनैसर्गिक कारणांनी झाला असेल, काही खूनखराबा झाला असेल, कुणी विषप्रयोग वगैरे केला असेल तर त्याचा बलदंड पुरावा जाळून आपण कायमचा नाहीसा करतो. आणि दुसरं म्हणजे आपण त्या व्यक्तीचं काही मागे राखून ठेवत नाही. दफन क्रियेत त्या व्यक्तीच्या वापरातल्या आवडत्या वस्तू, दागिने, कपडे, भांडी इत्यादी बरोबर देण्याची प्रथा असल्यानं फार मोठा ऐतिहासिक ऐवज त्या त्या पिढीबरोबर राखला जातो. आपल्या दृष्टीनं मृत्यू म्हणजे आत्म्यानं जुना पेहराव टाकून नवा चढवणं. मग त्या जुन्या कपड्यांचं कोण गाठोडं बांधत बसणार? त्या प्रेतासाठी जेवणखाण, चूलबोळकं, त्याला वाहन अशी कसलीच तरतूद आपण करत नाही. त्यामुळे मागे काही उरतच नाही. ती ती पिढी साफ पुसून जाते. द्रौपदी कशात जेवण करत होती किंवा रामानं कोणते कपडे घातले होते यातलं आज आपल्याला काय माहीत आहे? काय दाखवता येतं? पूर्वीचा इतिहास थोडातरी वाचवण्यासाठी या गोष्टी आवश्यक आहेत असं मनाला जाणवत होतं.

सर्वांत शेवटी तिथल्या 'मायसीनिअन' सुवर्ण भांडारात पोहोचले.

ग्रीसमधे अनेक संस्कृती उदयाला आल्या, नांदल्या आणि लयाला गेल्या. कालक्रमाप्रमाणे पहिली 'मिनोअन'. ती दक्षिणेला क्रीट या बेटावर उदय पावली.

तिच्यानंतर मायसीनिअन दुसऱ्या क्रमांकाची प्राचीन संस्कृती भरभराटली ती ग्रीसच्या मुख्य भूमीवर, अथेन्सजवळ. तिचे सुवर्णावशेष या विभागात मांडलेले होते. ही संस्कृती जरी साडेतीन हजार वर्षांपूर्वीची असली तरी ती सापडली १८७६मधे. हाइनरिख श्लीमान या जर्मन माणसाला उत्खननात मिळालेल्या एकोणीस थडग्यांमधे ही अमोल संपदा दडलेली होती. तिच्यात नाना प्रकारचे रत्नजडित अलंकार, मुकुट, शिरपेच, गळ्यातल्या माळा, अंगठ्या, पैंजण, कंकणं, कंबरपट्टे, वाक्या, भांडी, ताटं, तबकं, पेले होते. त्यातच पुराणकालीन राजा ॲगामेम्नॉन याचा सोन्याचा मुखवटा पण होता.

रामायण-महाभारत खरोखर घडून गेलं की ही काव्यं म्हणजे केवळ वाल्मिकी-व्यासांची प्रतिभा? हा जसा आपल्याकडे आहे तसाच संभ्रम कवी होमरच्या ओडेसी काव्यातल्या या प्राचीन ग्रीक राजाविषयी आहे. पण मृत्यूनंतर शुद्ध सोन्याचा पातळ पत्रा चेहेऱ्यावर ठेवूनच घडवलेला हा मुखवटा खरोखर ॲगामेम्नॉनचा असेल तर तो राजा कसा दिसत होता ते आज प्रत्यक्ष पाहता येत होतं.

श्लीमाननं ही अमोल संपदा ग्रीसच्या त्या वेळच्या राजाला, किंग जॉर्जला अर्पण केली. (अर्थात ती ग्रीकांचीच होती म्हणा!) त्या वेळी त्यानं राजाला पाठवलेल्या तारेत म्हटलं होतं, 'बघा, मला सापडलेल्या या बहुमूल्य चीजांमुळे ग्रीसच्या इतिहासात सोन्याचं नवं पान उघडलं गेलं आहे. यामुळे तुमचं हे पुरातन-वस्तु-संग्रहालय अत्यंत समृद्ध होणार आहे. त्यांच्यामुळेच त्याला जागतिक पातळीवर गणलं जाईल.' श्लीमानचं हे भाष्य तंतोतंत खरं ठरलं. आज अथेन्सचं हे संग्रहालय जगातल्या पहिल्या दहांमधे मोडतं ते त्यामुळे. तीन वाजता संग्रहालय बंद झालं. बाहेर आले ती उत्फुल्ल मनानं. काहीतरी विशेष पाहिल्याच्या आनंदात. ग्रीसच्या

एका संस्कृतीशी तोंडओळख झाली होती. तिच्याविषयी थोडं कळलं होतं.

ग्रीसमधला दुसरा दिवस उजाडला होता पण इथल्या भ्रमंतीची रूपरेषा अजून डोळ्यांपुढे येत नव्हती. ग्रीक-ऑर्थॉडॉक्स ईस्टरसाठी हेलन-दिमित्रींनी जवळच्या डोंगरातलं एक साधं खेडं माझ्यासाठी योजलं होतं. तिथं जुन्या स्वरूपात ईस्टर दिसेलसं त्यांचं मत होतं. स्वत: उत्तरेला जाताना ते मला तिथं सोडणार होते आणि सहा दिवसांनी परतताना बरोबर घेऊन येणार होते. हाती असलेल्या दिवसांपैकी सबंध सहा दिवस आडवळणी एकीकडे घालवणं मला थोडं चुकीचं वाटत होतं. पण त्यांच्या बेताला मोडता घालणंही बरोबर वाटत नव्हतं. काय करावं ते सुचत नव्हतं.

अशा कोंडीत सापडलेली असताना मी युफ्रसीनी दॉक्सियादिसला भेटले. सिन्ताग्मामधे राहणारी ही माझी जुनी ग्रीक मैत्रीण. आता अथेन्समधे असली तरी पूर्वी अनेक वर्ष ती इंग्लंडला राहत होती. तिचा मुलगा निकी आमच्या आशूच्या वर्गातला. त्यामुळे तिचा परिचय झाला होता. आमचं येणंजाणं होतं. ती आजच परदेशातून परतली होती. फार हुशार बाई. उत्तम चित्रकार. शिवाय लेखिका. तिचे वडील या देशातले थोर वास्तुशास्त्रज्ञ होते. जगभर त्यांनी मोठमोठी कामं केली होती. त्यांनी वास्तुशास्त्रावर लिहिलेली पुस्तकं आहेत. त्यांच्या नावाची इथं अकादमी आहे. त्यांची ही कलाकार मुलगी.

मला पाहून युफ्रसीनीला फार आनंद झाला. गळाभर मिठी घालून ती मला भेटली. कित्येक वर्षांनी आम्ही एकमेकींना दिसत होतो. खायचं पुढ्यात मांडून तिनं मला विचारलं, ''काय काय पाहिलंस तू ग्रीसमधे?''

''अजून काहीच नाही.' मी म्हणाले, 'कालच तर आले मी.''

''मग ईस्टर कुठे घालवणार आहेस?''

मी तिला माझा नियोजित बेत सांगितला.

''वेडी की काय तू?'' ती नकाशा पाहत जोरात म्हणाली. ''तू सहा दिवस घालवावेस अशी ही जागा नाही. सबंध ग्रीसमधला हा कंटाळवाणा भाग. त्यापेक्षा मी पारोस बेटावर जाते आहे. तिथं माझं छोटंसं घर आहे. तू तिकडे चल माझ्याबरोबर.''

मला आनंदाचा झटका बसला. दक्षिणेकडच्या या बेटांवर मला जायचंच होतं. मैत्रिणीच्या घरी, खुद्द ईस्टरला जायला मिळेल अशी कल्पना मी स्वप्नातही केली नव्हती.

''पण हेलनला काय वाटेल? तिनं माझ्यासाठी हॉटेलात खोली राखून ठेवली आहे ना! किती कष्टानं मिळवली होती ती.''

''हे बघ, तू काही हेलनबरोबर थेसलनीकीला जात नाहीस तेव्हा तिच्या वाटण्याचा प्रश्न नाही. आणि खोलीला इतकी मागणी असेल तर तिच्यासाठी दुसरं गिऱ्हाईक लगेच मिळेल. ईस्टर पारोसला साजरा कर. मग तशीच दक्षिणेतली क्रीट, ऱ्होड्स वगैरे इतर बेटं बघ. दोनेक आठवड्यात तुझा तो भाग नीट पाहून होईल. हेलनची काळजी करू नकोस. मी आताच तिला कळवून टाकते.'' युफ्रसीनी म्हणाली.

भराभर फोन करून तिनं बुधवारच्या बोटीवर तिच्याबरोबर माझं तिकीट काढून टाकलं.

नकाशावर खुणा करत, उपयुक्त नावं नि टेलिफोन नंबर लिहीत माझा दोन आठवड्यांचा कार्यक्रम पक्का करून टाकला. लगेच तो कागदावर लिहून काढला. हेलनला फोन करून तिची संमती मिळवली. पारोसला जाते आहे म्हटल्यावर हेलननं ही सुवर्णसंधी साधण्याचाच सल्ला दिला. मला एकदम सुटल्यासारखं वाटलं. तासाभरापूर्वी इथं येताना केवढी काळजी वाटत होती. आता हलकं मोकळं झालं होतं.

''बुधवारी सकाळची बोट आहे. तू मंगळवारी संध्याकाळीच माझ्याकडे राहायला ये.'' युफ्रसीनी म्हणाली.

माझा आनंद गगनात मावेना. त्यावर स्वार होऊन ग्लिफादाला पोहोचले. पुन्हा एकदा इथल्या सुगंधानं मन वेधलं. वाटलं, जगात या ग्रीसइतका सुवासिक देश नसेल. गुलाबाच्या मोसमात लंडनला रीजंट्स पार्कमधे गंध दरवळत असतो. आपल्याकडे उन्हाळ्यात जाईजुई, सुवासिक मोगरा, पावसाळ्यात पारिजातक, दसऱ्याला शेवंती-झेंडू असे नाना वास असतात. पण ते त्या त्या भागापुरते मर्यादित असतात. इथं मात्र जाईन तिथं हा लाडका पाठलाग होत होता. वर मोकळं आकाश असूनही एवढा अमर्याद कोंदलेला सुगंध मला माहीत नाही.

आज शनिवार. ही सुट्टी साधून अथेन्सच्या पश्चिमेला असलेल्या 'पेलोपोनेज' या भागात फेरफटका मारायचं हेलन-दिमित्रींनी ठरवलं होतं. या प्रांताला उत्तमोत्तम ग्रीक गोष्टींचं वरदान मिळालेलं आहे. मायसीनीची प्राचीन संस्कृती इथं बहरली, अवशेषरूपांत सर्वांत चांगलं राहिलेलं ग्रीक थिएटर इथल्या गावी आहे. इतिहासात गाजलेलं शूर एपिदाव्होस स्पार्टा आणि जगद्विख्यात ऑलिम्पिक खेळांचं उगमस्थान ऑलिम्पिया यातच येतात. मध्ययुगांतले सुंदर किल्ले इथे अजून उभे आहेत.

गतसंस्कृतींच्या या ठळक खुणांबरोबर इथं नैसर्गिक सौंदर्याची भरघोस उधळण आहे आणि तो सदासुंदर सागर तर त्याला चारी बाजूंनी लपेटतो आहे. देवानं ग्रीस निर्माण केल्यानंतर आपल्या पंजाचा ठसा उमटवल्यासारखा पेलोपोनेजचा आकार. इतके दिवस बाकीच्या देशाला जोडलेला होता. पण सव्वाशे वर्षांपूर्वी कॉरिन्थ इथं खोदलेल्या छोट्या कालव्यामुळे त्यापासून विलग होऊन व्याख्येपुरता 'बेट' बनलेला.

सकाळी आठला निघालो. दिमित्रीची नवी गाडी. हेलनचा उदंड उत्साह. रस्ता फार रम्य. डाव्या हाताला समुद्र. दक्षिण ग्रीस समुद्रानं वेढलेला आहे. त्यामुळे एका बाजूनं सागराची किनार रस्त्याला सतत शिवलेली असते. त्या घनघोर निळाईमधून दूरवर फिकट निळे डोंगर दिसत होते. समुद्राच्या लाटा गोठून ते निर्माण झाले की डोंगर पाझरून हा सागर बनलाय? इथं ही गंमतच असते. जमिनीच्या काठाला सतत समुद्राची साथ आणि त्या समुद्राला पलीकडल्या बेटांची साथ. एकावाचून दुसरं क्वचितच दिसतं.

उजव्या बाजूला हिरव्यागार टेकड्यांवरून अथेन्सची उपनगरं पसरलेली. वर्षातले नऊ महिने तरी चक्क ऊन असल्यानं प्रत्येक घराला सोलर-पॅनेल बसवलेलं होतं. घरात गरम पाण्यासाठी, थंडीत घरं गरम राखण्यासाठी हा ज्याचा-त्याचा वीज पुरवठा. आम्ही पश्चिमेकडे चाललो होतो. पाठीमागून येणारं ऊन पॅनेलच्या काचांवर पडून दरेक छप्पर चमचम करत

होतं. उन्हात चांदण्या पेरल्या होत्या जशा काही.

शहर सरल्यानंतर दोन्ही बाजूंनी हिरवीगार झाडी लागली. बहुतांशी ऑलिव्हच्या बागा. ही झाडं फार मोठी नसतात. पानं किंचित निळसर हिरवी. रांगारांगातून शिस्तशीर उभी असली की ती फार सुंदर दिसतात. त्यांच्यामुळे मोटर-वे वरून जात असल्यापेक्षा उपवनातून फिरत असल्याचा भास होत होता.

बोलता बोलता कॉरिन्थला येऊन पोहोचलो. या जागीच पूर्वी जमिनीचा पट्टा होता. त्यानं नाममात्र का होईना पेलोपोनेज मुख्य देशाशी जोडलेलं होतं. पण केवळ दोनशे मीटर्सच्या या पट्ट्यामुळे सागरी वाहतूक इथं येऊन थडकायची. अडकायची. त्यामुळे पश्चिमेकडचा आयोनिअन समुद्र आणि पूर्वेचा एजिअन समुद्र यांचा इथं मिलाफ घडवण्यासाठी अगदी रोमन काळापासून प्रयत्न चालले होते. ते फळाला आले खूप उशीरा. एकोणिसाव्या शतकात, सुवेझ कालवा आल्यावर इथंही तो प्रयोग करण्यात आला आणि तोही यशस्वी होऊन सहा किलोमीटर्स लांबीचा, सुवेझचा एक अगदी चिमुकला भाऊ जन्मला. पण त्याला सुवेझइतकं नाव मिळालं नाही ना त्याच्या वाहतुकीतून पैसा. आता सुपरटँकर्सच्या जमान्यात रुंदीला अपुरा पडल्यानं तर तो पारच बाद झालाय.

कालव्यावरच्या पुलावरून पलीकडे गेलं की पेलोपोनेज. दिमित्रीनं अलीकडे गाडी थांबवली आणि आम्ही पुलावर जाऊन खाली पाहायला लागलो. जमिनीच्या दोन बाजू इतक्या जवळ आलेल्या की खूप खोल दिसणारी पाण्याची चिंधोटी एवढीशीशी वाटत होती. 'हिच्यातून बोट कशी जाणार?' असा विचार मनात घोळत असतानाच एक मोठं प्रवासी जहाज समोरून आत शिरताना दिसलं आणि खालच्या पाण्याची खरी रुंदी ध्यानात आली. मात्र बोट दोन्ही काठांच्या इतकी लगटून जात होती की ती खरचटेलशी भीती वाटावी. समोरून जवळ जवळ येत ती पुलाच्या खाली आल्यावर आम्ही धावत पुलाच्या दुसऱ्या बाजूला गेलो. बोट हलकेच पाणी कापत या बाजूला आली आणि समोरच्या आयोनिअन समुद्रात पुढे मार्गी लागली. तिचा तेवढा प्रवास आम्हांला विमानातून पाहिल्यासारखा दिसत होता. खूप मजा आली. माझ्यासारखी आणखी शेदोनशे माणसं या पोरखेळात रमलेली पाहून बरं वाटलं.

''या भागात पाहण्यासारखं खूप आहे हे तुला माहीतच आहे.'' दिमित्री परत गाडी सुरू करत म्हणाला. ''खुद्द कॉरिन्थही पुरातन शहर आहे. वास्तुशिल्पात शिरोभागी फुलापानांची वेलबुट्टी कोरलेले 'कॉरिन्थिअन कॅपिटल' स्तंभ सुप्रसिद्ध आहेत. त्या खांबांची ही जन्मभूमी. आज आपण मात्र जरा दूरच्या आणखी तीन ठिकाणी जाणार आहोत.

''काल तू संग्रहालयात पाहिलेला सुवर्णसाठा सापडलेल्या 'मायसीनी'ला आधी जाऊ या. तिथून नाप्लिऑनला जाऊ. तिथं जेवू. नंतर एपिदाव्होस पाहायचं आणि रात्री सावकाश घरी पोहोचायचं. चालेल ना?''

असा भरगच्च कार्यक्रम मला अगदी चालणारच होता.

''त्यापैकी मायसीनीबद्दल मी तुला थोडं सांगतो.'' दिमित्री म्हणाला. 'ग्रीसच्या या भागात फार आधीपासून वस्ती होती. केवळ वस्ती नव्हे तर सुधारलेली सुसंस्कृत राज्यं होती. हा

काल इसवी सन पूर्व दीड ते दोन हजार वर्षांचा. दंतकथांमधलाच म्हणेनास. आमच्या पुराणातल्या ॲगामेम्नॉन राजा तेव्हा मायसीनीला राज्य करत होता. त्याचा भाऊ मेनेलाउस हा स्पार्टाचा राजा होता. या दोघा शूरवीरांनी मिळून अथेन्सच्या राज्यकर्त्यांना शह दिला होता. सुप्रसिद्ध ट्रॉयची हेलन ही मेनेलाउसची बायको. तिला ट्रॉयच्या पॅरिस नावाच्या राजपुत्रानं पळवून नेली होती. त्या वेळी झालेल्या ट्रोजन युद्धात ते दोघे कामी आले. त्या युद्धावर नंतर होमर कवीनं इलियड हे महाकाव्य रचलं.

'भूकंपांनी आणि शत्रूंच्या हल्ल्यांनी या दोन महान राज्यांचा नाश केला. काळानं त्यांच्यावर मात केली नि भूमीनं त्यांना पोटात घेतलं तरी होमरच्या काव्यानं त्यांना जिवंत ठेवलं. इलियडनं त्यांना पुनर्जन्म दिला.''

माझ्या प्रश्नार्थक चेहऱ्याकडे हसून बघत तो पुढे म्हणाला, ''तू हाइनरिख् श्लीमान हे नाव ऐकलं आहेस?''

''हो. काल पाहिलेल्या वस्तुसंग्रहालयात त्याचं दालनच आहे.'' मी म्हणाले.

''मोठा अवलिया आदमी.'' दिमित्री सांगायला लागला, ''हा अमेरिकन जर्मन. व्यापारी पेशाचा पण अगदी लहानपणापासून त्याला होमरच्या इलियडचं वेड लागलं होतं. दहा वर्षांचा असतानाच त्यानं ते तोंडपाठ केलं. त्यातलं मायसीनी, ट्रॉय वगैरे ठिकाणं आणि तिथं झालेली युद्धं काल्पनिक नाहीत, नुसतं काव्य नसून तो इतिहास आहे असा त्याचा विश्वास होता आणि तो उजेडात आणला पाहिजे असा त्याला ध्यास लागला होता. त्यासाठी तो खूपशा भाषा शिकला. अनेक भाषांमधलं इलियड वाचून, त्यावरची भाष्यं वाचून हे नक्की घडलं असं त्याचं घट्ट मत होतं.

''अर्थात त्याविषयी काही संशोधन करायचं म्हटल्यास त्याला अमाप खजिना हवा हे ओळखून तो पैशाच्या मागे लागला. भल्याबुऱ्या मार्गांनी त्यानं कुबेराची संपत्ती जोडली. लग्न केलं. मुलंबाळं झाली. जग फिरला पण त्याला समाधान नव्हतं.

''मग पहिल्या बायकोशी घटस्फोट घेऊन तो ग्रीसला गेला आणि संशोधनाचं वेड असलेली दुसरी बायको (तिची इतिहासाची परीक्षा घेऊन) केली. तिच्यासमावेत तो मायसीनीला आला आणि उत्खननाचं कसलंही शास्त्रशुद्ध शिक्षण वा अनुभव नसताना त्यानं इथं खोदकाम सुरू केलं.''

''त्याला परवानगी कुणी दिली?'' मी विचारलं.

''त्या वेळी ग्रीस हा ऑटोमन साम्राज्याखाली, मुस्लिम राज्यकर्त्यांच्या सत्तेखाली होता. त्यांना इस्लामपूर्व इतिहासाशी काही देणंघेणं नव्हतं. नव्हे, तसा काही इतिहास होता हे ते मानायलाच तयार नव्हते. जे कुराणात नाही ते पृथ्वीतलावर नाही. त्याकाळी थोडेफार पैसे भरून कुणीही असे अधिकार मिळवत असे.

''तेव्हा अर्धवट ज्ञानानं भरलेला आणि भारलेला हा उत्साही माणूस हवं तसं खोदायला लागला. त्यात त्यानं त्या जागेची खूप हानी केली असं म्हणतात पण त्याच्याच प्रयत्नांनी मायसीनी आणि ट्रॉय उजेडात आली हेही मानलं पाहिजे.''

डोंगरांच्या रांगांनी लपेटलेलं, एका टेकडीच्या माथ्यावर वसलेलं मायसीनी एव्हाना आलं

होतं. गाडीतून उतरून त्याच्या दिशेनं जायला लागलो. पहिला चढ चढून गेल्यावर एका भल्यामोठ्या तटानं आमचं स्वागत केलं. त्याचे दगड एवढे प्रचंड की हे मानवी काम नसून 'सायक्लॉप्स' या एकाक्ष राक्षसांनी तो बांधला असा ग्रीकांचा समज होता. आणखी थोडं चढून गेल्यावर 'लायन गेट' लागलं. हे या किल्लेवजा शहराचं प्रवेशद्वार. त्याच्यावर दोन बाजूंनी, आता खूप झिजलेले दोन तगडे सिंह एकमेकांशी हातमिळवणी करत होते.

''ही बहुधा इथल्या राजांची खूण असावी.'' दिमित्री म्हणाला. ''याच चिन्हाची राजमोहर इथं सापडली आहे. मायसीनीचं राज्य केवळ या गावापुरतं मर्यादित नव्हतं. आजूबाजूच्या फार मोठ्या प्रदेशावर त्याची सत्ता होती. वैभवाच्या शिखरावर असताना इथं मायसीनिअन संस्कृती फोफावली.''

आत शिरल्यावर उजवीकडे लगेचच दगडांनी आखलेला एक मोठा गोलाकार दिसला.

''या इथंच श्लीमानला राजघराण्यातली एकोणीस कबरस्थानं सापडली. ज्या थडग्यात तो सुवर्णसाठा मिळाला ते ॲगामेम्नॉनचं होतं, त्यातला सोन्याचा मुखवटा आणि सांगाडाही त्याचाच असा श्लीमानचा दृढ विश्वास होता. त्या वेळी त्याचं हे मत मान्यही केलं गेलं होतं. पण अधिक चाचण्यांनंतर तो मुखवटा त्याच्याही आधी पाच शतकं घडवलेला आहे असं सिद्ध झालं.''

इथल्या मौल्यवान वस्तू केव्हाच अथेन्सला पोहोचल्यामुळे नाना प्रकारच्या इमारतींचे भग्नावशेष पाहत हिंडत होतो. काही भूकंपानं पडलेले तर काही जळालेले. दोनतीन प्रशस्त राजवाडे होते. त्यांची विविध दालनं होती. धान्य-कोठारांच्या समवेत शस्त्रांची कोठारं होती. सगळं दगडांमधून विखुरलेलं. फार मोठा परिसर नव्हे पण उंच आणि चोहीकडून तटानं बंदिस्त. इथून दूरपर्यंत, चांगलं चौफेर दिसत होतं. ही केवळ राजवाड्याची जागा नव्हती. खालच्या प्रजेचं संरक्षणही इथूनच व्हायचं. पाहण्यासारखं फारसं काही उरलेलं नव्हतं तरी परचक्र आल्यावर उपयोगी पडणारा तिथला प्राचीन, भुयारी पाणीपुरवठा चकित करून गेला.

पुढचा थांबा होता नाप्लिऑनचा. हा रस्ता अधिक लहान आणि अधिकच रमणीय होता. हिरव्या डोंगरांवरून उतरत येणाऱ्या ऑलिव्हच्या आणि संत्र्यांच्या बागा अगदी रस्त्याच्या कडेशी येऊन थांबत होत्या. त्यातून संत्र्यांचा मोसम असल्यानं ती झाडं फळांनी लदलेली होती. आठदहा फूट उंचीची गोल, डेरेदार झाडं. हिरव्या गच्च पानांमधे लहडलेली गर्द केशरी फळं उन्हात चमकत होती. सोनेरी बुट्ट्यांचा हिरवा शालू नेसून गौरीहराला बसलेल्या शालीन नवरीसारखी ती ठेंगणीठुसकी झाडं शोभत होती.

पोटातल्या भुकेनं चिथावलं म्हणून असेल पण मला आणि हेलनला संत्री नुसती पाहत पुढे जाववेना. आम्ही दिमित्रीला गाडी थांबवायला लावली. कुणी नाहीसं बघून ओट्यात मावतील तेवढी रसरशीत फळं तोडून घेतली. कुणी नाही हे पाहण्याची गरज नव्हती. फळं इतकी की कुणी घेऊ नका म्हटलंच नसतं. पायाखालीसुद्धा त्यांचा बोरांसारखा सडा पडलेला. तिथंच कापून खायला सुरुवात केली. त्या ताज्या अमृतरसानं रसना सुखावली नि हनुवटी चिंब माखली.

आमच्याकडे नवलानं पाहत, हसत असलेल्या दिमित्रीला थोडी गोडी चाखायला दिली नि अधिक न रमता सरळ नाफ्लिऑन गाठले.

''आता किल्ल्याच्या नऊशे पायऱ्या कुणाला चढायच्या आहेत?'' त्यानं विचारलं.

मी एरव्ही चढायला डरणारी नव्हे पण भर दुपारच्या उन्हात त्या अशा अचानक अंगावर कोसळल्या होत्या. तरी मी रुकार दिलाच.

''या वेळी तुला शिक्षा माफ.'' दिमित्री हसत म्हणाला. ''आज आपण गाडीरस्त्यानं थेट वर जाऊ या.''

दहा मिनिटांत वर पोहोचलो. काय अप्रतिम देखावा दिसत होता तिथून.

खाली अर्धचंद्राकार समुद्र. त्यालगत हा सातशे फूट उंचीचा कडा. त्याच्या चिंचोळ्या टोकावर किल्ला बांधलेला. त्याच्यासाठी किती देखणी आणि सुरक्षित जागा शोधली होती. वरून दिसणाऱ्या या सृष्टीवैभवाचा खालून येताना सुगावासुद्धा लागला नव्हता.

किल्ला केवढा तरी मोठा. त्याला तट, बालेकिल्ला, बुरुज, कमानी, भरदार जिने, राजेशाही दालनं, भुयारं, शस्त्रागारं, तुरुंग सारं काही साग्रसंगीत होतं. रेखीव चिरेबंदी दगडातलं बांधकाम इटालिअन लोकांनी केलेलं. ग्रीसवर अनेक शतकं अनेक सत्ता राज्य करून गेल्या. अठराव्या शतकात हा भाग व्हेनिसच्या आधिपत्याखाली होता. तेव्हा बांधलेला हा किल्ला अजूनही दृष्ट लागेलसा सुंदर आहे. ग्रीकांच्या स्वातंत्र्ययुद्धाच्या वेळी यानं एक वर्षभर शत्रूला दाद दिली नव्हती. त्यानंतर काही काळ तो आणि त्याच्या बाजूला पसरलेलं गाव ग्रीसची तातुरती राजधानीही झालं होतं.

''समोर समुद्रातलं ते छोटं बेट दिसलं का?'' हेलननं मला विचारलं.

किनाऱ्यापासून मैलभर आत एक अगदी छोटं बेट होतं. त्याच्यावरही कसलीशी इमारत दिसत होती.

''तोही एक किल्लाच आहे. या खाडीचं व्यापारी महत्त्व ध्यानात घेऊन तो बांधलेला आहे. बोटींना दोन्ही बाजूंनी संरक्षण.'' ती पुढे म्हणाली, ''आता मात्र त्याचं हॉटेल झालेलं आहे.''

''अरे वा:! अशा ठिकाणी राहायला काय गंमत येईल. आपण तिथं जेवायला जाऊ या का?''

''तेही शक्य नाही.'' चुकचुकत दिमित्री म्हणाला. ''ते बंद पडलंय. तुला जेवण आठवायला लागलंय. पण त्याआधी मला एक गोष्ट दाखवायची आहे. इथली अंधारकोठडी.''

बरेच जिने चढून गेल्यावर आणि ओवऱ्या ओलांडून खूप खोल खोल उतरल्यावर ती आली. चिरोटीएवढी काळीकुंद कोठडी. एखाद्या उंचपुऱ्या गड्याला आत हालचाल करणंही अवघड जावं. खिडकी नसल्यानं वाऱ्या-उजेडाशी गाठ नाही. या अभद्र ठिकाणी त्यांचा स्वातंत्र्यवीर कोलोकोत्रोनिस याला दोन वर्षं डांबून ठेवलं होतं. पारतंत्र्यात खितपत पडलेल्या आपल्या देशबांधवांचं कल्याण साधण्यासाठी प्राण हाती घेणाऱ्यांच्या कपाळी सुख कुठलं? बहुतेक देशांच्या स्वातंत्र्य-संग्रामात शूरांनी अशा यातना सहन केल्याचं नमूद असलं तरी तिथून बाहेर येताना मन हळहळल्याखेरीज राहिलं नाही. आज खाली गावाच्या मधल्या

चौकात त्याचाच भरदार मिशांचा, शानदार पुतळा उभा आहे.

किल्ला उतरून खाली गावात आलो. गावाची रचना मजेदार. एकीकडे समुद्र. समोर या किल्ल्याचा खडक. त्याच्या एका बाजूला जुनं गाव आणि दुसरीकडे नवं. आपल्याला हवं ते निवडावं. आम्ही अर्थातच जुन्याकडे तोंड वळवलं. मधला चौक, सिटी हॉल वगैरे ठिकाणं ओलांडत खुद्द गावात शिरलो. हेही थोडसं चढावरच वसलेलं. अतिशय प्रेक्षणीय. एकीला समांतर एक अशा गल्ल्या छोट्या जिन्यांनी जोडलेल्या. त्या इतक्या अरुंद की घराच्या वरच्या मजल्यावरून शेजाऱ्याचा भांग पाडता यावा. सुंदरशा बाल्कन्या. तिथं फुलांच्या कुंड्या आणि छोटे छोटे झेंडे लावलेले. खाली छोटा दगडी रस्ता. दोन्ही बाजूंच्या उपाहारगृहांनी त्यावर टेबलं-खुर्च्या मांडलेल्या. ग्रीक लोकसंगीताची धून चुलीवरच्या जेवणाचा दरवळ बरोबर घेऊन येत होती. गेल्या दोन दिवसांत खास चवीचं काही मिळालं नसलं तरी इथं द्राक्षाच्या पानात भात आणि खिमा गुंडाळून केलेले 'दोल्मा' फार रुचकर निघाले. सोबत त्झाझिकी होतंच. भोजनान्ती गोड पदार्थ तिथं न खाता दिमित्रीच्यामागून आइस्क्रीमच्या एका आडवळणी ठेल्यावर जाऊन पोहोचलो. हातानं फिरवलेलं तिथलं आइस्क्रीम अद्‌भुत चवीचं होतं. अशी माहितगार आसामी सोबत असली तरच रसनेला असे साक्षात्कार घडतात.

आता एपिदाव्होस. आजच्या भ्रमंतीतलं अखेरचं ठिकाण. दोन कारणांसाठी फार प्रसिद्ध आणि महत्त्वाचं. इथलं प्राचीन ॲम्फिथिएटर आणि आरोग्यधाम. दिमित्रीनं प्रथम थिएटरकडे नेलं. आधी थोडीशी चढण होती. मग टेकडीच्या मोठ्या उतारावर अर्धगोलात बांधलेलं विशाल थिएटर आलं. त्याची रचना जपानी पंख्यासारखी. मुठीशी वर्तुळाकार रंगमंच. त्याच्यापुढे अर्धगोलाकार ऑर्केस्ट्रा. त्यानंतर वर चढत जाणाऱ्या आसनांच्या एकावर एक रचलेल्या रांगा. प्रवाशांची भरपूर गर्दी होती तरी ती भासत नव्हती.

''ही तर रोमन ॲम्फिथिएटरची रचना झाली. रोमनांनी बांधलेली असली उघडी रंगमंदिरं मी जॉर्डनमधे झेराश, अम्मान इथं पाहिली आहेत.'' मी दिमित्रीला म्हटलं.

''सर्वसाधारणपणे 'रोमन' म्हणून ओळखली जात असली तरी अशी थिएटर्स प्रथम ग्रीकांनी बांधली.'' त्यानं सांगितलं. ''इसवी सनाआधी पाच शतकं बांधलेलं हे थिएटरच बघ ना. त्या वेळी रोमन संस्कृती कुठं उदयाला आली होती? आणखी तीन शतकांनी ग्रीकांवर विजय मिळवल्यानंतर त्यांनी आपल्या साम्राज्यात ती सगळीकडे बांधली. आतासुद्धा जगभरची नवी स्टेडिअम्स यांचीच सुधारून वाढवलेली आवृत्ती असतात.

''ग्रीसमधे सर्वांत सुस्थितीत असलेलं हे एकमेव थिएटर. केवढं प्रचंड आहे पाहिलंस? चारशे फूट रुंदीचं. चौदा हजार प्रेक्षकांना ते सहज सामावून घेतं. या पुढच्या लाल आसनांवर राजेराण्या बसत. मागच्या रांगा पांढऱ्या चुनखडी दगडाच्या. प्रेक्षकांचा दर्जा जसजसा उतरे तसतसं त्याला वरवर चढावं लागे. मघा नाप्लिऑनच्या किल्ल्याच्या पायऱ्या चुकवल्यास. आता तरी चढणार का नाही?''

एवढी किल्ली पुरे होती. हेलन आणि मी गुडघाभर उंचीच्या पायऱ्या चढायला लागलो. जसजसं वर जात होतो तसतसा समोरचा देखावा अधिक विशाल होत होता. अगदी वरच्या

म्हणजे चौपन्नाव्या रांगेवर पोहोचलो. लागलेली धाप निवारण्यासाठी तिथंच बैठक ठोकली.

मघा किल्ला पायी चढले असते तरी इथल्या पायऱ्या पुन्हा चढाव्यात इतका समोरचा देखावा मोहक होता. पायऱ्यांचा एकेक पांढरा कंगोरा पार करत नजर खाली उतरली आणि रंगमंचावरून पुढे सरकली. पलीकडे आधी गर्द हिरवी झाडी आणि नंतर अनंत सागर नीलधूसर हेलावत होता.

वाटलं, या सुंदर परिसरात हे उघडं नाट्यगृह किती चपखल बसतं आहे. मागे पर्वतराजीचा भव्य पडदा. पुढे लांबवर नजर पोहोचेतो विशाल प्रांगण. याचं बांधकामही किती काटेकोर गणितं मांडून केलेलं. उत्तम समतोल साधलेलं. निसर्गत: चोख ध्वनिप्रक्षेपण व्हावं अशी योजना. तळाशी कुणा गटाचा बोटभर वाटाड्या ऑर्केस्ट्राच्या मधोमध उभं राहून जमिनीवर नाणी टाकत होता. त्यांचा छनछनाट वर स्वच्छ कानी पडत होता.

गेली अडीच हजार वर्षं इथं हे उभं आहे. बांधलं तेव्हाच दिगंत कीर्ती पावलेलं. सोफोक्लिस, युरीपिडिस, एस्किलस यांसारख्या नाट्यमहर्षींनी इथल्या रंगमंचावर आपली नाटकं व्हावीत म्हणून आटापिटा केला होता. त्यांच्याच ग्रीक ट्रॅजेडी आणि कॉमेडींवरून शेक्सपिअर, मार्लो, बेकनसारख्या दिग्गजांनी आपल्या प्रतिभेची मशाल पाजळून घेतली आणि सबंध पश्चिम गोलार्धात 'नाटक' ही मानवाला अत्यंत प्रिय आणि आवश्यक असलेली कला जन्माला घातली. वाटलं, जगातल्या काही महान स्थलांपैकी एकापाशी मी येऊन पोहोचले आहे. या आसनावर बसले आहे. शतकांच्या संक्रमणांत इथं कोणकोणत्या व्यक्ती बसून गेल्या असतील. त्यांच्याशी माझे काही अदृश्य धागे जुळताहेत का?

''इतकं जुनं हे थिएटर. अजून इतकं चांगलं कसं?'' खाली उतरल्यावर मी दिमित्रीला विचारलं.

''नेहमीच एवढ्या सुस्थितीत नव्हतं ते. रोमन काळात फार चांगलं वापरलं गेलं होतं. रोमनांनी रंगमंचात सुधारणाही केल्या. इसवी सनाच्या चौथ्या शतकापासून मात्र ते अडगळीत पडलं. मातीखाली झाकलं गेलं. डोंगरातला एक अर्धवर्तुळाकार एवढंच त्याचं स्वरूप उरलं. १९५२ साली ते पुन्हा सापडलं. त्यावर बारा वर्षं काम करून ते पूर्वीसारखं करण्यात आलं. गेली चाळीस वर्षं उन्हाळ्यात इथं नाट्यमहोत्सव होतात. त्या वेळी अफाट गर्दी लोटते.''

उघडं नाट्यमंदिर सोडून आता बाकीच्या अवशेषांकडे वळलो. एकूण परिसर खूपच मोठा. वाटेत अपोलो आणि इतर देवतांची भग्न मंदिरं लागत होती. काहींचे केवळ पाये शिल्लक होते, काहींचे चबुतरे, तर काहींचे चारदोन खांब उभे असलेले. दिमित्री त्यांची पार्श्वभूमी सांगत होता. तिथल्या एका साध्याशा वाटणाऱ्या देवळापाशी जाऊन तो थांबला.

''हे कसलं देऊळ आहे माहीत आहे?'' तो म्हणाला, ''तू इजिप्तला जाऊन आलेली आहेस म्हणून विचारतो.''

मी नकारार्थी मान हलवली.

''हे 'इसिस' या इजिप्शिअन मातृदेवतेचं देऊळ आहे. फेरोनंतर इजिप्तवर चारपाच शतकं ग्रीकांचं राज्य होतं. इजिप्तची मूळ संस्कृती इतकी प्रभावी होती की ती विजयी ग्रीकांनी अंगिकारली. हे देऊळ त्याचं द्योतक आहे. इजिप्तचा हा प्रभाव तुला आमच्या शिल्पांतून,

चित्रांमधून जागोजाग दिसेल.''

शेवटी 'ॲस्कलेपिअन'शी, म्हणजे आरोग्यधामाशी येऊन पोहोचलो.

''ही इथली सर्वांत महत्त्वाची जागा.'' तिथं थांबून दिमित्री सविस्तर सांगायला लागला, ''प्राचीन ग्रीकांनी निरनिराळ्या देवांकडे निरनिराळी खाती सोपवली होती हे तुला माहीतच आहे. अपोलोचा मानवी मुलगा ॲस्कलेपिअस आरोग्य रक्षण करत असे. रुग्णांची सेवा करणारा, दुखण्याला उतार पाडणारा हा कुणी उत्तरेकडचा उपकर्ता असावा. नंतर त्याला लोकांनी देवच केला. त्याच्या नावे सबंध ग्रीसभर आणि जवळच्या देशात अशी आरोग्यधामं बांधली गेली. त्यांतलं हे एक फार मोठं आणि प्रसिद्ध.

''मुख्य उपचार पाण्याचे असल्यानं इथले औषधी झरे पाहून हे बांधलं गेलं. जलोपचारांबरोबर इतर झाडपाल्यांची औषधं, गुट्या, लेप, चाटणं असायची. शस्त्रक्रियासुद्धा केल्या जायच्या. केवळ शरीराचा नव्हे, मनाचाही उपचार होई. प्रफुल्ल मनातून व्याधी दूर पळतात हे जाणून व्यायामशाळा, मनरंजनासाठी नाट्यगृह अशा सर्वांगीण उपचारांची सोय होती.

''रोग्यांना उतार पडत असल्यानं देशोदेशींचे राजे-महाराजे, श्रीमंत-धनिक या आरोग्यधामात दाटी करायचे. ते सहाशे वर्षं चाललं. चांगलंच गब्बर झालं. आधुनिक वैद्यकशास्त्राची ही गंगोत्री. मनाचं आरोग्य राखण्यासाठी इथं गायन-वादन-नाट्य कला पोसल्या गेल्या. आपण पाहिलेलं थिएटर हे त्यातलंच.''

माहिती ऐकत पुढे चालले होते. वाटेत एका मोठ्या गोल इमारतीचे अवशेष लागले. इथं रोगनिदान व्हायचं. त्याच्याशेजारी रुग्णांच्या एकशेसाठ खोल्या होत्या. त्या काळचं हे सर्वांत मोठं केंद्र.

नजिकच्या छोट्या संग्रहालयात ॲस्कलेपिअसचा पूर्ण पुतळा होता. त्याच्या हातातल्या काठीवर वळत वळत जाणारा साप कोरलेला होता. धन्वन्तरीच्या शेजारी मृत्यूदूत?

मी दिमित्रीला कारण विचारलं.

''सापाला वैद्यकात पूर्वापार महत्त्व होतं. त्याचं विष अतिसूक्ष्म प्रमाणात औषध म्हणून वापरता येतं. किंवा कोणतंही औषध अधिक झालं की त्याचं विष होतं...या दोन्हींचं तो प्रतीक आहे. साप भूमीच्या खाली नि वर वास करणारा. या दोन जगांमधला हा दुवा ॲस्कलेपिअसच्या बरोबर नेहमी दाखवत. पाश्चिमात्य देशात अजूनही वैद्यकीय खूण म्हणून काठीला वेढलेला सापच दाखवला जातो.''

या दिमित्रीला माहीत नाही अशी गोष्टच नसेल. वाचन दांडगं, स्मरण चांगलं आणि सांगायची आवड. स्वत: ग्रीक आणि आपल्या पूर्वेतिहासाचं उत्कृष्ट ज्ञान. उत्तम इंग्लिशमधून ते न कंटाळता देण्याची ओढ. हवं ते सारं देणारं हे कल्पतरू कुटुंब मला हौसेनं घेऊन फिरत होतं. फिरणार होतं. केवळ सुदैवाखेरीज दुसऱ्या कशावर बोट ठेवू?

परतीच्या वाटेवर एका उंच जागी गाडी उभी करून दिमित्रीनं खाली उतरायला सांगितलं. रस्त्याच्या कठड्याला लागून खाली खोल धस. तळाशी समुद्राच्या किनाऱ्याची चंद्रकोर.

तिच्याकडे बोट दाखवून दिमित्री म्हणाला, ''खाली दिसतंय ना ते एपिदाव्होसचं बंदर. उन्हाळ्यात नाट्य-महोत्सवासाठी लोक अथेन्सहून बोटीनं येतात. इथून त्यांना बसनं थिएटरवर नेलं जातं. जेवण आटोपल्यावर रात्री चौदा हजार प्रेक्षकांच्या उपस्थितीत जुनी नाटकं रंगतात. पहाटे तीन वाजता बोटी परत अथेन्सला जायला निघतात. पौर्णिमेची रात्र असेल तर विचारूच नकोस. इलेनी, (हेलनच्या नावाचा हा ग्रीक उच्चार दिमित्रीच्या तोंडी फार गोड वाटे) आपण एकदा आलो होतो ते आठवतंय तुला?''

हसत होकार देत ती म्हणाली, ''मीना, तू एकदा हे करायलाच हवं.''

''पण मला ग्रीक कुठं येतं?'' मी चुकचुकले.

''त्याची काही गरज नाही.'' ती म्हणाली. ''हा अनुभव भाषेपलीकडचा आहे.''

खरंच तसा असावा. स्ट्रॅटफर्ड अपॉन एव्हनला जाऊन शेक्सपिअरचं नाटक पाहताना कुठं भाषेची अडचण येते? त्या इंग्लिशचं आजच्या इंग्लिशशी फार दूरचं नातं आहे. पण असे योग नुसत्या कानांवर विसंबून न राहता पंचेंद्रियांनी अनुभवायचे असतात. मग त्या सुखाला अंतपार राहत नाही.

आजचा रविवार म्हणजे पाम संडे. या दिवशी ग्रीक ईस्टरची खरी सुरुवात होते. आज दिमित्रीच्या आईकडे जेवणाचं आमंत्रण होतं. वर्षाचा हा दिवस कुटुंबानं एकत्र घालवायची प्रथा. मला खास बोलावणं होतं तरी अवघड वाटत होतं. आधीच ही मंडळी अल्प परिचयाची. त्यातून त्यांच्या कौटुंबिक भोजनात मी कशाला? पण त्यांनी मनापासून आग्रह केल्यानं मी ते खुशीत स्वीकारलं होतं. दिमित्री जरी ग्लिफादाला उपनगरात राहत असला तरी त्याची आई आणि मावशी अथेन्समधे होती.

''आईकडे जाताना आपण वाटेतल्या स्मशानात जाऊ या.'' दिमित्रीनं सुचवलं. ''आमच्या आधुनिक इतिहासातली कितीतरी गाजलेली मंडळी तुला तिथं भेटतील.''

तेही मला पसंत होतं.

सकाळी उठून, तयारी करून काही लिहीत-वाचत बसले असताना साफसुफीचे आवाज यायला लागले. मी बाहेर येऊन पाहते तो हे नवराबायको कसून कामाला लागलेले. झडझडून झाडपूस करताहेत. अख्खं घर सफाईला काढलं होतं. दोघे कामाला जाणारे तरी घर नेहमी चकचकीत असायचं. वाटलं, यांच्याकडे त्यासाठी कुणी मोलकरीण येत असेल. पण ती न झेपण्याइतकी महाग असावी. जमीन पॉलिश करण्यापासून ते बाल्कनीतल्या छोट्या बागेतल्या झाडांची पानं कापण्यापर्यंत सगळं चालू होतं.

मी अर्थातच मदतीला धावले. पण माझे चांगले कपडे पाहून ते मला येऊ देईनात. तेव्हा बशा धुण्यापुसण्याचं चिल्लर काम तेवढं मी उरकलं.

सगळं आटपून बाराच्या सुमाराला बाहेर पडलो. रस्त्यानं अजिबात गर्दी नसल्यानं लगेच स्मशानात पोहोचलो.

आपल्याकडे स्मशान म्हणजे अतिशय भयाण, भीषण जागा. वास-घाण भरपूर. भीतीचं वातावरण. प्रसंग पडल्याखेरीज तिथं कुणी फिरकत नाही. स्त्रिया तर अजिबात नाहीत.

आनंदानं सहज वेळ घालवण्यासाठी तिकडे जाण्याचा प्रश्नच नसतो. पण सगळीकडे तसं नसतं. पाश्चात्य देशात लोकांची जा-ये असते. मेक्सिकोत नोव्हेंबरमधे उत्सव साजरा करतात तर कैरोमधे गरीब लोक खुद्द त्यातच राहतात. जिवंत नातेवाईकांना भेटायला गेल्याच्या सहजतेनं लोक स्मशानाला भेट देत असतात. पूर्वजांच्या थडग्यांवर फुल वाहतात किंवा नुसतं बसून मानसिक शांती मिळवतात. पुष्कळदा तिथली झाडं, फुलं, हिरवळी इतक्या मनोहारी असतात की बागेत फिरल्यासारखं नुसते फिरायलाही लोक येतात.

आजचं हे स्मशान बाहेरुन जाणाऱ्याला आत खेचण्याइतकं मनमोहक होतं. दारात सुंदर उंच कमान. पुढे मोठा दुहेरी रस्ता. त्याच्या दोन्हीकडे चांगले प्रासाद म्हणावेत अशी मृतमंदिरं बांधलेली. सुरुवातीला एक छोटं टुमदार चर्च होतं. बंद होतं. मृताच्या शेवटच्या प्रार्थनेसाठी ते उघडतात. आज सुदैवानं त्याची गरज नव्हती. नवं गिऱ्हाईक कुणी नव्हतं. होती ती जुनीच. तिथं झोपलेली.

इंग्लंडमधे मृतांची स्मारकं फार साधी असतात. 'माणसाला केवढ्या जमिनीची आवश्यकता आहे?' या टॉलस्टॉयच्या प्रश्नाचं उत्तर देणारा. फूटभर उंचीचा लांबट-चौकोनी बैठा ओटा. उशाशी नावाचा दगड किंवा क्रॉस. ग्रीसमध्ये त्यांच्या चर्चसारखीच त्यांची स्मशानं नक्षीदार नि शोभिवंत असतात.

हे स्मशान मोठ्या उद्यानासारखं खूपच मोठं होतं. त्याचं दुसरं टोक दिसत नव्हतं. मुख्य रस्त्यातून निघालेल्या पायवाटा आणि त्यांना फुटणाऱ्या असंख्य उपवाटा. त्यांच्यावर थडगी, स्मारकं, घुमट्या. हिरवळींचे, बागांचे तुकडे होते. दुसऱ्या टोकाला शेवटी आणखी एक चर्चसुद्धा होतं. सगळ्या अथेन्सभर दरवळणारा तो सुकुमार गंध इथं आणखीच्न भरभरून कुरवाळत होता. एप्रिल महिना. हवेत वासंतिक गारवा भरलेला. गर्भरेशमी उन्हात फिरणं सुखदायी होतं. आपण स्मशानात आलो आहोत याची पुसटशी जाणीवदेखील होऊ नये.

प्रवेशद्वाराशी प्रमुख मंडळी होती. मृत्यू सगळ्यांना एका पातळीवर आणतो म्हणतात ते इथं लागू नव्हतं. प्रथम राजकीय नेते, धर्मगुरू, राष्ट्राध्यक्ष, तत्त्ववेत्ते अशा नामांकितांची वर्णी लागली होती. त्यांची भरघोस स्मारकं बांधलेली. एवढी देखणी की ती अथेन्सच्या चौकाचौकांत शोभावीत. ज्यानं त्यानं आपापल्या मताप्रमाणे त्यांना आकार दिलेले. ॲरिस्टॉटल ओनॅसिसनं जहाज उभारलंय तर कुणा संगीतज्ञानं भलंथोरलं व्हायोलिन बनवलंय. एका पुढाऱ्याच्या हाती कागदाची गुंडाळी. (खरंतर प्रतीक म्हणून त्यानं खुर्ची ठेवायला हवी.) चित्रकाराच्या हातात कुंचले. काही ठिकाणी संगमरवरी किंवा ब्राँझमधले अर्धपुतळे होते. बहुतेक ठिकाणी मृतांचे छोटेखानी फोटोही ठेवलेले होते.

आजूबाजूला बरीच वर्दळ होती. मुलाबाळांसकट लोक आले होते. खूप जागी ताजी फुलं, चक्रं ठेवलेली होती. आम्ही हसत, गप्पा मारत, चेष्टामस्करी करत चाललो होतो. विशेष व्यक्तींची दिमित्री माहिती पुरवत होता.

''ही मेलीना मर्कूरी. हिचं नाव तुझ्या कानावर आलं असेलंच ना?''

''होय. ब्रिटिश म्यूझिअमकडून 'एल्गिन मार्बल्स' परत मागणारी हीच ना तुमची तेजस्वी नटी?''

इंग्लंड आणि ग्रीसचं या विषयावर मोठं भांडण आहे. अथेन्सचं ॲक्रोपोलिस हे अथेन्सचंच नव्हे तर साऱ्या जगाचं भूषण आहे. पण ऑटोमन साम्राज्याखाली त्याच्याकडे पार दुर्लक्ष झालं होतं. मुस्लिम ऑटोमन पाशांना नसली तरी युरोपियन वास्तुज्ञ त्याची किंमत जाणून होते. जमेल तेव्हा त्यांनी ॲक्रोपोलिसचे खंड काढून पळवले. १८०१ साली इजिप्तचा इंग्लिश राजदूत असलेला लॉर्ड एल्गिन हा त्यांतलाच एक अव्वल चोर. नाममात्र पैसे देऊन त्यानं पार्थेनॉनच्या संगमरवरी मूर्ती काढून इंग्लंडला पाठवल्या. 'हे गर्हणीय कृत्य अक्षम्य असून त्या आपल्याला परत मिळाव्यात' अशी ग्रीस दोन शतकं मागणी करतोय. मेलीना मर्कूरी ग्रीसची सांस्कृतिक मंत्री बनल्यावर तिनं बाब धसाला लावली. त्यासाठी इंग्लंडच्या अनेक, वाऱ्या केल्या. पण 'म्यूझिअमनं हे 'मार्बल्स' पैसे भरून कायदेशीररीत्या विकत घेतलेले आहेत. त्यांच्यावर ग्रीसचा आता हक्क नाही' असं सांगून इंग्लंडनं तिच्या तोंडाला पानं पुसली. (प्रत्येक देशानं आपल्या वस्तू अशा परत नेल्या तर बिच्चारं ब्रिटिश म्यूझिअम ओस पडेल.)

''मेलीना कॅन्सरनं अकाली वारली. तिचं हे स्मारक आहे.''

दिमित्री पुढे जाऊन एका थडग्याशी थांबला. त्याच्यावर एक अतिशय सुंदर, संगमरवरी तरुणी पहुडलेली होती. कोवळं वय, सुकुमार देह, चेहेऱ्यावर निरागस नवयौवन. तिला झालेला मृत्यूचा निर्दय स्पर्श. सगळं एकाच वेळी सळसळीत जिवंत आणि थंडगार मृत दिसत होतं.

''हिला 'स्लीपिंग ब्यूटी' म्हणतात.'' तो म्हणाला, ''गेल्या शतकातली ही मुलगी अठराव्या वर्षी क्षयानं गेली. तिचा हा अजोड पुतळा त्या वेळच्या यानुलिस हालेपास या प्रसिद्ध शिल्पकारानं बनवला. तो इतका हुबेहूब वठला की स्वत: शिल्पकारच त्याच्या प्रेमात पडला. ती सुंदरी उठण्याची वाट पाहत इथं बसला असं म्हणतात.''

जन्मदात्यालाच वेड लागण्याजोगी ती कलाकृती होती खरी.

मृत्यूनंतर एकत्र राहण्यासाठी बऱ्याच नामवंत कुटुंबांनी जागा विकत घेऊन, मोठाल्या घुमट्या बांधून ठेवलेल्या होत्या. इंग्लंडच्या राणीच्या 'हाउस ऑफ विंझर'सारखी त्यांचीही हाउझेस होती. वाचताना वाटलं की, मृत्यूनंतरही घराणेशाही सुटत नाही.

''दूरदर्शीपणानं अशी जागा विकत न घेतलेले बाकीचे लोक आता भाडेकरू.'' हेलन म्हणाली.

''म्हणजे?'' मी चकित होऊन विचारलं.

''म्हणजे असं'' दिमित्री तिला पुष्टी देत म्हणाला, ''पुरताना पहिल्या सात वर्षांचं भाडं इथं आगाऊ घेतात. त्या काळात बहुधा देहाची माती होऊन फक्त सांगाडा शिल्लक राहतो. मग अस्थी घड्यात भरून जागा रिकामी करतात. ही हाडं जपून ठेवण्याचंही भाडं असतं. नातेवाईकांनी ते भरलं नाही तर ती चक्क फेकून देतात. अर्थात नामवंतांना हा नियम लागू नाही. ज्यांच्या अस्तित्वामुळे या जागेला प्रतिष्ठा मिळते ते याला अपवाद.''

''तू कधी फिनलंडच्या स्मशानात गेली आहेस का?'' हेलननं मला विचारलं.

''फिनलंडला गेले आहे पण तिथल्या स्मशानात काही पोहोचले नाही.'' मी उत्तरले.

''त्यांच्याकडे तर मोठमोठ्या बागा केलेल्या आहेत. सुट्टीच्या दिवशी तिथं सहलीला जावं

तसे लोक जातयेत असतात. मृतांच्या सहवासात दिवस घालवायचा. त्यात शोकाची भावना नसते. आनंदाची असते.''

वाटलं, माणसाच्या मनातली मरणाची भीती मारण्यासाठी आणि जगण्याची आशा पोसण्यासाठी असं करत असावेत. नाहीतर हा स्मारकं उभारण्याचा खटाटोप कशासाठी? संपूर्ण न संपण्यासाठी, मृत्यूवर थोडीतरी मात करण्यासाठीच असतो ना? आपण कुठून आलो हे जसं माणसाला जाणून घ्यावंसं वाटतं तसंच कुठे जाणार आहोत हेही जाणावंसं वाटतं. त्या ओढीनं या दोन्हींच्या मधे केलेला प्रवास म्हणजे जीवन.

ग्रीसमधे आल्यापासून इथल्या तत्त्वज्ञान्यांची माझ्यावर सावली पडलेली असावी. माझ्याही डोक्यात भारदस्त विचार डोकावायला लागले होते.

दिमित्रीच्या आईच्या घराशी पोहोचलो. भेटीदाखल मी ईस्टर-केक घेतला होता. दारातच ऐंशीची फळी ओलांडलेल्या, एका छापातल्या दोन ठेंगण्या-ठुसक्या रुपेरी म्हाताऱ्या उभ्या होत्या. केस, कवळ्या, कातडी अगदी एकसारखी. पाठीचा बाक तोच. चेहेऱ्यावरच्या सुरकुत्या त्याच. निळ्या डोळ्यांत किंचित विस्मृत भाव, गाठाळलेले हात, वर टचटचीत हिरव्या शिरा आणि अडखळत चालणं. फुंकरीसरशी उडून जातीलशा नाजूक. त्यांनी आमचं स्वागत मात्र तोंड भरून केलं.

आत पाऊल टाकताच लक्षात आलं की ही अत्यंत स्वच्छ वास्तू आहे. हेलनचं घरही स्वच्छच होतं. तसं ठेवण्यासाठी दोघे जण किती कष्ट घेत होते तेही मी सकाळीच पाहिलं होतं. पण इथली स्वच्छता आणि टापटीप निर्जंतुक म्हणावी अशी.

उत्तम पॉलिश केलेला 'पार्की फ्लोअर' म्हणजे लाकडी जमीन. त्यावर मोठ्या फुलांचे उंची गालीचे. वर अतिशय वेचक असं उत्कृष्ट लाकडी फर्निचर. तिथल्या बैठ्या टेबलांवर, काचेच्या कपाटांमधून, खिडकीपाशी चांदीच्या छोट्या वस्तू झगमगत होत्या. कुठंकुठं चांदीच्या फ्रेममधून मुलगा, सून आणि नातवंडं हसत होती. वर या सगळ्या थाटाला शोभेसं बिलोरी झुंबर. एखाद्या घरंदाज व्हिक्टोरिअन दिवाणखान्यात आल्याचा भास झाला. दिमित्रीची आई अशा ऐश्वर्यात राहत असेल असं मला चुकूनही वाटलं नव्हतं.

लगोलग आम्हांला जेवणाच्या टेबलाशी नेण्यात आलं. तिथंही आधीपासून सुंदर मांडामांड केलेली होती. जेवायची सुरुवात लसूण घालून केलेलं वांग्याचं भरीत आणि पावानं झाली. इंग्रज बटाटा हाणतो त्या हिरीरीनं ग्रीक वांगी चापतात. दर जेवणात ती हवीतच. त्यातून लसणीला त्यांचा हात फार सैल. इटालिअनांपेक्षाही हे लोक जबर लसूण खाणारे असावेत. अर्थात त्या झणझणीत चवीशी माझं भांडण नाही.

लगोलग मासा आला. आम्ही पाच जण होतो. बरोबर पाच मासे समोर आले होते. बापरे, अख्खा मला संपणार का? चांगला कोपरभर लांब आणि चार इंच रुंद, गुबगुबीत, गुलाबी मासा होता. जसा धरला होता तसा. त्याचे खवले, पर, डोकं, डोळे तो जिवंत असल्यासारखे अजून जाग्यावर. मत्स्याहारी असूनही मी किंचित दबले. पण खवले काढून, साफ करून त्याचा पहिला गरमागरम घास तोंडात घेतला आणि लक्षात आलं की पकवणारी मोठी सुगरण असली पाहिजे. मासा ताजा होताच पण त्याला मीठमसाला ठीक पडला होता. नुसता

ऑव्हनमधे भाजून काढलेला तरी चमचमीत. इतर भाज्या-चटण्यांच्याबरोबर हां हां म्हणता कधी संपला कळलं नाही.

आज पाम संडे. आज मासा खायची प्रथा. ही ईस्टरची सुरुवात. त्याची सांगता पुढच्या रविवारी लॅम म्हणजे मेंढीचं मांस खाऊन व्हायची. दिमित्री आई-मावशीशी बोलत होता. त्यांना इंग्लिश अजिबात येत नसल्यानं संभाषण ग्रीकमधून होत होतं. हेलन माझ्याशेजारी बसली होती. अधूनमधून ती मला समजावून सांगे.

''एका मित्राची हालहवाल विचारतोय तो.'' हेलन म्हणाली. ''दिमित्री या फ्लॅटमधेच लहानाचा मोठा झाला. इथल्याच शाळेत गेला.''

''असं? त्याचे वडील काय करत होते?'' मी सहज चौकशी केली.

''वडील बँकेत अधिकारी होते पण ते इथं राहत नव्हते. दिमित्री नऊ वर्षांचा असताना त्याच्या आईनं वडिलांशी घटस्फोट घेतला आणि त्याच्या धाकट्या बहिणीसह ती इथं राहायला लागली.''

मला याची अजिबात कल्पना नव्हती.

''पन्नास वर्षांपूर्वी घटस्फोट घेऊन स्वतंत्र राहणं ही सोपी गोष्ट नव्हती. समाजाची बिलकूल मान्यता नव्हती. पण आईनं एक्स-रे काढण्याचं शिक्षण घेऊन, हॉस्पिटलमधे काम करत या दोन मुलांना वाढवलं. आपल्या बहिणीलाही तिनं आधार दिला. एक तर बहिणीचं लग्न उशीरा झालं आणि नवरा लवकर वारल्यानं ती इथंच येऊन राहिली.''

''दोघींची वयं झालीत. पण घर लख्ख आहे. कुणी मदतीला येतं का?''

''नाही. या दोघी स्वत: साफसफाई करतात. जेवणखाणदेखील स्वत:च बनवतात.''

''खूप वयस्क दिसतात.'' मी म्हणाले.

''यांतली मोठी कोण आणि धाकटी कोण ते ओळख.'' ती मिस्किलपणे म्हणाली.

सगळे माझ्याकडे बघायला लागले. ही भलतीच आफत. दोघी जुळ्या असल्यासारख्या दिसणाऱ्या. त्यांतल्या त्यात मला मावशी मोठी वाटली.

''अजिबात चूक. माझी आई सहा वर्षांनी मोठी आहे.'' दिमित्री हसत म्हणाला. बाकी सगळे हसले. मी मात्र खजिल होऊन नजरेनं मावशीची क्षमा मागितली. तिनं हसत ''ठीक आहे गं!'' अशा अर्थी हात झटकला.

''तुम्ही घर फार सुंदर सजवलंय. सुंदर ठेवलंय.'' मी मनापासून म्हटल्यावर दोघीही खूष झाल्या.

''त्यांचे वडील, म्हणजे दिमित्रीचे आजोबा फर्निचरच्या धंद्यात फार नावाजलेले होते. त्यामुळे या दोघींना त्यातलं खूप कळतं.'' हेलन म्हणाली.

राजवाड्यात शोभेलशा तिथल्या फर्निचरचं रहस्य आता मला उलगडलं.

''आणि दिमित्रीलासुद्धा.'' तिनं वाक्य पुरं केलं.

''त्याला फर्निचरमधलंच काय सगळ्यातलंच खूप कळतं.'' मी हसत हसत म्हणाले. हेलननं हसत रुकार भरला.

एव्हाना टेबलावर चीज, पेस्ट्रीज आणि स्ट्रॉबेरी पुडिंग आलं होतं. त्या आग्रह करून वाढत

होत्या. आइस्क्रीम, चॉकलेट काही हवं का विचारत होत्या. पण पोट नाकारत होतं.

खूप गप्पा आणि फोटो झाले. जेवण अंगावर आलं तेव्हा त्यांचा निरोप घेऊन चारला घरी निघालो. वाटेत मी म्हणाले, ''दोघी बहिणींनी जन्मभर एकमेकींना साथ दिली. एकमेकींचा कायम सहवास. निरंतर सोबत. किती छान. तुम्हांला काळजी नाही.''

''पण दोघींचं हल्ली अजिबात पटत नाही.'' हेलनच्या वाक्यानं मी चमकले. ''आता दिमित्रीच्या बहिणीशेजारी मावशीनं आपला वेगळा फ्लॅट घेतला आहे. ती भाचीजवळ राहणं पसंत करते पण बहिणीजवळ नाही.''

''म्हणजे तुझी सासू आता एकटी.''

''त्याचीच आम्हांला काळजी वाटते. तिला बहुतेक आमच्या घरी आणावी लागणार.'' खिडकीतून दूरवर पाहत हेलन उद्गारली.

संध्याकाळी सातला जागी झाले ती जरा दचकूनच. हेलन दुपारी शिकवणीला गेलेली. दिमित्री टी०व्ही० बघत होता. मी वाचायला पुस्तक घेतलं होतं पण भरल्या पोटानं डोक्यावर कधी मात केली समजलंच नाही. गेल्या चार दिवसात प्रथमच एव्हंढं तुडुंब जेवले होते. सासूच्या मानानं तिची सूनबाई कुचकामी. हेलनची पाककला अशीतशीच असावी. मी आल्यापासून तिनं घरी जेवण म्हणावंसं काही केलं नव्हतं. तिची इच्छाही नव्हती आणि अंगात कसबही नव्हतं. एरव्ही ती खूप मदत करणारी. सुस्वभावी.

एव्हाना हेलन परतली होती. मला वाटलं, झालं, दिवस संपला. आता थोडं वाचावं किंवा दोघांशी गप्पा माराव्यात. तोवर त्यांची झोपायची वेळ होणार.

''उठलीस का?'' तिनं माझ्या खोलीशी येऊन विचारलं. ''आपण बाहेर जाऊ या.''

''आत्ता?''

''हो आत्ताच. आज पौर्णिमा आहे. आकाशही स्वच्छ आहे. सूर्यास्त होतो आहे. चल, आपण चांदण्यातलं ॲक्रोपोलिस बघायला जाऊ या.''

मला ती कल्पनाच जिंकून गेली. दिमित्रीही होकार देऊन लगेच उठला. सोमवारच्या धबडग्याचे वेध लागलेले असल्यानं रविवारी संध्याकाळी लोक साधारणतः कंटाळलेले असतात. त्यातून आजचा सगळा वेळ बाहेर गेला होता. ॲक्रोपोलिस त्यांना रोजचंच. वर्षाचे बारा महिने जागच्या जागी उभं असलेलं. त्याचं कसलं अप्रूप? आग्रेवाले ताजमहाल रोज जाऊन बघतात थोडाच? पण अत्यंत उत्साहानं दोघांनी मला बाहेर काढलं.

रस्त्यावर आता तुफान गर्दी होती. शनिवार-रविवारसाठी बाहेर गेलेले लोक अथेन्सला परतत होते. तेव्हा जवळच्या मेट्रो स्टेशनवर गाडी उभी करून आम्ही भुयारी रेल्वे पकडली.

''ही सगळी ऑलिम्पिकची कृपा.'' दिमित्री म्हणाला, ''ही रेल्वे होणार होणार हे मी लहानपणापासून, गेली चाळीस वर्षं तरी ऐकत होतो. ते स्वप्न एकदाचं फळलं. ती किती गरजेची होती ते वरच्या गर्दीवरून समजलं असेलच.''

मेट्रो नवीकोरी स्वच्छ. दिव्यांचा लखलखाट. बससारखं इथलं तिकीटही स्वतःच काटून घ्यायचं. दाराशी, गाडीमधे किंवा बाहेर पडताना कुठेही तपासनीस नाही. अशी व्यवस्था

आपल्याकडे केली तर?

नऊ मिनिटांत ॲक्रोपोलिस आलं. इथंही भरपूर गर्दी. पण पादचाऱ्यांची. मला ऑलिम्पिकच्या वेळची आठवण आली. तेव्हा मी इथूनच फिरले होते. त्या वेळी होता तेवढा गर्दीचा रेटा आता नव्हता. मधली जत्रेसारखी आकर्षणंही नव्हती. परदेशी प्रवासी नव्हते. रसिक अथेन्सवासी संध्याकाळी केवळ पाय मोकळे करायला आलेले.

सूर्यास्त होऊन दिवेलागण झाली होती. त्यांच्या झोतात उजवीकडे उंचावर ॲक्रोपोलिस, त्यावरचं पार्थेनॉन झळकत होतं. त्याला दुरून पाहत आम्ही तळच्या गोल पायरस्त्यानं निघालो. पुळ्याच्या गणपतीसारखी मधल्या डोंगराला प्रदक्षिणा घालत होतो. रात्रीचं वर जाऊ देत नाहीत. त्याला अपवाद जानेवारी आणि ऑगस्टच्या पौर्णिमा. या दोन दिवशी इथं आकाश विशेष निरभ्र मोकळं असतं. चंद्र विशेष सुंदर असतो. आपली एक कोजागिरी, यांच्या दोन.

त्या वेळी दिवे पूर्ण मालवलेले असतात. केवळ पूर्णबिंबाच्या प्रकाशात वर जायचं आणि चंद्रप्रकाशात नहात, पार्थेनॉनचे ते अपार्थिव स्तंभ चांदण्यात डुंबताना पाहायचे. तो अर्धपारदर्शी संगमरवर आपल्या ताजमहालासारखा चंद्रप्रकाश परावर्तित करतो. जणू त्यांतूनच चांदणं बाहेर झिरपतं.

आज ते निरुपम सौख्य नशिबी नव्हतं तरी गप्पा मारत चाललो होतो. इतरही लोक चालले होते. डावीकडे काही कॅफेज् होती. त्यांच्या खुर्च्या रस्त्याच्या कडेला मांडलेल्या. तिथं कुणी मजेत खातपीत बसलेले. हवा तर दृष्ट लागेलशी उत्फुल्ल.

एका वळणावर सहज मागे पाहिलं. दूरच्या एका टेकडीमागून चंद्रोदय होत होता. निळ्या मखमाली आकाशात चंद्राची बारीक रुपेरी कड डोकवायला लागली होती. एकदम तिथंच थांबलो. हळूहळू चंद्रकमल फुलत होतं. गगनाला तेजाळत वर येत होतं. मनात आनंद दाटत होता. आस्ते आस्ते वाढत, एकदीड मिनिटात पूर्ण वर येऊन चंद्र टेकडीपासून सुटा झाला. तळपायला लागला.

पौर्णिमेचा चंद्र सगळ्यांनाच सुखदायी. मीच कोण विशेष? पण माझ्यासारखीच आवड असलेले माझे समधर्मा मित्र आज बरोबर आहेत, दर तीस दिवसांनी होत असणाऱ्या या पूर्णनंदाला इतक्या उल्हासानं सामोरे जाताहेत, या शशांकशोभेत समरसताहेत याचाच विशेष हर्ष होत होता. त्यांच्या-माझ्यामधे जवळिकीचा आणखी एक रेशीमधागा तयार झाला.

चालत असताना आता उजवीकडे हेरोडिअन लागलं. ते बंद असलं तरी पायऱ्या चढून त्याच्याजवळ गेलो. थोडे थांबलो. पुन्हा पुढच्या पायऱ्यांनी खाली आलो आणि मूळचा वळसा चालू केला. बोलता बोलता दिमित्री सहज मागे वळला आणि तसाच खिळून उभा राहिला. आम्हीही थांबून त्याच्यासारखे ॲक्रोपोलिसकडे पाहायला लागलो. आणि काय आश्चर्य! पार्थेनॉनच्या पाठीमागून पुन्हा चंद्राची बारीक कड दिसतेय. आम्ही गोल चालत अर्ध्याहून अधिक वळसा पुरा करून नेमके त्या क्षणी चंद्राला सामोरे आलो होतो. पुन्हा एकदा चंद्र मोहरताना दिसतोय आणि पार्थेनॉनचे विश्वविख्यात स्तंभ त्याच्यावर उभे आखलेले दिसताहेत.

केवळ मंत्रविद्ध होऊन पाहत होतो. पुन्हा तो चंद्रम पूर्ण वर येईतो खिळून राहिलो. हेलननं एका हातानं दिमित्रीला आणि दुसऱ्यानं मला घट्ट कवटाळलं होतं. कुणी बोलत नव्हतं पण

काहीतरी वेगळं एकत्र अनुभवत होतो. पुन्हा मनात आलं की किती रसिक आहेत माझे हे ग्रीक यजमान. या साध्या, छोट्या गोष्टींमधून माझ्यासारखंच त्यांनाही अपार सौख्य मिळतंय. 'द बेस्ट थिंग्ज इन् लाइफ आर फ्री' ही उक्ती किती खरी. निसर्ग नि कधी कधी भोवतीची माणसंदेखील आयुष्यभर असे आनंदकण उधळत असतात. ते ओळखण्याची आणि टिपून घेण्याची कुवत तेवढी अंगी हवी.

''माझा जन्म अथेन्समधे गेला. आम्ही दोघं इतक्या वेळेला इथं फिरायला आलो पण आजपर्यंत पार्थेनॉनचं असं दर्शन कधीही घडलं नव्हतं.'' भारावून दिमित्री उद्गारला.

मागे कॅमेऱ्यांचे आवाज यायला लागले म्हणून वळून पाहतो तो आसपासचे तीस-चाळीस लोक ते नवल बघत होते. मीही माझा कॅमेरा चालवायला सुरुवात केली. पण अर्ध्या मैलाहून दूरवर घडत असलेलं ते अघटित, भोवतीचा गडद अंधार आणि माझं फोटो-कौशल्य यांचा गुणाकार शेवटी काय दाखवणार होता हे तो स्वप्नेन्दू जाणे नि ते पार्थेनॉन जाणे. नेत्रपटलांवर त्यांची छबी कोरून ठेवणं हेच बरीक खरं.

आणखी थोडा वेळ हिंडून, तिथलं सुप्रसिद्ध ड्रिंकिंग चॉकलेट पिऊन घरी परतलो तरी त्या चांदण्याची रुपेरी झिंग उतरली नव्हती. माझ्या खोलीला छोटा सज्जा होता. तिथं एकटीच गेले तर चांदोमामा आपले डोक्यावर येऊन ग्रीसच्या या प्राचीन भूमीला रेशमी किरणांनी कुरवाळताहेत. आपली ममता ओतताहेत. शिरशिऱ्या हवेत त्या ओजाकडे कितीतरी वेळ टक लावून बघत बसले.

बुधवारी अथेन्स सोडून दक्षिण बेटांवर जायचं होतं. तेव्हा मधले दोन दिवस म्यूझिअम्सना भेट देऊन आणि वाचून त्यांची माहिती मिळवायचं ठरवलं. ज्ञानावाचून प्रवास म्हणजे पंखांवाचून उडणं. अथेन्समधे दशकांनी म्यूझिअम्स आहेत. त्यांतली दोन पाहायचं ठरवून सिन्ताग्माला आले. दोन्ही मध्यवर्ती. एकमेकांना लागून. सोईस्कर.

प्रथम बेनाकी म्यूझिअम लागलं. खूप मोठं आणि खूप सुंदर. चार मजली प्रासाद. सरकारी आर्किऑलॉजी म्यूझिअमइतकं मोठं नसलं तरी त्याच्या तोडीचं ठरावं इतका उत्तम संग्रह तिथं होता. याचेही प्री-हिस्टॉरिक, हिस्टॉरिक, क्लासिकल, हेलेनिक, रोमन, बिझेन्तिन, ऑटोमन आणि आता मॉडर्न ग्रीक असे विभाग पाडलेले होते. सगळे विभाग भरगच्च भरलेले. त्यात संगमरवरी आणि ब्राँझचे पुतळे, स्मशानशिल्पं, बिझेन्तिन वस्तू, रत्नजडित क्रॉस, दिवे, धूपदाण्या, सोन्याचांदीचे पेले, चंबू, तांबे, तबकं. ग्रीक ऑर्थॉडॉक्स चर्च फार नटवं. त्यातल्या वेचीव वस्तू इथं हारीनं हजर होत्या. तुर्की साम्राज्यातली शस्त्रास्त्रं, पिस्तुलं, तरवारी, कट्यारी मांडलेल्या. सबंध ग्रीसचा इतिहास त्यातून तुमच्याकडे झेपावत यावा.

त्याखेरीज प्रसिद्ध चित्रकारांच्या कलाकृती मांडलेल्या. त्यांतल्या एका ग्रीक मुलीच्या चित्रानं माझं मन वेधून घेतलं. चांगलं सहा गुणिले चार फूट असं मोठं पेंटिंग आहे. मला ते अतिशय आवडलं. सतरा-अठरा वर्षांची सुंदर तरुणी. एक पाय उभा एक आडवा अशी खुरमांडी घालून, अतिशय विनम्रपणे बसलेली. लाजून नव्हे. अंगभूत नम्रतेनं. नजर जमिनीकडे लागलेली. बदामी चेहेऱ्यावर, गालांवरच्या गुलाबांवर अतोनात गोडवा. तिच्या

अंगचा विनय चित्रकारानं बरोबर पकडलेला होता.

साधारणत: रूपसुंदरी म्हणजे रूपगर्विता. आपल्या रूपाचं भडक प्रदर्शन मांडत असतात. 'मी म्हणजे कोण!' असा तोरा त्यांच्या नसानसांतून वाहत असतो आणि रोमारोमांतून उसळत असतो. कुठल्याही जाहिरातीतली किंवा फॅशन-शोमधली सुंदरी त्याचा पडताळा देईल. सौंदर्यापेक्षा त्यांचा उग्र उर्मटपणाच डोळ्यांत भरतो. टोचतो. मग त्यांच्या रूपाबद्दल कौतुक किंवा जिव्हाळा आटतो. 'ही म्हणजे मीच की' अशी आपुलकीची भावना येत नाही. तसा परकाया प्रवेश झाला तरच ते माणूस आपल्याला आपलं वाटायला लागतं. ते या मुलीमधे मला प्रकर्षानं जाणवलं. इथली एक चीज घरी न्यायची परवानगी असती तर मी हिलाच उचललं असतं.

पुढच्या एका चित्रात लॉर्ड बायरन 'मेझोलाँगी' इथल्या युद्धात गुंतलेला दाखवलेला पाहून फार नवल वाटलं. हा इंग्रज केवळ एक मोठा कवी म्हणूनच मला माहीत होता. तो इथं कसा?

ऑटोमन साम्राज्याखाली होणारी ग्रीक कलाकृतींची धूळधाण पाहून, ग्रीसवर लोभ करणाऱ्या लोकांनी युरोपमधे 'फिलहेलेनीज' नावाची संस्था एकोणिसाव्या शतकाच्या सुरुवातीला काढली. हेलास हे ग्रीसचं प्राचीन नाव. फिल म्हणजे आवड अथवा प्रेम. बायरन तिचा सभासद होता. पण केवळ दुरुन सहानुभूती न दाखवता तो तुर्की सुलतानांविरुद्ध लढण्यासाठी खुद्द ग्रीसला आला. त्यानं आपला सारा पैसा आणि कीर्ती ग्रीस-स्वातंत्र्ययुद्धाला वाहून टाकली. डासांनी भरलेल्या गवताळ प्रदेशात तो अतिशय हालात राहिला. ग्रीकांचे आपापसांतले द्वेष आणि वैरं पाहून, त्याचे इतर सहकारी भ्रमनिरास होऊन परतले तरी बायरन तिथंच राहिला, सर्वशक्ती पणाला लावून लढला आणि १८२४मधे मलेरियानं गाठल्यावर तिथंच वारला.

त्याच्या ग्रीसयात्रेपेक्षा अशा अकाली मरणाचा युरोपवर खोल परिणाम झाला. इंग्लंड, फ्रान्स आणि रशिया यांनी ग्रीकांना कुमक पाठवली. युद्धात तुर्की सुलतानाचं आरमार कामी आलं. त्या साम्राज्याची कंबरच मोडली.

एका उदार परकीयानं केलेलं हे बलिदान ग्रीस विसरलेला नाही. बायरन त्यांचा हीरो झाला आहे. कित्येक गावात 'बिरॉनॉस'च्या नावाचा रस्ता असतो. पुतळा असतो. मुलाचं नाव 'बिरॉन' ठेवतात. त्याच्या नावाची सिगरेटसुद्धा आहे. या म्युझिअममधेही त्याच्या नावाचा एक वेगळा विभाग होता. चिमुकला होता पण त्यात त्याचे छोटे पुतळे, त्याच्या नावानं काढलेली पदकं, त्याची पिस्तुलं, हातमोजे आदरानं जपून ठेवलेले आहेत. त्याची तैलचित्रंही आहेत. बायरनचा चेहेरा निरखत राहावा असा. मनस्वी. एकतर तो घरंदाज इंग्लिश कुळातला, अतिशय देखणाच माणूस. कवीसारखा सुकुमारही दिसत होता. कवीच्या भावना जशा तरल-कोमल असतात तसं त्याचं रूपही तरल-कोमल असावं असं आपल्याला वाटतं. ती अपेक्षा बायरन पुरेपूर पूर्ण करतो. जिंकूनच घेतो तो.

त्यापुढचा आणि केवळ या म्यूझिअमची खासियत असलेला विभाग म्हणजे इथल्या पोषाखांचा. ग्रीस हा शेकडो बेटांचा देश. लांबवर पसरलेला. अंतर्गत दळणवळण तितकंसं नसे. त्यामुळे एकूण संस्कृती आणि भाषा जरी ग्रीक असली तरी या बेटांमधे तिनं नाना रूपं

धारण केली. ती त्यांच्या पोषाखांमधून, दागिन्यांमधून, रितीभातींवरून दिसतात. त्यांच्या पेहेरावांचे शेकडो प्रकार इथं मांडलेले आहेत. खूप रंगीबेरंगी, घोळदार आणि नक्षीकाम केलेले. पाहताना थोडा आपल्या काश्मिरी पोषाखाचा भास व्हावा. पुरुषांचे त्यामानानं साधे. खाली पाटलोण, वर सदरा आणि डोक्याला टोपी. पण बायकांचे मात्र काही विचारू नका. तऱ्हेतऱ्हेचे आणि सुंदर. त्यांना साजेसे डोक्याला बांधायचे रुमाल, पायातले चढाव तसेच अंगभरचे दागिनेही.

एका माणसानं इतकं सगळं गोळा करून त्याचं एवढं मोठं प्रदर्शन मांडलेलं. हा आन्तोन बेनाकी मूळचा ग्रीक. पण तरुणपणी इजिप्तमधे अलेक्झांड्रियाला राहून त्यानं कुबेरमाया जमवली. शेवटी चाळीस वर्षांनी त्यानं मायदेश बघितला. अथेन्सच्या हा प्रासाद राहण्यासाठी खरीदला. आपल्या या राहत्या घराचं हळूहळू म्यूझिअम केलं आणि १९३१मधे ते देशाला अर्पण केलं.

अशा लोकांविषयी मला परम आदर वाटतो. त्यांच्या कामामागे केवळ पैसा किंवा हौस नसते. अपार कष्ट असतात. वेळ वेचलेला असतो. आज पाहिलेल्यातली एकेक वस्तू जोडणं किती कठीण! ती शोधायची, खरी-खोटी पारखायची, त्यांतल्या त्यात योग्य किंमतीला विकत घ्यायची. दुरुस्ती-देखभाल करून ती राखायची. त्यातून असं प्रदर्शन उभारणं हे फारच परिश्रमांचं काम आहे. एखादा ऐतिहासिक कालावधी उभा करताना त्यातला एखाददुसरा तुकडा पाहून त्याची कल्पना येत नाही. तशा खूपशा गोष्टी पाहिल्यावरच ती त्या काळाची पद्धत असं मानता येतं. त्या काळाचा संगतवार बोध होतो. जे एखाद्या राष्ट्राला करणंही कठीण जावं ते या एका व्यक्तीनं उभारलं होतं. इतिहासाची राखण करून, त्याची सांगड लावून देऊन देशाला वारसा निर्माण करण्याचं महान कार्य करणारी ही पुण्यश्लोक ऋषितुल्य माणसं. आयुष्यभराची अमोल कमाई अखेरीस लोकगंगेला अर्पण करणारे हे आधुनिक साधु-संतच म्हणायचे.

बेनाकीकडे बघून इतरांनाही स्फूर्ती आली आणि त्यांनी आपल्याकडच्या साठवलेल्या म्हणा, वंशपरंपरागत म्हणा अशा मौल्यवान चीजांची या म्यूझिअममधे भर घातली. त्याला परिपूर्णता आणली. मी पाच तास इथं होते तरी पाहणं अपुरं वाटलं.

बाहेर आले आणि लगतच्या 'सिक्लादीस' म्यूझिअममधे शिरले. हेही खाजगी पण बेनाकीच्या तुलनेत मामुली. फक्त सव्वादोनशे वस्तूंचा संग्रह. खास पाहायचा तो सिक्लादीस बेटांमधल्या मूर्तींसाठी. इथल्या मूर्ती पाच हजार वर्षांपूर्वीच्या. सगळ्या पांढऱ्या संगमरवराच्या. अत्यंत साध्या. मातृप्रधान संस्कृतीमुळे बहुतेक बायकांच्या किंवा आई-मुलांच्या. त्यांत कोरीव काम अजिबात नाही. पंजासारख्या पसरट चेहेऱ्यावर फक्त नाकाचा उंचवटा. दोन स्तन. हातांची पोटावर घडी. पाय जुळवलेल्या नग्न मूर्ती. बहुधा उभ्या, कधी बसलेल्या तर कधी बासरी वाजवणाऱ्या. कुठल्याही मॉडर्न आर्टच्या प्रदर्शनात सहज खपून जाव्यात अशा. फार प्राचीन शेवटी फार अधुनिक होऊन पुढे ठाकतं. त्या साधेपणातच सौंदर्याचा साक्षात्कार होतो हेही खरं. किती वेळ त्या निरखून पाहाव्याशा वाटत होतं. शुभ्र संगमरवर अगदी अलांछन नि अर्धपारदर्शी. त्यात असलेले अगदी बारीक बारीक शुभ्रतर रेणू चमकत राहतात

आणिं त्या कलाकृती सजीव वाटायला लागतात. त्यांची प्रथम गाठ नॅशनल म्यूझिअममधे पडली होती. आज पुन्हा भेट झाली. ओळख वाढली. बरंच झालं. कारण मी आता त्यांच्या मायभूमीला, पारोसला निघाले होते ना!

आज मंगळवार. सकाळीच मी युफ्रसीनीला भेटणार होते.

सामान आवरून हेलन-दिमित्रीचा निरोप घेऊन सिन्ताग्माला तिच्याकडे आले. युफ्रसीनीनं तिच्या राहत्या फ्लॅटखाली असलेला तिचा दुसरा फ्लॅटच मला देऊन टाकला. तिथं सामान टाकलं आणि तिला बाहेर जेवायला घेऊन गेले.

खूप गप्पा करत, हसतखेळत जेवण उरकलं. मी ग्रीसवरच्या काही पुस्तकांची खरेदी करणार असं समजल्यावर ती हसली. काही न बोलता तिनं मला तिच्या तळघरात नेलं. पन्नासेक फूट लांब आणि तीस फूट रुंदीचं ते तळघर आढ्यापासून जमिनीपर्यंत पुस्तकांनी भरलं होतं. लाकडी दुपाखी शेल्फ. त्याच्यावर विषयवारी लावून ठेवलेली अगणित पुस्तकं. बहुतेक सारी कापडी बांधणीतली. उत्तम स्थितीतली. कुणा एका व्यक्तीच्या मालकीची एवढी सुंदर ग्रंथसंपदा मी आजवर कधी पाहिली नव्हती. सॉलोमन राजाच्या खाणीत उतरल्यासारखी भांबावून गेले. युफ्रसीनी बड्या बापाची लाडकी लेक होती. स्वत: कलावंत होती. पण तिची अभिरुची इतकी समृद्ध असेल याची मला कल्पना नव्हती.

मी नुसती बघत उभी राहिलेली पाहून ती पुन्हा हसली आणि ''संदर्भासाठी ही तू वाचलीच पाहिजेस'' असा मला दम भरत तिनं भराभर त्यांतली उपसायला सुरुवात केली. ही पुस्तकं केवळ साठवलेली नव्हती. त्यांतली बहुतेक तिनं वाचलेलीही होती. हां हां म्हणता त्यांची एवढी थोरली रास तयार झाली. ती एका दणकट मेणकापडी पिशवीत भरून, स्वत: ओढत तिनं माझ्या सामानात आणून टाकली तेव्हा आभारासाठी माझ्याजवळ फारसे शब्द नव्हते.

''आभार कसले मानतेस?'' मला थांबवत ती म्हणाली, ''इथं इतकी पुस्तकं असताना नवी घेण्याच्या भानगडीत पडू नकोस. तुझं काम झालं की सावकाश मला परत कर.''

तिच्या औदार्यानं मी दडपून गेले.

तीच पुढे म्हणाली, ''बरं आज तुझा आणखी बेत काय?''

''तू काय करणार आहेस?'' मी उलट प्रश्न केला.

''मी या समोरच्या कथीड्रलमधे संध्याकाळच्या सर्व्हिसला जाणार आहे. रविवारपासून इथं संध्याकाळी ईस्टर सर्व्हिस सुरू झाली आहे.''

''मी तिथं आले तर चालेल का?'' मी विचारलं.

''अगदी अवश्य चल.'' युफ्रसीनी आनंदानं म्हणाली. ''आजची सर्व्हिस फार मोठी आहे पण प्रवचन फारसं नसून गाण्यांमधून प्रार्थना केल्या जातात. आमच्या या कथीड्रलमधे गाणारे सबंध ग्रीसभर गाजलेले आहेतच पण त्यांना इंग्लंड, ऑस्ट्रेलियासारख्या दूरदूरच्या देशांमधून बोलावणी येतात. तुला खूप आवडेल बघ. ऐकत असताना मन कसं शांत होतं.''

ही माझी मैत्रीण फार धार्मिक आहे. जीवनात तिला खूप टक्के-टोणपे खायला लागले आहेत. श्रीमंत असूनही दु:खाशी जन्मभर दोस्ती. दोनदा लग्नं झाली. मोडली. मुलं इथंतिथं

विखुरली. आई खूप म्हातारी. तिची जबाबदारी. या अडचणींमधून स्वत:कडे पाहिजे तितकं लक्ष देता आलं नाही याची तिला खंत आहे. कलावंत असूनही तिच्या प्रा‌ितभेला पुरेसा वाव मिळाला नाही. कदाचित त्यामुळे तिचा कल धर्माकडे वळला असेल.

साडेसातला आम्ही कथीड्रलमधे पोहोचलो. दारातून आत शिरता शिरता त्या वास्तूचा एक खोल छाप माझ्या मनावर उमटला. सव्वाशे फूट लांब आणि साठ फूट रुंद. वर पाऊणशे फुटांवर भला थोरला घुमट. खाली मधे वाट सोडून दुतर्फा मांडलेल्या आणि आता बहुतेक भरलेल्या खुर्च्या. समोर सोन्याची भिंत बांधलेली असावी किंवा नाटकाचा पडदा टाकलेला असावा तसा सोनेरी आडोसा. त्याच्या मधोमध दरवाजा. एरव्ही चर्चमधे असा आडपडदा नसतो. क्रॉस वगैरे जे काही पूजास्थान असेल ते समोर मांडून ठेवलेलं असतं. इथं फक्त ती सोन्यानं मढवलेली भिंतच दिसत होती. धर्मगुरू सोडून सर्वांना पलीकडे जायची बंदी. थोडं आपल्या देवळांमधल्या गाभाऱ्यासारखं. पुजारी सोडून कुणाला आत शिरकाव नाही. भिंतीवरचं चंदेरी-सोनेरी कोरीव काम अगदी नजरेत भरणारं. आजूबाजूला बाल येशू मांडीवर घेतलेल्या मेरीचे आणि संतांचे पुतळे चमकत होते.

चढत्या उन्हाळ्याचे दिवस असल्यानं बाहेर अजून ऊन होतं. इथं मात्र सावळा काळोख पसरलेला. घुमटाच्या शेजारी चार-चार तावदानांचे झरोके. त्यांना लावलेल्या रंगीत काचांमधून बाहेरचा सूर्यप्रकाश गाळून आत येत होता. तो खालच्या अंधारावर नवरंगी आवरण घालत होता. छताच्या बाजूनं थोडे वीजदिवे. पण खाली केवळ भक्तांनी लावलेल्या मेणबत्त्यांचा प्रकाश. त्यामुळे आपण मोठ्या गर्भागारात शिरलो आहोत, तिथल्या तेवत्या प्रकाशात न्हातो आहोतसं वाटत होतं. त्या स्वयंभू गांभीर्याचा कुणी भंग करू धजत नव्हतं. इतकी माणसं आत होती, पण पूर्ण शांतता. त्यांच्या पावलांची वा श्वासांची पुसटशी चाहूल काय ती. सगळ्यांच्या चेहेऱ्यांवर धार्मिकता ओघळत असलेली.

आम्ही दोघी जणी मिळाल्या जागांवर चटकन बसलो. रांगेतल्या प्रत्येकाच्या हाती छोटं बायबल होतं. आज वाचल्या जाणाऱ्या पानावर बोटखूण घातलेलं. पाचेक मिनिटांत समोरचं दार उघडलं. त्याबरोबर त्या दारावरचा सोनेरी क्रॉस बारीक लाल दिव्यांच्या मुकुटानं उजळला. मुकुटधारी क्रॉसच्या तारा-दोऱ्या दिसत नसल्यानं मागच्या आकाशाच्या आणि ताऱ्यांच्या पार्श्वभूमीवर तो अधांतरी तरंगत होता. भाविक मनावर त्याचा केवढा परिणाम होत असणार. जणू स्वत: क्रिस्त या ठिकाणी अवतरला होता. क्रॉसला वंदन करत काळ्या पोषाखातले, लांब दाढ्यांचे एकेक महंत दारातून बाहेर येत होते. पुढे स्थानापन्न होत होते. आजचे गाणारेही दोन बाजूंच्या उच्चासनांवर येऊन बसले.

एव्हांना कथीड्रल भाविकांनी गच्च भरलं होतं. त्यांत वयस्कर बायकांचं प्रमाण खूप. क्वचित तरुण वा लहान मुलं. बहुतेकांनी काळे कपडे घातलेले. मीच एकटी जांभळ्या पंजाबी पोषाखात. एकमेव भारतीय. शेवटी दारातून बिशप येताक्षणी सर्व जण उभे राहिले. भोवती धूपाचा धूर आणि धुंद वास कोंदला. प्रथम काही मंत्र उच्चारून बिशप त्या दारापासून आमच्याकडे यायला निघाले. मेणबत्ती वर लावलेला दुसरा उंच क्रॉस हाती घेऊन चालणारा काळ्या पायघोळ झग्यातला मुलगा पुढे. मागे एकटे बिशप. त्यांच्या हातात लांब साखळी

असलेला दिवा. त्याला झुलवत झुलवत ते चाललेले. दर झोक्याला साखळीचे बारीक घुंगरू किणकिणत होते. अतिशय मृदू-मंजुळ आवाज त्यांचा. बिशप लगतच होते पण दूर कुठून तरी एखादी नर्तकी, छुमकती पावलं टाकत येत आहेसं वाटावं.

ते शेजारून जायला लागले की त्या त्या रांगेतली माणसं डोळे मिटत होती. स्वत:वर तीन वेळा क्रॉसची खूण करून बोटांचं चुंबन घेत होती. आरती झाल्यावर आपण निरांजनांवरून हात फिरवून चेहेऱ्या-कपाळाला लावतो तोच भाव त्यांच्या तोंडावरून निथळत होता. त्या क्षणी तिथल्या अदृश्य येशूशी ते एकरूप होत होते.

कुणी कुणी मेणबत्त्या पेटवून हातात धरल्या होत्या. माझ्या डाव्या हाताला एका सुंदर तरुणीनं छोट्या पणतीत मेणबत्ती खोवली होती. वाऱ्यानं फडफडू नये म्हणून केलेल्या पंजाच्या आडोशामुळे ती दीपशिखा तिचा चेहेरा उजळत होती. फटीतून निसटणाऱ्या किरणांनी निमुळती बोटं लालसर दिसत होती. पाहताना हळदणकरांच्या 'निरंजनी'ची किती आठवण झाली.

सबंध कथीड्रलची फेरी झाल्यावर पुन्हा मध्यभागी येऊन बिशपनी दहाएक मिनिटं प्रवचन केलं. ते अर्थातच ग्रीकमधे होतं. मला काही समजत नव्हतं. समजण्याची अपेक्षाही नव्हती. पण ते गंभीर वातावरण, त्यांचा तो धीरगंभीर आवाज फार परिणामकारी होता. 'पुरे झालं आता, कधी संपतंय' असं एकदाही मनात आलं नाही. आपल्याला भाषा येत नसली की तिच्या नादाकडेच आपलं लक्ष्य वेधतं नाही का? त्यांच्या बोलण्यात मला अनेकदा 'मोक्ष' 'मोक्ष' असं उगीचच ऐकू येत होतं. ते मोक्ष अगदी नक्की म्हणत नव्हते पण मला त्याचा भास मात्र होत होता.

प्रवचनानंतर मुख्य कार्यक्रमाला म्हणजे गाण्याला सुरुवात झाली. गाणारे पट्टीचे होते हे त्यांनी 'सा' लावताच समजलं. अत्यंत धीमी सुरुवात. सूर एकीकडून मृदू, खोलवर भिनणारे आणि एकीकडून गायकांची तयारी पटवणारे. आपले पंडित अजय पोहनकर किंवा जसराजजी रात्रीची बैठक सुरू करताहेतसं वाटलं. आवाज नवशिका, पातळ नव्हे. भरीव, भरदार. खर्जातला. तयार. साथसंगत नसलेलं हे आपलं शास्त्रोक्त संगीतच नव्हे का? मघाशी जसा भाषणात मोक्ष ऐकू येत होता तसा यांच्या गाण्यात मला सारखा ॐकारच ऐकू यायला लागला. दर सुरावटीचा शेवट ॐमधे. वाटलं की हे आहे काय? आमच्याच आध्यात्मिक गोष्टी मला इथं कशा सापडताहेत?

त्यांच्या उच्चार पद्धतीतही मला साम्य आढळत होतं. शेवटी तिय्या घेऊन तेही एकेक पाठ पुरा करत. हे किती आपल्यासारखं. तेव्हा वाटलं, आपण ग्रीकांच्यात आहोत, ते आपल्यात आहेत. परके नव्हेत. नादब्रह्माला सरहद्दी कुठल्या?

गाण्याला वाद्यांची साथ नव्हती. फक्त सतत सूर धरणारं काही वाजत होतं. बारकाईनं ऐकल्यावर लक्षात आलं की हेही वाद्य नसून एक माणूस केवळ तोच एक सूर धरून अखंड गात आहे. त्याचीच तेवढी साथ. मधे श्वास ओढण्याचासुद्धा आबाज नाही. अजब गायक. मला तर ते यंत्रच वाटलं होतं.

प्रमुख गायकही अ, आ, इ, ईऽ, उऽ, ऊऽ आणि ॐ याखेरीज काही शब्द म्हणत नव्हते.

नुसती सप्त सुरावट चाललेली. क्वचित एखादा शब्द येऊन गेला तर तो मला कळत नसे. पण सूर-समाधी लागली होती. गात्या तानसेनांची आणि आम्हां कानसेनांची. मी डोळे मिटलेले. बाह्य-संवेदना आपोआप निमाल्या होत्या. माझ्या साऱ्या ज्ञप्ती कानात एकवटल्या होत्या. एकाग्र झाले होते. त्या सुरांवर हळूहळू तरंगत वर वर चालले होते. शांत सागराच्या एका निवान्त कोपऱ्यात पाण्याच्या पृष्ठभागावर अंग सैलावून पडले आहे. बारीकशा चुबुक चुबुक लाटांनी वरखाली होते आहे. तेवढीच हालचाल, तेवढंच माझं अस्तित्व मला जाणवत होतं. मन पूर्ण निर्विकार, निराकार झालं होतं.

गाणं थांबलं की मधूनमधून प्रवचन चाले. मधूनच लोक उभे राहून बिशपच्या मागोमाग काही म्हणत. काही मनाला येईल तेव्हा उठून मुकाट उभे राहत, पुन्हा खाली बसत. एक जण तर सबंध सर्व्हिसभर जाग्यावर निश्चळ उभा होता. ते कां उभे राहत होते किंवा कां बसत होते ते कळत नव्हतं. भक्तीच्या अभिव्यक्तीची ती एक तऱ्हा असावी. गाणं चालू असलं की माझं मन निर्विचार व्हायचं. गाण्याच्या सुरांवर खालवर व्हायचं. प्रवचनाच्या वेळी पुन्हा नाना विचार मनात घुसत.

दोन हजार पाच वर्षांपूर्वी हा येशू नावाचा कुणी पुरुष होऊन गेला. जन्मानं ज्यू . उंचीनं थिटा. भुवया मधोमध जुळलेला, गरुडनाक्या. शिक्षण किती झालं ते नक्की ठाऊक नाही. मधल्या दहाबारा वर्षांचा हिशोब लागत नाही. एकही पुस्तक लिहिलेलं नाही आणि केवळ ३३व्या वर्षी मरण. त्याची शिकवणही 'दुसऱ्याला दुखवू नका,' 'पापाचे धनी होऊ नका,' 'शेजाऱ्यावर प्रेम करा' अशी बाळबोध. फार मोठी तपश्चर्या करून, ज्ञान संपादून तो काही गहन उकलून लोकांना सांगत होता असंही नाही. मरण हाच त्याच्या जीवनाचा उच्चबिंदू. क्रॉसवर मृत्यू आल्यावर त्याला देवपण आलं, त्याच्यापाठी तीनचारशे वर्षांनी त्याच्या धर्मानं बाळसं घेतलं वगैरे साऱ्यांना माहीत असलेल्या गोष्टी. पण खुद्द येशूला जिवंतपणी कल्पना तरी असेल का की आपल्या मरणानंतर आपल्या पूजास्थानी, जगभरचे कोट्यावधी लोक दोन हजार वर्षं आपल्या नावाचंसं कीर्तन करत राहतील. त्यामधे स्वत:ची मन:शांती शोधतील?

गाणं सुरू झालं. पुन्हा मन तिकडे वेधलं. पुन्हा विचार हटले. सगळा वेळ हाच खेळ.

सोनेरी भिंतीमधल्या दरवाज्यापलीकडे पूजेचा मुख्य गाभारा होता. मधेच एकदा बाहेर सर्व शांत झालं आणि गाभाऱ्यातून मुलासारखा कोवळा, किनरा आवाज यायला लागला. बोल यायला लागले. तो मुलगा आर्तपणे, काही तातडीची, धोक्याची सूचना द्यावी असं वाक्य आतून बोले. मग बाहेरचे गायक तेच वाक्य मृदू करत, गाण्यातून जणू समजावून देत. अर्थ म्हटला तर मला कशाचाच लागत नव्हता. पण माझं ध्यान म्हटलं तर सर्वस्वी तिथंच गुंतलं होतं.

हळूहळू बाहेरची लय वाढत होती. गाण्याला शब्द फुटत होते. 'दत्ता दिगंबरा या हो, सावळ्या मला भेट द्या हो' अशी आर्त आळवणीच सुरू झाल्यागत झालं. गाणारे तद्रूप होऊन हातवारे करत, अशा व्याकुळतेनं आळवत होते की आणखी चार दिवसांनी होणारं येशूचं पुनरुत्थान आत्ताच व्हावं आणि त्यानं येऊन यांना कवळावंसं वाटलं.

आता अखेरचा 'क्रेसेंडो' म्हणजे द्रुत लय सुरू झाली. एकाहून एकाचे आवाज वर चढत

होते. आभाळाला भिडत होते. त्यांना ताना म्हणता येणार नाहीत पण चढउतार तसेच होते. तिथं गाणाऱ्यांच्यात स्पर्धा नव्हती, सहकार्य होतं. शेवटच्या एका क्षणी अतिशय उंच जाऊन सारे मूक स्तब्ध झाले. पडती टाचणी ऐकू येईलशी शांतता पसरली. सगळे बसल्या जागी अचल होते. भानावर यायला सगळ्यांना दोन-पाच क्षण लागले असतील.

बिशपनी पुन्हा एकदा पहिल्यासारखीच फेरी मारली आणि ते मधल्या दरवाज्यातून आत गेले. दार बंद झालं. क्रॉसवरचा लाल मुकुट विझला. सर्व्हिस संपली.

अडीच तास कसे गेले हे खरोखरी कळलं नव्हतं. कुठलासा मनाला न्हाऊ घालणारा अनुभव मी घेतला होता. तो कसला ते मला माहीत नाही. धार्मिक तर नक्कीच नाही. माझा कुठल्याच धर्मावर विश्वास नाही. खरंच येशू आता येणार आहे, तो जगाचा तारणहार आहे असं काहीही वाटत नव्हतं. कधीच पटलं नाही. तरीही दोनअडीच तास बाकीच्या जगापासून सुटून माझ्यापुरत्या शांतीच्या एका कुहरात मी हरवले होते हेही तितकंच खरं.

घरी येऊन आम्ही दोघी जणी जेवायला बसलो. फारशी भूक नव्हती. गप्पाच अधिक चालल्या होत्या. मी मला न समजलेल्या भागांविषयी विचारत होते.

''तो मुलगा आतून सूचना दिल्यासारखा काय म्हणत होता? आणि बाहेरचे पुन्हा तेच कां गात होते?'' मी विचारलं.

''तसं गाणं ही या कथीड्रलची खासियत आहे. तीही वर्षातून फक्त एकदा. मला ते खूप आवडतं म्हणून ही सर्व्हिस मी कधीही चुकवत नाही.'' ती म्हणाली.

''अर्थ न कळता, कुठल्याही साथीशिवाय इतका वेळ खिळवून ठेवणारं गाणं ऐकण्याची माझी ही पहिलीच खेप.'' मी म्हणाले, ''मला कुठे तरी उंचावर गेल्यासारखं, कसं लाटांवर तरंगल्यासारखं, शांत वाटत होतं.''

युफ्रसीनीनं चमकून माझ्याकडे पाहिलं.

''तू काय म्हणालीस?'' तिनं मला विचारलं.

''काही नाही. मी समुद्राच्या लाटांवर पडलेली आहे आणि कुणीतरी मला आंदोळतंय असं वाटलं.'' मी म्हणाले.

जेवता जेवता हातातला सुरीकाटा खाली टाकून युफ्रसीनी पटकन उठली. ती काय करते आहे ते मला कळेना. तिनं आपलं प्रार्थनेचं बायबल आणलं आणि आजचा भाग उघडून माझ्यापुढे ठेवलं.

''तुला ग्रीक येतं का?''

''चकार शब्दही नाही.''

''मग मीच तुला सांगते.'' बायबल हातात घेऊन त्या ओळींवर बोट फिरवत ती म्हणाली, ''या आज म्हटल्या गेलेल्या प्रार्थना. तू जे काय आता म्हणालीस ना बरोबर तेच या इथं लिहिलेलं आहे. कॅसिनी नावाची एक वेश्या होती. आपल्या हातून फार पाप घडलंय असं तिला वाटत होतं. ती येशूला आळवून इथं म्हणते की अरे, समुद्राच्या लाटांचं पाणी ढगांच्या रूपानं तू वर ओढून घेत असतोस. माझ्या डोळ्यांतून या आसवांच्या नद्या वाहताहेत. मी

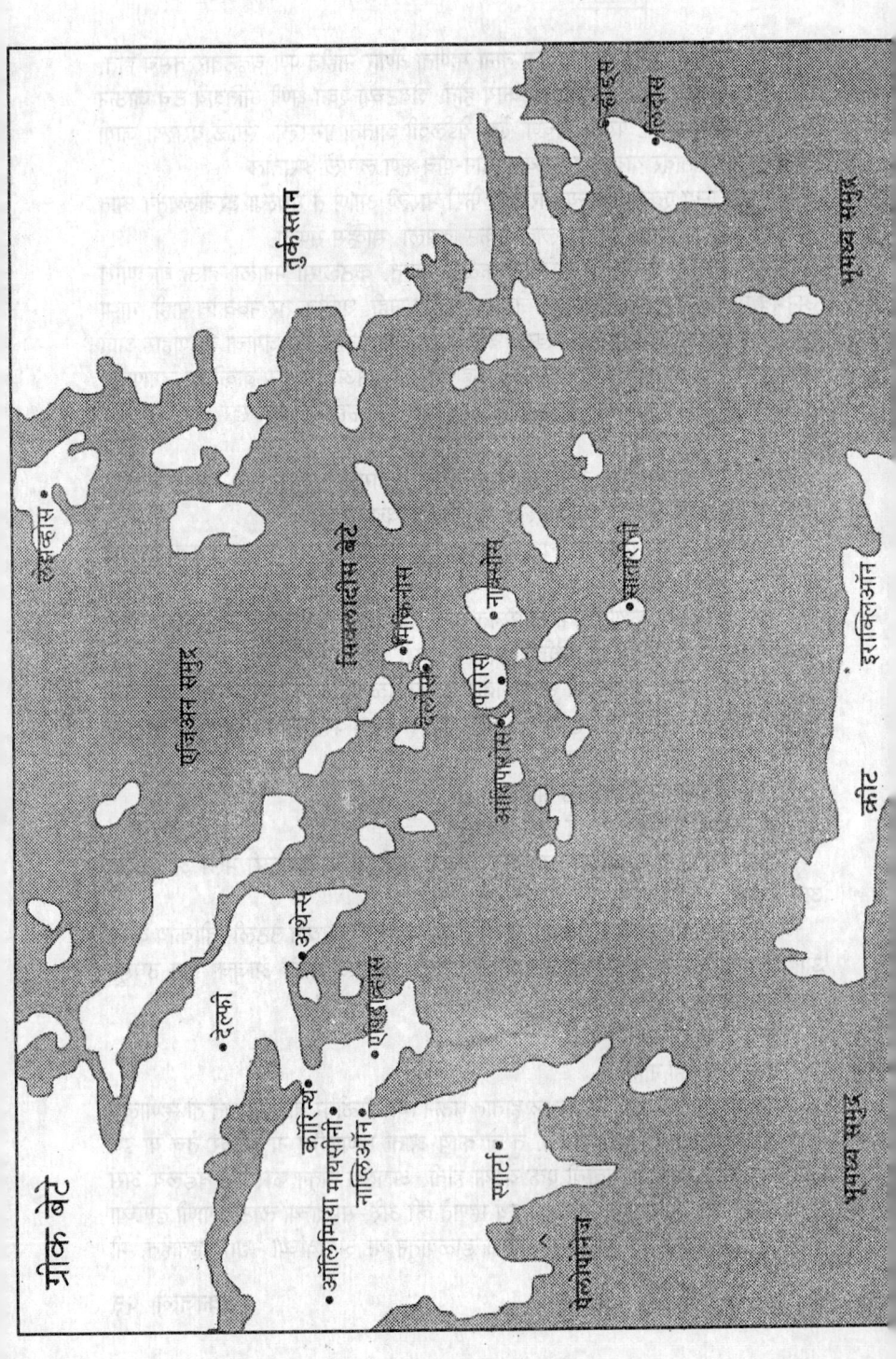

एजिअन समुद्र
देल्फी
कॉरिन्थ
अथेन्स
ऑलिम्पिया
सिक्लादीस बेटे
देलोस
पारोस
नाक्सोस
स्पार्टा
पेलोपोनेज

तुझ्याकडे यायचा ध्यास घेतला आहे. या आंदोळत्या लाटांवरून तू मला केव्हा वर घेशील?''

युफ्रसीनी माझ्याकडे बघत राहिली आणि मी तिच्याकडे.

'मीना,' अखेरीस ती मला म्हणाली, ''तू मला हे सांगितलंस त्यानं माझं अंग कसं मोहरून आलंय बघ. जे शब्दांनी आम्हांला समजलं ते तुला भावनेनं कसं उमजलं?''

हातातलं बायबल तिनं टेबलावर ठेवलं आणि येऊन मला घट्ट मिठी मारली.

Φ

दुसऱ्या दिवशी पहाटे पाचलाच उठलो. पारोसला जायची बोट सकाळी सातची. अतिशय सुंदर. वेगवान. पण पोटातलं पाणी हलू नये इतकी स्थिर. एक तर हा समुद्र शांत. मोठ्या लाटा नाहीत. चौफेर निळी मखमल पसरल्यासारखा. मधून आलीच तर चिमुकली लाट. बोट चालली आहे हे समजत नव्हतं. वरच्या वर्गात असल्यानं पूर्ण शांतता होती. युफ्रसीनीला डुलकी लागल्यावर मी खिडकी बाहेरच्या कठड्याशी गेले. इथं बोटीचं शांतपण आणखीच जाणवलं. पाण्यातून काठी ओढावी तशी पाणी कापत चाललेली. भोवताली पाणी उडवणं बिलकूल नाही. कडेच्या पाण-चरावर मोत्यांचा बारीकसा चुराही फुटत नव्हता.

फिरत फिरत मी मागलं टोक गाठलं. तिथं मात्र बोटीतून निघणारे दोन पांढरेशुभ्र समान्तर पट्टे क्षितिजापर्यंत पोहोचलेले. या बोटीला जेट इंजिनं असल्यानं जेट विमानासारखेच हिच्यातून ते निघाले होते. त्यांच्यामुळे तिला वेग होता. घुसळलेल्या पाण्यातून लाखो तुषार उडत होते. स्वच्छ उन्हामुळे त्यांची जोड इंद्रधनुष्यं पडली होती. ती पाठलाग करत आमच्यामागे धावत होती. फार खूष झाले बघताना. चारी बाजूंनी आता बेटांनी फेर धरला. ही सिक्लादीस बेटं. सिक्लादीस म्हणजे वर्तुळ. पारोस त्यांच्या मधोमध. तेव्हा बाकीची बेटं त्याला 'खुर्ची का मिर्ची' म्हणत घेरत होती.

साडेदहाला पारोस आलं. बोट बंदराला लागली. खाली उतरले आणि त्या क्षणी या बेटाच्या प्रेमात पडले. सकाळच्या उन्हात किती सुंदर दिसत होतं ते. थोडा वाळूचा किनारा. पलीकडे धप्प पांढऱ्या बैठ्या इमारती. वर निळं आकाश आणि स्वागताला एक भलीमोठी पांढरीशुभ्र पवनचक्की. तिच्या एका बाजूला पांढऱ्या कापडाचं चार पाखी चक्र. डोक्यावर गवती केसांचं छप्पर. साडेचार-पाच हजार वर्षं इथं या बेटावर वस्ती आहे. अथेन्सपेक्षा जुनी सिक्लादीस संस्कृती इथं फळफळली. पारोस नेमकं कसं असेल याची काहीच कल्पना मनात नव्हती. पण ते अगदी ताजं, टवटवीत निघालं.

पारोसच्या या मुख्य बंदराचं नाव पारोकिया. हीच या दोनशे चौरस मैल बेटाची छोटेखानी राजधानी. फक्त या राजधानीमधे मोटारी जाऊ शकत नाहीत कारण गावात तितके रुंद रस्तेच नाहीत. रुंदी बाराचौदा फूट असेल नसेल. दोन माणसं हात पसरून लगत उभी राहिली तर 'ट्रॅफिक जॅम' होईल. चालत निघालो. बरोबर युफ्रसीनीची सांतीपी नावाची मैत्रीण होती. तीच आम्हांला उतरवून घ्यायला आली होती. मजेत जात होतो. दुतर्फा मोठाली उंच घरं. बहुतेक

सगळी दोनशे वर्षांहून जुनी. मधे वळणावळणांचा दगडी रस्ता. चौकोनी, त्रिकोनी, लांबटगोल अशा नाना आकाराच्या काळ्या फरशांनी बनलेला. पण प्रत्येक फरशीची कड दोन इंच रुंदीच्या पांढऱ्या पट्ट्यानं रेखलेली. एखाद्या काळ्यापांढऱ्या सापाची अजस्र कात पसरलेली असावी तशी. अगदी वेगळा आणि सुंदर रस्ता. शेजारच्या पांढऱ्याशुभ्र घरांना त्याच्यामुळे भलताच उठाव आलेला.

या चिमुकल्या रस्त्यालाही अनेक उपरस्ते फुटलेले. ते तर आणखीच अरुंद. आणखी वळणदार. त्याला लगटून उभी असलेली पांढरी स्वच्छ घरं. त्यांच्या खिडक्या निळ्या, हिरव्या किंवा किरमिजी. त्याच रंगाची दारं. वर सपाट पांढरं धाबं. सगळे चौकोनी डबेच पण त्यांच्या सारखेपणामुळे आगळी शोभा देणारे. त्यांच्यावर चढलेल्या बोगनवेलींची हिरवीगार पानं आणि नानारंगी फुलं. निळ्या आकाशापुढे नि शुभ्र घरांमुळे डोळ्यांना अत्यंत सुखवणारे, 'व्हाइट मॅजिक' करत गुंगवणारे ते सर्परूप रस्ते. आजवर असं चिमणं, दृष्ट लागेलसं सुंदर गाव पाहिलं नव्हतं. त्याचं सौंदर्य पाहून डोळे शिणावेत. वास्तावातून अलगद स्वप्नात नेणारी ग्रीक बेटांसारखी दुसरी जागा नसेल.

मुख्य रत्याला लागून बरीच दुकानं होती. त्यांतलं एक 'बॉलिवुड' नावाखाली हनुमान, शंकरपार्वती, बुद्ध, सीताराम अशी मुळगावकरी गुळगुळीत चित्रं विकत होतं. शिवाय कोल्हापुरी चपला, मण्यांच्या माळा, चांदीचे दागिने, कपडे वगैरे भारतीय वस्तू होत्याच. एका लखनवी कुडत्याची पंचाणव युरो (५०००रु०) किंमत वाचून घाम फुटला.

मोठा रस्ता दुभागणाऱ्या बेळक्यात, झाडांच्या सावलीत एक रेस्टॉरन्ट होतं. तिथं जाऊन बसलो. आमची युफ्रसीनी म्हणजे इथली राणीच म्हणावी. तिला ओळखत नाही असं माणूस नव्हतं. ती मदतीला किती तत्पर असते त्याचा अनुभव तर मी सारखा घेतच होते. चित्रकार असल्यानं ती इथल्या चित्रशाळेत शिकवते. एका अमेरिकन माणसानं ती शाळा गेली वीस वर्षं चालवली आहे. जगभरचे कलाकार इथं येतात. त्यांच्या राहण्याजेवण्याची छान व्यवस्था आहे. चित्रकलेचं शिक्षणही मिळतं. भोवती एवढा ढंगदार निसर्ग पसरलेला आहे की तुम्ही कुठंही जा आणि कुठल्याही पाना-फुलाला अमर करा. कागदावर उतरण्यासाठी ती जणू हाका मारत असतात.

एकेक जण येत होते. युफ्रसीनीला कवटाळून, गालाच्या पाप्या घेऊन तिचं कुशल विचारत होते. माझी ओळख होत होती. चित्रशाळेचा मालक जॉन तेवढ्यात आला. त्याच्या मुलाला काल चेहेऱ्याचा पक्षाघात झाल्यानं तो फार चिंतेत होता. मी डॉक्टर आहे हे कळल्यावर तो माझ्याशी खूपच बोलायला लागला. माझं गंजकं वैद्यकीय ज्ञान पाजळून मी उत्तरं देत होते. सुदैवानं ते माझ्याकडून औषधोपचार करून घेत नव्हते. ते खातं निष्णात डॉक्टरांकडे होतं. माझं काम फक्त धीर देण्याचं. त्यांना थोडासा दिलासा दिला, एवढंच.

युफ्रसीनीचं छोटं घर पारोकियाहून दहा किलोमीटर्सवरच्या अलीकी या गावी, एका टेकडीवर आहे. तिकडे जायला निघालो. हा मोसम इथला सर्वांत सुंदर असावा. रस्त्याच्या दोन्ही बाजूंना पिवळ्या फुलांचे पडदे लागलेले. त्या पलीकडल्या हिरव्या गालिच्यांवर जांभळ्या आयरिसची आणि पांढऱ्या लिलींची फुलं झुबक्यांनी झुलताहेत. त्यांत मधूनच

लालचुट्ट पॉपी शिवरलेल्या. भूमीतून अंकुरलेल्या नव्या सृजनाचा सुवास तर सर्वत्रच भरलेला. टेकडीवर दहापाच पांढरी घरं. त्यातलं एक युफ्रसीनीचं. तिथं पोहोचलो.

इथून उंचावरून बेटाचा विस्तार चांगला दिसत होता. आमच्या टेकडीचा उतार संपला की तळाला वेढणारं निळं निळं पाणी लांबवर पसरलेलं. त्यातच लगतच्या आंतिपारोस टेकड्या पोहताहेत. पुढेही इतर टेकड्यांचा घेराव चालू. त्यातल्या जवळच्या स्पष्ट दिसताहेत तर दूरच्या निळसर धूसर. लाटांविना संथ पाणी तलावासारखं चमकत होतं. पोहायला आवाहन करत होतं. सामान आत टाकून खाली समुद्राकडे निघालो. उंच वाढलेल्या गवताचं कुरण पायवाटेनं पार करत होतो. बाजूच्या गडग्यांवर लहानमोठे सरडे पळताना दिसत होते. सगळीकडे अँजेलिकाचा सुगंध भरलेला. अथेन्ससारखा सबंध देशच सुगंधी उटीनं माखलेला आहे.

पारोस बेटाच्या संपूर्ण किनाऱ्याला छोट्या छोट्या चौपाट्यांचे पंखे लाभलेले आहेत त्यांतला एक आम्ही बळकावला. पुळणीवर आधी फक्त दोघे जण होते. त्यात आम्हां तिघींची भर पडली. ऊन भरपूर. उथळ पाणी कंकणलहरींतून हाकारत होतं. त्याच्याशी खेळावंसं वाटून आत गेले. पण उन्हाळ्याची नुकती कुठे सुरुवात झालेली. हवेत गारवा भरपूर. पाणी तर भयानक थंड. मी कुडकुडत बाहेर आले. मला समुद्रस्नानासाठी कोमट पाणी आवडतं. किंचितही थंडी न वाजता, नुसत्या सुखद सागरलहरी अनुभवणं वेगळं आणि आखडलेले हातपाय कसेतरी मारत हुडहुडणं वेगळं. तसं कधी पोहावंसंच वाटत नाही. त्या दोघी जणी मात्र बऱ्याच टिकल्या. मी आपली त्यांचे कपडे सांभाळत, फोटो काढत रेतीवर बैठक मारली.

स्नानांनंतर मित्रमंडळींसमावेत चारीठाव भोजन. इथं आयुष्याची एकदम ठाय लय. कशाची घाई नाही. तेव्हा जेवणानंतर दुपारी ताणून दिली आणि संध्याकाळ घराच्या धाब्यावर आरामखुर्च्यांत बसून गप्पा मारण्यामधे घालवली. तीनशे साठ अंशांचा देखावा दिसत होता. बाहेर कुठे जायची गरजच नव्हती. चारी बाजूंनी समुद्र आणि डोंगरांचं कडं. साडेआठनंतर सूर्यानं पश्चिमेला समुद्रात डुबी मारली. पण आमच्या गप्पा आटोपायला मध्यरात्र उलटली.

सकाळी उठले ती उल्हसित होऊन. अंघोळीआधीच निर्मळ, शुचिर्भूत वाटत होतं. निरशी हवा आणि सुंदर निसर्ग. पांढरास्वच्छ, हिरवागार नि निळाभोर अशा शुद्ध रंगात चितारलेला. अंबरासारखा समुद्र. समुद्रासारखे डोंगर आणि डोंगरांना खुणावणारं अंबर. निळ्या रंगांच्या तीन दाट रेघा एकावर एक ओढलेल्या. अँजेलिकांच्या सुगंधानं भारावलेलं हे दृश्य किती मनोहारी.

घरी सगळ्या वस्तू नि सोयी असूनही न्याहारीसाठी बाहेर पडलो. इथली संस्कृती आता पाश्चात्य होऊ पाहते आहे. घरचं स्वयंपाकघर शोभेचं ठरायला लागलं आहे. तिथं वावरही कमी मग राबणं तर सोडाच. शिवाय पारोसमधे फिरणं हाच पारोसचा अनुभव. दुसरं काही खास करायला हवं असं नाही. दर क्षण तुम्हांला आनंदाचा, शांतीचा, समृद्धीचा आणि तृप्तीचा अनुभव देत राहतो.

गाडीनं पुन्हा बंदरावर गेलो. तिथल्या कॉफी हाउसच्या गच्चीवर बसलो आणि घर सोडून

इथं न्याहारीला येण्यातलं शहाणपण कळलं. घरी टेकडीच्या पायाशी समुद्र, इथं समुद्राच्या पायाशी आम्ही. समुद्राचं तेच चित्र केवढं तरी मोठं झालेलं. लहान मुलानं काढावं तसं गडद-भडक. समोर निळाशार समुद्र. त्याच्यामागे एक हिरवा डोंगर. त्याच्यावर दही सांडत गेल्यासारखे घरांचे पांढरेशुभ्र पुंजके. निळ्या समुद्रात पांढऱ्या शिडाच्या छोट्या बोटींच्या गर्दीमधून मोठ्या निळ्या-लाल बोटींची सतत जा-ये. दर पंधरा मिनिटांनी मोठ्या बोटी येत होत्या, बस थांबावी तशा पाचच मिनिटं थांबून पुन्हा परतत होत्या. रेल्वेचे रूळ दूरवर गेलेले असावेत तशा समुद्राच्या पृष्ठभागावर त्यांच्या मागच्या दोन ठळक रेषा सतत उमटलेल्या.

इतकी गजबज पण सगळं कसं शांत. कुठे गडबड, आरडाओरड, कोलाहल काही नाही. मूकपट पाहत बसल्यासारखा हा सागरपट पुढ्यात मांडलेला. मग आपली इच्छा असो वा नसो मन आपोआप स्थिर व्हायला लागतं. 'हे करायचं आहे, ते व्हायचं आहे' असली नितांत तगमग संपून ते खाली बसायला लागतं. पारोसला कालच तर आले होते पण इथं जन्मल्यासारखं चिरपरिचित वाटत होतं. जन्मले नसले तरी इथं मरायला नक्की आवडेल मला.

एका गोष्टीचं मात्र मनातून नवल वाटत होतं. गेले चोवीस तास आम्ही तिघी जणी सारख्या बरोबर होतो. सांतीपी आणि युफ्रसीनी सातत्यानं त्यांच्या मनातल्या व्यथा मांडताहेत. मला घरच्या अडचणी सांगताहेत. मनाच्या नव्या गुंतागुंती उकलताहेत. युफ्रसीनीची दोन लग्नं मोडलेली आहेतच पण सांतीपीचंही लग्न त्याच मार्गानं चाललंय. अडनिड्या वयाच्या दोन मुलांचा प्रश्न उभा आहे तिच्यापुढे. काल रात्री युफ्रसीनीचा एक मित्र, स्टेफानो भेटला होता. तो नाणावलेला वकील. जगभर फिरलेला. भरपूर वाचणारा. माझ्याशी जुन्या मैत्रिणीसारखा बोलत होता. त्याचीही दुसरी बायको.

''हे काय चाललंय? इथं कौटुंबिक परिस्थिती कशी काय आहे? घरं-बागा, पैसाअडका सगळं असून तुम्ही असे अस्वस्थ का?'' मी मनातली टोचणी त्याला उघड बोलून दाखवली.

''खरोखरीच तसं झालेलं आहे.'' तो म्हणाला, ''आमचा समाज आतून बदलत चाललाय. पूर्वी स्त्रीची भूमिका वेगळी होती. घराचं घरपण तिच्यावर अवलंबून असे. आता नेमकं काय झालंय, आम्ही कशाच्या नादी लागलोय हे कळत नाही. उथळ अमेरिकन संस्कृतीचा वरवंटा आमच्यावरही फिरतोय. कदाचित त्याच्यामुळे असेल. शिवाय सध्या आमची धार्मिकता खूपच कमी झाली आहे.''

''ते कसं शक्य आहे?'' मी म्हणाले, ''परवा अथेन्सच्या चर्चमधे उभं राहायलासुद्धा जागा नव्हती.''

''त्यांतली किती टक्के तरुण मंडळी होती तेवढं मला सांग. जवळपास सगळेच पन्नाशीच्या पुढचे. त्यांच्यावर लहानपणी जे काही संस्कार झाले तेवढेच, आजची पिढी त्यापासून वंचित राहिली आहे. देवाधर्मामुळे माणसाची मानसिकता किती बदलते कोण जाणे पण त्यामुळे समाज एकत्र येई. ते मात्र पुष्कळच बदललं आहे. प्रत्येकाला आपलं स्वातंत्र्य महत्त्वाचं वाटायला लागलं आहे. 'मला जे हवं ते या क्षणी हवं. उद्या-परवाचं आश्वासन नको की काल-परवा घडलेल्याची आठवण नको. ज्या चुका होतील त्या माझ्या मी केलेल्या

असतील. त्यांना मी जबाबदार राहीन. त्या पुन्हा करीन पण तुम्ही मला सांगू नका. मला तुमच्या चुकांनी शिकायचं नाही. तुम्ही उपदेशाचे डोस पाजू नका.' पाश्चिमात्य संस्कृतीचा हा गाभा झाला आहे. तेच लोण इथंही येऊन पोहोचलेलं आहे.''

''त्यामुळे आमच्यात फार विस्कळीतपणा आलाय. सत्तर टक्के लग्नं मोडणं, एकेकाची दोनतीन लग्नं होणं हे इतकं सर्रास झालं आहे की त्यात चूक आहेसं कुणाला वाटेनासं झालं आहे. साठी गाठेतो दोनचार घटस्फोट, दोघाचौघांशी लग्नबाह्य संबंध, त्यांतून निघायचा प्रयत्न, त्यामुळे येणारे ताणतणाव, होणारी पिंजण सहन करावी लागते. मग कुणी दारूकडे, कुणी ड्रग्जकडे तर कुणी धर्माकडे वळतात.''

गेले चोवीस-छत्तीस तास मी हे ऐकत होते. माझ्या दोन्ही मैत्रिणी आपलं खाजगी जीवन मला भरभरून ऐकवत होत्या. सगळे प्रश्न. उत्तरं नाहीतच. मी तरी ती कुठून देणार? पण थोडा वैद्यकीय अनुभव, थोडा जीवनाचा अनुभव यांच्या आधारानं माझ्या जगण्याचं जे काही साधंसुधं तत्त्वज्ञान आहे तेच मी सांगत होते. त्यांना प्राणायामाचे प्राथमिक धडे देत होते. हास्ययोग शिकवत होते. माझ्या 'अफाट' शहाणपणातून उपदेशाची थोडी थोडी गुटी देत होते. ती कुठंतरी लागू पडत असावी. कारण त्या ती हपापल्यासारख्या चाटताहेत. पुन:पुन्हा विषय काढून माझ्याशी बोलताहेत. पाश्चिमात्य लोक आपल्या योगासनांकडे इतक्या मोठ्या प्रमाणात कां वळताहेत ते जरासं कळलं.

आताही तेच चाललं होतं. सांतीपीला इथं मित्राकडे राहायचं होतं आणि अथेन्सला मुलांकडेही जायचं होतं. जीव चुटपुटत होता. मन हेलकावे घेत होतं. सगळा ईस्टर इथं काढणं तिला चुकीचं वाटत होतं. जाऊ की नकोची घालमेल होत होती. गुड फ्रायडे इकडे साजरा केला तर शनिवार-रविवारला तिकडे जायला हवं. पण बोटीत चार तास काढायला नकोसं वाटत होतं. तेवढा वेळ आपल्या मित्राबरोबर काढावासं वाटत होतं.

''सोपी गोष्ट'' मी म्हणाले. ''अथेन्सला विमानानं जा. पाऊण तासात पोहोचशील.''

''मला विमानाची भीती वाटते.'' ती म्हणाली.

''असं बघ,'' मी तत्त्वज्ञाचा आव आणत म्हणाले, ''या देशी आल्यापासून मी तुमच्या प्राचीन तत्त्वज्ञांसारखा साधकबाधक विचार करू लागले आहे. तू विमानानं गेलीस तर काय होईल? सुखरूप पोहोचशील तरी किंवा अपघातात मरशील तरी. सुखरूप पोहोचलीस तर प्रश्न नाही. आणि अपघात झाला तर तुझे सगळेच प्रश्न एकदम सुटतील नाही का?''

काही विशेष सांगते आहे म्हणून लक्ष देऊन ऐकणाऱ्या त्या दोघी जणी मी सांतीपीची चेष्टा करतेय हे लक्षात आल्यावर खो खो हसत सुटल्या.

गंभीर विषयाला विनोदाची डूब देऊन मी त्यांना सारखी हसवत होते. त्या खळखळून हसत होत्या. हसण्यानं खरोखरीच बरं वाटत होतं. त्यांनाही आणि मलाही. जन्मभराची ओळख असल्यासारख्या जवळ येत होतो.

न्याहारी सुरेख होती. ताजा पिट्टा ब्रेड. वांग्याचं भरीत. लाल चेरी पोटात भरल्यानं पोपटाच्या डोक्यासारखे दिसणारे हिरवे ऑलिव्ह्ज, घरगुती चीज. नट्केक्स. लोणची-मुरंबे. फळांचे रस नि नुकत्या दळलेल्या कॉफीचे दरवळणारे पेले. दोघी जणी स्वत: ताव मारून

खात होत्या. त्या इतक्या कशा सुटल्या आहेत ते कळत होतं. मला खायचा सतत आग्रह करत होत्या. पण इतक्या सकाळी एवढं पोट भरून खाल्लं की हातपाय गळ्यात येतात आणि नंतर झोप सोडून दुसरं काही करणं नकोसं वाटतं म्हणून मी फक्त रसावर भागवलं.

न्याहारीनंतर त्या दोघी खरेदीला आणि मी इथलं कथीड्रलएवढं महत्त्वाचं चर्च नि म्यूझिअम बघायला बाहेर पडले. पुन्हा एकदा कालच्या काळ्यापांढऱ्या रस्त्यावरून जाताना वाटलं की शंभरदीडशे वर्षांपूर्वी कुणा द्रष्ट्यानं साध्या दगडी फरशांना पांढरी कड देऊन रस्त्यांना काय गंमत आणली आहे! चिमुकलं गाव. त्याच्या दुसऱ्या टोकाला समुद्रकिनाऱ्याशी भव्य चर्च. गावाच्या मानानं कितीतरी मोठं. अनेक इमारतींचा समूहच आहे तो. बाहेर शुभ्रपांढरा, विशाल तट. त्याच्या मधोमध असलेल्या दाराशेजारी दोन तसेच घवघवीत मनोरे आहेत. आत खूपशा पांढऱ्या इमारती. प्रत्येकीवर लाल कौलारू घुमट-घुमट्या. एकच स्पायर असलेल्या नेहमीच्या रुक्ष-गंभीर चर्चसारख्या नसून राहत्या वाड्यांसारख्या घरेलू. ग्रीसमधल्या कुठल्याही स्थळामागे असतात तशा या चर्चच्यामागेही कथा-दंतकथा आहेत.

या बेटांमधे क्रिश्चॅनिटीचा शिरकाव तिसऱ्या-चौथ्या शतकात झाला. क्रिश्चनांच्या धर्मक्षेत्रापासून, जेरुसलेमहून पारोस तसं जवळच. त्या वेळी बिझेन्तिन सम्राटांपैकी कॉन्स्टन्टिन राज्य करत होता. त्याच्याच नावे पूर्वेकडच्या रोमन साम्राज्याची राजधानी 'कॉन्स्टॅन्टिनोपल' म्हणजे आजचं इस्तंबूल वसलं. त्याची आई हेलन. ती क्रिश्चन झालेली होती. एकदा कॉन्स्टॅन्टिनोपलहून यात्रेसाठी ती जेरुसलेमला निघाली असताना वाटेत प्रचंड वादळ झालं आणि तिची नौका पारोस बंदराला कशीबशी लागली. काठावरच्या झाडाखाली असलेल्या मेरीच्या कामचलाऊ चर्चमधे हेलननं प्रार्थना केली 'माझा प्रवास सुखरूप पार पडून मला यात्रा घडू दे. मी या जागेचा जीर्णोद्धार करून मोठं थोरलं चर्च बांधीन.'

तिची यात्रा पुरी झाली पण तिचा नवस पुरा करण्याआधीच ती वारली. तिच्या मुलानं, कॉन्स्टन्टिननं तो फेडला. आधीच्या ग्रीको-रोमन देवळाच्या अवशेषांवर चर्च बांधलं. त्यामुळे हे माय-लेक क्रिश्चनांचे 'सेंट्'स बनले. धर्मसत्ता प्रस्थापित केली की राज्यसत्ता आपोआप बळकट होते. सहाव्या शतकात बिझेन्तिन सम्राट जस्तिनिअननं त्याची खूप मोठी पुनर्बांधणी केली आणि ग्रीक द्वीपसमूहातलं सर्वांत मोठं चर्च इथं उभं राहिलं. संपूर्ण ग्रीसमधेही योग्यतेच्या दृष्टीनं त्याचा तिसरा क्रमांक लागतो.

सहाव्या शतकातल्या बांधणीवेळी आणखी एक महत्त्वाची घटना किंवा दुर्घटना इथं घडली. याच जस्तिनिअननं कॉन्स्टॅन्टिनोपलमधे आय्या सोफिया नावाचं अद्भुत असं कथीड्रल बांधायला घेतलं होतं. इझिदोर या फार मोठ्या वास्तुशास्त्रज्ञावर त्यानं त्याची जबाबदारी सोपवली. इझिदोरला त्यानं पारोसच्या चर्चचाही मुख्य नेमलं. मूळचे आराखडे इझिदोरनंच काढले पण देखरेखीसाठी सारखं इतक्या लांब येणं अवघड. म्हणून पारोसमधला आपला शिष्य इग्नासिओस याच्यावर पुढचं काम सोपवून दिलं.

चर्च यथायोग्य पुरं झालं. त्याची फार वाहवा व्हायला लागली. इग्नासिओसनं मोठ्या अभिमानानं आपल्या गुरूंना पाहायला बोलावलं. ते सुंदर चर्च, त्याची साधी पण मनोवेधक

रचना, निर्दोष काम आणि शिष्याला त्यातून मिळालेली कीर्ती हे पाहून गुरूचा जळफळाट व्हायला लागला. खरं तर 'शिष्यात् इच्छेत् पराजयम्.' त्या पराजयातच गुरूचा महत्तम विजय नाही का? पण इथं गुरूच हेव्याच्या वणव्यानं घेरलेला. त्यानं बांधणीतली काही चूक दाखवण्यासाठी इग्नासिओसला चर्चच्या शिखरावर नेलं. चेला ती 'चूक' पाहण्यासाठी पुढे वाकलेला असताना, धगधगीत मत्सराच्या भरात गुरूनं त्याला खाली लोटून दिलं. पण पडता पडता जिवाच्या आकांतानं त्यानं गुरूची पायघोळ कफनी पकडली. गुरु-शिष्य दोघे एकदमच कौलांवरून होलपटले नि खाली आपटून मरण पावले.

ही दु:खद कथा आतल्या एका खांबावर चित्ररूपात कोरलेली आहे.

मुख्य प्रवेशद्वारांतून आत गेल्यावर तीन बाजूंनी ओवऱ्या असलेला प्रशस्त चौक आहे. ओवऱ्यांमधून महंत राहण्याच्या खोल्या. मधलं अंगण खास मोठ्या कार्यक्रमांसाठी. तिथं एक जुना सिप्रेस वृक्ष आहे. बाहेर घंटांचे स्वतंत्र मनोरे असूनदेखील या झाडालाही घंटा टांगलेल्या आहेत. त्यांच्या लांब दोऱ्या खाली लोंबत होत्या.

समोर खुद्द चर्चमधे गेल्यावर त्याची भव्यता कळली. साधं पांढरट गुलाबी दगडांनी बांधलेलं. त्यांना गिलावासुद्धा केलेला नाही. मग नक्षी वा चित्रं कुठली? पाहताना बांधणी पूर्ण झाली आहे असं काही वाटेना. त्या अपुरेपणातच कुणाकुणाला सौंदर्य दिसत असेल. पण त्याची प्रमाणबद्धता, त्यातल्या कमानी आणि विराटपण मात्र मला भावलं. अथेन्सच्या कथीड्रलसारखी सोनेरी भिंत समोर होतीच. क्रॉस वगैरे तिच्यामागे. भिंतीवरचं मेरी आणि बाळ येशूचं चांदीत मढवलेलं सतराव्या शतकातलं छायाचित्र हे इथलं सर्वांत मोठं आकर्षण. त्याच्या लाखो छोट्यामोठ्या प्रतिकृती ग्रीसभर पाहायला मिळतात.

मूळच्या प्राचीन ग्रीक देवळावर हे चर्च उभं केलेलं आहे. त्यावर रोमन देवळाचंही कलम झालेलं आहे. त्यांचे स्तंभ अजून उभे आहेत. जमिनीत काही ठिकाणी काचा घालून पायाचे मूळ दगड दाखवलेले आहेत. या वास्तूला 'शंभर-दारी चर्च' असं म्हणतात. एकूण त्याचा आवाका इतका मोठा वाटला की खिडक्या आणि दारं मिळून तेवढी संख्या नक्की भरेल. त्यांतली नव्याण्णव दारं सापडली आहेत. इस्तंबूलवर मुस्लिम तुर्कांऐवजी पुन्हा जेव्हा ग्रीक ऑर्थॉडॉक्स राज्य येईल तेव्हा हे शंभरावं दार सापडणार असं इथं अजून समजतात. मुख्य चर्चला लागून असलेली इतर चर्चं आणि बाप्तिस्मा देण्याचं जुनं कुंड पाहून मी थेट म्यूझिअमकडे गेले. एवढ्या छोट्याशा गावाला केवढं मोठं आणि समृद्ध म्यूझिअम. तेही इथून शंभर कदमांवरच.

पारोसला गेली पाच हजार वर्षं तरी सलग वस्ती आहे. व्यापारी मार्गावरचं उत्तम बंदर असल्यानं पारोस फार पुरातन काळी उदयाला आलं. ताम्रयुगातल्या सिक्लादीस संस्कृतीचं हे सधन, संपन्न माहेरघर. त्यानंतर मायसीनिअन, ग्रीक, रोमन, बिझेन्तिन, व्हेनिशिअन, ऑटोमन आणि आता अर्वाचीन ग्रीक या सगळ्या संस्कृतींच्या छापांमधून ग्रीसचा पूर्ण इतिहासच इथं साकार झाला आहे. दरेक काळानं मूळच्या वास्तूंवर, आधीचं बांधकाम साहित्य वापरून बांधणी केली. त्यामुळे पारोसमधे नवं बांधण्यासाठी जुनं काहीही खोदा, काहीतरी पुरातन सापडतंच. नावापुरत्या उरलेल्या इथल्या किल्ल्याच्या तटामधे रोमन खांब,

त्यांची गोल पाळं, सगळं जसंच्या तसं. काशीविश्वेश्वराचं देऊळ मूळचं, मग त्याच्यावर मशीद उठवली गेली हे जसं स्पष्ट दिसतं तसंच इथंही दिसत. अशा प्राचीन वास्तूंमधून आणि दोन हजार थडग्यांमधून मिळालेल्या चीजा या म्यूझिअममधे आहेत.

बहुतेक सगळ्या संगमरवरात आहेत कारण सबंध पारोस बेट पोटातून संगमरवरी आहे. वरचे चारसहा मीटर्स काय ती माती. हे असं सिंदबादच्या सफरीमधलं बेट प्रत्यक्षात असू शकतं याची मला कल्पनाच नव्हती. हा 'पारिअन' संगमरवर निष्कलंक शुभ्र असल्यानं त्याला मागणी फार. त्या मागणीवरच इथली सगळी सुखसमृद्धी अवलंबून होती. कलाकारांची ही पंढरी होती. अडीच हजार वर्षांपूर्वी इथल्या शिल्पकारांना अथेन्सचं ॲक्रोपोलिस घडवण्यासाठी खास नेण्यात आलं होतं.

त्यामुळे म्यूझिअममधे संगमरवराचे सुंदर सुंदर पुतळे आहेत हे सांगायला नको. काही जसेच्या तसे तर काही छिन्नभिन्न. तरी जुन्या ग्रीककलेची जगन्मान्य परिपूर्णता त्यांतून लपत नव्हती.

एक पुतळा मात्र भयानक. तिथल्या गॉर्गनचा म्हणजे लावसटीचा. बाईचं तोंड त्यावर बटबटीत डोळे नि विचकलेले दात. केसांच्या जाड जटा. खालचं अंग जंगली प्राण्याचं आणि शेपटी सापाची. फार पूर्वी तिची पूजा होत असावी. दाराशीच असलेला हा पुतळा पोरासोरांना दचकवीलसा भीषण आहे.

अथेन्सला पाहिलेल्या पारोसच्या सिक्लादीस मूर्तींपैकी मात्र एकही इथं दिसली नाही. प्राचीनतेमुळे त्या अतिशय मूल्यवान. त्यामुळे पूर्वीच पळवलेल्या किंवा जपण्यासाठी अथेन्सच्या म्यूझिअममधे नेऊन ठेवलेल्या. पण 'पारिअन क्रॉनिकल' नावानं ओळखला जाणारा, अत्यंत महत्त्वाचा, सहा फूट उंच शिलालेख मात्र अजून इथं आहे. त्याचं महत्त्व केवळ तो प्राचीन म्हणून नव्हे.

इसवी सन पूर्व सोळाशे वर्षं केक्रॉप्स या पौराणिक राजापासून ते इसवी सन पूर्व तीनशे वर्षं अशा तेराशे वर्षांमधे घडलेल्या सर्व महत्त्वाच्या घडामोडी त्यावर खोदून ठेवलेल्या आहेत. प्राचीन ग्रीक इतिहासाचा तो एक भरभक्कम आधार आहे. हा शिलालेख तीन खंडांमधे सापडला. त्यांतला एकच खंड इथं आहे. बाकीचे दोन पारोसच्या किल्ल्याची भिंत बांधण्यासाठी वापरले गेले होते. सतराव्या शतकात तेही सापडले. त्यांचं महत्त्व जाणणाऱ्या इंग्रजांनी ते लगेच स्वदेशी नेले. आज ते ऑक्सफर्डच्या म्युझिअममधे विराजताहेत. त्यांच्या प्लॅस्टर ऑफ पॅरिसमधल्या नकलांनी ती इथला लेख पुरा केलेला आहे.

म्यूझिअममधे गेले की मी तिथली कुठली तरी एक वस्तू मनानं घरी घेऊन येते. एखादी वस्तू इतका जीव लोभावते की 'हीच मला हवी' असं आतून जाणवतं. ती तिथली सर्वांत मौल्यवान, नावाजलेलं पताकास्थान असतेच असं मात्र नाही.

इथं तसंच झालं. दोनअडीच फूट उंचीची एक भग्न मृत्युशिला माझ्या मनात रुतून बसली. वर एक स्त्री कोरलेली होती. कमरेवरचा भाग तुटून गेलेला. फक्त खालच्या भागाची वस्त्रं आणि दोन पावलं एवढंच शिल्लक होतं. तीनेक हजार वर्षांचं जुनं शिल्प. किती सुंदर कोरलेलं असावं? अंगावर घेतलेल्या उत्तरीयाचं एक टोक कमरेखाली आलेलं. त्याच्यावरचं बारीक

नक्षीकाम अत्यंत रेखीव. उभ्या विणकामाचे मृदू धागे दिसावेत इतकं तरल. कमरेपासून घोट्यापर्यंत अधरीय नेसलेलं. त्यावरदेखील उभंच विणकाम. हा किंचित रुंद सोनसळी रास्ता. दोन उभ्या विणींमधला सूक्ष्म भेद किती कुशलतेनं दाखवलेला. दोन्हींच्या दुबोटी किनारी वेगवेगळ्या. कमरेशी जाड गोंड्यांच्या गोफाची सुबक गाठ मारलेली. खालच्या पावलांवर अधरीयाच्या बारीक चुण्या पडलेल्या. अवयव म्हटले तर केवळ दोन पाय दिसत होते. पण ते किती गोंडस. दोनअडीच फुटी शिळेत केवढं सौंदर्य भरलेलं. रक्षकानं कानाडोळा केला तर एवढी एक काखोटीला मारून पळून जाईन.

बाहेर पडले ते मृत्युशिलांचा विचार करत. आपल्यामागे आपलं काही शिल्लक राहावं याची माणसाला किती ओढ असते. त्यासाठी तो किती खटाटोप करत असतो. इजिप्तचे पिरॅमिड्स, जमिनीत खणलेली गुप्त दफनस्थानं, जगभरची कथीड्रल्स, स्मशानं, स्मरणशिल्पं, मकबरे, दर्गे, कबरी. त्यांना किती नटवत-सजवत असतो. किती जीव टाकतो त्यासाठी. त्यातूनच ताजमहालसारखी अजरामर वास्तुशिल्पंही उभी राहतात. कलांना आणि कल्पनांना चालना देतात.

येताना मला कालची जागा दिसली.

एका घराच्या भिंतीत अगदी साधा पांढरा गुळगुळीत पेटीसारखा चौथरा होता. त्याच्या तीन बाजूंना वाटसरूला पाठ टेकून बसायची छोटी जागा होती. येता जाता कुणीही सहज आधाराला टेकावं अशी.

''हे या घरमालकाचं थडगं आहे.'' युफ्रसीनी मला म्हणाली होती, ''त्यानं सांगितलं, 'मला आणखी कुठे पुरू नका. थडग्यावर काही नक्षीकाम किंवा नाव नको. मला फक्त असं रस्त्यालगत असू द्या. या पारोसच्या रस्त्यांवर थांबून कुणाला त्यांचं सौंदर्य बघावंसं वाटेल. गल्ल्यांच्या चढउतारावर कुणी थकेल-भागेल. त्यांनी या कबरीशी विसावा घ्यावा. म्हणून मला असं ठेवा. मला त्यांची तेवढीच सोबत.'''

वाटलं, माझ्यासारखाच हा माणूस मरणाला न भिता, मरणानंतर येत असेल तर त्या एकटेपणाला भीत असावा.

क्षणभर तिथं बसल्याखेरीज पुढे जाववेना.

आज 'होली थर्सडे' म्हणजे गुड फ्रायडेच्या आदला दिवस होता. येशूच्या बाबतीत म्हणायचं तर 'राजा वैऱ्याची रात्र आहे. जागा राहा.' असा इशारा देण्याजोगा. आपल्या बारा अनुयायांच्याबरोबर या दिवशी घेतलेल्या अखेरच्या भोजनानंतर, म्हणजे 'लास्ट सपर'नंतर त्याला पकडून क्रॉसवर चढवण्यात आलं होतं. चर्चमधे आज फार महत्त्वाचा धार्मिक कार्यक्रम असतो. संध्याकाळी सहा वाजल्यापासून गाण्यांना आणि प्रवचनाला सुरुवात होत होती. पण आमच्या रंगणाऱ्या गप्पांचा कार्यक्रम त्याहूनही महत्त्वाचा होता. एवढी धार्मिक युफ्रसीनी पण तिनंही फक्त मुख्य विधीच्या वेळी जायचं ठरवलं.

गप्पांमधे युफ्रसीनीचा भाऊही येऊन सामील झाला होता. मी मराठीतून लिहिते हे समजल्यावर ''तू महाराष्ट्रियन आहेस का?'' असं विचारून त्यानं मला पुरं चकित केलं.

अपॉस्टॉलस स्वत: नावाजलेला लेखक आहे, त्याच्या कादंबऱ्यांचं सव्वीस भाषांत–हिंदीतसुद्धा भाषांतर झालेलं आहे, एकदा तो भारतात येऊनही गेलेला आहे वगैरे मला काहीच माहीत नव्हतं. त्याचं वाचन अफाटच. गणितज्ञ असूनही तो कादंबरीकार होता. तत्त्वज्ञानावर तर प्रभुत्वच असावं. प्राचीन ग्रीक संस्कृतीचा अभ्यासही होता आणि अभिमानही. सॉक्रेटिस, प्लेटो, ॲरिस्टॉटलसारखे तत्त्ववेत्ते त्यानं चांगले अभ्यासलेले होते. ग्रीक भाषा, कला, कल्पना आणि अभिव्यक्ती यांचा पाश्चात्य संस्कृतीवर आजसुद्धा किती प्रभाव आहे हे तो जाणून होता.

निरोप घेताना युफ्रसीनीबरोबर मलाही त्यानं चर्चनंतरच्या जेवणाचं आमंत्रण दिलं. माझ्याजवळ असलेली बदाम-पिस्ता चिकी मी भेट म्हणून त्याला दिली.

रात्री साडेनऊच्या सुमाराला आम्ही अलिकीच्या चर्चमधे पोहोचलो. वाटलं त्याहून ते बरंच मोठं निघालं होतं. कण्यांमधून आतल्या प्रार्थनांचे गंभीर आवाज बाहेर येत होते. गडबडीनं गाडी उभी करून पायऱ्या चढून वर गेलो. आत घुमटाखालचं मोठं झुंबर लखलखत होतं. इतरही लहानमोठी झुंबरं होती. त्यांच्या चक्क प्रकाशात सगळं चर्च ठासून भरलेलं होतं. मोठी माणसं, लहान मुलं, म्हातारीकोतारी सारे आवर्जून आलेले. पलीकडे बायको, तीन मुलं, सासूसासरे वगैरे पूर्ण कुटुंबानिशी आलेला अपॉस्टॉलस दिसला. सुदैवानं अगदी मागच्या भिंतीलगत एकच उंच खुर्ची रिकामी होती. ती मला मिळाली. तिथून जरुर पडल्यास उभं राहून मला सगळं पाहता येणार होतं.

चर्चची मांडणी नेहमीसारखीच. गाभाऱ्यापुढे ती सोनेरी भिंत, तिच्यावरचे साधूसंत, मधलं दार, त्यावरचा लाल मुकुट सगळं तेच होतं. दाराच्यापुढे आज 'लास्ट सपर'चं छायाचित्र लावलेलं होतं. नवे आलेले भाविक खुर्च्यांमधल्या वाटेतून येऊन त्यातल्या येशूचं चुंबन घेत होते. मागे परतत होते.

अथेन्सला कथीड्रलमधे शहरी गायन ऐकलं, आजचा मासला खेडवळ आहे हे भाषेशिवाय कळावं इतका दोन्हींमधला फरक जाणवत होता. ''परवासारखी अपेक्षा करू नकोस हं,'' असं युफ्रसीनीनही बजावून ठेवलंच होतं. गावठी भजन आणि भीमसेनांची अभंगवाणी यांच्यासारखा हा फरक स्पष्ट जाणवत होता.

सुदैवानं आम्ही अगदी नेमक्या वेळी पोहोचलो होतो. भजन थांबलं. मधलं दार उघडून मुख्य पाद्री बाहेर आले. त्यांनी भलंमोठं सोनेरी बायबल उघडून कर्णमधुर आवाजात वाचायला सुरुवात केली. लोक तन्मयतेन ऐकत होते. त्यांच्या दोन बाजूंना आठदहा वर्षांची मुलंमुली उभ्या होत्या. पांढऱ्यास्वच्छ पोषाखातल्या मुलांच्या हातात क्रॉसचे रजतदंड होते. जांभळ्या सॅटिनच्या पायघोळ झग्यातल्या मुलींच्या हाती उंच मेणबत्त्या.

दहाच मिनिटांत प्रवचन संपलं. धर्मगुरूंनी तिन्ही बाजूंना क्रॉसची खूण करून भाविकांना पवित्र केलं. पुढे होऊन ती लास्ट सपरची तसबीर उतरवून हातात घेतली, तीही तिन्ही बाजूंना दाखवली आणि ते भिंतीआडच्या गाभाऱ्यात गेले. पुन्हा गायन सुरू झालं पण आता काहीतरी विशेष घडणार असल्याची उत्कंठा सगळीकडे भरली.

तेवढ्यात गाभाऱ्यातून धाडदिशी आवाज आला आणि तत्क्षणी सगळे दिवे मालवले गेले.

मुलींच्या हातातल्या मेणबत्त्या सोडल्यास सगळं चर्च अंधारात बुडालं. भयानक शांततेत मधल्या दरवाज्यातून हातातला क्रॉस सांभाळत धर्मगुरू बाहेर आले. क्रॉस चांगला सहा फूट उंच आणि चार फूट रुंदीचा असेल. वरच्या तीन टोकांना पेटत्या मेणबत्त्या. त्यांच्या प्रकाशात क्रॉसवर येशू, म्हणजे त्याची पुठ्ठ्याची प्रतिमा टांगलेली होती. चारी बाजूंना दर्शन दिल्यानंतर 'त्यांनी येशूला क्रुसावर चढवला रेऽ' अशी काहीशी आरोळी ठोकून मिणमिणत्या प्रकाशातली, मूक मिरवणूक सुरू झाली. एका मुलाच्या हातातल्या घुंगरांचा म्हणजे शृंखलांचा खळ्ळ् खळ्ळ् असा फक्त ठेका. प्रथम ती दंडधारी मुलं, मागे मेणबत्त्यांचा तोंडावर प्रकाश पडलेल्या त्या कोवळ्या बालिका आणि वर तीन मेणबत्त्यांनी उजळलेला, क्रुसावर ताणलेला, रक्तानं माखलेला जखमी येशू. मनावर खोल छाप उठवणारं दृश्य. ते हळूहळू जवळ आलं. शेजारून तसंच हळूहळू पुढे गेलं.

सगळीकडे सामसूम. क्वचित कुणाचा निःश्वास. क्वचित हुंदका. कुणी डोळे पुसणाऱ्या म्हाताऱ्या. माझ्या आसपास सगळ्या वृद्ध बायका बसलेल्या होत्या. माझी शेजारीण तर शंभरीला टेकलेली. तिच्या चेहेऱ्यावर कसल्याच भावना दिसत नव्हत्या. तिची पापणीसुद्धा लवत नव्हती. मनात आलं, हिनं असे किती ईस्टर्स बघितले असतील. या येशूला किती वेळा असा टांगलेला पाहिला असेल. तिच्या मनावर या घडीला कोणते तरंग उमटत असतील? येशूपासूनचं हिचं शारीरिक आणि मानसिक अंतर आता फारच कमी उरलेलं आहे. त्याच्याकडे जाऊन पोहोचण्याची पुरी तयारी झालेली आहे म्हणून ती अशी अलिप्त, स्थितप्रज्ञ बनली असेल का? हे आपले माझे विचार. तिच्या बिचारीच्या मनात काय येत होतं कोण जाणे...बाकीची मंडळी खूप उचंबळलेली वाटली. कुणाच्या गालांवर आसवंही ओघळली असतील. पण मागे एकदा मेक्सिकोला ईस्टरमधे दिसला होता तसा छातीफोड शोक मांडून, धाय मोकलून मात्र कुणी रडत नव्हतं.

क्रॉस देवळाच्या बाहेर पोहोचला. तिथं जमलेल्या शेकडो भक्तांना दर्शन देऊन पुन्हा संथगतीनं, बेड्या खळखळत आत आला. पुन्हा धर्मगुरूंनी सर्वांना त्याचं दर्शन दिलं आणि ज्या जागी मूळ तसबीर होती तिथंच खाड् खाड् खिळे ठोकून त्याला घट्ट रोवून टाकला. ज्या क्षणी हे 'क्रुसिफिक्शन' पुरं झालं त्या क्षणी दिवे आले. परत चर्च प्रकाशानं उजळलं.

आरतीनंतर प्रसाद घेण्यासाठी गर्दी उडावी तशी त्या क्रॉसजवळ लोकांची गर्दी झाली. आपलं कपाळ, छाती आणि दोन्ही खांदे स्पर्शून ते येशूला पुनःपुन्हा वंदन करत होते. झालेला सर्व विधी त्या भाविकांना किती खऱ्यासारखा वाटत होता. त्यांच्या नजरेत दोन हजार पाच वर्षांपूर्वी नसून आता नुकतंच येशूला खिळे ठोकून मारलं गेलं होतं.

नंतरचा बायबल-गायनाचा कार्यक्रम मध्यरात्रीपर्यंत चालणार होता पण आम्ही दोघी अपॉस्टॉलसच्या घरी जेवणासाठी निघालो. वाटेत युफ्रसीनीनं आपल्या भावाची माहिती सांगितली. तीन बहिणींच्या पाठीवरचा चौथा भाऊ. अतिशय हुशार आणि हुन्नरी. फार कर्तबगार. वडील देशोदेशी गाजलेले मोठे वास्तुविशारद. त्यांचा हा मुलगा वेगळ्याच क्षेत्रांत, वेगवेगळ्या कारणांनी ग्रीसमधे प्रसिद्ध आहे. गणित विषयावर त्यानं लिहिलेल्या कादंबऱ्या खूप गाजताहेत. सुरुवातीला ग्रीकमधून आणि आता थेट इंग्लिशमधून तो लिहीत असतो. या

सगळ्याच भावंडांचं शिक्षण परदेशी उत्तमोत्तम शाळांमधून झालेलं आहे. त्याचे कंप्यूटर बनवण्याचे कारखानेही आहेत. अनेक प्रकारच्या व्यवसायात यशस्वी झालेला हा माणूस. त्याची विशेष ओळख होणार म्हणून मला आनंद वाटला.

जाता जाता त्याच्या आयुष्याची चित्तरकथा युफ्रसीनीनं मला ऐकवली. चटकदार कादंबरीच म्हणावी अशी. अपॉस्टॉलसनं गद्धेपंचविशीत असताना एका नटीशी लग्न केलं. एक मुलगी झाली पण लवकरच त्यांचं बिनसलं. झाली चूक सुधारण्यासाठी त्यानं घटस्फोट घ्यायचं ठरवलं. नवरा श्रीमंत. बायकोला सोन्याची खाण हाताशी होती. त्यानं घटस्फोट मागताच तिनं खणायला सुरुवात केली. पण तेवढ्यावर समाधान न मानता तिनं त्याच्यावर मारेकरी घातले. केवळ नशीब म्हणून तो वाचला.

रोज रात्री नऊ वाजता अपॉस्टॉलस नियमितपणे व्यायामशाळेत जाई. त्या दिवशी त्याच वेळी त्याच्या कुत्रीला पिलं झाली. तीन वेत झाली पण चौथं पोटात अडकलं म्हणून पशुवैद्याची वाट बघत तो घरी थांबला होता.

बरोबर नऊ वाजता त्याला त्याच्या बायकोच्या सेक्रेटरीचा–आनमारीचा फोन आला. ''तू आहेस ना तिथं? अपॉस्टॉलस तूच बोलतो आहेस ना? तू ठीक आहेस ना?'' तिनं किंचाळत विचारलं.

''मी ठीक आहे पण तू अशी कां ओरडते आहेस?'' त्यानं बुचकळ्यात पडून विचारलं.

''तू घरी आहेस ना. मग अजिबात कुठे बाहेर जाऊ नकोस. डोकंही बाहेर काढू नकोस.''

''कां? कां ते सांग ना?''

''ते मी तुला प्रत्यक्षच सांगू शकेन. फोनवर नाही.''

''मग आपण भेटू या.''

''मी तुझ्याकडे आलेसं कळलं तर माझी धडगत नाही.''

''मग मी कुठे तो येऊन भेटतो.''

''ठीक आहे. पण शक्य तेवढी खबरदारी घेऊन ये.''

त्याप्रमाणे चार संरक्षक बरोबर घेऊन, गाडीत तळाशी झोपून जाऊन तो तिला भेटला.

''आज तुझा खून पाडण्यासाठी तुझ्या जाण्यायेण्याच्या वाटेवर, फटफटीवर मारेकरी टपून बसलेले होते. बंदुका घेऊन सज्ज होते. नऊ वाजता तुझा फडशा पाडणार होते. मला हे अगदी शेवटी कळलं. मी माझ्या मित्राकडे गेले होते. तिथं जेवताना मी त्याला म्हणाले की एव्हाना अपॉस्टॉलस मेलेला असणार! त्याबरोबर तो ओरडला की तुला हे ठाऊक असताना तू त्याला सावध केलं नाहीस तर त्या खुनाला तू मदत केलीस असं होईल. त्या क्षणी मी तुला फोन केला. तू जिवंत आहेस ऐकून माझ्या जिवात जीव आला.''

सुदैवानं अपॉस्टॉलस घरीच राहिला होता पण समजा पशुवैद्य येतोय का नाही ते पाहायला किंवा आणखी काही कारणानं तो त्या वेळी बाहेर पडला असता तर जगता ना.

या घटनेनं समाजात प्रचंड खळबळ मांडली. कोर्टात तीन वर्षं खटला चालला. घरंदाज कुटुंब, नामवंत नवरा, नटी बायको आणि भरपूर पैसा अशा सनसनाटी मालमसाल्यामुळे तो

अतोनात गाजला. टी०व्ही०चे कॅमेरे, वृत्तपत्रं, रेडिओ यांच्या भडक प्रसिद्धीला तोंड देता देता दॉक्सियादिस कुटुंबाची दैना उडाली. घटस्फोट झाला. आई अस्थिर मनाची ठरून मुलीचा म्हणजे एमाचा ताबा वडिलांना मिळाला. पण शाळेत 'तुझी आई खुनी' म्हणून तिला चिडवायला लागले. त्याचा तिच्या मनावर भलताच परिणाम व्हायला लागला. अखेरीस ग्रीक शाळेतून काढून एमाला आंतरराष्ट्रीय शाळेत पाठवावी लागली. सगळं वादळ शमायला आणखी दोन वर्षं लागली.

नंतर एका सामान्य रूपाच्या, शांत मुलीशी अपॉस्तॉलसनं लग्न केलं. ती त्याच्यापेक्षा बरीच लहान असली तरी खूप समजूतदार आहे. त्यांना लागोपाठ दोन मुलगे झालेत आणि आयुष्य पुन्हा मार्गी लागलं आहे.

ही रहस्यकथा ऐकता ऐकता मीच नव्हे तर सांगता सांगता युफ्रसीनीही इतकी रंगली की ती रस्ता चुकली. अपॉस्तॉलसचं घर तसं तिच्या घराजवळच होतं पण डोंगरातला कच्चा रस्ता आम्हांला कुठच्या कुठे घेऊन गेला. पाच मिनिटांऐवजी अर्ध्या तासानं जाऊन पोहोचलो. समुद्रकाठचं त्याचं हे घर खूप पसरलेलं. मोठ्या परिसराचा प्रचंड वाडा किंवा वाडीच म्हणावं असं. पांढरंशुभ्र. बाहेर बागेला वळसा घालून जाणाऱ्या वाटेवर पाचपंचवीस गाड्या उभ्या करायची सोय. मोठा दुपाखी दरवाजा आणि आत दालनांमागून सुशोभित दालनं. लहान मुलं घरात असल्यानं नांदतं गाजतं दिसणारं. हे दॉक्सियादिसांचं 'हॉलिडे होम' होतं. राहण्याचं मुख्य ठिकाण अथेन्समधे.

घरी सगळी मंडळी आमची वाट पाहत थांबलेली होती. दोरीनाची म्हणजे आपल्या नव्या वहिनीची ओळख करून दिल्यावर युफ्रसीनी म्हणाली, ''ही माझी भाची एमा.''

रेखीव चेहेऱ्याच्या गंभीर वाटणाऱ्या मुलीनं माझ्याशी हस्तांदोलन केलं.

''तुझ्या मुलीचं नावही एमाच ना?'' मी युफ्रसीनीला म्हणाले.

''हो, आणि माझ्या दोन्ही बहिणींच्या मुलींची नावं पण एमाच आहेत.'' युफ्रसीनी सांगायला लागली, ''ग्रीसमधे मुलांना आजोबा-आजीचं नाव देण्याची प्रथा आहे. त्यामुळे पहिल्या चुलत-मावस-आते-मामेभावंडांची नावं तीच असतात.''

''त्यामुळे घोटाळा नाही उडत?''

''उडतो ना. मग त्यांना टोपणनावं पडतात किंवा त्यांच्या आई-वडलांवरून ओळखायचं.''

''कधी कधी त्याहून गंभीर घोटाळे होतात. ग्रीसमधे 'ब्रेण्डा' किंवा 'डॅफ्नी' नावाचे बरेच पुरूष आहेत.'' हसत हसत भोजनगृहाकडे जात अपॉस्तॉलस म्हणाला.

पाठोपाठ आम्ही आत गेलो नि लगेच जेवायला बसलो. सध्या 'लेन्ट' म्हणजे उपवास चालू असल्यानं जेवणात मासे, मटन, चिकन वा अंडी नव्हती. त्याचं उट्टं रविवारी निघणार होतं. लेन्टमधे दूधही वर्ज्य. बाकीचं जेवण भरगच्च होतं. त्याच्यात चीज, चॉकलेट, चहा, कॉफी असे दुधाचे पदार्थही होते. ''रोज इतकी पापं करतो त्यात दुधाचं हे बारकंसं पाप केलं तर फारसं बिघडणार नाही'' असा विनोद करत हलक्याफुलक्या वातावरणात जेवण पार पडत होतं. भारताबद्दल त्यांना खूप माहिती असली तरी खूप कुतूहलही वाटत होतं. भारतीयांचा

कमी राबता असल्यानं मी एकटी इथं आले आहे आणि देशभर फिरून त्यांच्यावर लिहिणार आहे याचा त्यांना अचंबा आणि कौतुक वाटत होतं. भारतीय संस्कृतीबद्दल, सणांबद्दल अनेक प्रश्न विचारत होते.

''आज आपण येशूचं क्रुसिफिक्शन पाहिलं'', अपॉस्तॉलनं विचारलं, ''हिंदूंमधे असा काही विधी असतो का?''

''आमच्याकडे पुण्यतिथी फक्त माणसांची करतात. देवांच्या जयंत्या करण्याची पद्धत आहे. राम, हनुमान, दत्त, कृष्ण, गणेश वगैरे देवांचे जन्मोत्सव अजून धडाकेबंद साजरे होतात. त्यात आम्ही शिवाजी महाराजांनाही घातलं आहे. दरवर्षी दिवाळीत नरकासुर मारतो, दरवर्षी तुळशीचं लग्नही लावतो.'' मी हसत हसत म्हणाले.

अपॉस्तॉलस पुढं म्हणाला, ''आमच्या धाकट्या मुलानं कळतेपणी आज पहिल्यांदाच येशूला असा लटकवलेला पाहिला आणि तो अतोनात घाबरून गेला. 'तो कधी खाली उतरणार? कधी जिवंत होणार ते सांग', अशी त्याची घालमेल चालली होती. त्याला किती समजवायचा प्रयत्न केला की हा येशू नव्हे. त्याचं हे प्रतीक आहे. पण ते काही केल्या त्याला उमगत नव्हतं.''

धर्मामधून लहानपणीच भीतीचा किंवा चमत्काराचा किती पगडा पडू शकतो. त्यामुळे ते मूल त्या धर्मात अगदी बुडून तरी जाईल किंवा त्यापासून अगदी फारकत तरी घेईलसं वाटत राहिलं.

खूप गप्पा झाल्या. मध्यरात्र उलटल्यावर उठलो तेव्हा रविवारच्या जेवणाचं आग्रहाचं आमंत्रण मला मिळालं. संकटांतून गेलेलं पण आता सावरलेलं अतिशय समृद्ध, सुसंस्कृत असं ग्रीस घर जवळून पाहायला मिळत होतं. निघताना दुपारी दिलेल्या चिक्कीचं कौतुक त्यांनी मला परत ऐकवलं. वेगळ्या चवीची ती चीज त्यांना भलतीच भावली होती. त्यांनी परत परत माझे आभार मानले. मनोमन ठरवलं की आता मुंबईला गेले की गोणभर चिक्की या घरी धाडून द्यायची.

आज गुड फ्रायडे. क्रिश्चन पंचांगातला मोठा दिवस. इथं ग्रीसमधे काल रात्री येशूला क्रॉसवर चढवला तरी बाकीच्या क्रिश्चन जगात त्याला आज चढवला असं मानतात. कालची रात्र काय किंवा आजची सकाळ काय, तपशीलाचा थोडासा फरक. पण येशूला देहदंड दिलेल्या या अवकाळी, नतद्रष्ट शुक्रवाराला 'गुड' कां म्हणतात हा जुना प्रश्न मला अजूनही सुटलेला नाही.

''आज आपल्याला खूप फिरायचं आहे.'' न्याहारी करताना युफ्रसीनी म्हणाली, ''काल वर चढवलेल्या येशूचं शव खाली काढून फुलांनी सजवलेल्या मखरात ठेवतात. शनिवारी रात्रीपर्यंत ते तिथं असतं. सगळे लोक त्याच्या दर्शनाला येतात. पारोस बेटावर अनेक छोटी छोटी खेडी आहेत. प्रत्येकाचं चर्च असतंच. दर ठिकाणी मखरात पहुडलेला येशू असतो. ते सजवायसाठी दरेक खेड्यातले लोक खूप कष्ट घेतात. त्यामुळे त्यांची आपापसांत मखर-सजावटीची एक गुप्त स्पर्धाच असते म्हण ना. तोंडानं कुणी कबूल करणार नाही पण मनातून

प्रत्येकाला आपलं मखर सर्वांत सुरेख सजलंय असं लोकांनी म्हणावंसं वाटत असतं. आवडेल तुला पाहायला?''

मला आवडणार होतंच कारण अशाच जमती पाहायला मी दक्षिणेला, पारोसला आले होते. इथं सगळं यथासांग साजरं होत असतं पण पश्चिमेकडच्या कॉर्फू बेटासारखं त्याला पूर्ण बाजारू स्वरूप दिलेलं नाही. रिओचं कार्निव्हल असावं तसा कॉर्फूचा ईस्टर झाला आहे. झेंडेपताका, ढोलताशे, नाचगाणी आणि चित्ररथ. रस्तोरस्ती फुग्यांचे गुच्छ आणि वरच्या मजल्याहून फेकलेल्या क्रेप कागदाच्या फिती. देशोदेशींचे रंगेल पर्यटक त्या अलोट गर्दीत भर घालतात. त्यामुळे आता हा उत्सव केवळ पैसा मिळवायचं आणि मनोरंजनाचं साधन बनला आहे. पारोस अजून तरी या संसर्गापासून अलिप्त आहे.

सांतीपी तिच्या मित्राबरोबर राहायला गेल्यानं गाडीत आज आम्ही दोघी जणीच होतो. एकामागून एका ठिकाणी जाणार होतो. बाराच्या सुमारास 'लेफकेस' गावच्या कथीड्रलमधे पोहोचायचा बेत होता. दहा वाजता निघालो. रस्ता फार सुंदर. समुद्रकाठानं सबंध पारोस बेटाला वेटोळं घालून परतणारा. कधी समुद्रकाठी वाळूला लगटून अंगचटीला जाणारा तर कधी तिच्याशी फटकून, उंच कड्यावरून धावणारा. ठरवल्या ठिकाणावर पोहोचायला हवं याचं भान हरवणारा. वसंताचं स्वच्छ ऊन. निळ्या नशेत झिंगलेला सागर उजवीकडे आणि रंगबिरंगी कशिदा काढलेल्या हिरव्यागर्द गालिच्यांचे पर्वतराज डावीकडे. मनातल्या उत्साहाचं कारंजं उंच उडत होतं. आयुष्य म्हणजे एक प्रफुल्ल कल्पतरू आहे आणि त्याच्या सुमनांचा सडा अंगावर सारखा बरसतो आहेसं वाटत होतं.

बाजूच्या समुद्रात बेटं. एक संपेतो दुसरं हजर. सोंडेनं शेपूट धरून चाललेली सर्कशीतल्या हत्तींची माळच जणू. काही बेटं भली मोठी. वस्ती असलेली. काही अगदी चिमुकली निर्जन. त्यांच्यामुळे या अक्षुब्ध सागराचं सरोवर झालं आहे.

प्रथम 'मारपिसा' गावी आलो. नाव विचित्र असलं तरी गाव एकदम सचित्र-सुरेख. पारोकियाप्रमाणे जिराफाच्या कातडीसारखे रस्ते. ती सबंध पारोसचीच खासियत असावी. वरवर चढणारे, पांढऱ्या सलग घरांनी आखलेले देखणे रस्ते. त्यांच्यावर फुलांची पखरण. गावाच्या मध्यभागी, टेकडीच्या टोकावर चर्च. तिथून आता घंटानाद कानी येत होता. लवकर वर चढायची घाई करत होता.

सुबक सुंदर चर्च. फार मोठं नव्हे पण बिझेन्तिन शैलीतलं. पांढऱ्या शुभ्र रंगाचं. वरच्या गोल घुमटऱ्या किती गोड. घंटाघरातून गंभीर घंटानाद घुमत होता. आत पाचारण करत होता. आतही सुरेख सजवलेलं. चर्चमधे नेहमी फुलं असतातच. पण आज एकही खिडकी, खांब वा भिंत फुलांवाचून सुनी नव्हती. मधोमध येशूची 'बिअर' म्हणजे पुष्पशय्या केलेली होती. पाचेक फूट उंचीच्या चबुतऱ्यावर मेण्याच्या आकाराचं ते मखर होतं. चारी बाजूंनी सगळी पांढऱ्या फुलांची साजिरी सजावट. शेजारी काल टांगलेला येशू.

''तुमच्याकडे भारतात वर्षभर फुलं फुलतात. फुलांचे सण साजरे होत असतात. दर ऋतूचा वेगळा वास नि वेगळा रंग असतो. हिवाळ्यात आमची सगळी झाडं भुंडी. तो संपून नुकतीच फुलं येताहेत. मिळतील ती सगळी फुलं आराशीला वापरतात. तिचं खूप अप्रुप

असतं लोकांना.''

बोलता बोलता युफ्रसीनी मांजराच्या पावलांनी पुढच्या चर्चसाठी तिथून बाहेर पडलीसुद्धा. मला वाटलं इथंच बाराचा मुहूर्त साधणार आम्ही. पण मार्मारा, मराठी अशा आणखी दोन गावातली सजावट पाहायला गेलो. मार्मराला संगमरवराची प्राचीन पण अजून चालू असलेली खाण आहे. तिच्यावरून मार्बल आणि संगमर्मर शब्द आलेत. 'मराठी' या नावाचं गाव पाहून थक्क झाले. तेही संगमरवरासाठीच प्रसिद्ध. आजवर फक्त मराठी भाषा, माणूस, बाणा, इमान, रक्त असे जहाल पदार्थच माहीत होते. त्यात राजस, देखण्या संगमरवराची आता भर पडली. आणखी एकदोन गावं जाता जाता पाहिली. गणपतीच्या दिवसात या गल्लीचा, त्या मंडळाचा असे आपण गणपती पाहतो तसंच काहीसं चाललं होतं. कुठे गुलाबी तर कुठे निळ्यापांढऱ्या रंगात मिश्र सजावट. सगळ्याच नजर बांधून ठेवणाऱ्या. फुलांच्या दुर्भिक्ष्यामुळं त्या महागही खूप असणार.

अगदी मध्यान्हीला आम्ही लेफकेसला पोहोचलो. गाडी या टेकडीशी उभी करून समोरच्या टेकडीच्या माथ्यावर चर्चला पोहोचायचं होतं म्हणून धावत निघालो. आधी खाली उतरण मग पुढची चढण. गाडीतून उतरल्यापासूनच ते चर्च आणि त्याचे दोन शुभ्र सुंदरसे मनोरे समोर दिसत होते. जवळ जवळ येत होते. हे चर्च पूर्ण संगमरवरात उभारलेलं आहे. चारी बाजूंनी असणारे आरस्पानी मनोरे अर्धपारदर्शी, तेजस्वी दिसत होते. त्यांच्यावर खालपासून वरपर्यंत धातूचं असावं तसं, बारीक तपशीलाचं कोरीव काम. मस्तकी मुकुटाचा आकार दिलेला. तिथं घणघणीत घंटा टांगलेल्या.

मागचं चर्चही भरदार मोठं. पावणेबारा होत आले होते. धावतपळत जाऊन पोहोचलो. चर्च भरलं होतं तरी दोन जागा पटकावल्या. इथंही टांगलेल्या येशूच्या शेजारी अखेरच्या सहभोजनाची तसबीर होती. लोक येऊन तिची चुंबनं घेत होते. मेणबत्त्या पेटवून बाजूच्या राखेनं भरलेल्या पात्रात खोचत होते. काही जण हातातही घेऊन उभे होते. प्रवचनात्मक गाणं चालू होतं. कालपरवा बघितल्या-ऐकल्याचा तोच तोपणा जाणवला पण एकूण वातावरणाला आज जास्त गांभिर्याची, शांततेची किनार होती. आपण इथं वेगळ्या कारणानं आलेलो आहोत, एका करुण विधीत सहभागी होऊन त्यातला वाटा उचलतोय असं वाटत होतं. त्यासाठी समाजाचे सगळे घटक हजर झाले होते. सगळ्यांनी एकजात काळे कपडे घातलेले.

काल रात्री क्रुसावर चढवलेला येशू आता मरण पावलेला आहे. शोकाकुल मेरीमातेला झालेलं पुत्रवियोगाचं विदारक दुःख सगळ्यांनाच चिरफाडून टाकतंय, त्यात आपण खोलवर शिरलो आहोत अशी भावना भरून येत होती. त्या कपड्यांचा, त्या गांभीर्याचा माझ्या मनावरही परिणाम व्हायला लागला. त्यातच वाजणाऱ्या चर्चच्या घंटा. त्यांचा अचानक टोला पडला की हृदयाचा ठोका चुकायचा.

या घंटा कशा परिस्थितीनुरूप नाद बदलतात! चर्च तेच असतं. घंटाही त्याच असतात. त्या तशाच वाजणार. त्यांच्या आवाजात काही फरक होत नाही. पण त्या कशा वाजवल्या जातात यावर भावना व्यक्त करण्याची त्यांची प्रचंड ताकद दिसून येते.

बाप्तिस्मा द्यायची, लग्नासाठी यायची आणि चिरनिद्रा घ्यायची... तिन्हींची जागा एकच.

तिन्हींचा उद्घोष घंटांच्या नादानंच होणार. बाप्तिस्माच्या किंवा लग्नाच्या घंटा स्वत: उत्फुल्ल होऊन आनंदभरे नाचत असतात. गावाच्या दुसऱ्या टोकाशी त्या कानी आल्या तरी लगेच वाटतं, लग्नाबिग्नाचा बार उडतोय, मजा चाललेली दिसतेय. त्यांच्या उत्साहाचं उधाण वाऱ्यावरून आपल्यापर्यंत येऊन आदळतं.

त्याच घंटा आज इथल्या प्रत्येक घरातलं कुणी माणूस गेलं असावं अशा उदासवाण्या, नव्हे भीतीदायकच वाजत होत्या. सगळ्या गावावर दु:खाची जाड पासोडी पडलेली. तिच्याखाली सगळी माणसं गुदमरून गेली आहेत, त्यांच्या हालचाली चोरट्या होताहेत, तोंडातून वाजवी शब्दही निघत नाही. सुरीनं कापून त्या काजळी शोकाच्या वड्या पाडता आल्या असत्या.

त्याच वेळी नन्च्या कपड्यातल्या दहाबारा मुली आत आल्या. नन्स साधारणत: पांढऱ्या कपड्यात असतात. या आपादमस्त काळ्या. डोक्यांवर काळे त्रिकोनी रुमाल बांधलेले. अंगावर काळे झगे. पायात काळे मोजे. सगळ्या विशीच्या आतल्या. कोवळ्या पोरी, या पोषाखात, अशा शोकार्द्र-खिन्न दिसत होत्या की त्यांना बघूनच मला गलबललं. इथं आत्ता खरोखरीच कुणी गेलं आहे आणि पुढच्या तयारीसाठी सगळे जण जमले आहेतसं अभद्र दडपण मनावर आलं.

असल्या त्या काळ्याकभिन्न वातावरणात मीच एकटी शहाणी पांढरी पँट आणि फुलाफुलांचा शर्ट घालून आलेली! आज काय घडणार याची मला मुळीच कल्पना नव्हती. त्यातून ही वेडी युफ्रसीनी. तिनं तरी मला आधी सांगावं की नाही? मळखाऊ म्हणून काळी पँट रोज वापरात होती. तीच नसती का मी चढवली? वर काळा स्वेटर घातला असता. काळ्या राळ्यांमधल्या गारेच्या खड्यासारखी उठून दिसत असणार मी. आत इतकं अवघडल्यागत झालं सांगू. मनाशी 'अदृश्य झाले तर बरं' म्हणत अंग चोरून बसले होते.

गाण्यांमधून चाललेल्या प्रार्थनांमधे मला नेहमीसारखं आपल्या नादांशी साम्य सापडत होतं. पण काय आळवताहेत ते समजत नव्हतं. हे येशूचं गुणगान आहे, त्याला क्रुसावरून खाली काढण्यासाठी विनंती करत आहेत की 'तस्मात् कारुण्यभावेन रक्ष रक्ष परमेश्वर।' असं स्वत:साठी देवाला साकडं घालताहेत? भावार्थ कळत नसला तरी त्यातली भयाकुलता जाणवत होती.

दुपारच्या बरोबर बारा वाजता गाणारे एकदम थांबले. मुख्य धर्मगुरू समोर येऊन थोडं काही बोलले. सर्वांना पाठ असलेली एक सामुदायिक प्रार्थना झाली. मग कमालीच्या शांततेत धर्मगुरू नि त्यांचे तीन चेले पुढे झाले. येशूचे खिळे उपसून त्यांनी त्याला क्रुसावरून खाली उतरवला. येशू म्हणजे त्याची चपटी लाकडी प्रतिमा. आडवे हात ताठ ताणलेले. पाय एकत्र बांधलेले. नेहमी जसा असतो तसा. मी मनात विचार करत होते की याला त्या मखरात आडवाच्या आडवा कसा झोपवणार? कदाचित त्याचे हात बाहेर पडून तो विचित्र दिसेल. पण लगोलग पांढऱ्या कपड्यात गुंडाळून त्यांनी त्याला आत नेलं आणि त्याची हात दुमडलेली प्रतिमा बाहेर आणली.

आता त्याची काल रात्रीसारखीच चर्चमधून मिरवणूक निघाली. लगेच सगळ्यांनी

हातातल्या तपकिरी मेणबत्त्या पेटवल्या. लोक उभ्यानं स्वत:वर क्रॉसची खूण करत होते. येशू शेजारून जाताना माझ्या आसपासच्या कित्येक बायका घळघळून रडत होत्या. आप्तेष्ट गेल्यासारख्या मुसमुसत होत्या. पाठीमागे घंटांचे वरखालच्या पट्टीत वाजणारे, शोकाची नव्यानं जाणीव करून देणारे दुष्ट टोल. चर्चभर फिरून, बाहेर जमलेल्यांमधून एक फेरी मारून मिरवणूक आत आली आणि धर्मगुरूंनी येशूला मखरात निजवला. त्याच्या दर्शनासाठी लोकांची गर्दी पुन्हा उसळली.

मी मनात विचार करत होते की अत्यंत प्रभावी असलं तरी हे काय चाललं आहे? तसं बघितलं तर हा सगळा खेळच आहे नाही का? येशूला क्रुसावर चढवायचं, त्याला खाली काढायचं, त्याला फिरवायचं... मोठ्या माणसांनी खेळलेली ही दु:खी भातुकली आहे की काय?

पण लगोलग लक्षात आलं की नाही, ही जी म्हातारी माणसं रडताहेत ती केवळ येशूसाठी नव्हेत. त्यांचे आईवडील, क्वचित मुलं, भाऊबहीण, मित्रमंडळी, हृदयात असलेली जी जिव्हाळ्याची माणसं गेलेली आहेत त्यांची आठवण त्यात भरलेली आहे. तेच दु:ख त्यांच्या डोळ्यांमधून पाझरत आहे.

त्यानंतर येशूचं उद्या होणारं पुनरुत्थापन. आजवर आयुष्यात आलेली निराशा, संकटं, काळज्या मागे टाकून, नव्या जीवनाची कोऱ्या पाटीनं केलेली नवी सुरुवात. पुन्हा नवीन अंकुर फुटणार. क्रुसावरून उतरवून येशूला मखरात ठेवल्या क्षणापासून ते एकमेकांना 'हॅपी रेझरेक्शन' म्हणत होते. आपण 'हॅपी दिवाळी' म्हणतो तसं. सगळ्यांना ते कल्याणकारी होवो म्हणत होते. हे रेझरेक्शन केवळ येशूपुरतं मर्यादित नव्हतं. ते सगळ्यांसाठी होतं. इथून सगळे जण नव्या उज्ज्वल भवितव्याकडे वाटचाल करणार अशी उमेद देण्यासाठी होतं. शोक आणि आनंद यांचं विचित्र मिश्रण तिथं झालं होतं.

आम्ही बाहेर पडण्याच्या तयारीत असताना लोक दर्शनासाठी आणि तसबिरीचं चुंबन घेण्यासाठी गर्दीतून अजून आत येतच होते. त्यांतच एक तरुण जोडपं होतं. बाई आधी पुढे आली. तिच्या खांद्यावर सातआठ महिन्यांचं अतिशय सुंदर गुणी बाळ होतं. गुबगुबीत, गुलाबी गोरं. निळेशार डोळे, सोनेरी जावळ. आईनं आधी स्वत: तसबिरीचं चुंबन घेतलं. मग त्या पोराचं तोंड तिच्यावर घासलं. तसबीर लाळेनं बरबटली. पोराला कशाचाच पत्ता नाही. ते इकडे तिचे केस बाळमुठींनी पकडतंय. इकडे भिकीभिकी बघतंय नि इकडे 'अनिमित्त हासै:।'. त्याचं ते निरागस रूप पाहताना इतका आनंद झाला म्हणून सांगू.

तितक्यात तिचा नवरा पुढे आला. याच बाळाची हुबेहूब प्रतिकृती त्याच्या खांद्यावर! ही जुळी बाळं होती. एक आईनं आणि दुसरं बापानं घेतलं होतं. मला ते रेझरेक्शनचं प्रतीक वाटलं. आजूबाजूच्या शोकमग्न म्हाताऱ्या बायका इकडे मनानं येशूकडे पोहोचलेल्या. शरीरानंही लवकरच पोहोचणार होत्या आणि इकडे हे सदाफुली नवे अंकुर फुटलेले. जीवनाची ही दोन टोकं इथं एकत्र आलेली होती. ती दोन कोवळी बाळं पाहताना वाटलं हे साधं कुठलं, डबल रेझरेक्शन आहे. आत येताना शोकाचं काळोखं चिलखत अंगावर चढलं होतं. ते गळून जाऊन आता बाहेर जाताना या नव्या अंकुरांनी आनंदाचा झेला सहज अंगावर

फेकला. इथल्या विधींशी तसा माझा काय संबंध? तरी मी त्या शोकचक्रात अडकले होते. भोवतालच्या परिस्थितींचा आपल्या मानसिकतेवर किती परिणाम होतो ते पुरेपूर अनुभवलं होतं. तो कोष फोडल्याचा खरोखर हर्ष झाला.

बाहेर पडताना चार खळ्यांच्या आणि आठ हिरकण्यांच्या त्या अपरूपांना स्पर्श करण्याचा मोह काही आवरेना. आपल्या मुलांना परक्यानं बोट लावलेलं परदेशी लोकांना खपत नाही हे माहीत असूनसुद्धा मी एकाचा डावा आणि दुसऱ्याचा उजवा गाल एकदमच कुरवाळला. आईबाप दोघे फक्त हसले.

''एक वाजून गेलाय. पोटात भूक कडकडली असेल ना?'' युफ्रसीनीनं मला हसत हसत विचारलं.

माझ्या पोटात कोकलणारे कावळे तिला ऐकू गेले असावेत.

मी हसून रुकार भरताच ती म्हणाली, ''मला इथं एक फार छान रेस्टॉरंट माहीत आहे. तिकडे जाऊ या.''

तिनं नेलेल्या ठिकाणाला उपाहारगृह असं भारदस्त नाव पेललं नसतं. सगळं चढउताराचं आणि अरुंद रस्त्याचं गाव. मैदानात जागा असली तरी कळप करून बसलेल्या मेंढरांसारखी लगटून असलेली चिमुकली घरं. त्यांतलंच उंचावरचं हे दोनखणी घर. तळमजल्यावर ईस्टर एग्ज, केक्स, मध, जॅमच्या बाटल्या मांडलेल्या. वरच्या दोन मजल्यांवर राहायची सोय. मधला सहा फुटी उतरता रस्ता ओलांडला की पलीकडे या घराचं अंगण होतं. तिथं टाकलेली साडेतीन टेबलं एवढाच त्याचा विस्तार. त्याचं 'बाल्कनी' हे नाव सार्थ करणारा.

''हे माझ्या मैत्रिणीचं घर आहे.'' युफ्रसीनी म्हणाली, ''ती, तिची आई आणि आजी मिळून रेस्टॉरंट चालवतात. रांधण्याचं काम आई-आजीचं. वाढण्याचं काम हिचं. पण उत्तम घरगुती ग्रीक जेवण कसं असतं याचा मासला तुला इथं मिळेल. आणखी वैशिष्ट्य म्हणजे इथं आपल्याला उपवासाचं जेवण मिळेल.''

ग्रीकांची एकादशी म्हणजे शतपट खाशी. मुस्लिमांच्या रमादानसारखी. रमादानमधे दिवसा मुळीच खायचं नाही पण रात्री इतकं हादडायचं की दिवसा खाण्याची मुळी इच्छाच होऊ नये. इथं ईस्टरमधे मटण, अंडी, मासे चालत नाहीत पण माशांची अंडी चालतात. आपल्या उपवासाला वऱ्याचे तांदूळ नि साबुदाणा कसा चालतो हे जसं अगम्य कोडं आहे तसंच हे. दुधावर यांचा बहिष्कार पण चॉकलेट चलता है। तसं दाखवून दिलं की 'जाऊ दे ना. थोड्यानं काय बिघडतं? खा तू' अशी समजूतदार देवाणघेवाण असते. रमादानमधे सगळे एकमेकांवर पाळत ठेऊन असतात. इथं सगळे परस्परांना सूट देतात.

मोक्याच्या टेबलावर जाऊन बसलो. जागा घरेलू असली तरी व्यवस्था गबाळी नव्हती. परीटघडीचे शुभ्र टेबलक्लॉथ. वर अबोली रुमालांची कमळं. पारदर्शी स्वच्छ पेले. चकचकीत काटे-चमचे आणि या चिंचोळ्या टोकावरून दिसणारा समोरचा अफाट देखावा. दऱ्याडोंगर. आणि त्यांच्यापलीकडे या फटीतून, त्या फटीतून दिसणारा समुद्र. आकाशी वा गडद निळा.

मागवलेलं जेवण लगेच आलं आणि ग्रीक जेवणाकडून फारशा अपेक्षा करायच्या नाहीत असं मनाशी ठरवलं होतं तरी फारच रुचकर निघालं. दोघी मनापासून खात होतो. मनापासून बोलत होतो. बोलता बोलता मला भरून आलं.

''अगं युफ्रसीनी, मी अगदी घाईघाईत ग्रीसला आले. आधी मुंबईत अडकले होते. नंतर लंडनचे दिवस व्हीजामधे खर्ची पडले. त्यामुळे या येण्याची मानसिक आखणी करायलासुद्धा मला वेळ मिळाला नाही. फक्त ईस्टर गाठायचा एवढं पक्कं होतं.'' मी सद्‌गदित होऊन म्हणाले, ''तू हे सगळं माझ्यासाठी घडवून आणते आहेस. महिनोन् महिने तयारी करून जे मला साधलं नसतं ते तू मला अलगद देते आहेस. माझ्या इथल्या वास्तव्याची, गहिऱ्या अनुभवांची गौर सजवत चालली आहेस. मी कसे उपकार फेडू तुझे?''

''उपकारांचं काही बोलूच नकोस.'' माझा हात थोपटत ती म्हणाली, ''या वेळी अथेन्सबाहेर पडले, ईस्टरला इथं आले हे बरंचसं तुझ्यामुळे. सणाच्या वेळी आईकडे असायला हवं. पण मला पारोस इतकं आवडतं म्हणून सांगू. तशी मी मूळची इथली नव्हे. तरी मी, माझ्या भावानं, बहिणीनं इथं घरं घेऊन टाकली. कारण इथं आलं की अथेन्सचा कोलाहल, धावपळ मागे पडते. आम्ही इथले होऊन जातो.''

''मला अनेकदा लोकांनी विचारलंय की तुम्ही इतके देश फिरला आहांत, तुम्हांला पुन्हा कुठं आवर्जून जावंसं वाटेल?'' मी म्हणाले, ''मग माझ्या मनात नाना गोंधळ सुरू होतात. प्रत्येक ठिकाणचं काहीतरी खूप छान आठवायला लागतं. पण यापुढे मी निःशंकपणे म्हणेन की मला लगोलग काय पाहावंसं वाटतंय? तर पारोस. ते इतकं छोटं आहे, छान आहे आणि गेली पाच हजार वर्षं आपलं देखणेपण टिकवून आहे.''

''तुला जी घरं, चर्चेस दिसताहेत, जे निमुळते रस्ते पाहतेस ते काही फार जुने नाहीत. पाचसहाशे वर्षांचेच असतील. इतिहासानं इथं भरपूर कोलांट्या उड्या मारल्या आहेत. पुढच्यांनी मागचं मोडून नवं उभवलेलं आहे. प्राचीन देवळांचे किल्ले झाले, चर्चेस झाली. मोडकळीला आलेलं बरचसं चोरीला गेलं. विकलं गेलं. पूर्वेतिहास जपण्याची कल्पना गेल्या दीडदोन शतकांतली.''

''तरी हे किती सुबक आणि सुंदर आहे.''

''हो. जुन्या अपोलो वा अथीनाच्या देवळाचे अवशेष वापरलेले कुठे सापडले तर ते उघडे करून राखायचे असा सरकारी नियम आहे. त्यामुळे कुठे घराच्या भिंतीत मूर्ती दिसते तर कुठं मातीच्या अंगणात संगमरवरी फरशांचं जोडकाम दिसतं. इथला किल्ला तू पाहिलासच. त्याच्या भिंतीत घुसवलेली चक्रं तशीच उघडी ठेवलेली आहेत. पण आता या गावांवर कुरुपतेचं रोगण चढायला लागलं आहे.'' ती उसासत म्हणाली. ''या घरांच्या उतरत्या रांगांवर असलेल्या सॅटलाइटच्या पराती, ही पाणी तापवण्याची बेढब सूर्ययंत्रं सगळं माझ्या डोळ्यांना खुपतं बघ. किती विद्रुप करतात ती या गावाला. या गोष्टी हव्यात पण वेगळ्या हव्यात.

''माझे सौंदर्यप्रेमी वडील त्यांच्या फार विरोधात होते. दुसऱ्या महायुद्धानंतर त्यांना बांधकाम मंत्री म्हणून नेमण्यात आलं. तेव्हा प्राणपणानं खपून, प्रसंगी स्वतःच्या खिशाला खार लावून जर्मनांनी उद्‌ध्वस्त केलेल्या आमच्या देशाला त्यांनी सुंदर आकार दिला.'' वडलांच्या

आठवणीनं युफ्रसीनी खळाळून बोलत राहिली, ''ग्रीसच्या स्वातंत्र्ययुद्धात स्वत: भाग घेतलेले देशभक्त होते ते. फार कर्तबगार होते. मिळालेल्या यशाबरोबर त्यांना हेव्यादाव्यांनाही तोंड द्यावं लागलं. जिथं वाहवा असते तिथं छीथू पण असते. तिला कंटाळून दोन वर्षं आम्ही ऑस्ट्रेलियातही जाऊन राहिलो. त्यानंतर सरकारनं त्यांना सन्मानानं परत बोलावलं. पण मग फार जगले नाहीत ते. पोटातल्या अल्सरचा कॅन्सर होऊन गेले. लहानपणी अशी फिराफिरी खूप झाल्यानं आता पारोसला आले की मला घरी येऊन पोहोचल्यासारखं वाटतं. इथली चित्रं काढावीशी वाटतात.

''आणखीही एक कारण आहे त्याला. आता तू चर्चमधे बघितलंसंच: तिथं सगळं गाव हजर होतं. सगळे एकमेकांची चौकशी करत होते. एका कुटुंबात असल्यासारखे आपुलकीनं वागत होते. कुणीही कुणाकडे जाऊन हक्कानं 'जेवायला वाढ' म्हणून सांगावं, असा जिव्हाळा पूर्वी अख्ख्या ग्रीसमधे असायचा. गेल्या अर्धशतकात ते सारं पार बदलून गेलं. अथेन्स तर मला परकंच वाटतं. इथं अजून तो ओलावा शिल्लक आहे म्हणून माझ्या मनाचं घरही इथंच आहे.''

हट्टानं दिले म्हणून जेवणाचे पैसे घेतले तरी युफ्रसीनीच्या मैत्रिणीनं शेवटी दिलेल्या गोड पदार्थाचे देऊ दिले नाहीत. वर घरच्या जॅमची एक बाटली, तिची पाहुणी म्हणून माझ्या हातात खुपसली.

आणखी दोनचार ठिकाणांना भेट देऊन संध्याकाळी घरी परतलो ते रात्री बाहेर पडण्यासाठी. रात्री पुढचा कार्यक्रम असला तरी संध्याकाळपासून पुन्हा गाणं आणि प्रवचन चालू होतं. आज त्यांना बायबलचे बारा अध्याय वाचून संपवायचे होते. पूर्ण भाविक असूनही युफ्रसीनीनं त्याला बगल दिली आणि दहाच्या सुमाराला आम्ही एका वेगळ्या चर्चला जाऊन पोहोचलो. अगदी त्याच वेळी मखर खांद्यावर घेऊन चर्चमधून मिरवणूक बाहेर निघत होती. आज रात्रीची ही अंधारी मिरवणूक फक्त चर्चपुरती मर्यादित नसून सर्व गावभर फिरणार होती कारण ही होती येशूची प्रेतयात्रा.

पाचसहाशे लोकांचा समुदाय. सर्वांत पुढे मुलं होती. त्यांच्या हातात उंच काठ्यांचे दिवे आणि धार्मिक मंत्र लिहिलेले झेंडे-तरंग होते. त्यांच्यामागोमाग खाली खळखळ वाजणाऱ्या बेड्यांचा, धूप उसासणारा दिवा. मग चार खांदेकरी वाहून नेत असलेलं मखर आणि त्यात चिरनिद्रित येशू. मखर उघडं असल्यानं त्याची मूर्ती स्पष्ट दिसत होती. त्याच्यामागे पिवळसर सॅटिनच्या भरजरी पोषाखात त्यांचे धर्मगुरू चाललेले. मधूनच काही मंत्र म्हणत असलेले. पण त्यांच्याही मागे एक चांगला उंचापुरा माणूस हातात बायबल घेऊन चालला होता. ते वाचत तो घोषणा दिल्यासारखे आठदहा शब्द म्हणायचा. पाठोपाठ सगळा जनसमुदाय चालीवर तेच शब्द पुन्हा म्हणायचा. सगळ्या ओळींची चाल एकच. एकट्याचा खणखणता मोठा आवाज. लगेच शेकडो मृदुकंठ गाऊन साथ देताहेत. वाचण्यापुरता एक मिणमिण दिवा त्याच्याशेजारी. बाकी सगळा अंधार. लोकांनी गच्च भरलेला, गल्लीसारखा अरुंद रस्ता. शब्द चालीसकट कानात घुमत होते. गान-नदीच्या त्या पुरातून, उतरत्या रस्त्यावरून वाहत चाललो होतो.

दुतर्फा घरं काळोखात बुडलेली. प्रत्येकाच्या फाटकाशी हातात धूपदानं घेऊन घरची

मंडळी खाली मान लववून स्तब्ध उभी होती. येशूची अंत्ययात्रा त्यांच्या दारावरून चालली होती. स्वत:ला क्रॉस करणं सोडून कसली हालचाल नाही. आवाज नाही. काळोखात आधी ती मला दिसलीच नाहीत. पहिल्यांदा ध्यानात आली तेव्हा मी किंचित दचकलेच.

रस्त्याच्या तळाशी वळून, ग्राम-प्रदक्षिणा करून परत वर जायचं. या कोपऱ्यावर मात्र दिवे होते. धर्मगुरूंनी दहाएक मिनिटं प्रवचन केलं. एवढा जनसमुदाय. पण जिवाचे कान करून तो ऐकत राहिला. पुन्हा अंधारात पुढची धिमी वाटचाल सुरू झाली. अखेरीस चर्चशी पोहोचल्यावर धर्मगुरूंसकट सगळ्यांनी गुडघ्यांवर बसून प्रार्थना केली आणि येशूची पालखी चर्चमधे पूर्वीच्या जागी गेली.

आता मध्यरात्र होत आली होती तरी वाकडी वाट करून युफ्रसीनीनं मारपिसा गाठलं. दुपारी एक फेरी इथं झाली होतीच तरी परत आलो होतो.

''या खेड्याचं वैशिष्ट्य अगदी वेगळं.'' ती मला सांगत होती. ''यांच्याकडे शवयात्रेऐवजी येशूच्या आयुष्यातले शेवटचे तास मूकनाट्यांमधून जिवंत केलेले असतात.''

मी खुद्द जेरुसलेमला अनेकदा गेलेली आहे. कितीदा पाहिलं तरी पुरेसं न वाटणाऱ्या जुन्या जेरुसलेमला वेढणारा प्रचंड मोठा तट आहे. आतमधे ज्यू, क्रिश्चन आणि मुस्लिम अशा तिन्ही धर्मांची सर्वोच्च मानली जाणारी पूजास्थानं आहेत. ज्यूंच्या प्रार्थनेची 'वेलिंग वॉल' आणि जिथून महंमद स्वर्गाला गेला असं मानतात ते मुसलमानांचं 'टेंपल ऑफ द रॉक' एकाच प्रांगणात आहेत. क्रिश्चनांचा 'व्हिया दोलोरोसा' म्हणजे 'वेदनांचा मार्ग' जरासा बाजूला. सौम्य चढाच्या या टेकडीच्या पायथ्याशी येशूला शिक्षा फर्मावण्यात आली आणि शिखरावर क्रुसावर खिळे ठोकून मारण्यात आलं. याच रस्त्यावरून तो अवजड, कळिकाळं क्रॉस खांद्यावर घेऊन येशूनं शेवटची वाटचाल केली असं समजतात. त्याच्यावर चौदा ठाणी आहेत. पहिल्या ठाण्याला शिक्षा झाली. दुसऱ्यावर क्रॉस खांद्यावर दिला, तिसऱ्यावर काटेरी मुकुट चढवला, चौथ्यावर तो अडखळून पडला अशा सगळ्या महत्त्वाच्या घटनांची आठवण म्हणून त्या त्या जागी पवित्र क्रॉस उभे केलेले आहेत. तेराव्या ठिकाणी त्याला क्रुसावर चढवला आणि चौदाव्या ठिकाणी उतरवून खालच्या शिळेवर ठेवलेला असताना तिथून त्याचं रेझरेक्शन म्हणजे उत्थापन झालं.

त्याच घटना, तेच प्रसंग इथं मारपिसाला उभे केलेले होते. सबंध 'व्हिया दोलोरोसा' उभारला होता. त्यावर येशू-चरित्रातल्या, भाविकांचं मन हेलावणाऱ्या अखेरच्या घटना 'टॅब्लो'द्वारा तितक्याच समर्थपणे उभ्या केलेल्या होत्या. त्या हुबेहूब वठाव्यात म्हणून सबंध गाव वर्षभर तयारी करत असतं. त्यांत भाग घेणारेही सगळे तिथलेच रहिवासी. त्यांचे विविध पोषाख, रोमन शिपायांची शस्त्रं, चेहेऱ्यांवरचे भाव मशालींच्या भगभगत्या प्रकाशात परिणाम करून जात होते. माणसं इतकी अचल की गणपतीच्या आराशीतल्या पुतळ्यांची याद यावी.

सगळं सावकाशीनं पाहत शेवटपर्यंत गेलो आणि घरी परतण्यासाठी वरून खाली यायला लागलो. एव्हांना गर्दी बरीच पातळ झाली होती. मध्यरात्र टळली होती तरी अजूनही प्रेक्षक होतेच. बारकाईनं पाहत होते. देखाव्यातल्या गुणदोषांची चवीनं चर्चा करत होते. हळूहळू पुढे

सरकत होते. येशूच्या सहभोजनाचा प्रसंग आम्ही निरखून पाहत असताना एक मजाच झाली. त्यातल्या ज्युडासनं डोक्यावरची टोपी काढून वैतागानं जमिनीवर आदळली आणि तो चक्क चालता झाला. चारपाच तास एकाच जागी गोठून उभं राहिल्यानं तो बापडा अवघडून गेला असणार.

घरी पोहोचलो तरी आम्हां दोघींचं अनावर हसणं काही ओसरलं नाही.

आजचा शनिवार हा रेझरेक्शनचा दिवस. ईस्टरमधला सर्वांत महत्त्वाचा दिवस आणि सर्वांत शेवटचा सोहळा. तरी सकाळी उठल्याबरोबरच विमान गाठून युफ्रसीनीला अथेन्सला परतावं लागलं. मंगळवारपर्यंत इथं राहायचं ठरवून आली होती पण आईसाठी ती लगोलग परत गेली. काल संध्याकाळी फोनवर बोलताना तिची आई म्हणाली होती, ''तू लवकर परत ये. मी तुझी वाट पाहते आहे.''

गेले कित्येक दिवस युफ्रसीनीच्या मनावर सतत ताण आहे. महिन्या दोन महिन्यांचा नव्हे, त्याला पाच वर्षंतरी होऊन गेली. तिची आई आता पंचाण्णव वर्षांची. नव्वदीनंतर दरवर्षी अशा तातडीनं तिला अनेकदा जावं लागलं आहे. तिच्या मनाची त्यामुळे अतिशय उलघाल होत राहते. एकीकडून आपण सतत आईकडे पाहिलं पाहिजे, विशेषत: तिच्या अखेरच्या घटकेला जवळ नसून कसं चालेल? असं वाटतं, तर दुसरीकडे आपलं सारं आयुष्य फक्त तिच्याभोवती घुटमळतंय हेही टोचतंय. युफ्रसीनी साठ वर्षांची आहे. मुलं मार्गी लागल्यानं अगदी एकाकी आहे. तेव्हा आता कुणीतरी जोडीदार मिळावा, समवयस्क, समधर्म्याबरोबर आपला वेळ जावा ही तिची अपेक्षाही रास्तच होती. पण असा वेळ काढणं तिला जमत नव्हतं. जाईल तिथं अपराधाची भावना तिची पाठ सोडत नव्हती. बऱ्याचदा हातातलं काम टाकून धाव घ्यावी लागे.

गेल्या चारपाच दिवसात मला तिच्या मनाच्या या हेलकाव्यांची चांगली जाणीव झाली होती. काल आम्ही येशूला मारलेला पाहिला. त्याची प्रेतयात्रा पाहिली. त्याचा तिच्या मनावर परिणाम झाला असेल का? आईबद्दल काय भावना येत असतील? नक्कीच तिची आई तिचं मन व्यापून राहिली होती. ''तुझ्या दोन बहिणी अथेन्सला आहेत. तू राहायला हरकत नाही'' या माझ्या आग्रहानं तिनं इथला मुक्काम वाढवला होता. इथं आल्यावर तणावाच्या वातावरणातून ती बाहेर पडली होती. सांतीपीला भेटता आलं होतं. आमच्या हास्ययोगात मनसोक्त खिदळणं, मनमुराद बोलणं झालं होतं, ओझं थोडं हलकं झालं होतं. पण आज तिची चलबिचल सुरू झाली. तिला आणखी आग्रह करून थांबवून घेणं इष्ट वाटेना. आईचं जर काही कमीअधिक झालं तर ती तिलाही क्षमा करणार नाही आणि मी मलाही!

मी एकटी इथं कशी राहीन याची तिला चिंता वाटत होती. तिची बरीच समजूत घातली. ''माझी काळजी करू नकोस. आई भेटू दे, तू नीघ.'' म्हणत तिला पटकन विमानतळावर पोहोचवली. जाताना युफ्रसीनीनं बजावून बजावून सांगितलं, ''मी नसले तरी काही बिघडत नाही. तू हवी तेवढी इथं राहा. माझी गाडी आहे. त्यामुळे तू अडकून पडणार नाहीस. मी रोज फोन करीनच.''

आता तिच्या टेकडीवरच्या, एका बाजूच्या या घरात मी एकटी उरले.

आजवर इथल्या सगळ्यांनी मला ''पारोकिया बंदरातल्या शंभरदारी चर्चला ईस्टरसाठी अजिबात जाऊ नकोस ते फार बाजारू झालं आहे'' असं बजावून थांबवलं होतं. गेले चार दिवस मी अलीकीच्या आणि आजूबाजूच्या छोट्या चर्चमधून निरनिराळ्या समारंभांना गेले होते. पण आज पारोकियाला जावं आणि 'टूरिस्टिक ईस्टर' कसा असतो तो तरी पाहावा असं मी ठरवलं. काल रात्री उशीरा झोपले होते आणि आजही जागरण होणार होतं म्हणून दिवसा जवळच पायी फिरून मध्यरात्रीच्या 'मॅस'ला जाण्यासाठी रात्री दहाला निघाले. समुद्रकाठच्या डोंगरावरून जाणारा, अरुंद चिंचोळा रस्ता आणि युफ्रसीनीची मिनीबसएवढी अगडबंब गाडी. अंधारात चालवताना आधी थोडी बावरले पण बंदरात नीट जाऊन पोहोचले. गाडी उभी करायला मिळावी म्हणून लवकर आले होते पण एकही जागा मोकळी नव्हती. चकरा मारता मारता कुणीएक बाहेर निघताना दिसला. हातात निरुंद गाळ्याची बांगडी चढवावी तशी गाडी घुसवली आणि चर्च गाठलं.

परवा मी याच चर्चला येऊन गेले होते पण त्याचा आजचा नूर अगदी वेगळा होता. बाहेरच्या दाराला, मनोऱ्यांना विजेची रोषणाई केलेली होती आणि आजूबाजूच्या झाडांवरही चिमुकले दिवे लुकलुकत होते. चर्चच्या प्रांगणात मधोमध प्रवचनासाठी फुलांनी सजलेलं छोटं स्टेज उभारलं होतं. वर येशूसाठी लहानसा चबुतरा. स्टेजवरचा लालगुंज गालिचा अगदी चर्चच्या दारापर्यंत गेला होता. आत चर्चचं रूपही खूप बदललेलं. फुलांची रेलचेल होती शिवाय घुमटाच्या बरोबर खाली लालपांढऱ्या फुलांचं कमानदार मखर. त्यावरचं मोठंथोरलं झुंबर सगळच्या सगळं पेटवल्यानं तो भाग लख्ख उजळला होता. त्यामुळे बाजूच्या उंच कमानी, वरचे मजले यांच्या कमीअधिक अंधाऱ्या सावल्या पलीकडे पडत होत्या. आत आत, गूढतेत घेऊन जात होत्या.

साडेदहा वाजलेले. कार्यक्रमाला अवकाश होता तरी चर्च बहुतेक भरलं होतं. मधली एक रिकामी खुर्ची मी टिपली आणि मध्यरात्रीची उभ्यानं संकष्टी टाळली. बरोबर अकरा वाजता मधलं दार उघडून भरजरी झग्यामधे रुपेरी लांब दाढीचे, रुबाबदार धर्मगुरू आले. डोक्याला पोपसारखी दुपाखी, पांढरी जरीची टोपी. पाठीमागून त्यांच्या लाल मखमली झूलीचा घोळ उचलत येणारी दोन मुलं.

आल्यापासून या गुरूंनी प्रवचनाची झोड लावली. दिवसभरची भटकंती, रात्रीची वेळ. अबोध भाषेतलं प्रवचन. अशा प्रवचनांचं आता अजीर्ण झालं होतं. आठवड्याभराचं तेच तेपण मन विटवत होतं. त्यातून मी एकटी आलेली. बोलायला जवळ कुणी नाही. जांभया आणि झोप यायला लागली. दर दोन मिनिटांनी नजर घड्याळाकडे वळे. काटे काही हलत नव्हते. केव्हातरी आपोआप डोळे मिटले.

पावणेबारा वाजता भोवतीच्या कोलाहलानं दचकून भानावर आले. तोवर चर्चमधे माणसांची थप्पी लागली होती. खुर्च्यांमधल्या जाण्यायेण्याच्या रुंद वाटेवर, कमानींखाली, वरच्या मजल्यावर मुंगी शिरू नये अशी दाटण. हातात शुभ्रकोऱ्या मेणबत्त्या घेऊन सगळेच उभे. मग मीही काय होतंय ते पाहायला जागची उठून पुढे झाले. भिंतीपलीकडून आता

काहीतरी होणार असं वाटेतो एकदम वरचं मोठं झुंबर विझलं. आतला ऐंशी टक्के प्रकाश सरला. मग घुमटाला लागून दिव्यांचं वर्तुळ होतं ते विझलं. पंचाण्णव टक्के प्रकाश संपला. अखेरीस उरलेसुरले किरकोळ दिवे गेले आणि माणसांनी संपूर्ण भरलेला तो भव्य प्राकार नि:शब्द काळोखात बुडून गेला. शिल्लक उरले ते सहस्रशीर्षांचे अंधुक आकार नि सहस्र श्वासांचे अस्पष्ट सीत्कार.

तेवढ्यात खूप दूरवर गाभाऱ्यात पहिली बारीकशी ठिणगी चमकली. प्रकाशाचा तो इंगळ करंगळीएवढ्या मेणबत्तीत फुलला होता. ती ज्योत अथेन्सच्या, मी पाहिलेल्या मुख्य कथीड्रलमधून आणलेली होती. धर्मगुरूंनी तिच्यावर काकडा पेटवून घेतला आणि ते पुढे पुढे यायला लागले. सोनेरी प्रकाशात पावलं टाकत येणारी त्यांची धीरगंभीर आकृती परलोकातून अवतरत असल्यासारखी दिसली. मधल्या दारातून पुढे आल्याबरोबर त्यांच्या मशालीवरून आपली मेणबत्ती पेटवून घेण्याची भाविकांची एकच झुंबड उडाली. त्या ज्योतीपर्यंत पोहोचू न शकणारे शेजारच्याकडून आपली मेणबत्ती लावत होते. एकीवरून दुसरी. दुसरीवरून तिसरी. पाहता पाहता, एक-दोन-दहा-पन्नास-पाचशे-हजार-दीडदोन हजार मेणबत्त्या आत पेटल्या. तेजाचं ते दान वरच्या मजल्यापर्यंत पोहोचून तोही उजळला. लवलवत्या सोनेरी आभेनं चर्च आतून न्हाऊन निघालं.

पुन्हा विजेचे दिवे आले नि सोन्यात चांदी मिसळली. बाराला सात मिनिटं उरली होती. एव्हाना धर्मगुरूंच्या हातातला काकडा जाऊन तिथं येशूची आकृती आली होती. गर्दी कशीतरी दुभंगत ते चर्चच्या बाहेर पडले. चार पायऱ्या उतरून प्रांगणात शिरले आणि पुढच्या स्टेजवर चढले. आता आतला प्रत्येक जण त्यांच्या पाठोपाठ बाहेर जायला पाहत होता. पण त्यांना जाण्यासाठी तात्पुरती फुटलेली वाट लगेच मिटत होती त्यामुळे कुणालाही हलता येत नव्हतं. ऐन गर्दीच्या वेळी मुंबईच्या लोकलच्या दारासारखं चर्चचं दार झालं. मी सगळीकडून चेपली गेले. जीव कासावीस होत होता. सगळ्यांत भय होतं आगीचं. एवढ्या जळत्या मेणबत्त्या. कानाकडे, डोळ्यांपुढे, केसांमागे, पाठीवर गरम ज्योती. खच्चून चाललेली रेटारेटी. कधीही न वाटलेल्या भीतीनं मला घेरलं. मुलं, माणसं, म्हाताऱ्याकोताऱ्या सगळ्यांच्या हाती पेटती मेणबत्ती. इथं कागद आहेत, कपडे आहेत, केस आहेत. धोकाच धोका. भडका उडायला कितीसा वेळ लागणार? परवा येशूला क्रुसावर चढवताना हातात जळत्या मेणबत्त्या दिल्यावेळी अशी भीती वाटली होती. तिच्या लाखपटीनं मी आता भेदरले.

बाहेरचं काही न दिसण्यानं या उलघालीत भर पडली. एका उंच माणसाच्या मागे अडकले होते. त्यामुळे मला समोर फक्त पांढरी पाठ दिसत होती. बाजूच्या रेटारेटीत थोडी भांडणं व्हायला लागली होती. 'तू हो पुढे' म्हणत कुणी आपल्या माणसाला ढकललं की 'ओ शहाणे, मागे व्हा. जागा काय तुमच्या तीर्थरूपांची?' अशी बाचाबाची चालली असावी. 'ठीकाय. काही राहायला आलो नाही इथं' अशा थाटाची बोलाचाली ऐकल्यावर मी पुढे सरकण्याची आशा सोडून उंबऱ्यालगत उभी राहिले. बाहेरचं बघायची खूप इच्छा पण इकडे आत आग भडकली तर किती भाजेन त्याचं गणित मनात मांडत होते. तसं झालं तर कुठे पळण्याची शक्यताच नव्हती. असतील इथं शंभर दरवाजे पण या समोरच्यातून तरी बाहेर

पडायला मिळणार का?

तेवढ्यात माझ्या पुढच्या तिघांना आत परतावंसं का वाटलं कोण जाणे. त्यांनी पाडलेल्या फटीतून मी चटकन पुढे सटकले आणि उंबऱ्यावर चढले. काही दिसणार नाही, एवढं येऊन फुकट असं वाटत असताना मला तिथली सर्वोच्च जागा मिळावी या नशिबाचं नवल वाटलं.

समोर आता सगळं छान दिसायला लागलं. लाल स्टेजवर नटलेले धर्मगुरू उभे होते. हातातल्या स्पीकरवर प्रार्थना म्हणत होते. भोवताली प्रांगणातल्या गर्दीत मेणबत्त्यांचा सागर पेटलेला. तिन्ही बाजूंच्या ओसऱ्यांवर, पहिल्या आणि दुसऱ्या मजल्यांवर लोक लटकले होते. हातांतल्या जळत्या दीपांच्या एकावर एक तीन आवली बनलेल्या. पुनरुत्थानाचा उल्हास त्यांच्या प्रकाशातून ओसंडत होता. शिगेला पोहोचत होता. आनंदी जल्लोषाचं अपूर्व रूप दिसत होतं. खरोखर डोळ्यांचं पारणं फिटलं. ज्या ईस्टरसाठी मी घाईनं ग्रीस गाठला होता त्याचा सर्वोत्कट बिंदू तिथं प्रकटत होता. तेवढ्यात माझ्याही हातात कुणीतरी मेणबत्ती खुपसली. मी लोकावेगळी राहिले नाही. त्या सिंधूतला बिंदू होऊन गेले.

बारा वाजता, बरोबर मध्यरात्री धर्मगुरूंनी 'क्रिस्त उठला. त्याचं पुरुत्थान झालं'' असं म्हणताक्षणी चर्चच्या घंटा आनंदानं गर्जू लागल्या. सगळा जनसंमर्द 'क्रिस्त उठला. क्रिस्त उठला' असा घोष करत उसळला. हातातल्या मेणबत्त्या विसरून लोक हसत हसत, आनंदानं निथळत एकमेकांना कवटाळायला लागले, गालांच्या पाप्या घ्यायला लागले. तोवर बाहेरच्या रस्त्यावर जोरदार फटाके उडायला लागले. क्रिकेटच्या मॅचमधे भारत जिंकला हे जसं आपोआप कळतं तसं येशूचं पुनरुत्थान झालेलं सगळ्यांना समजलं.

बघून थक्क व्हावं असं दृश्य. खरोखरी बाराच्या ठोक्यावर, त्या विशिष्ट क्षणावरती लोकांचा केवढा विश्वास. आतापर्यंत काठाशी अडला होता. येशूचं शुभ वर्तमान कानी आलं आणि त्याचा बांध फुटला. तो असा फेसाळून बाहेर आला. त्यांच्या मनात खरोखरचा येशू जिवंत झाला होता.

तेवढ्यात माझ्या मागचा रेटा वाढला. सगळे जण मला पुढे व्हायला सांगत होते. पण मी हलणार कशी? तेव्हा मला पाठीमागून ढकलून कुणीतरी चर्चचं दार लावून घेतलं. धर्मगुरू एका हाती राजदंड आणि दुसऱ्या हाती तीन मेणबत्त्यांचं झाड घेऊन पावलं टाकत आता परत चर्चकडे येत होते. एवढ्या प्रचंड जनसागरात मी एकमेव, परधर्मीय हिंदी पाहुणी असावी. भोवती सगळे ग्रीक आणि पाश्चिमात्य गोरे क्रिश्चन होते. पण गंमत अशी की नेमकी मला सर्वांत चांगली जागा मिळाली होती. कुशीशी येशूची प्रतिमा कवटाळून धर्मगुरू माझ्यापासून दोन पावलांवर उभे होते. गर्दीमुळे घामाघूम झालेला त्यांचा गौर-गंभीर चेहरा मेणबत्त्यांच्या प्रकाशात चकाकत होता. धपापत त्यांनी मंत्र म्हटले आणि चांदीच्या राजदंडानं तीनदा दरवाजा ठोकला. आतून काही प्रश्न विचारले जात होते. बाहेरून हे उत्तरं देत होते. भाषा येत नाही याची त्या वेळी खूप हळहळ वाटली. नेमकं काय म्हणताहेत ते कळलं असतं तर किती बरं झालं असतं?

दरवाजा उघडताच जवळ जवळ मला घासूनच ती मिरवणूक आत गेली. येशू मुक्त झाल्यानं बेड्यांची खळखळ मात्र या वेळी साथीला नव्हती.

''यानंतर काय होतं?'' मी शेजारच्या माणसाला विचारलं.

''आता मुख्य कार्यक्रम संपला.'' निघण्याच्या तयारीत तो म्हणाला. ''अजून आत मंत्र-गाणी-प्रवचन असतं, पण मी निघालो.''

मीही निघाले. सव्वाबारा झाले होते. अलीकीला पोहोचायला अर्धा तास लागला असता. लोक जात होते तरी त्यांचा लोंढाच इतका मोठा की अंगणात पंधरा मिनिटं अडकले. वाटेत झाडावर अडकवलेल्या त्या दोरीच्या घंटा लागल्या. जाता जाता त्या वाजवायचा कुणी प्रयत्न करत होते. पण त्या पंचवीस फूट उंच. दोरी त्यामानानं किरकोळ. ती नुसतीच हेलकावायची. टोल हले पण घंटा वाजत नव्हती. तिथं पोहोचल्यावर हातची मेणबत्ती सांभाळत मीही दोरी खेचली. कदाचित आधीच्यांच्या प्रयत्नामुळे टोल बराच हालला असावा. माझ्या ओढण्यानं डाण्ण् डाण्ण् आवाज करत घंटा वाजायला लागली. ईस्टरच्या शेवटच्या चरणात असं नादमय सहभागी होताना मला सुखद वाटत होतं.

परतीच्या वाटेवर एका अत्युत्कट क्षणाचे आपण साक्षी झालो होतो याचा कृतार्थ भाव मनात दाटला.

''ये, आलीस का? वाटच बघत होतो आम्ही तुझी. युफ्रसीनीची मैत्रिण असूनही रस्ता न चुकता आलीस म्हणजे आश्चर्यच.'' अपॉस्तॉलसनं हसत, टोमणा मारत माझं स्वागत केलं आणि घराच्या मधल्या चौकात इतर आठेक मंडळी बसली होती तिकडे नेलं. आज ईस्टरच्या रविवारी त्यांच्या 'लेंट'चा, चाळीस दिवसांचा उपवास सुटणार होता. त्यासाठी मला आमंत्रण होतं. आजपासून मासे-मटण खायला हरकत नाही एवढाच त्याचा अर्थ. बाकी सगळं खाणं यथासांग चालूच असतं. उपवासाचं हे बंधन मोडताना अगदी टोकाशी जायचं आणि अख्खा मेंढा रांधायचा अशी पद्धत आहे. सगळ्या लहान लहान खेड्यांमधे त्याचं सामुदायिक भोजन असतं. ज्यांना परवडतं ते तो घरीच भाजून मित्रमंडळींना बोलावतात.

उघड्या जागी बसलो होतो तरी जेवणाचा वास दरवळत होता. माझ्या तोंडाला पाणी सुटलं.

मंडळी वाइन पीत गप्पा मारत होती. जेवणाची घाई कुणालाच नव्हती. दोरीनानं, अपॉस्तॉलसच्या पत्नीनं मला फळांचा रस दिला. तो चवीचवीनं पीत बोलत होते. अपॉस्तॉलसचे मित्र त्याच्यासारखे बहुश्रुत आणि बोलके वाटले. जे नवे येत ते आल्याबरोबर 'क्रिस्तोस अनेस्ते' म्हणत. त्याला बाकीचे सर्व जण 'अलिथॉस अनेस्ते' असा प्रतिसाद देत. सगळ्यांना भारतीयांबद्दल खूप आदर होता. या वेळी युफ्रसीनी बरोबर नसली तरी मला अवघड वाटत नव्हतं.

''कसा काय वाटला आमचा ईस्टर तुला?''

मी खास त्यासाठी आले आहे हे त्यांना माहीत होतं.

''फारच छान. ग्रीक लोक इतके श्रद्धाळू असतील, क्रिस्ताच्या पुनरुत्थानावर इतके विश्वसून असतील असं मला वाटलं नव्हतं.'' मी म्हणाले. ''अनेक वर्षं इंग्लंडमधे काढूनही ईस्टर साजरा केलेला मी पाहिलेला नाही. काल रात्रीचा सोहळा तर माझ्या पापण्यांवर आतून

कोरला गेलाय. डोळे बंद केले की लगेच दिसायला लागतो. त्यातल्या बऱ्याचशा गोष्टी मला कळल्या नाहीत पण त्यामुळे आनंदात उणीव नव्हती.''

''बोल, तुला काय नाही समजलं?''

''येशूला क्रुसावरून उतरवला तेव्हा दरेकाच्या हाती तपकिरी आणि काल रात्री पांढरीशुभ्र मेणबत्ती होती ती का?''

''शुक्रवारी होती तिला 'ब्राउन कँडल प्रोसेशन'' म्हणतात आणि कालचीला 'व्हाइट कँडल प्रोसेशन' म्हणतात. येशूच्या मृत्यूचा शोक दाखवण्यासाठी काळसर आणि त्यानंतरच्या त्याच्या पुनरुत्थानानं झालेला आनंद दाखवण्यासाठी शुभ्र मेणबत्ती हाती घेऊन चालण्याची प्रथा आहे.''

''येशूला क्रुसावरून काढल्यापासून सर्व जण काही म्हणताहेत ते काय?''

''तेही आनंद व्यक्त करण्यासाठी. 'क्रिस्तोस अनेस्ते' म्हणजे 'येशू उठला.' म्हटलं की त्याला उत्तर 'अलिथॉस अनेस्ते' म्हणजे 'होय. अहो खरोखरीच उठलाय.' एकमेकांना भेटल्यावर हे अभिनंदन आता महिनाभर तरी चालेल. लोक ईस्टरच्या आधी महिनाभर लेंट पाळून आणि नंतर महिनाभर असं अभिवादन करून येशूची आठवण जागती ठेवतात.''

''हा प्रकार कॅथलिक किंवा प्रॉटेस्टंट क्रिश्चनांमधे नसतो. तुम्हां ग्रीक ऑर्थॉडॉक्स मंडळींमधे कुठून शिरला?''

''अगं, मूळ क्रिश्चन धर्म हाच असं आम्ही मानतो. येशूला बाप्तिस्मा देणारा जॉन द बॅप्टिस्ट, त्याचा निकट अनुयायी सेंट पॉल एवढंच नव्हे तर खुद्द त्याची आई मेरी या भागात येऊन राहिली होती. त्यामुळे प्रथम इकडेच तो धर्म रुजला. चौथ्या शतकात रोमन सम्राट क्रिश्चन झाल्यावर 'रोमन कॅथलिक' ही शाखा उदयाला आली.''

''पण दोन्हीत फरक काय?''

''आमच्या चर्चच्या बांधणीतला, पूजेअर्चेतला फरक तुला दिसलाच असेल. पण मूळ फरक तत्त्वाचा आहे. तुला क्रिश्चनांची 'होली ट्रिनिटी' माहीत आहे का?''

''हो.'' मी म्हणाले. ''द फादर, द सन् अँड द होली गोस्ट.''

''बरोबर. फादर म्हणजे देव, सन् म्हणजे येशू आणि होली गोस्ट म्हणजे पवित्र आत्मा. आम्ही समजतो हा पवित्र आत्मा केवळ देवानं घडवला तर कॅथलिक्स समजतात की देव आणि येशू या दोघांनी तो निर्माण केला.''

''बस्स? एवढ्या एका मुद्द्याचा फरक? त्यानं दोन वेगळे धर्म निर्माण झाले?''

''इतर आणखीही वाद आहेत पण मुख्य फरक हाच.''

''ग्रीस हा प्राचीन सुसंस्कृत देश. तुमच्या देवदेवता, पुराणं, परंपरा, तत्त्वज्ञान हे सगळं बदलून सबंध देश क्रिश्चन कसा झाला?'' मी विचारलं.

''तू म्हणतेस ते खरं आहे. ती गोष्ट जरा आश्चर्याचीच आहे. तीनेक हजार वर्षांपूर्वी तुम्हां हिंदूंप्रमाणेच आमचेही अनेक देव होते. त्यांचं वागणं खूपसं मानवासारखं होतं. ते रागवा-रुसायचे. संतुष्ट होऊन आशीर्वाद द्यायचे. ते इथंच माउंट ऑलिम्पसवर राहायचे तरी तिथून खाली उतरून आपण वावरतो तसेच ते लोकांमधे मिसळायचे. खाय-प्यायचे. आनंदात

असायचे. त्यानंतर आलेल्या गंभीर प्रकृतीच्या क्रिश्चॅनिटीनं ते बदलून टाकलं. पण मूळची भाषा, देव, तत्त्वज्ञान, कला-कल्पना आणि प्रवृत्ती यांचा कायमचा ठसा आमच्यावरच नव्हे तर सबंध पाश्चिमात्य संस्कृतीवर उमटलेला आहे. भाषेचंच बघ ना. नुसतं इंग्लिश पाहिलं तरी त्यातले वीस टक्के शब्द ग्रीक आहेत किंवा ग्रीकवरून आलेले आहेत.''

''तत्त्वत: ते खरं असेल पण व्यवहारात त्याचा काही उपयोग नाही.'' मी हसत म्हणाले. ''एक अवाक्षर कळत नाही मला. विमानतळावर उतरल्यापासून झगडते आहे परंतु तुमच्या या सुंदर पण शिष्ट भाषेनं जरासुद्धा ओळख दाखवलेली नाही. त्यात गंमत अशी की ती आपल्याला अजिबात येत नाही असं समजून चिनी वा जपानी भाषेसारखं तिच्याकडे संपूर्ण दुर्लक्षही होत नाही. कारण तुमची लिपी. इंग्रजी अल्फाबेट्स तिच्यातूनच आली. त्यामुळे डोळे मूळाक्षरं वाचतात पण त्यांचे उच्चार बेटे अगदी वेगळेच असतात.''

''हो ना. उदाहरणार्थ 'अल्फाबेट्स' ही 'अल्फाव्हेट्स' म्हणायला हवीत. कारण 'बीटा'चा उच्चार 'बी' नसून 'व्ही' आहे. ग्रीकमधे बी अक्षरच नाही.'' तो हसत म्हणाला. ''एम् आणि पी एकत्र लिहिले की त्याचा ब उच्चार होतो.''

''पुरातन काली मी कॉलेजमधे फिजिक्स शिकले होते.'' मी सांगायला लागले, ''त्यामुळे अल्फा, बीटा, ओमेगा, डेल्टा, लॅम्ब्डा असली चिन्हं नजरेखालून गेली होती. ती थोड्या वेळात पुन्हा मेंदूत शिरली पण इतर अनेक अक्षरं अजिबात वाचता येत नाहीत. इथं आल्यापासून मी तुमची मूळाक्षरं शिकायचा प्रयत्न केला. त्यात मला सांगा, की तुमचा झेड् सहावा कसा येतो? उच्चार कधी मूळाक्षराशी फटकून वागतात तर कधी सरड्यासारखा रंग बदलतात. लहान व्ही चा उच्चार एन् कां करायचा? उलट्या एल् चा उच्चार कधी ग तर कधी य! तो काय तारखेप्रमाणे बदलतो की वाराप्रमाणे? शिवाय सबंध भाषेत 'श' नाहीच.

''बाकीचं जग ज्याला पी म्हणतं त्याला तुम्ही आर् कां म्हणता? त्या बिचाऱ्या आर् ची शेपटी तुम्ही कां कापली? त्यामुळे माझं 'प्रभु' आडनाव लिहिणं किती कठीण झालंय माहीत आहे? पी वेगळा, आर् वेगळा, बी तर अस्तित्वातच नाही, एच्चा उच्चार एच् नाही आणि तीन यू मधला मी कुठला उचलायचा? म्हणजे फक्त ए सोडला तर दुसरं कुठलंच इंग्रजी अक्षर त्यात सापडत नाही आणि ही म्हणे इंग्लिश मूळाक्षरांची आई!''

माझ्या वैतागावर सगळेच मोठमोठ्यानं हसले.

''हे काहीच नाही,'' एक जण म्हणाला, ''आमच्याकडे पाच ई आहेत.''

''पाच?'' मी आश्चर्यानं उद्गारले.

मराठीतल्या ऱ्हस्व आणि दीर्घ या दोन 'इं'शी मुकाबला करताना नाकीनऊ येतात. या पंचकन्यांचा हल्ला कसा परतवायचा?

''ग्रीकांचं नुसतं हो आणि नाहीसुद्धा विचित्र. 'नो' च्या जवळचं 'ने' म्हणजे येस आणि 'ओ०के०'च्या जवळचं 'ओक्ची' म्हणजे नो. तोंडानं नो म्हणताना मान होकारार्थी हलली की 'हो' की 'नाही'चा आणखी गोंधळ. वेळाच्या बाबतीतही तोच घोळ. ए०एम्० ऐवजी पी०एम्० म्हणजे सकाळ आणि पी०एम्० ला म्हणतात एम्०एम्०. त्यामुळेच अर्थ समजला नाही की 'दॅट्स ग्रीक अँड लॅटिन टू मी' असं म्हणत असावेत. इंग्लिश त्यापेक्षा किती सोपी. 'ए ब्राउन

फॉक्स जंप्स ओव्हर द गोल्ड झीब्रा.' या एका वाक्यात सगळी इंग्लिश मूळाक्षरं बसतात. त्यांतल्या त्यात कुठल्या युरोपिअन भाषेशी ग्रीक सर्वांत जवळची आहे?''

''स्पॅनिशशी. ती आली की ग्रीक आलीच.''

माझ्या भाषिक पायऱ्या मला डोळ्यांपुढे दिसायला लागल्या. ग्रीक स्पॅनिशसारखी म्हणून सोपी स्पॅनिश आधी शिकायची. ती इंग्लिशमधून शिकायला हवी. त्यासाठी इंग्लिश चांगलं हवं. ते मराठीतून शिकणं सोपं. त्यासाठी प्रथम मराठी पक्कं करून मग इंग्लिश-स्पॅनिशच्या मार्गे ग्रीकच्या मागे लागायचं. तेव्हा आणखी पन्नासेक वर्षांत, २०५६पर्यंत मी फर्डं ग्रीक तरी बोलायला लागीन किंवा कायमची गप्प तरी होईन. ग्रीकांच्या सुदैवानं दुसरी शक्यता अधिक!

''पण तुमची मूळाक्षरं बदलली कशी?'' मी आजच्या प्रश्नावर आले.

''त्याला कारण ग्रीसवरचं रोमन वर्चस्व. ग्रीकांचा पाडाव होऊन इसवी सनापूर्वी शतकभर रोमचं राज्य सुरू झालं. माणूस स्वतंत्र भाषा बोलण्यात तत्पर असतो पण ती अक्षरबद्ध करण्यात आळशी. त्यापेक्षा दुसऱ्या कुणाच्या मूळाक्षरांवर डल्ला मारुन त्यांवर आपली लिपी बेतणं सोपं. म्हणूनच जगात भाषा असंख्य पण लिप्या मोजक्या. रोमनांनी तेच केलं. फक्त त्या वेळी आपलं वेगळेपण दाखवण्यासाठी त्यांनी काही फेरफार केले. मूळ लिपी सेमेटिक. ती उचलताना प्राचीन ग्रीकांनी तिचा विकास केला. देखणेपण दिलं. त्यामुळे गेली तीन हजार वर्षं ती अबाधित राहिली. रोमनांनी तिच्यात काही बदल केले तरी सर्व युरोपिअन लिप्यांची तीच जननी. आमची संस्कृती रोमनांपेक्षा इतकी वरची होती की जेत्यांची संस्कृती जितांनी स्वीकारायची हा संकेत मोडून रोमनांनी ती घेतली. वेगळ्या नावांनी आमचे देव घेतले. इलियड, ओडेसीसारखी महाकाव्यं घेतली आणि आमचे तत्त्ववेत्तेही घेतले.

''इसवी सनाच्या पूर्वी सहा शतकं मोठमोठे ग्रीक तत्त्वज्ञ होऊन गेले. हेराक्लीटसनं सतत बदलत्या जगाची जाणीव करून दिली. 'एका नदीत तुम्ही दोनदा पाय बुडवू शकत नाही' असं तो म्हणायचा. पायथागोरस महान गणिती म्हणून प्रसिद्ध. पण तोही मोठा विचारवंत. सॉक्रेटिसला खुद्द देल्फीच्या महंतांनी 'ग्रीसमधला सर्वांत ज्ञानी' ठरवलं होतं. आपल्याला किती कमी समजतं हे ठाऊक असल्यानं सॉक्रेटिस गोंधळून गेला. शेवटी 'आपल्याला आपल्या त्रुटींची जाणीव आहे म्हणजेच आपण शहाणे असलो पाहिजे' असं त्यानं ठरवलं. त्याचा शिष्य प्लेटो, पुढे ॲरिस्टॉटल असे एकाहून एक जगप्रसिद्ध विचारवंत होऊन गेले.

''मीना, कदाचित तुला माहीत नसेल म्हणून सांगतो, त्यांचं बरचसं तत्त्वज्ञान मुळात आलं ते भारतातून. सॉक्रेटिसन तसं स्पष्ट लिहून ठेवलेलं आहे. त्यासाठी तू *द ग्रीक्स ॲन्ड द इरॅशनल* आणि *द बर्थ ऑफ ड्युॲलीझम* ही दोन पुस्तकं वाच. त्याच्यात तुला हे कबुलीजबाब सापडतील.''

मी अपॉस्टॉलसच्या तोंडाकडे बघत राहिले. मला कमालीचं नवल वाटत होतं. जिभेच्या टोकावर असलेलं त्याचं ज्ञान आणि विषय थोडक्यात समजावून सांगण्याची हातोटी विलक्षण होती. ''सॉक्रेटिस, प्लेटो हे आमचे'' म्हणून तोरा मिरवणारे ग्रीक मी पाहिले होते. त्यांनी ते वाचलेले असोत वा नसोत. पण अपॉस्टॉलससारख्या एका जाणत्यानं भारताचं हे ऋण उघड मान्य केलं म्हणून मला एकाच वेळी आनंद आणि आश्चर्य वाटलं.

''आज जेवायचं आहे की नाही?'' अनेकदा सूचना करूनही आम्ही उठत नाही म्हटल्यावर दोरीनानं आम्हाला थांबवत विचारलं.

गप्पांच्या नादात विसरलेली भूक एकदम उफाळली. शेजारच्या जेवणघरात शिरलो. तिथं नोकरांची फौजच्या फौज काम करत होती. एकीकडे सुंदर टेबल लावलेलं. त्यांच्यावर नाना प्रकारचे पदार्थ मांडलेले होते. प्रथेप्रमाणे सबंध मेंढा भाजून ठेवला होता. न जळता आतपर्यंत नीट शिजावा म्हणून त्याला सळ्यांवर घालून, मंदाग्नीवर तासन् तास फिरवला होता. त्याला नुकताच उतरवून नोकर वेगवेगळ्या भागांचे वाटे करून ठेवत होते. गरम गरम जेवण. अपॉस्तॉलसनं ''हे तुला आवडेल,'' ''हे फार चवदार लागतं,'' ''हा तुकडा द्यायचा राहिलाच की,'' असं म्हणत स्वत: माझी बशी शिगोशीग भरून टाकली. त्याच्या अशा प्रेमळ सौजन्यानं मला आणखी मोकळेपण आलं.

जेवताना पुन्हा मला त्याच्याशेजारी बसायला मिळालं. खाण्याबरोबर पुन्हा बोलणं सुरू झालं.

''आमचे पूर्वज आर्य होते. त्यांची यज्ञसंस्कृती होती. त्यांचं तत्त्वज्ञान जसं इथं पोहोचलं तशी आमच्याकडे त्यांची संस्कृत भाषाही पोहोचली.'' अपॉस्तॉलस म्हणाला. त्याला संस्कृत येत नव्हतं पण त्याच्याबद्दल बरीच माहिती होती. काही शब्द येत होते.

''संस्कृत 'पिता'वरून आमचा 'पातेर' आला आणि 'माता'चा 'मेतेर' झाला.'' अपॉस्तॉलस सांगत होता, ''एक ते दहा आकडे सारखे आहेतच पण आमचा मुख्य देव 'झ्यूस' हा तुमच्या 'द्यूस' म्हणजे प्रकाश या शब्दावरून आला. त्याची पत्नी 'ईरा' हे 'स्वर्ग'चं रूप आहे. तुमच्या 'जीवो'वरून 'एरुथ्रोस' आलेले आहेत.''

माझ्या डोक्यात एकदम उजेड पडला. लाल रक्त गोलकाला आम्ही डॉक्टर्स 'एरिथ्रोसाइट' म्हणतो. रक्ताच्या गुठळीला 'थ्रॉम्बोएरिथ्रोसिस.' ग्रीक समजत होते तो हा अवघड शब्द मूळचा आपलाच की!

''स्वप्न संस्कृत-हुप्नॉस ग्रीक. त्यावरून हिप्नॉसिस आला. असे कितीतरी शास्त्रीय शब्द आहेतच पण ग्रीसमधलं सर्वांत लोकप्रिय नाव 'दिमित्री' हे महाभारतातल्या 'दत्तमित्र' वरून आलंय.'' तो हसत सुटला.

''अरेच्चा. हे म्हणजे फारच झालं! बरं झालं कळलं ते.'' मीही हसत हसत म्हणाले, ''अथेन्सला परतले की माझ्या ग्रीक मित्राचं संस्कृत बारसं करून टाकीन.''

सगळेच हसले.

अपॉस्तॉलनं विचारलं, ''तुमच्याकडे 'वर्ड'ला काय म्हणतात?''

''वर्ड म्हणजे शब्द.'' मी म्हणाले.

''संस्कृतमधे की मराठीत?''

''दोन्हींमधे. शब्द हाच शब्द आम्ही वापरत असतो.''

थोडा विचार करून अपॉस्तॉलस म्हणाला, ''त्याला लोगॉस वगैरे काही म्हणतात का?''

''मला तरी माहीत नाही. असेलही. माझं संस्कृतचं ज्ञान अगदी तोटकं आहे.'' मी कबुली दिली.

एकदम त्याला आठवलं. ''आमच्या प्राचीन ग्रीकमधे शब्दाला 'अब्द' म्हणतात हे तुला माहीत आहे का? प्लेटोच्या नि होमरच्या लिखाणात अब्द आलेला आहे.''

मला एकदम आपले मर्ढेकर आठवले :

किती पायी लागू तुझ्या
किती आठवू गा तूते
किती शब्द बनवू गा
अब्द अब्द मनी येते.

शून्याचा शोध केवळ चिंतनानं लागला तसा काव्यचिंतन करताना हा शब्द, ग्रीक भाषा न येता बा०सीं०च्या मनात उगवला होता का?

अलेक्झांडरच्या स्वारीच्याही आधीपासून आपले आणि ग्रीकांचे ऋणानुबंध जुळलेले आहेत. त्यातले असे किती तरी धागे माझ्या हाती आपोआप गवसत होते. मी त्यांच्यात गुंतत चालले होते.

निघताना माझ्या गाडीपर्यंत पोहोचवायला सगळं घर आलं होतं. दोरीना म्हणाली, ''आमच्याकडे सध्या एमाची मैत्रिण राहायला आली आहे नाहीतर युफ्रसीनीच्या घरी एकटं राहण्यापेक्षा आम्ही तुला इकडेच ठेवून घेतलं असतं. तुझ्याशी आणखी गप्पा करायला आम्हांला खूप आवडलं असतं.''

γ

पारोसला मी इतकी रमले होते की इथून हलू नयेसं वाटत होतं. पण उरलेला सारा देश साद घालत होता. युफ्रसीनी फोनवरून आणखी राहण्याचा आग्रह करत होती त्याला दोन दिवस बळी पडले पण आता पुढे जायला हवं होतं. युफ्रसीनीनं म्हटल्याप्रमाणे इथून दक्षिणेची बेटं पाहायची होतीच पण त्याआधी पारोसच्या उत्तरेला असलेल्या 'मिकोनोस' आणि 'दलोस' या दोन बेटांवर जाऊन येणार होते. या प्रवास-आखणीत आणखी दोन दिवस गेले. नकाशात ग्रीसची बेटं फार लांब दिसत नसली तरी प्रत्यक्ष अंतर बरंच होतं. त्यामुळे या दोन बेटांना आणि खाली दक्षिणेत क्रीटपर्यंत बोटीनं जाणं शक्य होतं. तिथून उत्तरायण करून ऱ्होड्स बेट पाहायचं. मग शेवटच्या ग्रीक बेटावर, लेझ्व्होसला सेमेलीकडे जायचं आणि ते पाहून झालं की थेसलनीकीला पुन्हा ग्रीसच्या प्रमुख भूमीवर परतायचा बेत होता. क्रीटपासूनचे पुढचे तीन प्रवास विमानाच्या मदतीनंच पार पाडायला हवे होते.

प्रवासाची आखणी ठीक होती पण ती प्रत्यक्षात आणणं तितकंसं सोपं नव्हतं. प्रवाशांची एवढी ये-जा असूनसुद्धा पारोसच्या पर्यटन संस्था उदास वाटल्या. त्यातून नुकताच ईस्टर आटोपलेला. प्रवाशांची परतण्याची घाई उडालेली. बोटींची तिकिटं मिनतवारीनं मिळत होती. विमानांची तर जवळपास अशक्य. या बेटांना जोडणारी उड्डाणं फार थोडी आणि विमानं लहान. लोक बहुधा बोटींनी फिरतात. पण अंतरं लांब. चोवीस चोवीस तास बोटींत घालवणं मला

वेळेच्या दृष्टीनं परवडणारं नव्हतं. तेव्हा मिळेल त्या विमानावर जागा नक्की करून त्याच्याभोवती बाकीचा प्रवास बसवत होते. अनेक चकरा मारून, अनेकदा फोन करून पुढच्या तीन आठवड्यांची जुळणी झाली आणि उत्तरेकडे मिकिनोसच्या बोटीत एकदाची मी चढले.

ही बोट सरळ मिकिनोसला न जाता वाटेत नाक्सोस बेटावर प्रवासी चढण्या-उतरण्यापुरती थांबणार होती. सबंध सिक्लादीस बेटांमधे नाक्सोस आकारानं मोठं. पूर्वी महत्त्वानंही मोठं समजलं जायचं. ग्रीक पुराणांत त्याला ठळक स्थान आहे.

पेलोपोनेज राज्यातला थेसिअस नावाचा राजपुत्र मिनोटॉर या उन्मत्त राक्षसाचा नि:पात करण्यासाठी दक्षिणेच्या क्रीट बेटावर जातो. क्रीटची राजकन्या ॲरिॲड्नी त्याच्या प्रेमात पडते. ती राक्षस मारण्यासाठी मदत करते. काम फत्ते झाल्यावर थेसिअस तिच्यासह पेलोपोनेजला घरी परतताना वाटेत इथं नाक्सोसला थांबतो. जिच्या मदतीनं त्यानं राक्षसावर मात केलेली असते त्या ॲरिॲड्नीला कारणाखेरीज इथं टाकून थेसिअस पुढे जातो.

सुदैवानं ॲरिॲड्नी ते फारसं जिवाला लावून घेत नाही. या बेटावर द्राक्षं, अंजिरं, ऑलिव्ह्ज सोबत संत्र्या-मोसंब्यांचीही लयलूट होती. हिरवागार स्वर्गच हा. लवकरच ती इथल्या 'दायोनिसोस' या सोमरस आणि सुख-समृद्धीच्या देवाच्या प्रेमात पडते आणि आनंदात राहते. तेव्हापासून 'नाक्सिअन वाईन' ही प्रेमभंगावरचा अक्सिर इलाज समजली जाते.

बहुतेक ग्रीक बेटांप्रमाणे नाक्सोसची मालकीही अनेकदा बदलली. व्हेनिशिअन राज्यकर्त्यांनी पंधराव्या शतकात बांधलेले वाडे आणि जुनी ग्रीक घरं पाहण्यासारखी असल्यानं इथं उतरायची इच्छा होती पण माझ्या वेळापत्रकात बसेना. बेटालगत असलेल्या स्वतंत्र टेकडीवरचं अपोलोचं अपुरं मंदिर हे इथलं सर्वांत मोठं आकर्षण. या मोक्याच्या जागेवर कधीकाळी बांधायला घेतलेलं पण अर्धवट टाकलेलं. गेल्या अडीच हजार वर्षांत त्याच्या दगडांची सतत लूट होऊन आता केवळ एक चौकोनी कमान शिल्लक उरली आहे. ती मात्र आमच्या बोटीतून अगदी छान दिसत होती. चांगली सत्तरऐंशी फूट उंच. अशी खणखर्णीत घट्ट की तिचे चिरे चोरांच्या तीर्थरूपांनाही हलवता आले नसते. तिच्या पुढच्या पटांगणात उपटून नेलेल्या खांबांच्या दगडी बुंध्यांचा सडा पडलेला. किंचित गुलाबी छटेच्या संगमरवराची ती विशाल चौकट आज नाक्सोसचं महाद्वार झाली आहे. बोट तिला वळसा घालत चालली होती. ती दिसेनाशी होईतो तिचं दर्शन घेतलं. नाक्सोसला न उतरल्याची हुरहूर थोडी शमली.

आणखी एखाद्या तासात मिकोनोस आलं. बोट बंदराला लागली पण उतरण्याआधी माझी नजर समोरच्या गावाकडे गेली. पारोसच्या बंदरालगतचं पारोकिया गाव सुंदर पण सपाटीवर वसलेलं. इथं समुद्रकाठालगतचं पांढरंशुभ्र मिकोनोस टेकडीवर चढलेलं. उजवीकडे दूर उंचावर पाच पवनचक्क्या तुमचं स्वागत करताहेत. सबंध गावाला अर्धगोलांची कोरीव झालर लावत जाणारा रुंद समुद्रकिनारा. त्याच्या काठी सलग सुंदर घरं, सुसज्ज दुकानं किंवा हाकारणारी उपाहारगृहं. लगेच बोट सुटणार नसती तर बघतच बसले असते मी. बोटीतून खाली पाय ठेवला आणि हॉटेलवाल्यांचा हल्ला झाला.

गेल्या काही वर्षांत मिकोनोस पर्यटकांचं एकदम लाडकं झालं आहे. उत्तम रेतीच्या चौपाट्या, पोहायला संथ समुद्र आणि देलोस बेट हाकेच्या अंतरावर. त्यामुळे लहानथोरांची सोय. चार दिवसांपूर्वी इथं पोहोचले असते तर उभं राहायला जागा मिळाली नसती. पण ईस्टर संपल्याबरोबर प्रवाशांनी पळ काढला होता. हव्या तेवढ्या खोल्या दिमतीला होत्या. कुठली घ्यावी हा प्रश्न. आल्या प्रवाशाला आपल्याकडे ओढण्यासाठी सगळे जण झगडत होते. त्या आक्रमक पुरुषांमधे एक मध्यमवयीन बाई बाजूलाशी उभी होती. मी तिच्याकडे गेले. ती खोलीऐवजी छोटासा फ्लॅट देत होती. भाव वाजवी सांगत होती. बाकीच्यांशी झुंजत आम्ही वाट काढली.

तिचं हॉटेल ऐन मध्यभागी, उंचावर आणि स्वच्छ होतं. एकाऐवजी तीन जणांची राहायची वातानुकूलित सोय. बाजूला लहानसं स्वैपाकघर. बाहेरच्या सज्जात आले. खाली उतरत जाणारी घरं पायाशी आणि समोर समुद्र. मी एकदम खूष. राहायची सोय इतकी झटपट आणि सुंदर झाली होती. मध्यवर्ती असूनही अतिशय शांत सुखाची जागा होती. शोधूनदेखील इतकी चांगली मिळाली नसती. चला, मनावरचा एक ताण गेला.

तीनच्या सुमाराला मी गाव पाहायला निघाले. उतरणीवरून खाली समुद्राकडे जायचं म्हणजे खरं तर कळायला सोपं पण छोट्या-छोट्या रस्त्यांचा असा काय भुलभुलैय्या तयार झालेला की कुठून आलो आणि कुठे निघालो ते ध्यानात येऊ नये. त्यातून माणसांची चिकार गर्दी. मघाशी बंदरावर गिऱ्हाइकावरून हमरीतुमरीवर आलेले हॉटेलवाले पाहून मला वाटलं की गाव रिकामं असेल! अजिबात नाही. सगळे रस्ते नि दुकानं तुडुंब भरलेली. वाटलं, ईस्टरनंतरची ही कथा मग खुद्द ईस्टरमधे खोली मिळणं जाऊ दे, रस्त्यातून हलता तरी आलं असतं का? या ट्रेण्डी गावात सुंदर सुंदर कपडे घालून उत्साहानं खरेदी करणारे, कॅफे-बारमधून आरामात वेळ घालवणारे, रस्त्यांवर भटकणारे, घोळक्यांनी कोपरे अडवणारे आणि उत्साहानं उसळणारे इतके जण होते की वाटलं या ग्रीकांना काही कामधाम आहे की नाही. सगळे जण सुट्टीला आलेले. सगळे जण मजा करताहेत. आणि सुट्टी संपली तरी हे बेटे इथंच. श्रीमंत लोक, महाग कपडे घालून फिरताहेत आपले. कमीत कमी वेळात जास्तीत जास्त पैसा कसा उधळावा याचे धडे इथं घ्यावेत.

इथला बाजार बघूनही नवल वाटलं. बहुतेक सगळी मोठी सराफी दुकानं. दिव्यांच्या चकचकाटात रत्नजडित दागिन्यांचे इतके नमुने मांडलेले की चुकून आपण दुबई-कुवेतच्या बाजारपेठेत तर नाही उतरलो? असं वाटावं. अर्थात तिकडच्यापेक्षा इकडचे अलंकार खूप वरच्या दर्जाचे. कुवेतमधले किलो-किलो सोन्याचे जड-बोजड हार बघितले की हे बायकांसाठी आहेत की बैलांसाठी? अशी शंका यावी. इथं सोन्यामधे रत्नं बसवून केलेले सुबक दागिने हारीनं लावलेले होते. त्यात बिझेन्तिन पद्धतीचे दागिने तर फारच नामी. त्या काळी ग्रीकांचं वैभव कळसाला पोहोचलं होतं. पैसा तुडुंब वाहत होता. पाचू, माणिक आणि नील असे तिरंगी खडे कौशल्यानं बसवून घडवलेले हे दागिने कुणाही रूपवतीच्या रत्नबंधातली ठेव ठरावेत. मूळ दरबारी दागिन्यांच्या हुबेहूब प्रतिकृती आजही इथे बनतात. किती त्यांचे प्रकार. सध्या थोडी मंदी असल्यानं ते 'स्वस्तात' विकत होते म्हणे. त्यांची

जोरदार खरेदी चाललेली दिसत होती.

चुकतमाकत, वाट चुकल्याचा आनंद उपभोगत समुद्रकिनारी आले. या बाजूचा किनारा वाळूचा नसून खडकाळ होता. सगळाच्या सगळा उपाहारगृहांनी भरलेला. जिथं जागा सापडेल तिथं टेबल-खुर्च्या टाकलेल्या. समुद्राला चिकटून. लाटा टेबलांच्या पायात येताहेतसं वाटावं. नाना वास सुटलेले. लोक जेवताहेत आणि त्यांच्यामधूनच फिरणारे ये-जा करताहेत. पण कुणी हरकत घेत नव्हतं. त्यांचं खाणंपिणं, जोरदार हसणं चालू होतं. त्यात मधूनमधून डिस्को पेरलेले. नाना प्रकारचे तरुण-तरुणी त्यांच्या तालावर घुमत, नाचत होते. मी इतक्यात जेवणार नव्हते तरी तिथं घोटाळत होते. कारण त्या उसळत्या उत्साहाकडे नुसतं बघणंही मजेचं होतं.

समोर समुद्रात घसरगुंडी खेळत आहेतशी वाटणारी जुनी घरं होती. त्यांच्या पायांशी खरोखरी समुद्राच्या लाटा येऊन फुटत होत्या. पाण्यात तरंगत असलेल्या या भागाला 'लिटल् व्हेनिस' असं सार्थ नाव आहे. ते ओलांडून मी इथलं सुप्रसिद्ध चर्च बघण्यासाठी पुढे निघाले. पुढच्या अर्धगोल समुद्रकिनारीला लागून पुन्हा बाजार. कपड्यांची, भेटवस्तूंची आणि अर्थातच जवाहिऱ्यांची दुकानं. आमोरासमोरची दुकानं एकमेकांना भिडतील अशा अरुंद गल्ल्यांमधून चालले होते. एकसारख्या दिसणाऱ्या अनेक रस्त्यांच्या जाळ्यात अडकले आणि वाट पुसत पुढे निघाले.

तिथं मला दिमित्रा भेटली. खूप मोठ्या दुकानाची मालकीण. मी चर्चचा पत्ता विचारायला आत गेले होते. ती माझ्याशी गप्पाच मारायला लागली. गेली सत्तावीस वर्षं ती ही पेढी चालवत होती. तिला इथली सगळी माणसं माहीत होतीच पण नवल म्हणजे ती दॉक्सियादिस कुटुंबियांनाही नावानं ओळखत होती. अपॉस्टॉलसच्या कादंबऱ्या तिनं वाचलेल्या होत्या. त्यात फारसं नवल नव्हतं कारण धुमश्चक्री घटस्फोटानं त्याला घरोघर पोहोचवलं होतं पण युफ्रसीनीची पुस्तकंही तिच्या परिचयाची होती. स्वतः चित्रकार असूनही युफ्रसीनीनं इजिप्तच्या प्राचीन चित्रमय शवपेटिकांवर लिहिलेलं पुस्तक विद्वन्मान्य आहे. ते दिमित्राला माहीत होतं याचं मला साभिमान आश्चर्य वाटलं. दिमित्रा श्रीमंत होती, पाव शतक या दुकानाची मालकीण होती. त्याचबरोबर ती सुसंस्कृतही होती. ती माझ्या मैत्रिणीला ओळखते या एका गोष्टीमुळे मला तिची खूप जवळीक वाटली. तिला जेवायला बोलवावंसं वाटलं. मी बोलावलं सुद्धा. पण आधीचं आमंत्रण असल्यानं तिला येता येईना. नाहीतर ती नक्की आली असती.

''मी इथं कुठंशी जेवू?'' मी तिलाच विचारलं. मघा बघितलेल्या असंख्य उपाहारगृहांनी माझा गोंधळ उडवून दिला होता.

''तुला नेमकं काय खायचं आहे?'' तिनं उलट प्रश्न केला.

''मला साधारणतः स्थानिक पदार्थ खाऊन पाहायला आवडतात.''

''इथलं सुवलाकी फार प्रसिद्ध आहे. 'टाकी' नावाची जागा त्यासाठी लोकप्रिय आहे. तू तिथं जा.''

''बरं. दुसरं असं सांग, रस्तोरस्ती ही इतकी जवाहिऱ्यांची दुकानं. सगळ्यांचे सेल लागलेले, ते खरे आहेत का?'' मी तिला तिच्या धंद्याबद्दल सरळ प्रश्न केला. एव्हाना तेवढं

विचारण्याइतकी मोकळीक वाटत होती.

''गेली दोनचार वर्षं आमच्याकडे खरंच मंदी आलेली आहे.'' दिमित्रा म्हणाली. ''युरोचा भाव वधारल्यामुळे लोकांना ग्रीसला येणं परवडत नाही. माझ्यासारख्या मोठ्या दुकानांना अशा कठीण परिस्थितीत तग धरता येतो पण लहान व्यापाऱ्यांचा घातलेला पैसाही परत येणं दुरापास्त झालं आहे. तुला जर कुठं काही चांगलं दिसलं तर तू मला दाखवायला घेऊन ये. त्याची किंमत वाजवी आहे की नाही मी सांगीन.''

ग्रीकांच्या बाबतीत हे मला विशेष दिसत होतं. बहुतेक उच्चवर्ग इंग्लिश जाणतो. भाषेचा अडसर सरला की सहजी मैत्री जमते. मग इतकी मदत करतील. अगदी हृदय काढून देण्याइतके उदार होतील.. कधी कधी तर अवघडच वाटावं. अचानक युफ्रसीनीची खूप खूप आठवण आली आणि मी मनातून गहिवरले. माझ्यासाठी तिनं काय म्हणून केलं नाही? सख्खी बहीण करणार नाही इतकं तिनं केलं होतं. तिची गाडी माझ्या दिमतीला. बंगलीच्या किल्ल्या माझ्या हाती. आपलं घर समजून तू इथं पाहिजे तितके दिवस राहा. सोबतीला हवी तर माणसं पाठवते म्हणत होती. तिचं केवढं नाव आहे, या दूरच्या बेटावरही तिला ओळखणारे लोक आहेत हे पाहून मनापासून बरं वाटलं. तिला एक फोन करून टाकला. नुसता तिचा आवाज ऐकून इतकं बरं वाटलं सांगू!

मिकोनोसचं पारापोर्तिआनी चर्च खूप प्रसिद्ध. मी तेच पाहायला निघाले होते. जवळच समुद्राच्या काठी होतं. दिमित्रानं तिकडे कसं जायचं ते समजावून सांगितलं.

''तुमच्या या एवढ्याशा बेटावर किती चर्चेस आहेत! दर पाचपन्नास पावलांवर एक लागतंय. इतक्यांची आवश्यकता आहे का? लोक इतके धार्मिक आहेत?'' मी तिला विचारलं.

''चर्चेस इतकी असण्याचं कारण धार्मिकता नसून राजकारण.'' दिमित्रा म्हणाली. ''या बेटावर पाच हजार वर्षांपासून मनुष्यवस्ती आहे. तेवढ्या काळात शेकडो राज्यकर्ते होऊन गेले. ज्यानं त्यानं आपल्या धर्माची पताका उंच फडकत ठेवायचा प्रयत्न केला. सर्वांत शेवटचे सत्ताधारी मुस्लिम असले तरी गेली कित्येक शतकं इथं ग्रीक ऑर्थॉडॉक्स चर्चचं प्राबल्य होतं. रोमन कॅथलिकांचंही होतं. या दोन्ही पंथांनी जागोजाग आपली चर्चेस बांधलीच पण प्रत्येकी एक एक कथीड्रलही बांधलं. एका घुमटाची अनेक छोटी छोटी चर्चेस तू पाहिलीस ना?''

''हो, धोप पांढरी. वर गडद आकाशी रंगाचा, नारळाच्या करवंटीसारखा घुमट. मिनार नसलेल्या मशिदीच जणू. साखरेच्या चौकोनांसारख्या दिसणाऱ्या इथल्या शुभ्र घरांमधे या निळ्या घुमट्या काय खुलून दिसतात.''

''ती सगळ्या ग्रीक बेटांची खासियत आहे. तू इथून उजवीकडे गावात गेलीस तर ती तीच दोन कथीड्रल्स शेजारी-शेजारी दिसतील. डावीकडे समुद्राकाठी गेलीस तर पारापोर्तिआनी चर्च लागेल. त्याला समुद्राच्या आणि गावाच्या अशा दोन्ही बाजूंनी प्रवेशद्वारं असल्यानं त्याला दोन दारांचं चर्च म्हणतात. ते लहानसंच आहे, पण बघ.''

''आणखी इथं काय पाहण्याजोगं?'' मी विचारलं.

''काही नाही. लोक फक्त दोन गोष्टींसाठी इथं येतात. रेंगाळत शॉपिंग करण्यासाठी आणि समुद्रकिनारी वाळूत लोळण्यासाठी.''

''इथं कुठं आहे वाळू?'' मी उद्‌गारले, ''सगळा खडकच तर दिसतोय.''

''तू या दक्षिण किनाऱ्यासंबंधी बोलते आहेस. आमच्या बेटाचा उत्तर किनारा छान छान रेतीच्या चौपाट्यांनी भरलाय. त्यांना पॅराडाइज आणि सुपर पॅराडाइज म्हणतात. लोक दिवस तिकडे घालवून संध्याकाळी डिस्कोसाठी, खाण्यापिण्यासाठी या दक्षिण भागात येतात. पण उत्तर भागात तू न फिरकलेलं बरं!'' ती मिस्किलपणानं म्हणाली.

''का बरं?'' माझी उत्सुकता चाळवली.

''ते बीचेस तुझ्यामाझ्यांसाठी नाहीत.''

''म्हणजे?''

''ते नग्नतेसाठी प्रसिद्ध आहेत.''

''असं?'' मी विचारलं, ''तिथं कपडे घालून जाता येत नाही का?''

''तसं काही नाही.''

''मग काही हरकत नाही.''

''पॅराडाइजनंतरचा सुपर पॅराडाइज त्याहूनही पुढचा आहे. तो होमोसेक्शुअल्ससाठी राखलेला आहे. त्यांची ही मक्का. हजारांनी जमतात. तिथं नग्नता आहेच, नव्या ओळखी करून घेणंही असतं पण बऱ्याचदा त्याहून पुढचं काही चाललेलं असतं. उगीच नाही मिकोनोसला 'ट्रेंडी' म्हणत.''

''मग तर मला तिकडे जायलाच पाहिजे. माझ्या लिखाणात काही उणीव राहायला नको.'' मी हसत म्हणाले.

''अहो लेखिकाबाई, ते संशोधन तुम्हांला आत्ता साधणार नाही. अजून समुद्राचं पाणी फारच गार आहे. कपडेवाली मंडळीसुद्धा तिकडे फिरकत नाहीत. त्यासाठी तुम्हांला जुलै-ऑगस्टमधे, ऐन उन्हाळ्यात यायला हवं. सध्या ते सगळं रिकामं आहे.''

तेव्हा ती कुतूहल-यात्रा गुंडाळून ठेवत मी दिमित्राचे आभार मानले आणि चर्चकडे वळले.

बहुधा चर्चची इमारत साखसुरत असते. दारापासून गाभाऱ्यापर्यंत कल्पनेनं दोन तुकडे केले तर ते तंतोतंत जुळतात. पारापोर्तिआनी त्याला अपवाद होतं. बंद घरात फर्निचर खराब होऊ नये म्हणून एकत्र करून पांढऱ्या चादरीखाली झाकल्यासारखं ते अनियमित आकाराचं, ओबडधोबड दिसत होतं. त्याला घुमट नाही, उंच टोकही नाही. घंटाघराची कमान तेवढी होती. निळ्या समुद्राच्या पुढे उठून दिसत असलं तरी अशा अडचणीत बांधलेलं की चर्चची संपूर्ण इमारत कुठूनच दिसत नव्हती. त्यातून ते बंद. खिडक्यातूनही आतलं काही दिसेना. जरा खट्टू मनानं वळले, समुद्रालगत गेले आणि एका अपार सुंदर सूर्यास्ताची साक्षी झाले.

सूर्याची लालबुंद तेजस्वी टिकली पश्चिमेच्या भाळावर शोभत होती. पूर्ण निरभ्र आकाश शराबी-गुलाबी झालेलं. त्याचं प्रतिबिंब सागराचं नीलजल पीत होतं आणि समोरचं मिकोनोस तेच अंगांगावर झेलत होतं. शुभ्र घरांवर आता गुलाली लाली आलेली. गुलाबी गुलाबांचा ताटवा डोंगरभर पसरल्यासारखा. सागरा-डोंगराची जुगलबंदीच चाललेली. तो मनोहर

मिलाफ डोळ्यांना विलक्षण सुखवत होता.

खरं तर माझ्यासारख्या शब्दांशी खेळणाऱ्या सामान्य बाईनं इथं येऊच नये. ही जागा रंगांशी खेळणाऱ्या प्रतिभावंत रंगकर्म्यांची. रंगाधीन होणाऱ्यांची नव्हे. रंगांवर हुकुमत चालवणाऱ्यांची. तासातासाला तोच देखावा त्याला पुन्हा पुन्हा चितारता येईल. चित्रकाराला माझी नम्र सूचना. त्याला आणवेल तेवढा पांढरा आणि आणवेल तेवढा निळा रंग त्यानं बरोबर आणावा. पोत्यांनीच पाठीवर वाहून आणायला हवेत दोन्ही. इथला पांढरा रंगही एका खास छटेचा. चांगली सरकी वगैरे घालून पोसलेल्या म्हशीच्या घट्ट गोळा दुधासारखा दाट पांढरा रंग. डोळ्यांनी मऊमऊ साय चाटल्यासारखं वाटावं. हा पांढरा रंग रुक्ष, भकास नसतो. पांढरेफेक मोती बघावेत असा गोजिरवाणा. डोळ्यांना विलक्षण सुखवणारा. मिकिनोसचे वळणदार रस्ते, दुतर्फा साखरेच्या आयतासारखी बिनछपरी चौकोनी घरं. खिडक्याच्या गर्द रंगीन झापणांमुळे ती अतोनात देखणी दिसत होती.

अंधार दाटायला लागला तशी त्यांच्यामधून विजेची झगमग रोषणाई उफाळली. खालचा समुद्र किनारा सलग सुंदर दिव्यांनी झळकलाच पण समोर त्याची पर्वतप्राय लाटही उसळली. सगळं मिकोनोस आपल्या सौदर्यानं चमचमायला लागलं. उजवीकडे उंचावर त्या पाच पवनचक्क्या दिवे लेवून फिरायला लागल्या. पाहता पाहता वेळाची वाळू निसटत गेली.

आता पोटपूजा. दिमित्रानं सांगितलेल्या 'टाकी'चा शोध घेतला. सुदैवानं माझ्या हॉटेलच्या कोपऱ्यावर सापडलं. सुवलाकीसाठी प्रसिद्ध असल्यानं तिथं गिऱ्हाइकांची रीघ लागलेली. सुवलाकी घेऊन उभ्याउभ्या खाण्याची साधी जागा. दारातच स्वयंपाकघर. उभ्या लोखंडी सळीवर मटणाचे पातळ तुकडे घट्ट दाबून ओवायचे. ती गरगर फिरवून मटण भाजायचं. बाहेरचं भाजलं गेलेलं मांस पातळ पातळ कापून, पराठ्यात गुंडाळून सॉस घालून खायला देतात. पंधरा मिनिटं थांबल्यावर मला सुवलाकी मिळालं. मोठ्या अपेक्षेनं आले होते पण मला काही ते आवडलं नाही. मटण फार सुकं नि वातड. त्याची तोंडभर शिफारस ऐकली होती. शेवटी चवीबाबत कुणाचा भरवसा धरता येत नाही. इंग्लंडमधे या खाद्यविशेषाला 'डोनर कबाब' म्हणतात. तो सुवलाकीहून खूपच बरा.

दुसऱ्या दिवशी सकाळी लवकर उठून देलोसला जाणाऱ्या बोटींच्या धक्क्यावर आले. मिकोनोसला यायचं ते देलोससाठी. मला इंग्लिश वाटाड्याबरोबरची सहल हवी होती. अजून परदेशी पर्यटकांचा राबता सुरू न झाल्यानं काल संध्याकाळी चौकशा करकरूनही नीट माहिती मिळाली नव्हती. तेव्हा आज लवकर येऊन धक्क्यावर प्रयत्न करत होते. सुदैवानं पहिलीच फेरी तशी होती. तिकिट काढलं आणि निघायला अजून तासभर अवकाश असल्यानं किनाऱ्यावर त्याची माहिती वाचत बसले.

अतिशय प्राचीन कालापासून देलोस हे ग्रीक लोकांचं महत्त्वाचं धर्मक्षेत्र होतं. त्याच्याशी अपोलोजन्माची कथा निगडित आहे.

आपल्या देवांचा राजा इंद्र तसा ग्रीक पुराणात झ्यूस. इंद्रासारखा हा झ्यूसही फार लंपट होता. माणसांच्या राजांप्रमाणे देवांच्या राजांनाही एक पत्नी अपुरी. ते निर्माण करताना माणसानं

नाहीतरी आपलेच राजे नमुन्यादाखल वापरले असणार! पण इंद्राच्या शचीसारखी झ्यूसची बायको ईरा सोशिक नव्हती. त्याचं असं काही लफडं बाहेर आलं की ती जळजळीत शाप द्यायची. तो सोसत, त्यातून मार्ग काढत त्या मुलांना आणि त्यांच्या आयांना जगावं लागे.

या वेळी लेतो नावाच्या सुंदरीवर झ्यूसचं मन गेलं. त्या दोघांनी पाखरं होऊन समागम केला. त्यांना जुळं होणार हे कळताच ईरानं 'सूर्य तळपत असेल अशा जागी तिला मूल होणार नाही' असा शाप दिला आणि आपला सेवक अजगर लेतोच्या मागे लावला. दिवस भरल्यावर देलोसजवळच्या एका बेटावर लेतोनं आर्तेमिस या मुलीला जन्म दिला. तत्क्षणी मधला समुद्र ओलांडून मुलीनं आईला देलोसला नेलं. आर्तेमिस बाळंतपणाची देवता बनली. नऊ दिवसांनी तिच्या मदतीनं तिचा भाऊ अपोलो ऑलिव्हच्या गर्द राईत, खोल भुयारात जन्मला. त्याबरोबर इतके दिवस समुद्रात तरंगत असलेलं देलोस घट्ट रोवलं गेलं. देवाचं हे जन्मस्थळ पवित्र झालं. त्याला भूमातेची नाभी मानलं गेलं.

पृथ्वीच्या अशा अनेक नाभ्या जगभर पसरलेल्या आहेत. मेक्सिकोमधल्या कुस्को गावाला असंच मानत असत. मला वाटतं माणसं ज्या ठिकाणी अनेक वर्षं राहत आलेली आहेत, जिथं त्यांचे ऋणानुबंध जुळलेले आहेत, जिव्हाळा जडला आहे तिथं ते आपली नाळ अशी जोडून टाकतात. त्यांना आपल्या प्रेमळ आईजवळ गेल्यासारखं वाटत असावं. त्यानंतर मात्र या अजरामर देलोसमधे कुणालाही जन्मायची वा मरायची बंदी करण्यात आली. गरोदर स्त्रियांना, आजाऱ्यांना आणि म्हाताऱ्या माणसांना बोटीतून दुसरीकडे पाठवत असत.

आपल्या सूर्यपुत्र कर्णासारखा अपोलो अत्यंत सुंदर आणि तेजस्वी होता. त्याला सौंदर्याचा, तेजाचा आणि कलांचा देव मानत. बिळात जन्मला म्हणून अपोलोला उंदरांचा राजा समजून रोगनिवारक, समृद्धीवर्धक आणि भविष्यवेत्ताही मानण्यात आलं कारण उंदीर तेव्हा रोगराई थांबवणारे आणि भविष्य जाणणारे आहेतसं समजत.

ही झाली पुराणकथा. वर्तुळात पसरलेल्या या सिक्लादिक बेटांमधलं देलोसचं मध्यवर्ती स्थान आणि उत्तम बंदर त्याच्या वाढीला पोषक ठरलं. तीन हजार वर्षांपूर्वी इथं अपोलोचं फार प्रस्थ होतं. त्याच्या भक्तांनी त्याचं मोठं देवालय बांधलं होतं. इथली भविष्यवाणी पेलोपोनेजमधल्या देल्फीच्या तोडीची. भूमध्य समुद्राकाठचेच नव्हे तर इटलीसारख्या दूरच्या देशांहून तिचा सल्ला घेण्यासाठी भाविक इथे येत असत.

मग इथला पैसा आणि प्रतिष्ठा यांच्यावर अथेन्सवासीयांचं लक्ष गेलं. त्यांनी देलोस जिंकलं. देवळाचा ताबा घेतला आणि त्याच्या शुद्धीसाठी बेटावर कुणी न जन्मण्या-मरण्याचा प्राचीन रिवाज कडक केला. स्थानिक लोकांची संख्या कमी करण्याचा हा रामबाण उपाय. जुनी थडगी उकरून हाडं आणि त्यांच्याबरोबरच्या मौल्यवान चीजा शुद्धीकरणाच्या नावाखाली दूरच्या बेटावर नेऊन टाकण्यात आल्या. (१८९८मधे हा इतिहास उघडकीला आला. हाडं शाबूत होती. चीजा गुप्त झालेल्या.) त्या वेळी पर्शियन राजा दारिअस याच्या ग्रीसवर स्वाऱ्या चालू होत्या. त्याच्याविरुद्ध लढण्यासाठी सिक्लादीस बेटांनी गंगाजळी निर्माण केली. देलोसला असलेली ही अमोल ठेव 'सुरक्षित' ठेवण्यासाठी अथेन्सला नेण्यात आली ती कायमचीच.

रोमन काळात दक्षिणेच्या ऱ्होड्स बेटाला शह देण्यासाठी दोन शतकं देलोसला 'करमुक्त' करण्यात आलं. मग तिथं सोनं पिकायला लागलं. ते महानगर बनलं. इजिप्शिअन, सीरियन, फ्लेनिशिअन, अरब सगळे जण इथं गुण्यागोविंदानं वसले. आपापल्या देवांना भजत, नाचगाण्यात मग्न होते. ग्रीकांची संस्कृती आपली मानून, त्यांची भाषा स्वीकारून राहत होते.

पण या समृद्धीमुळे त्याचा अंत ओढवला. कुणाच्याच खणखणीत अखत्यारीखाली नसल्यानं त्याच्यावर लुटारूंच्या धाडी पडायला लागल्या. इसवी सनाच्या तिसऱ्या शतकापर्यंत लुटालुटीत त्याचा पूर्ण ऱ्हास होऊन केवळ ओसाडी मागे उरली. तेव्हापासून आजतागायत हे बेट निर्जन आहे. एके काळी सबंध ग्रीसभर गाजणाऱ्या तीर्थक्षेत्राच्या गावी, लाखभर लोकवस्तीच्या नांदत्या-गाजत्या जागी आता प्यायचं पाणी मिळत नाही की राहायची सोय होत नाही. सकाळी जाऊन सूर्यास्तापूर्वी परतावं लागतं.

बरोबर नऊला सुटलेली बोट तासाभरात देलोसला पोहोचली. बेट आकारानं छोटं. सगळं मिळून पाच गुणिले एक किलोमीटर. पण बंदर सुगम. जमिनीचं बोट समुद्रात घुसल्यानं एकाऐवजी दोन धक्के आपोआपच तयार झालेले. त्यांतला उजवीकडचा व्यापारी आणि डावीकडचा धार्मिक धक्का. उतरल्यावर लांबवर म्यूझिअमची एकमेव आधुनिक इमारत उभी दिसली. बाकी पाहू तिथं भग्नावशेष पसरलेले. अपोलोच्या जन्मवेळी ऊन झिरपू न देणाऱ्या झाडांच्या रायांचा मागमूस पुसला जाऊन तिथं खुरटं गवत आणि काटेरी झुडपं उगवलेली. माणसांचा वावर संपला की निसर्ग पुन्हा ताबा घेतो. कधी तो घनदाट अरण्य उभवतो तर कधी रखरखीत ओसाडी. आमची वाटाडी आना एकसुरी पण समजेलसं इंग्लिश बोलणारी होती. तिच्यामागोमाग निघालो.

''देलोस हे पुरातन कालापासून प्रसिद्ध आहे हे तुम्हांला माहीतच आहे.'' आना म्हणाली, ''सर्व जगात इथला सूर्यप्रकाश अधिक तेजस्वी आहे असं शास्त्रज्ञ म्हणतात. या तेजोमय गावाचे दोन भाग पडतात. उजवीकडे प्राचीन देलोसचा हा राहता भाग. थोड्या चढाचा आहे. याला 'थिएटर क्वॉर्टर्स' म्हणतात. तिकडे आपण आधी जाऊ या. सगळ्या धनिक-वणिकांचे महाल इथं होते. रस्ते वळणावळणाचे आणि अरुंद. त्यांच्या बाजूची घरं सगळी साधारण एकासारखी एक. बेट चिमुकलं. जागा कमी. म्हणून सगळी घरं एकमेकांना चिकटून बांधलेली असत. रस्त्यांवर पुढे दुकानं आणि मागे घरं. यांतल्या काही घरांच्या दर्शनी भिंती फक्त उभ्या आहेत. बाकीच्याचा नाश झालेला आहे पण मूळ इमारतीची कल्पना यावी म्हणून आतला थोडा भाग मूळच्या वर्णनां-चित्रांप्रमाणे बांधून काढला आहे. तरी अशा जागा जिवंत करणारे घरगुती बारकावे आत नाहीत म्हणून ओकंबोकं वाटतं.

''या घराला 'दायोनिसोसचा वाडा' म्हणतात. नाक्सोसच्या लोकांचं काही काळ देलोसवर राज्य होतं. यावरून आपल्याला प्राचीन घरांची चांगली कल्पना येते. घराला एकच मुख्य दार असे. खिडक्या नव्हत्या. संरक्षणासाठी दारं बंद ठेवत. रस्त्यातला कोलाहल बाहेर राही. आतला गारवा आत राही.

''आत आल्याबरोबर मधोमध हा उघडा चौक आणि त्याच्या चारी बाजूंच्या या खोल्या पाहा. या चौकातूनच वारा आणि प्रकाश घरात खेळायचा. छपरं पडून गेली असली तरी हे वीस वीस फुटी खांब अजून शोभिवंत वाटतात. हे एका बड्या श्रीमंताचं घर होतं नक्की. भिंतीवर सुंदर चित्रं काढलेली होती. या मधल्या चौकात जमिनीवर दायोनिसोसचं मोझाइक काढलेलं आहे. नाक्सोसच्या लोकांचं काही काळ देलोसवर राज्य होतं त्याचं हे निदर्शक. या सुरेख भूमिचित्रावरूनच घराला हे नाव पडलं. तीन हजार वर्षं उलटली तरी या चित्राचे रंग पहा किती रसरशीत आहेत.''

बिबळ्या वाघाच्या पाठीवर बसलेला दायोनिसोस. काही भाग उडाले असले तरी मूळ चित्राचं सौंदर्य लपत नव्हतं.

''हा चौक आणि हे चित्र भोवतीच्या जमिनीहून चार इंच खाली आहे. उन्हाळ्यात इथं पाणी ओतत. त्यानं घरात चारीकडे गारवाही पसरे आणि या चित्राचे रंग आणखी ओले, ताजे वाटत.

''घरातल्या बैठकीच्या खोलीला 'सिंपोझिअम' म्हणत. सिंपोझिअम म्हणजे दारू पिण्याची, ऐषारामाची जागा.''

''थोड्याफार फरकानं आजचे 'सिंपोझिअम्स' तसेच नसतात का?'' हा मनातला विचार बाजूला ढकलत मी पुढे ऐकू लागले.

''ही खोली नेहमी हवेशीर आणि भरपूर उजेडाची असायची. फक्त पुरुषांची. बायकांना तिथं जायची परवानगी नसे. पूर्ण पुरुषप्रधान संस्कृती होती त्यांची. तेव्हाच्या बायकांची स्थिती आजच्या कट्टर मुस्लिम देशांतल्या स्त्रियांपेक्षा फारशी वेगळी नव्हे. स्त्रियांना मत देण्याचा अधिकार नव्हता. शिक्षण घेण्याची शक्यता नव्हती. घराबाहेर जाणं सोडाच पण सबंध घरात मोकळेपणानं वावरण्याची मुभाही नव्हती. गुलामांसारखं त्यांना कनिष्ठ समजत. त्यांना राजकारणात भाग घेता येत नसे. खुद्द प्लेटोनं म्हणून ठेवलंय, 'मी जनावर न होता मनुष्य म्हणून जन्मलो याबद्दल निसर्गाचे पहिल्यांदा आभार आणि स्त्रीऐवजी पुरुष झालो याबद्दल दुसऱ्यांदा आभार.' ॲरिस्टॉट्लच्या मते 'स्त्री म्हणजे सदोष पुरुष. शरीराची योग्य ती वाढ झाली नाही की स्त्री जन्मते.'

ऐकताना माझ्या मनात आलं की लोकशाहीची आद्य जननी म्हणून ग्रीक संस्कृतीकडे पाहिलं जातं. मग स्त्रियांबाबत त्यांचा दृष्टिकोन इतका कोता, अनुदार कसा होता? त्यात लक्षणीय बदल झाला असला तरी ग्रीसमधे अजूनही बऱ्याच जागी, लहानसहान गावात पुरुषच मोकळेपणी वावरताना दिसतात.

''या बाजूच्या खोल्यांमधून स्वयंपाकघर, शेजघर असायचं. मुलं आईकडे. सहा वर्षांची होईतो मुलंमुली एकत्र असत. त्यानंतर मुलगे शिक्षणासाठी बाहेर जात. त्यांना सुदृढ शरीर कसं कमवायचं, शस्त्रास्त्रं कशी चालवायची याचं शिक्षण प्रामुख्यानं मिळे. युद्धकलेत निपुण करणं हा त्यामागचा मुख्य उद्देश.

''घराच्या खाली पाणी साठवण्याचा हौद असे. तो या फटीतून दिसतो आहे. इथं पाऊस कमी असल्यानं वळचणीचं पाणी नळानं या हौदात साठवलं जाई. शेजारी सांडपाण्याची

व्यवस्था होती. प्रथम ते सच्छिद्र दगडी हौदातून साठवत. त्यातल्या भोकांमधून पाणी गाळलं जाऊन ते आपोआप स्वच्छ होई. असं दोनतीनदा पाणी गाळलं की ते या बाजूच्या विहिरीत साठवत आणि लागेल तसं उपसत. घरात संडासाची सोयही होती. प्रत्येक घरातून आलेली घाण रस्त्याच्या खालच्या मोठ्या नळात ओतली जाई. शेवटी सबंध गावाच्या घाणीची व्यवस्था लावली जायची.''

साडेतीन हजार वर्षांपूर्वी केलेल्या या व्यवस्थेची चाहूल आपल्या कित्येक खेड्यांमधून अजूनही लागलेली नाही. मोठ्या नळांतून पाणी खेळवणं मला रोमनांची कर्तबगारी वाटायची. ते त्यांनी ग्रीकांपासून उचललं होतं ते इथं समजलं.

''बहुतेक घरं एकमजली आणि ग्रॅनिट दगडात बांधलेली आहेत.'' आना सांगत होती. ''कारण देलोस बेटच मुळी ग्रॅनिटनं बनलंय. भिंतींना पांढरं प्लॅस्टर करून आणि वर लालसर रेषा काढून तो संगमरवर आहे असं भासवायचा प्रयत्न करत. गंमत अशी की पुढे ही कला रोमनांनी इटलीत नेली. तिथून ती 'पॉम्पे शैली' म्हणजे पक्की रोमन म्हणून प्रसिद्ध झाली.''

ग्रीकांच्या अनेक गोष्टी रोमनांनी आपल्या म्हणून मिरवल्या त्यांतली ही आणखी एक.

''या घराला 'ट्रायडेन्ट हाउस' म्हणतात.'' पुढच्या एका मोठ्या घराशी आम्हांला नेत आना म्हणाली. ''याचा मधला चौक दुमजली आहे. त्यामुळे ते जास्त हवेशीर आणि उजेडाचं आहे. वर नवं छप्पर टाकलेलं असल्यानं सबंध जुन्या घराची चांगली कल्पना येते. कुणाचं बरं हे घर असेल? थोडी हेरगिरी करु या.

''आतलं कोरीव काम पाहत राहण्याजोगं आहे म्हणजे ते श्रीमंताचं तर नक्कीच आहे. इथं तुम्हांला बैल आणि सिंह चितारलेले दिसताहेत का? हे दोन प्राणी त्या काळी सीरियामधे पवित्र मानले जात. तेव्हा हे बहुधा सीरिअन व्यापाऱ्याचं घर असावं. आता जमिनीवरच्या भूमिचित्रातले हे सुंदर डॉल्फिन मासे पाहिलेत का? त्यांच्याशेजारी हा त्रिशूळ काढलेला आहे. त्यावरूनच या घराला ट्रायडेन्ट नाव पडलं आहे. त्रिशूळ म्हणजे पोसिदोन या समुद्रदेवाचं शस्त्र. डॉल्फिन्सही समुद्रात राहणारे. तेव्हा हे घर सीरियन शिप-ओनरचं असावं आणि समुद्रावर व्यापार करून तो गब्बर झाला असावा.''

आनाबरोबर हसत हसत आम्ही पुढचं ठाणं गाठलं. हे इथलं थिएटर होतं. कुठल्याही मोठ्याशा जागी ते असणारच. धर्माचा तो एक भागच होता. इथलं थिएटर उंचावर होतं. आकार नेहमीचा. अर्धचंद्राकृती. वरच्या आसनांवरून सबंध देलोस आणि पलीकडचा समुद्र दिसत होता.

''दरेक थिएटरसारखे याचेही तीन भाग आहेत.'' आना म्हणाली, ''रंगमंच, वाद्यवृंद आणि प्रेक्षागार. सगळं दुरून आणलेल्या संगमरवरात बांधलेलं आहे हे विशेष. त्यांचा रंगदेव दायोनिसोस. उत्सवाचा, आनंदाचा आणि उत्साहाचा मूर्तिमंत पुतळा. त्याच्या नावे नाट्यस्पर्धा व्हायच्या. अथेन्सहून नाटकं यायची. वर्षातला हा सर्वांत मोठा सण. गरीब-श्रीमंत सगळ्यांना सक्तीनं नाटकांना यावं लागे. ज्यांना परवडत नसे त्यांची तिकिटं सरकार काढी, पण यायला हवंच.''

''तीन हजार वर्षांपूर्वीचे हे बारकावे आपल्याला कसे कळले?'' कुणीतरी विचारलं.

''ही सगळी माहिती शिळांवर लिहून ठेवलेली किंवा मातीच्या घड्यांवर चितारलेली आहे ना.'' आना म्हणाली, ''शिवाय हेरोडोटस सारख्या आद्य इतिहासकारानं त्याबद्दल सविस्तर लिहिलेलं आहे. तिच्या खरेपणाबद्दल संशय नको.

''सुरुवातीला रंगमंचावर एकीकडे गायक भावनोत्कट संगीताच्या साथीवर दायोनिसोसचं स्तवन करीत. चित्तशुद्धी साधण्यासाठी उन्मादावस्थेत ही स्तवनगीतं म्हटली जात. देवापुढे जो बोकड बळी दिला जाई, त्याला उद्देशून ही शोकगीतं म्हटली जात असताना दुसरीकडे कथेनुरुप नर्तकांचा समूह नाचे. हळूहळू त्यात गद्य भाषणं म्हणणाऱ्या नटांचा समावेश झाला. कथा अनेकांनी वाचायची कल्पना पुढे आली आणि 'नाटक' जन्मलं. बोकडाच्या बळीमुळे ग्रीक 'ट्रॅजेडी' प्रथम निर्माण झाली. शोकात्मिका लिहिणारे समर्थ नाटककार पुढे आले.

''सुगीनंतर दायोनिसोसचा उत्सव यायचा. त्या वेळी या दु:खी नाटकांच्या मधेमधे, उत्सवी वातावरणाला पोषक अशी 'कॉमेडी' म्हणजे सुखात्मिका करत असत. ही हलकी-फुलकी प्रहसनं अथेन्समधे प्रथम उदयाला आली. त्यात चालू घटनांवर नावानिशी तिरकस मल्लिनाथी असायची. संबंधित व्यक्तीच त्यातली पात्रं. त्यांची अशी उघड उघड भंबेरी उडवलेली लोकांना फारच आवडायची.

''उघड्यावर होणाऱ्या त्या नाटकाला पडदे नव्हते आणि प्रत्यक्ष घटना घडतही नसत. काय खून खराबा व्हायचा, आत्महत्त्या घडायच्या, प्रेमप्रकरणं रंगायची ती रंगमंचामागे. नट फक्त त्यांच्याविषयी बोलायचे. म्हणजे आजच्या मानानं बेचवच.

''नाटकात सगळे पुरुष नट. ते पायघोळ कपडे घालायचे. उंच टाचांचे शूज चढवायचे आणि मुख्य म्हणजे चेहेऱ्यांपुढे मुखवटे धरायचे. त्यामुळे बायकांची कामं करणं सोपं. एकेक नट अनेक भूमिका पार पाडायचा. मुलांची कामं मुलंच करायची पण त्यांना भाषण नसे. संगीताची आणि असेल तर नृत्याची जबाबदारी लेखकावर असायची.

''त्यामुळे फक्त नाटक लिहून त्याचं काम संपत नसे. त्या त्या विभागाचे निपुण पुढे तयार झाल्यावर त्याच्यावरची ही बला संपली. नाटकांचे विषयही बहुधा तेच ते असत. पण तो विषय कसा हाताळला यावर त्याचं मोठेपण ठरे. होमरचं इलियड लोकांना फार आवडायचं. त्यातल्या एकेक व्यक्तिरेखा लेखक उकलून दाखवायचे.''

मनात आलं की एकट्या रामायणावर किती नाटकं लिहून झाली आपल्याकडे!

''स्टेजच्या पुढे ऑर्केस्ट्राच्या मधोमध एक गोल चबुतरा असे. तिथं दायोनिसोससाठी प्रसाद ठेवत असत. त्याला सर्वांनी वंदन करून मगच नाटकाची सुरुवात व्हायची.'' आना म्हणाली.

चर्चमधल्या मला त्यांच्या-आपल्या गाण्यामधे साम्य आढळलं होतं तसंच आता नाटकं करण्याच्या पद्धतीतही दिसत होतं. वाटलं, या प्रथा भारतातून इकडे आल्या की इकडून तिकडे गेल्या?

संपूर्ण थिएटरच्या मागे पडद्यासारख्या उभ्या असलेल्या, देलोसच्या सर्वांत उंच डोंगराकडे, 'माउंट किथ्नॉस'कडे बोट दाखवून आनानं आता दुसऱ्या धार्मिक भागाकडे कूच केलं. या भागातले पोर्टिको म्हणजे रस्ते अगदी वेगळ्या प्रकारचे. लांबच लांब, खांबांवर छप्पर

तोललेली उंच, अरुंद इमारत जणू. देवळाला जाण्याचा मार्ग म्हणून त्यांचा उपयोग केला जात असे. अशा तीन मार्गांपैकी आम्ही चाललो होतो तो दक्षिणमार्ग सर्वांत मोठा. सव्वादोनशे फूट लांब आणि पन्नास फूट रुंद. दोन्ही बाजूंना पुतळ्यांनी सजवलेला. पण आता छप्पर उडालेलं, पुतळे नाहीसे झालेले. तरी त्यांच्या चबुतऱ्यांवरून मूळच्या सौंदर्याची कल्पना येत होती. वरच्या कमानी आणि सजावट अलेक्झांडरच्या वडिलांनी इसवी सनापूर्वी चौथ्या शतकात केलेली होती. 'मी, मॅसेडोनियाचा सम्राट, दिमित्रीचा मुलगा, फिलिप, अपोलो देवाला वंदन करतो.' अशी ग्रीक अक्षरं तिच्यावर कोरलेली आहेत. ती दाखवून आना म्हणाली, ''मॅसेडोनिया ग्रीसच्या उत्तरेला. देलोसहून शेकडो मैल दूर. पण तिथं देखील देलोसची कीर्ती पोहोचली होती. हा राजमार्ग सर्वांत मोठा असला तरी तो बंदरापर्यंत जात नव्हता. तेव्हा पश्चिमेच्या बंदराकडून आणि उत्तरेकडून असे आणखी दोन भव्य रस्ते या देवालयाशी येत. या रुंद संगमरवरी पायऱ्या पाहिल्यात का? दोन हजार वर्षं भाविकांच्या पायांनी झिजून पहा कशा गुळगुळीत झाल्या आहेत.''

सगळीकडे उखणून पडलेल्या, वाऱ्या-पावसानं खडबडलेल्या दगडांच्या राशीत या पायऱ्या खरंच कुणीतरी पॉलिश करून ठेवल्यासारख्या चमकत होत्या. आतला भग्न सभामंडप तसाच भव्य होता. भाविक धनिकांनी त्याच्यावर नाना भेटींचा वर्षाव केलेला. तिथला अपोलोचा संगमरवरी पुतळा अडीच हजार वर्षांपूर्वी नाक्सोसवासीयांनी धाडला होता. पुढे एका रोमन जनरलनं ब्राँझमधे घडवलेलं एक मोठंथोरलं खजुराचं झाड देवाला अर्पण केलं. पण नंतरच्या एका वादळामधे झाड कोलमडलं ते नेमकं पुतळ्यावरच. दोन्ही उद्ध्वस्त होऊन गेली.

नाक्सोसच्या लोकांनी देवाचा रक्षक म्हणून आणखी एक पंचवीस फुटी राक्षसी पुतळाही पाठवला होता. त्याला 'क्लॉसस ऑफ देलोस' म्हणत. इतर वस्तूंबरोबर त्याचाही नाश झाला. त्यातले बरेचसे दगड चोरले गेले. काही तुकडे युरोपिअन म्यूझिअममधे पोहोचले. बाकोचा कुठे हात तर कुठे पाऊल असा इथं मोडकळून पडलेला आहे. आजूबाजूला विखुरलेल्या दगडांवरच्या मजकुरावरून त्याचा इतिहास कळत होता. लेखन 'अक्षर' यासाठी. बाकी सारं क्षर कालौघात नष्ट झालं तरी ही अक्षरं मागे उरली होती.

अपोलोच्या देवळापाठीमागे दायोनिसोसचं देऊळ होतं. त्याचीही वाताहत झालेली. पुढे इटालिअन बाजारपेठ, रोमन भिंत अशा अनेक गोष्टी होत्या. त्यातलं आर्टेमिसचं देऊळ, म्हणजे त्याची जागा दाखवत आना म्हणाली, ''ही अपोलोची जुळी बहीण. जसा अपोलो हा सूर्याचा तशी ही चंद्राचा अंश समजली जाई. समोर पवित्र तळं. तिथल्याच गुहेत लेतोनं अपोलोला जन्म दिला. त्याचं रक्षण करण्यासाठी उभे असलेले पाच सिंह तुम्हांला इथनं दिसताहेत का?''

अंगावर झेप घेण्याच्या आवेशातले, डरकाळ्या फोडतीलसे वाटणारे संगमरवरी सिंह. मोकळ्या मैदानात, निळ्या आकाशाच्या पाटीवर ओळीनं उभे असलेले हे पाच शुभ्र वनराज फार उठून दिसत होते. फारच आकर्षक वाटत होते.

''हे देखील नाक्सोसच्या लोकांनी दिलेले.'' आना पुढे सांगू लागली, ''सिंह हा प्राणी या

भागातला नव्हे. त्यामुळे या अनोख्या विचित्र जनावरांना घाबरून चोरांनी पळ काढावा ही इच्छा. मुळात हे नऊ होते. एक व्हेनिसच्या लोकांनी पळवला, तीन कुठे तरी गायब झाले. उरलेल्या पाचांची आणखी खराबी होऊ नये म्हणून त्यांना म्यूझिअममधे हलवलं आहे. सध्या समोर दिसतात त्या त्यांच्या हुबेहूब प्रतिकृती. त्याच आता देलोसचं प्रतीक झाल्या आहेत.

''पलीकडच्या बाजूला परदेशी म्हणजे इजिप्शिअन, रोमन आणि सीरिअन देवळांच्या जागा आहेत. त्या काळी खेळीमेळीनं राहणाऱ्या सहिष्णू समाजाची त्यावरून चांगली कल्पना येते.''

भेट संपली. आनानं म्यूझिअम बघायची शिफारस करून आमचा निरोप घेतला.

दुपारचा एक वाजत आला होता. पारोसला परतायची बोट अडीचची. तेव्हा म्यूझिअमकडे एक धावती चक्कर टाकून मी मिकोनोसची बोट गाठली. पोहोचता क्षणी धावतपळत लांबच्या धक्क्यावर गेले. अगदी ऐन वेळी तिथं पारोसचीही बोट मिळाली. हुश्श करून एका बाकावर टेकले. मग मनात विचार गर्दी करायला लागले.

देलोस. ऐतिहासिक आणि पौराणिक गाव. सबंध ओपन एअर म्यूझिअम. देल्फीसारखं महत्त्वाचं, आमच्या युफ्रसीनीचं फार लाडकं. तिनं आग्रहानं मला इथं पाठवलं होतं. येणं आवश्यकच होतं पण बघण्याजोगतं फार कमी शिल्लक उरलेलं. काळानं सढळहस्ते दिलेलं नश्वरतेचं दान त्याच्या रुपात मूर्तिमंत पुढे आलं होतं. अजून खूपसं जमिनीखाली गाडलेलं. त्यामुळे पाहिल्याचं समाधान मिळण्याऐवजी मन विरजून परतत होते. इजिप्तच्या स्मारकांची आठवण आली. बहुतेक सारी देलोसहून प्राचीन. हवेमध्ये दोन्हीकडे फार फरक नाही. तरी इजिप्शिअनांनी केलेलं चिरस्थायी, अभंग बांधकाम काळाला वाकुल्या दाखवत उभं ठाकलं आहे.

आता पारोसच्या परिसरातलं उरलंसुरलं पाहून इथला मुक्काम आवरता घ्यायचा आणि पुढे कूच करायचं. त्यात आन्तिपारोस हे लगतचं बेट येत होतं. एके काळी ते पारोसचाच तुकडा होतं. आता दोन्हींमधे केवळ एक मैल अंतर आहे. माझ्या, म्हणजे युफ्रसीनीच्या बंगलीतून झेप टाकली तर त्यावर पडेल इतकं जवळ. मधली समुद्राची पट्टी इतकी चिंचोळी. जाणं देखील सुलभ. अर्ध्या अर्ध्या तासानं बोट. त्यांचा धक्का, तोही घरातून दिसायचा. तिथं पोहोचते तो बोट सुटत होती. गाडी थेट तिच्यावर चढवली, पाठचं दार वर खेचलं गेलं आणि निघालो.

बोटीवर गर्दी नव्हती. अजून खुद्द उन्हाळा चालू व्हायचा होता. आन्तिपारोस सुंदर बीचेससाठी, स्नॉर्कलिंगसाठी आणि सूर्यस्नानासाठी प्रसिद्ध. तिन्हींना हवी इतकी ऊब अजून उन्हात भरली नव्हती. मी गाडीतून उतरून कठड्याशी जाऊन उभी राहिले. मैलाचं अंतर. केवळ पाच मिनिटं मिळणार होती. पोहून पार करता यावा इतका मधला समुद्र सोपा. त्याचा तळ सारखा दिसत होता. फिकट निळं नितळ पाणी. मधूनमधून तळच्या कुठल्याशा वनस्पतीमुळे त्याचा रंग एकदम गडद झाला की समुद्राला निळी जखम झाल्यासारखं वाटे.

आन्तिपारोसला पाहायच्या मुख्य दोन गोष्टी. जुनं गाव आणि प्राचीन गुहा. आधी गाव

पाहायला निघाले. हे गाव म्हणजे पारोसची पारोशी प्रतिकृती होती. रस्ते तसेच चढउताराचे, चितारलेल्ले. लगतची घरं पांढरी. पण विटकी. पडझड झालेली. पोपडे उडालेली. पारोसची शोभा, सौंदर्य इथं नव्हतं. खरं तर ग्रीकांना आपली घरं अगदी पांढरीफेक ठेवायला आवडतात. तो त्यांचा सामुदायिक छंद असावा. जेवणखाण झाल्यावर आपण वामकुक्षीच्या नावाखाली ताणून देतो. हे बादल्या घेऊन रंग लावत बसतात. सगळं लख्ख पांढरं करत राहायचा त्यांना भयानक सोस.

इथं सगळ्यावर एक उदास कळा असल्यासारखी. श्रीमंत माणसाच्या गरीब नातेवाईकाकडे पाहिल्यागत वाटत होतं. नाकडोळ्यांत साम्य पण नोकझोक वेगळा. मधूनच भिंतींना भगदाडांची गालबोटं. त्यातून आतले जुने संगमरवरी दगड दिसले की कोड फुटलेल्या माणसाची आठवण यावी. मला काही ती घरं आवडली नाहीत. थोडेफार पर्यटक होते पण त्यांची श्रेणी पारोसहून खालची. कनिष्ठ मध्यम वर्ग आपल्या कुटुंबाला स्वस्तात ग्रीस दाखवायला इथं आणत असावा. स्वस्त उपाहारगृहांतून पोराबाळांची न्याहारी चालली होती.

हलकीशी चढण चढत गावाच्या मध्याशी पोहोचले. इथं अनपेक्षितपणे विस्तारलेला चौक लागला. हा मात्र आकर्षक होता. चारी बाजूंनी लाल-निळ्या दारांच्या पांढऱ्या इमारती. मधे घडीव दगडांची फरशी. सकाळच्या वेळी चौकाला हळूहळू जाग येत होती. घडीच्या खुर्च्या मांडणं, टेबलावर रुमाल पसरणं, फुलं लावणं चाललं होतं. त्याच्या अगदी मधोमध एक मजेशीर झाड होतं. वीसेक फूट उंच. बुंधा चांगला चारांच्या कवेत मावेलसा रुंद. पण वर नुसत्या छाटलेल्या फांद्या. त्याला एकही पान नाही. कोपरापासून दोन हात जोडून बोटांचं कमळ केल्यागत दिसत होतं ते.

तिथल्या बाईला मी 'कास्त्र' म्हणजे इथला किल्ला कुठे आहे ते विचारलं. माझ्याकडे नवलानं बघत तिनं चौकाच्या कोपऱ्याकडे बोट दाखवलं. तिथून निघणाऱ्या अरुंद बोळात पुढे किल्ल्याचं प्रवेशद्वार दिसत होतं. कसला किल्ला हा. ज्याला दारं नाहीत, वेशी, तट, बुरूज काही नाही. उंचीही नाही. सोळाव्या शतकात बांधलेली काळसर विटांची साधीशी गॉथिक ढंगातली कमान. तिच्यापासून दोन्ही बाजूंनी निघणाऱ्या भिंतींच्या आधारानं घरं बांधलेली. त्यामुळे किल्ल्याचं प्रवेशदार चटकन लक्षातच आलं नाही.

आत गेले आणि मग त्या किल्ल्याची गंमत कळली. एकदम वेगळ्या विश्वात शिरले होते. इतिहासाची पानं फडफडून उलटली गेली ती सोळाव्या शतकात स्थिरावली. समोर भक्कम बुरुजासारखा वाटणारा मुख्य गोल वाडा. त्याच्या भोवताली सगळीकडून मोकळी जागा. मग भलामोठा चौकोनी तट. त्या तटाच्या आतल्या बाजूनं वाड्याकडे तोंड करून उभी असलेली सलग घरं. तटाच्या आतलं जग आणि तटाच्या बाहेरचं जग यांच्यात फक्त त्या एका दरवाजाची सोयरीक.

तीन मजली उंचीच्या मधल्या पडक्या बुरुजाकडे प्रथम गेले. राहता नसल्यानं वाड्याची पडझड झालेली. भिंतींवर शेवाळं धरलेलं. विटांमधून उपरा झाडोरा उगवलेला. पायऱ्या चढून वरच्या सपाटीवर गेले.

तटाच्या आधारानं चौकोनात वसलेली घरं आता व्यवस्थित दिसत होती. गंमतशीर

बांधलेली. काही बैठी तळमजली. काही एक, तर काही दोन मजल्यांपर्यंत चढलेली. त्यांचे बाहेरून काढलेले जिने तटाच्या भिंतींवर इंग्लिश 'व्हीं'चा आकार करताहेत. पायऱ्यांवरून फुलांच्या कुंड्या मांडलेल्या. लोक राहत असल्यानं घरं चांगल्या स्थितीत होती. कुठे नुकत्याच सरलेल्या ईस्टरच्या पताका फडकताहेत तर कुठे ग्रीक राष्ट्रध्वज. बुरुजाच्या एका कुशीला गडद निळ्या घुमटाचं चिमणं चर्च बिलगलेलं. वर निळं निळं आकाश, दूरवरचा निळा समुद्र, तिथून येणारा सकाळचा झुळझुळीत सुखद वारा, बुरुजावरचं हिरवं गवत आणि भोवताली परीराज्यातली मजेची घरं. सगळा रंगबिरंगी माहोल. समोरच ते एकमेव प्रवेशद्वार. त्यातून माणसांची क्वचित ये-जा चाललेली.

खाली उतरून वाड्याला एक चक्कर मारली. चर्च बंद होतं. खिडकीतून पाहिलं तर अगदी साधं आणि लहानसं. घरं आता जवळून पाहत होते. आणखी छान वाटली. दाराशी येऊन आता बाहेर पडणार इतक्यात डावीकडे मोठी पाटी दिसली. आत शिरताना कशी हुकली होती कोण जाणे. तिच्यावर इथला वेधक इतिहास थोडक्यात लिहिलेला होता. ग्रीकच्या शेजारी इंग्लिशमधून. माझी चैनच चैन.

सोळाव्या शतकाच्या सुरुवातीला पारोसवर व्हेनिसच्या लोकांचं आधिपत्य होतं. त्याचा गव्हर्नर एक व्यापारी होता. आपल्या मुलीच्या लग्नात हुंडा म्हणून हे पारोसच्या समोरचं बेट त्यानं जावयाला आंदण दिलं. जावईबापू हुशार निघाले. संस्कृत सुभाषितातल्या जामातासारखा, कन्याराशीत राहून सासऱ्याला छळणारा हा वक्रीचा दशमग्रह नव्हता. त्यानं स्वत:चं आणि या बेटाचं भलं केलं.

त्या काळी या बेटावर फारशी वस्ती नव्हती. समुद्रावरच्या चाच्यांनी त्याला आपलं ठाणं केल्यापासून ते तिथं कुणाला टिकूच देत नव्हते. जरा कुणी शेतीवाडी केली की यांची धाड आलीच. असल्या या उग्र जागेला शिस्त लावायची होती. जावयानं आपल्या मायदेशाहून म्हणजे इटलीहून काही कष्टाळू शेतकरी कुटुंबं बरोबर आणली. बेटावरचं, समुद्रालगतचं हे उंचसं तीन एकरी पठार निवडलं आणि तिथं वस्ती केली. प्रथम जाड भिंतीचा भरभक्कम तट बांधून त्याच्या आतून कामकऱ्यांसाठी घरं बांधली. मधोमध स्वत:ची राहती बुरुजवजा गढी बांधली. तिथं राहणंही होई आणि टेहळणंही चाले. दिवसभर लोकांनी भोवतालच्या शेतांवर काम करायचं आणि रात्री आसऱ्याला परतायचं. आत येण्याचा हा एकमेव हत्तीदरवाजा. एकदा लागला की आतले आत आणि बाहेरचे बाहेर. पाचसातशे तरी लोक राहत असतील तिथं.

चाच्यांचा बंदोबस्त करून त्यानं व्यापार सुधारला. सुरक्षितता आणली. भरभराट केली. इतकी की परत धाडी यायला लागल्या. पुढच्या चारशे वर्षांत रशियन, तुर्की असे बेटाचे मालक बदलले. अखेरीस शंभर वर्षांपूर्वी ग्रीस स्वतंत्र झाल्यावर हे बेट कायमचं त्यांचं झालं.

परके राज्यकर्ते आल्यावर त्यांनी त्या इटालिअन वंशाच्या जावयाचा उच्छेद केला पण त्यानं बरोबर आणलेले शेतकरी मागे राहिले. त्यामुळे मूळ मालकाचा निर्वंश झालाय पण त्यानं लावलेल्या वेलींचा विस्तार फोफावला आहे. गेली पाचशे वर्षं तिथं पिढ्यान् पिढ्या जगत आहे. परंपरागत टिकून आहे. आयुष्य कुठल्याच गणिती कोष्टकात बसत नसतं, नाही का?

बंदरावर गाडी उभी केली होती. ती घेऊन दहा किलोमीटरवरच्या ग्रॉटो म्हणजे क्षारगुहा पाहायला गेले. बेट असल्यानं रस्ता सागरकाठानं गेला होता. शेवटी उजवीकडच्या टेकडीकडे वळले. तिच्या पोटातच ही गुहा होती. अशा प्रकारच्या गुहा पाहायचा पूर्वी बैरुतला, मेक्सिकोत, चीनमधे योग आला होता. त्यामुळे नाविन्य नसलं तरी हे निसर्गाचं कौतुक मला जिथं-तिथं बोलवत असतं. भूमिगत नद्यांमुळे, भूकंपांमधून पडलेल्या भेगांमधून पाणी शांतपणे आपले क्षार जडवून या नवलाईच्या गुंफा रचत असतं.

इथली गुहा प्रचंड पण साधीशी. चीनसारखे बांबूंचे वा फ्लॉवरचे आकार नव्हते, ना सिंह हत्तींसारखे प्राणी खडकांतून डोकावत होते. फक्त वरून खाली आणि खालून वरती जाणारे चुनखडीचे टोकदार सुळके मात्र भरपूर होते. गुहा रुंदीला शंभरेक फूट असेलनसेल पण पाचशे फूट खोल होती. खाली जायच्या पायऱ्या एका कडेनं उतरत होत्या. त्या चक्री जिन्यासारख्या अवघड. खाली जाताना वरचा प्रकाश कमी कमी होत होता. डगमगत्या पायऱ्या भिववत होत्या. पण शेवटी तळाशी पोहोचले आणि काहीतरी जिंकल्यासारखं वाटलं. तिथल्या पाण्यात हात-तोंड धुतलं, जराशी बसले. वर पाहिलं तर छप्पर दिसत नव्हतं. केवढा मोठा धूसर प्राकार. लावलेले विजेचे दिवे खूप उंचावर मिणमिणत होते.

याच कुहरामधे कॉन्स्टॅन्टिनोपलच्या राजदूतानं १६७३मधे क्रिसमसच्या मध्यरात्री 'मॅस' साजरा केला होता. पाचशेहून अधिक माणसं तेव्हा हजर होती. त्या प्रार्थनेचं महत्त्व बिंबवण्यासाठी तेव्हा इथं जोरदार फटाके उडवण्यात आले होते. मध्यरात्रीच्या कभिन्न काळोखात, आजचे दिवे किंवा पायऱ्या नसताना झालेला तो सोहळा किती रुद्र-भीषण असेल?

उठले. अजून वर तितक्याच पायऱ्या चढायच्या होत्या. अर्ध्यावर आल्यावर डोंगराची एक कपार दुसऱ्या बाजूला आडवी जात होती. ती ओलांडून पलीकडे गेले. तिथल्या खडकावर पूर्वी इथं येऊन गेलेल्यांनी आपापली नावं कोरून, व्यक्तिगत स्मारक उभारून स्वत:ला अजरामर करायचा यत्न केलेला दिसत होता. इतर नावं त्यांच्या मालकांइतकीच नगण्य होती. पण लॉर्ड बायरननं तोच कित्ता गिरवलेला पाहून धक्का बसला. त्यानं तरी हा सस्ता मोह टाळायला हवा होता. तो त्याखेरीजच अजरामर झालेला आहे.

आता पारोसच्या परतीची वाट. जाताना जशी चटकन बोट मिळाली तशीच येतानाही गाठावी म्हणून बोटीवरून उतरतानाच मी धक्क्यावरचं वेळापत्रक पाहून ठेवलं होतं. दीडची बोट पकडणार होते. नंतर एक तास बोट नव्हती. म्हणून गडबडीनं आता सव्वालाच येऊन दाखल झाले. पण बोटीची कसलीच हालचाल दिसेना. समोरचा काठही शांत शांत. चौकशी करता आता चार वाजेतो बोट नाहीसं कळलं.

''पण इथं तर दीडची वेळ लिहिली आहे.'' मी तिथल्या पाटीकडे बोट दाखवत अधिकाऱ्याकडे तणतणले.

'मॅडम,' तो कॅबिनला कुलुप लावत शांतपणे म्हणाला, ''ते उन्हाळ्याचं वेळापत्रक. अजून उन्हाळा कुठं सुरू झालाय?''

''मग पुढची बोट नक्की केव्हा?''

''साडेचारला.''

मी काही बोलायच्या आधी तो गेलासुद्धा.

बसल्या जागेवरून माझं घर दिसत होतं पण परतायला मार्ग नव्हता. बरोबर पुस्तकही आणायचं राहिलं होतं. हात चोळत, चरफडत खोळंबून बसण्याखेरीज इलाज नव्हता. येताना पाच मिनिटांच्या अंतराला मला पाच मिनिटंच लागली आणि जाताना तेवढ्याच अंतराला चार तास पाच मिनिटं लागली.

पारोस उद्याला सोडायचं. बहुतेक सगळं बघून झालं होतं. बेटाच्या उत्तरेला असलेलं नौसा तेवढं उरलं होतं. लोकसंख्येत पारोकियाच्या खालोखाल याचा क्रमांक. हल्ली ते मिकोनोससारखं पर्यटक-प्रिय झालं आहे. दुपारी जायचा बेत होता पण आन्तिपारोसच्या बोटीनं मोडता घातला. आता इतक्या उशीरा जावं की नाही असा पेच होता पण निघाले.

मागे युफ्रसीनीबरोबर लेफकेसला, मारपिसाला गेले होते तोच रस्ता. या वेळी संध्याप्रकाशात त्यावरून जाताना तिची खूप आठवण येत होती. तासाभरात नौसा आलं. मधला दिवस असूनही चिक्कार गर्दी होती. गाडी उभी करण्याचं दिव्य आटोपण्यात पाव घंटातरी नासला. एकदाची पायउतार झाले आणि नौसाच्या कसब्यात घुसले.

हा पारोसहून कणभर सरस असेल. दुकानं, उपाहारगृह, माणसं मिकोनोसची आठवण जागवत होते. आठ वाजून गेलेले. सूर्यास्त होत होता. मी समुद्रकाठ गाठला. तो लोकांनी गजबजलेला. अगदी छोटा वाळूकिनारा. बाकी खडकाळ. खडकांना लागून उभ्या केलेल्या शेकडो लहानमोठ्या बोटी लाटांच्या तालावर हलकेच हेलकावत होत्या. पांढऱ्या बोटी, कुठे लाल-निळे पट्टे ओढलेले. वरती पांढऱ्या शिडांच्या डुलत्या डोलकाठ्या. त्यांच्यामधून गाळून येणारे मावळतीचे सूर्यकिरण. सिनेमातलं सुंदर दृश्य पाहत आहोतसं वाटत होतं.

चर्चच्या घंटा घुमत होत्या. मधेच एक घोषणा झाली–'लवकरच मधल्या चौकात लोकनृत्याचा कार्यक्रम होणार आहे.' हे घबाड अचानक माझ्या पदरी पडलं होतं. मी लगेच तिकडे पोहोचले. दोरखंडांनी आखलेल्या मोठ्या गोलाभोवती लोकांचं कडं. समोर पारोसचा मेयर कर्ण्यातून बोलत होता. नुकत्या झालेल्या ईस्टरचंच हे उधाण होतं. लोकांनी शिट्या, टाळ्या वाजवून त्याला बसता केला आणि एका कडेनं हातांत हात गुंफून पाच पुरूष आणि पाच बायका रिंगण धरत आल्या. बरं नाचत होत्या पण त्यांचे जिप्सी पोषाख, रुमाल आणि दागिने फार आकर्षक होते. लोक टाळ्यांच्या तालावर त्यांची साथ करत होते. पटापटा फोटो काढत होते. व्हिडीओ घरघरत होते.

मधूनच छान पोषाख केलेल्या दोन तरुण मुली हातात मोठाल्या थाळ्या घेऊन प्रेक्षकांमधे आल्या. त्यांच्यांत केकचे तुकडे आणि वाइनचे पेले होते. ते प्रसादासारखे सगळ्यांना वाटत सुटल्या. लोक त्यांच्यावर तुटून पडत होते. सगळं वातावरण आनंदानं, उत्साहानं माखून निघालेलं. दोन तास कसे उलटले समजलेच नाही.

रात्री अकराला कार्यक्रम संपल्यावर आपल्याला आणखी तासभर अनोख्या वाटेवरून गाडी न्यायची आहे हे लक्षात येऊन मी धसकले. तशी मी शनिवारी रात्री पारोकियावरून घरी

परतले होते. पण हा रस्ता अगदी अनोळखी आणि चढउताराचा. एकापाठी एक घाट लागायला लागले. रस्त्यांवर अजिबात रहदारी नाही आणि कडेनं दिवेही नाहीत. इकडे डोंगर. तिकडे सागर.

आमावास्येजवळचा काळाभोर अंधार. रात्रीनं आकाशाच्या काळ्या रेशमावर चांदण-कशिदा काढलेला. त्याचाच एक कोरा तुकडा खालच्या समुद्रावर ओढलेला. केवळ हेडलाइटच्या प्रकाशात गाडी हाकत होते. फार एकटं आणि धोक्याचं वाटत होतं. चुकून समुद्राच्या बाजूला झुकले तर सरळ तळ गाठीन. अजून किती रस्ता उरला आहे त्याचाही अंदाज येईना.

तेवढ्यात माझ्या उजव्या हाताला डोंगरामधे काहीतरी चमकल्याचा भास झाला. माझी नजर चटकन तिकडे वळली. ओहोहो, काय अपूर्व चमत्कार घडत होता. हिऱ्यांचा चुरा ओंजळी भरभरून उधळला जात होता. काजव्यांनी नखशिखान्त माखलेलं एक झाड अवचित पेटलं नि झटकन विझलं.

खाड्कन ब्रेक्स लावून मी गाडी थांबवली. माझी भीती कुठल्या कुठे पळाली. नुसती त्या दिशेला टक लावून बसले. पुन्हा एकदम भक्कन हिरवा जाळ झाला. नवलाख निळसर-हिरव्या तरल ज्योती क्षणभर लखलखून लयाला गेल्या. विझल्या तरी माझ्या डोळ्यांपुढे त्यांची लालसर सावली तशीच उरली. ती पुसेतो पुन्हा जाळ. हाच खेळ पुन्हा पुन्हा चाललाय. पाचदहा मिनिटं तिथंच खिळले. वाटलं, पारोस मला सांगतंय, ''गेला आठवडाभर तू इथं रमलीस. आता भिण्यासारखं काय आहे. उद्या तू जायला निघाली आहेस. पुन्हा केव्हा भेटशील कोण जाणे. हा मी तुझा हसत हसत निरोप घेतोय ते लक्षात नाही का आलं?''

अगदी चांगलं लक्षात आलं माझ्या. घाबरायचं कशाला? दुसरं कुणी नसलं तरी पारोस माझ्या सांगाती आहेच ना? मग मीही अनिमिष नेत्रांनी त्याचा डोळाभर निरोप घेतला.

Γ

एकेक दिवस कसा मजेचा उगवतो! अमूक करायचं म्हणून मनाशी आपण योजतो आणि काही भलतंच घडतं. आज पारोस सोडायचं म्हणून सकाळी लवकर उठले. सामान आवरलं. गादी आवरली. भांडी धुतली. सगळं घर चकाचक स्वच्छ करून टाकलं. फ्रिज मोकळा केला. युफ्रसीनी पुन्हा आली की तिला काही बघावं लागू नये याची व्यवस्था केली. इथून निघायचं म्हणून मन जरा हळवं झालं होतं. गेला आठवडा इथं राहिल्यानं इथली सवय झाली होती. सगळं ओळखीचं झालं होतं. ते सोडून जाणं अवघड वाटत होतं. पण निघणं भाग होतं. ठरल्या ठिकाणी गाडी ठेवली आणि पुढे निघाले.

बोट 'सांतोरीनी'ची वाट चालत होती. आता जरा सवड मिळालेल्या माझ्या मनाला तिथं राहायचं कुठं हा प्रश्न छळत होता. कां कोण जाणे, सांतोरीनी बेट युफ्रसीनीला आवडत नाही. 'तू तिकडे फिरकू नकोस, तिथं काही बघण्यासारखं नाही' असं ती मला सारखं सांगत होती. मी दक्षिणेला क्रीटकडे निघालेली. वाटेत हे नावाजलेलं बेट लागणार. ते बुद्ध्या टाळून पुढे

जावं असं मला काही वाटत नव्हतं. तिचं म्हणणं धाब्यावर बसवून मी तिकडे निघाले होते. हॉटेल ठरवलेलं नव्हतं. कुणाच्या तरी ओळखीची काली नावाची वाटाडी तिकडे काम करत होती तिला एकदा फोन करून हॉटेलची फक्त चौकशी केली होती.

''हे बघ,'' कालीनं मला सांगितलं होतं, ''तू फीरा किंवा इया ही दोन ठिकाणं सोडून कुठे राहू नकोस. पण ही दोन्ही ठिकाणं महाग आहेत.''

''तू काम करतेस त्या हॉटेलात काही सोय होईल का?'' मी आशेनं विचारलं.

''इथं? ते तू विसर.'' ती परखडपणे उत्तरली. ''हे इथलं सर्वांत महाग हॉटेल आहे. पण तू पुन्हा फोन कर. तोवर मी दुसरी चौकशी करून ठेवते.''

मी नंतर केलेल्या दोन्ही फोन्सच्या वेळी काली हजर नव्हती. आज सकाळी कॉस्तोस नावाच्या कुणीसा फोन उचलला.

''तुम्ही इथं या तर खऱ्या. आम्ही इयामधे आहोत. हॉटेलचं नाव पेरीव्होलोस. खोलीचं पाहू मागाहून.''

अशा वरवरच्या, पोकळ आश्वासनावर मी तिकडे निघाले होते. परवा मिकोनोसला उतरताक्षणीच बरं हॉटेल मिळालं होतं. तसंच काहीतरी पाहू असं ठरवलं.

तीन तासांचा प्रवास. ही बोट गमतीची होती. हिला बसायची किंवा जरा अंग सैल सोडण्याची आसनं नव्हती. 'गुडीज' नावाच्या उपाहारगृहानं आत टेबल-खुर्च्या मांडलेल्या. फक्त खा, प्या किंवा बाहेर जाऊन उभ्या राहा. असली विचित्र बोट मी पहिल्यांदाच पाहत होते. एक बरं होतं की व्हिडिओ किंवा रेडिओची कटकट नव्हती. शांतता होती. हात नसलेल्या एका खुर्चीवर मी खिडकीशी जाऊन बसले. बाहेर बघत होते.

या भूमध्य समुद्राची खासियत अशी की विस्तारानं हा समुद्रासारखा पण वागायला तळं. याच्यावर मोठ्या लाटा उसळत नाहीत. उगा जरा कुठं चुळबूळ चाललेली. पण बाजूच्या प्रत्येक छोट्या लाटेवर वारा वेलबुट्टी काढल्यासारखे तरंग उमटवत होता. त्यांच्या ओठांवर चिमुकला फेस. नीलमण्याच्या गर्द रसावर सफेद मोती पेरावेत तसे ते तरंग देखणे दिसत होते. बोटीच्या पाठीमागे मात्र तो जेट विमानासारखा नित्य पांढरा फराटा.

अडीच तास उलटले. सांतोरीनीच्या जवळ आलो आणि आतली सगळी मंडळी बाहेर बोटीच्या कठड्याशी जाऊन उभी राहिली. मीही बाहेर पडले. पाहते तो आता बोटीच्या दोन्ही बाजूंना, नॉर्वेतल्या फिऑर्डसारखे डोंगराचे उंचच उंच कडे दिसायला लागले. एकाच उंचीचा सलग कडा चाललाय. कडा म्हणजे अगदी ठोक कडा. लालसर काळा, कडकडीत कातळ. त्यावर ना झाडझुडुप ना पाऊल रोवायला जागा. कडेलोट करायला योग्य. हजार फूट उंच तरी असेलच.

त्याहून आश्चर्य म्हणजे कड्याच्या वरच्या किनारीला, डोंगरमाथ्यावर खरोखरी बर्फ पडावं अशी पांढरी स्वच्छ घरं. मला कळेचना की राहण्यासाठी माणूस तिथं कुठं कडमडला? घराबाहेर पाऊल पडलं की टकमक टोक. फारच अगाध दिसत होतं. लोक फटफट फोटो काढत होते.

बोटीच्या दुसऱ्या अंगालाही तसलंच दृश्य. आमची बोट मधून बाणासारखी सणाणत सरळ

चाललेली. दोन्ही बाजू जवळ जवळ येताहेत. मग लक्षात आलं की हा कडा सलग, अर्धचंद्राकृती आहे आणि नेम धरून फेकलेल्या भाल्याच्या टोकासारखी बोट जाऊन थेट डोंगरातच घुसणार. हळूहळू तिचा वेग मंदावला आणि समोरच्या चिंचोळ्या बंदराला ती सुखरूप लागली.

बंदर म्हणजे पंचवीस फूट रुंदीची दोनशे फूट लांब जागा. तिथं भाड्याच्या गाड्यांची दुकानं, काही टॅक्स्या आणि दोन चार बसेस. बस्स. दुसऱ्या कशाला जागाच नव्हती. पाठीशी तो प्रचंड नालाच्या आकाराचा कडा. वर कसं जायचं?

टॅक्सीवाले मागे लागलेले असतानाच, त्यांच्या विसांश किंमतीत वर जाणारी बस गाठली. प्रथम इथली 'राजधानी' असलेल्या फीराला जायचं. तिथं बस बदलून बेटाच्या उत्तर टोकाचं 'इया' गाठायचं. बस निघाली. उभ्या कड्याच्या अंगावर खोदलेला, सापासारखा नागमोडी अरुंद रस्ता. शे-दोनशे फूट आडवा गेला न गेला की अगदी घट्ट वेटोळं घालून पुन्हा वळायचा. तिथं बसचा मागचा भाग दरीवरून तरंगत पुढे येई. डोंगराशेजारून जाताना ती त्याला घासूनच जातेशी वाटे. अजून डोंगर करडा आणि बस निळी कशी? एकमेकांचे फराटे एकमेकांवर कसे नाहीत? समोरून गाडी आली की मधूनमधून ओलांडण्यासाठी खास राखलेल्या जागी उभं राहायचं. ड्रायव्हर अतिशय कुशल. सांभाळून नेत होता.

आपल्या तिरुपतीच्या डोंगराची आठवण आली. बऱ्याच वर्षांपूर्वी आमचा तुषार आणि मी तिकडे गेलो होतो. तळाशी बस मिळाली. दोघे पहिल्या बाकावर बसलो होतो. मागे गाडी भरलेली. पुढे ड्रायव्हर दिसत होता. बुटका, फाटका, मिट्ट काळा तामिळी माणूस. गिअरच्या दांड्याएवढे त्याचे काटकुळे हात. त्याला एवढ्या मोठ्या बसचं धूड कसं पेलणार? अंगात भोकांचा गंजिफ्रॉक आणि खाली लुंगी. पेटलेली बिडी तोंडात आणि विझवलेली कानावर. त्याच्या बाजूचं दार उघडं. त्यातून उजवं कोपर बाहेर काढून, अशा निकडीनं गाडी हाणत होता की काही क्षणात आम्हांला तिरुपतीच्या पायाशी नेऊन घालणं हा त्याच्या जीवन-मरणाचा प्रश्न. बिडीचे झुरके मारत त्वेषानं गाडी नेत होता. तोही रस्ता असाच लंबकाच्या येरझाऱ्यांसारखा. दर वळणाला इतकं तिरकं व्हायला व्हायचं की आम्ही दोघे घसरत एकदा खिडकीवर जाऊन आदळायचो आणि दुसऱ्यांदा दाराच्या बाजूला धडकायचो. दर वेळी गाडी खाली उडी मारणार याची खात्री वाटायची. मागचे प्रवासी भीतीनं चुपचाप होते.

आम्ही दोघे मात्र 'अती झालं आणि हसू आलं' ही म्हण खरी करत पोट धरून हसत सुटलो. एकमेकांना गच्च पकडून हूऽऽऽ करत एकदा या टोकाला जायचं. मग हूऽऽऽ करत दुसरं टोक गाठायचं. तो एक खेळच झाला. बाकड्यावर घसरत होतो आणि हास हास हसत होतो. त्यानं ड्रायव्हर चेकाळला होता की काय माहीत नाही. पण वळणाच्या दिशेनं तो बस जोरात नेई तेव्हा एक हात गिअरवर नि दुसऱ्यानं बिडी ओढतोय. मग चाकावर कोणता हात? अगदी शेवटच्या क्षणी धुराचा भपकारा सोडत तो चाक पकडायचा आणि वळणावर कर्रर्रर्र करत खच्चून ब्रेक्स लावायचा. त्या आवाजानंच जिवाचं पाणी पाणी व्हावं. मागचा भाग हवेतून फिरून परत रस्त्यावर येई. इकडे हसून हसून डोळ्यांतून पाण्याच्या धारा गळताहेत आणि इकडे भीतीनं जीव गोठतोय. त्यासाठीच आमची आपसांत चेष्टा चाललेली. पाचकळपणा

करण्यात दोघेही पटाईत.

''तू पाहिलंस का?'' तुषार माझ्या कानाशी कुजबुजला, ''डोंगराच्या वळणावर ड्रायव्हर एक डोळा मिटतोय.''

''हो. मग त्यात काय झालं?''

''नाही. त्याचा दुसरा डोळा काचेचा आहे.''

पुन्हा हसण्याचा नवा फवारा.

तो पाऊण तास कसा संपला आणि त्या आंधळ्या मृत्यु-कोशिंबिरीतून आम्ही कसे वाचलो तिरुपती जाणे!

तितक्या फेकाफेकीचा, जीवघेणा नसला तरी त्याच्या आसपासचा प्रवास आता चालू होता. माझ्याशेजारी एक कनेडिअन जोडपं बसलं होतं. नवरा प्रोफेसर. हार्वी ऑस्ट्रॉफ नाव त्यांचं. त्यांनी कॅनडामधे तीस वर्षं नाट्यशास्त्र शिकवलेलं. सेवानिवृत्तीनंतर स्वत: लिहिलेली नाटकं बसवत असतात. भरल्या बसमधे ते नेमके माझ्याशेजारी बसणं हा योगच होता. फीराला उतरल्यावर इयाला जाणाऱ्या पुढच्या बससाठी आम्हांला एक तास थांबावं लागणार होतं. आमच्या गप्पा सुरू झाल्या. सुदैवानं असा जाणकार हाताशी आहे म्हटल्यावर मी त्यांना ग्रीक नाटकांविषयी अर्थातच विचारलं.

''मी ग्रीक थिएटरचा मोठा जाणकार वगैरे नाही हे तू प्रथम लक्षात घे. पण चाहता उपासक मात्र आहे. तुला त्याबद्दल थोडं सांगू शकेन.'' हार्वी नम्रपणे म्हणाले. ''प्राचीन ग्रीक नाटकं देवांची महती सांगणारी, त्यांचे गोडवे गाणारी होती. त्यांत देवांना मनुष्यपण दिलं जायचं. आधुनिक नाटकं आपण माणसांवर आधारतो आणि माणूस म्हणजे काय? याचा शोध घेण्याचा प्रयत्न करतो. मग ते सुखान्त नाटक असो वा दु:खान्त. माणसाच्या मनाला वेढेवळसे, गाठी असतात. त्या उकलण्याची आपली धडपड असते. म्हणून आपली नाटकं आपल्या अनुभवांवर उभी असतात. विषय मिळवण्यासाठी आता आपले डोळे स्वर्गाकडे, देवांकडे लागलेले नाहीत.

''तरी काही ग्रीक लेखकांनी पुरातन काळातसुद्धा आजच्यासारखी नाटकं लिहिली होती. एक उदाहरण देतो. 'आपल्या नवऱ्यानं तरवार गाजवावी, युद्धात यशस्वी व्हावं म्हणून विजय मिळेतो गावातल्या साऱ्या बायकांनी रति-संन्यास कसा घेतला होता' यावर एका नाटककारानं उत्कृष्ट विनोदी नाटक इसवी सन पूर्व सहाव्या शतकात लिहिलेलं आहे. प्राचीन काळी स्टेजवर कोरस-डान्सिंग असे आणि नट मुखवटे घालून काम करायचे ते तुला ठाऊक असेलच.''

परवा देलोसच्या आनानं ही माहिती दिली होती. मी होकार देत म्हणाले, ''पण ते मुखवटे कां चढवायचे? त्यानं तुमच्या अभिनयाला काही वावच राहत नाही, नाही का? कुठलंही नाटक म्हटलं की त्यातला अभिनय आपण मुख्य धरतो. त्याचा गाभाच ना तो? तोच जर झाकला तर कसं व्हायचं?''

''चेहऱ्यांऐवजी मुखवटे हेच त्यांचं भावना व्यक्त करण्याचं साधन होतं.''

''पण चढवलेले मुखवटे काही बदलत नाहीत. नाटकात आपण कधी हसतो, कधी

रागावतो तर कधी दु:खानं विव्हल होतो. ते आपण आपल्या आवाजातून आणि चेहऱ्यावरूनच सांगू शकतो.''

''तू एक लक्षात घे,'' ते म्हणाले, ''जुन्या काळी विजेचे दिवे नव्हते, पडदे नव्हते आणि तीस तीस हजार प्रेक्षकांपुढे नाटक सादर करावं लागे. त्यांना आवाज प्रसारणाचं शास्त्र मात्र फार चांगलं अवगत होतं. त्यातून नाटक रंगायचं. त्यांची ध्वनियोजना अफाटच असायची.''

एपिदाव्होसला नाण्यांचा छनछनाट ऐकताना मी ती स्वत: अनुभवलेली होती.

''आजही जपानच्या काबुकी थिएटरमधे मुखवटे वापरतात. बालीच्या केचक नृत्य-नाटकात त्यांचाच उपयोग करतात. तुला कल्पनाही करता येणार नाहीत इतके ते प्रभावी असतात. थोडंसं व्यक्तिगत सांगतो, मी माझं पहिलं नाटक १९८३मध्ये लिहिलं. ते माझ्या अनुभवांवर आधारलेलं होतं. अभिनेत्यांचं वर्कशॉप घेताना, मुखवट्यामागे लपलो असताना आलेले अनुभव हाच त्याचा विषय होता. त्या वेळी मुखवटे कसे वापरायचे असतात हे माझ्या सहकाऱ्याच्या सहाय्यानं मी विद्यार्थ्यांना समजावून देत होतो.''

''आपण कोण आहोत हे प्रेक्षकाला माहीत नसल्यानं नट त्यामागे अधिक मोकळेपणानं वावरतो का?''

''प्रेक्षक नटाचा चेहेरा पाहतात त्याच्याहूनही अधिक वेळ मुखवटा न्याहाळतात हे लक्षात घे. अगदी गप्प राहून ते लक्षपूर्वक पाहतात.''

''मला आपलं वाटतं की एकदा मुखवटा पाहिला की संपलं. त्यात काय बदल होणार?''

''अं हं. मुखवटा जिवंत करता येतो. तो बदलत असतो. तो कसा वापरला आहे, कुठल्या कोनात धरला आहे यावर त्याला सळसळीत सजीवपण येतं.''

''मी दक्षिण भारतात कथकली नर्तक मुखवटे घालून नृत्य करताना पाहिलेले आहेत.'' मी म्हणाले.

''त्यांच्या कथा पौराणिक असतात.'' ते म्हणाले, ''त्यांतून ठरावीक व्यक्तिचित्रण करतात. मुखवटे जसे बदलतात तशा व्यक्तिरेखाही बदलत जातात.''

''बरं, शेक्सपिअरनं जुन्या ग्रीक नाटकांमधून काही प्रेरणा घेतली आहे का?''

विषय वळवत मी मुखवट्यांपासून मुद्दाम दूर झाले.

''हा जरा कठीण प्रश्न आहे कारण शेक्सपिअरनं सगळ्यांकडून काही ना काही चोरलं आहे.'' ते हसत हसत म्हणाले.

''रोमिओ आणि ज्यूलिएट ही बाराव्या शतकातली इटालियन लोककथा होती ते माहीत आहे ना.''

''हो, इटलीत जिथं ती घडली असं समजतात त्या व्हेरोना गावी मी जाऊन आलेली आहे.'' मीही हसले.

''तेव्हा आपल्या नाटकांसाठी पूर्वापारचे राजे-रजवाडे शेक्सपिअरनं उसने घेतलेच पण मॉर्लोसारख्या समकालिनापासूनही त्यानं उसनवारी केली होती.''

''पण ग्रीकांकडून खास काही घेतलं का?''

''कुठल्याही नाटकाचा संघर्ष हा आत्मा असतो. शेक्सपिअरनं तो ग्रीकांकडून उचलला

असं मला वाटतं. मला सांग, सर्वस्वी स्वयंभू कोण आहे? आपण सर्वच लेखक एकमेकांकडून उसनवारी करत असतो. जो जितकं अधिक वाचतो, मूळ कल्पना उसन्या घेऊन विचार करतो, त्यांना स्वत:चे रंग चढवतो, संघर्ष-समस्या आपल्या प्रतिभेनं फुलवतो-सोडवतो तो अधिकाधिक मोठा होत जातो.''

''तुम्ही हल्ली एखादं ग्रीक नाटक पाहिलंत का?''

''नाही. सध्या नाटकं चालूच नाहीत.''

''मलाही अथेन्सच्या हेरोडिअन थिएटरला जायची इच्छा आहे. ते सध्या अशक्य.'' मी म्हणाले.

''एकदा मात्र मला फारच सुंदर प्रयोग पाहायला मिळाला होता. अगदी विश्वास बसू नये असा.'' सांगतानासुद्धा त्यांचा चेहरा उजळून आला. ''मागच्या वेळी मी इथं होतो तेव्हा नुकताच क्रीटला जाऊन आलो होतो. तिथल्या कनॉसस राजाचा राजवाडा, मिनोटॉर राक्षसाचा भुलभुलैय्या स्वत: पाहून आलो होतो. त्यावर आधारीत असलेलं नाटक मला अथेन्सला पाहायला मिळालं. मार्क अँड ग्रॅहॅम डान्सर्स तिथं आले होते. त्यांनी ती दंतकथा सादर केली. तू क्रीट पाहिलंस का?''

''नाही अजून.'' मी म्हणाले.

''देल्फी, ऑलिम्पिया?''

''नाही. आधी ग्रीक बेटं संपवून मग उत्तर ग्रीस, पेलोपोनेज आणि अथेन्स करीनगं म्हणते.''

''छान, पण इफेसुस पाहायला विसरू नकोस. तुर्कस्तानात आहे हे मला माहीत आहे पण ते तू चुकवू नकोस.''

''ग्रीस संपला की तुर्कस्तानला चार आठवडे जायचा माझा बेत आहेच.''

''त्याशिवाय तुझी ग्रीस-यात्रा पूर्ण नाही व्हायची.'' त्यांनी हसत सांगितलं.

अगदी माझ्याच विचारांचा कुणी जाणता मला भेटला याचा विशेष आनंद वाटला.

इयाची बस निघाली. हा रस्ताही वळणांचा पण मघापेक्षा फार सोपा. उंचावरून जातानादेखील सागरकाठाची सोबत होतीच. दुसऱ्या बाजूनं द्राक्षांचे भरघोस मळे पाहून मात्र नवल वाटलं. या भागातली वाइन म्हणे फार प्रसिद्ध. पण दारूबाबत ठार अडाणी असल्यानं मला तिचा पत्ता नव्हता.

तासाभरानं इया आलं. मी 'हॉटेल पेरिव्होलोस'ची चौकशी केली. ते सगळ्यांना माहीत होतं. मी चुकून एक स्टॉप पुढे आले होते. लगेच कॉस्तोसला फोन लावला.

''आलात का? बरं झालं. पण हॉटेलच्या स्टॉपवर कां नाही उतरलात?'' त्यानं विचारलं.

''मला कुठं उतरायचं ते नीटसं कळलं नाही.'' मी ओशाळून उत्तरले.

''काही हरकत नाही. पुढची बस केव्हा आहे?''

''आणखी एका तासानं.'' मी विचारून सांगितलं.

''मग तुम्ही तिथंच थांबा. मी गाडी घेऊन येतो. माझी मोठी जीप आहे पांढरी.''

बऱ्याच हॉटेलांची अशी सुविधा असते. कॉस्तोस लगेच आला. गाडीनं पाच मिनिटात पोहोचलो. हॉटेलच्या परिसरात शिरले आणि अवाक झाले.

आत जाण्याचा, गोट्यांनी आखलेला, दुतर्फा झाडीचा हिरवागार रस्ताच इतका सुंदर की पुढे काहीतरी खास असणार हे लक्षात आलं. टोकावर दुधी बंगला. त्यालाही उत्तम बाग. गाडी तिथं लावून आणि माझी बॅग उचलून घेऊन कॉस्तोस निघाला. मी मागोमाग. डोंगराच्या कड्यामध्ये खोदलेल्या उतरत्या जिन्यांवरून हॉटेलकडे सटसट चाललो होतो. काय सुंदर वळणदार जिने. काळीभोर पायरी. तिला चारी बाजूंनी आखलेली रुंद पांढरी कड. त्यामुळे पाय घसरण्याची किंवा पाऊल चुकून पडण्याची भीती वाटत नव्हती. प्रत्येक जिना असा पट्ट्यापट्ट्यांनी उतरतोय. वाटेत जागोजाग राहण्याची व्यवस्था. म्हणजे छोटी छोटी गुहा-घरं. पूर्वी डोंगराच्या उतारावर खोदलेल्या, एकमेकांपासून स्वतंत्र असलेल्या गुहांचं आता हे हॉटेल बनवलेलं होतं. अत्यंत देखणं. दरेक गुहेसमोर छोटसं अंगण. तिथं बसायला टेबल-खुर्च्या. वर विशाल उघडी छत्री. दोन्ही बाजूंनी असे उतरत येणारे जिने खूप खाली कड्याच्या काठाशी मिळत होते. तिथं पोहण्याचा तलाव होता. समोर भूमध्य समुद्राचा अथांग विस्तार. अशी सुंदर जागा आणि तिच्यावर इतकं सुंदर हॉटेल असू शकेल याची मला कल्पना नव्हती.

कोपऱ्यावरील एका गुहेच्या दाराशी जाऊन कॉस्तोस थांबला. तिचं दार उघडत तो म्हणाला, ''ही तुमची खोली.''

दचकले. माझा विश्वासच बसेना. अरे बापरे. एवढं सुंदर हे घर पण भाडं काय असणार? जवळच्या दुसऱ्या हॉटेलात साधी खोली पाहायला हवी.

माझ्या मनाची चाललेली चलबिचल त्याच्या लक्षात आली.

''आवडली का खोली? तर मग तुम्ही आमच्या पाहुण्या. तुम्ही लेखिका आहांत, ग्रीसवर लिहिणार आहांत असं काली म्हणत होती. दोन दिवस इथं खुशाल राहा. जेवणखाणसुद्धा आमचंच बरं का.''

मी आनंदानं आणि आश्चर्यानं बेशुद्ध पडायला आले. कुठली कोण मी. कुठल्या दूरच्या भाषेत लिहिणारी. आणि केवळ एवढ्याशा भांडवलावर मला या पाच, नव्हे पाचशे ताऱ्यांच्या हॉटेलमधे खास पाहुणी म्हणून राहायला मिळणार? कुठल्या शब्दांत आभार मानू याचे?

दार उघडून आत गेले तेव्हा लक्षात आलं की गुहेला तेवढं एकच दार आहे. डोंगर कोरून काढलेली मोठी जागा. आत भिंतींमधल्या कमानींनी तिचे विभाग पाडलेले. डावीकडे मधल्या सुरेख सोफ्यावर रेशमी उशा. कोपऱ्यात पुष्परचना. लपवलेले दिवे. समोरच्या कमानीमागे एक पायरी चढून मोठा थोरला पलंग. त्यावर गुडघाभर गादी. उजवीकडच्या कमानीत पडद्यामागे कपडे लटकवायचे. त्याला लागून छोटं स्वयंपाकघर. तेवढ्या जागेत जेवणसुद्धा करता येईलशी व्यवस्था. सहा लोकांचा चमकदार जेवण-संच. आणि प्रवेशदाराच्या बरोबर समोर सुसज्ज स्नानगृह. अगदी तिजोरीपासून सगळी सोय तिथं!

हे माझ्यास्तव? आधीची काहीही ओळख नसताना हे केवढं स्वागत, केवढं कौतुक. केवढा बहुमान. केवळ लेखक म्हणून! माझ्याकडून हॉटेलला काय मिळणार? त्याची कसली जाहिरात होणार? माझे मराठी वाचकबांधव बिचारे कितीसे असणार? पण परतफेडीची

कसलीही अपेक्षा तिथं नव्हती. निखळ, बेहिशोबी आतिथ्य होतं. त्यानं मी संकोचले पण उत्फुल्ल झाले. पैसा वाचला म्हणून नव्हे, कदर केली जाते आहे म्हणून.

''चला, आता मी तुम्हांला स्वागत कक्षात घेऊन जातो.'' सामान ठेवल्यावर कॉस्तोस म्हणाला.

पुन्हा उतर-चढ करत बऱ्याच उंचावर असलेल्या कचेरीत पोहोचलो. तिथल्या मुलीशी ओळख करून देत तो म्हणाला, ''ही आमची केली. ही तुम्हांला सगळी माहिती सांगेल आणि हॉटेलही नीट दाखवील.'' आणि तो निघून गेला.

लठ्ठशी केली अमेरिकन-ग्रीक बाई. त्यामुळे इंग्लिशचा प्रश्न नव्हता. ती पाहुण्यांचं स्वागत करत असल्यानं ते आवश्यकही होतं. कॉस्तोस हाही चांगलं इंग्लिश बोलायचा. पण त्याचा नक्की हुद्दा काय ते मला माहीत नव्हतं. छान उंचापुरा, सोनेरी दाढी-केसांचा देखणा माणूस. नाकीडोळी ग्रीक गॉड. हा बहुधा इथला कारभारी असेलसं समजून मी केलीला विचारलं, ''हे कुणाचं हॉटेल आहे? मालक कोण याचा?''

माझ्याकडे नवलानं बघत ती म्हणाली, ''कॉस्तोस. आता तुम्हांला इथं घेऊन आला तोच या हॉटेलचा मालक.''

पुन्हा मला आश्चर्याचा धक्का बसला. एवढ्या श्रीमंती हॉटेलचा प्रत्यक्ष मालक माझ्याकरता गाडी घेऊन आला होता, माझं सामान उचलू लागला होता...हे कसं शक्य आहे? त्याच्या साध्या कपड्यांवरून आणि नम्र बोलण्यावागण्यानं मी त्याला इथला नोकरच समजले होते. पुन्हा एकदा संकोचानं अर्धमेली झाले.

''मला त्याची कल्पनाच नव्हती.'' मी उद्‌गारले.

''असू दे. अतिशय दयाळू आणि उदार मालक आहे आमचा. कसलाही तोरा नाही. म्हणूनच मला इथं काम करायला आवडतं.''

कोणतेही छापील फॉर्म्स भरायला न लावता केलीनं फक्त माझं नाव लिहून घेतलं. दोन दिवस काय काय पाहायचं त्याची आखणी करून दिली आणि सावकाशपणे हॉटेल दाखवलं. तिथला पोहण्याचा तलाव हे एक नवलच होतं. कड्याच्या इतक्या काठाशी खोदलेला की पाण्यात उतरल्यावर त्याचं पाणी आणि समोरच्या समुद्राचं पाणी एकाच पातळीवर येई. त्याचंच पाणी जणू इथं खेळवलेलं. मधे हजारफुटी कोसळता कडा आहे हे समजू नये. या तलावाच्या काठाशी पाठमोऱ्या बसलेल्या पण समुद्रात पाय सोडलेतशा वाटणाऱ्या मुलींचे पोहण्याच्या पोषाखातले फोटो टॅटलर, टाइम, एल्सारख्या नखरेल मासिकांतून प्रसिद्ध होत असतात. खोल गुहेच्या रूपातलं शेजारचं सुरेख जेवणघरसुद्धा तसंच सागर-सन्मुख. खरं तर समुद्रदर्शन होत नाही अशी इंचभर जागा तिथं नव्हती.

''हे डावीकडचं बेट दिसतंय ना तो इथला जागृत ज्वालामुखी. कसा ऊन खाणाऱ्या मगरीसारखा दिसतोय की नाही? फारसा उंच नाही तो. तिथं तुम्ही परवा जाणारच आहांत. उजवीकडे आपल्या कड्याचं टोक दिसतंय तिथं तुम्ही आता सूर्यास्त पाहायला जा. जगप्रसिद्ध जागा आहे. सगळ्या सांतोरीनीतले लोक इथं जमतात. स्वच्छ आकाश नि सुंदर हवा आहे. तो तुम्ही अजिबात चुकवू नका.''

केलीनं दाखवलेल्या रस्त्यानं मी लगेच बाहेर पडले. कड्याच्या करवतकाठी रस्त्यावरून जात होते. रस्ता कसला. अरुंद पायवाटच ती. काय या गावाची रचना आहे. सगळं वरखाली वसलेलं. मोठे गाडीरस्ते बाहेरून. अशा सुबक पायवाटा कड्याजवळून. त्यांच्या डाव्या बाजूला, खोल खाली समुद्र आणि उजव्या बाजूला हारीनं लागलेली उंची दुकानं. दागिन्यांची, कपड्यांची, मूर्तींची, भेटवस्तूंची. मधेच माणसांनी गच्च भरलेली उपाहारगृहं. खाण्यापिण्याचे सुटलेले वास भूक चाळवत होते. पायवाटाही तशाच पर्यटकांनी ओथंबलेल्या. सगळे जण टोकाशी चाललेले. टोकाशी म्हणजे अगदी टोकाशी, आणखी एक पाऊल पुढे टाकलं तर समुद्रस्नान घडेल. त्या जागी दगडी कठडा बांधलेला. रडवेलं लहान मूल जसा ओठ काढतं तसा डोंगरानं तिथं ओठ काढलेला होता.

तिथून सगळं भोवताल निर्वेध दिसत होतं. डावीकडे इतर इमारतींपुढे दूरवर आमच्या हॉटेलचा काही भाग, त्याच्यापलीकडे ते ज्वालामुखी बेट, इथं समोर क्षितिजापर्यंत सागर आणि उजवीकडे डोंगराच्या उतरणीवर वसलेलं, चित्रातच शोभेलसं इया गाव. चिमुकल्या पायवाटा, एकाच्या अंगणात दुसऱ्याचं छप्पर असलेली घरं, जिने-उपजिने, उपाहारगृहं, चित्रशाळा, मद्यशाळा, तांबडमातीवर हिरव्या चिमण्या बागा आणि निळ्याभोर घुमटांची सुबक शुभ्र चर्चेस. वरखाली, चारी बाजूंना नजर भिरभिरत होती. एकाजागी ठरत नव्हती. या सुंदर ठिकाणानं माझा मघाचा आनंद शतपटीनं वाढवला. तो कुणाशी तरी वाटून घेतल्याविना राहवेना. एकजात सगळ्यांना फोन करत सुटले. पहिला फोन ज्योतिर्भास्कर साळगावकरांना केला आणि माझ्या कुंडलीत सध्या कोणते शुभग्रह गर्दी करताहेत आहेत ते विचारलं.

सूर्य पश्चिमेला टेकला होता. मिकोनोसला नुकताच एक सुंदर सूर्यास्त पाहून आले होते तरी इथली मोहिनी अजब. दर दिवशी आगळा बाज. लालगुलाबी रंगांनी आज धरेला चिंब करायचं दिनकरानं मनावर घेतलेलं दिसत होतं. वर दिनकरही गुलाबी खाली रत्नाकरही गुलाबी. वरूनखालून पडणाऱ्या त्या गुलाबी सड्यांनी धरा उधळली होती. इयामधली पांढरीशुभ्र घरं गुल-गुलाबी रंगात भिजली होती. मदहोष करणारं अनुपम दृश्य.

प्रवासात नाना ठिकाणी, नाना रूपांत निसर्ग भेटतो. इथं माणसानं त्याला किती सुरेख पकडलाय ते कळलं. की त्यानंच मानवाला कुशीत कवळलंय? आजवर मला वाटलं होतं की पारोससारखं सुंदर गाव नाही. पण इथं पटलं की इयाचा रथ त्याहूनही चार अंगुळं वरून धावतो. सूर्याच्या या सायंखेळानं आणि तो मला दाखवणाऱ्या माझ्या नशिबाच्या खेळानं स्तिमित होत मी माझ्या महाली परतले.

मुद्दाम चांगला पोषाख करून जेवणघरात रात्री जेवायला गेले. बाहेर काळोख. आत फक्त मेणबत्त्यांचा प्रकाश. सजवलेली असली तरी मूळची गुहा पुन्हा गुहाच बनली होती. एकीकडे बार. तिथं चषकांतून लाल, गुलाबी मदिरा चमकत होत्या. दुसरीकडे चारसहा टेबलं. बहुतेक उंची कपड्यातल्या जोडप्यांनी भरलेली. एकटी होते तरी न अवघडता मी सुग्रास जेवले. मला आधी विचारून मेन्यू ठरवलेला होता. प्रत्येक पदार्थ स्वत: शेफ घेऊन येई, स्वत: मला वाढी आणि त्यावर अभिप्राय विचारी. माझी एवढी बडदास्त चालली होती, बाकीचे माझ्याकडे असे बघत होते की मी साहित्याच्या नोबेल पारितोषिकाची नूतन विजेती जणू!

सकाळचा ब्रेकफास्टही सुपर. या वेळी खान-सुखात बाहेरच्या देखाव्याची भर होती. समोर क्षितिजापर्यंत पोहोचलेला पोहण्याचा तलाव. सुरेख सोनेरी ऊन पडलेलं. ते खात शेजारच्या ज्वालामुखीची सुसर सुस्त पडली होती. वारा नाही. पाण्यावर तरंग नाही. मूर्तिमंत शांती अवतरलेली.

आज सांतोरीनी बेटावरच्या आक्रोतीरीला जाणार होते. ते बेटाच्या दक्षिण टोकाशी. मी इयाला उत्तरेत. बसखेरीज इलाज नाही. इथून दहाची बस घ्यायची. फीराच्या भोज्यावर बस बदलून आक्रोतीरी गाठायची. ती पुढची बस अकराची. बसस्टॉपवर जाऊन उभी राहिले. दहाचे सव्वा दहा, साडे दहा, पावणे अकरा झाले तरी पहिल्या बसचा पत्ता नाही. आता पुढची नक्की चुकणारच म्हणेतो बस आली आणि जिवाची घालमेल होत असताना फीराला पोहोचले. सुदैवानं आमची बस येईतो पुढची सोडलेली नव्हती. चटकन ती पकडली.

आता निर्धास्त मनानं निघाले. रम्य, हिरवा प्रवास चालू झाला. ग्रीस रंगवायला नुसता पांढरा आणि निळा रंग पुरे असं म्हणाले खरं पण त्यात आता हिरव्याची भर पडली. अगदी पांढऱ्या स्वच्छ घरांमधे एखादं गर्द पिवळं घर क्वचित दिसे. संक्रांतीच्या शुभ्र हलव्यामधल्या केशरी दाण्यासारखं ते उठून दिसत होतं. या मार्गावर द्राक्षाचे मळे अतोनात. वाइन तयार करणं हा त्यांचा प्राचीन व्यवसाय. वाटेत जागोजाग 'फ्री वाइन टेस्टिंग'च्या पाट्या लागलेल्या. माझ्यासारखे मूर्ख कंबक्त सोडले तर निर्वास माणसं तिथं उतरत होती. सुवासिक होऊन वर चढत होती. अशीच चढत गेली तर आक्रोतीरी यांना दिसणार कशी?

पोहोचायला दीड तास लागला. सांतोरीनी बेटाच्या आग्नेयेला आक्रोतीरी आहे. गाव म्हणता येणार नाही कारण ते त्या प्राचीन गावाचे भग्नावशेष आहेत. सदतीसशे वर्षांचे जुने. प्राचीन काळी क्रीटवरच्या मिनोअन साम्राज्याखाली सांतोरीनी होतं. आक्रोतीरी हे इथलं सर्वांत महत्त्वाचं बंदर. इसवी सन पूर्व पंधराव्या शतकात झालेल्या एका भूकंपामधे ते खिळखिळं झालं आणि पाठोपाठ जाग्या झालेल्या नजिकच्या ज्वालामुखीच्या राखेखाली जसंच्या तसं गाडलं गेलं. व्हेसुव्हिअसच्या उद्रेकाखाली पॉम्पे गाडलं गेलं, तसं.

त्याचा पत्ता हल्ली, १९५०च्या सुमारास लागला.

ग्रीस आणि भूमध्य समुद्राचा हा पट्टा लहानमोठ्या भूकंप-ज्वालामुखींनी ग्रासलेला आहे. त्यांचा धुमाकूळ सतत चालू असतो. अशाच एका भूकंपात आक्रोतीरीचे थोडे अवशेष बाहेर आले. त्यानंतर झालेल्या एका भूकंपात बरेचसे उघडे पडले. तेव्हापासून हे संशोधन जारीनं सुरू आहे.

बसमधून बाहेर आले. समोर म्यूझिअमची नवी इमारत होती. तिथं तिकीट काढून चालत पुढे गेले. एका मोठाच्या मोठ्या, पांढऱ्या प्लॅस्टिकच्या तंबूसारख्या आवरणाखाली सगळं झाकलेलं होतं. आतल्या मोठ्या विस्तारात खचलेले रस्ते, ओबडधोबड घरं, काही एक मजली तर काही तीन मजल्यापर्यंत उंच, कललेले वाडे, पडिक भिंती, उडालेली छपरं असं खूप खूप होतं. पण खुद्द जाग्यावर मात्र पाहण्याजोगं फार थोडं. एकतर गेल्या चाळीस वर्षांत इथला केवळ तीन टक्के भाग खोदून झालाय आणि त्यात मिळालेल्या सगळ्या प्रेक्षणीय वस्तू अथेन्सच्या वा फीराच्या म्यूझिअममधे नेलेल्या आहेत. त्यात रेखीव रांजण, रंगीत भांडी,

पुतळे आहेतच पण जळलेले गहू, बार्ली, तांदूळ अशी धान्यंही आहेत. हे केवळ तीन टक्क्यांमधे सापडलेलं. अजून सत्याण्णव टक्के बाहेर यायचं आहे. हळू हळू काम चाललंय. जेव्हा पुरं होईल तेव्हा एका प्राचीन काळाची चांगली ओळख पटेल. 'हा युरोपीय संस्कृतीचा मूळ झरा.' एवढंच आता लक्षात येतंय पण इथून सगळंच हलवलेलं, मग पाहणार काय? वाटाड्या नसल्यानं नीट माहिती मिळेना. त्यामुळे कामगारांनी जागोजागी बांधलेल्या पराती आणि लाकडी खांब चुकवत सगळी चक्कर मारून यायला वीस मिनिटं पुरली.

इथली भित्तिचित्रं मात्र अत्यंत सुंदर आणि त्या काळच्या जीवनाचा अचूक वेध घेणारी. तीही पावसापाण्यापासून वाचवण्यासाठी म्यूझिअममधे नेलेली आहेत. तेव्हा उरलेली काही निकृष्ट चित्रं आणि उत्तम चित्रांच्या रिकाम्या जागा पाहून तात्पुरती तहान भागवावी लागली.

एक आश्चर्य असं की एवढं मोठच्या मोठं गाव राखेच्या जीवघेण्या पांघरुणाखाली पुरलं गेलं, आक्रोतीरीचं क्षणात निराकृतीरी झालं तरी माणसांचे सांगाडे किंवा फार किमती वस्तू इथं सापडलेल्या नाहीत. म्हणजे ज्वालामुखीची आधी चाहूल लागून लोक त्या अरिष्टातून निसटले असावेत.

१९६८ साली इथं संशोधन सुरू झालं. त्याचे अध्वर्यू होते प्रोफेसर मारिनातोस. त्यांनी आपलं आयुष्य सर्वार्थांनी इथं वाहिलं. काही अवघड उत्खनन चालू असताना धोक्याची इमारत कोसळून ते तिच्याखाली गाडले गेले. नंतर बांधलेल्या त्यांच्या थडग्याला भेट दिल्यावाचून राहवलं नाही.

परत फीराला जाण्याची बस वीसेक मिनिटांत होती. इकडेतिकडे पाहत वेळ काढताना मला 'रेड बीच' अशी खडूनं लिहिलेली अक्षरं दिसली. खाली बाणानं दिशा दाखवलेली. पाणीविक्याकडे चौकशी करता लाल वाळूची चौपाटी अगदी जवळ, पाच-सात मिनिटांवर आहेसं कळलं. चटकन् जाऊन यावं म्हणून निघाले पण दहा मिनिटं होऊन गेली तरी तिचा मागमूस लागेना. दोन्ही बाजूंना उपाहारगृहं. ताजे मासे तळल्याचा वास येत होता. सगळे जण या या म्हणून बोलावताहेत. मी एकाला पुन्हा बीचबद्दल विचारलं. त्यानं तो आणखी दहा मिनिटांवर आहेसं सांगितलं. आता आणखी पुढे गेले तर बस नक्की चुकेल म्हणून मागे वळले. काही पावलं गेल्यावर वाटलं, चुकली तर चुकली बस. हिच्यानंतर एका तासानं दुसरी आहे. ती घेऊ. म्यूझिअममधला एक तास कमी होईल. आजवर खूप म्यूझिअम्स पाहिलीत. ही जागा तरी नीट पाहू. परत इथं येणं घडेल न घडेल.

तशीच उलट वळले आणि पुन्हा समुद्राकडे निघाले. शेवटच्या क्षणी घेतलेला निर्णय योग्य ठरत होता. जरासं पुढे आल्यावर डाव्या बाजूला समुद्रखुणा आणि उजवीकडे लाल पहाडांची रांग लागली. गंजल्या लोखंडासारखे काळपट तांबडे खडक. १९६५मधे उद्रेक झालेला हा ज्वालामुखी. सभोवती त्याच्या लाव्हाचे बनलेले पाषाण. त्यामुळे समुद्रकिनारा गिरगाव चौपाटीसारखा सरळ चालत जाऊन बसण्यासारखा सोपा नव्हता. त्याला भरपूर चढउतार होते. पुढ्यातला अवघड खडक चढून पलीकडे उतरलं की मग रेड बीच लागणार होता. चढताना पायाखाली खडीसाखरेतून चालावं अशी कुरकुर वाजणारी लाल वाळू. बाजूच्या दगडांचा आधार घेत घेत उंच टोकाशी पोहोचले. तिथून दुसऱ्या बाजूला खाली समुद्र आणि

त्याचा तो लाल, वालुकामय, अर्धगोल किनारा एकदमच दिसले. अशी तांबडरेती समुद्राकाठी कधीच पाहिली नव्हती. 'रेड बीच' म्हटल्यावर उत्सुकता ताणली गेली होती. रंग कितपत लाल असेल? असेल त्याला थोडी लालसर छटा. माझी काल्पनिक उडी त्यापलीकडे गेली नव्हती.

पण इथं दिसला तो गहिरा, दाट, किरमिजी रंग. रक्तचंदनी वाळूचा अर्धचंद्र पसरलेला. मागे मघाचा ज्वालामुखी. गरजणाऱ्या सिंहासारखा त्यानं आ पसरावा तशी मोठी थोरली लाल गुहा. त्याच्या उजव्या बाजूला पुढे आलेला खडकाचा उग्र पंजा. पायातळचा समुद्र त्याला लाटांच्या जिभांनी वेडावतोय. सिंह 'खाऊ का तुला' म्हणत त्याच्यावर झेप घेऊ पाहतोय. लाटा पुढेमागे चाळवत समुद्र त्याला आणखी डिवचतोय. काही गोरी शरीरं लाल वाळूवर आडवी, काही पाण्यात. मी खूप उंचावरून पाहातेय. एक भव्यतम चित्रचौकट डोळ्यांपुढे साकार झालेली. मनाला खोल समाधान देत होती.

ज्वालामुखीच्या लाव्हाची ही लाल रेती होती. खरं तर रेती म्हणावी इतकी ती बारीक झालेली नव्हती. गोटेच होते अजून. दर वेळी समुद्र क्षुल्लक आघात करत असला तरी सागर-भूमीच्या या द्वंद्वामधे अखेर समुद्रच जिंकणार होता. हळूहळू भूमीचे खडे मोडणार होता. आणखी काही लाख वर्षांनी आजच्या खडीसाखरेची बेळगावी, वस्त्रगाळ तांबडमाती होणार होती.

यापुढचा खाली जायचा मार्ग अतिशयच कठीण होता. जेवढं उतरायचं तेवढं चढावं लागणार होतं. वेळेचंही थोडं बंधन होतं. आणि पडण्याची भीती होती. तेव्हा वरून मिळालेल्या या मनोहारी दर्शनावर समाधान मानून फीराच्या दिशेला परत फिरले.

बस तिथं पोहोचताच आक्रोतीरी म्यूझिअम प्रथम गाठलं. जे जे तिकडे सापडलं त्यातलं बहुतेक सगळं इथं आणलेलं. त्यात इतिहासपूर्व काळातल्या भाल्यांच्या दगडी टोकांपासून, सदतीसशे वर्षांपूर्वीचे घट, मदिरेचे रांजण, तेलाचे घडे, बुधले, बदकाच्या नि हरणाच्या आकारांच्या बरण्या सगळं काही होतं. फक्त त्यांच्यावर माणसाचे आकार वा चित्रं नव्हती. एकच अपवाद. कानात बाळी घातलेल्या एका 'ब्लॅक बॉय'चं म्हणजे निग्रो मुलाचं चित्र एका घटावर आहे. छोटसं पैशाएवढं. पण एकमेव म्हणून त्याचं भारी कौतुक. तो बहुधा इथला गुलाम असावा.

याच म्यूझिअमच्या पुरातत्त्व विभागामधे अक्रोतीरीत मिळालेली सुविख्यात भित्तिचित्रं ठेवलेली आहेत. फक्त तो विभाग इथून एक किलोमीटर अंतरावर. वाटही पुन्हा इयासारखी डोंगराच्या शिखर-काठावरून जात होती. दोन्ही बाजूंना पुन्हा जवाहिऱ्यांची दुकानं. करवंदं, जांभळं विकावीत तशी ग्रीस रत्नं विकतोय याचं नवल वाटत होतं. मला ती स्विस मिरासदारी वाटायची.

हेही म्यूझिअम भरगच्च. चित्रं लोभसवाणी. पाठीवर माशांची गांठण घेऊन चाललेला लाल रंगाचा, तरुण, नग्न कोळी. तोऱ्यात छाती काढून उभा आहे. तोच सांतोरीनीचं प्रतीक म्हणून नावाजला आहे. इथंही नाना आकारा-प्रकारांची भांडी ठेवलेली. किती गुळगुळीत. मातीची नसून ताशीव लाकडाची वा धातूंची वाटत होती. त्यांच्यावर रेखीव चित्रं. साडेतीन

हजार वर्षांपूर्वी इतकं सुबक आणि सुंदर काम करण्याची कला नमवून टाकत होती. थडग्यात सापडली असल्यानं भांडी करकरीत कोरी. अथेन्समधे अशी पाहिली होती तरी भुलून गेले.

तीनला म्यूझिअम बंद झालं आणि मी बाहेर आले. उद्या समोरच्या ज्वालामुखीवर जायची व्यवस्था आताच करायला हवी होती. नेहमीप्रमाणे धडशी माहिती कुणी देत नव्हतं. सहल आटोपली की उद्या दुपारी बोट पकडून क्रीटला पुढे जायचं होतं. सकाळी इयाहून येताना सामान बरोबर आणणं उचित होतं. ते कुणाकडे ठेवणार? कंप्युटरसारखी जोखीम त्यात. बरं, बरोबर नेईन तर जड बॅग घेऊन ज्वालामुखी फिरणं अवघड. चार ठिकाणी चौकशी करत, कुणी खात्रीचं मिळतंय का ते पाहण्यात खूप चढउतर झाली. शेवटी एक हॉटेलवाला ट्रॅव्हल-एजंट जादा पैसे घेऊन माझं सामान ठेवायला तयार झाला. त्याच्याकडून ज्वालामुखीच्या बोटीचं तिकिट घेतलं आणि फीराच्या बस थांब्यावर आले. इथून आता हॉटेल पेरीव्होलास गाठलं की पुरे.

पण सहासात तास फिरल्यानंतरही माझा दिवस अजून संपायचा नव्हता. 'कामारी' नावाचा काळा बीच बेटाच्या पूर्वेला आहे. त्याची बस लगोलग सुटत होती. तेव्हा सरळ तिच्यात उडी घेतली. हाही दुपारसारखा अवचित घेतलेला निर्णय. हाही तसाच समाधानकारी ठरला. फीरा, इया हे सांतोरीनीचे नावाजलेले आणि तितकेच गजबजलेले भाग. पर्यटकांच्या तावडीत कामारी अजून सापडलेला नाही. त्यामुळे गर्दी अगदी कमी होती. बाजारूपण कमी होतं.

गेल्याक्षणी बरं वाटलं. दादर चौपाटीसारखी सरळ सोपी सपाट वाळू. वरखाली चढणं नाही. वाळू मात्र टोचरी, भरड. अजून तिचे रज:कण न झालेले. पण रंगानं काळीकाळी कुळकुळीत. तिच्यावर पसरलेली गोरीगोरी माणसं छान उठून दिसत होती. दूर एक दुधी दगडांची रास दिसत होती तिथवर चालत गेले. आठदहा संगमरवरी खडक पडलेले. हाही निसर्गाचाच चमत्कार. या काळ्या वाळूवर ते कुणी मुद्दाम आणून टाकले होते थोडेच? एका बाजूनं समुद्राचं पाणी त्यांच्यावर येऊन आपटत होतं.

पसरटशी एक शिळा पाहून तिच्यावर मांडी ठोकली. लाटा हळूहळू येऊन किनाऱ्याशी फुटत होत्या. दुपारी रेड बीचवर सागर-धरणीचं युद्ध चालल्यासारखं वाटलं. इथं त्यांचा समेट झालेला होता. सागर नमला होता. वार न करता लाटा भूमातेचे चरणतल धूत होत्या. लाटेचं पाणी वाळूवर आलं की तेवढी वाळू एकदम काळीशोर होऊन जाई. चटणीसाठी मणभर कारळे वाळत घातल्यागत दिसे. उन्हात ते गव्हाएवढे दाणे चकचक करायचे. त्यांच्याकडे नुसतं पाहत राहावंसं वाटलं.

अखेरीस निसर्गच आपला त्राता हे खरं. आज बहुतेक सगळा वेळ निसर्गाच्या जवळ होते, तरी इथं त्याचा निकट स्पर्श होत होता. त्याच्या अंतरंगाला भिडत होते. पायाशी लाटा चुबकत होत्या. अंगावर तुषार उडत होते. डोळे आपोआप मिटले गेले आणि एक अननुभूत जाणीव आत झिरपायला लागली.

दिवसभर आपली दगदग चालतं. छोट्यामोठ्या गोष्टींनी मनाला ताण पडत राहतात. धागे गुंतत राहतात. चिडचिडेपण येतं. तशा अगदी क्षुल्लक गोष्टी असतात. कुठं किल्ली काढताना मोड सांडते, कधी दार नीट लागत नाही, कधी पत्त्याचा कागद मिळत नाही तर कधी नको तो

फोन वेळ खातो. बारक्या बारक्या चुकांनी चित्र बिघडत जातं. मनाला बारक्या बारक्या गाठी पडत राहतात. नकोनकोसं करून आपल्याला अशांततेच्या काठी घेऊन जातात.

मी मिटल्या डोळ्यांनी बसलेली. आपल्या ऐंशी टक्के संवेदना डोळ्यांवाटे आत येतात. बाकी ज्ञानेन्द्रियं उरल्या वीस टक्क्यांत. अतिशय आनंदाच्या वा अतीव दु:खाच्या वेळी डोळे मिटतात. दु:ख पुन्हा पाहून आपल्याला त्यात भर घालायची नसते, तर आनंदाचा क्षण मिटल्या डोळ्यांनी घट्ट धरून ठेवायचा असतो. त्याला चिरंजीव करायचा प्रयत्न असतो तो.

डोळे मिटलेलेच होते. त्या छळवादी ऐंशी टक्क्यांना सुट्टी मिळाली. सगळ्या निरगाठी सुटून गेल्या. मनाची मखमल साफ मऊ होऊन परत लवलवत होती. सैलावलेली सुखद गुंगी चढत होती. केवळ कान जागे होत होते. आता सागराचं नि माझं मूक हितगुज सुरू झालं. पुढे सरणाऱ्या लाटांचा बारीक आवाज. त्या परतताना वाळूतून उमटणारा नर्म सीत्कार. समुद्राचा श्वासोच्छ्वास मला ऐकू येत होता. कानातून हळूहळू मनात भिनून तो माझ्या रंध्ररंध्राला शांतवत होता.

या समुद्रातून मी एकेकाळी बाहेर आले. तशाच बाहेर आलेल्या आफ्रोदीतीचा अंश माझ्यात आहे. बुद्धाचा आहे. औरंगजेबाचासुद्धा आहे. मरणानंतर आपलं काही उरत नाही म्हणतात पण आपलं काही मरतही नाही. सरतही नाही. अब्जावधी अणू अणू वेगळे होऊन पुन्हा एकत्र येतात. 'पुन्हा विटा पुन्हा भिंती पुन्हा बांधायाचे घर'.

तो अणू कधी दवबिंदू होऊन, कधी कोवळ्या पानाच्या रूपात तर कधी लाव्हाच्या पाषाणात परतून येतो. श्रीकृष्णानं हजारो वर्षांपूर्वी सांगितलेला आत्मा म्हणजे हा अणूच नव्हे का? फक्त एका शरीराला एकच आत्मा नसून अनंत कोटी ब्रह्मांड भरून आत्मे असतात. त्यांचं पुसटसं निजस्वरूप मनात उमटत होतं का? एकटी, एके ठायी, मन आत ओढून, कानात प्राण आणून अविचल झाले होते. अर्ध्या तासाहून अधिक वेळ तशी उन्मन होऊन बसले असेन.

सांतोरीनीमधल्या कुठल्याही आनंदाहून हा आनंद अधिक मोलाचा होता.

मन नको नको म्हणताना उठून इयाच्या वाटेला लागले. जाताना एक मोठंसं चॉकलेट विकत घेतलं. ते कॉस्तोससाठी.

ज्याच्यापाशी सगळं आहे त्याला काय न्यावं हा प्रश्नच होता. त्याचं माझ्यावरचं ऋण फार जड वाटत होतं. ते फेडायचा हा हलकासा प्रयत्न.

इयाला आल्या आल्या तो मला सापडला. घाईतच होता.

''हे आपलं उगीच.'' मी बॉक्स हाती देत म्हणाले, ''तुम्ही लंडनला येऊन आमचा पाहुणचार घेतल्याखेरीज मला चैन पडणार नाही.''

''मला चॉकलेट आवडतात, ती मी येता-जाता खात असतो हे कुणी सांगितलं तुम्हांला?'' तो हसत म्हणाला.

हा कानमंत्र मला केलीनं दिला होता.

''तुम्ही लंडनला आमच्याकडे कधी येता ते बोला.'' मी आग्रह केला.

''माझी यायची खूप इच्छा आहे हो, पण हे हॉटेल काही वेळ मिळू देत नाही. उद्या खास मंडळी इथं यायची आहेत. आणि जनरेटर चालेनासा झालाय.'' जवळचा स्कॅनर मला दाखवत म्हणाला, ''आता त्याच खटाटोपात आहे मी. इलेक्ट्रिशिअन आलाय पण त्याला केबल सापडत नाही. ती मलाच शोधायला हवी.''

''तुम्ही बारकाईनं लक्ष पुरवता म्हणून हॉटेल इतक्या उत्तम स्थितीत राहिलंय.'' माझ्या शाबासकीनं तो सुखावला आणि मोकळेपणी बोलायला लागला.

''दरवर्षी यात मी काहीतरी नवी भर घालतो. यंदा जाकुझी, साउना आणि टर्किश बाथ घातलाय. तुम्ही पाहिलाय का तो भाग? पोहण्याच्या पुलाजवळ आहे. जरा जाऊन तर बघा.''

''त्यापेक्षा मला तुमच्याशी बोलायला आवडेल.''

''उद्या दुपारी आपण जेवायला भेटू या. तेव्हा बोलू.'' त्यानं आश्वासन देईतो त्याचा मोबाइल वाजला.

पुढचा तास फसव्या काठाच्या त्या तलावात पोहणं, साउनाची वाळवंटी उष्णता, गरम, धुकेरी बाष्पस्नान यात हरपला. आकाश कालच्यासारखं नटलेलं. त्या रंगांची उधळण आज माझ्यावर होत होती. अचानक वारा जोर धरायला लागला. त्याच्या बटांच्या अंगावर होणाऱ्या गुदगुल्या वाढल्या. प्रफुल्ल शरीरा-मनानं बाहेर आले. कालच्यासारखं साग्रसंगीत जेवण झालं आणि गाढ झोपेच्या स्वाधीन होणार म्हणून अंथरुणावर पडले. तेव्हा एका गोष्टीनं अडवलं.

संध्याकाळी वारा जो चढला तो वाढतच गेला. आता त्यानं वादळाचं रूप घेतलं. हातोड्यानं बडवल्यासारखी दार नि खिडक्यांची तावदानं खडखडायला लागलीच पण पलंगावरचं छत सुद्धा धडधड वाजायला लागलं. हा अख्खा डोंगर दोन्ही हातांनी उचलून कुणीतरी गदगदा हलवतोयसं वाटलं. सुसाट वारा. मघाच्या त्याच्या कुरळ्या बटा आता पिंजारलेल्या जटा झाल्या होत्या. त्याच्याच अंगात वारं शिरून त्यानं धिंगाणा मांडला होता. समुद्र काय प्रकार असू शकतो, बघता बघता वादळ वारं कसं सुटतं, वाऱ्यानं तुफान कसं उठतं त्याचा या उंचीवर प्रत्यय येत होता. पण दिवसभराच्या सज्जड थकव्यानं त्याच्यावरही मात केली. तशातच जी झोपले ती सकाळी कोवळ्या उन्हानं जागी झाले.

गेले दोन दिवस समोर दिसणाऱ्या ज्वालामुखीची आज भेट व्हायची होती. ही भूमी सतत अस्थिर आहे. नाना रंगी किनारे, डोंगरावरून सागरात उडी घेणाऱ्या लाव्हाचे प्रवाह, आक्रोतीरीसारखे भग्नावशेष आणि सुपीक जमिन. सतत चालणाऱ्या चळवळीच्या खुणा तिच्या अंगभर मौजूद आहेत. तरी या समोरच्याची कथा फार जुनी आणि वेगळी.

प्राचीन काळी सांतोरीनी बेट भूमध्य समुद्रातून जाणाऱ्या ज्वालामुखींच्या माळेतला एक मणी होतं. इथला ज्वालामुखी चांदोबासारखा. त्यामुळे बेटही गोल गरगरीत होतं. पाच हजार वर्षांपूर्वी तो झोपी गेला आणि बेटावर वस्ती झाली. तेव्हा या बेटाला थीरा असं नाव होतं. दक्षिणपथावर असल्यानं थीराला खूप व्यापारी महत्त्व होतं. आक्रोतीरीला सापडलेल्या अवशेषांवरून इथले सुसंस्कृत रहिवासी फार समृद्ध जीवन जगत होते हे सिद्ध झालंय.

ही स्थिती दोनेक हजार वर्षं टिकली. इसवी सनापूर्वी १६५०मधे थीराचा ज्वालामुखी परत जागा झाला तो वाजतगर्जत. पृथ्वीवरचा सर्वांत मोठा उद्रेक इथं घडला. वीस मैल म्हणजे हिमालयाच्या चौपट उंचीचा लाव्हा-स्तंभ आकाशात कारंज्यासारखा उडायला लागला. लाव्हा, राख आणि दगड यांनी सूर्य झाकोळला. शेकडो मैल दूर असलेल्या भूभागावर राख पोहोचली. बेट मधोमध भंगलं. निम्मं खचलं. पूर्णबिंबाचा अर्धचंद्र झाला. बोटीतून येताना दिसलेला उंच कड्याचा, सहा मैल रुंदीचा 'काल्देरा' हा असा जन्मला. त्यात लगोलग समुद्र घुसला. गगनभेदी त्सुनामी लाटा उसळल्या आणि दूरदूरची बेटं पाण्याखाली आली. क्रीट बेटावर दोन हजार वर्षं नांदलेली सर्वाद्य ग्रीक, म्हणजे 'मिनोअन' संस्कृती या स्फोटामुळेच लयाला गेली असं मानतात.

त्यानंतरही लहानमोठे उत्पात घडत राहिले. शतकातून एखादा तरी अवधांडा भूकंप इथं होत असतो. इसवी सनापूर्वी तिसऱ्या शतकात असा एक जबरदस्त धक्का बसला की काल्देरातलं पाणी दोन मीटर खोल होतं ते एकदम दोन किलोमीटर्स खोल झालं. आज मी जाणार होते ते बेट तेव्हा वर आलं.

निसर्गाबरोबर मानवी सत्तेच्याही खूप उलथापालथी झाल्या. अतिशय सुपीकतेमुळं बेट सतत वसत गेलं. पंधराव्या शतकात व्हेनिसच्या अंमलाखाली आल्यावर त्याचं थीरा नाव बदलून 'सेंट इरिनी' झालं. त्याचंच नंतर 'सांतोरीनी' बनलं. सूप उकळण्याच्या विराट टोपासारख्या किंवा 'कूल्ड्रन'सारख्या दिसणाऱ्या या उभ्या खडकाच्या चंद्राकृतीला 'काल्देरा' हे नावही त्यांनीच दिलं.

अगदी अलीकडे म्हणजे १९५६ साली झालेल्या भूकंपानं आणि उफाळलेल्या ज्वालामुखीनं समोरची फीरा आणि इया ही दोन्ही नेस्तनाबूत केली होती हे आज पटण्यासारखं नाही. निसर्गाच्या क्रूर लहरींचं रौद्र-भीषण नाट्य आणि माणसाच्या चिवटपणाची पराकाष्ठा पाहायची ज्यांना गोडी असेल त्यांना सांतोरीनीसारखं रंगमंदिर नाही.

हे नवल दुरून दाखवणारी ही उंचावरची खुर्ची सोडून आज मी प्रत्यक्ष त्याच्यावर जाणार होते. सकाळीच सगळं सामान भरून टाकलं. दुपारी कॉस्तोसला भेटणार असल्यानं ते खोलीतच ठेवलं. हॉटेलनं बांधून दिलेलं पिकनिक लंच बरोबर घेतलं आणि फीराला पोहोचले. तडक कालच्या ट्रॅव्हल एजंटकडे गेले.

''मला दुपारी क्रीटला जाणाऱ्या बोटीचंही तिकीट द्या. पाच वाजता सुटते ना ती?'' मी विचारलं.

''ती आज रद्द झालेली आहे.'' त्यानं धक्का दिला.

''कां? कशामुळे?''

''तुम्ही काल होता कुठे? केवढं वादळ झालं रात्री.'' त्यानं विस्मयानं विचारलं.

''रात्रीचं वादळ मला ठाऊक आहे. आताही थोडं वारं वाहतंय. पण तेवढ्यामुळे बोट रद्द झाली? एवढी वेगवान, मोठी बोट रद्द झाली? आता हवा ठीक वाटते की.''

''क्रीटच्या आसपास वादळांची अधिकच चिन्हं आहेत. आज बोट जाणार नाही हे नक्की. तुम्ही माझं ऐका आणि उद्या दुपारच्या बोटीचं तिकीट आत्ताच काढा. आजचा सगळा लोंढा

उद्या तिच्यावर चढेल. मग तिकिटाची खात्री नाही.''

त्याचं व्यवहारी शहाणपण पटून मी पुढचं तिकीट काढून टाकलं.

''पण आत्ता ज्वालामुखीला जाणाऱ्या बोटी तरी चालू आहेत ना?''

''हो सकाळच्या नक्की आहेत.''

हायसं वाटून मी सुस्कारा सोडला आणि बंदरावर जायला निघाले. अकराची बोट. मी बरीच लवकर आलेली. तेव्हा रमतगमत, दुकानं पाहत काल्देराचं वरचं टोक गाठलं. त्याच्या पायातळी खोलात बंदर.

फीराची दोन बंदरं. मी पारोसहून आले होते ते नवं बंदर आणि ज्वालामुखीवर जाण्यासाठी जुनं बंदर. आता जुन्या बंदराला जायचं होतं. खाली केबलकारनं एका मिनिटात पोहोचता येतं किंवा डोंगरातल्या जुन्या पायऱ्यांनी उतरता येतं. अजून वेळ असल्यानं मी पायगाडी वापरायचं ठरवलं. केबल कारच्या बाईला विचारलं, ''किती वेळ लागेल खाली पोहोचायला?''

''वीसेक मिनिटांत जाल तुम्ही. फार नाहीत, हजार-बाराशे पायऱ्या असतील.''

बापरे. पण उतरायच्या आहेत. मग ठीक आहे. चढताना केबल-कार घ्यायची ठरवून मी जिन्याशी गेले. पायऱ्या अतिशय सोप्या. चांगल्या लांबरुंद. गोट्यांनी बांधलेल्या. प्रत्येकीला पुढे रुंद संगमरवरी पट्टी. घसरण्याचा प्रश्न नव्हता. दिसायलाही देखण्या. एकच वैताग. त्या अतिशय घाण होत्या. वरखाली जाण्यासाठी इथं खेचरं ठेवलेली आहेत. केबलकारच्या आधी तीच सगळी वाहतूक करत असत. हौशी प्रवासी अजूनही ती वापरतात. खेचरं इजिप्तसारखी इथल्या खेड्यांमधूनही कामाला जुंपलेली दिसतात. त्यांची भरपूर लीद त्या गोट्यांमधे रुतलेली होती. एक माणूस बिचारा साफ करत होता. त्याच्यानं काही ती निभत नव्हती. अर्थात तोही नसता तर सगळा जिनाच लिदीनं भरून गेला असता इतकी खेचरं. शेजारून त्यांच्या रांगा चाललेल्या. प्रचंड वास. मालक सारखे मला बसायचा आग्रह करताहेत. त्यांना नाही म्हणत मी उतरत होते.

भोवती तीन बाजूंनी पसरलेला समुद्र. त्याच्यावर लहानमोठ्या बोटींची ये-जा चाललेली. समोर ज्वालामुखी. तो इतका जवळ वाटत होता की ओणवून वरचा दगड उचलता येईल. मी अजून भरपूर उंचीवर होते. खाली डोंगराच्या मध्यावर समुद्रपक्षी उडताना दिसत होते. तिथं त्यांची घरटी असावीत. पाचपंचवीस कागदी बाण एकदम सुटावेत तसे ते त्यांच्यातून बाहेर झेपावत होते. खालच्या निळ्या सागरावर त्यांची शुभ्र माळ फुलत होती. आता पुन्हा वारा चढायला सुरुवात झाली. पक्षीसुद्धा हवेच्या जोरानं हेलकावत होते.

अर्ध्या तासात तळ गाठला. तिथं तर तट्टूंच्या रांगाच पायऱ्यांवर उभ्या. मी सहज दराची चौकशी केली. साडेतीन युरो. तोच भाव केबलकारचा. एक मिनिटात खाली आणणाऱ्या यंत्राला तो दर फार जड वाटला होता पण अर्धा तास वर चढून जाणाऱ्या जनावराला मात्र फार अपुरा.

अकराला बोट सुटली. वारा आणखी वाढल्यानं ती बरीच हलत होती. दहापंधरा मिनिटांत पोहोचलो. कोळशाच्या वखारीसारखं दिसणारं ते काळ्याभोर खडकांचं लाव्हाबेट. त्यावर कोलिताची राख पडावी तसे करडे रस्ते. या भल्यामोठ्या बेटावर ज्वालामुखीची नऊ विवरं

आहेत. दर दोनपाच वर्षांनी त्यातलं एक फुटून लाव्हाचा निचरा होत राहतो. आतला दाब फार वाढत नाही. गेलं अर्धशतक मात्र इथं ज्वालामुखी न पेटल्यानं तो काठ्यावर आला आहे. केव्हा उफाळेल हे सांगता येत नाही. वाटाड्यानं असं म्हटल्याबरोबर मला पायाखाली हालचाल होते आहे असं उगीचच वाटायला लागलं.

''तुम्हांला वर पोहोचायला वीस मिनिटं, खाली उतरायला तितकीच आणि वीस मिनिटं इकडे तिकडे. म्हणजे बरोबर एक तासानं खाली या. नंतर बोट थांबणार नाही.'' वेळेचं गणित मांडून देऊन तो परत बोटीवर गेला. आम्ही सगळ्यांनी वरची वाट धरली.

नेहमी मला एक प्रश्न पडतो की वाटाडे देतात तेवढ्या वेळात सांगितलेलं कधीच कसं उरकत नाही? की माझंच फक्त तसं होतं? आताही चालतेय चालतेय, अर्धा तास त्या राखाडीतून वर जातेय पण शिखर काही येईना. गारवा तेवढा वाढत होता. एक रस्ता संपून विवर येतंय तो रस्ता त्याला वळसा घालून आणखी वर गेलेला. उंचावर आणखी एक विवर. डोंगराच्या वरच्या कडेशी आणखी माणसं उभी. वर चढणारे रस्तेही बरेच. भुलभुलैय्यातून वर निघायचं. मधे लागलेल्या एका विवरातून पांढरा धूर बाहेर येत होता. तेवढीच हवा गरम झाली होती. शेक लागत होता, तो या वाढत्या गारव्यात हवासा वाटत होता पण त्याला गंधकाचा उग्र वास मारत होता. खूप मोठ्या गोलात पिवळं गंधक पसरलेलं. त्याच्या शेजारून जाताना वाटलं ''या बाबाच्या मनात आत्ता वर उडण्याचा विचार तर नाही ना?''

बऱ्याच वर्षांपूर्वी चढलेल्या इटलीतल्या व्हेसूव्हिअसची आठवण येणं अटळ होती. तो ज्वालामुखी फार मोठा पण चढ याहून सोपा. वाटेत अनेक ठिकाणी त्या निद्रिस्त ज्वालामुखीचे जागृत डोळे लागत होते. तिथं एक जण हातात पाण्याची बाटली घेऊन उभा असे. थोडे पैसे दिल्यावर तोंडात पाणी घेऊन त्याच्यावर चूळ टाकी की तापल्या तव्यावर पाणी ओतल्यागत चुर्रर आवाज येई नि कल्हईवाल्याच्या भट्टीसारखा वाफेचा मोठाच्या मोठा पांढरा ढग वर उठे. आतल्या धगीची खात्री पटवी. इथं तसं कुणी करत नव्हतं. ज्वालामुखीची ती गंमत ग्रीकांना अजून कळलेली नाहीशी वाटतं.

जसजशी वर जात होते तसतशी थंडी आणि वारा दोन्ही वाढत चाललेले. वाऱ्यानं डोक्यावर टोपी राहीना. कुणीतरी पाठून ढकलतंय किंवा पुढून थाडदिशी थपडावतंय असं वाटत होतं. नाकाडोळ्यांतून पाणी गळायला लागलं. शेवटचं नववं विवर होईतो नाकीनऊ आले. चालून चालून पायांचे तुकडे पडलेले पण सर्वांत कठीण होता तो वाऱ्याशी मुकाबला. मला साडेबाराचा घोर लागलेला. बोट गेली तर मी इथं अडकून पडीन. इथं ना पाणी ना अन्न. चटचट पाय उचलत होते पण खाली पोहोचणं अशक्य वाटावं असं असह्य वारं. तुफानच उठलं होतं. कशीतरी बोट गाठली.

या डोंगराच्या दुसऱ्या कुशीला समुद्रात हॉट स्प्रिंग्ज आणि मडबाथ आहेत. त्याच्या दिशेनं बोट निघाली. त्या किनाऱ्याशी ज्वालामुखीतून समुद्रात येणाऱ्या गरम पाण्याचे झरे आहेत, समुद्रातलं हे अद्भुत आहे आणि कढत चिखलात खेळायला खूप मजा येते असं आमच्या माहितीपत्रकात लिहिलेलं होतं. तिथं जाऊन पोहोचलो. आणखीही चारसहा बोटी येऊन थडकलेल्या. पण त्या मानानं पाण्यात फारशी माणसं शिरलेली दिसत नव्हती. गारठा भरपूर.

पाण्यात कुणीच उतरेना. डरपोकपणाबद्दल सगळे एकमेकांची थट्टा करत होते. तेवढ्यात आणखी एक बोट प्रवाशांना घेऊन तिथं आली. त्यातले वीर आमच्या बोटीवर येऊन पाण्यात धडाधड उड्या मारायला लागले. आम्हांला आग्रह करायला लागले. फक्त पहिले पन्नास मीटर्स गार पाणी, पुढे किनाऱ्याशी गरमागरम, असं सांगत होते. मी पोहण्याच्या तयारीनं गेलेली पण धीर होत नव्हता. तेवढ्यात मागच्या बोटीवरून, मूळच्या भारतीय असलेल्या दोन अमेरिकन मुली आमच्या बोटीवर चढल्या. त्यांनी मला खूप आग्रह केला. ''एकदा आत पडलं की पोहायला खूप मजा येईल, चल. तू भारतीय ना? चल आमच्याबरोबर..''

मी कचवचत तयार झाले आणि त्यांच्यामागोमाग समुद्रात उडी मारली. बस्स. बर्फाच्या लादीवर जाऊन आदळले म्हणाना. पाणी असलं थंडगार की एका क्षणात हातपाय बधिर झाले. डोकं सुन्न झालं. अंग इतकं गोठलं की अवयव हालेचनात. जिवाच्या करारावर ते अंतर एकदाचं कापून किनाऱ्यावरचा मडबाथ गाठला. तिथं पाणी कमरेएवढं. पण आज बहुतेक या मडबाथचा बॉयलर बंद पडला असावा. पाण्याच्या तपमानात फारसा फरक जाणवेना. कडकडीत कर्दम-क्रीडा ही कडकडीत व्यापारी थाप होती.

मी त्या दोन पोरींची पाठ धरून होते. त्याही काकडलेल्याच. वारा काहीच्या बाही सुटलेला. लाटांचा मारा जोरदार. एवढ्याशा अंतरावरसुद्धा नुसत्या फोडून काढत होत्या. तिघी कशाबशा परत बोटीवर चढलो आणि आधी कपडे चढवले. थंडीनं दात कडकडत असताना मनात म्हटलं, भारतीय असोत वा नसोत कुणाच्याही नादी लागून हे असलं अचरट साहस पुन्हा करायचं नाही.

सहल संपली. बोट बंदराकडे परत वळली. आता वाऱ्याचं थैमान अतीच वाढलं. लाटांवर वरखाली वरखाली हिंदकळत, बोट काडेपेटीसारखी पुढेमागे फेकली जात होती. कसंबसं जुनं बंदर गाठलं. आमची सहल ११ ते २ आणि पुढची २ ते ५. ती रद्द झाली होती.

या वेळी केबलकारनं वर गेले. थंडीमुळे चालण्याचं बळच उरलं नव्हतं. वर, इतक्या उंचावर आणखी वारं. चारी बाजूंनी घोंगावतंय. अंगात आल्यासारखी झाडं फांद्या पिळवटून झिंजाडताहेत. वाऱ्याचा शाप भोगताहेत. 'घालिन लोटांगण वंदीन चरण' करत कंबरेपर्यंत वाकताहेत. आता ती मोडणारच, खाली उभ्या असलेल्या मोटारींचा कपाळमोक्ष करणारसं वाटे. विजेचे खांब कलथताहेत, घरांचे पत्रे निसटताहेत. रस्त्यांवरचा कागद-कचरा हुईऽऽ करून उडतोय. भिरभिरत वरच्या भरल्या आभाळाला भिडतोय.

इयाला जाण्यासाठी मी बसचा थांबा गाठला. माझ्यासारखीच पाचपन्नास माणसं तिथं आसऱ्याला आलेली. आपापल्या माणसांना गच्च चिकटलेली. केस, कपडे सांभाळणं कुणालाच जमत नव्हतं. डोळ्यांत कचरा जात होता. थंडी मी म्हणत होती तरी तिथल्या अधिकाऱ्यांना आमची कीव काही आली नाही. अनेक रिकाम्या बसेस उभ्या होत्या पण आम्हांला त्यांच्यात चढू देत नव्हते. वादळवारं झोडपत होतं.

शेवटी इयाची बस आली तेव्हा हॉटेलात जाऊन पोहोचणार या विचारापेक्षा या वाऱ्यातून सुटका होणार हाच आनंद मोठा वाटला. हॉटेल येईतो तुफान पावसानं बडवायला सुरुवात केली. कसंबसं ते गाठलं. खिडक्यादारं मोडतीलशी वाजत होती. ठरल्याप्रमाणे कॉस्तोसला

भेटून मी फीराला परत जाणार होते. पाहुणचाराचे माझे इथले दोन दिवस संपले होते.

''वेड्या काय तुम्ही?'' त्याला माझा बेत सांगितल्यावर तो म्हणाला, ''आमचा हा समुद्र एरव्ही मवाळ दिसत असला तरी कधी रुद्रावतार धारण करील सांगता येत नाही. हे वादळ फार जोरदार आहे. आज इथंच राहा. उद्या तुम्हांला पोहोचवायची जबाबदारी माझी. चला आपण कॉफी पीत गप्पा मारू या.''

कृतज्ञतेनं भारावून, त्याच्या आडोशानं वारं चुकवत मी भोजनगृह गाठलं.

''तुम्ही हे हॉटेल इथं कसं बांधलंत?'' मी त्याला विचारलं.

रिकाम्या भोजनगृहात आम्ही दोघे टेबलाशी बसलो होतो. बारमननं मला रस आणि कॉस्तोसला कॉफी आणून ठेवली होती. आमच्या मनमोकळ्या गप्पा होत होत्या. ग्रीक न दिसणाऱ्या या साध्यासीध्या श्रीमंताबद्दल मला फार कुतूहल वाटत होतं.

''ही जागा माझ्या आईवडिलांनी खूप पूर्वी घेतली होती. आपलं इथं एक 'समर हाउस' असावं या माफक इच्छेनं ते रशियाहून इथं आले.''

''रशियाहून? म्हणजे तुम्ही रशियन काय?'' त्याच्या सोनेरी केसांकडे आणि निळ्या डोळ्यांकडे पाहत मी म्हणाले.

''नाही. मूळचे आम्ही ग्रीकच. माझे आजोबा तिकडे इयाच्या वाइनचा धंदा करत असत. मग ते तिकडेच स्थायिक झाले. माझी आजी रशियन होती. माझे वडील तिकडे जन्मले नि वाढले. माझी आई रशियन ग्रीक. १९७१मधे त्यांनी ग्रीसला परतायचं ठरवलं. इथं त्यांनी छोटीशी जागा घेतली.''

''ती कुठली?''

''आज जिथं स्वागत कक्ष आहे ती. शेजारी एखाददुसरी खोली तयार करायची आणि ती भाड्यानं द्यायची. तेच त्यांचं उत्पन्न. पण फारसं काही उभं करायच्या आधी माझे वडील वारले. तेव्हा मी नुकताच आर्किटेक्ट झालो होतो. आईला मदत करण्यासाठी १९८५मधे इकडे निघून आलो. जवळ पैसा नाही. मग मीच सगळं करायचं ठरवलं. मूळचं इथलं स्वरूप हे असं होतं.''

हॉटेलच्या गुळगुळीत रंगीत माहितीपत्रकातला एकमेव काळापांढरा फोटो त्यानं दाखवला. डोंगरातल्या दोन उजाड, पडीक गुहा. त्यांच्यामधे राहणं अशक्यच.

बांधकाम व्यवसायाशी माझं लग्न झालेलं आहे. त्या दोन मोडक्या भोकांमधून आजची आलिशान वास्तू उभी करणं किती दुरापास्त आहे याची मला चांगली कल्पना आहे. आज इथं नुसतंच एक भव्य हॉटेल उभं नव्हतं, त्याला जागोजाग कल्पकतेचे स्पर्श झालेले होते.

''सगळं मलाच बघावं लागलं. दुसऱ्या कुणाला फी देणं शक्य नव्हतं. मग चुकतमाकत, मनातल्या कल्पना साकार करत थोडं थोडं बांधकाम केलं. तीस वर्षांच्या धडपडीनं हे झालं. गेली तीस वर्षं अनुभव माझा गुरू होता आणि आई पाठीशी होती. पुढेही होती. तिनं रस्ता दाखवायचा. मी त्यावर चालायचं.''

''त्या आहेत का?''

''नाही. ती पाच वर्षांपूर्वी गेली.''

सजावट, देखावा, सेवा आणि भोजन सगळीकडून नावाजावं असं हे हॉटेल. तरी हा तोंडात चिरुट धरून केवळ गाड्या आणि पोरी न फिरवता हातात प्लायर्स घेऊन फिरतोय. पण म्हणूनच हॉटेल सुसज्ज उभं आहे.

''मी असं सुंदर हॉटेल कधी बघितलेलं नाही.'' मी मन:पूर्वक म्हणाले. ''तुमचा 'पेरीव्होलोस स्वीट' म्हणजे साकार झालेलं स्वप्न.''

तीन हजार फूट क्षेत्रफळाचा हा मोतीमहाल त्या हॉटेलचा मुकुटमणी होता. तो तेवढा कॉस्तोसनं मला स्वत: दाखवला होता. पुन्हा दार एकच पण आत गेल्यावर स्वतंत्र छोट्या स्विमिंग पूलपासून सगळं होतं. फारच कल्पकतेनं उभारलेलं. डोंगरात असूनही नैसर्गिक वारा नि प्रकाश आत खेळत होता. अर्थातच अतिशय महाग होता. एका रात्रीचं भाडं दीड हजार यूरो म्हणजे सुमारे पंचाहत्तर हजार रुपये होतं!

''लोक येतात इथं राहायला?'' मी आश्चर्यचकित होऊन विचारलं.

''अर्थात.'' तो म्हणाला, ''हनीमूनसाठी नूतन दांपत्यांची रांग लागते.''

''पण तो एवढा महाग कां?''

''कारण बांधकामाचा खर्च. हे असं डोंगराच्या पोटात खोदून बांधणं अतिशय त्रासाचं आणि खर्चिक आहे. ते कोसळणार नाही, आत पाणी झिरपणार नाही हे सगळं नीट पाहावं लागतं. तेवढ्या पैशात इथं तीन साधी घरं बांधून होतील. पण मला या भागाचं सौंदर्य जतन करायचं आहे. निसर्गाशी बेइमानी करायची नाही. आहे हे बाहेरून असंच ठेवायचं हा माझा पण आहे.''

''तुम्ही हे हॉटेल आणखी वाढवणार का?'' सध्या इथं एकोणीस गुहा होत्या.

''नाही. बांधकामात अतिशय अडथळे येतात. म्युनिसिपाल्टी परवानगी देत नाही. मी इथल्या बांधण्याच्या प्रथा राखू बघतोय. ती मोडू बघतेय. साध्या घरांना सहज परवानगी मिळते. शिवाय असं पारंपरिक पद्धतीनं बांधायला कामगारही मिळत नाहीत. डोंगर खोदणं खूप कष्टांचं काम. नवे इमले उठवणं त्याहून बरंच सोपं. मी आहे त्यातच नव्या सोयी करत राहतो.

''ही जेवणाची खोलीच घ्या. पूर्वी ती वरच्या जागी होती. लहान पडत होती. या आंद्रिआस बारमनला विचारा. काही वर्षांपूर्वी आम्ही दोघांनी हातांनी खणून ही तयार केली. डोंगराच्या उतारावर यंत्रं आणता येत नाहीत. खणताना ती मोडतात. आम्ही इथली दगडमाती स्वत: पाठीवरून वाहिली.''

आंद्रिआसनं दुरूनच हसत होकार भरला.

''मला तुम्हांला मुद्दाम सांगावंसं वाटतं'' मी म्हणाले, ''तुम्हांला या भागात फार चांगलं नाव आहे. फीराचे लोकदेखील तुमच्याविषयी आदरानं बोलतात. हे हॉटेल म्हणजे स्वर्ग आहेसं वाटतं त्यांना. अशा अनेक जागा आहेत का इथं?''

''बाहेरून दिसायला असतील पण आतून तशा नाहीत.'' तो अभिमानानं म्हणाला, ''या पद्धतीनं बांधलेलं हे पहिलं हॉटेल. आमचा हा स्विमिंग पूलच घ्या. तो असा क्षितिज समांतर करण्याची मूळ कल्पना माझी. त्याची चित्रं जगभर प्रसिद्ध झाली. गेल्या दहा वर्षांत त्याचं पुष्कळांनी अनुकरण केलं. निरनिराळ्या मासिकांचे प्रतिनिधी येतात. राहतात आणि पुन्हा

पुन्हा या जागेबद्दल लिहितात. मी हॉटेलची कुठंही जाहिरात देत नाही.''

''ग्रीसमधे पर्यटक वाढताहेत का?''

''दुर्दैवानं नाही. युरोचा फटका सगळ्यांनाच खावा लागतोय. ग्रीस महाग झालाय.''

''शिवाय तुमची ही असली हवा.'' मी बाहेरच्या थैमानाकडे बोट दाखवत म्हणाले.

''तिकडे लक्ष देऊ नका. उद्या बघाल.''

पुन्हा एकदा लंडनला येण्याचा आग्रह करून मी माझ्या खोलीवर गेले. बाहेर पडण्याचा प्रश्न नव्हता. झोपणं एवढा एकच पर्याय.

कॉस्तोस शब्दश: खरा ठरला. सकाळी बरोबर बारा तासांनी जागी झाले. पुन्हा एकदम सृष्टीनं चमत्कार केलेला. काल जे घडलं ते खरं की खोटं? वारा सुस्तावून पडलेला. सगळी झाडं शांत, निस्तब्ध उभी. पानांची सळसळसुद्धा नाही. चिमण्या चिवचिवताहेत. कुकु कुकुम् कुकु कुकुम् करत पारवे घुमताहेत. आकाश पुन्हा निर्लेप निळं. कोणती अगाध शक्ती काल पिसाळली होती नि आज माणसाळली होती? मानवाला निसर्गापुढे कायमच नमावं लागणार!

λ

दुपारी ठरल्याप्रमाणे बोट निघाली. सांतोरीनी थंडावली असली तरी प्रवासात वारा धक्के देत राहिला. बोट डुचमळत राहिली. पोटात गदळत होतं. चांगला सहासात तासांचा प्रवास. बाहेर उभं राहणं वा बघणं शक्य नव्हतं. कालची गर्दी आज लोटल्यानं चार मजली बोटीवर बिलकूल जागा नव्हती. पोरांची ओकाओकी, रडारड. अधिकारी नीट माहिती देत नव्हते. वरखाली फिरताना एका आडजागी बोटीचं थिएटर सापडलं. कोणतासा चित्रपट चालू होता. तो कुणीही पाहत नव्हतं. सगळ्यांनी खुर्च्यांखाली पथाऱ्या पसरलेल्या. मीही एक कोपरा धरला आणि हे जलदिव्य सरायची वाट पाहत पडले.

संध्याकाळी सातला क्रीटची राजधानी, 'इराक्लिऑन' आलं. पिंजऱ्यातून निसटलेल्या उंदरासारखी बंदरावर उतरले. ग्रीसमधला माझा शेवटचा बोट-प्रवास संपल्याचा खोल नि:श्वास सोडला. सुटले एकदा त्या वादळी वाऱ्याच्या आणि विक्राळ सागराच्या तावडीतून. सलग भूमीवरून प्रवास करणं कठीण वाटत नाही इतकं या सागर-भूमी, सागर-भूमी प्रवासात वाटतं. जमिनीवर दुसरं वाहन मिळू शकतं. मनात आलं तर तुम्ही थांबू शकता. बोटीत सगळं परस्वाधीन. एकदा तिच्यात अडकलात की अडकलात.

'इराक्लिऑन' हे नाव ग्रीक पुराणातल्या इराक्लिस (म्हणजे रोमनांचा हर्क्युलिस) या बलाढ्य नायकावरून पडलं. हातातल्या प्रवासी पुस्तकात 'इराक्लिऑन' याच नावाचं मध्यवर्ती हॉटेल पाहिलं आणि टॅक्सीनं तिथं निघाले. बंदर सोडून गावाकडे जाताना फार मोठी, किल्ल्याच्या तटासारखी दिसणारी भिंत दिसली. क्रीटवर व्हेनिसचं राज्य होतं त्या वेळची ही मोठी खूण. तीन बाजूंनी असलेल्या या भिंतीच्या जिवावर या शहरानं तुर्की आक्रमण वीस वर्षं थोपवून धरलं होतं.

हॉटेल बरं निघालं. सांतोरीनीच्या स्वर्गातून खाली उतरणं भागच होतं. बोटीच्या दगदगीनंतर नुसती झोपायची जागाही स्वर्गतुल्य वाटली.

दुसऱ्या दिवशी क्रीट पाहायच्या उद्योगाला लागले. ग्रीक बेटांमधे सर्वांत दक्षिणेला असलेलं हे बेट सर्वांत जुनं आणि प्रसिद्ध आहे. मोठंही खूपच आहे. तेव्हा हाती असलेल्या चारपाच दिवसात ते नीट पाहायचं असेल तर पर्यटन संस्थेचे पाय धरावे लागणार होते. चालत चालत निघाले. सहज डावीकडे वळले तर इथल्या 'मिरोसिनी' कारंज्यापाशी निघाले. शहरातला हा लोकप्रिय चौक. मधोमध चार सिंह आपल्या अशोकस्तंभासारखे एकत्र उभे. वरून पाणी कोसळतंय. लांबून विशेष वाटलं नाही तरी जवळून त्याची कारागिरी बघण्यासारखी होती. व्हेनिसच्या अंमलाची ही दुसरी, पण नाजूक खूण. ती अचानक सामोरी आली.

चारी बाजूंनी उघड्यावर टेबलं-खुर्च्या मांडलेल्या. लोक खाण्यापिण्यात गुंतलेले. वेटर्सची धावपळ. त्यामुळे चौक गजबजलेला. त्यातच अनेक पर्यटक संस्था दुकानं थाटून बसलेल्या. मोठीशी बघून मी आत शिरले. तिथल्या बाईनं पत्रकं पुढे टाकली. सबंध दिवसांच्या काही सहली उद्यापासून घ्याव्या आणि आज इराक्लिऑन पाहावं असं तिनं सुचवलं. बेसबॉलची टोपी घालून उताणं निजलेल्या खेळाडूप्रमाणे दिसणाऱ्या क्रीट बेटाचा नकाशा पुढ्यात होता. रुंदीहून कितीतरी पट लांब. रस्ते गुंतागुंतीचे नसले तरी प्रेक्षणीय स्थळं चोहीकडे विखुरलेली. तेव्हा आधी मनात असलेला गाडी भाड्यानं घेण्याचा विचार बाजूला सारून तिचं म्हणणं मान्य केलं आणि तशी तिकिटं काढून टाकली.

''आमच्या सगळ्या सहली सकाळी लवकर निघतात. आज तुम्ही इथला क्नॉसस पॅलेस पाहा. म्यूझिअमसाठीही एक दिवस राखून ठेवा. बाकी बरंचसं दाखवायची आमची जबाबदारी. पाहण्यासारखं खूप आहे. त्यातलं महत्त्वाचं काही चुकणार नाही एवढी मी हमी देते.''

तिच्या आश्वासनावर विसंबून आणि तिचे आभार मानून मी प्रथम क्नॉसस राजवाड्याकडे बसनं निघाले. बसची एक न्यारी तऱ्हा. अथेन्सच्या बसमधे आधी तिकिटं काढा आणि आपणच मधल्या मशीनवर पंच करून घ्या. बसला तीन दारं. कुठल्यातूनही उतरा वा चढा. इराक्लिऑनमधे बसची तिकिटं सिगरेटच्या दुकानातून आधी विकत घ्यायची. पुढच्या दारातून बसमधे चढलं की चिमटीत तिकीट धरून शेकहँड केल्यासारखा हात पुढे करायचा. अर्धा भाग ड्रायव्हर फाडून घेतो. अर्धा तुमच्या हातात उरतो. तुम्ही पुढे सरकता. क्षणाचं काम. पण तिकिटाविना कुणीच प्रवास करू शकत नाही. चेकरची गरज नाही. तिकिट तपासण्याचा, अल्प वेळाचा हा सुलभ, सोपा मार्ग. बऱ्याच शहरांतून अमलात आणण्याजोगा.

हातात अर्धं तिकिट धरून मी जागा पकडली. शहराच्या दुसऱ्या टोकाला जरा दूर राजवाडा असल्यानं तासभर लागणार होता. सकाळच्या वेळी फुललेलं समृद्ध शहर. घरं बाकीच्या बेटांसारखी चौकोनी डब्यांची नसून अनेक मजल्यांची होती. रंगही विविध. हे बेट द्राक्षांच्या आणि ऑलिव्हच्या बागांवरती चालतं. पर्यटकांवर नाही. तरीही त्यांची भरपूर गर्दी होती. त्याचं मुख्य कारण इथला राजवाडा.

सबंध ग्रीसच्या इतिहासात क्रीट बेटावरची 'मिनोअन' संस्कृती फार महत्त्वाची मानली जाते. युरोपातली ही सर्वांत जुनी संस्कृती. सहा हजार वर्षांपूर्वी मध्य आशियातून घरबांधणी, धातूकाम, कुंभारकला जाणणारे लोक इथं प्रथम आले आणि स्थायिक झाले. बेट मोठं असल्यानं आणि ग्रीसपासून दूर असल्यानं इथं एक अगदी वेगळी संस्कृती निर्माण झाली. तिनं प्राचीन ग्रीक जगतावर साम्राज्य गाजवलं. हजार वर्षं तरी हे प्रभुत्व होतं. नंतर सांतोरीनीला झालेल्या ज्वालामुखीच्या प्रकोपामुळे इतक्या दूर असूनही तिचा बळी गेला. तिची मुळं ग्रीकांच्या पुराणांत आणि दंतकथांमधून रुजलेली आहेत. त्यांतली मिनोटॉरची गोष्ट अद्भुत आहे.

प्राचीन काळी क्रीट बेटावर मिनोस नावाचा राजा राहत होता. त्याचं साम्राज्य सातासमुद्रापलीकडे पोहोचलेलं. त्याचा क्नॉसस राजवाडा अतिशय मोठा आणि दुर्गम होता. मिनोस पोसिदोनचा भक्त होता. त्यानं देवापुढे बळी देण्याकरता एक बैल मागितला. देवानं त्याप्रमाणे बैल दिला. पण या पांढऱ्याशुभ्र नंदीचा बळी मिनोसला देववेना. त्यानं त्याला आपल्या खिल्लारात जमा करून टाकलं.

त्याच्या या कृतघ्नतेचा पोसिदोनला फार राग आला. त्यानं मिनोसच्या राणीच्या मनात त्या बैलाविषयी वासना निर्माण केली. त्या संयोगातून तिला बैलाचं डोकं आणि माणसाचं शरीर असलेला एक दैत्य म्हणजे 'मिनोटॉर' झाला. आपली बेअब्रू टाळण्यासाठी राजानं तो तळघरात कोंडून ठेवला. मिनोटॉरपुढे बळी देण्यासाठी दरवर्षी सात युवक, सात युवती आणि धनधान्यानं भरलेले सात गाडे पेलोपोनेजचा मांडलिक राजा एजिअसला मिनोसकडे पाठवावे लागत.

एके वर्षी एजिअसचा मुलगा थेसिअस यानं वडिलांकडे 'या वर्षी मी एकटाच जातो आणि त्या दैत्याला ठार मारतो' असा निर्धार व्यक्त केला आणि जाण्यासाठी अनुमती मागितली. राजानं मोठ्या कष्टानं ती दिली पण सांगितलं, 'जाताना तू काळी शिडं लावून जा आणि विजयी झालास तर पांढरी शिडं उभारून परत ये.'

क्रीटच्या मिनोटॉरची आणि त्याच्या भुलभुलैय्या क्नॉसस राजवाड्याची कीर्ती थेसिअसच्या कानी आली होती. त्यामुळे त्यात प्रवेश कसा मिळवायचा आणि त्या दैत्याशी सामना केल्यावर परत बाहेर कसं पडायचं हे कोडं त्याला पडलं. पूर्वी ज्या कुणी असं साहस केलं होतं ते आतच अडकून पडले होते.

सुदैवानं क्रीटला पोहोचताच तिथली राजकन्या ॲरिॲड्नी थेसिअसच्या प्रेमात पडली. तिनं त्याला एक जादूचा दोरा दिला. मिनोटॉरला ठेवलेल्या चक्रव्यूही तळघरात थेसिअस शिरला की हा दोरा आपोआप उलगडत त्याच्याबरोबर येणार. आणि युद्ध संपलं की बाहेरची वाट दाखवणार. योजल्याप्रमाणे सारं घडतं. थेसिअस आतल्या दैत्याला ठार करतो आणि दोऱ्याच्या रोखानं बाहेर येतो. त्याची वाट पाहत ॲरिॲड्नी तिथं थांबलेली असते. ती त्याच्यासोबत पेलोपोनेजला जायला निघते. (वाटेत नाक्सोस बेटावर थेसिअस तिला सोडून जातो ते माहीतच आहे.)

आपल्या भीम-बकासुरासारखी ही गोष्ट प्रत्येक शाळकरी ग्रीक पोराला ठाऊक असते. ती

मिनोटॉर राक्षसाला ठार मारणारा थेसिअस

शब्दश: घ्यायची नाही. त्या काळी क्रीट हे फार बलवान राज्य होतं. त्यांची समुद्रावर अमर्याद सत्ता होती. तिच्या जोरावर त्यानं सबंध भूमध्यसागर मुठीत ठेवला होता. त्याच्या काठच्या सगळ्या राज्यांना करभार द्यावा लागे. फार भारी कर आकारणाऱ्या जुलमी राजाविरुद्ध, त्याच्या बलशाली सागरी सत्तेविरुद्ध केलेला कावा हा तिचा अर्थ लावला तरी हा राजवाडा दंतकथेतलाच मानला गेला होता.

शंभर वर्षांपूर्वी सर आर्थर एव्हन्स या धनाढ्य, वेल्श संशोधकानं शोधून काढेपर्यंत तो खरोखर अस्तित्वात आहे असं कुणाला वाटलं नव्हतं. त्याचा शोध लागणं आणि दंतकथेचा सत्याशी चपखल मेळ बसणं हे आधुनिक पुरातत्व संशोधन कार्यातलं एक विलक्षण आश्चर्य आहे. संशोधकांचा हा मोठा विजय आहे. कथेखेरीज दंतकथा होत नाही. त्यात काहीतरी सत्यबीजं असतातच हे त्यांनी दाखवून दिलं. पेलोपोनेजमधल्या मायसीनिअन संस्कृतीचा आणि खजिन्यांचा शोध लावणाऱ्या जर्मन संशोधक हाइन्‌रिख्‌ श्लीमानला या भागात उत्खनन करण्याची फार इच्छा होती पण तेव्हाच्या ऑटोमन सम्राटानं परवानगी दिली नाही. अखेरीस संशोधनाचं हे श्रेय सर आर्थरच्या पदरात पडायचं होतं. एव्हन्स अजरामर झाले.

बस अगदी राजवाड्याच्या पुढ्यात थांबली. तिकिट काढून आत शिरते न शिरते तोच एक हसतमुख बाई पुढे आली.

''इंग्लिश टूर हवी की जर्मन?'' तिनं गोड आवाजात विचारलं.

''इंग्लिश.'' इथं कुणी समजावून देणारं असलं तर मला हवंच होतं.

''या या. तुम्ही या बाजूला अशा उभ्या राहा. ही माझी सहकारी. मरीना हिचं नाव. त्याचा अर्थ समुद्रातून जन्मलेली.'' आणखी रुंद हसत तिनं सांगितलं, ''ती तुम्हांला घेऊन जाईल. आठ युरो (चारशे रुपये) प्रत्येकी तिकीट आहे.''

तासभर माहिती सांगण्याचा भाव चांगलाच तेज होता. पण इतक्या महत्त्वाच्या जागी आले आहे. सगळं नीट कळू दे म्हणत मी तिला पैसे दिले. तिकिट फाडल्यावर ती म्हणाली, ''तुम्ही इथं थांबा. सोळांचा गट पुरा झाला की झालं.''

मागाहून हळूच सोडलेली ही सोळांची अट जरा नाराज करणारी होती पण आता इलाज नव्हता. एका बाजूला बसून राहिले. दहा, पंधरा, वीस मिनिटं उलटली तरी निघण्याची हालचाल दिसेना. एका गटात जास्तीत जास्त लोक नेण्याचा त्यांचा इरादा होता. चौदा जण हजर होतो. आणखी दोन मिळवायचा कसून प्रयत्न चालला होता. मूळची गोड बाई त्यात गुंतलेली. मरीना आमच्याजवळ उभी होती. सगळे जण चुळबूळ करत होते.

अर्धा तास उलटल्यावर मला थांबवेना. ''आपण केव्हा निघणार आहोत?'' मी मरीनाला विचारलं.

''हे पाहा, थांबावं लागेल म्हणून आम्ही आधीच सांगितलं होतं. (हे तितकंसं खरं नव्हतं!)'' ती एकदम अंगावर खेकसत म्हणाली, ''तुम्हांला नको असेल ना तर तुमचे पैसे तुम्हांला परत देते. तुम्ही येऊ नका माझ्याबरोबर.''

मी या भडिमारापुढे चकित झाले. सगळे जण माझ्याकडे टकटक बघायला लागले.

''हे बघ बाई, तुझ्याबरोबर यायचं म्हणून मी अर्धा तास थांबले. पुढचा गट आणखी अर्ध्या तासानं निघणार. तू माझा एक तास केवळ वाट पाहण्यात फुकट घालवणार आहेस का?''

''ते काही असलं तरी तुम्ही मला माझ्या गटामधे नको आहांत.'' ती तिरसटपणे म्हणाली.

''तसं असेल तर मी तुझ्याच गटातून येणार हे तू लक्षात ठेव.''

अकारण केलेल्या अपमानानं मी चिडले होते. मला कधीच न आलेला हा अनुभव. या हमरीतुमरीनं इतरांचा आपण खोळंबा करतोय या भावनेनं माझी चूक नसूनही मला ओशाळल्यासारखं झालं. लोकांपुढे नसता तमाशा.

साधारणत: वाटाडी मंडळी अतिशय नम्र आणि गोडबोली असतात. त्यावरच त्यांचं पोट अवलंबून असतं. ते तुम्हांला समजावून सांगतात. प्रश्न विचारायला उत्तेजित करतात. वरखाली जाताना हात देतात. सगळी मदत आनंदानं करतात. इथं या मरीनाचा नमुना काही और. तिचं आज काय बिघडलं होतं कोण जाणे पण डोक्यात राख घालून आलेली दिसत होती.

''मी पैसे भरलेले आहेत. ते मी परत घेणार नाही.'' मी ठामपणे सांगितलं. ''तुझ्याबरोबर येण्याची खरं तर माझी मुळीच इच्छा नाही. तू जितक्या नाइलाजानं मला नेणार आहेस त्याच्या दसपट नाइलाजानं मी येणार आहे.''

''मला असं तिरकस बोलणारं माझ्या गटात कुणी नको.'' ती ताणून म्हणाली.

''तशा बोलण्याची तूच सुरुवात केली आहेस.''

माझ्या सडेतोडपणाला बाकीच्यांनी होकार भरला. खरं असल्यानं तिला ते खुपलं. नुसती रागानं फुंग होऊन गप्प उभी राहिली. मग हळूच क्नॉसस राजवाडा उजेडात आणलेल्या सर आर्थर एव्हन्सच्या अर्धपुतळ्याशी जाऊन तिनं माहिती सांगणं सुरू केलं. आपण ती अनेक पुस्तकांतून मिळवली असल्याचा तिचा दावा. मला त्यातली पुष्कळशी आधीच माहीत होती. त्यामुळे उगीच हिच्याबरोबर आलोसं वाटलं. सबंध तासाभरात मी एकही शब्द उच्चारला नाही की एकही शंका विचारली नाही. मनच उडालं होतं माझं.

खुद्द राजवाडा मात्र बेहतरीन. भूकंपांमुळे वा परचक्रांमुळे याच जागी हा दोनदा तरी मोडला गेला, बांधला गेला. लाल, काळ्या आणि निळ्या रंगांच्या वापरामुळे त्याचं रूप उठावदार ठसठशीत वाटतं. त्याची उत्तम लाकडी प्रतिकृती तिथं ठेवलेली आहे. तिच्यामधे असंख्य महाल, उपमहाल, खोल्या, जाण्यायेण्याच्या ओवऱ्या, मोठ्या स्तंभांनी साकारलेले मार्ग, असंख्य कोरीव कानेकोपरे, सुशोभित सोपान, सौध, चित्रमय भिंती...जागोजाग रक्षक ठेवलेले. आत शिरणं कठीण. कुणी आत शिरलंच तर त्या चक्रव्यूहातून पुन्हा बाहेर पडणं महाकठीण. पावणेचार हजार वर्षांपूर्वी एवढी भव्य नि गहन रचना करणारी माणसं खरोखरी थोर म्हटली पाहिजेत. त्याच्या अवाढव्यतेची सांगून कल्पना येणार नाही. बावीस हजार चौरस मीटर्स एवढं क्षेत्रफळ त्याचं, तरी अजून संशोधन चालू आहे...त्याचं यथोचित वर्णन करणं अशक्य. तो प्रत्यक्षच पाहायला हवा.

राजवाडा प्रचंड आकाराचा. त्याला चारी बाजूंनी पायऱ्या. भोवती कमीअधिक उंचीच्या खांबांच्या ओळी. अमोरासमोर तीन आणि पाच मजली इमारती. त्यांच्या असंख्य खोल्या. नवख्या माणसाला हा भुलभुलैय्या वाटला नसता, त्याची दंतकथा झाली नसती तरच नवल. सरावाच्या व्यक्तीमागून जातानादेखील त्याची मांडणी नीटशी कळत नव्हती. त्यातून आजूबाजूला विखुरलेले दगडविटांचे तुकडे पाहून 'ही राजसभा की कारखाना?' असे प्रश्न पडावेत. एव्हन्सनं केलेली थोडी पुनर्बांधणी एकूण राजवाड्याची चटकन कल्पना आणून देत होती. बरेचसे खांब त्यानं मूळ मिनोअन पद्धतीत जागोजागी उभे केलेले आहेत.

''काळपट लाल रंगाचे खांब. त्यांना सोनेरी कोरीव कडा. आणखी एक खासियत म्हणजे ते वर रुंद आणि खाली निमुळते आहेत.'' मरीना सांगत होती. ''हे खांब सायप्रस झाडाच्या सरळ खोडांपासून केलेले आहेत. त्यांना पुन्हा मुळं फुटू नयेत म्हणून की काय ते उलटे बसवलेले आहेत.

''हे सेंट्रल कोर्ट.'' ती पुढे नेत म्हणाली, ''चारी बाजूंनी राजवाडा. त्याच्या मधोमध हे भव्य प्रांगण होतं. समारंभानं निघालेल्या मिरवणुकींची सुंदर चित्रं तिथं जाणाऱ्या वाटेच्या प्रत्येक भिंतींवर काढलेली होती. लोक गाताहेत. नाचताहेत. कसरती करून दाखवताहेत. दुर्दैवानं त्यांतली फारच कमी शिल्लक आहेत. विशेष चांगली इराक्लिऑनच्या म्यूझिअममधे हलवली आहेत.

''हे लांबट चौकोनी प्रांगण केवढं प्रशस्त आहे पहा. आज उघडं असलं तरी मिनोअन काळात चारी बाजूंनी राजवाड्याच्या उंच भिंती त्याला बंदिस्त करत. त्यांची आठ दारं इथं

उघडत असत. एका भिंतीवर मुसंडी मारत येणाऱ्या बैलाचं फार मोठं 'फ्रेस्को' आहे. या राजवाड्याशी निगडित असलेल्या मिनोटॉरची ती प्रतिमा असावी.

''या पश्चिमेकडच्या तीन मजली इमारती समारंभांसाठी वापरत. वरच्या मजल्यावर मोठमोठ्या दालनांचे अवशेष दिसताहेत. मोठे सरदार, परदेशचे राजदूत अशा बड्यांचं स्वागत तिथं केलं जाई.

''त्याच्या पलीकडे साधे नागरीक राहत असत. शेतीभाती करणारे शेतकरी आणि गाव कामगार तिकडून ये-जा करत.

''उजव्या बाजूचा हा अगडबंब रांजण पाहा. आठ फूट उंच. रुंद तोंडातून दोन माणसं एकदम सहज आत जातील. या बुधल्यांतून ऑलिव्ह ऑइल, दारू, धान्य आणि पाणी साठवायचे. एवढे मोठे रांजण घडवले कसे, भाजले कसे, उचलले कसे आणि वापरले कसे हे एक गूढ आहे. कारण ते भरले तर त्यांचं वजन तीसचाळीस टनापर्यंत होतं. अशक्य वाटतात पण समोरच आहेत. गळ्याशी असलेल्या या भोकांतून दोर ओवून ते हलवायचे. म्हणूनच त्यांच्यावर दोरखंडांचं नक्षीकाम केलेलं आहे. बरेचसे म्यूझिअममधे नेले असले तरी असे रांजण आपल्याला सबंध राजवाडाभर दिसतील.

''उत्तरेला दीड मैलावर समुद्रकिनारा. इथलं सर्वांत मोठं बंदर तिथं होतं. तिकडून नाविकांची ये-जा. दक्षिणेकडे नदी. तिथूनही जाय-यायची वाट होती. म्हणजे चारी बाजूंनी राज्य पसरलेलं आणि मधोमध राज्यकर्ते राहणार.

''सर्वांत महत्त्वाची पूर्व दिशा. आपल्या मागची पूर्वाभिमुख दालनं सूर्यवंदन करणारी. ती खास राजकुटुंबियांसाठी. उतारावर असल्यानं इकडच्या इमारती पाच मजली आहेत. तीन मजले जमिनीच्या वरती आणि दोन खालती. हे कसं उभं केलं असेल त्याचा आजही अंदाज लागत नाही. त्याचा हा केवढा रुंद आणि वळत जाणारा जिना पाहा. तो वास्तुशास्त्रातला दादा मानला जातो. त्यामधून सगळ्या मजल्यांवर नैसर्गिक प्रकाश पोहोचतो. खाली राणीवसा. राणीच्या बैठकीची खोली विशेष सुंदर होती. गालिच्यांवर रेशमी गिरद्या, दारांना झुलते पडदे, जागोजाग पुष्परचना असायच्या. इथल्या भिंतींवर चितारलेले डॉल्फिन्स फारच खेळकर-सुंदर. ते इथून उचलून म्यूझिअममधे नेऊन ठेवलेले आहेत. इथंच एका बाजूला स्नानगृह. त्यात राणीसाहेबांच्या स्नानासाठी भाजल्या मातीचा छोटासा टब. अत्तरानं आणि दुधानं त्यांचं रासनहाण चाले. पण सर्वांत कौतुकाची गोष्ट म्हणजे हे शौचकूप. 'फ्लशिंग' संडास. आकार साधारणत: आपल्या कमोडसारखाच. खालून तो नळांनी बाहेर जोडलेला होता. फ्लशिंग मात्र बादलीनं पाणी ओतून करावं लागे.''

चार हजार वर्षांपूर्वी जवळपास आजच्यासारखी सोय! ही केवळ या राजवाड्यातच सापडलेली आहे. मिनोअन्सना अशा सुविधांची जाणही होती आणि त्या निर्माण करण्याची निपुणताही होती.

''पाणी बेताचं असल्यानं त्याचा नेहमीचाच तुटवडा. म्हणून पाण्याची तिहेरी व्यवस्था होती. साठवलेलं पावसाचं पाणी. वाहून आलेलं वापराचं पाणी आणि पिण्याचं शुद्ध पाणी. लांबच्या डोंगर-झऱ्यांचं स्वच्छ पाणी खापराच्या नळांमधून, पाण्याचा दाब उंचीनं कमीअधिक करत

इथवर आणून ते राजवाड्याला पुरवत. या राजवाड्यात साडेतीन हजार लोक एका वेळी राहत होते. म्हणजे केवढं पाणी लागत असेल? पण पाण्याचा साठा तळघरात ठेवत आणि सांडपाणी गोळा करून समुद्रात वा नदीत सोडत.

''वरच्या मजल्यावर राजेसाहेबांचं वास्तव्य. इथं छानछोकी जरा कमी. पण सभागृह केवढं थोरलं. राजचिन्ह म्हणून इथं दुपाती कुऱ्हाडी दाखवलेल्या आहेत. त्यांना मिनोअन्स 'लॅब्रिस' असं म्हणत. 'लॅब्रिन्थ' म्हणजे भुलभुलैय्या. हा इंग्लिश शब्द त्यातूनच आला आहे.

''इथंच उजवीकडे दरबार लागतो. आत जाता येत नसलं तरी तिथलं हे साधं पण देखणं सिंहासन पाहा. याची प्रतिकृती हॉलंडच्या 'द हेग'मधील आंतरराष्ट्रीय न्यायालयात वापरात आहे. कारण हेच युरोपमधलं सर्वांत जुनं न्यायासन आहे. कदाचित ही खोली धर्मगुरूंचीही असू शकेल. कारण राजाच त्यांचा धर्मगुरू असे. मोठमोठी देवालयं बांधण्यापेक्षा अशा लहान देवळांतून मिनोअन्स पूजा करत.''

अखेरीस दोनतीनशे प्रेक्षकांचं, बाहेर असलेलं छोटंसं थिएटर दाखवून मरीना निघून गेली. हे थिएटर म्हणजे पुढच्या साऱ्या ग्रीक आणि रोमन रंगमंदिरांची जननी. चौकोनी होतं. त्याच्या दोन बाजूंना पायऱ्या केलेल्या. बसायची सोय नव्हती. इथं नाटकं उभ्यानं पाहिली जात. राजा त्यांना हजर राहत असे. फक्त त्याच्यासाठी एक आसन होतं. धर्म, राजकारण आणि नाटकं यांचं एकत्रीकरण इथं प्रथम झालेलं दिसलं.

आता आमचं आम्हांला पाहण्याची मुभा होती. मी एकटीच फिरत होते.

मघा आलेला राग केव्हाच विरून जावा असं सगळं दिसत होतं. सबंध राजवाड्याचा आकार, जागोजाग केलेली प्रकाश-व्यवस्था, मधल्या जाण्यायेण्याच्या वाटा, त्यांच्या अनुषंगानं बांधलेल्या खोल्या, व्हरांडे. उन्हाळ्यात गार आणि थंडीत गरम राखण्याची नैसर्गिक सोय, धान्याचे कूप, सबंध राजवाड्याखाली फिरवलेल्या भाजल्या मातीच्या नळांची जाळी, भित्तिचित्रं, भित्तिशिल्पं, रंगीत सजावट...आश्चर्य तरी कशाकशाचं करावं? इतक्या जुन्या काळी इतक्या व्यवस्थितपणे, विचारपूर्वक बांधकाम केलेल्या लोकांची संस्कृती म्हणूनच आद्य युरोपिअन संस्कृती मानली जाते. बहुतेक पडझड झालेली. तरी या भग्नतेतून उभं राहत असलेलं चित्र नतमस्तक करत होतं.

पूर्वीच्या राजवाड्याचं स्वरूप काय असेल याची थोडीफार कल्पना यावी म्हणून एव्हन्सनं उभारलेले खांब आणि खोल्या पाहताना त्यानं बरं केलंय की वाईट ते ठरवणं कठीण वाटलं. व्यक्तिशः मला मूळ भग्नावशेष असतील तसेच पाहायला आवडतात. त्यांच्यावर आपल्या आकलनाप्रमाणे असं बांधणं म्हणजे ज्ञानेश्वरीच्या अमृताचे ताटी नरोटी ठेवण्यासारखं. पण बहुजनांना तेच फार आकर्षित करून घेत होतं. तेच मूळचं असल्यागत त्याचे फोटो निघत होते. अर्थात या लावलेल्या ठिगळांनासुद्धा आता शंभर वर्षं लोटलीत म्हणा.

दोन वेळा बांधलेल्या इथल्या राजवाड्याचा सांतोरीनीच्या त्सुनामीनं निकाल लावला. सगळं क्रीट बेटच सपाट करून टाकलं. निसर्गाच्या या कोपाचा पेलोपोनेजमधल्या मायसीनिअन मांडलिकांनी फायदा घेतला आणि इथं कब्जा केला. मिनोअन राजवाडे कुठेतरी गाडले-पडले होते. लपले होते. त्यांनी आपल्या स्वतःच्या राज्यांची उभारणी केली.

मायसीनिअन संस्कृतीचा इथं रुजवटा झाला आणि ग्रीकांच्या मुख्यभूमीशी क्रीट जोडलं गेलं.

तिथल्या पाट्या वाचत आणि विक्रीला असलेल्या पुस्तकांचा धांडोळा घेऊन निघण्यात आणखी दोन तास गेले असतील. हॉटेलवर परतले ती क्नॉसस राजवाड्याची मनभर प्रतिमा घेऊन. दुसऱ्या दिवशी इतर कुठेही जाण्याआधी इथलं म्यूझिअम पाहायला गेले. काल राजवाड्यात ज्या गोष्टींचा केवळ उल्लेख झाला होता त्या इथं प्रत्यक्ष दिसणार होत्या. तिकीट काढून आत गेले खरी पण ते एवढं प्रचंड की यातलं काय आपल्या हाती लागणार? या भावनेनं थोडी निराश झाले. दाराशी पुन्हा येऊन कुणी इंग्लिश वाटाड्या मिळतो का त्याची चौकशी केली. सगळा नन्नाचा पाढा. शेवटी एक जाडसं पुस्तक विकत घेतलं आणि म्यूझिअम पाहायला लागले. सगळं एका वेळी पाहणं होणार नाही आणि त्यात काही अर्थही नाही एवढं ओळखून मी तिथल्या अधिकाऱ्यांना भेटले आणि त्याच तिकिटावर म्यूझिअमला आणखी एकदा भेट देण्याची सवलत मिळवली.

परत आत गेले. या वेळी तिथं एक इंग्लिश गाइड आणि तिच्याबरोबर घोळका चाललेला दिसला. छानच सांगत होती. मी तिला विचारलं.

''आमची ही खाजगी सफर चाललेली आहे.'' ती म्हणाली. ''या अमेरिकन गटाबरोबर मी सबंध ग्रीस फिरत आहे.''

''इथं दुसरी काहीच व्यवस्था नाही. मी तुमच्याबरोबर आले तर चालेल का?'' मी अवघडत म्हणाले.

''त्यांची हरकत नसेल तर माझं काही म्हणणं नाही.'' ती म्हणाली.

''अहो या हो, एकीनं काय फरक पडणार? तुम्ही ऐकलंत तर बरंच आहे.'' बाकीच्यांनी एकमतानं मला त्यांच्यात घेतली. त्यातून मी ग्रीसवर लिहिणार म्हटल्यावर त्यांनी बरोबर येण्याचा आग्रहच धरला. त्यांच्या या औदार्यानं मी दबून गेले पण फार फार आनंदले. माझं काम एकदम हलकं झालं. कालच्या मरीनाच्या कडू अनुभवाला आजच्या या आपुलकीनं उतारा मिळाला. पैसे घेऊन तिनं केलेला अपमान, दुष्टपणा, खवटपणा या निरपेक्ष बाईनं, आपल्या निर्मळ'वाणीनं साफ धुवून टाकला . डावं-उजवं सगळीकडेच भेटतं नाही का?

पुढचे चार तास त्या म्यूझिअममधे गेले. पहिला दीड तास मी त्या गटाबरोबर होते. गाइड बाईनी उत्तम माहिती पुरवत, नेमक्या ठिकाणी नेऊन म्यूझिअम सोपं करून टाकलं. बाकी मंडळीही माझ्याशी चांगली वागत होती. तिनं शेवटची वस्तू दाखवली. मी काहीतरी वाचण्यात गढले होते. थोड्या वेळानं वळून पाहते तो सगळे जण गेलेले. एकदम अपराध्यासारखं वाटलं. त्या बाईनं इतकं मनापासून सारं दाखवलं आणि मी तिला काहीच दक्षिणा दिली नव्हती. कुणाचे श्रम फुकट कसे घ्यायचे?

तशीच झपाझप तळमजल्यावर गेले. मागच्या दारी धावले. ती बाई गाडीत चढून निघण्याच्या बेतात होती. खिशात असलेली चारसहा युरोंची मोड तिच्या हातात कोंबून मी तिचे मन:पूर्वक आभार मानले. तिनं बिचारीनं कसलीच अपेक्षा केली नसल्यानं तिला किंचित नवल वाटलं. पण मी आग्रह धरताच तिनं ते इवलंसं मानधन स्वीकारलं. मनाला बरं वाटलं.

पुढचे अडीच तास माझी मी. अतिशय शिस्तीनं, काचेच्या कपाटात, कालानुक्रमे लावून ठेवलेल्या गोष्टी. नुसत्या केवळ क्रीटमधल्याच नव्हेत. इजिप्त वा मेसोपोटेमिअन संस्कृतींचे संदर्भ आले की त्यांतले नमुनेही ठेवलेले होते. सावकाशपणे खूप पाहिलं. मन लावून पाहिलं. सगळं सांगणं कसं शक्य आहे? त्याच्यावर ग्रंथ लिहिले गेलेत. पण काही महत्त्वाच्या चीजा पेश करायलाच हव्यात.

सर्वांत महत्त्व तिथल्या बैलाला. राजवाड्यात तो नाना प्रकारे चित्रित केलेला होता. राजवाड्याच्या संरक्षक तटबंदीवर ठरावीक अंतरानं त्यांची शिंगं रोवलेली होती. सजावटी परी सजावट आणि आत येण्याला अटकाव. आपल्याकडे देवाचं तीर्थ वाहून जाण्यासाठी गोमुख असतं. इथं मदिरा ठेवण्याचा वृषभमुखी कुंभ (ऱ्हायटोन) होता. काळं कुळकुळीत डोकं. त्यावर रांगोळीनं काढल्यासारख्या कुशल रेषा. हस्तिदंती तोंड. कोरलेल्या कुरळ्या केसांमधून दोन डौलदार सोनेरी शिंगं उगवलेली. क्रिस्टल दगडाचे त्याचे डोळे आता हलतीलसे हुबेहूब. मागच्या वशिंडातून पेय भरायचं. ते तोंडातून पेल्यात ओतायचं.

बैलांची चित्रंही भरपूर. त्यांच्यात 'बुल लीपिंग'चा खेळ दाखवलेलं भित्तिचित्र होतं. हा एक अत्यंत धोकेबाज खेळ. अंगावर चाल करून येत असलेल्या बैलाला दोन्ही शिंगांनी पकडायचं आणि त्याच्या पाठीवरून कमान टाकून शेपटीच्या पलीकडे उडी मारायची. खेळाडूचं अंग रबरागत लवचिक असावं. 'मृत्यूशी कुस्ती' यावेगळं त्याचं वर्णन करणंच अशक्य.

असला जीवघेणा खेळ येतो कुणाच्या डोक्यात? शिंगांवरून स्वत:ला पलीकडे उडवायचं हा त्यातला सर्वांत अवघड भाग. खास म्हणजे हा खेळ एक तरुण मुलगी करून दाखवते आहे. बघून चक्रावले. या खेळाचं आकर्षण वाटून इजिप्तच्या एका फेरोनं मिनोस राजाकडून कारागीर नेऊन आपल्या लुक्सॉरच्या राजवाड्यात अशी चित्रं रंगवून घेतली होती.

तिथंच बुल लीपिंग करणाऱ्या मुलाचा एक हस्तिदंती पुतळा ठेवलेला आहे. क्नॉसस राजवाड्यात हा एकमेव पुतळा सापडला. काचेच्या कपाटात टांगलेला. आहे सारा दीड वीत. शिवाय मोडका. पण त्यातून अद्वितीय कारागिरी दिसते. लांबलचक शरीर. त्याच्या अंगातला वेग, चेहेऱ्यावरच्या स्मितहास्यातून प्रकटणारा आत्मविश्वास, आणि पायांच्या नखांपर्यंत कोरलेला उत्कृष्ट बारकावा. इतक्या प्राचीन काळी कसा केला असेल?

गळ्यात घालायचं एक पदकही उत्कृष्ट कारागिरीचा वेगळाच नमुना म्हणावं. दोन मधमाशा पोळ्यात मधाचा थेंब आणून भरताहेत. त्यांचे पंख जणू थरथरताहेत. तसाच एक गुंजेएवढा मणी ओवलेला ताइत होता. त्यावर विंचू, साप, कोळी आणि हात कोरून काढलेला. त्यांच्या दंशाविरुद्ध हा रामबाण उपाय.

वेगळ्या छोट्याशा कपाटामधे, फिकट गुलाबी रंगाची, वीतभर उंचीची अत्तराच्या कुपीसारखी एक बिलोरी सुरई होती. जवळ जवळ पारदर्शक. तिला बिलोरी मण्यामण्यांची छोटीशी मूठ लावलेली. मणी तांब्याच्या बारीक तारेत ओवल्यामुळे त्यांना निळसर हिरवं तेज चढलं होतं. ते मूळचा मोतिया रंग खुलवत होतं. गळ्याशी नखभर हस्तिदंती कड्यांची माळ. फार सुंदर दिसत होती.

पण ही सुरई अशी अखंड सापडली नाही. चार हजार वर्षांच्या पाळ्यांखाली ती अभंग राहिली असती तर चमत्कारच. तिचे तीन हजार तुकडे म्हणजे अगदी भुगा झाला होता. पण सुदैवानं खणताना तो एका जागी सापडला. आता ते तुकडे जोडायचे, पण कसे? कोणत्या वस्तूचे तुकडे आहेत त्याची कल्पना नाही. तिचा मूळ आकार माहीत नाही. तेव्हा भिंतींवरची चित्रं बारकाईनं पाहून, इतर भांड्यांवरून कल्पनाशक्ती लढवून अतिशय मेहनतीनं ती पुन्हा समोर अखंड उभी केली होती. प्राचीन कारागिरांना जसा नमस्कार तसा इतक्या चिकाटीनं, ते पुन्हा बनवणाऱ्या आजच्यांनाही नमस्कार.

'प्रिन्स' या शीर्षकाचं एक मोठं भित्तिचित्र इथं लावलेलं होतं. कुठलंसं धार्मिक कार्य चाललंय. त्यात एक उंच गोरा माणूस दाखवलेला होता. आता मिनोअन लोक तर सावळे होते. उंचीलाही बेताचे. मग हा गोरा कुठून आला? धार्मिक विधीच्या वेळी अंगाला पांढरा रंग फासण्याची त्या वेळी प्रथा असे. गोरेपण म्हणजे शुद्ध, पवित्रपण, चांगलेपण हे इतक्या जुन्या काळापासून मानवाच्या मनावर ठसूनच गेलेलं दिसतंय.

राणीच्या महालातले सुप्रसिद्ध डॉल्फिन्स वरच्या मजल्यावर ठळकपणे दिसतीलसे लावलेले आहेत. पिवळसर पार्श्वभूमीवर वरखाली पोहत चाललेले पाच निळे, सुरेख डॉल्फिन्स आहेत. इतर लाललाल मासोळ्याही आहेत. काय देखणं चित्र! ज़िवंत रंग आहेत त्याचे. साधे झाडापेडांचे वापरलेले, पण किती सुरेख टिकलेत.

अथेन्ससारख्या इथंही मातृकांच्या पुतळ्या भरपूर. पुरुषप्रधान संस्कृती असली तरी बायकांना विशेष मान होता तो मुलं होण्यामुळे. या छोट्या छब्यांमधे त्यांचं मातृत्व अधोरेखीत केलेलं होतं. अंगभर घट्ट पायघोळ झगे. पण स्तनमंडलं पूर्ण उघडी. ती स्त्रीत्वाची, सुफलतेची खूण. त्यांच्या देवताही बहुतेक अशाच पुजलेल्या असत.

इतिहासाच्या दृष्टीनं अमोल अशी 'फैस्तोस डिस्क' तिथं ठेवलेली आहे. ती अर्थातच फैस्तोस गावी सापडली. साधारणतः छोट्या ताटलीएवढी चिनी मातीची गोल चांदकी. गुंडाळलेल्या गोमेच्या आकारात तिच्यावर नव्वद चिन्हं कोरलेली आहेत. सुईनं कोरून मग भाजलेली. सूक्ष्म पण स्वच्छ दिसणारी. अजून न उलगडलेल्या 'लीनिअर ए' लिपीत ती लिहिलेली असावीत. 'लीनिअर बी' लिपी उलगडण्यात मात्र यश आलेलं आहे. चपट्या चौकोनी तुकड्यांवर तिच्यात लिहिलेल्या व्यापारी खतावण्या, करांच्या पावत्या इत्यादी गोष्टी वाचता येतात. ही प्राचीन ग्रीक भाषाच आहे हे सिद्ध झाल्यानं चिनी लिपीच्या खालोखाल ग्रीक पुरातन ठरते.

सगळं पाहत, वाचत, ज्ञान-समाधीत वेळ किती चटकन गेला. परत परत आवडलेल्या चीजा जाऊन बघत होते. शेवटी म्यूझिअम बंद होताना बाहेर पडले.

इथून निघताना केलेलं मनचौर्य? निवड कठीण होती. डॉल्फिन्स, सोनशिंग्या बैलाचं मस्तक, बिलोरी सुरई की बुल लीपिंग करणारा मुलगा?

मधमाशांचं पदकच उचललं अखेरीस!

ग्रीक ज्याला 'क्रीती' म्हणतात ते हे महत्त्वाचं बेट क्रीट. आपला कृष्ण जसा आपल्या

मामाला चोरून गोकुळात वाढला तसा झ्यूस बालपणी आपल्या वडिलांपासून लपूनछपून इथं वाढला असं ग्रीक पुराणं म्हणतात. तिकडे मामा एकेका भाचराची जन्मल्याक्षणी विल्हेवाट लावत होता, इथं त्यांचा बापच मुलं खाऊन टाकत होता. कारणही तेच. 'यातलं एक तुझी सत्ता उलथवून टाकून तुझं राज्य बळकावणार!' अशी भविष्यवाणी. तेव्हा गुप्तपणे का होईना देव इथं वाढला. ही देवभूमी झाली. तिला अपार सौंदर्य लाभलं. इथली घट, भित्तिचित्रं आणि वाइनही प्रसिद्ध. उंच गगनभेदी डोंगर इथंच उभे आहेत. सुंदर सागरकिनाऱ्यांनी त्याच्याभोवती फेर धरलेला आहे. इथल्या रम्य-सौम्य रात्रीही प्रसिद्ध.

या बेटाचा दक्षिण भाग पाहण्यासाठी आजची ही कोच टूर घ्यायला आले होते. सकाळचे साडेसहाच होत होते. शहरमध्य माझ्या हॉटेलपासून दहा मिनिटांच्या चालण्यावर. सांगितल्या ठिकाणी मी येऊन उभी होते. पण खात्री वाटत नव्हती. चुकून बस आधी तर नाही येऊन गेली? चारपाच जणांच्या घोळक्यापलीकडे एक अगदी बारीक केस कापलेली मध्यमवयीन गोरी बाई उभी होती. कानात लांबडे डूल आणि नाकात मोत्याची मोरणी. दागिने भारतीय वाटत होते. तोच ती माझ्याकडे येऊन इंग्लिशमधे म्हणाली, ''तू भारतीय आहेस ना?''

वेगळ्या पोषाखात, वेगळ्या वातावरणात असूनही तिनं मला अचूक ओळखलं होतं.

''तूही भारतभेटी देऊन आलेली दिसतेस.'' मी तिच्या नाकाकानाकडे सूचकतेनं पाहत गमतीनं म्हटलं.

ती हसली आणि म्हणाली, ''मी मूळची फ्रेंच, राहते ऑस्ट्रेलियात आता भारताच्या प्रेमात पडलेय. म्युरिअल माझं नाव. तू कोण?''

तिनं आवर्जून माझी ओळख करून घेतली. कोचमधेही ती माझ्याशेजारी बसली. गप्पा मनसोक्त चाललेल्या. आपणहून तिनं मला स्वत:विषयी खूप माहिती सांगितली. भारताचं वेड तिला योगासनांनी लावलं होतं. त्यांनीच तिच्यावर अकाली कोसळलेल्या आपत्तीत आधार दिला होता.

पंधरा वर्षांपूर्वीची गोष्ट. म्युरिअलचा वाढदिवस होता म्हणून नवऱ्यानं तिला चकित करण्यासाठी घरापासून शंभर मैलांवर जेवायला न्यायचा बेत केला. त्यांची दोन मुलं घरीच होती. सगळं छान पार पडलं. म्युरिअल आश्चर्यानं आणि आनंदानं फुलली होती. परतताना दुसरी गाडी यांच्या गाडीवर येऊन आदळली नवरा जागीच ठार झाला. हिला खरचटलंसुद्धा नाही.

भ्रमिष्टासारखे तिचे पुढचे दिवस, महिने, वर्षं जात होती. नवऱ्यानं पैसा ठेवल्यानं पोटाची तरतूद होती पण आयुष्यातली भयाण पोकळी आणि अपघाताला आपणच कारणीभूत झालो ही दोषभावना तिला खात होती. कुणा मैत्रिणीनं तिला योगाचा मार्ग सुचवला. आसनं, ध्यान-धारणा शिकून तिनं मनावर ताबा मिळवला. मुलांना वाढवलं. इतकंच नव्हे तर प्राविण्य मिळवून तिनं सिडनीला योगासनांचे वर्ग काढले. गेली दहा-बारा वर्षं ती ते चालवतेय. लेझ्व्होस या ग्रीक बेटावर मार्शल नावाचे एक सुप्रसिद्ध अमेरिकन पतिपत्नी दोन आठवडे योगाची कार्यशाळा घेणार होते. तिच्यासाठी ती ग्रीसला आली होती. ती क्रीट पाहत होती.

पहिल्या भेटीत मोकळ्या मनानं सगळं सांगणारी, हसरी शिडशिडीत म्युरिअल सहप्रवासी

म्हणून फार योग्य होती. त्यात आजच्या वाटाड्यानं मौनव्रत घेतल्यानं तिच्यासोबत वेळ मजेत चालला होता.

आम्ही आज गॉर्तिना, मग फैस्तोस आणि शेवटी माताला या तीन ठिकाणी जाणार होतो. ही तिन्ही ठिकाणं जणू पर्यटकांच्या सोयीसाठी एकापुढे एक लागून वसलेली आहेत. प्रथम आलं गॉर्तिना.

इस्राएलमधे जन्मलेला क्रिश्चन धर्म भूमध्य समुद्रामार्गे ग्रीसला आला. त्यानं पहिलं पाऊल या गावी रोवलं. प्रत्यक्ष सेन्ट पॉलचा चेला सेन्ट तीतो यानं इसवी सनाच्या तिसऱ्या शतकात इथली बॅझिलिका म्हणजे मोठं चर्च बांधलं. क्रुसाच्या आसपासचा थोडासा भाग सोडला तर आज तिथं काहीही शिल्लक नाही. पण बाजूला विखुरलेल्या अवशेषांच्या मांडणीवरून चर्च खूपच मोठं होतं हे कळत होतं. गंमत म्हणजे ते सगळे अवशेष मूळ ग्रीक-रोमन देवालयाचे आहेत. तीतोनं पूर्वीच्या देवळाला बाटवून बॅझिलिका तयार केली होती. क्रीटचा पहिला बिशप असल्यानं त्याला ते शक्यही झालं.

पण इथले सर्वांत महत्त्वाचे अवशेष वेगळे होते. बॅझिलिका ओलांडून मागच्या बाजूला गेलो. तिथं 'ओदेऑन' (ओडिअन) नावाची अरुंद आणि लांबलचक पडवी होती. तिच्या तीस गुणिले दहा फुटांच्या पाठच्या भिंतीवर मिनोअन काळचे कायदे कोरलेले आहेत. शहर वाढवत असताना या पुरातन फरशा रोमन लोकांना प्रथम सापडल्या. त्यांचं महत्त्व जाणून त्यांनी त्या आपल्या देवळाजवळ अशा बंदोबस्तात ठेवलेल्या होत्या. पांढऱ्या-कबऱ्या दगडांवर नुसत्या रेघा खोदल्यासारखे दिसणारे, पुरातन ग्रीक-क्रीटन भाषेत हे कायदे लिहिलेले आहेत. शेतात बैल जशी नांगरणी करतात तशा पद्धतीत कोरलेले आहेत. प्रथम डावीकडून उजवीकडे वाचत जायचं आणि खालच्या ओळीत उजवीकडून डावीकडे यायचं.

त्या वेळच्या समाज-मांडणीची चांगली ओळख व्हावी असे ते कायदे आहेत. उच्चवर्णियाचा गुन्हा शाबित होण्यासाठी पाच स्वतंत्र साक्षीदार लागत तर गुलामासाठी एक पुरत असे. मारहाण किंवा बलात्काराला होणारा दंड असाच उच्च-नीचतेवर अवलंबून असे. घरी कसं वागावं, सामाजिक शिष्टाचार कोणते यांचा सांगोपांग विचार केला आहे. घटस्फोट झाल्यास मालमत्तेची वाटणी कशी व्हावी, त्यातलं बायकोला काय काय मिळावं याची सविस्तर चर्चा आहे. म्हणाल त्या गुन्ह्याबद्दल शिक्षा सांगितलेली आहे. फक्त खुनाचा वा त्याच्या शिक्षेचा कुठे उल्लेखही नाही.

बॅझिलिका ओलांडून पुन्हा रस्त्यावर येताना तिथल्या जुन्या ऑलिव्हच्या झाडाकडे वाटाड्यानं आमचं लक्ष वेधलं. हे झाड बहुधा किरकोळ चणीचं असतं. पण हा चांगला वडा-पिंपळासारखा थोर वृक्ष झाला होता. त्याला तेवढं वाढायला पाचशे वर्षांचा अवधी मिळालेला होता. म्हणजे शिवाजीराजे जन्मले तेव्हा यानं पहिलं शतक ओलांडलं होतं. त्याची मुळं बरीचशी वर आली आहेत. गाठीच्या खोडावर असंख्य ढोली-खळगे पडलेले. विस्ताराच्या मानानं पानं विरळ.

पृथ्वीनं जागोजाग असे वृक्ष जपून ठेवलेले आहेत. मेक्सिकोत याचा वडील भाऊ भेटला होता. चीनमधला त्याहून थोरला होता तर अमेरिकेत रेडवुड फॉरेस्टमधे या तिघांचे आजोबा

सापडले होते. इतिहासाशी जिवंत नातं सांगणारे हे जितेजागते साक्षीदार. त्यांना कधी वाचा फुटली तर? किती किती रहस्यांचा उलगडा होईल.

लीनिअर बी लिपीची तबकडी सापडली ते फैस्तोस इथून फक्त पंधरा किलोमीटर्सवर होतं. बाराच्या आसपास तिथं पोहोचलो. इराक्लिऑनच्या समकालीन असं हे मिनोअन गाव. ज्या वेळी एव्हन्स क्नॉसस उकरत होता त्या वेळी एक इटालिअन संशोधक इथं घाम गाळत होता. त्याला अगदी क्नॉससच्या धर्तीवरच बांधलेला राजवाडा इथंही सापडला. याचीही पडझड झालेली आहे पण पुनर्बांधणी मात्र संशोधकांनी नाकारली. फक्त जुने दगड जागच्या जागी तीनचार फुटांपर्यंत रचून ठेवले. आपण आपापल्या कल्पनेनं वरची इमारत पुरी करायची.

गंमत अशी की टेकडीच्या पायथ्याजवळ वा शिखरावर बांधण्याऐवजी हा राजवाडा अर्ध्या उतारावर बांधलेला आहे पण सुरक्षा हे त्याचं कारण नाही. इथून नीट संरक्षण करणं अशक्य. खरं कारण इथून दिसणारा देखावा हेच असावं. या विशाल राजगृहासाठी निवडलेली जागा फार मनोहारी आहे. सभोवती हिरवंगार कुरण आणि मागे हिरवे डोंगर.

क्नॉसस राजवाडा आणि हा राजवाडा यांच्यात साम्यं पुष्कळच आहेत. तीच प्रांगणं, सौध, महाल. पण इथला पन्नास फूट रुंदीचा भव्य सोपान क्नॉससकडे नाही. समोरची विशाल सृष्टी पाहत तो उतरणं हा एक सुंदर अनुभव आहे.

आणखी एक नवल म्हणजे या राजवाड्याच्या दक्षिण कोपऱ्यात लोहाराच्या भट्ट्या, सुतारशाळा, कुंभारांचे आवे सापडलेले आहेत. नाना प्रकारचा माल तयार होऊन इथून सगळीकडे पाठवण्यात येई. पण इतके कारागीर हाताशी असताना राजवाडा साधाच आहे. कुठल्याही भिंतीवर चित्रं वा भित्तिशिल्पं नाहीत.

आता शेवटची जागा होती समुद्रकाठी. दक्षिण क्रीटमधली सर्वांत सुंदर चौपाटी माताला इथं आहे. उन्हाळ्यात इथं उभं राहायला जागा नसते. त्या किनाऱ्याला लागून असलेल्या टेकाडावरच्या शेकडो प्राचीन गुहा हे इथलं मोठं आकर्षण. दोन हजार वर्षांपूर्वी ही टेकडी स्मशानभूमी म्हणून वापरली जाई. कितीतरी रोमन थडगी तिथं आहेत.

देखण्या समुद्रकिनाऱ्याचा आणि त्याला लागून असलेल्या या मोफत घरांचा हिप्पींना मोह झाला नसता तरच नवल. त्यांनी १९६०च्या दशकात त्यांचा कब्जा घेतला. आतली थडगी हलवून संसार मांडले. पोलिस पकडायला आले की आणखी वरच्या गुहा धरायच्या. शेवटी युद्ध पुकारून त्यांना हाकलावं लागलं.

संध्याकाळी चारचा सुमार. सैलावलेली सुखी दृश्यं. सोनेरी वाळूवर निळ्या-पांढऱ्या छत्र्यांच्या आडोशानं लोक लोळताहेत. मुलं वाळूत किल्ले बांधताहेत. तिथं रमायचं सोडून म्युरिअल आणि मी बाजूला टाकलेल्या फळकुटांवरून डगमगत टेकडीवर गेलो. बाहेरून नुसती भोकं दिसली तरी आतमधे दगडाची बाकडी होती. कमानी होत्या. आतल्या चौकोनी खोल्यात राहण्याची सोय होती. बऱ्याचशा गुहा एकमेकींना आतून जोडलेल्या होत्या. हिप्पींनी त्यांची घरंच बनवली होती.

हॉटेलवर परतेतो संध्याकाळ झाली. आम्ही दोघींनी एकत्र जेवायचं ठरवलेलं होतं. खूप दिवसांनी इंग्लिश भाषिकाबरोबर छानपैकी जेवण घेता येत होतं. समुद्रकाठ असल्यानं फडफडीत मासे होते. ते धगधगत्या निखाऱ्यांवर भाजून पेश केले होते. वेगळ्या मसाल्याची गरज भासू नये इतके ताजे आणि चवदार.

म्युरिअल उद्या लेझव्होसला जाणार होती. पुढच्या आठवड्यात मीही तिकडे पोहोचणार होते. तिथं पुन्हा भेटण्याचं नक्की करून एकमेकींचे पत्ते घेतले आणि थकलेल्या देहाला विसावा दिला.

काल बसनं हिंडल्यामुळे क्रीटची थोडीशी माहिती झाली होती. सकाळी उठले आणि गाडी भाड्यानं घेण्यासाठी एव्हिस कंपनीची कचेरी गाठून त्यांच्याकडे एक छानशी गाडी मागितली. आज पश्चिमेला जाऊन स्वतःच थोडं हिंडायची इच्छा होती. तसं हे बेट मोठं म्हटलं तरी छोटंसंच. दोनशे किलोमीटर्स लांब आणि साठ-सत्तर किलोमीटर्स रुंद. बस्स. त्याचा नकाशा पाहिला की मला सारखी डोक्याला तिकिट कलेक्टरची छपरी टोपी घालून समुद्रात कुणीतरी उताणं झोपलंय असं वाटायचं. टोपीचं वर आलेलं टोक, नाकाचं गोलवट बोंड, ओठ हनुवटी...व्यंगचित्र काढलेलं असावं तसं. एवढ्या छोट्याशा बेटावर एकटं भटकायला काहीच हरकत नव्हती. कालचा अख्खा दिवस बसमधे काढलेला. गप्पांना म्युरिअल तरी होती. आज एकटीनं दिवस रटाळपणे काढायचं जिवावर आलं होतं. गटानं गेलं की पाहणं कमी. खाण्यापिण्याचाच वेळ अधिक. चाळीसांचा एकेक गट. सगळ्यात हळूबाई जाईल त्या गतीनं फिरायचं.

उघड्या टपाची, लाल़भडक रेसर गाडी भाड्यानं घेतली. लाल रंग मुद्दाम निवडलेला. चटकन दिसणारा आणि चाकामागे मी आहे हा धोक्याचा इशारा देणारा. गाडी सुरू करताना एक वेगळाच उल्हास वाटला. खरं तर इतक्या वर्षांच्या चालवण्यानं तसला उत्साह मावळलेला आहे. पारोसला युफ्रसीनीची गाडी आठवडाभर माझ्या हाती होती. तरी पण या लखलखीत बेटावर ही चकचकीत गाडी हाती आली नि एक ऐट वाटून गेली. आपल्या भारताच्या उलटं, उजवीकडून चालवणं. पण रस्ते उत्तम आणि रहदारी बेताची. वस्ती सारी दोनेक लाख. गाड्याही कमी. त्यामुळे चालवायला मजा वाटत होती.

सकाळची झकास वेळ. इराक्लिऑनला शहर म्हणायचं पण सगळा कारभार चारपाच मजली. कुठल्याही दिशेनं दोनतीन किलोमीटर्स गेलं की गाव संपतं. सगळंच छोटेखानी. त्यामुळे शहरात गर्दीचा काव नाही. पोंग्यांची कटकट नाही. खेळातल्यासारखी गाडी चालवत होते.

भोवताल नेहमीप्रमाणे सुंदर. डावीकडे नाहीतर उजवीकडे समुद्रदर्शन हे ठरलेलं. त्याचा गर्द निळा पट्टा वरच्या फिक्या निळ्याला भिडताना सारखा दिसत होताच. चित्रकारानं निळ्या, पांढऱ्या आणि सोबत केशरी-हिरव्या रंगाच्या नाना छटा जवळ बाळगायला हव्यात. हळूहळू गाडी वर चढायला लागली. दोन्हीकडे बुद्धिबळाच्या पटासारखी चौकोनात मांडलेली शेतं. या बेटाचा पश्चिम भाग अधिक सुपीक आहे. तिकडे पाऊस जास्त पडतो. वर्षांतून दोनदोन

तीनतीन पिकं घेतात. त्यामुळे कायम पाचवा महिना असल्यासारखी सृष्टी तेजस्वीसुंदर दिसते. इथं यायच्या आधी मला ग्रीस, विशेषत: इथली बेटं केवळ पर्यटकांवरच अवलंबून आहेत असं वाटे. उद्या ते काही कारणानं आटले तर इथले रहिवासी भुके मरतील की काय? तसं मुळीच नाही हे आता समजत होतं.

हिरवेगार द्राक्षांचे मळे. द्राक्षं ऑगस्टमधे उतरवतात. आता ती केवळ पोटरीवर आलेली. त्यांच्याबरोबरीनं ऑलिव्हची झाडं होती. ग्रीक माणूस आणि ग्रीस देश हे ऑलिव्हमय झालेले आहेत. सर्वव्यापी परमेश्वरासारखं हे झाड इथं सर्वत्र भरून दशांगुळं वर उरलेलं आहे. फळांसारखाच झाडांचा ऑलिव्हग्रीन रंग. छोटी छोटी, नक्षीदार नाजूक पानं. उंचीला जेमतेम आपल्या बाभळीएवढं. एकशिवडं. त्याला वर पिसारा फुटल्यागत खूपशी पानं. त्या काटेरी पसाऱ्यात ही फळं लपलेली. काढणं भारी कटकटीचं. पण ती या देशाची अमृतफळं. ते खाण्यात, जेवण्यात सारखं वापरलं जातंच पण त्याचं तेल फार उपयुक्त. संपूर्ण ग्रीसमधे क्रीटचं ऑलिव्ह ऑइल हे सर्वोत्तम समजलं जातं. इथल्या तेलाचे बिंदू अत्यंत सूक्ष्म, वस्त्र-वस्त्रगाळ केल्यागत असतात. त्याची प्रतही अप्रतिम आणि चवही अद्वितीय.

द्राक्षांची दारू बनवणं हा ग्रीकांचा अतिप्राचीन उद्योग. इथली वाइन, फ्रेंच वाइनशी यशस्वी टक्कर देऊ शकते. ती बाहेर पाठवण्याइतकेच आपल्या पोटात पाठवण्यामधे हे लोक तरबेज. बरं, जेवणही तब्येतीत. मांसाहार रोजचा. त्यात बैल, डुक्कर काहीच वर्ज्य नाही. तरी या लोकांना हृदयविकार किंवा रक्तदाब होत नाही असा यांचा दावा आहे. त्याचं श्रेय ते या ऑलिव्ह ऑइलला देतात. इथं लोणी वा तूप माहीतच नाही. पावदेखील ऑलिव्ह ऑइलमधे बुडवून खातात.

अशा या बहुगुणी झाडांच्यामधून नागमोडी रस्त्यावरून माझी गाडी डौलात, विनायास धावत होती. कोवळं ऊन अंगावर, भिरभिर वारं केसांवर. सगळं उत्साहवर्धक. इथल्या गोड गोड मनुका खाल्ल्यासारखं वाटत होतं. इथं द्राक्षं इतकी होतात की ती गाळूनही अपरिमित शिल्लक उरतात. त्यांच्या मनुका तयार करणं हा इथला मोठा व्यवसाय आहे. मणांनी नव्हे टनांनी बनवतात. ऑगस्टमधे द्राक्षं जास्तीत जास्त पिकली की काढायची. मग त्यांच्यावर थोडंसं पोटॅशिअम घालायचं. थोडं पाणी आणि ऑलिव्ह ऑइल ओतायचं. (ऑलिव्ह ऑइलविना इथं काही होऊच शकत नाही.) या मिश्रणात दोन आठवडे भिजली की ती बाहेर काढून कडकडीत उन्हात वाळवायची आणि कारखान्यात पाठवायची. तिथं ती धुवून पुन्हा वाळवली जातात. देठ वगैरे खुडले जाऊन उत्कृष्ट 'सुलताना रेझिन्स' म्हणून जगभर पाठवली जातात. केवढं काम यात. पण कुणी कुठे खपताना दिसत नव्हतं. कदाचित हा मोसम नसण्याचा परिणाम असेल.

ऑलिव्ह महाराजांच्या हिरव्या राज्यातून जात जात मुख्य रस्ता सोडला आणि डावीकडच्या डोंगरात अर्काडीच्या ख्रिश्चन मठाशी पोहोचले. गावाच्या बाहेर असलेला हा खूप जुना मठ. त्यानं यांच्या इतिहासात स्वातंत्र्यदेवीच्या देव्हाऱ्याचं स्थान पटकावलेलं आहे.

भूमध्य समुद्रात क्रीट हे अशा जागी आहे की प्रत्येक महत्त्वाकांक्षी राजाला ते हवंसं वाटे. नवीन उदयाला येणाऱ्या दरेक वरचढ राजसत्तेनं ते काबीज केलं. त्यासाठी सर्वस्व पणाला

लावलं. क्रीटच्या लोकांनी अकटोविकटीचे प्रयत्न करून संरक्षणाची धडपडही केली. अखेरीस विसाव्या शतकात ते ग्रीकांना परत मिळालं. इथल्या तुर्कांना हाकलून देऊन सबंध देश स्वतंत्र करणं हे ग्रीकांचं अखेरचं स्वातंत्र्ययुद्ध होतं.

परकीय सत्तेखाली जितांची नेहमीच मुस्कटदाबी होते. त्यांतल्या त्यात तुर्की सत्तेखाली पाचशे वर्षं या दडपशाहीचा कडेलोट झाला. अनेक कर लादल्यानं आर्थिक दडपण होतं पण सर्वाधिक म्हणजे धार्मिक दडपण होतं. इथल्या क्रिश्चनांना आपला धर्म पाळणं मुष्किल झालं होतं. धर्मांतरासाठी त्यांना छळणं, चर्चची मशीद बनवणं सर्रास चालू होतं. त्याविरुद्ध उठावाची पहिली ठिणगी अर्काडीला पडली. १८६६मधे बिशप गॅब्रिएलनं स्वातंत्र्याचं शिंग फुंकलं.

बाहेरून खणखणीत मोठा तट असल्यानं मठ मला एखाद्या गढीसारखाच वाटला. मधोमध चर्च. भोवतीच्या प्रशस्त प्रांगणात राहण्याच्या जागा. परचक्र आल्यावर दिंडी दरवाजा लावला की झालं. आत गेले. काळ्या पोषाखातल्या पाद्र्यानं विनम्र स्वागत केलं आणि तिकीट काढल्यावर दहा जणांच्या घोळक्याला माहिती सांगत सबंध मठभर फिरवलं.

''इथलं हे चर्च व्हेनिशिअन बिशपनी सोळाव्या शतकात बांधलं.'' तो सांगायला लागला, ''याचं वैशिष्ट्य म्हणजे हे आठ दर्शनी खांब.'' कॉरिन्थिअन शैलीतले ते उंच, पातळ खांब सुंदर होते. 'बरोक' धाटणीत केलेलं भरपूर नक्षीकाम छाप टाकणारं होतं. तीन घंटांचं घंटाघर. आतमधे भलंमोठं चर्च.

ते दाखवून झाल्यावर आमच्या वाटाड्यानं आम्हांला एका छप्पर उडालेल्या लांबट खोलीकडे नेलं. ''तुम्हांला इथला इतिहास थोडाफार माहीतच असेल.'' तो म्हणाला, ''एकोणिसाव्या शतकात सबंध क्रीटमधे तुर्कांच्या विरोधाची लाट उसळली. चळवळ्यांवर पकड वॉरंट सुटलं की ते या मठात येऊन दडत. बिशप गॅब्रिएल त्यांना आसरा देत आणि चिथावणीही देत. लूटमार झालेले आसपासच्या गावचे लोकही कुटुंबकबिल्यासकट इथं यायचे.

''बिशपच्या या राष्ट्रद्रोही उद्योगांना पायबंद घालण्याचा तुर्की अधिकाऱ्यांनी खूप प्रयत्न केला पण फुकट. अखेरीस त्यांनी इराक्लिऑनहून दोन हजार सैनिकांची तुकडी मागवली. तिनं मठाला घेरलं. बिळातल्या उंदरांसारखे सगळे आत अडकले.

''दार फोडून सैनिक आत येणार त्या पहिल्या दिवशी मेरीमातेच्या कृपेनं सैनिकांवर लाखो मधमाशांनी हल्ला केला. त्यांना माघार घ्यावी लागली. पण नंतर मात्र लष्करी हल्ल्यापुढे बिशपना माघार घ्यावी लागली. तिसऱ्या दिवशी आता आपण लढाई निश्चित हरणार हे ध्यानात आल्यावर बिशपनी या दारूच्या कोठारात सगळ्यांना कोंबून स्वत: वात पेटवली. शेजारच्या गावातली एक लहान मुलगी सोडून बाकी सगळे जण स्फोटात मेले. मुलगी मात्र खूप म्हातारी होऊन वारली. तिनंच ही घटना बाहेर फोडली. इथं हे दोन अर्धपुतळे आहेत. हा बिशप गॅब्रिएल यांचा आणि हा दुसरा त्या बाईचा.

''बिशपनी केलेलं हे बलिदान वाया गेलं नाही. इथलं बंड मोडलं पण सबंध क्रीटभर देशप्रेमाच्या हजारो मशाली पेटल्या.''

ऐकता ऐकता मला मेक्सिकोतल्या दोलोरेस गावच्या चर्चची आठवण आली. घंटाघरात साम्य होतंच पण यांच्या इतिहासातही साम्य होतं. मेक्सिकोच्या स्वातंत्र्याचा उठाव फादर इदाल्गोनं असाच केला होता. धर्माच्या झेंड्याखाली प्रथम लोक तिथं एकवटले. स्पॅनिश सत्तेला तिथून शह बसला.

वरच्या मजल्यावर छोटंसं संग्रहालय होतं. तिथं या लढाईचा सचित्र इतिहास मांडलेला होता. इथल्या हुतात्म्यांची चित्रं होती. आणि मधमाशांचं सैन्य पाठवून प्रतिकाराला हातभार लावणाऱ्या मेरीचे हजारो फोटो विकायला होते.

तिथून मी निघाले ती पश्चिमेकडच्या हानिया किंवा चानियाला पोहोचले. या बंदराला दोन्ही नावांनी ओळखतात. इराक्लिऑन खालोखालचं हे मोठं ठिकाण. जुनंही तितकंच. खरं तर हीच क्रीटची मूळ राजधानी. त्याला क्रीटमधलं सर्वांत सुंदर गाव समजतात. त्याचा इतिहास इराक्लिऑनशी अगदी मिळताजुळता. मिनोअन काळापासून हे शहर महत्त्वाचं होतं. त्यामुळे इथंही राजवाडा असणं तर्कशुद्ध आहे. तो अजून सापडलेला नाही पण संशोधकांना आज ना उद्या तो शोधून काढण्याची उमेद आहे.

गावाच्या तटबंदीनं माझं स्वागत केलं. व्हेनिसच्या अंमलाखाली असताना या सुंदर गावाचं रक्षण करण्यासाठी गावाच्या तीन बाजूंनी बांधलेला रुंद कोट अजून चांगल्या स्थितीत आहे. त्याच्या वळचणीला एका जागी गाडी उभी करून पायउतार झाले. आतलं गाव चढउताराच्या अरुंद गल्ल्याकुच्यांनी बनलेलं. तिथं गाडीच जात नाही.

प्रथम तिथली मोठी मंडई लागली. चारी बाजूंनी रस्ते येऊन तिथं मिळत होते. दुकानं आत पण माल दारांपुढे मांडलेला. ऑलिव्ह ऑइल आणि मनुका भरून ओतत होत्याच पण लवंगा, मिरी, दालचिनीसारखे मसालेही भरले होते. ते कुठून आले? तसाच एक रस्ता फक्त चामड्याच्या वस्तू आणि कातडी कपड्यांसाठी होता. क्रीटमधे शेळ्या-मेंढ्या फारशा दिसल्या नव्हत्या. तेव्हा तेही नवलच.

तिथून खाली उतरत समुद्राकडे निघाले. चिंचोळ्या रस्त्यांच्या दोन्ही बाजूंना सलग दुमजली घरं होती. त्याच मोहल्ल्यात चर्चसारखी मशीद दिसली. दारातला एकच मिनार नजरेत भरण्याइतका मोठा आणि सुबक होता. चर्च उघडं होतं म्हणून आत गेले.

आतल्या हॉलमधल्या स्टेजवर शाळकरी पोरं फॅन्सी ड्रेस घालून उभी होती. मला अतोनात नवल वाटलं. त्यांच्या बाईंकडे मी हसून बघितलं. तीही हसली. मग मी तिला चर्चमधे काय गंमत चालली आहे ते विचारलं.

''हे पूर्वी चर्च होतं. नंतर मशीद बनली. पुन्हा चर्च झालं. राज्यकर्त्यांच्या धर्मावेडाप्रमाणे देवळं वेश पालटतात. पुढे सरकारनं ही इमारत निधर्मीच ठरवली. इथं आता कम्युनिटी सेंटर भरतं.''

मंदिर काय, चर्च काय वा मशीद काय ते एक प्रकारचं कम्युनिटी सेंटरच नसतं का?

बाहेर आले. यापुढच्या गल्ल्या आणखी गजबजलेल्या आणि बंदराच्या दिशेनं एकत्र यायला लागल्या होत्या. एकीनं अचानक अर्धचंद्राकार बंदरावर नेऊन सोडलं. पाणी तळ्यासारखं शांत. गावाचा सगळा गलबला त्याच्याभोवती जमलेला. दुपारच्या जेवणाची

वेळ होती. सलग उपाहारगृह. सगळी टेबलं भरलेली. लोक हसतखेळत जेवताहेत. हे बंदर व्हेनिशिअन्सनी नावारूपाला आणल्यामुळे हा विभाग, इथली घरं, उपाहारगृहं, छोटीमोठी दुकानं 'लिटल व्हेनिस' म्हणून ओळखली जातात. प्रवासी इथं येऊन थडकतात.

एक एकांडं टेबल पकडलं आणि एकटीच या पासिंग शोकडे पाहत जेवले. तटबंदीचा आणि इथल्या किल्ल्याचा काही भाग इथून दिसत होता. किल्ल्यात आता नौदल वस्तुसंग्रहालय आहेसं कळलं. मग जाता जाता तिथं चक्कर टाकली. नाना नौकांची सुंदर मॉडेल्स करून ठेवलेली होती. दुसऱ्या महायुद्धात ब्रिटिशांच्या अंमलाखाली असल्यानं क्रीटवर विध्वंसक हल्ले झाले. काही काळ ते जर्मन नात्झी सैन्यानं व्यापलंही होतं. त्या वेळचे फोटो, चित्रं, कागदपत्रं मांडलेली होती. या युद्धानं किती अनपेक्षित जागी जखमा करून ठेवलेल्या आहेत.

दुपार उलटायला आली. परतीचा प्रवास बराच लांबचा होता. वाटेत रेथिम्नो नावाचं आणखी एक गाव लागलं. बरंचसं हानियासारखंच पण खूप प्रसिद्ध आणि पर्यटकांचं खूप लाडकं गाव. त्याचं कारण लगेच उलगडलं. हानियाला नसलेली रेतीची चौपाटी इथं खुद्द गावात आहे. नव्हे जवळपास तेवढंच गाव आहे. त्यांच्यावर व्हेनिसची छाप असली तरी मधल्या तुर्की साम्राज्याच्याही मुद्रा उमटलेल्या होत्या. विशेषत: पुढे आलेला लाकडी सज्जा दिसला की ते तुर्की घर समजायचं. इथं खूप वर्षं मुस्लिम वस्ती होती. म्हणून भरपूर मशिदी. या बेटावर आता एकही मुसलमान नाही, म्हणून त्या रिकाम्या आहेत पण तशाच राखल्या आहेत. त्यामुळे या गावाला पौर्वात्य डौल आहे.

फेरफटका आटोपून इराक्लिऑनला येईतो रात्र झाली. गाडी परत केली. माझ्या स्वातंत्र्याचा दिवस संपला. आज एकटीच मन:पूत भटकले होते. खास पाहावीत अशी 'स्थळं' थोडीच होती पण एकूण बेटाची कल्पना आली. हा पश्चिम भाग कमी लोकवस्तीचा आणि डोंगराळ. इथं नुसतंच हुंदडायचं. ते मस्त साधलं होतं.

उद्या मात्र पुन्हा कोच टूर घेणं भाग होतं कारण आजच्याच डोंगरांतून जाणारी 'समारिया गॉर्ज' मला पाहायची होती. नदीनं फोडलेली, सोळा किलोमीटर लांबीची ही डोंगर-वाट चढता किंवा उतरता येते. बहुतेक जण ती उतरणं पसंत करतात. उंच डोंगरमाथ्यावर तिच्यात शिरायचं आणि खडकाळ समुद्रकिनारी बाहेर पडायचं. त्यामुळे ती उतरून पुन्हा चढायची इच्छा नसल्यास स्वत:ची गाडी नेता येत नाही. निसर्गाच्या अगदी कुशीत, त्याला लगटून जायला मिळणार म्हणून ते स्वातंत्र्य गमवायला मी तयार होते.

भल्या पहाटे उठून, उत्सुकतेनं तयार होऊन बसले होते पण आजच्या दिवशी कधीच न आलेला अनुभव यायचा होता. ठरल्याप्रमाणे छोटी गाडी माझ्या हॉटेलवर मला घ्यायला आली. आत ड्रायव्हर आणि माझी वाटाडी बाई होती. पंचविशीची असेल पण चांगली गलेलठ्ठ. मी गुड मॉर्निंग म्हणून आत बसले. पण माझ्याकडे संपूर्ण दुर्लक्ष करून ती ड्रायव्हरशी ग्रीकमधे बोलत राहिली. हे जरा विचित्र होतं. सहसा असं घडत नाही. स्वत:ची ओळख करून देऊन, काहीबाही बोलून वाटाड्या नवखेपण घालवत असतो. इथं मी नुसतीच

मागे बसून राहिले.

आमची गाडी मुख्य रस्त्यावर येऊन थांबली. बाकीच्या लोकांना घेऊन लगोलग मोठी बस आली आणि आम्ही दोघी तिच्यात शिरलो. सुदैवानं म्हणा की दुर्दैवानं, मला बस-ड्रायव्हरच्या बरोबर मागची जागा मिळाली. तेवढी एकच मोकळी होती. बस निघाली आणि ड्रायव्हररावांनी फुंकणी चालू केली. सगळा धूर माझ्या तोंडावर. गाडीमधे 'नो स्मोकिंग'ची पाटी होती. म्हटलं जाऊं दे, सकाळची तरतरी येण्यासाठी ओढत असेल एखादी. पण तिच्यावर त्यानं पुढची पेटवली. आमच्या गाइड-बाईनंच हसत हसत ती त्याला वळून दिली होती. त्यांच्या आपसांतल्या गप्पा रंगलेल्या. प्रवाशांशी साधी ओळखही करून दिलेली नाही. हेही विचित्र होतं. त्यानं काही बिघडलं नव्हतं. ती करेल मागाहून. पण पहाटे साडेपाचपासून ही तंबाकूची धुरी कोण सहन करणार?

''हे पाहा,'' मी तिला शांतपणे म्हणाले, ''या धुराचा आम्हांला त्रास होतो आहे. ड्रायव्हरला धूम्रपान थांबवायला सांगा. नाहीतरी खाणंपिणं आत आणायचं नाही या सूचनेबरोबर धूम्रपान मनाईची सूचना इथं लिहिलेली आहेच.''

''ठीक आहे. मी सांगते.'' तिनं उत्तर दिलं.

वाटलं, विषय संपला.

पण पाचेक मिनिटांत त्यानं पुढची पेटवली. माझ्या शेजारी बसलेल्या वयस्क जोडप्यानं नाकाला रुमाल लावला. त्यातला नवरा ठसकायला लागला.

मी पुन्हा सांगितलं की आम्हांला सिगरेटचं वावडं आहे. खोकला एकदा सुरू झाला की हैराण करील.

त्यावर ती बेपर्वाईनं म्हणाली, ''तो धूम्रपान बंद करणार नाही.''

मी चमकून तिच्याकडे पाहिलं.

''पहाटे तीन वाजता उठून तो लोक गोळा करतोय. इतक्या तासांचं बस चालवणं पुढे आहे. त्याला सिगरेट ओढायलाच हवी. किती त्रासाची नोकरी आहे त्याची.''

''ती आम्ही नाही घ्यायला लावली.'' मी शांतपणेच म्हणाले. ''त्याची त्यानंच पत्करली आहे ना? आणि ते काही असो, प्रवाशांना त्रास होतोय म्हटल्यावर तरी त्यानं बंद करावी.''

''ही काय तुमची खाजगी गाडी थोडीच आहे?''

''या जागेचे पैसे मी दिलेले आहेत तसेच या बाकीच्यांनीही भरलेले आहेत. आम्ही सगळ्यांनी मिळून ती खाजगीच केलेली आहे.''

उजाडलं नाही तो असं हमरीतुमरीवर कां यावं लागतंय? याची मला चीड यायला लागली.

''मग ते तुम्ही पर्यटन कंपनीला सांगा.''

तिच्या बेपर्वाईनं आणि उर्मटपणानं त्यात भर पडत होती.

''अगदी अवश्य सांगीन. तुझं नाव काय?''

अजून तिनं स्वत:ची ओळखच करून दिली नव्हती.

''त्यांना माझं नाव माहीत आहे. ड्रायव्हरचंही आहे. जा, जा. तुम्ही जाऊन सांगा.''

छद्मीपणानं हसून ती ड्रायव्हरशी गप्पा मारायला लागली.

एकीकडून तिच्या बोलण्यानं चीड वाढत होती. एकीकडून असं पूर्वी कधीच, कुठेही न अनुभवल्यानं या पोरकटपणाची मजाही वाटत होती. ही काय बोलण्याची पद्धत आहे? सकाळी उठून हा काय जाच सुरू झाला?

''हे पाहा, हे असं वागण्यात आणि बोलण्यात काही अर्थ नाही.'' मी पुन्हा विनंती केली, ''त्याला सिगरेट ओढू नको म्हणून सांग.''

''तूच सांग.'' म्हणत तिनं स्वतःच सिगरेट पेटवली. आता मात्र कहर झाला. पुनःपुन्हा सांगूनही दोघं ऐकत नाहीतसं पाहून मी ''काय ही नसती कटकट'' असं स्वतःशी पुटपुटले.

ती एकदम जी भडकली. हवं ते बरळायला लागली. मला म्हणाली, ''तू मला शिव्या दिल्यास.''

मी कसल्या शिव्या देणार! तिनं वापरलेले शब्द उभ्या आयुष्यात मी उच्चारले नव्हते आणि पुढेही कधी उच्चारणं अशक्य.

ती फडाफडा बोलतच होती. ड्रायव्हरला म्हणाली, ''तू आत्ताच्या आत्ता गाडी थांबव. मी हिला आत्ताच्या आत्ता खाली उतरवणार!''

सकाळचे सहा-साडेसहा झालेले. नुकतं फटफटत होतं. आम्ही मोटर-वेवर कुठं होतो कोण जाणे. भोवती रान आणि ही मला बसमधून काढून लावते? हे काही मला खरं वाटेना. कुणालाच वाटेना. माझ्या बाजूचे लोक चुळबूळ करायला लागले. तो ड्रायव्हर मात्र –त्याच्यामुळेच हे प्रकरण सुरू झालं असलं तरी– शहाणा निघाला. त्यानं तिच्या आचरट बोलण्याकडे लक्ष दिलं नाही. गाडीबिडी थांबवण्याच्या फंदात न पडता तो सुसाट निघाला. सिगरेट ओढत, एका हातानं कसरत करत चाललेलं त्याचं गाडी हाकणंही काळजी लावणारं होतं.

तासाभरात पहिला टॉयलेट-स्टॉप आला. सगळे जण बाहेर पडलो. इतरही कंपन्यांचे कोचेस थांबलेले होते. मनाशी म्हटलं की आता या गाडीनं पुढं जाण्यात शोभा नाही. दुसरी कुठली मिळते का ते पाहायचं. पण सगळ्याच भरलेल्या. काय करावं अशा विचारात उभी होते. तेवढ्यात ही बया आली की माझ्याकडे. तिचं नाव 'इरिनी' होतंसं ड्रायव्हरच्या बोलण्यातून कळलं होतं. त्याऐवजी 'इरिटेटिनी' असायला हवं होतं. जाडच्या जाड. थबकट चेहेरा, विचित्र नाकडोळे, बघणं, वागणं अत्यंत उर्मट. या अवताराला मुळीच न शोभेलसा तिचा आवाज मात्र अत्यंत गोड होता.

''तू माझ्या गाडीत येऊ नकोस.'' ती मला म्हणाली. ''यानंतर थोड्याच वेळात आमच्या कंपनीची दुसरी गाडी येईल तिच्यातून तू पुढे जावंस असं मी ठरवलं आहे.''

''असं तू ठरवलं आहेस?''

''हो. मघाशीच उतरवायचं माझ्या मनात होतं. ते मला सोपं झालं असतं.'' ती म्हणाली.

''पण मला ते फार कठीण गेलं असतं. मी उघड्या रानात काय केलं असतं?''

''तो तुझा प्रश्न. मागाहून कंपनीनं तुला पैसे परत केले असते.''

मला कशाचाच अर्थ कळेना. परवाच्या मरीनाचा तो प्रकार आता या इरिनीचा हा. माझंच

काही चुकतंय की क्रीटच्या वाटाड्या बायकांचं? माझ्याकडून मी काही गैर वागले-बोलले नव्हते. मग कां हकलणार?

''मला माझा सबंध दिवस खराब करायचा नाही. माझ्या गाडीत तू परत चढू नकोस.''

हिला हा अधिकार कुणी दिला? तिच्या या अरेरावीनं माझ्या अंगाचा तिळपापड झाला. काय म्हणावं या कर्माला? मी इथं एकटी. एकटं फिरण्यातला तोटा म्हणजे अशा प्रसंगी आपल्या माणसाचं मिळणारं हुकमी पाठबळ हाताशी नसतं. आज भाषेचाही प्रश्न होता. बरोबरची माणसं जर्मन. नक्की काय वादावादी झाली हे त्यांना कळलं नसावं. तेव्हा प्रसंग अधिक वाढवण्यात अर्थ नाही हे ओळखून मी हो म्हणाले आणि थांबले.

लगोलग येणाऱ्या गाडीचा दहापंधरा मिनिटं झाली तरी पत्ता नाही. वेळ झाली तेव्हा आमची गाडी निघाली. सगळे जण आत चढायला लागले. इरिनी एकेकाला आत सोडत होती. एकीकडून संताप आणि दुसरीकडून अगतिकता यांच्या कात्रीत सापडलेली मी अवघडून जवळ उभी. तेवढ्यात माझ्या शेजारच्या जोडप्यातली जर्मन बाई माझ्याकडे आली. तिला थोडं इंग्लिश येत होतं.

''काही एक थांबू नकोस. तू तिकीट काढलं आहेस. जागा तुझी आहे. तुला ती का उतरवणार? आम्हांलाही या 'पॅसिव्ह स्मोकिंग'चा त्रास होतोय. हिनं असं वागणं अगदी चूक आहे. दुसरी गाडी आलेली नाही. समजा ती आलीच नाही तर तू काय करशील? चल तू आत.''

मला तेही पटलं. मग त्या बाईनं एकाद्या भित्र्या शाळकरी मुलीसारख्या मला पुढे घालून पटकन बसमधे चढवलं. मी तिच्या आडोशानं आत आले हे बघून इरिनी पिसाळली नि त्या बाईवरच ओरडली, ''हिला आत घेणारी तू कोण? बस माझी आहे. बस कंपनी माझी आहे.''

आता मात्र हद्द झाली. ही अशी कां विचित्र वागतेय आणि बोलतेय ते कुणालाच कळत नव्हतं. सगळी बस तिच्याविरुद्ध चिडली आणि जर्मन-इंग्लिशमधून भांडत त्यांनी तिला चूप केलं. तेव्हा ती माझ्याकडे वळून म्हणाली, ''याच्यापुढे मात्र मी तुझं काही एक सहन करून घेणार नाही.''

अरे माझ्या कर्मा! पण झाली तेवढी पाद्यपूजा पुरेशी होती. आता अवाक्षर बोलायचं नाही अशा निश्चयानं हतबुद्ध होऊन, मी खिडकीबाहेर बघत बसले.

तासभर असा गेला. बाहेरचं दृश्य बदललं. आता आम्ही पहाडांच्या प्रदेशात शिरलो होतो. सारखे चढउतार लागत होते. काल याच रस्त्यानं गेल्यानं मला रस्ता किती वळणांचा आणि धोकेबाज आहे याची कल्पना होती. आजचा ड्रायव्हर कुशल होता. वाहनावर त्याचा चांगला ताबा होता पण तो बेपर्वा होता. एवढी मोठी बस. रस्ता असा घातकी. तरी याच्या एका हाती टेलिफोन किंवा सिगरेट. दोन्हीतलं काही नसेल तेव्हा हात सरळ बाहेर काढलेला पण चाकावर एकच हात. असला ड्रायव्हर सापडला तर इंग्लिश पोलिस त्याचा खिमा करतील. इथं तो आणि इरिनी मजा करत एकमेकांशी हसता-खिदळताहेत. रस्त्यावर हवं तेवढं लक्षच नाही. म्हटलं, मरू दे, आजचा एक दिवस पार पडला की सुटले.

तेवढ्यात इरिनी हाती मायक्रोफोन घेऊन उभी राहिली. ''आतापर्यंतचं सगळं विसरून जाऊ या. नवी सुरुवात करू या'' असं भारी गोड आवाजात म्हणत तिनं सबंध दिवसाचा कार्यक्रम इंग्लिशमधून सांगितला. नंतर तेच ती जर्मनमधून सांगायला लागली.

मी ड्रायव्हरच्या मागे उंच बसल्यानं मला पुढचा रस्ता चांगला दिसत होता. पुढच्या वळणावर एक लाल बस डावीकडे वळण्यासाठी मधे थांबली होती. आत जर्मन चालू असल्यानं माझं लक्ष बाहेर होतं. आम्ही बसच्या अगदी जवळ जातोय पण ड्रायव्हर काही ब्रेक लावीना. काही क्षणात आमची बस जाऊन तिच्यावर आदळतेय या भावनेनं मी किंचाळणार इतक्यात ड्रायव्हरचं लक्ष तिकडे गेलं आणि त्यानं करकचून ब्रेक्स मारले.

आधीच सावध असल्यानं मी पुढची दांडी पकडली होती. मला काही झालं नाही. पण बाकीचे जोरदार हादरले. बोलण्यासाठी आमच्याकडे तोंड करून उभ्या असलेल्या इरिनीला सर्वांत मोठा धक्का बसला. तोल जाऊन ती मागच्या मागे कोलमडली. मोठा आवाज झाला. पाठीवर कोसळताना तिचं डोकं डॅशबोर्डवर दाणकन आदळलं होतं. तिथं ड्रायव्हरच्या आणि तिच्या सीटमधल्या दोन पायऱ्या होत्या. आधीच ती जाड. त्यात तोल अजिबात न सावरल्यानं धाड्धाड करत ती त्यांच्यामधे जाऊन अडकली. गप्प झाली.

माझ्या छातीत धस्स. काय झालं हिला? डोकं इतक्या जोरात आदळलेलं, कवटी तर नाही ना फुटली? अवघड जागी दुमडून पडल्यानं मान नाही ना मोडली? शेजारच्या जर्मन माणसाला बाजूला सारून मी आधी तिची नाडी बघितली. चालू होती. भिरभिरून सुन्न झाली असली तरी ती बेशुद्ध पडली नव्हती. तिला ताबडतोब धोका आहे असं वाटेना. मग इतरांच्या मदतीनं हळूच खेचून तिला बाहेर काढली आणि माझ्याशेजारी बसवली.

झांजावलेपण ओसरल्यावर तिनं डोळे उघडले आणि उठायची धडपड केली. नको म्हटलं तरी उठून उभं राहायचा प्रयत्न करताना तिचा पुन्हा तोल जायला लागला. तेव्हा तिला तिच्या खुर्चीत नीट बसवलं. घाबरू नको म्हणून धीर दिला. कुठं दुखतंय का ते विचारलं. तिनं डोक्याचा मागचा भाग आणि छातीच्या फासळ्यांवर हात ठेवला. तिला फ्रॅक्चर झालंय, एखादी तरी बरगडी मोडली आहे हे लक्षात आलं. जवळ असलेली वेदनाशामक गोळी देऊन तिला शक्य तितक्या आरामात बसवलं.

सगळं फार अचानक घडलं होतं. केवळ सुदैवानं जिवावरचं शेपटावर निभावलं होतं. ती अगदी केविलवाणेपणानं माझ्याकडे पाहायला लागली. गाडीत मी एकटी डॉक्टर. ती माझ्यावरच अवलंबून होती. ते तिला विचित्र वाटत असणार.

''जाऊं दे, तू काही विचार करू नकोस.'' मी तिचा हात थोपटत म्हणाले, ''पण तू हलू नकोस.''

केवळ फासळ्या मोडण्यावर भागलंय की त्याहून काही गंभीर, आतली इजा झाली आहे याचा मला अंदाज नव्हता. पहाडांमधून गाडी चाललेली. मुक्कामावर पोहोचेतो काही करता येत नव्हतं.

दहाला गॉर्जच्या शिखरावर पोहोचलो. इतर गाड्या होत्या. आमच्या कंपनीची दुसरी गाडी वेगळ्या गावावरून आली होती. तिकडची माणसं लगोलग बोलावली आणि इरिनीला

त्यांच्या स्वाधीन केलं. तिला जपून हलवा आणि हॉस्पिटलमधे नेऊन तातडीनं एक्स रे काढा असं सांगितलं. आजचा दिवस कसा सुरू झाला होता आणि त्यानं हे कसलं गंभीर वळण घेतलं होतं! तिचं काय होणार होतं?

भोवताल मात्र अत्यंत रमणीय. बर्फाच्या रांगोळ्या घातलेले, आठ हजार फुटी 'इदी' पर्वत पाठीमागे. त्यांच्यावरचं बर्फ मे महिन्यात, इतक्या दक्षिणेला थोडंसं अजून टिकून होतं. आम्ही नुकतेच चढून आलो तो घाट एका बाजूला होता. त्यानं आम्हांला पर्वताच्या मध्यावर आणून सोडलं होतं. दुसरीकडून खाली उतरून आम्ही खोल दरीतून, नदीनं काढलेल्या वाटेवरून जाणार होतो. इथं न्याहारी करायची आणि निघायचं. त्यासाठी एक उपाहारगृह होतं. तिथली खासियत होती दही आणि मध. आइस्क्रीमवर चॉकलेट सॉस ओतावा तसा घट्ट कवडीच्या ग्रीक दह्यावर त्या रानचा ताजा मध ओतलेला. 'दधि मधुरम् मधु मधुरम्' अशा दोन मधु-मधुरांचा संगम. त्यांच्या आंबटगोड चवींचाही तसाच प्रीतीसंगम झालेला. आपल्याकडे सायीचं दही असलं तर साय वर राहते. इथं ती आत एकजीव होऊन दही खरवसासारखं झालेलं. खाली सोळा किलोमीटर्सचा पल्ला होता. किमान चार तासांचं ताबडणं आहे हे लक्षात घेऊन चापून खाल्लं.

एव्हाना इरिनीच्या जागी बदली मुलगी आली होती. तिनं आम्हांला एकत्र करून सूचना द्यायला सुरुवात केली. त्या ऐकताना आपण गॉर्जमधे खरंच जावं का? असं वाटायला लागलं.

''सबंध वाटभर बारीक वाळू असल्यानं पाय सारखे घसरतात. स्वतःच्या वेगानं, सावकाश जा. गरजूंसाठी गाढवं भाड्यानं मिळतील. धोक्याची ठिकाणं खूप आहेत. तेव्हा हातपाय सांभाळा. आवाज न करण्याचं पथ्य पाळा. गॉर्जमधे तळाशी उतरल्यावर प्रतिध्वनीसाठी मोठ्यानं ओरडणं, टाळ्या पिटणं, दगडफेक वगैरे अजिबात करू नका. क्रीट बेटावरचे 'क्रीक्री' बोकड इथल्याच डोंगरांच्या दरडीवर सापडतात. फक्त एक हजार उरलेत. ते अशा आवाजानं बिचकून उड्या मारतात. त्यांच्या धडपडीनं वरून दगडगोटे निसटून खाली येतात. त्यातला एक जरी तुमच्या डोक्यावर पडला तरी बॉंब पडला असं समजा. इतक्या उंचीवरून ते तशाच जोरात येतात.''

आम्हांला पुढे जायला सांगून ती सर्वांत मागून येणार होती. मला वाटलं तसं बरोबर येत, माहिती सांगत, मदत करणार नव्हतीच.

पाच युरोंचं तिकिट काढलं. म्हणजे चालणार आपण. कष्ट आपले. पाय मोडले, दुखले तर आपले. यासाठी त्यांना पैसे द्यायचे. त्यांचं फक्त रान होतं. अर्थात ते नीटनेटकं राखण्याची जबाबदारी त्यांची होती म्हणा. पूर्वी भरपूर पावसाच्या या पाणथळ जागी घनघोर वन होतं. हजारो पशुपक्षी त्यात नांदायचे. पण सगळीकडे झाली आहे तशी लाकूडतोड इथंही झाली. पाऊस पळाला. झाडी पातळ झाली. वन खूपच विरळ झालं. तेव्हा आहे ते राखणं आता महत्त्वाचं झालं आहे.

माझ्यापुढचा प्रश्न असा की त्या जर्मन गटात शिरावं की एकटं जावं? पण पहिला उतार

पाहिला तेव्हा समजलं की बरोबर कुणी असो वा नसो हा 'एकला चालो रे' मार्ग आहे. प्रत्येकाची चाल वेगळी. दरेकानं फक्त स्वत:पुरतं, पुढचं पाऊल बघत पुढे जायचं. त्याच्यापेक्षा जास्त आखणी करताच येत नाही.

गॉर्जचं अंतर एकूण सात टप्प्यांत पार करायचं होतं. हाती पडलेल्या नकाशात वेळा दिलेल्या होत्या. अमूक टप्पा अमूक वेळानं येतो असं नमूद करून चालण्याची साधारण रूपरेषा पुढ्यात ठेवलेली होती. पाच वाजेतो, म्हणजे सात तासात उतरलात तरी चालेल असं सांगून ठळक अक्षरात शेवटी 'गुड लक' देऊन ठेवलं होतं.

सूचनांचं आणि भीतीचं जड ओझं माथ्यावर पेलत, वज्र हनुमान मारुतीच्या नावानं पहिलं पाऊल टाकलं. एकटीनं चालायला सुरुवात केली. दरीच्या बाजूला आधाराला आडवे लाकडी दांडे. पायाखालीही लाकडी पट्ट्या. तरी जपून उतरत होते.

दहाएक मिनिटांत आपण इथं येऊन फार मोठी चूक नाही ना केली असं वाटायला लागलं. माझ्या दोन्ही पावलांवर शस्त्रक्रिया आणि एकाचं हाड मोडणं झालेलं आहे. पण फेरविचाराला आता उशीर झाला होता. आमची बस निघून गेली होती. परतीची बोट संध्याकाळी सहाला. तोवर चार हजार फूट खाली उतरून, ही गॉर्ज पार करून सोळा किलोमीटर दूरच्या धक्क्यावर आम्हांला पोहोचायचं होतं.

सुरुवातीचा एक किलोमीटर शिडीसारख्या थेट उताराचा. त्यावर वळत वळत जाणारा रस्ता. वाळू-दगडगोट्यांनी भरलेला. बाजूला कठडा होता. त्याच्याशिवाय मला तरी तिथून जाणं मुष्किल झालं असतं. कठड्याच्या आधारानं किंवा कठडा आहे या मानसिक आधारानं मी प्रत्येक पाऊल रोवून टाकत होते. फक्त त्या पावलाचा आत्ता विचार. त्याच्यापुढे काय आहे माहीत नाही. ते केव्हा निसटेल ते सांगता येत नव्हतं.

त्याच वेळी काही जर्मन पोरं त्या उतारावरून हरणासारखी उशा घेत चाललेली पाहिली आणि मी घेत असलेल्या खबरदारीची लाज वाटली. अर्थात ते योग्य तयारीनं आले होते. त्यांच्या पायातले खिळेदार बूट लोण्यावरूनसुद्धा घसरले नसते. त्याउलट अशा चालण्याचा प्रसंग येईलशी कल्पना नसल्यानं मी माझे साधे शूज घातले होते. मऊ नि हलकेफूल. धरून ठेवले नाहीत तर फुलपाखरासारखे उडून जातील असे! आवडते असल्यानं रोज वापरून वापरून त्यांचे तळवे केळफुलाच्या पाकळ्या झालेले. एरव्हीच उतरण कठीण. त्यात मी चालणारी खास. आणि वर हा गुळगुळीपणा. बर्फावरून घसरल्यासारखा प्रकार व्हायला लागला. मी अशी हैराण होत असताना काही जण सगळे सोळा किलोमीटर्स खालून वर चढत आलेले दिसले. एक तर सत्तरी पार केलेला. अशा महात्म्यांचे चरणरज:कण मस्तकी घ्यायचे फक्त.

पण त्यांना पाहून थोडा धीर आला. पावलं तितकी घसरेनाशी झाली. पायात गुंतलेलं मन निसटून आजूबाजूला भिरभिरायला लागलं. भोवती सगळी पाइनची वनराजी. स्विस आल्प्सची याद देणारी हिरवीगार झाडं. त्यांची सुयांसारखी पानं आणि त्यांच्यातून भरभरून दरवळणारा सुगंध. या देशाभोवती सतत सुगंधाचं कोंदण आहे. दर कोपऱ्यावर वेगळा गंध

तुमच्या स्वागताला हजर. इथं हा ताजा, हिरवा वास. पाइनचा वास स्नानासाठी खास. त्यानं सर्वांग लपेटलेलं. दर श्वास आत ओढताना तो किती घेऊ नि किती नकोसं वाटे. आपण स्नानगृहातून न्हाऊन नुकतेच बाहेर येतो आहोतसं ताजं वाटत होतं. आपल्याच नादात मस्त गारव्यात मी चाललेली. जोडीला पक्ष्यांची किलबिल.

पहिला किलोमीटर संपला. एक हजार फूट खाली आले होते. आता वाट रुंदावली आणि उतरण कमी झाली. चला. सुटले. परतण्याची नामुष्की टळली. गाढवावर बसण्याचा पर्यायही टळला. ते मला अजिबात नको होतं. आपल्या पायानं गॉर्ज पार करायची होती. माणसाचं शरीर काय किंवा डोकं काय जितकं पणाला लावावं तितकं काम द्यायला लागतं. विचित्रच यंत्र हे. बहुतेक यंत्रं ताण दिला की बंद पडतात. हे जितकं ताणावं तितकं धावतं.

आधी वाटलं की प्रश्न चढण्याचा नाही उतरण्याचाच आहे. ते कितीसं कठीण असणार? पण तसं नव्हतं. हळूहळू गोटे मोठे होऊन त्यांचे दगड बनायला लागले. त्यांचा सरळ उतारही नव्हता. नदी खोल खाली. तिचं अजून दर्शन नव्हतं. तिला पोहोचण्याचा रस्ता चढउताराचा होता. नंतर नंतर तर चालायला रस्ता राहिलाच नाही. साधारणत: चेपलेले गोटे पाहायचे आणि त्यांच्यावरून जायचं. मधूनच तेही नाही. कधी मोठ्या शिळा, कधी वाळू, कधी रेती तर क्वचित कधी भुसभुशीत माती. सगळ्यांची मजा वेगवेगळी. दर डगमगतं पाऊल फसत नाही ना हे पाहायचं. बारक्या गोट्यांवरून घसरायची भीती. मऊ माती आली की मखमलीवरून चालल्यागत होई.

मागेपुढे माणसं. वारीची गर्दी जावी तसे गटागटानं लोक जात होते. हजारभर तरी असतील. काही वेगानं, तर काही माझ्यासारखे बेताबातानं. काही माझ्याहीपेक्षा हळू. त्यांना बघितलं की मला आनंद होई. बहुतेक जण हातात काठ्या, डोक्याला टोप्या, उत्तम बूट्स अशा जाम्यानिम्यानं आलेले. जर्मनांचं प्रमाण सर्वाधिक. मला नवल वाटे की हे लोक एवढे भटकतात, मग हे काटकुळे कसे नाहीत? असे भिंतीसारखे रुंद कसे? बायका-पुरुष दोन्ही आपले सणसणीत. तरुण पोरंपोरी तर खूपच आलेली होती. दरीत आता गरम व्हायला लागलं. हळूहळू कपडे अंगावरून कमी होत होते. कुणी शर्टांची बटनं सोडली. कुणी जीन्स दुमडून टाकल्या. एका पोरीनं तर मजाच केली. तिच्या जीन्सला मांड्यांवर मधेच गोल झिप होत्या. तिनं त्या सुटकन काढून टाकल्या. पूर्ण पाटलोणीची क्षणात चतकोर शॉर्ट झाली. एकाच जीन्समधे दोन फॅशन्स. उन्हानं रापून सगळ्या जणी सागवानी झालेल्या. पोट, पाठ, टोचलेल्या बेंब्या उघड्या. बऱ्याच ज़णींच्या अंगावर गोंदलेलं होतं. काही सागरकाठावरून उठून आलेल्या. पाठीवर दोन गोरे पट्टे. बाकी लालीलाल. खाली माणसांची गंमतजंमत पाहत आणि वर बोकड दिसताहेत का ते निरखत चालले होते.

मागून येणाऱ्या कुणाची चाहूल लागली, बोलणं ऐकलं की मी बाजूला होऊन वाट करून द्यायची. तो जर थोड्या जलद चालीचा असेल तर त्याच्याच पावलांची वाट धरून दगडांवरून पटापटा जायचा प्रयत्न करायचा. थोडा वेळ तो धागा टिकायचा. पण ते पोरगं केव्हाच नाहीसं व्हायचं. पुन्हा माझी मी. त्यातून पुढच्यास ठेच मागचा शहाणा ही म्हण इथं अजिबात लागू नाही. पुढचा अमूक ठिकाणी घसरला म्हणून दुसरीकडे पाऊल टाकावं तर तिथं त्याहून

अधिक घसरण.

वाटेत थांबण्याची अनेक ठिकाणी सोय केलेली होती. प्रत्येक जागी तुम्ही किती चालून आलात ते ठळक पाटीवर लिहिलेलं असे. इथली उंची किती? या जागेची वैशिष्ट्यं काय? कोणतें पशुपक्षी पाहायला मिळतील इत्यादी माहिती सचित्र असायची. तिथं खाण्याचे पदार्थही मिळायचे. पिण्याचं पाणी तर डोंगरभर झुळझुळत होतं. सावलीची जागा. थोडं थांबा, थोडं खा-प्या. पुढे निघा. आपापले घोळके एकमेकांची इथं वाट बघत होते. कुणी थांबून सहलीची हौस फेडत होते. सगळी गॉर्ज गजबजलेली, पण त्या क्रीक्री बोकडांचा काही पत्ता नव्हता.

काही भग्नावशेषही अधूनमधून लागायचे. मनात आलं, पूर्वापारचे लोक इथून कशी ये-जा करत असतील? आज आमच्याकडे 'नीकी' शूज आहेत. त्यांच्याकडे फक्त 'नीकी' देव होता. जरा घासलेलं पादत्राण आहे तर मी इतकी मेटाकुटीला आले. त्यांनी कसं निभावलं असेल? आम्ही आज इथं केवळ एक गंमत म्हणून, थरार म्हणून आलो आहोत. त्यांचा देवधर्म तरी नाहीतर उपजीविका तरी, त्यावर अवलंबून असे. त्यांना यायलाच हवं.

आणखी खाली आले. आता झाडी पार आटली आणि मोठमोठ्या शिळांमधून जाणारा खळाळता प्रवाह सुरू झाला. एकेक शिळा चारपाच मजली घराएवढी प्रचंड. पांढरीशुभ्र. गोल गुळगुळीत. त्यांतली एक जरी गडगडली तरी तिच्याखाली आम्ही पार चिरडून जाऊ. निसर्गाच्या एका अणूतून आम्ही क्रमण करत होतो तरी त्याचं रौद्र रूप नम्र करून सोडत होतं. शिळांच्या मधून वाहणारं पाणी छोट्या छोट्या धबधब्यांसारखं उसळत, घरंगळत, उडत चाललेलं.

आतापर्यंत असलेली नाममात्र वाटही आता संपली. जिथं जमेल तिथं पाय ठेवून प्रवाहाच्या या बाजूनं तर एकदा त्या बाजूनं जायचं. एकदा इकडून ओलांडा एकदा तिकडून ओलांडा. बरेचदा मधे ओले पाषाण. एरव्ही ओल्या फरशीवरसुद्धा माझे पाय घसरतात. अशा ठिकाणी मी भीतीनं गारद व्हायची. पण दर वेळी मदतीचा हात हसत पुढे येई.

एका जागी मी पारच अडकले. पाणी धोधो वाहतंय. शिळांवर बसत बसतही पलीकडे जाणं शक्य होईना. तिथंच थांबले. दोनेक मिनिटांत मागून एक इंग्लिश जोडपं आलं. माझी अवस्था बघून हसू दाबत त्यांनी मला उठवलं आणि सुरक्षित पलीकडे घेतलं. मी त्या नवऱ्याला म्हणाले, ''आपण हे कां करतोय?''

''तुमचं मला ठाऊक नाही. मी आपला बायको सांगते म्हणून करतोय.''

असे बायकोचं ऐकणारे शहाणे, गुणी नवरे कुठल्या कडकडीत हरताळकांमुळे, कोणता गौरीहर पुजल्यानं किंवा किती वटसावित्र्यांचा उपवास केल्यानंतर मिळतात हे कुणी सांगेल का?

हसत हसत पुढे झालो. नजर वर गेली. दोन्हीकडे वर आकाशाला भिडणारे उंचच उंच कडे. मधे झाडी. खाली दगडगोट्यांमधून तुरतुरत चालणारी मी मुंगी. दर पाऊल कुठं पडतंय, फसत तर नाही असं वाटत असलेली. हे सारं आयुष्याचंच प्रतीक वाटत होतं मला. सबंध आयुष्य आपण असंच नाही का घालवत? पुढच्या पावलाची कुठं खात्री असते? जे पाऊल पडलं ते पडलं म्हणून मान्य करून लगेच पुढे सरायचं. दर नवा अडथळा पार

करायला सरसावलं की मागे काय राहिलं याचा विचार डोक्यात राहूच शकत नाही.

'लवकरात लवकर पोहोचून मी कशी गॉर्ज पार केली' ही बढाई मारता यावीशी वाटत असतानाच इथला निसर्ग पाय जखडून ठेवत होता. मन म्हणे, हे पाहा, इथं रेंगाळ. हे विराट वैभव आणखी आणखी बघ. पण खाली पाहिल्याखेरीज एकही पाऊल पुढे टाकता येत नव्हतं. थांबल्याखेरीज वर बघता येत नव्हतं. त्यामुळे थोडं थांबा, थोडं चाला असं चाललेलं.

सहासात किलोमीटर्स उरकले होते. वाटेत विसाव्याच्या जागा येऊन गेल्या. पण खाली बसायचं धैर्य होत नव्हतं. एकदा बसकण मारली की उठणं कठीण हे मला माहीत होतं. पाय जडावले तर काय? तीनचार दिवसांपूर्वी उजव्या पायात एक हलकासा गोळा येऊन गेला होता. तोच प्रकार आता झाला आणि पाय वळला तर मी काय करू. त्यापेक्षा चालते आहे ते बरं. दर थांब्यावर डोंगरातून पाझरणारं, शुद्ध, अश्मगाळ, अमृतमय गोड पाणी मात्र पोटभर प्याले.

तेरा किलोमीटर्स संपले. दोन्ही बाजूंचे डोंगर आत सरकून आता जवळात जवळ आले. वर तर एकमेकांना भिडल्यासरखे, दहा फूट अंतर मधे असेल नसेलसे दिसायला लागले. वरचे ते अदृश्य क्रीक्री बोकड सहज इकडून तिकडे झेपावत असतील. वरून खाली चार हजार फुटांची गर्ता. तिथं आणखी एक नवल गवसलं.

एक छोटंसं वळण होतं. ते पुरं करून पुढे येते तो अचानक भणभण वारं सुरू झालं. अगदी चिकटत आलेल्या पहाडांच्या मधे हे वारं कुठून उपटलं? मग एकदम ध्यानात आलं की अरेच्चा, हा त्या गॉर्जचा गाभा. यापुढे ती रुंदावणार होती. त्यामुळे सापटीत अडलेल्या तिकडच्या वाऱ्याचे झोत फरारत, घुमत इकडे घुसत होते. पलीकडे एक जगड्व्याळ पंखा कुणीतरी चालू केला होता जणू. केस, कपडे, टोप्या पार उडवून लावत होता. इथं मात्र एका मोठ्या शिळेला पाठ लावून मी शांतपणे उभी राहिले. आजूबाजूला लोक येतजात होते. फोटो घेत होते. पण मला त्यांची जाण नव्हती.

माझ्यामाझ्या मनाच्या गुंत्यात मी अडकले होते. कशासाठी एवढं केलं? गेले साडेतीन तास एवढा जिवाचा आटापिटा मी कां केला? तेवढ्या वेळात येशूक्रिस्ताच्या शेवटच्या वाटचालीसारखी चारदा पडले. आणखी अनंत वेळा पडता पडता वाचले. बूट वाळूवरून निसटत होते. माझे पाय बुटात निसटत होते. ना बोटांचा आधार ना टाचांचा आधार. जमिनीवर झाडांच्या मुळ्या. पहिलं लोटांगण त्यांनीच वसूल केलं होतं. पाय असे उलटेसुलटे पडत की पुढच्या क्षणी आपटून कपाळमोक्ष व्हावा. सुदैवानं काही मोडतोड झाली नाही. लचकलं नाही. नाहीतर पुढच्या प्रवासाचा विचका उडाला असता.

हे धाडस–धाडसच म्हणू या, मी कां केलं? तसं हे क्षुल्लकच. रोज एक हजार माणसं करतात ते कसलं धाडस? नाही तर अगोचरपण म्हणा, मी ते कां केलं? रोजच्या जीवनापेक्षा थोडं वेगळं, पण अगदी अप्राप्य नव्हे असं काहीतरी मिळवून मी स्वत:ला सिद्ध करू पाहते आहे काय? काहीतरी करून दाखवलं असा गर्व बाळगण्यासाठी, तो पोसण्यासाठी करते आहे का? का निसर्गाच्या अगदी तळाशी जाऊन मी त्याला भिडायचा प्रयत्न करते आहे. आणि तोही वाऱ्याच्या रूपानं येऊन, चारी बाजूंनी वेंधून मला कवळतोय?

काही असो. चला पुढे.

बरोबर कुणी इंग्लिश भाषिक असलं तर थोडं बोलणं होई नाहीतर आपल्याच विचारांच्या नादात जात होते. जे पाहायच्या आशेनं आले होते ते क्रीक्री बोकड कुणालाच दिसले नव्हते. सगळे मुलाण्यांनी पळवले काय? दिसायला ते फार देखणे असतात. थोडेसे काळ्या पाठीच्या हरणासारखे. त्यांची शिंगं अगदी सरळ. त्यांच्यावर तीन अंगठ्या घातल्यासारखी वळी. त्यांना नजरेनं धुंडाळत आले होते. हजारभर होते. एखादा दिसायला हरकत नव्हती.

आता गॉर्जमधून बाहेर पडणार तोच वरून बारीक घंटांची किणकिण कानी आली. खडखडीत उभ्या डोंगरावर शंभरेक फूट उंच पाहिलं. तपकिरी रंगाची क्रीक्री आई आणि तिचं पांढरं पिल्लू होतं. तिथल्या बारक्या कपारीमधे उगवलेल्या उनाड गवतावर चरत असलेली दोघं दिसली नि एकदम धन्य वाटलं. देवानं भक्ताला नाना संकटं घालावीत, त्याच्या नाना परीक्षा घ्याव्यात आणि अखेरीस भक्त अगदीच ढेपाळला, त्याचा देवावरचा विश्वास उडायला लागला की पुटकन पुढे येऊन दर्शन द्यावं तसं झालं.

साडेदहाला आत उतरलेली मी सगळी गॉर्ज न थांबता पार करून सव्वा तीनला दुसऱ्या टोकाला पोहोचले. सोबतची चिमणी नदी समुद्राला मिळाली. परीराज्यातली केवढीशी नदी ती. दहाबारा फूट रुंद. बेट अरुंद असल्यानं इथल्या नद्या इंचांतच मोजायच्या.

गॉर्ज संपली. साध्या जमिनीवर पाय ठेवला आणि खरा सुस्कारा सोडला. बोटीपर्यंतची शेवटची चाल हवेतून केल्यासारखी सुलभ भासली.

त्रासात सुरू झालेला, दगडागोट्यांनी भरलेला हा निसरडा दिवस निर्भर आनंदात संपला.

इराक्लिऑनला आल्याला चारपाच दिवस झाले होते. आडव्या झोपलेल्या या बेटात हे शहर बेंबीपाशी येतं. क्रीटचं डोकं, छाती, हात पाहून झाले होते. आता पूर्वेकडे पसरलेले पाय तेवढे पाहायचे राहिले होते. अगदी पावलांच्या बोटांपर्यंत जाता आलं नाही तरी गुडघ्यांपर्यंत जाऊन आले तरच सगळं बेट पाहिल्याचं समाधान मिळालं असतं. दोन दिवसांपूर्वी आलेला कोच टूरचा अनुभव चटका देणारा असल्यानं मी पुन्हा गाडी भाड्यानं घेतली. क्वचित काही पाहायचं राहिलं तरी चालेल पण दुसरी मरीना किंवा इरिनी नको बाबा.

पुन्हा सूर्योदयालाच बाहेर पडले. पूर्वेला तोंड असल्यानं सूर्यनारायण स्वत: स्वागताला उभे होते. आकाशात सुंदर सोनेरी आणि डावीकडे सुंदर निळा रंग साथीला. मजेत सफर चालली होती. पुन्हा डोंगराळ प्रदेश. हिरवा निसर्ग उतू चाललेला. एक मोठासा घाट चढून वरच्या पठाराला आले आणि अनपेक्षितपणे पवनचक्क्यांची फौज सामोरी आली. डॉन कीहोते जरी नाही तरी त्याचा हांडिबाग सांचो पांझा असल्यासारखं मला वाटलं.

डोंगरांमधला हा सुपीक प्रदेश. सफरचंद, पेअर्स, द्राक्षं, अंजिरं, बदाम इथं काय म्हणून पिकत नाही? त्या पिकांना लागणारं पाणी खेळवलं होतं या सात हजार पवनचक्क्यांनी. वास्तविक सगळ्याच ग्रीक बेटांमधे आणि खुद्द ग्रीसलाही पवनचक्क्यांचं कौतुक नाही. विशाल सागर किनारा आणि लगत डोंगर-दऱ्या. तेव्हा वारं भरपूर. त्याचा उपयोग ठायी ठायी करत. पारोसच्या बंदरावर पवनचक्कीनं स्वागत केलं होतं. मिकोनोसला पाच जणी हजर

होत्या. पण आताच्या इतक्या त्या कधी हॉलंडमधेही दिसल्या नव्हत्या. या चक्क्या हॉलंडसारख्या दणकट, पीठ दळणाऱ्या नव्हेत. चार पाखांची, पातळ पांढरी शुभ्र शिडं उभारून या भिरभिऱ्यासारख्या डौलात फिरत होत्या. सतराव्या शतकात शेतीसाठी बांधलेल्या. त्या आता वापरात नाहीत. पाणी पुरवण्याचं काम आता रुक्ष पंप्स करतात. या शोभेच्या रंभा नुसत्या नखऱ्यात उभ्या.

रस्त्यानं जाताना लहानमोठी खेडी लागत होती. उजव्या हाताला त्यांतलं प्सिख्रो आलं. इथूनच थोड्या अंतरावर 'दिक्तिअन केव्हज'आहेत. ते या भागातलं मोठं आकर्षण. गाडी तळावर उभी केली. इथून गुहेचं अंतर फार नव्हतं. पण गाढववाले मागे लागले. समारिआ गॉर्ज नुकतीच पायी तुडवून आलेली मी. घसरणीवर उतरताना बुटात बोटं आवळून आवळून नखं काळी पडली तरी वाहन न घेणारी ती पाऊण किलोमीटरला थोडीच डरणार? त्यांना विनम्र नकार देऊन निघाले. चाल तितकीशी कठीण नसली तरी घाम काढणारी होती. धापा टाकत डोंगराच्या पोटातली गुहा गाठली.

इथं पुन्हा एकदा ग्रीक पुराणं भेटीला आली. देवाधिदेव झ्यूस आपल्या वडिलांचा डोळा चुकवून इथं जन्माला आला. झालं मूल खाण्याची वाईट खोड असणारे पिताश्री क्रोनस त्याच्या जिवावर उठलेले. तेव्हा ऱ्हिआनं म्हणजे त्याच्या आईनं 'या वेळी मुलाऐवजी धोंडा जन्मला' असं सांगितलं, भुकेजल्या वडिलांच्या हाती धोंडा दिला आणि झ्यूसला या गुहेत लपवून वाढवला. त्या वेळी बाळ झ्यूस रडायला लागला की वडिलांच्या कानी आवाज पडू नये म्हणून देवदूत या गुहेच्या तोंडाशी आपल्या ढाली बडवत राहत.

जमिनीखाली पाण्याच्या प्रवाहानं तयार होणाऱ्या इतर क्षारगुंफांसारखीच हीदेखील होती. फक्त तिला पुराणाचं कवच लाभल्यानं पाहणाऱ्यांची भरपूर गर्दी होती. ती नीट पाहता यावी म्हणून आत वीज खेळवलेली आहे. तिच्यामुळे मूळ चमत्काराचा प्रताप कमी झालासा वाटला. आत स्वयंभू वाटाड्यांनादेखील आता बंदी केली आहे. त्यांचा ससेमिरा थांबला पण त्याबरोबर नाना दंतकथांचा आणि करमणुकीचा स्रोत आटला. जमिनीकडून आढ्याकडे आणि आढ्याकडून जमिनीकडे जाणारे क्षारांचे सुळके नेहमीसारखेच पण त्यांत नाना आकार शोधले जातात. त्यांत झ्यूसला दूध पाजणारे, जमिनीकडे झेपावणारे अजस्र स्तन आहेत. ते ऱ्हिआऐवजी पूतनामावशीला शोभले असते. एका खडकाला खुद्द बाळ झ्यूस म्हणतात. ते मानायला कल्पनाशक्ती फारच लवचिक असायला हवी.

पुढचं गाव होतं सेन्ट निकलस. बंदर, सरोवर, जुना कसबा आणि हिरवट निळा समुद्र या सगळ्याचा मेळ या गावात जमल्यानं पूर्वीपासून प्रसिद्ध. ग्रीसवर पर्यटकांच्या धाडी पडायच्या आधीही हे गाव लोकप्रिय होतं. वॉल्ट डिस्ने इथं येऊन गुपचुप राही. बरचसं हानियासारखं गाव. तसेच लहान लहान रस्ते. घरंही तशीच. सर्वांत मोठं आकर्षण म्हणजे इथलं तळं.

प्रत्यक्ष जागा नितांत रमणीय. समुद्राशी नाळ जुळल्यापासून तळं, बंदरांचं बंदर झालं आहे. संथ निळ्या पाण्याचा केवढा तरी मोठा विस्तार. त्याचा सबंध लांबटगोल काठ दुकानांनी, उपाहारगृहांनी फुललेला. हानियासारखंच पाण्यालगतचं टेबल निवडून मी बसले. समुद्रकाठचं गाव. त्यामुळे आजची खासियत काय होती हे सांगायला नकोच. ग्रीकांना मासे अतोनात प्रिय.

जेवणात रोजच्च इतके हवेत की हे आपल्या सारस्वत-शेणव्यांचे पूर्वज शोभावेत. आज माझ्या पुढ्यात आलेला मासा जवळपास माझ्या पुढ्यात पकडल्याइतका ताजा होता. नुस्ता भाजलेला. 'जिते आसल्यार नुस्त्याक् काय लावक नाका. अपसूक चव येता.' मधला काटा टाकला. बाकी चाटून पुसून लखख. तळ्याचा काठ, सुग्रास भोजन आणि भोवती हवी तर शांतता वा हवा तर उत्साही गलबला. तरी उठणं भाग होतं कारण आजच्या दिवसाची सांगता एका अगदी वेगळ्या जागी होणार होती.

स्पिनालोंगा हे या क्रीट बेटाचं बोट धरून बसलेलं आणखी एक चिमणं बेट. इथून जवळच होतं. त्याची मूर्ती छोटी पण कीर्ती फारच मोठी. मोक्याच्या भौगोलिक स्थानामुळं या भागाच्या संरक्षणाची धुरा त्याच्यावर आली. सोळाव्या शतकामधे त्याच्या व्हेनिशिअन मालकांनी तिथं प्रचंड मोठा किल्ला बांधला. त्यानं आपलं काम चोख बजावलं. क्रीटवरच्या दुसऱ्या कुठल्याही किल्ल्यापेक्षा यानं तुर्कांना थोपवलं. बाकी बेट जिंकलं तरी याचा ताबा मिळवायला तुर्कांना आणखी तीस वर्षं लढावं लागलं.

स्पिनालोंगा म्हणजे 'लाँग आर्म'. समुद्रात घुसलेल्या जमिनीच्या लांब बाहूलगत असल्यानं इथलं बंदर फार सुरक्षित. पाणी शांत. लहान बोटी सहज लागाव्यात. तुर्कांनी त्याचा उपयोग चोरट्या व्यापारासाठी केला. खंदा किल्ला एकटाच्या एकटा उभा असल्यानं संरक्षणासारखा तो स्मगलिंगलाही सोईचा.

आर्कांडी मठात पेटलेली क्रीट-स्वातंत्र्याची ज्योत बेटभर फैलावून तुर्कांची उचलबांगडी व्हायला लागली. तेव्हा त्यांनी अखेरचा आसरा या किल्ल्यात घेतला. क्रीटन्स जिंकले. तुर्क हरले. क्रीट कायदेशीररीत्या ग्रीसला मिळालं तरी उरलेसुरले तुर्की इथून हलेनात. तेव्हा ग्रीसच्या राजानं नामी युक्ती योजली. १९०३मधे सबंध ग्रीसमधले महारोगी तिथं नेऊन सोडले. ती त्यांची वसाहतच करून टाकली. युरोपमधली ही शेवटची महारोगी वस्ती. मग तुर्कांनी इथून पळ काढला. आज तिथं कोणीही राहत नाही.

अशा या बेटावर किंवा बेटावर म्हणण्यापेक्षा खडकाकडे जायला निघाले. बोट जवळ जात होती. समोरून तो प्रचंड किल्ला अंगावर चाल करून आल्यासारखा जवळ जवळ येत होता. मोठा मोठा होत होता. दुपार उलटत आली होती. बोटीवर फारशी गर्दी नव्हती. पंधरावीस जण असू. आम्हांला धक्क्यावर सोडून बोट परतली. प्रवासी इकडेतिकडे विखुरले आणि एक वेगळंच दडपण मनावर चढल्यासारखं वाटलं.

खाली किनाऱ्याशी जुना, पडका बाजार होता. प्रथम सैनिकांसाठी नंतर महारोग्यांसाठी. त्यांनाही जगायचं होतंच.

चढत चढत किल्ल्यापाशी गेले. अनेक लढायांचे व्रण अंगावर वागवणारा किल्ला. त्याचा गोल बुरूज, रुंद, दगडी कमानींच्या वाटा, सैनिकी खोल्या, दारूची कोठारं. शतकभर पडिक राहिल्यावर येणारी उदास, उद्विग्न कळा. बलदंड भिंतींना पडलेल्या चिरा आणि त्यातून उगवलेली रानटी रोपटी. एके काळी या किल्ल्यानं राजवैभव राखलं, राजवैभव भोगलं याचा मागमूस उरलेला नव्हता. त्याला रात्री कसली स्वप्नं पडत असतील?

त्याहून खिन्न करणारी तिथली ओसाड महारोगी वसाहत. इथं येणाऱ्या रोग्यांचे तीन वर्ग

होते. सधन घरातले दुर्दैवी, सरकारी मदतीवर जगणारे पराधीन आणि ज्यांचं कुणीही नाही असे निराधार. महारोगी सगळे एकत्र करून सरकारनं क्रीटमधून तुर्कांची आणि ग्रीसमधून महारोगाची एकदमच हकालपट्टी केली. १९५७मधे ग्रीसमधला अखेरचा महारोगी इथं मरण पावला. त्यानंतर हे बेट निर्मनुष्य झालं.

एकटीच फिरत होते. मूळची इटालिअन पद्धतीत बांधलेली घरं पण आता त्यांची छपरं उडालेली, भिंती कोसळलेल्या, पडझड झालेली. ती पाहताना त्यांच्यामधल्या नाक-हात-पाय झडलेल्या अखेरच्या रहिवाशांची आठवण येत होती. माणसाची जगण्याची हौस इतकी चिवट की इथल्या रोग्यांनी आपसांत लग्न केली. स्पिनालोंगावर वीस मुलं जन्मल्याची नोंद आहे.

घरांहून भयाणशी इथली स्मशानभूमी आणखी पुढे लागली. महारोग्यांच्या जगण्यात प्रतवारी होती तशी मरणातही होती. ज्यांच्या नातेवाईकांनी दफन-खर्च दिला ते व्यवस्थित थडग्यांमधून विसावलेले आहेत. सरकारी पाहुण्यांना सिमेंटची पेटी मिळाली होती आणि भिकाऱ्यांना नुसतं गाडलेलं.

एकाच वेळी भीती बळावणारी, तरीही कुतूहल चाळवणारी जागा. ती कधी एकदा सोडतेसं झालं.

आज क्रीटमधला अखेरचा दिवस होता. कडूगोड अनुभवांमधे गेला आठवडा चटकन उडाला होता. संध्याकाळी ऱ्होड्स या पुढच्या बेटावर जाणारं विमान निघणार होतं. सामान बांधून हॉटेलवर ठेवलं आणि इराक्लिऑनमधली शेवटची गोष्ट पाहायची मनात होती तिकडे पोहोचले.

क्रीट बेटाचा द्वाड पण सुप्रसिद्ध लेखक-पुत्र निकोस काझांझाकिस. १८८३मधे इराक्लिऑनला जन्मलेला पण शिक्षणाच्या निमित्तानं युरोपभर फिरलेला. बालपणी मायभूमीचं स्वातंत्र्यसमर पाहिल्यानं आचारा-विचारानं निधडा. तिशीच्या पुढे त्यानं लेखणी हाती घेतली. अनेक विषय हाताळणारा अगदी बेलाग लेखक. सुरुवातीचं त्याचं लिखाण तत्त्वज्ञानावरचं आहे. स्वतः संपूर्ण नास्तिक असल्याचं ठासून सांगत असला तरी 'देव असेल का?' ही शंका त्याला सदैव बेचैन करी.

मग त्यानं काव्याला हात घातला. होमरच्या 'ओडेसी'सारखं यानं त्याच कथेवर, त्याच नावाचं तेहेतीस हजार तीनशे तेहेतीस कडव्यांचं महाकाव्य लिहिलं. त्याला ती स्वतःची सर्वोत्कृष्ट निर्मिती वाटायची पण टीकाकारांच्या मते तो होमरच्या पासंगालाही पुरत नाही.

नंतर त्यानं प्रवासवर्णनं लिहायला घेतली. इंग्लंड, चीन, जपान, रशिया अशा दूरदूरच्या देशांवरचं त्याचं लिखाण अजूनही लोकप्रिय आहे.

शेवटी तो कादंबरी लिखाणाकडे वळल्यावर आणि कीर्तीनं त्याला माळ घातली पण अपकीर्तीही येऊन बिलगली. त्याच्या बऱ्याच कादंबऱ्या आत्मकथनात्मक असल्या तरी 'द लास्ट टेम्प्टेशन ऑफ क्राइस्ट' ही येशूच्या जीवनावरची त्याची कादंबरी स्फोटक ठरली. संत बनण्याच्या वाटेवर असलेल्या येशूला साध्या कौटुंबिक जीवनाची अभिलाषा कशी वाटते हे रंगवल्यामुळे तिनं क्रिश्चन धर्माच्या मुळावरच घाव घातला. देवाच्या पुत्राला मानवी मोह कसे

पडतील? त्यामुळे कॅथलिक चर्चनं तिच्यावर बहिष्कार टाकला. ग्रीक ऑर्थॉडॉक्स चर्चनं त्यालाच बाहेर फेकला. तरी १९५६ साली व्हिएन्नामधे त्याला शांततेचं पारितोषिक देऊन गौरवण्यात आलं.

त्याची सर्वांत गाजलेली कादंबरी 'झोर्बा–द ग्रीक'. तिच्यात ग्रीसच्या खेडवळ जीवनाचं अप्रतिम चित्र रंगवलेलं आहे. तिच्यावर आधारित सिनेमाही नंतर निघाला. अँथनी क्वीन आणि मेलिना मर्कूरी या दोन कलाकारांनी तो जगभर गाजवला. सबंध ग्रीसभर त्या नावाची शेकडो उपाहारगृहं निघाली. 'झोर्बा–द ग्रीक' ग्रीसचा मानदंड बनला.

काझांन्झाकिस १९५७मधे जर्मनीत वारला. त्याला क्रिश्चन विधींप्रमाणे पुरण्यास ग्रीक ऑर्थॉडॉक्स चर्चनं जोरदार हरकत घेतली. पण ती झुगारून, त्याच्या मायभूमीत– इराक्लिऑनला त्याचं दफन करण्यात आलं.

इराक्लिऑनच्या तटबंदी बंदराजवळचा भाग आल्या आल्या दिसलाच होता. तिच्यात अनेक बुरुज आहेत. त्यांतल्या सर्वांत सुस्थितीत राहिलेल्या 'मार्तिनेंगा' बुरुजाशी मी आले होते. तिथेच काझांन्झाकिसचं कबरस्थान होतं. होतं साधंच पण त्याच्यावरच्या स्मरणओळींनी माझं लक्ष वेधलं.

'कसली आस नाही. कशाची भीती नाही. मी आता मुक्त आहे.'

Θ

नव्या देशात सहसा अंतर्गत विमान प्रवास करू नये असं मला वाटतं. पण क्रीटवरून ऱ्होड्सला बोटीनं जायचं तर बारा तासांच्या प्रवासात एक सबंध दिवस मोडणार. विमानाचा पल्ला केवळ तासाभराचा. शिवाय गेले कित्येक दिवस सतत बोटीनं फिरल्यानं त्यातली गंमत ओसरली होती. पारोसला असताना या विमानाचं तिकिट काढणं हा मोठा शहाणपणा ठरला होता.

इराक्लिऑनच्या विमानतळावर आले नि विमान बघितलं तेव्हा वाटलं, ''यानं उडायचं?'' अगदीच म्यूझिअममधून आणून ठेवल्यासारखं दिसत होतं. छोटंसं विमान. केवळ एकोणचाळीस लोक बसायची सोय. मागच्या बाजूला एस्०टी०मधे असते तशी बाकड्यासारखी सलग बैठक. अशी सीट मी विमानात पहिल्यांदाच बघत होते. शिवाय हे पंख्यांचं विमान. सारखं सारखं जेटमधे बसायची सवय झाल्यानं विमानं पूर्वी पंखे लावून उडत होती हे विसरायला झालं आहे. गच्च भरलेलं हे विमान नेणार कसं आपल्याला?

माझी जागा नेमकी पंखाशेजारच्या खिडकीशी होती. एरव्ही त्याचा राग येतो कारण बाहेर केवळ तो पसरलेला पंख दिसत राहतो. या वेळी मात्र मजा वाटली कारण त्याच्यापुढे असलेला पंखाही दिसत होता आणि त्याच्याखाली असलेले विमानाचे टायर्सही दिसत होते. हल्लीचं जेट विमान म्हणजे उडता महाल. आत आलो, वर गेलो आणि खाली आलो. बस्स यापलीकडे काही कळत नाही.

इथं गमनाची साग्रसंगीत क्रिया समोर घडत होती. माझ्यादेखतच उडण्याचे खेळ सुरू

झाले. त्यामुळे हे खेळातलं विमान आहे आणि माझ्या पुढ्यात चावी देऊन ते सुरू करताहेतसं वाटत होतं. विमान प्रेाचीन. त्याच्या अंगावर असंख्य चौकोनी तुकडे तुकडे चिकटवलेले. नुसतंच टाचण्यांनी कागदी विमान जमवून ठेवावं तसे. रंगही बऱ्याच ठिकाणी उडालेला. याच्यात काही शक्ती आहे की नाही? लहान मुलाच्या जिज्ञासेनं खिडकीला नाक लावून पाहत होते.

आधी चार पाखं असलेला इकडचा पंखा सुरू झाला. (तिकडचाही झाला असू दे!) गरगर फिरताना हळूहळू त्या चारांचं एक फिरतं चक्र झालं आणि शेवटी त्याच्या सुसाट वाऱ्याचा नुसता पुसट गोल दिसायला लागला. चाकं अजून जाग्यावरच. त्यांचे टायर्स कसे गुळगुळीत आहेत, त्यांच्यावर खोल नक्षी कशी नाही हे पाहत असताना एंजिनचा आवाज वाढत गेला आणि एका निर्णायक क्षणी ती हलली. आम्ही वेगानं पुढे सरकायला लागलो. रनवेच्या टोकावर आल्यावर एंजिननं सर्व शक्ती पणाला लावली. ते खटकन वर उचललं गेलं. चाकं लुळी होऊन लोंबायला लागली. तोवर त्यांच्या मागचा कप्पा कपाट उघडल्यासारखा हळूच दुभंगला. गुडघ्यात दुमडलेला लँडिंग गिअर चाकांसह व्यवस्थित आत गेला. वर दारांचं लिंपण लागलं. तिथं काही होतं की नव्हतंसं झालं. माणसाच्या बुद्धीच्या कर्तृत्वाचं कौतुक अजूनही वाटल्याखेरीज राहत नाही.

विमानाची जीर्णावस्था आतही जाणवत होती. पंख्यांचा खडखडाट जुन्या टेबलफॅनसारखा कमीअधिक होत डोकं उठवत होता. प्रवासात मिळालेला पाहुणचार म्हणजे पेलाभर पाणी. पण काही असो, आम्ही पाऊण तासात ऱ्होड्सला उतरलो. बारा तासाच्या प्रवासामधले सव्वा अकरा तास टाळल्याचा आनंदच पोटभर होता.

ऱ्होड्सला यावं ते पाहण्याची कसलीही पूर्वतयारी न करता, मनाची कोरी पाटी बरोबर घेऊन यावं. शहराचा नवा भाग ओलांडून, गड्डा असलेला त्याचा जुना भाग दिसला की बसणारा आश्चर्याचा जोरदार धक्का एक अतीव सुखद अनुभव देतो.

तसा ऱ्होड्सचा नकाशा मी पाहून ठेवला होता. साधारणत: देवमाशाच्या आकाराचं हे बेट. त्याच्या अगदी उत्तर टोकाला, त्या देवमाशाच्या नाकावर माशी बसावं तसं हे शहर वसलेलं. पण आतलं जुनं गाव नकाशावरून अजिबात कळलं नव्हतं.

संध्याकाळची पोहोचले होते. टॅक्सीवाल्यानं सुचवलेल्या एका हॉटेलात सामान टाकून तशीच बाहेर पडले. चौकशा करत तटबंदीच्या मोठ्या कमानी दरवाजाशी पोहोचले. दाराशी गणवेषातली बाई उभी होती. तिकिट वगैरे लागतं काय? बरोबरचे लोक तसेच आत जाताना दिसले. मीही पुढे सटकले. जुन्या ऐतिहासिक काळात शिरते आहेसं वाटलं पण मालवणच्या सिंधुदुर्ग किल्ल्यासारखं याचंही दार लपवलेलं. तटाच्या दोन बुरुजांमधे घुसलेला दहा फुटी वळणदार रस्ता पुढच्या कमानीशी सरळ झाला आणि शंभरेक फूट रुंदीच्या खंदकावरून जाऊन पुढच्या तटाच्या कमानीत शिरला. तिथं आणखी एक छोटा खंदक. त्याच्यावर वरखाली होणारा लाकडी पूल.

नुकताच सूर्यास्त झालेला. पुलावर किंचित अंधारातून थोडी माणसं, दोनतीन सायकली,

एखादी मोटार ये-जा करत होती. लाकडी पुलाच्या कमानीतून आत शिरले आणि समोर पाहून थक्क झाले. एकापुढे एक लागलेल्या, उत्तम जुन्या बांधणीतल्या कित्येक भव्य दगडी इमारती. दमदार भिंती, कमानी, बुरुज, तट उजवीकडे लांबवर गेलेले. अशा प्रकारच्या इमारती तिथं आहेत याची मला मुळी कल्पनाच नव्हती.

आपल्याकडे किल्ला पाहायला गेलो की एखादा वाडा, एखादा महाल, कुठे दरबार, कुठे बाजार असं तुटक तुटक पसरलेलं असतं. मधला भाग आपल्या कल्पनेनं भरून काढावा लागतो. इथं सगळं सलग-सुंदर उभं. इतकं भरघोस की विजापूरच्या बोलघुमटासारखी इमारत आणून आत घातली तरी फारसा फरक पडू नये. दगडांचं प्रचंड बांधकाम. चौकोनी मिनार, गोल घुमट, नक्षीदार रेखीव बाह्यरेषा. त्याच्यावरून नवा हात फिरलेला आहे हे तेव्हा जाणवलं नाही.

बाजूनं बाहेरच्या रस्त्यासारखाच दगडागोट्यांचा खडबडीत रस्ता घेरत होता. त्यानं पुढे जात या जुन्या गाभ्याला दोन प्रदक्षिणा घातल्या. कुठून आत शिरावं ते नक्की कळेना. आणखी एका कमानीतून आत गेल्यावर डावीकडे आणखी एक तट लागला. त्यातल्या कमानीतून पलीकडे मोठे वाडे, मशिदींचे मिनार, चर्चचे कळस असा पसारा दिसत होता. उजवीकडे बाजार भरलेला. दिवेलागण झाल्यानं सगळं उजळलेलं. किल्ल्यातली पुरातन प्रेक्षणीय स्थळं दुपारीच बंद झाली होती. उजवीकडची दुकानं नि उपाहारगृहं आजचं जीवन त्याला नेऊन भिडवत होती. प्रवासी भरपूर. भरल्या जत्रेतल्या बंद देवालयासारखा त्यांचा थाट.

इंग्लिशची वानवा असल्यानं हे सारं काय आहे, कोण दाखवेल, कधी पाहता येईल काही कळेना. खूप भटकल्यावर एक पर्यटन संस्था सापडली. तिथल्या पितापुत्रांनी सांगितलं की हे सारं तुम्हांला स्वत:च बघावं लागणार. कंडक्टेड टूर नाही. खास तुमच्यासाठी वाटाड्या हवा असेल तर शंभर युरो (पाच हजार रुपये) पडतील. तो मिळणंही कठीण.

ग्रीसमधे आल्यापासून एका गोष्टीचं कोडं पडलंय. सर्वांत महाग इथले वाटोडे. इतके पर्यटक इथं येणार. त्यांना नीट दाखवायची, परवडेल अशी काही सोय का नाही? ती नसल्याने पुढचे दोनतीन दिवस जमेल तसा किल्ला पाहीन नंतर गाडीनं बाकीचं बेट धुंडाळीन असा मनाशी बेत केला.

त्या रात्री एक गोष्ट मात्र सुदैवानं साधली. तासाभरात इथला ध्वनि-प्रकाश खेळ होता आणि तो आज इंग्लिशमधे होता. तो इथल्या मुख्य इमारतीच्या दुसऱ्या बाजूला करतात. तिकिटंही तिथंच मिळतात हे कळल्यावर आधी त्यांतलं एक मिळवलं आणि आणखी सुदैवानं समोर मिळालेला चमचमीत सुवलाकी पोटात टाकून कार्यक्रमाला पळाले.

आत सुरेख बाग होती. कमरेइतकी झुडपं. त्यांच्यामधून खाली प्रकाश टाकणारे मंद दिवे. समोर ती छाप पाडणारी, देखणी, नक्षीदार इमारत. डाव्या बाजूनं तिचाच एक मोठा भाग पुढे आलेला. त्यामुळे अगदी जवळ वाटणारी. आमच्या खुर्च्या पायऱ्यांवर मांडलेल्या. पहिल्याच रांगेत असल्यानं अडथळ्याविना छान दिसत होतं.

अत्यंत दाणेदार इंग्लिश आवाजांत किल्ल्याची कथा सुरू झाली. बांका प्रसंग होता. या

किल्ल्याला वेढा घातल्याचा. त्यातून त्याचा इतिहास जागा होत होता.

पूर्व-पश्चिम आणि दक्षिणोत्तर जाणारे सगळे समुद्रमार्ग ऱ्होड्सवरून जातात. प्रत्येक सागरी सत्तेला ते हवं होतं. अरबांच्या निर्घृण हल्ल्यांपासून त्याचा बचाव करण्यासाठी इथला किल्ला सातव्या शतकात बांधला गेला. जेरुसलेमला जाणारे यात्रिक ऱ्होड्सला थांबत. पण चाच्यांचा जाच फार. अखेरीस चौदाव्या शतकात 'सेंट जॉन्स' या कॅथलिक पंथीयांनी ऱ्होड्स चाच्यांकडून चक्क विकत घेतलं. त्यावर पुढची दोनशे वर्षं राज्य केलं.

अरबांकडून जेरुसलेम जिंकण्यासाठी झगडणाऱ्या क्रुसेडर्सपैकी 'सेन्ट जॉन्स' कट्टर धार्मिक. त्यांचे अनुयायी होणंदेखील फार कठीण. तो तरुण, श्रीमंत, ब्रह्मचारी, कुलीन, घरंदाज पुरुषच असला पाहिजे. त्यानं वरिष्ठांच्या आज्ञा कधीही मोडता कामा नयेत. कसलेही कष्ट उपसण्याची तयारी ठेवली पाहिजे, अत्यंत गरीबीत राहिलं पाहिजे आणि धर्मासाठी आपले प्राण वेचले पाहिजेत. क्रिश्चन धर्माचं पालन, रक्षण आणि प्रसार हे त्यांचं ध्येयं. पूर्वी आपल्या ब्राह्मणवर्गावर असे नियम काही काळापुरते असत. ते यांनी स्वत:वर जन्मभर लादून घेतलेले होते. ते तंतोतंत पाळणाऱ्यांनाच इथं स्वीकारलं जाई.

अशा समर्पित वृत्तीमुळे त्यांची प्रचंड भरभराट झाली. त्यांच्याकडे अमाप संपत्ती जमली. सैन्याच्या बळावर भूमध्य समुद्रावर सत्ताही प्रस्थापित झाली. व्यापारी मालावर ते जकात वसूल करत. त्या पैशावर त्यांनी इथली जोरकस तटबंदी बांधली. चंद्रकोरीच्या आकाराचं शहर आत वसवलं. बंदर सुरक्षित केलं. फ्रेंच, जर्मन, इंग्लिश, ग्रीक इत्यादी सात भाषिकांकडे या तटबंदीचे सात तुकडे सोपवण्यात आले. या सात भाषांचा किंवा 'सेव्हन टंग्ज'चा प्रमुख 'ग्रँडमास्टर'. तो इथला राजा. एकदा निवडला की जन्मभर नेमणूक. शत्रूचा हल्ला आला की तटबंदीचे दरवाजे खुले करून जनतेला या अभेद्य चक्रव्यूहात आसरा मिळे. सव्वादोनशे वर्षं त्यांनी इथं सार्वभौम राज्य केलं. सगळ्या जगाचे डोळे ऱ्होड्सकडे वळले.

सुलेमान द मॅग्निफिसंट या तुर्की सम्राटानं सोळाव्या शतकात या किल्ल्याला सागरी वेढा घातला. त्या वेळी यांनी दाखवलेलं धैर्य, वाहिलेले रक्ताचे पाट आणि महिनोन् महिने सहन केलेली उपासमार अतुलनीय होती. सारं केवळ धर्मासाठी. सुलेमाननं त्यांना निरोप पाठवला होता, 'तुम्ही फक्त मुसलमान व्हा, मी परत जातो.' तो झुगारून ते लढले. पण तुर्कांचं संख्याबळ अफाट, त्यांना हटवणं अशक्य. अनेक महिने झुंझल्यानंतर त्यांनी नाइलाजानं सुलेमानशी तह केला. तहाच्या अटीप्रमाणे किल्ला स्वाधीन केल्यावर निवडक मंडळींना बेट सोडून जाऊ देण्यात आलं. मागे उरलेल्या, न बाटलेल्या शेकडो क्रिश्चनांची निर्दय कत्तल झाली. त्यांच्या रक्तानं ही भूमी चिंब भिजली.

पंचावन्न मिनिटं चाललेला कार्यक्रम चटकन संपला. खुबीदार प्रकाशयोजना. अक्षर नि अक्षर स्वच्छ ऐकू येईलसं सुरेख ध्वनिप्रक्षेपण. कसलेल्या नटांचे आवाज आणि उत्तम संहिता यामुळे सगळं समोर घडल्याचा प्रत्यय आला होता. अनायासे सगळी पार्श्वभूमी समजल्यानं पुढचं पाहणं सोपं झालं होतं.

सकाळी न्याहारीला खाली आले. हॉटेलचा मालक आंतोनीस दाराशी भेटला. खूप

गप्पिष्ट माणूस. मदतीलाही तत्पर. मी त्याला इथं काय काय पाहावं ते विचारलं.

''असं बघा,'' तो विचार करत म्हणाला, ''आत्ताशी आठ वाजताहेत. प्रथम तुम्ही या शेजारच्या टेकडीवर जा. तिथं प्राचीन ॲक्रोपोलिस आहे. प्रथम गाव तिथंच आणि तेवढंच होतं. त्यातलं फारसं काही शिल्लक नाही पण तिथून दिसणारा अजब देखावा तर पाहा. तोवर जुनं शहर जागं होईल. मग तुम्ही तिकडे वळा.''

ठीक. मग आधी ॲक्रोपोलिस. खूप चढावं लागलं. पोहोचेतो पाय भेंडाळले. पण वर पोहोचले आणि सगळं विसरले. ऱ्होड्स हे बेट. त्याच नावाची त्याची ही राजधानी त्याच्या उत्तर टोकाशी वसलेली. बोटीच्या टोकाशी उभं राहावं तशी बेटाच्या सर्वोच्च टोकाशी मी उभी होते.

सकाळची शांत वेळ. लोकांची गडबड अजून चालू व्हायची होती. सूर्य हातभर वर आलेला. त्याची सुवर्णवर्खी प्रभा सगळा परिसर उजळत होती. खाली तिन्ही बाजूंना सागर. मोत्यांचा तुरा खोवलेल्या त्याच्या इवल्या इवल्या निळ्या लाटा किनाऱ्याच्या सोन-रेतीवर चुबकताहेत. तिच्यावर शुभ्र पांढऱ्या आरामखुर्च्या हारीनं मांडलेल्या. प्रत्येकीवर निळी-पांढरी छत्री सावली धरून होती. मोठ्या बोटींनी दूरवर नांगर टाकलेले पण काठावर बारक्या बोटी मनमानी ये-जा करत असलेल्या. या सगळ्याच्या पलीकडे, लांब तुर्कस्तानच्या भूमीची किनार. सगळं स्वच्छ नि सुंदर दिसत होतं.

ग्रीसमधल्या प्रत्येक ठिकाणासारखं ऱ्होड्सही ग्रीक पुराणांमधे गुंफलेलं आहे. इथला सूर्यप्रकाश देलोसहून सरस. देलोस सूर्यपुत्र अपोलोची जननी तर ऱ्होड्स खुद्द सूर्याची पत्नी. कुठल्याशा एका दैत्याला मारल्याबद्दल प्रसन्न होऊन झ्यूसनं सगळ्या देवांमधे पृथ्वी वाटून टाकायचं ठरवलं. तेव्हा सूर्य नेमका गैरहजर होता. तो परत आल्यावर पाहतो तो प्रत्येकाला स्वतंत्र राज्य मिळालेलं. तेव्हा सूर्याला राग आला. तो गेला झ्यूसकडे आणि म्हणाला, ''देवा, सगळ्यांना आपापले देश मिळालेत पण माझं काय?'' तेव्हा झ्यूस कचाट्यात सापडला. पृथ्वी तर संपली. आता याला काय देऊ? पण तो म्हणाला, ''मी पाहतो, दुसऱ्या कुठल्या तरी राज्यातला तुकडा तोडून तुला देतो.'' सूर्य म्हणाला, ''असला दुसऱ्याचा उष्टा तुकडा मला नको. यापुढे पृथ्वीवर जे नवं निर्माण होईल ते माझं.'' तोच फळाफुलांनी बहरलेलं, सुगंधानं दरवळणारं हे माशाच्या आकाराचं बेट समुद्रातून वर येताना त्याला दिसलं. त्यावर गुलाबांचे सडे पडलेले पाहून सूर्य तात्काळ या भूमीच्या प्रेमात पडला. त्यानं ती झ्यूसकडून मागून घेतली आणि तिच्याशी लग्न केलं. तेव्हापासून त्यानं तिला प्रकाश आणि समृद्धी यांचं नित्य वरदान दिलं. त्यांच्या कामिरोस, इआलिसोस आणि लिंदोस या तीन मुलांनी इथं राज्य केलं. त्याच तीन नावामधे हे बेट विभागलेलं आहे.

मी उभी होते तिच ॲक्रोपोलिसची जागा. त्याचे फोरम, ॲगोरा, देवळं आणि राहती घरं असे चार भाग होते. एक थिएटर आणि स्टेडिअमही होतं. ते सगळं भग्न स्वरूपात असल्यानं एक चक्कर टाकून खाली उतरले आणि खरं पाहावंसं वाटत होतं त्या मध्ययुगीन गावाकडे वळले.

काल त्याचा इतिहास पक्केपणानं डोक्यात ठसल्यामुळे आज ते अगम्य वाटेना.

कालच्याच वाटेनं खंदक ओलांडून आत गेले. प्रथम ग्रँडमास्टर्स पॅलेसकडे वळले. हाच मला काल प्रथम दिसला होता. मनाच्या ओल्या मेणावर यानंच खोल ठसा उमटवला होता. प्रवेशदाराशी दोन उंच बुरूज होते. साठेक फूट तरी असतील. त्यांच्या बांधणीवरून, रेखीवतेवरून आतल्या संपत्तीची आणि सत्तेची कल्पना यावी.

आतल्या प्रांगणात शिरले. सुंदर पुतळ्यांची रेलचेल पाहत एका भव्य जिन्याच्या तळाशी पोहोचले. सत्तर-ऐंशी चकचकीत काळ्या संगमरवरी पायऱ्या तीन टप्प्यांमधे वर चढत होत्या. वीसेक फूट रुंद. त्या कधी चढले ते कळलं नाही. बाजूनं लावलेले मंद-सुंदर दिवे त्याची खानदानी भव्यता उजळत होते.

वरचे महालही भरपूर लांबरुंद. बड्या अधिकाऱ्यांची ही निवासस्थानं होती. त्याला साजेशा खोल्या, ओवऱ्या, मधून जाण्याच्या वाटा. सुंदर भव्य दरवाजे.

हे सगळं मूळचं नव्हे. असणंही शक्य नव्हतं. त्यातून १८५६ साली पडलेल्या विजेमुळे इथल्या दारुगोळ्याचा भडका उडाला आणि बरंचसं जमीनदोस्त झालं. पण पूर्वीच्या चित्रावरून ते पुन्हा तसंच उभं केलेलं आहे. फार प्रेक्षणीय. तसंच संपूर्ण ऱ्होड्समधली उत्तमोत्तम ग्रीक आणि रोमन भूमिचित्रं-मोझाइक्स आणून त्यांचं प्रदर्शन इथं मांडलेलं आहे. जमिनींचा सुंदर उपयोग केलेला आहे.

विविध प्रकारचं फर्निचर जागोजाग शोभत होतं. मधूनच सुंदर शिल्पं ठेवलेली. किती वैभव उपभोगलं या महंतांनी. त्या वेळी त्यांच्या गरीबीत राहण्याच्या शपथा कुठे गेल्या? की सत्ता आल्याबरोबर तत्त्वनिष्ठा गळतात? इथलीच एक सत्यकथा आठवली.

तुर्की सुलतान दुसरा महंमद याचा मुलगा शहाजादा सेम हा बापाच्या मरणानंतर गादीवर यायचा. पण त्याच्या भावानं त्याच्यावर हल्ला चढवला. तेव्हा शहाजाद्यानं इथल्या क्रिश्चन मठामध्ये आश्रय मागितला. अधिकाऱ्यांनी तो मोठ्या आनंदानं देऊ केला. कट्टर शत्रूचा मुलगा, भावी सुलतान ही विनंती करतोय. त्याहून नामी संधी कुठली? शहाजादा पळून ऱ्होड्सला आला. खुद्द ग्रँडमास्टरनी आणि सरदारांनी बंदरात येऊन मोठ्या डामडौलात त्याचं स्वागत केलं. मेजवानीसाठी मिरवणुकीनं, वाजत गाजत किल्ल्यात आणलं आणि लगोलग गिरफ्तदार करून भारंभार खंडणीसाठी त्याच्या भावाशी बोलणी सुरू केली.

मैत्री, विश्वास, वचनपूर्ती अशा उदात्त गोष्टी मानवी जीवनात शेवटी आकाशफळंच ठरत असतात का?

इमारतीच्या मधल्या चौकात गोल, अर्धगोल, त्रिकोन, चौकोन अशा मोजक्या आकारांचा वापर केला होता. जमिनीवर राखी-पांढऱ्या चौकानांचा दगडी गालिचा. बिनकठड्याचे, वळून जाणारे जिने. खालच्या कमानींमधे उभे पुतळे. सगळ्याचा असा काही मेळ साधलाय की एकीकडे बसून त्याचं ते रूप डोळ्यांनी पीत राहावं. इथल्या प्रकाशाबद्दल तर वेगळं सांगायला नको. सतेज उन्हाची नि काळ्याभोर सावल्यांची मजेदार क्रीडा चाललेली. पुतळ्यांना जिवंतपणाची चौथी मिती फुटली होती.

वाटल, की हे पुराण पुतळे बोलले तर काय म्हणतील? म्हणतील की ही जागा, हा किल्ला यांच्याकडे केवळ काल्पनिक आणि पोकळ स्वप्नाळूपणानं पाहू नको. इथं आता जी शांतता

नांदते आहे ती इतिहासातल्या गंभीर उलाढालींनंतरची, लष्करी खलबतं संपल्यानंतरची तोफांच्या गडगडण्यानंतरची, तरवारींच्या खणखणाटानंतरची, प्राणपणानं लढणाऱ्यांच्या आरोळ्या शमल्यानंतरची आहे. पूर्वीच्या अनुभवांनी शहाणी झालेली आहे ती. रक्ताचे पाट आणि प्रेतांचे खच आता इथं नाहीत. तरी हे संरक्षक तट, हे खंदक, हे पूल, हे बुरूज, या भिंती ...सगळ्या हजारो ध्येयनिष्ठ मानवांच्या बलिदानानं पवित्र झालेल्या आहेत. बहुतेक सारे कोवळे तरूण. अरबांच्या आणि तुर्कांच्या वेढ्यांना तोंड देता देता ते मृत्युमुखी पडले. त्यांच्या आठवणी इथल्या दगडादगडात आणि या मातीच्या कणाकणात भिनलेल्या आहेत.

तिथून उठले नि मुख्य दाराशी आले. पुन्हा एकदा ती वास्तू डोळाभर पाहिली आणि डावीकडे 'अॅव्हेन्यू ऑफ द नाइट्स' या अरुंद पण फार महत्त्वाच्या रस्त्यावर आले. हा उतरता रस्ता ग्रँडमास्टरच्या सरदारांचा. ते सप्तभाषिक सरदार इथं राहत असत. लांबीला भरपूर पण रुंदीला ज़ेमतेम वीस फूट. त्या वेळचे रस्ते शत्रूला थोपवण्यासाठी अरुंदच असायचे. खाली घोड्याचे पाय घसरू नयेत म्हणून दगडाकवड्यांनी बांधलेले. वरून जाणाऱ्या दोन दगडी कमानी त्याला रेखीव बनवत होत्या. सात देशातले सात भाषांचे लोक. त्यांनी आपापल्या धाटणीतली मोठमोठी घरं दुतर्फा सलग बांधलेली. प्रत्येक इमारतीत त्या त्या शैलीची काहीतरी वैशिष्ट्यपूर्ण गोष्ट होतीच. सध्या तिथं त्या त्या देशांच्या राजदूतांचा निवास असतो.

पाहत पाहत पुढे गेले आणि शेवटी वळून इथल्या जुन्या हॉस्पिटलमधे शिरले. गॉथिक पद्धतीतली, सुंदर कमानींची इमारत. जेरुसलेमच्या यात्रेकरूंसाठी केलेली ही सोय आता पुराणवस्तु-संग्रहालय म्हणून वापरली जाते. ग्रीसमधल्या सगळ्याच संग्रहालयात अमूल्य आणि मनोवेधक गोष्टींचा साठा आहे.

ऱ्होड्सच्या आफ्रोदीतीचा फूटभर उंचीचा इथला पुतळा खास प्रसिद्ध आहे. पाण्यात उतरून दोन्ही हातांनी ती ओले, कुरळे केस सावरत आहे. पण मला तिथल्या वेगळ्याच दोन गोष्टी आवडल्या. एक पुतळा, लहान मुलाचा. चार वर्षांपेक्षा काही त्याचं वय अधिक नसेल. त्याला मस्तक नव्हतं. पायाचाही एक तुकडा उडालेला. मधला भाग अखंड. दोन हजार वर्षांपूर्वीच्या त्या लेकरानं सदऱ्याच्या पुढच्या पाखात फळं गोळा करून पोटाशी धरली आहेत. त्याच्या हातानं ती मोटली कशीबशी पकडलीय. इतका सजीव की ती मोटली घट्ट धरण्यासाठी तो आता बोटांची मूठ वळेलसं वाटावं.

दुसरं, दफनभूमीतून आलेल्या मृत्यु-शिल्पांपैकी एक संगमरवरी शिळा. त्यावर आई आणि मुलगी कोरलेली. दोघीजणी एकमेकींकडे पाहताहेत. आई आपल्या लाडक्या लेकीचा शेवटचा निरोप घेत आहे. आता दूर होणं आवश्यकच आहे हे समजल्यानं दोघींच्या चेहेऱ्यावरती त्या अटळ आणि सनातन वियोगाच्या वेदना उमटलेल्या आहेत. ते गदगदलेले चेहेरे पाहताना माझी लेक आठवून गहिवरून आलं.

आणखी एक आफ्रोदीती इथं आहे. तिला थॅलासियाची आफ्रोदीती किंवा मरीन व्हीनस म्हणतात. चोवीसशे वर्षांची जुनी. तिचा सहा फुटी अखंड पुतळा समुद्रातच सापडला. शेकडो वर्षं एका बाजूनं लाटा फिरत राहिल्यानं ती अर्धी झिजली आहे. तरीसुद्धा ती पाहताना

शिल्पकाराच्या मूळ कलेला एक वाहतेपण आलंय, ती अधिक बोलकी, झुळझुळती झाली आहेसं मला वाटलं. अर्थात दुसऱ्या कुणाला ती मेणाच्या अर्धवट वितळलेल्या पुतळ्यासारखीही वाटेल.

इथलं काय बरं मनात बांधून घरी न्यावं? ते फळं गोळा करणारं बाळ! या वेळी माझ्याबरोबर येण्याची पाळी त्या पिल्लाची होती.

पाच तास झाले होते मला किल्ल्यात येऊन. दुपार होत आली होती पण जेवण्याची निकड वाटत नव्हती. परतताना एक छोटीशी पाटी दिसली. तिच्यावर एक भाव कविता लिहिलेली होती.

हे शेजारून जाणाऱ्या, माझ्यावर प्रेम करणाऱ्या पांथस्था,
या किल्ल्याचं कौतुक दुसऱ्यांना करू दे, तू माझं म्हणणं ऐक.
माझं नशीब या खाचेत अडकलेलं आहे,
माझी पालवी थरथरते आहे, जगण्याची आर्त हाक ऐकून ती कापते आहे.
तुला ही जागा केवळ एक गोड आठवण आहे
पण मला,
एका कोवळ्या कोंबाला,
उंच उंच झेपावण्यासाठी,
या तटबंदीच्या पलीकडे डोकावून बघण्याचा धीर येण्यासाठी
मला तिची गरज आहे.
(फोर्टिस व्हेरेलिस)

या कवितेसारखी आणखी एक गोष्ट आज अचानक पदरी पडणार होती. तिथल्या तटबंदीवर जाण्याचे दरवाजे खुले होणार होते. आठवड्यातून दोनदा ही संधी लाभते. बरोबर अडीच वाजता तिकिट काढलं आणि वर गेले. तिथून पुढचा दीड तास कसा गेला सांगू?

तटबंदी पन्नास फूट उंच आणि पंधरा फूट रुंदीची होती. म्हणजे अर्धचंद्राकार भरभक्कम रस्ताच वरून गेलेला. त्यावर चालणं अगदी सोपं. ही भिंत सबंध जुन्या शहराला मधे सांभाळते. त्याला तबकात मांडून तुमच्यापुढे ठेवते. शहर पाहण्याची झकास सोय. पण ती आपल्यासाठी नसून सैनिकांसाठी, संरक्षणासाठी केलेली होती. तिच्यात बुरूज होते. त्याच्यातून वाकून पाहिलं की जाळीच्या खिडक्यातून वर येणारे तिथले रस्ते दिसत. तर कुठे विहिरी. पलीकडे खोल खंदक पसरलेला. त्यापुढे नवं ऱ्होड्स वसलेलं.

उजव्या बाजूला वर उभी भिंत होती. तिच्यातून तोफा डागण्यासाठी, बंदुका चालवण्यासाठी जागा केलेल्या.

डावी बाजू पूर्ण मोकळी. त्यामुळे सगळं आरपार दिसत होतं. तिकडे तटबंदीनं अडवलेलं जुनं शहर. त्या मोजक्या जागेत चक्रव्यूहासारखे अनेक बारीक बारीक रस्ते. पाचशे वर्षांची दोनतीन मज़ली घरं. त्यांच्याहून आम्ही उंचावर. त्यामुळे सगळं निरखून पाहता येत होतं.

दुकानं, मशिदी, बागा आणि चर्चचे घुमट यांचा गच्च घोळमेळ. या सगळ्यांवर हुकमत गाजवणारा, फडफडता झेंडा उंचावणारा ग्रँडमास्टरचा तो रुबाबदार पॅलेस आणि त्याच्या शेजारची सुलतान सुलेमाननं बांधलेली मोठी थोरली मशीद. शेजारी ग्रंथालयाची ठळक इमारतही होती.

झुळझुळ वारं वाहतंय. अफाट दृश्य दिसतंय. चालताना उजवीकडे बघू की डावीकडे अशी स्थिती झालेली. पायाखालीदेखील पाहण्याजोगं. संरक्षणाचा मूळ हेतू संपला. तटबंदीवरची ही वाट आता हिरव्यागार गवतानं आच्छादलेली होती. हिरव्या शेल्याच्या चंद्रकोरीवर लालचुटुक रेशमानं कशिदा काढावा तशी पॉपीची अगणित फुलं फुललेली. खसखशीची ही फुलं किती वेगळी. मधे काळा गाभा. भोवती चारच तलम लाल पाकळ्या. चुरमुऱ्या पतंगी कागदाच्या केल्यासारख्या वाऱ्यावर भिरभिरणाऱ्या. खोट्याच वाटाव्या. त्यांच्यावर त्याच रंगांची फुलपाखरंही उडत होती. या झाडावरचं फूल उडून त्या झाडावर बसतंय. वीरमरणाशी पॉपीचं फूल जोडलेलं आहे. सैनिकांचं स्मरण नेहमी पॉपीचं चक्र वाहून केलं जातं. रणांगणावर त्यांनी सांडलेले रक्ताचे थेंब या पुष्परूपात परत उगवून येतात का?

वळत वळत पुढे चालले होते. सूर्याचे किरण कोन बदलत फिरत होते. त्यांच्यामुळे या प्राचीन वास्तूंच्या सावल्या बदलत जाऊन त्यांना गहिरेपण देत होत्या. रंगही बदलत होते. अखेरीस अर्धचंद्राच्या एका टोकाला जवळ जवळ भिडणाऱ्या दुसऱ्या टोकाशी समुद्राजवळ जाऊन पोहोचले. खाली उतरून किनाऱ्याशी गेले. बरोबर तिथेच गोलाकार खाडी होती. शांत उथळ. वाऱ्यापासून सुरक्षित. ती आणखी सुरक्षित करण्यासाठी समुद्रात गोल धक्के बांधून मधे जागा ठेवलेली होती. तिच्यातून भरती ओहोटी येणार-जाणार. त्यातूनच बोटी आत येऊन पूर्वी या बंदराला लागत. धक्क्यांच्या दोन शिंगांवर प्राचीन काळी 'द क्लॉसस ऑफ ऱ्होड्स' हा महाप्रचंड पुतळा दोन्ही बाजूंना पाय रोवून उभा होता. खालनं जाणाऱ्या बोटी त्याच्या घोट्याशी यायच्या. त्याच्या हातातली विजयाची जळती मशाल एजिअन समुद्रातून दूरवरून दिसे.

हा महाकाय पुतळा जुन्या जगातल्या सात आश्चर्यांपैकी एक समजला जाई. तेवीसशे वर्षांपूर्वी जिंकलेल्या एका लढाईचा विजयस्तंभ म्हणून तो उभारला होता. शंभर फुटांचा हा ब्राँझ पुतळा घडवायला बारा वर्षं लागली. तो नेमका कुठे उभा केला होता याबद्दल मतभेद आहेत. कुणी म्हणतात तो आताच्या ग्रँडमास्टर्स पॅलेसच्या जागी होता. ते शक्य आहे. एवढ्या वजनदार पुतळ्याला पेलायला तशाच भरभक्कम भूमीचा पाया हवा. बंदराच्या दोन बिंदूंवर तो तोलणं कठीण.

आता त्याचं काहीच मागे शिल्लक नसलं तरी तो होता हे नक्की. अनेक प्रवाशांनी तसं लिहून ठेवलंय. तो शंभर वर्षंतरी उभा होता. नंतर झालेल्या एका भूकंपात तो कोसळला. पडल्याजागीच तो आणखी आठशे वर्षं होता. पुढे एका हल्लेखोर लुटारू टोळीनं त्याचे तुकडे तुकडे करून तो ज्यू व्यापाऱ्यांना विकला. त्याला वाहून न्यायला एक हजार उंट कमी पडले म्हणतात.

त्या राक्षसी पुतळ्याच्या मानीव जागी, दोन बुरूज बांधले ते सेंट जॉन्सच्या लढाऊ

महंतांनी. धक्क्याच्या दोन टोकांमधे साखळदंड बांधलेले असत. त्यांतला एक मी इथल्या संग्रहालयात पाहिला. एकेक कडी पखवाजाएवढी. नवं गलबत आलं की त्याच्यावर अधिकारी लावतील तो कर दिल्याशिवाय त्याला आतच येता येत नसे. टनांनी वजन असलेली ती साखळी बाजूला सरकवण्याची कोणती यंत्रणा तेव्हा होती कोण जाणे.

दिवसभर जुनं शहर असं फिरून, पाहून, उपभोगून तृप्त मनानं हॉटेलवर परतले. दारातच आमचा आंतोनीस बसलेला. मोठं सहा मजली असलं तरी त्याच्या हॉटेलचं रूप घरगुती. त्यातून सध्या फारशी गर्दी नसल्यानं त्याला बोलायला फुरसद होती.

''सकाळी गेलात ते आताच परतलात ना?'' त्यानं हसत विचारलं. ''अॅक्रोपोलिस चढलात का? झालं का पाहून शहर?''

माझ्या फिरण्याच्या उत्साहाबद्दल त्याला कुठंतरी कौतुक वाटत असावं. काल आल्यावरही त्यानं खूप विचारपूस केली होती.

''जुनं खूप पाहिलं पण अजून नवं पाहायचं शिल्लक आहे.'' मी म्हणाले.

''म्हणजे झालंच म्हणायचं. पाहण्यालायक सगळं जुन्या विभागातच आहे.'' तो म्हणाला, ''मग उद्याचा काय बेत?''

''मला एखादी गाडी मिळेल का? मी स्वत:च बेटावर फिरून येईन म्हणते.''

पर्यटन संस्थेतून जायला योग्यशी सहल मला मिळत नव्हती.

''हो. त्याची मी व्यवस्था करतो. माझ्याकडे गाडी आहे.''

त्याच्याकडे सगळंच असतं असा माझा अनुभव होता. त्यानं भराभर फोन केले. भाडं वगैरे ठरवलं आणि उद्या सकाळी गाडी येईल म्हणून सांगितलं. नंतर खोलीची किल्ली देण्याआधी माझ्याकडे निरखून बघत तो म्हणाला, ''बाई, तुम्ही कुठल्या देशातल्या आहांत?''

''मी भारतीय आहे. कां बरं?'' मी विचारलं.

''सहसा तुमच्या देशातली माणसं दिसत नाहीत. तुम्ही ऱ्होड्सला आला आहांत. उद्या इथं फिरणार म्हणता. आणखी कुठे गेला होतात?''

मी त्याला माझ्या ग्रीस-भ्रमंतीची जंत्री सांगितली.

''एवढं फिरलात तुम्ही? कशासाठी?''

''मला फिरण्याची आवड आहे म्हणून आणि त्यावर काही लिहिता येईल का ते बघावं म्हणून.''

''तुम्ही लिहिता? मग तुम्हांला खूप पैसे मिळत असतील?''

''अजिबात नाही. त्यासाठी मी हा उद्योग करतच नाही.''

''मग तुमचा खर्च कोण देतं? बाहेर राहणं-फिरणं किती महाग असतं ना?'' तो त्याच धंद्यात होता.

''माझा एकमेव पाठीराखा म्हणजे माझा नवरा. तो मला पैसे पुरवत असतो.'' मी खरं ते सांगितलं.

''अंअं...तुमचा नवरा तिकडे आणि तुम्ही इकडे. तुम्हांला काळजी नाही वाटत?''

''कसली रे काळजी?'' मी नवलानं विचारलं.

''नाही, तुमच्यामागे तिकडे त्यानं काही भानगड केली तर?''

मला हसूच फुटलं.

''बाबारे, माझा नवरा असा प्राणी आहे'' मी म्हणाले, ''की भानगड करायची झाली तर तो आधी माझी परवानगी घेईल.''

तो एकदम हसला आणि म्हणाला, ''आणि तुम्ही काही कराल अशी नाही का भीती वाटत त्याला?''

''अजिबात नाही.'' मी उत्तरले, ''फिरतीचा वेळ मी कसा वापरते हे त्याला काय सगळ्यांनाच पुस्तकाच्या रूपात लगोलग दिसतं की. माझ्यावर त्याचा पूर्ण विश्वास आहे. मी पहा पहा पाहीन आणि खोलीवर परतल्यावर लिहीत बसेन हे त्याला पूर्ण माहीत आहे.''

तो आणखी जोरात हसला आणि माझा हात पकडून मला समोरच्या जेवणघरात घेऊन गेला. तिथं त्याची बायको आणि आई बसलेली. त्यानं ग्रीकमधून बहुधा आमचं संभाषण त्यांना सांगितलं असणार. बायको होती पंचावन्नच्या आसपास. ती माझ्याकडे कुतूहलानं बघायला लागली. आई ऐंशीपार. तिनं मात्र असा चेहेरा केला की काय रे देवा ही अगोचर बाई. घरदार सोडून इकडं कुठं भटकते आहे. नवऱ्याची काही काळजी आहे की नाही?

तिच्या बघण्यानं आंतोनीस हसला आणि मला म्हणाला, ''हे बघ, प्रत्येक पुरुषाच्या हृदयात एक काळा कप्पा असतो. तुला म्हणून सांगतो, आपल्या नवऱ्यावर इतका विश्वास ठेवू नकोस बरं.'' मग आणखी हसून तो म्हणाला, ''माझ्या लग्नाला आता पस्तीस वर्षं झाली. आता वेळ गेली, पण समजा मला कुणाकडे पाहायचं असलं तरी शक्य नाही, कारण सगळ्या जणी हिला ओळखतात. मला बघून दूरच पळत सुटतात.''

मी जोरात हसले नि म्हणाले, ''आपल्या सहजीवनात एक टप्पा असा येतो की त्या वेळी बोलून काही सांगावं लागत नाही किंवा एकमेकांवर पाळतही ठेवावी लागत नाही. आम्ही दोघं तिथं येऊन पोहोचलो आहोत.''

हे सगळं चालू असताना त्या दोघी सासूसुना स्प्रिंगरोलसारखं काहीतरी खात होत्या. झकास वास सुटलेला होता. सकाळपासून माझ्या पोटात हवाच गेली होती. पटकन खोलीत जाऊन काहीतरी खावं म्हणून मी वळले. त्यांतल्या सासूनं मला थांबवलं आणि शेजारची बशी पुढे केली.

तिला थांबवून सून आत गेली आणि बशीभर गरमागरम रोल्स घेऊन आली. हे 'दोल्मा' मी पूर्वी खाल्लेले होते. द्राक्षाची पानं भात आणि खिम्यानं भरून आपल्या अळूवड्यांसारखी उकडायची. दरेक घरची चव वेगळी. इथली फारच खुमासदार होती. बरोबर घट्ट कवडीचं दही. त्यांचा फन्ना काही क्षणांत उडाला.

सकाळी आठलाच विशीतली एक मुलगी माझ्यासाठी भाड्याची गाडी घेऊन आली. छोटीशी छान गाडी होती. मला आवडली. आंतोनीसचंही समाधान झालं. आता कागदावर सही करणार इतक्यात ती मुलगी म्हणाली, ''तुम्ही गाडी चालवून पाहता का?''

खरं तर गरज नव्हती पण मी 'हो' म्हणाले आणि चालवायला बसले. ती मुलगी

माझ्याशेजारी. सुरू करताना माझ्या लक्षात आलं की गाडी ऑटोमॅटिक नसून मॅन्युअल गिअर्सची आहे. बेटाचे रस्ते सगळे वरखाली होत जाणारे. अशा वेळी चालवणं जितकं सोपं तितकं बरं. मी तसं तिला म्हटलं.

''तुम्हांला असली साधी गाडी चालवायला येत नाही का?'' तिनं घाबरून विचारलं.

''तसं नाही. येते. पण मला दुसरी अधिक आवडते.'' मी सांगितलं.

तरी तिच्या मनातली शंका जाईना. मी माझं ब्रिटिश लायसेन्स काढून दाखवलं. गाडीतून फिरवून आणू का म्हणून विचारलं. पण ती काचकुच करायला लागली. मग मीच खाली उतरले आणि तिला गाडी नको म्हणून सांगितलं. तिच्या जन्माआधीपासून मी गाडी चालवते आहे पण ते तिला पटलं पाहिजे ना! मी भारतीय नसून एक गोरी बाई असते तर तिला इतका अविश्वास वाटला नसता कदाचित.

तडक समोरच्या 'एव्हिस' कार रेंटलकडे गेले. एक नवीकोरी गाडी पसंत केली आणि फर्रर करत तिच्या पुढ्यातून निघून गेले. फक्त दारात उभ्या असलेल्या आंतोनीसबद्दल वाईट वाटलं. त्याचं कमिशन बुडलं होतं.

ऱ्होड्सचे रस्तेही क्रीटसारखेच. चांगल्या स्थितीतले पण चढउताराचे. मी शक्यतो समुद्राच्या काठानं जायला पाहत होते. सगळीच ग्रीक बेटं सुरेख. पण आपणच सर्वांत सुंदर आहोत असा प्रत्येकाचा दावा. ऱ्होड्सचा तर विशेषच. आपल्यापाशी अतिप्राचीन, अर्वाचीन आणि आधुनिक सगळंच आहे. मध्ययुगीन जुनं गाव जसं राखलेलं आहे तसे प्राचीन अवशेषही आहेत. समुद्रकिनारे तर फारच सुंदर. पाणी नितळ आणि गरम असल्याची ते जोरदार जाहिरात करतात. त्यामुळे हे बेट प्रवाशांच्या यादीत पहिलं-दुसरं असतं. त्याचे पुरावे वाटेवर दिसत होते. दोहो बाजूंना छोटीमोठी सुंदर हॉटेल्स, रूम्स यांची पलटण उभी होती. पर्यटकांच्या स्वागताला सुसज्ज होती. सध्या मे महिनाच असल्यानं प्रवाशांच्या फौजा अजून चालून आल्या नव्हत्या तरी बरीच गजबज दिसत होती. आणखी दोन महिन्यांनी इथं हलता येणार नाही.

वाटेत बारीकसारीक ठिकाणं लागत होती. कुठं थोडं उतरून पाहत होते. कुठे नजर फिरवून तशीच पुढे जात होते. माझं लक्ष लागलं होतं लिंदोसकडे.

लिंदोस हे या बेटावर सर्वांत जुनं शहर. पावणेतीन हजार वर्षांपूर्वीचं. ऱ्होड्सच्या आधी तीनचार शतकं वसलेलं. इथली राजधानीदेखील होतं. ऱ्होड्स उत्तरेला देवमाशाच्या नाकाशी तर हे त्याच्या पंखापाशी. ऱ्होड्स हे नैसर्गिक बंदर नव्हे. तिथला खडकाळ किनारा आणि भरभर वारं बोटींना घातक. लिंदोसला उलट एकालगत एक अशी दोन बंदरं लाभलेली. दोन्ही नैसर्गिक. त्यामुळे ते राजधानीही होतं आणि धार्मिक केंद्रही.

किनाऱ्यालगत बऱ्याच ठेंगण्या टेकड्या लागत होत्या. बऱ्याचशा एकमेकींना जुळलेल्या. कधी कधी तर त्यांची माळकाच तयार व्हायची. तासाभरानं त्या एकदम थांबल्या आणि भोवताल मोकळं सपाट झालं. समुद्रकाठचा हा खुला विस्तार पाहत असताना दूरवर एक एकाकी उंच, नंगा खडक दिसला. सरळ ठोक उभा. त्याच्या माथ्यावर मुकुट चढवावा तशी

रेखीव कातरलेली तटबंदी होती. पायाशी एका बाजूला पांढरीशुभ्र घरं आणि दुसऱ्या बाजूला वाळूचा सुवर्णकंस. मागच्या निळ्याभोर गगनात सारं ठासून दिसत होतं. पाटी वाचण्याआधी मला कळलं की हेच लिंदोस.

पायथ्याशी जाऊन तिथल्या चौकात गाडी उभी केली. टेकडीवर आणि तळच्या मध्ययुगीन गावात गाडीला नव्हे तर वाहनांनाच बंदी आहे. चौक चांगला मोठा होता. मधोमध एका झाडाचा पार. उजवीकडच्या भिंतीवर संगमरवरी कारंजं. त्यात पिण्याचं पाणी खेळवलेलं. खाली उतरून त्याचा एक हबका तोंडावर मारला आणि चौकशीसाठी तिकिटघराशी गेले. पुन्हा वाटाड्याची चौकशी केली. पण मिळालेल्या माहितीपत्रकावरच भागवावं लागलं.

साडेदहा झाले होते. ऊन आणखी चढण्याआधी माथा गाठायचा होता. इथंही गाढवं दिमतीला होती. पण केवळ चारपाचशे फूट उंची. मी वरची वाट पकडली. अगदी अरुंद. जेमतेम दहा फुटांची असेल. गुळगुळीत दगडागोट्यांनी बांधलेली. खूप वळत जाणाऱ्या ज़िन्यासारखी ही पुरातन वाट अवघड होती. दोन्ही बाजूंना असलेली दुकानं मात्र हल्लीची. त्यांतून स्मरणवस्तू, खेळणी, कपडे, पुतळे, चित्रं भरपूर. खाण्यापिण्याच्या जागाही त्यांच्यातच घुसवलेल्या. माणसांची गर्दी. जत्रेचं वातावरण पण रस्ता अगदी स्वच्छ. ऱ्होड्सला आलेला माणूस लिंदोसला येतोच. नव्हे तो लिंदोससाठीच ऱ्होड्सला येत असतो. वर्षाकाठी दहापाच लाख लोक त्याला भेट देतात एवढी त्याची महती आहे. ती आता पटत होती.

रस्ता संपला आणि मधलं मोठं पठार लागलं. चढून दमलेली माणसं बाकांवर विसावा घेत होती. विस्मयानं सभोवती बघत होती. शेजारी एक छोटीशी बागही होती. डावीकडे खाली समुद्राचा विस्तार आणि त्यातून जाणाऱ्या चिमुकल्या बोटी. निळ्यावर शुभ्र कशिदा मोहक दिसत होता. उजवीकडे वरच्या तटबंदीला जायचा खूप उंच जिना आणि तिथल्या बांधीव इमारती दिसत होत्या. जिन्याच्या पायथ्याशी, कड्याच्या भिंतीवर खोदलेली सव्वादोन हजार वर्षांची जुनी लढाऊ बोट दिसली. विशेषत: तिचा विंचवाच्या नांगीसारखा वळलेला पुढचा भाग उठून दिसला. त्या वेळी लिंदोस कारागिरिसाठी संपूर्ण एजिअन समुद्रात ख्यातनाम होतं. ज्या कलाकारानं ही बोट खोदली होती त्यानंच ऱ्होड्सच्या क्लॉससचा महाभव्य पुतळा उभारला होता. आधुनिक हत्यारांशिवाय तो त्यानं कसा घडवला हा प्रश्न मनाला पुन्हा एकदा शिवून गेला.

शिखराशी जाणारा जिना चढताना दोन्ही बाजूंना आधाराला काही नव्हतं. अगदी मोकळा. सगळे जण जपून चढत-उतरत होते. वरून येणाऱ्याला वाट करून देत मी माथा गाठला. लगोलग मध्ययुगीन बुरुजांच्या प्रवेशद्वारात शिरले. सेंट जॉनच्या महंतांनी ऱ्होड्ससारखा हा किल्लाही बळकट करून घेतला होता. वरच्या माथ्याला रेखणारी ही दणकट तटबंदी तेव्हाची. सहाशे वर्षं झाली तरी बरीच टिकून आहे. आतला भाग मात्र मोडकळीला आलेला. जुन्या इमारती कोसळून दगड इतस्तत: विखुरलेले. ते ओलांडत तटाच्या एका मोडक्या भागाशी गेले. त्रिकोनी भगदाडातून केवढा विशाल सागर-परिसर दिसत होता. पायथ्याशी दोन्ही बाजूंना जुळी बंदरं. एके काळी इथून ऱ्होड्सचा संपूर्ण व्यापार चाले. आता तिथं हौशी पर्यटकांना घेऊन येणाऱ्या छोट्या छोट्या बोटी लागत होत्या.

मागे वळून वर चालायला लागले. हा भाग बिझेन्तिन साम्राज्यात क्रिश्चनांनी बांधलेला. याही भागात खूप पडझड झालेली. तिला वळसा घालून डावीकडच्या मोठ्या प्रांगणात पोहोचले. इथून पुढचा सगळा भाग अडीच हजार वर्षांपूर्वीच्या ग्रीक देवळांनी व्यापलेला होता. समोरच्या चार पायऱ्यांच्यापुढे आठ सुंदर खांब उभे होते. वर छप्पर नाही. बाजूला भिंती नाहीत. पण हेच तेवढे टिकलेले. चांगले वीस फूट उंच. पूर्वी इथं स्वागतासाठी प्रचंड आडवी 'स्टोआ' म्हणजे दर्शनी पडवी होती. दोन्ही टोकांना दिमाखदार इमारती होत्या. त्यांच्यापैकी फक्त हे खांबच मागे राहिलेत.

वर जाणारा जिना अतिशय रुंद आणि प्रशस्त. दोन्ही बाजूंनी कठड्यावाचून रिकामा. पण त्यावर पडण्याची भीती नव्हती. चढून वर गेले. इथल्या सर्वोच्च भागात येऊन पोहोचले होते. पुन्हा मोठं चौकोनी अंगण लागलं. वरच्या डाव्या कोपऱ्याशी लिंदोस-अथीना देवीचं मंदिर होतं. त्याचेही आता केवळ काही खांबच उरलेले. पण त्याच्या प्राकाराचा भव्य चौथरा होता. त्यावरून ते किती मोठं असेल याची कल्पना येत होती. अथीना देवीच्या काही अतिशय महत्त्वाच्या ठाण्यांपैकी हे एक होतं. आपण जशी तुळजापूरची भवानी, कोल्हापूरची अंबाबाई वा कन्याकुमारीची कन्याकुमारी ही एकाच पार्वती देवीची वेगवेगळी रूपं समजतो तशीच अथीना देवीची लिंदोस-अथीना, अथेन्सची पार्थेनोस-अथीना अशी वेगवेगळी रूपं मानत असत. पार्वतीच्या मूर्तींमधे, ध्यानांमधे, हातच्या शस्त्रास्त्रांमधे, पूजा करण्याच्या पद्धतींमधे आणि फलप्राप्तीमधेही स्थलानुसार फरक असतो. नेमके तसेच फरक अथीनाच्या विविध रूपांमधे मानले जायचे. लिंदोस तिचं खास मोठं ठिकाण. त्यामुळे आत मूर्ती नसूनही देऊळ पूर्वीच्या दिमाखाची आणि भव्यतेची साक्ष देत होतं.

जागोजागी दिसत आलेलं भोवतीचं दृश्य आता पुरं झालं होतं. सर्वांत उंच ठिकाणी आल्यानं, दीपगृहावर उभं राहिल्यासारखी नजर अष्ट दिशांना धावत होती. पुढच्या बाजूला अथांग सागर. त्यात कुठे लांबच्या टेकड्या डोकावताहेत. मागच्या बाजूला अगदी पायथ्याशी जुनं मध्ययुगीन गाव. त्यापलीकडे नव्या गावाची पांढरीधोप घरं. खणखणीत ऊन पडलेलं. पण भुरभुर वाऱ्यामुळे त्याचा चटका जाणवत नव्हता. अगदी कडेसरशी जाऊन मी खाली डोकावलं. कसलाही आधार नसलेला पायाखालचा हा चारशे फुटी सुळका तेव्हा भीतीदायकच वाटला. वाटलं, इथून उडी मारली तर कसरतपटूला दहा वेळा कोलांट्या घेत खाली टेकता येईल.

तेवढ्यात टेकडीच्या उतारावर खोदलेलं थिएटर दिसलं. पुन्हा एकदा ग्रीकांच्या रसिकतेनं चकित केलं. देवाच्या दर्शनाला येणाऱ्या भाविकांनीही कलेची बूज राखायलाच हवी. अठराशे लोकांच्या बसण्याची व्यवस्था असलेलं ते उघडं रंगालय आजही वापरलं जातं.

खाली परतायचं म्हणून मोठ्या जिन्याच्या मध्यावर आले आणि तिथेच थोडी बसले. समोर ते आठ खांब उभे होते. वाटलं, आज केवळ अवशेष रूपात उरलेली ही जागा पूर्वी कशी असेल? कित्येक हजार वर्षं माणसं इथं पूजन करत आली आहेत. हे भग्न देऊळ तीनेक हजार वर्षांचं जुनं. पण त्याच्याही आधी अकराशे वर्षं दुसरं एक देऊळ याच जागी उभं होतं. सबंध ग्रीक साम्राज्यातून इथं यात्रेसाठी लोक येत असत. दिसेल ते जिंकत चाललेला

अलेक्झांडर इसवी सनापूर्वी तीन शतकं या देवीला कौल लावून नतमस्तक झाला होता तसाच इसवी सनाच्या तिसऱ्या शतकात सेंट पॉल धर्मप्रसारासाठी इथं पोहोचला होता. इतरही अनेक महान व्यक्ती इथं येऊन गेल्या. त्या गेल्या तरी त्यांच्यातलं काहीतरी या वास्तूशी एकरूप होऊन मागे उरतं. तेच मनाला हुरहूर लावतं. आपलंही काहीतरी राहून गेल्यागत होतं.

परतताना वाटेवरच्या दुकानदारांनी गळ घालायचा सपाटा लावला. इथलं विणकाम फार प्रसिद्ध. पांढऱ्या शुभ्र लेसचे अभ्रे, टेबलक्लॉथ, रुमाल, कपडे पाहण्यासारखे. नमुन्यासाठी एक घेतला आणि खाली गावात गेले. छोट्या छोट्या रस्त्यांनी आणि सलग घरांनी ते खडकाच्या पायथ्याला घट्ट शिवलेलं होतं. इथंही रस्ते गोट्यांचेच. दोन्ही बाजूंना असलेल्या इथल्या घरांना 'कॅप्टन्स हाउझेस' म्हणतात. दुमजली घरं. खूप देखणी. प्रत्येकाच्या दारात गालिचा घातल्यासारखी समुद्र-गोट्यांची नक्षी. या काळ्यापांढऱ्या नक्षीला 'चोक्लाकिया मोझेइक्स' म्हणतात. कधी त्यात डॉल्फिन्स काढलेले, कधी बोटीचा नांगर, कधी चक्रं तर कधी समुद्रपक्षी. वर बोगनवेल किंवा द्राक्षांचा हिरवागार मांडव चढवलेला. दाराभोवती दगडात कोरलेली नाविक-नक्षी. या सुंदर घरांच्या दारात सुंदर पुष्परचना करून ठेवायचीही प्रथात आहे. मुळात देखणं, त्या गावाला नटवायचं तरी किती?

बाजूच्या एका इमारतीत बरेच जण जात होते म्हणून तिथं डोकावले. मला आधी ते खाजगी घरच वाटलं. पण ते इथलं मध्ययुगीन चर्च होतं. अगदी छोटंसं. चपला काढून आत गेले. थंडगार, किंचित अंधारा अंतर्भाग. कुणी शांतपणे प्रार्थना करताहेत. कुणी भिंतींवरची चित्रं पाहताहेत. मला करवतीच्या दात्यांसारखी तिथली चोक्लाकिया नक्षीच खूप आवडली.

दोन वाजून गेले होते. तास-दीड तासात ऱ्होड्सला परतले. गाडी परत केली. थोडी विश्रांती घेतली आणि चांगलेसे कपडे घालून पुन्हा किल्ल्यात गेले. आज माझी इथली अखेरची रात्र होती. पहिल्या रात्रीसारखी इथल्या भुलभुलैय्यात हिंडत गजबजाटात सामील होत ती मला घालवायची होती.

आधी समुद्रावर जाऊन बंदराशी थबकले. त्याच्या इतिहासाची ओळख झाल्यानं मला ते जवळचं वाटत होतं. इथंच कदाचित तो पहाडासारखा क्लॉसस उभा असेल. सेंट जॉनचे लढाऊ महंत इथून शहरात गेले. त्यांनी लुटून आणलेली लक्ष्मी इथूनच विजयोन्मादात आत पोहोचली. सुलतान सुलेमानची जहाजं इथवर आली असतील. इथून तोफांनी आगओक केली असेल. या भिंतींना खिंडारं पडली असतील. त्या वेळी एका दिवसात इतकी कापाकापी झाली की समुद्राचं पाणी लालभडक झालं होतं म्हणतात.

आता सगळं शांत होतं. किनाऱ्याशी काही मुलं वाळूत खेळत होती. कुणी कुत्र्याला फिरवत होतं. कुणी हातातलं कणीस खात होतं. इथं कधी काही घडलंच नाही असं वाटावं.

मधल्या मोठ्या दरवाज्यानं किल्ल्यात गेले. चमकत्या दिव्यांनी त्याला परीराज्यात नेलं होतं. दुकानं, मकानं, बारीक जाळीदार खिडक्या. छोट्या एकमेकीत गुंतलेल्या गल्ल्या. चौकोनी बागा. कुठे मिनार, कुठे बेल टॉवर्स. सायंप्रार्थनेच्या संथ घंटा सुरू झाल्या. त्यांच्यामुळे त्या चित्राला सूर लाभले.

आंतोनीसच्या शिफारसीचं एक रेस्टॉरंट स्ट्रीट ऑफ द नाइट्सच्या बाजूला होतं. त्या

रस्त्यावरूनही एक चक्कर अनायासे झाली. इथं अगदी शांतता. कुणीच नव्हतं. इमारतींतून छुपे दिवे लागलेले. ते जुने सरदार आताही आतमधे खलबतं करत असतीलसा भास झाला. उपाहारगृह उत्तम निघालं. वेटर फार तत्पर. इथली खासियत असलेले सगळे जिन्नस मागवले आणि चवीनं जेवले.

गेले दोनतीन दिवस मी या बेटावर होते. बरंचसं पाहिलं. पण घाई झालीसं वाटलं. तरी असं होणारच म्हणत मनाला समजावलं आणि उठले.

μ

सकाळी लवकर उठून लेझव्होसला निघाले.

मी आतापावेतो सहासात ग्रीक बेटं पाहिली होती. दर ठिकाणी काही विशेष पाहण्यासारखं होतं. ती एकमेकांच्या जवळही होती. ऱ्होड्स जरा लांब असलं तरी ते दक्षिण बेटांच्या समूहात मोडतं. हे लेझव्होस मात्र उत्तरेकडे आणि ग्रीक असलं तरी तुर्की म्हणावं इतकं तुर्कस्तानला लगटून होतं. तिथं वाट वाकडी करून जायलाच हवं. कारण माझी तीन मिनिटांची जीवश्च कंठश्च मैत्रीण तिथं होती. अगदी वेगळ्या प्रकारे माझ्या आयुष्यात शिरलेली मुलगी.

इजिप्तच्या सायनाय वाळवंटामधल्या दहाब या छोट्याशा गावातली वर्षापूर्वीची संध्याकाळ. नुकत्याच मला सहलीवर भेटलेल्या दोन जर्मन मुलींबरोबरचं जेवण आटपून समुद्र किनाऱ्यानं भटकत होतो. या नव्या मैत्रिणींच्या ओळखीचा एक घोळका किनाऱ्यावरच्या एका कॅफेमधे गप्पा मारताना सापडला. चांगले आठदहा जण होते. या दोघींची मी मैत्रीण म्हटल्याबरोबर अखख्या घोळक्याचीही आपोआप मैत्रीण बनले. माझ्या जर्मन मैत्रिणीनं 'लेखिका' म्हणून माझा सगळ्यांशी घाऊक परिचय करून दिला. ''ही सध्या इजिप्तमधे फिरतेय. त्याच्यावर लिहीत आहे. पुढच्या वर्षी ग्रीसला जाणार आहे.''

ग्रीस हा शब्द ऐकल्याबरोबर त्या घोळक्यातली एक जण दुरूनच मला म्हणाली, ''म्हणजे तू माझ्या देशात येणार. कधी येणार आहेस?''

''तसं काही नक्की नाही अजून.'' मी म्हणाले.

''जेव्हा जमेल तेव्हा ये. पण मला नकळत येऊन जायचं नाही. हा माझा पत्ता नि फोन नंबर. आपण भेटायचं.'' एवढं म्हणत तिनं आपला पत्ता एका कागदावर खरडला आणि याच्या त्याच्या हातातून तो माझ्यापर्यंत पोहोचवला. तेव्हा मला कळलं की तिचं नाव सेमेली. मी जर्मन मुलींबरोबर पुढे गेले. ती आपल्या मित्रमंडळात गुंतली. बस्स. हाच आणि एवढाच आमचा परिचय. त्यानंतर फक्त पत्रमैत्री. मधेच एखादा फोन. दरवेळी ती ''वाट बघते, कधी येतेस?'' असं विचारायची.

२००४च्या ग्रीक ऑलिम्पिक्सच्या वेळी मी तिच्या आईवडिलांना म्हणजे हेलन-दिमित्री यांना भेटले होते. मी पुन्हा ईस्टरला तिकडे येणार हे ऐकल्यावर दोघांनीही त्यांच्याकडे यायचा खूप आग्रह धरला. मी तशी आले, राहिले. तिच्या भावाला, आजीला, मावसआजीलाही भेटले. एकटी सेमेली सोडली तर तिच्या घरच्या सगळ्यांशी चांगला परिचय झाला होता.

सेमेलीची गाठ इतकी चुटपुटती पडलेली की आम्ही रस्त्यात भेटलो असतो तर एकमेकींना अजिबात ओळखलं नसतं. डोळे मिटून घेतले तर आवाजावरून मात्र तीच ती एवढं नक्की कळलं असतं. नुकतंच तिनं लेझ्व्होसला काम धरलं होतं. त्यामुळे ती मला अथेन्सला येऊन भेटणं कठीण होतं. तेव्हा आता डोंगर महंमदाच्या भेटीला चालला होता. नाहीतर ही मुलगी मला भेटूच शकत नव्हती.

लेझ्व्होसला विमानानं निघाले होते. ते ऱ्होड्सपासून इतकं दूर की बोटीचा विचारसुद्धा केला नाही. तीन तासात लेझ्व्होसच्या राजधानीत, मितिलिनीच्या विमानतळावर उतरले. सेमेलीशी आधी बोलून ठरवल्याप्रमाणे गावच्या बसस्टँडवर आम्ही भेटणार होतो. तिथं पोहोचले. मनात उत्सुकता आणि गमतीची भावना काठोकाठ भरलेली. मी भारतीय. तिनं मला ओळखणं सोपं होतं पण मी तिला ओळखीन का? अथेन्सला तिच्या घरी तिचा फोटो मी ओळखला नव्हता. स्टँडवर सगळीच ग्रीक माणसं. पण नवल म्हणजे तिला दुरून पाहताच मला समजलं की हीच ती. डोक्यात तिच्या छबीचा पुसट ठसा कुठंतरी होता तो नेमका जुळला. तिला गोंधळात पडण्याचं कारण नव्हतं. धावत ती माझ्याकडे आली आणि मितिलिनीच्या भर रस्त्यात आम्ही दोघी एकमेकींना कडकडून भेटलो. प्रत्यक्ष अशी ही दुसरीच भेट पण दोघींना नवखेपण वाटत नव्हतं. जणू आम्ही एकमेकींना वर्षानुवर्षं ओळखत होतो. माझ्यापेक्षा ती किती लहान. एका पिढीचं अंतर आम्हां दोघीत. पण वय, रंग, देश काही काही मधे येत नव्हतं. बोलण्यावागण्यात अवघडलेपण अजिबात नव्हतं. वय वाढतं तशी नवी मैत्री होणं कठीण असतं म्हणतात. मी त्याला सणसणीत अपवाद ठरत होते.

सामान तसंच बरोबर घेऊन आम्ही दोघी जेवायला गेलो. समुद्राकाठचं उपाहारगृह. कडेचं टेबल घेऊन सेमेलीनं भराभर पदार्थ मागवले आणि ती खूप खूप बोलायला लागली.

''हे बघ मीना, तू फिरून खूप दमलेली आहेस. आता माझ्याकडे चार दिवस अगदी आराम करायचा. हे बेट मोठं असलं तरी फार कमी वस्तीचं आहे. ही राजधानीच बघ. फक्त तीस हजार लोकवस्तीची. मी इथं यायचं ठरवलं तेव्हा घरचे म्हणायला लागले की अथेन्सशिवाय कसं करमेल तुला? अथेन्सच्या एका गल्लीत एवढी माणसं असतील. पण मला हे गाव खूप आवडलं. बघ ना किती सुंदर आहे ते.''

पुढ्यातल्या कागदी टेबलक्लॉथवर लेझ्व्होसचा नकाशा छापलेला होता. तो बोटानं गिरवत ती म्हणाली,

''हे बेट बघ कसं मेपल लीफसारखं किलवरी आकाराचं आहे. त्याचे हे तीन भाग. त्यांच्यामधून गेलेल्या या खाड्या. त्यांनीच बेटाला आकार दिला आहे. या खाडीच्या दोन बाजूंना हे बघ मितिलिनी वसलं आहे.'' बाहेरच्या समुद्राचा पट्टा दाखवत ती म्हणाली, ''ही पाहा ती बोटासारखी खाडी. आणि तिच्याभोवती लपेटलेलं हे गाव. छान आहे नं?''

सेमेलीचं म्हणणं अगदी खरं होतं. लेझ्व्होस इतर ग्रीक बेटांसारखंच, पण निराळं. खाडीला बिलगून जाणारा लांबलचक रस्ता. त्याच्या दुसऱ्या बाजूला दुकानं. शेवटी तो एका टेकडीच्या पायथ्याशी जाऊन नाहीसा होत होता. त्या टेकडीवर वसलेलं गाव उतरत उतरत येऊन खालच्या समुद्रात पाय बुडवत होतं. रस्त्याच्या दुसऱ्या टोकाला दुसरी टेकडी आणि

किल्ला. त्याच्या आजूबाजूलाही घरं. गावाच्या या चंद्रकोरीमधे सगळी घरं कौलांच्या लालचुटुक टोप्या घालून ऐटीत बसलेली. त्यामुळे त्या टेकाडांनीच लाल शाल पांघरलेली आहेसं वाटावं. भोवतीच्या हिरव्या झाडांनी आणि आकाशाच्या निळ्या पडद्यानं त्यांना छानदार उठाव दिलेला.

''हं. आपली भेटगाठ तर झाली. आता पुढचा कार्यक्रम काय?'' सेमेली म्हणाली.

''माझा तोच मुख्य कार्यक्रम होता. आता तू म्हणशील तसं.'' मी म्हणाले.

''तुला लेझव्होसची कितपत माहिती आहे?'' तिनं विचारलं.

''अजिबातच नाही. मला या बेटावरची एकमेव माहीत असलेली गोष्ट म्हणजे तू. केवळ तुझ्यासाठी मी इथं येऊन पोहोचले आहे.''

''माझ्यापेक्षा खूप प्रेक्षणीय आणि महत्त्वाच्या गोष्टी आहेत इथं.'' सेमेली हसत म्हणाली. ''लेझव्होस हे फार प्रसिद्ध आणि गाजलेलं ग्रीक बेट आहे. एक तर ते तुर्कस्तानच्या किती जवळ आहे ते तुला दिसतंच आहे.''

''म्हणजे?''

''अगं इथून तुर्कस्तान केवळ पाच मैलांवर आहे. ते काय.''

ज्याला मी या बेटाचा पलीकडचा भाग समजत होते तो दुसरा देश होता हे ऐकून गार झाले.

''त्यामुळे बिझेन्तिन साम्राज्याच्या वेळी याला फार राजकीय महत्त्व होतं. इस्तंबूलहून ग्रीसला जाता-येता हे वाटेवर लागायचं. ही झाली गेल्या हजार वर्षांतली गोष्ट. पण त्याच्याही आधी या बेटाचा लौकिक होताच. होमरच्या ओडिसी आणि इलियड या दोन्हींमधे लेझव्होस आहे. या बेटावर पडतो तसा सूर्यप्रकाश आणखी कुठे पडत ना...''

''सेमेली,'' मी तिला हातानं थांबवत, मोठ्यानं हसत म्हणाले, ''हे वाक्य मी कितव्यांदा ऐकते आहे गं! पारोसला तेच, देलोसला तेच, सांतोरीनी, ऱ्होड्स सगळीकडे हाच दावा मी ऐकलेला आहे. कुठला सूर्यप्रकाश सर्वोत्तम ते तुम्ही सगळे जण मिळून एकदाचे ठरवा बघू. उगा आम्हां प्रवाशांना कां चकवता?''

''खरं आहे तू म्हणतेस ते.'' सेमेलीही हसायला लागली. ''या बेटांमधे तशी चढाओढच आहे म्हणेनास. प्रत्येकाला आपला प्रकाश अधिक स्वच्छ, अधिक पारदर्शी आहेसा वाटतो खरा. पण लेझव्होसला बारमहा वसंतऋतू असतोसं मानतात. 'देवाच्या सुगंधी श्वासातून, आरस्पानी प्रकाशातून आणि मंजुळ स्वरांतून उगवलेलं, या एजिअन समुद्रावर तरंगणारं सदा प्रफुल्लित पुष्प' असं त्याचं बहारदार वर्णन करतात.

लेझव्होस इतक्या कलांचं माहेरघर आहे, इथं इतके कलावंत निर्माण झालेत की मला वाटतं याच बेटावर सूर्याचं सर्वाधिक प्रेम असणार. या कलांचा वारसा पुराणांतून आलेला आहे. गायन-वादनाचा ग्रीक देव ऑर्फिअस इथं आहे हे तुला माहीत आहे?''

''नाही.'' मी म्हणाले. मला या बेटाची विशेष माहिती नव्हती. नेहमीच्या ग्रीक बेटांमधे ते येत नसल्यानं त्याबद्दल वाचलेलंही नव्हतं.

''मी सांगते थोडक्यात.'' हौसेनं माहिती पुरवण्याचा आपल्या वडिलांचा वारसा पुढे चालवत ती म्हणाली, ''ऑर्फिअस हा अपोलोचा मुलगा ग्रीसच्या थ्रेस प्रांतात जन्मला.

स्वरमंडल वाजवत तो अतिशय मधुर गायचा. तो गायला लागला की स्थिरचर-पृथ्वी ऐकायची. झाडं हलायची, डोंगर त्याच्या पाठी यायचे. नद्यांचं पाणी खळायचं. तो अपोलोची भक्ती करायचा. त्यामुळे दायोनिसोसला त्याचा फार राग आला. त्यानं थ्रेसच्या बायकांकडून ऑर्फिअसचा खून करवला. त्यांनी त्याचे हातपाय तोडले. डोकं उडवलं. ते नदीत पडलं आणि गात गात इथं लेझ्व्होसला पोहोचलं. त्यामुळे ही भूमी कलाभूमी ठरली. त्याच्याबरोबर त्याचं स्वरमंडलही वाहत इथं आलं. इथल्या कोकिळा सर्वांत मधुर गातात त्या त्यामुळे, असं म्हणतात.

बरं, आता तुझा इथला कार्यक्रम ठरवू या. आज संध्याकाळी आपण म्युरिअलला भेटणार आहोत.''

क्रीटमधे भेटलेल्या या फ्रेंच-ऑस्ट्रेलिअन बाईला मीच सेमेलीचा पत्ता दिला होता. ती लेझ्व्होसच्या एका खेड्यात योगाभ्यासासाठी आलेली होती. तिला आज भेटायचं होतं.

''उद्या किंवा परवा इथलं स्टोन फॉरेस्ट पाहायचं. जॉर्ज नावाचा माझा मित्र. त्या विषयात डॉक्टरेट करतोय. तो विद्यापीठात शिकतो आणि शिकवतोसुद्धा. फॉरेस्टच्या म्यूझिअमचं कामही तो बघतो. त्याच्याबरोबर जायचं. तू स्टोन फॉरेस्ट कधी पाहिलं आहेस?''

''हो. चीनमधे एकदा पाहिलं होतं. तसलं जगात दुसरं नाही म्हणतात.'' मी म्हणाले.

''ते वेगळं आणि हे वेगळं. त्यांच्यातला फरक तुला जॉर्जच समजावून देईल. परवाच्या दिवशी त्या म्यूझिअममधे त्याचं व्याख्यान आहे. त्यासाठी तो तिकडे जाणारच आहे. तो तुला बरोबर घेऊन जाईल.''

''मी तर तेव्हा पुढे थेसलनीकीला जाणार.'' मी म्हणाले. ''तुला भेटायला मी दोन दिवसापुरती आले होते. जॉर्जला उद्या नाही का तिकडे जाता येणार?''

''नाही. कॉलेजच्या विद्यार्थ्यांपुढे त्याचं व्याख्यान आधीच ठरलंय. स्टोन फॉरेस्ट इथून बरंच लांब आहे. मला येता येणार नाही पण तू मात्र अवश्य जाऊन ये.''

''पण माझं विमान? ते कसं बदलणार?'' मी म्हणाले.

''आपण ऑलिम्पिक एअरवेजला विनंती करून तुझं तिकिट बदलून घेऊ. पण 'वर्ल्ड हेरिटेज' ठरलेलं हे एकमेव वन तू पाहिल्याखेरीज राहू नकोस.''

सृष्टीचा चमत्कार समजलं जाणारं जागतिक वारशाचं ठिकाण, त्यातल्या जाणकाराबरोबर पाहायला मिळणार. हाती आलेली ही सुवर्णसंधी डावलणं शक्य नव्हतं. मी होकार दिला.

''ते पाहून झालं की माझ्याकडे थोडी राहा. मगच तू पुढे जायचं हं. आता आपण घरी जाऊ या. माझा राजमहाल बघ तरी कसा आहे तो. तू विश्रांती घे. नंतर मी तुला आमच्या विद्यापीठात घेऊन जाईन.''

सेमेली विमानतळाच्या दिशेनं असलेल्या टेकडीच्या चढावर राहत होती. टॅक्सीतून तिकडे जाताना मोठाल्या सुंदर इमारती दिसायला लागल्या. इतर ग्रीक बेटांवर साधारण पांढऱ्या चौकोनी इमारतींचं राज्य असतं. इथं तसं नव्हतं. त्यातून लेझ्व्होसची वस्ती फार कमी. या आलिशान इमारती पाहून मला नवल वाटत होतं. व्यवसायानं सेमेली वास्तुशास्त्रज्ञ. ती मला त्यांचे टॉवर्स, स्तंभ, बाल्कन्या, बुरूज दाखवत त्यांच्या बांधणीतल्या खुब्या सांगत होती,

सौंदर्य दाखवत होती.

''एवढ्या ढंगांच्या अशा सुरेख इमारती इथं असतीलसं मला वाटलं नव्हतं.'' मी म्हणाले.

''मोक्याच्या जागी असल्यानं या बेटावर सगळी राज्यं नांदून गेली. प्रत्येकानं आपल्या पाऊलखुणा मागे ठेवल्यात. इथं थांब रे.'' ती टॅक्सीवाल्याला म्हणाली.

फिक्या केशरी आणि पांढऱ्या रंगाच्या एका खूपच सुंदर इमारतीपुढे आम्ही उतरत होतो. इथं सेमेली राहते? मला नवलाचा धक्का बसला.

''इथली जागा भाड्यानं द्यायची आहे अशी जाहिरात वाचली तेव्हा मलाही असंच नवल वाटलं.'' सेमेली खूष होत, दार उघडत म्हणाली. ''म्हणून गावापासून जरा दूर आहे आणि थोडी महाग आहे तरी मी ही चटकन घेऊन टाकली. इथल्या घरांचा देखणा नमुना म्हणून लेझ्व्होसच्या प्रवासी पुस्तकात तिचं चित्र आहे.''

आतली जागा छानच होती. बसायची मोठी खोली. तिच्याच एका भागात छोटंसं स्वयंपाकघर. पलीकडे मोठी झोपायची खोली. तिथं दुहेरी पलंग. एक स्नानगृह. आटोपशीर पण परिपूर्ण. विद्यार्थिनीला साजेशी.

''ही खोली तुझी.'' शयनगृहात गेल्यावर सेमेली म्हणाली. ''मी बाहेरच्या सोफ्यावर झोपेन.''

''अगं कशासाठी? मोठा पलंग आहे. आपण दोघी झोपू या.''

''नको. सकाळी मला लवकर जायचं असतं. तुला त्रास नको.'' तिनं आग्रह धरला.

परदेशात केवळ काही मिनिटं भेटलेली एक मुलगी. ती मला इतका जीव लावतेय या विचारानं माझं मन भरून आलं. आलेला गहिवर दाबून टाकून मी तिच्यासाठी आणलेल्या भेटवस्तू दिल्या. त्या आवडल्याचं तिच्या चेहेऱ्यावर उमटल्यानं माझं समाधान झालं.

ठरल्याप्रमाणे दुपारी विद्यापीठात जायला निघालो. सेमेलीची सायकल दारात मोकळी ठेवलेली होती.

''ही आत ठेवू या का?'' मी म्हणाले.

इंग्लंडमधे सायकली इतक्या लगेच चोरीला जातात की पाच मिनिटंदेखील कुलुपाशिवाय ठेवता येत नाहीत.

''काही गरज नाही त्याची. इथं चोरी होत नाही.'' सेमेली ठामपणानं म्हणाली.

''म्हणजे?''

''अगं, लेझ्व्होस हे बेट आहे. चोर इथून वस्तू बाहेर कशी काढणार? लोकसंख्येनंही कमी. त्यामुळे सगळे जण एकमेकांना ओळखतात. आम्ही घरालाही कुलूप लावतोच असं नाही.''

आधुनिक रामराज्यच म्हणायचं हे. दुसऱ्या कुठल्या बेटात मला ही सूट दिसली नव्हती.

विद्यापीठ दुसऱ्या टेकडीवर होतं. सकाळी वास्तुज्ञाच्या कचेरीत नोकरी करून दुपारी सेमेली इथं शिकायला येते. ती भूगोल शिकते आहे याचं मला नवल वाटलं.

''हे काय वेगळंच तुझ्या डोक्यात आलं?'' मी विचारलं.

भारतासारखे एकमार्गी युरोपमधले विद्यार्थी नसतात. पुष्कळदा दुसरा अगदी वेगळा विषय निवडून त्याचा अभ्यास करतात. तसं हिचं दिसतंय.

''मी इथं राहायला येईपर्यंत माझ्या मनात भूगोलाविषयी विशेष आस्था नव्हती. पण जॉर्जनं मला त्याची गोडी लावली. आज त्याची गाडी त्यानं आपल्याला दिली आहे. ती घेऊन आपण म्युरिअलकडे एफ्तालूला जाऊ या. ठीक?''

सेमेलीनं विद्यापीठ फिरून दाखवलं. फार मोठं नव्हतं पण सगळ्या सोयींनी भरलेलं होतं. आधी इतक्या छोट्या गावात विद्यापीठ आहे हेच नवलाचं होतं. त्यातला कला-विभाग विशेषच होता. या बेटावर अनेक जुने नवे लेखक-कवी-कलावंत होऊन गेले. त्याचा विद्यापीठाला सार्थ अभिमान वाटत होता.

जार्जच्या गाडीनं आम्ही एफ्तालूला निघालो होतो. मितिलिनीच्या उत्तरेला तासाभराच्या अंतरावर हे अगदीच लहानसं गाव होतं. जाण्याचा रस्ता समुद्रकाठच्या कड्यावरून वळत वळत चालला होता. एकीकडे पाताळदरी दुसरीकडे नानारंगी फुलांनी सजलेले, हिरवेचार आकाशस्पर्शी डोंगर. जपून गाडी चालवत सेमेली मला म्हणाली, ''अथेन्स सोडून मी इकडं का राहायला आले याचं उत्तर तुला मिळालं ना? लेझ्व्होसला मुलाखतीसाठी आले नि या परिसराच्या प्रेमातच पडले.''

''पण हे गाव चिमुकलं. इथं बांधकामं ती कितीशी होणार?'' मी म्हणाले, ''तुला अनुभव कसा मिळणार? मोठी, विशेष कौतुकाची बांधकामं अथेन्सलाच असणार नाही का?''

तरुण वर्गाला सहसा शहरी वातावरणाची ओढ असते. ही हुशार मुलगी आपल्या भवितव्याकडे पाठ फिरवून या आडजागी कशी रमली?

''नुकत्याच झालेल्या ऑलिम्पिक्समधे अख्खं अथेन्स पुन्हा बांधून झालं. त्या वेळी तिथं झालेले घोळ-घोटाळे पाहून मी लहान ठिकाणी राहायचं पसंत केलं आहे. मूळची अथेन्सची असले तरी, ग्रीसची अर्धी लोकसंख्या तिथं एकवटल्यानं आता ते मला आवडेनासं झालं आहे. इथं मला मनासारखी नोकरी आहे. नुकतंच सुरू झालेलं लहानसं ऑफिस आहे माझं. माझ्यावर खूप जबाबदारी टाकतात. चांगला अनुभव मिळतोय. माझं मित्रमंडळ फार चांगलं आहे. ते मला खूप चाहतात. मी इकडे खरंच आनंदात आहे.

एकमेव ग्रीक नोबेल प्राइझ विजेता कवी ओडिसिअस एलायटिस. तो इथला. त्याला लेझ्व्होस फार आवडतं. तो म्हणतो इथल्या इतकं डोळ्यांसाठी सकस अन्न दुसरीकडे मिळणं अशक्य. हे निसर्गसौंदर्य, त्याला उजळवणारा हा प्रकाश तुम्हांला दिसला नाही तर तुम्ही आंधळे तरी नाहीतर ठार वेडे तरी!''

त्याचं म्हणणं किती खरं आहे ते मी प्रत्यक्षच अनुभवत होते.

गप्पा मारत असताना एफ्तालूचं वळण आलं. म्युरिअलचं सुंदर हॉटेलही आम्ही शोधून काढलं. आम्हां दोघींना पाहून तिला खूप आनंद झाला. मी सेमेलीची ओळख करून दिली. मोकळ्याचाकळ्या स्वभावाच्या त्या दोघी चटकन एकमेकीत रमल्या. चहापान झालं.

''आता आमच्या योगाचा दुपारचा वर्ग आहे. येता पाहायला?'' म्युरिअलनं विचारलं.

वर्ग जवळच होता. मार्शल नावाच्या अमेरिकन जोडप्यानं तो चालवलेला होता. हे आपल्या पुण्याच्या अय्यंगारांचे शिष्य. गुरूंसारखेच शिष्यही जगभर फिरून योगाची शिबिरं घेत असतात. डोंगराच्या कुशीत, समुद्राच्या सान्निध्यात. इथं मात्र त्यांनी छोटासा आश्रमच बांधला आहे. एक मोठं, नवंकोरं सभागृह आणि शेजारी त्यांची स्वत:ची राहण्याची व्यवस्था. तिथं पोहोचल्यावर पादत्राणं बाहेर काढून ठेवताना एकदम भारताची आठवण आली.

तीनचार पायऱ्या चढल्यावर मोकळा प्रशस्त हॉल होता. समोर छोटंसं स्टेज. त्याच्यावर सत्तरीजवळचं ते जोडपं. मार्शल नुसतेच बसलेले. त्यांच्या पत्नी खूप अवघड आसनं करत होत्या. सेमेली आणि मी फक्त बघायला गेलो होतो. आम्ही दारातच थांबल्यावर मार्शल स्वत: आमच्यापाशी चालत आले आणि त्यांनी आम्हांला आसनांत भाग घ्यायची विनंती केली. जन्मभर आसनं केली असल्यानं मी लगेच जवळची चटई उलगडली. सेमेली थोडी थबकली. ती हा प्रकार पहिल्यांदाच बघत होती.

इतर दहाबारा मंडळी होती. पुढचा दीड तास आसनांमधे जसा नेहमी जातो तसा नकळत, चटकन सरला. मंद संगीताच्या पार्श्वभूमीवर धीरगंभीर, शांत आवाजात सूचना देत ते दोघे आसनं करून घेत होते. स्वत: करून दाखवून आमच्या चुका सुधारत होते. योगिक तत्त्वज्ञान विशद करत होते. मधेच केव्हातरी सेमेलीनंही सुरुवात केल्याचं जाणवलं. शेवटच्या शवासनानंतर डोळे उघडले तेव्हा जग नव्यानं बघितल्यागत वाटलं.

भारतीय योगासनं लोकप्रिय होऊन जगभर प्रस्थापित झाल्याला कित्येक दशकं उलटली. पण ती जगाच्या या सुदूर कोपऱ्यात इतकी रुजली असतीलसं वाटलं नव्हतं. नकाशावर सापडायलासुद्धा कठीण असलेल्या या बेटावर आणि त्यातल्या या नखभर जागेवर, गेली अनेक वर्षं पृथ्वीच्या कानाकोपऱ्यांतून लोक येऊन योगसाधना करतात, त्यातून मनाला शांती मिळवतात याचा खरोखर संतोष वाटला. एकच गोष्ट भरपूर खटकली. दोन आठवड्याच्या या शिबिरासाठी मार्शल दांपत्य प्रत्येकी पंचाहत्तर हजार रुपये (ध्यानधारणेचे वेगळे) आकारत होते. सर्वांना सुखी आणि निरामय करण्याची भाषा भरदार आवाजात बोलत आपली पोतडी भरत होते. योगविद्येचा धंदा करत होते.

''लंडनला सप्टेंबरमधे आमचं शिबिर आहे. त्याला अवश्य या'' या त्यांच्या आमंत्रणाला तोंडदेखला होकार देऊन आम्ही दोघी तिथून सटकलो.

संध्याकाळी आठचा सुमार मितिलिनीच्या मध्यवर्ती चौकात सेमेलीबरोबर बसले होते. सेमेली ही खरोखर फार लोकप्रिय मुलगी आहे. दहाबारा मुलंमुली तिची वाट पाहत होत्या. मी येणार ते तिनं आधी सांगून ठेवल्यामुळे गेल्याबरोबर माझ्यावर स्वागताचा वर्षाव झाला. सगळे विद्यार्थी. त्यामुळे एकत्र जमून गंमतजंमत करत होते तरी खाण्यापिण्याचे पैसे ज्याचे तो भरत होता. कुणाचाच भार कुणावर नाही. मनमोकळ्या गप्पा चाललेल्या. नुकत्याच अनुभवलेल्या योगाबद्दल सेमेली उत्साहानं सांगत होती. बहुतेकांना कामचलाऊ इंग्लिश येत होतं. माझी अडचण होत नव्हती.

समुद्राच्या काठावरच्या मोठ्या चौकातलं कॅफे. दुकानांची आणि उपाहारगृहांची रांग

लागली होती. सगळी गच्च भरलेली. उघडमीट करणारे दिवे नि पार्श्वसंगीत चालू होतं. गजबजाट होता. चौकाच्या मधोमध चबुतऱ्यावर, हातात तंतुवाद्य गेतलेल्या एका स्त्रीचा मोठा शुभ्रधवल पुतळा होता.

''हा पुतळा कुणाचा?'' मी सेमेलीला विचारलं.

''हा साफोचा पुतळा.'' माझा कोरा चेहरा पाहून ती पुढं म्हणाली, ''साफो ही ग्रीसमधली फार मोठी कवयित्री. इसवी सनापूर्वी सातव्या शतकात ती होऊन गेली. दुर्दैवानं तिचं फारसं लेखन उपलब्ध नाही पण तिच्या तरल-कोमल प्रेमकविता अतिशय लोकप्रिय आहेत. आजही आमच्या शाळेत मुलांना त्यांतल्या काही काही शिकवल्या जातात.''

जिच्या प्रतिभेचा फुलोरा वाचकाला सत्तावीसशे वर्षं भुलवतो त्या स्त्रीकडे मी पाहत राहिले.

''ओडिसिअस एलायटिस, आमचा नोबेल लॉरिएट स्वत:ला तिच्या वंशातला समजतो. ती त्याची 'वयात थोडं अंतर असलेली थोरली बहीण'. इतका तिचा प्रभाव अजून आहे.''

''एका कवयित्रीचा तुम्ही एवढा सन्मान करता?'' मी विचारलं, ''सर्वांत महत्त्वाच्या चौकाला तिचं नाव ठेवता?''

''ती फक्त कविता करणारी नव्हती. त्या काळच्या पुरुषप्रधान संस्कृतीत ती वेगळ्या विचारांची, धाडसी मनस्विनी म्हणूनही प्रसिद्ध होती. समलिंगीसंभोगाबद्दलची आपली आवड झाकून न ठेवता समाजापुढे उघड मांडायला ती कचरली नाही.''

सेमेलीच्या वाक्यानं मी एकदम चमकले.

सेमेली हसली आणि म्हणाली, ''लेझ्व्होस किंवा लेइबॉस हे या बेटाचं नाव. ग्रीकमधे बीटाचा उच्चार व्ह होतो. त्यावरूनच 'लेस्बिअन' हा शब्द आलेला आहे.''

''चल. काहीतरीच काय!'' मी उद्‌गारले.

''अगं खरंच सांगते. विचार तू इथल्या कुणालाही.''

या तरूण मंडळीत असल्या विषयावर चर्चा करणं माझ्या स्वप्नातही कधी आलं नसतं!

त्यांना त्याचं काहीच वाटत नव्हतंसं दिसलं. हसत हसत एकानं जवळच्या एका हॉटेलकडे बोट दाखवलं. चांगलं पाचसहा मजली नवं हॉटेल. त्याच्यावर निऑनच्या लाल अक्षरात 'हॉटेल लेस्बिअन' अशी पाटी चमकत होती. जो शब्द चारचौघात सोडाच पण मनातल्या मनात उच्चारतानासुद्धा शिवी दिल्यासारखं कचरावं, लहानथोरांना, पोराबाळांना दिसेलसा ठळठळीत लिहिलेला.

माझा चेहरा पाहून सेमेली जोरात हसत म्हणाली, ''इथं लेस्बियन हे मुलीचं नाव असतं.''

बाकीचेही हसले.

''काय?''

यावर माझा विश्वास बसणंच शक्य नव्हतं. नक्की ते सगळे जण मिळून माझी चेष्टा करताहेत.

''पहिल्यांदा मी इथं आले तेव्हा माझ्याही कानाला ते खटकलं. तिला लेस्बिया वगैरे हाका मारतात. मितिलिनी विमानतळाच्या एका दुकानावर ठळक लिहिलंय, 'व्हेरी यूजफुल, हँडमेड, लेस्बिअन गुड्स'. आमच्या इथे घरगुती बनावटीच्या अति-उपयुक्त लेस्बिअन वस्तू

मिळतील.''

त्यावर हास्याचा स्फोटच झाला.

''आमच्या देशात पुरातन कालापासून जशी होमोसेक्श्युॲलिटी मान्य झालेली आहे तसंच लेस्बिअनिझमही ग्रीक परंपरेनं स्वीकारलेलं आहे. आमचा सर्वांत प्रसिद्ध नायक अलेक्झांडर द ग्रेट होमोसेक्श्युअल होता हे त्याच्या शौर्याइतकंच सुप्रसिद्ध होतं.''

''तुला ऑर्फिअसची गोष्ट माहीत आहे का?'' दुसऱ्या एका मुलानं विचारलं.

''हो. आजच मला सेमेलीनं सांगितली.'' मी म्हणाले.

''त्याचं मस्तक या बेटाला येऊन पोहोचणं आणि नंतर इथं कायम राहणं याच्यामागे खास संकेत आहे. ऑर्फिअस होमोसेक्श्युॲलिटीचा स्वीकार आणि प्रसार करणारा देव होता. त्याचा खून झाला तो यासाठी. तो बायकांनी कां केला तेही तुला कळलं असेल आता.''

''साफोच्या काळात तिलाही भरपूर विरोध झाला.'' सीना नावाची सेमेलीची मैत्रीण म्हणाली. ''तिला समाजाची मान्यता मिळाली नाही. आजही जी कल्पना स्वीकारणं कठीण, ती त्या काळी कशी चालणार? आपलं प्रेम उजळ माथ्यानं सफळ होऊ शकत नाही याची खंत वाटून साफोनं या एजिअन समुद्रातच जीव दिला. काळाच्या मानानं ती फार पुढच्या विचारांची होती. तिला आद्य स्त्रीमुक्तीवादिनी समजून तिचा हा पुतळा हल्लीच एका अमेरिकन स्त्री-संस्थेनं बसवला आहे.''

तरीच तो पुतळा झिजला-बिजलेला नव्हता. नवाच वाटत होता.

ज्याची गाडी आम्ही दुपारी उसनी घेतली होती तो जॉर्ज तेवढ्यात आला. माझी त्याची अजून गाठभेट झाली नव्हती. तोही असाच पंचविशीतला. जरासा लठ्ठ. काळ्या गोल काड्यांचा चष्मा त्याच्या गोल चेहेऱ्यावर मजेशीर दिसत होता. त्यातून त्याचं सालसपण अगदी स्पष्ट दिसत होतं. नम्रपणे हसून त्यानं माझा हात हातात घेतला आणि शेजारची खुर्ची ओढून तो बसला. नुकतंच काम संपवल्यानं दमलेला दिसला पण खास मला भेटायला आला होता. भूगोलाचा नसून तो भूगर्भशास्त्राचा विद्यार्थी होता. सखोल ज्ञान होतं त्याचं. इंग्लिश बोलण्याच्या बाबतीत थोडा कच्चा असला तरी माहिती सांगण्याची कळकळ भरपूर होती.

''तू कधी असलं रान बघितलं आहेस?'' त्यानं मला सेमेलीचाच प्रश्न विचारला.

''हो. चीनच्या कुन्मिंग भागात मी काही वर्षांपूर्वी गेले होते. तिथं अश्मारण्य आहे.'' मी म्हणाले.

''ते अगदी वेगळं.'' जॉर्ज म्हणाला, ''पृथ्वीच्या पोटातल्या हालचालींमधून समुद्राचा तळच्या तळ उचलला गेल्यामुळे आतले खडक उघडे पडून ते अरण्य तयार झालेलं आहे. खालचे दगड फक्त वर आले. पाण्यानं तुळतुळीत गुळगुळीत झालेल्या त्या उंचच उंच, संलग्न कपारींना अश्मारण्य म्हणतात. तेही आश्चर्यच पण इथं तसं नाही. इथलं मूळचं झाडांचं रान नंतर दगडाचं झालं.''

''कसं?''

''आपण वीस मिलिअन वर्षांपूर्वीची गोष्ट करतोय. त्या वेळी हा समशीतोष्ण प्रदेश होता. आता हिवाळ्यात बर्फ पडत असल्यानं तो बराचसा थंड प्रदेशाकडे झुकतो. त्या काळी इकडे

तुफान पाऊस पडायचा. त्यामुळे ॲमेझन खोऱ्यासारखं घनदाट पर्जन्यवन इथं तयार झालं होतं. रेडवुड, फर्न किंवा पामची मोठमोठी झाडं होती. आमचा ग्रीस बेटाबेटांनी बनलाय ते तुला माहीतच आहे.''

''हो बाबा, ती तुडवता तुडवता नाकी नऊ आलेत माझ्या. सलग जमिनीवरचा प्रवास त्याहून खूप बरा.''

''एके काळी जमिनीचा हा सगळा भाग सलगच होता. तुर्कस्तानला जुळलेला होता. तिथं भडकलेल्या ज्वालामुखींमुळे जमिनीची शकलं शकलं उडाली. चिडलेल्या पोरानं हातातल्या गोट्या भिरकवाव्यात तशी ही बेटं एजिअन समुद्रात विखुरली. लेझव्होसची जमीन, झाडं तुर्कस्तानसारखीच आहेत. ज्वालामुखींच्यामुळे हे अश्म रान तयार झालं.''

''काय?'' मी बुचकळ्यात पडून म्हणाले, ''ज्वालामुखी सगळं जाळून खाक करतो ना? आणि समजा जरी रान कसंतरी वाचलं तर त्या झाडांचे 'फॉसिल्स' होऊन छाप उठतील. कोळसा किंवा पेट्रोल तयार होईल पण त्या लाकडांचा दगड कसा होईल?''

जॉर्ज हसला आणि म्हणाला, ''हो. होतो. हा ज्वालामुखी उफाळला तेव्हा वरचे खडक जळून त्यांची लाखो टन राख तयार झाली. ती वेगात वर फेकली गेली आणि खाली आली. सबंध लेझव्होस बेट त्या राखेच्या ढिगाऱ्यांखाली पार झाकलं गेलं. ज्वालामुखींच्या लाव्हात 'सिलिकॉन' हे मूलद्रव्य भरपूर असतं. त्याचं प्रमाण जितकं जास्त तितका तो रस अधिक आम्ल होत जातो. ते प्रमाण पन्नासहून अधिक असलं की आम्ल आणि तिसाहून कमी असलं की तो अल्कली गुणधर्माचा होतो. इथं ते साठ टक्के इतकं जोरदार होतं. वरून राखेचं पांघरूण पडलं. बाहेरच्या प्राणवायूशी संबंध संपला. झाडं मेली तरी प्राणवायुविना कुजण्याची क्रिया झाली नाही. मग त्या झाडांच्या पेशींमधल्या कार्बन मूलद्रव्याची जागा हळूहळू सिलिकॉननं घेतली. जास्त शक्तिमान असल्यानं त्यानं कार्बनला हाकललं. म्हणजेच झाडाच्या पेशींची रेती झाली. तीच घट्ट झाली की दगड तयार होतो. हजारो वर्षं ही क्रिया चालू राहिली. लहान झाडं मातीला मिळाली पण मोठी दगडी होऊन बसली. तेच आज अरण्य बनलं आहे.''

''मग हे अगदी प्राचीन काळापासून इथं असणार.'' मी म्हणाले.

''ते तसं होतंच पण खोल गाडलं गेलं होतं. गेल्या काही शतकांमधल्या भूकंपांमधून पुन्हा ते वर आलं. हळूहळू उघडं पडलं. त्याच्या अस्तित्वाची कल्पना आल्यापासून आता त्याचे अवशेष दिसले की आम्ही परीश्रमपूर्वक वर काढतो आणि त्यांना जपतो. दगड होताना आणखी जे धातू त्याच्यात मिसळतात त्याप्रमाणे त्यांचा रंग होतो. हे असलं वन तुला बघायला आवडेल ना?''

मी खुषीत होकार दिला आणि दोन दिवसांनी जॉर्जबरोबर जायचं नक्की झालं.

इतका वेळ दाढीवाला एक तरुण माझ्याकडे नुसताच हसून पाहत होता. मधूनच तो सेमेलीच्या कानी लागायचा. अखेरीस सेमेली मला म्हणाली, ''अगं, याला तुला काही विचारायचं आहे.''

''नाही, नाही. हिलाच काहीतरी विचारायचं आहे.'' असं म्हणत त्यानं ते सेमेलीवर

ढकललं. लहान पोरांसारखं त्यांचं ते तू-मी पाहून मला हसू आलं. ''काय विचारायचं आहे ते कोणीतरी विचारा पाहू.'' मी दटावलं.

''नाही, म्हणजे काय आहे...तुम्ही भारतीय ना?'' त्यानं मला विचारलं.

''होय.'' हे याला आत्ता कळलं काय?

''तुम्ही इथं आहांत त्या वेळात एकदा आम्हांला भारतीय जेवण खिलवाल का?''

''एवढंच ना. जरूर. पण मला हवे असलेले जिन्नस, मसाले वगैरे इथं कसे मिळणार?'' मी म्हणाले. हाती असलेल्या दोनतीन दिवसात, परक्या घरी हा उपद्व्याप करत बसायची मला तितकीशी इच्छा नव्हती. पण या गोड मुलांना नकार देववेना.

''त्याची काळजी सोडा. तुम्हांला काय हवं ते सांगा, आम्ही ते पैदा करतो.''

आता सुटका नव्हती. मी कबूल केलं आणि स्टोन फॉरेस्ट पाहून आल्याच्या दुसऱ्या दिवशी संध्याकाळी सगळ्यांनी सेमेलीकडे जमायचं ठरलं.

दुसऱ्या दिवशी सकाळी सेमेली कामावर जाताना मला गावात सोडून गेली. आज मी एकटीच भटकत होते. आधी विमानाचं तिकीट बदलायचं होतं. तो एक मोठाच उद्योग झाला. इथून थेसलनीकीला जायला बोटी पुष्कळ पण विमानं थोडी. सबंध दिवस मागेपुढे करत शेवटी तीन दिवसांनंतरचं तिकीट मिळालं आणि हुश्श झालं.

उरला दिवस मितिलिनीमधे भरपूर फिरले. एवढंसं गाव पण पाच हजार वर्षं इथं वसलं असल्यानं पाच सहस्रकांच्या पाऊलखुणा त्याच्यावर उमटलेल्या आहेत. जुन्या आगोरा, फोरम जागांवर आता नवा बाजार उभा असला तरी कानाकोपऱ्यात त्याच्या खुणा आहेतच. जुनं रोमन थिएटर भग्न स्वरूपात आहे. त्यानंतर आलेल्या बिझेन्तिन साम्राज्यातलं मोठंच्या मोठं चर्च आहे. इथलं चिमुकलं म्यूझिअम बघून टाकलं. बंदरातल्या कस्टम्स कचेरीच्या जवळ लिबर्टीचा पुतळाही पाहिला. सुवेझ कालव्याच्या प्रवेशद्वारासाठी बनलेल्या पण न्यूयॉर्कला जाऊन थडकलेल्या या प्रसिद्ध पुतळ्याच्या प्रतिकृती अशा अनपेक्षितपणे जगभर भेटतात. पॅरिसमधल्या एका पुलाआड तो असाच दडलेला आहे.

इथला मध्ययुगीन किल्ला मोडकळीला आलेला असला तरी फारच मोठा आहे. भूमध्य समुद्राच्या काठानं असलेल्या एकूण किल्ल्यांमधे हा सर्वांत प्रशस्त. एकेकाळी समुद्रावर दरारा गाजवणाऱ्या या वास्तूचं आता फक्त टरफल उरलं आहे. काप केव्हाच गेले.

निरनिराळ्या वास्तू पाहत होते. त्यांच्या निमित्तानं गावभर फिरत होते. गावचं वातावरण एकदम घरगुती. गजबजलेलं असूनही कुणी तुटक वागत नव्हतं. मला काही पुस्तकं हवी होती. एका दुकानात विचारलं. भाषेचा प्रश्न. त्याच्याकडे ते पुस्तक नाही हे लक्षात येताच त्यानं दुकानातला पोऱ्या बरोबर देऊन मला आपल्या प्रतिस्पर्ध्याकडे धाडलं. दिलखुलास मोकळे लोक.

संध्याकाळी पुन्हा एकदा सेमेलीसह मित्रांच्या अड्ड्याला भेट झाली. जेवणाचं नक्की केलं नि घरी आलो.

ठरल्याप्रमाणे दुसऱ्या दिवशी सकाळी नऊला जॉर्ज मला घ्यायला आला. बेटाच्या

वायंव्येला जायचं होतं. सुरुवातीचा रस्ता सेमेली बरोबर योग-शिबिराला गेले होते तोच होता पण आता त्याला वाचा फुटली होती. वाटेवरचा दगड नि दगड, खडक नि खडक कसा बनला, त्याला तोच विशिष्ट आकार कां मिळाला, त्याचा अमूक रंगच कां आहे याचं भूगर्भशास्त्रीय विवेचन जॉर्ज करत होता. सतत बोलत होता. मी एकाग्रतेनं ऐकत होते.

''लेझव्होसचा आकार असा तीन पाखांचा होण्याचं कारण त्याच्या जवळून जाणारे हे ऊष्ण सामुद्रिक प्रवाह. समुद्राचे हे दोन पट्टे दोन किनाऱ्यांनी वाहत असल्यानं तिथे जमिनीची झीज अधिक झाली. नदी जशी जमीन खोदत जाते तसा समुद्रही तिला भेगा पाडतो. मात्र त्याला लाखो वर्षं लागतात.'' जॉर्ज म्हणाला.

वास्तविक भूगोल हा रसाळ विषय आहे असं मला कधीच वाटलं नव्हतं. शाळेत असताना तो कसातरी दामटून निभवायचा. पिकांना माझ्या पेपरात, जमिनी-पावसांबद्दलची आपली सगळी आवड निवड, 'काळी कसदार जमीन आणि बेताचा पाऊस' एवढ्यावर भागवावी लागे. मतलई वारे मतलबी वाटत. व्यापारी वारे पैशांची थैली लपवत येत. डोंगरांच्या उंच्या, समुद्रांच्या खोल्या सगळं वाळवंटागत रुक्ष वाटे. त्यापेक्षा गोष्टींनी भरलेला इतिहास, सालं पाठ करताना मेंदूची सालं काढत असला तरी रम्य वाटायचा. निदान तो माणसाळलेला तरी असे.

आता जॉर्जबरोबर जाताना भूगोल नीरस समजण्यात माझी केवढी मोठी चूक होत होती ते लक्षात आलं. हजारो, लाखो वर्षांपूर्वी घडलेल्या घटना तो आज जिवंत करत होता. भूगोल म्हणजे पृथ्वीचा इतिहास हे उमगायला लागलं होतं. त्यातही अनेक कोडी होती, उत्पात होते, भांडण-लढाया होत्या आणि समेटही होते. हे सगळं घडलं होतं, घडत होतं म्हणून आज मी इथं हे बघायला निर्माण झालेली होते. आहे त्या कक्षेहून पृथ्वी थोडीजरी मागेपुढे झाली असती, तिच्यावर असलेल्या ज्वालामुखींनी तिला असं आतून बाहेर घुसळून, उकलून वरखाली केलं नसतं, हवेचं, वायूचं वातावरण निर्माण झालं नसतं तर ही पृथ्वी म्हणजे शुक्रासारखी अतितप्त किंवा मंगळासारखी अतिथंड होऊन सूर्याच्या भोवती फिरणारा, जीवनरहित गोळा कशी झाली असती ते समजायला लागलं होतं. जॉर्ज खरोखर हाडाचा शिक्षक. माझ्या अगदी बालबोध प्रश्नांनासुद्धा समाधान होईतो उत्तरं देई.

समुद्रकाठ सोडून आम्ही आत घुसलो होतो. रस्त्याच्या दुतर्फा खूप उंच आणि वेडेवाकडे खडक होते. कधी त्यांना कुऱ्हाडीची धार असायची तर कधी ते नारळाचं पोतं व्हायचे. एके ठिकाणचे काटेकोर तोललेले, आता पडतील की मग असं वाटणारे शिलाखंड पाहून मला आपल्या महाबलीपुरम्च्या तशाच तोललेल्या 'बालकृष्णाच्या हातच्या लोण्याच्या गोळ्या'ची आठवण आली.

''असे गुळगुळीत दगड, मुद्दाम एकावर एक कसे मांडले जातात?'' माझी पृच्छा.

''ते समजायला जरा पृथ्वीच्या रचनेकडे वळतो.'' जॉर्ज म्हणाला. ''पृथ्वी म्हणजे एक भलंमोठं संत्रं आहे असं समज. त्याला एकावर एक अशा तीन सालींचं किंवा कवचाचं आवरण आहे. सर्वांत वरच्या पातळ सालीवर म्हणजे 'क्रस्ट'वर आपण राहतो. तिच्या खालची दुसरी साल म्हणजे 'मॅन्टल'. ते शेकडो मैल खोल आहे. त्याचेही दोन भाग वरचा

तुलनन थंड आणि खालचा गरम रसरुप भाग म्हणजे मॅग्मा. त्याच्याही खाली अत्यंत उष्ण आणि द्रवरुप असा पृथ्वीचा मध्य त्याला 'कोअर' म्हणतात. कवच्याला ढकलून मॅग्मा वर यायचा सारखा प्रयत्न करत असतो. तिथं मधे नळी असलेले त्रिकोनी उंचवटे तयार होतात. अखेरीस वरच्या कवच्याला (क्रस्टला) फोडून तो वाहायला लागला की आपण ज्वालामुखी जागा झाला असं म्हणतो. त्याच्या विवरातून बाहेर पडला की मॅग्माला लाव्हा म्हणतात. काही काळानं ज्वालामुखी शांत झाला की वाहायचा थांबतो. मग बाहेर न येऊ शकलेला मॅग्मा नळीत थंड होतो. त्याचा आतच खडक बनतो. वाऱ्यापावसानं त्याच्याभोवतीची माती धुपून जाते आणि मग हे आतले विचित्र, विक्षिप्त आकार बाहेर येतात.

''त्यांची पण एक शिस्त असते. मॅग्मामधे कोणत्या धातूंचं, कसं मिश्रण असतं त्यावर त्यांचं पोत अवलंबून असतं. काही अतिकठीण असतात ते तसेच धारदार राहतात पण त्यामानानं ठिसूळ असलेले बाहेरच्या हवापाण्यानं घासून हातानं पॉलिश केल्यासारखे गुळगुळीत होतात.''

बोलता बोलता जॉर्जनं पृथ्वीची अंतर्गत रचना दाखवणारा एक नकाशा माझ्या हातात दिला. तो पाहून कोट्यवधी वर्षांपूर्वी घडलेल्या या घटना नेमक्या कशा घडल्या असतील त्याचा अंदाज येत होता.

''पण ठरावीक ठिकाणीच कां ज्वालामुखी उफाळतात?'' परत माझी शंका.

''मधल्या कवचाचा वरचा भाग अखंड नसून त्याचे तुकडे-तुकडे आहेत. त्यांना टेक्टॉनिक प्लेट्स म्हणतात. या दूर जातात, जवळ येतात, एकमेकींवर आपटतात किंवा एकमेकींवर चढतातदेखील. भूमध्य समुद्राखाली आफ्रिकन प्लेट ही युरेशिअन प्लेटला ढोसते. त्यातली आफ्रिकन हळूहळू युरेशिअनच्या खाली चालली आहे. नेमक्या याच चल-रेषेवर ग्रीस वसलेला आहे. त्यामुळे इथं भूकंपांचं आणि ज्वालामुखींचं प्रमाण खूप आहे. पाच फार मोठ्या आणि कित्येक लहान ज्वालामुखींचं त्या रेषेवर कडं तयार झालेलं आहे. सांतोरीनीचा तो महान ज्वालामुखी याच कड्यातला. पृथ्वीची घडण कधीच पूर्ण होत नाही. तिच्यात सतत परिवर्तन होत राहणार. तिच्यातले हे बदल कळणं आणि त्यानुसार आपण बदलणं हे मानवी जीवनासाठी आवश्यक आहे.'' जॉर्ज हसून पुढे म्हणाला, ''भूगर्भशास्त्र आताशा आपल्या हाती थोडं थोडं लागायला लागलं आहे. त्यातच घडलेलं एक अमोल आश्चर्य बघायला आपण चाललो आहोत.''

रस्ता चांगला बांधलेला पण तो अवघड भागातून जात होता. एकमेव आमची गाडी चाललेली. जंगलामधून अनेक घाट पार करत होतो. कधी झाडी एकदम आटून रखरखीत प्रदेशही लागायचा.

मी हातातला नकाशा बघत असताना एक वळण गेलं आणि जॉर्जनं गाडी थांबवली. तो ती मागे न्यायला लागला. मी प्रश्नार्थक मुद्रेनं त्याच्याकडे बघते तोच त्याच्या उलटं जाण्याचं कारण दिसलं. चढणीच्या कोपऱ्यावर एक म्हातारासा माणूस उभा होता. जॉर्जनं आपणहून थांबून त्याला गाडीत घेतलं. त्याला कुठं जायचं आहे ते ग्रीकमधून विचारलं. पुढचा अर्धा तास तो खेडूत आमच्याबरोबर होता. त्याला हव्या त्या जागी सोडल्यावर जॉर्ज म्हणाला, ''या

भागात बस-सेवा अगदी कमी आहे. याला पुढची केव्हा मिळाली असती कोण जाणे.''

कुणीही न सांगता कर्तव्यबुद्धीनं आपलं काम करणाऱ्या त्या जबाबदार तरुणाबद्दल मला विशेष आदर वाटला.

तासभर गेला असेल. हिरव्यागार परिसरात मोठा डोंगर उतरत होतो. नकाशातून डोकं वर करून मी जॉर्जला म्हणाले, ''हे सगळे उत्पात घडवणारा इथला तो ज्वालामुखी कुठंशी आहे?''

जॉर्ज मोठ्यानं हसला आणि म्हणाला, ''अहो मॅडम, आपण त्याच्यातच आहोत.''

''ज्वालामुखीत?''

''हो. मघा कोरडा भाग संपून आपण या प्रचंड, हिरव्यागार वाडग्यात शिरलो. तेच ज्वालामुखीचं तोंड आहे. तो थंडावल्यावर सगळी जमीन अतिशय सुपीक बनते. इथं एकदम अशी दाट वृक्षांची झाडी त्यामुळे निर्माण झाली. शिवाय या बेटावर पाणीही भरपूर आहे. वारंवार लागणारे ओढे पाहिलेस ना? भूगर्भाची आठवण देणारे गरम पाण्याचे औषधी झरेही बेटभर पसरलेले आहेत.''

निघाल्याला तीन तास होऊन गेलेले. आता पुन्हा समुद्राच्या जवळ आल्यासारखं वाटत होतं. जॉर्जनं एक वळण घेतलं आणि एका आधुनिक बैठ्या पण मोठ्या इमारतीपुढे गाडी उभी केली आणि म्हणाला, ''हे म्यूझिअम.''

दारात एका झाडाचं अश्मरूप झालेलं चारेक फूट उंचीचं खोड ठेवलेलं होतं. दोनेक फूट रुंद. कुणा शिल्पकारानं अगदी हुबेहूबसं दगडात कोरून काढून ठेवल्यासारखं दिसत होतं. रेतीचे अगदी बारीक बारीक कण त्याच्यामधे चमकत होते. पुढे होऊन त्याला हात लावावसं वाटलं.

''नाही.'' जॉर्ज मला थांबवत म्हणाला, ''उघड्यावर असला तरी हा जागतिक ठेवा आहे. त्याला कुणीच हात लावायचा नाही.''

किंचित वरमून मी 'सॉरी' म्हणत त्याच्यामागे म्यूझिअममधे शिरले.

तिथले अधिकारी जॉर्जची वाटच पाहत होते. त्यांनी आमचं स्वागत केलं. चहापान झालं. व्याख्यानाला आलेले विद्यार्थ्यांचे घोळके चटकन आतल्या ॲम्फिथिएटरमधे बसले. मीही जॉर्जबरोबर आत गेले. पुढचा एक पूर्ण तास त्यानं चार अब्ज वर्षांपूर्वी झालेल्या पृथ्वीच्या जन्मापासून आतापर्यंत घडलेल्या मोठ्या घटनांचा आढावा घेतला. क्रस्ट, मँटल आणि कोअर समजावून सांगितले. भूकंप, ज्वालामुखींची माहिती आणि आपल्याला मिळालेला हा एकमेव मित्रग्रह पुढे कसा सांभाळायचा याचं विवेचन केलं. व्याख्यान अर्थातच ग्रीकमधून होतं. आधी थोडं माहीत असल्यानं आणि पारदर्शिकांच्या सहाय्यानं विशद केल्यामुळे ते कळणं मुळीच अवघड गेलं नाही. रस्त्यात कळलं होतं त्याची संपूर्ण सचित्र उजळणी झाली.

त्यानंतर एक सहकारी मुलगी बरोबर घेऊन जॉर्जनं मला संपूर्ण म्यूझिअम स्वत: फिरून दाखवलं. झाडांची बदललेली खोडं होतीच पण त्यांची मुळं, फांद्या, पानं, फळं, कोन्स सगळ्याचे दगडात उठलेले छाप किंवा रूपांतरीत अश्म तिथं होते. खोडांच्या आत

असणाऱ्या, झाडाचं वय दाखवणाऱ्या दर वर्षाला एक याप्रमाणे वाढत जाणाऱ्या 'ॲन्युअल रिंग्ज' मोजता येण्याइतक्या स्वच्छ दिसत होत्या. दालचिनी, नारळासारखी झाडं आता नसली तरी तेव्हा इथं भरपूर होती. सेकोनिया म्हणजे रेडवुडसारखे शेकडो फूट उंचीचे वृक्ष मिळालेत. सूचिपर्णी फर्नच्या बारीक सुया दगडी झालेल्या. लॉरेल वृक्षाची एक फांदी बाहेरून तोडून ठेवल्याइतकी हुबेहूब. तिथं फळांच्या दगडी बियासुद्धा होत्या. फक्त फुलं तेवढी नव्हती. कडकडीत राख अंगावर कोसळल्यावर फुलं जन्मत:च मेली. दगडांतून चिरंजीव न होणारा वृक्षांचा हा महाकोमल अवयव. त्याचं काहीही मागे उरलं नाही.

शेकडो प्रकारच्या खडकांचे नमुने जगभरातून गोळा करून इथं ठेवलेले होते. निळेजांभळे, लालपिवळे. नाना प्रकारची रत्नं आणि उपरत्नंही होती.

''जॉर्ज हिरे कसे तयार होतात?'' मी विचारलं.

''मॅग्मा वर उफाळताना त्यात असलेला कार्बन विशिष्ट तपमानापर्यंत तापून, विशिष्ट वेगात थंड झाला तर आत काहीही अशुद्ध न राहता तो निर्दोष हिरा म्हणून बाहेर पडतो किंवा जमिनीत त्याची 'व्हेन' तयार होते. लाखो वर्षं ही प्रक्रिया चालते. आजही ती चालूच आहे. तपमानाचं गणित जरासं चुकलं तर आपल्या हाती लागतो तो कोळसा. संगमरवराचंही तसंच आहे. लागला तर उत्तम पारोअन संगमरवर नाहीतर चुनखडी.''

''आणि सोनं कसं बनतं?'' मी विचारलं.

जॉर्ज हसला आणि अगदी अनपेक्षितपणे म्हणाला, ''ते मला माहीत नाही!''

भूगर्भशास्त्रातल्या एका गाढ्या विद्वानाला हे माहीत नाही? मी त्याला त्याच्या दोन व्युत्पत्ती सांगितल्या. ''सूर्याचा घाम पृथ्वीवर गळला की त्याचं सोनं बनतं.'' असं मेक्सिकोत समजत. प्राचीन इजिप्शिअनांच्या मते ''सूर्याचं रेत पृथ्वीवर पडलं की सोनं तयार होतं.''

म्यूझिअममधे अनेक नकाशे, चित्रं, नमुने यांच्या जोडीला खूप मॉडेल्स करून ठेवलेली होती. टेक्टॉनिक प्लेट्स कशा हलतात ते त्यांच्यावर बारीक दिवे लावून, आकर्षक करून दाखवलेलं होतं. शाळा-कॉलेजच्या मुलांना आणि इतर जिज्ञासूंना सहजी कळावं असं सगळं मांडून पुढ्यात ठेवलं होतं. संपूर्ण ग्रीसमधे भूगर्भशास्त्रावरचं हे एकमेव नॅशनल म्यूझिअम आहे. ते मला एका पंडिताबरोबर पाहायला मिळत होतं.

पुढच्या भागात एक छोटंसं पण महत्त्वाचं असं डायनॅसॉरचं प्रदर्शन भरवलेलं होतं. कुणा एका हौशी माणसानं ते नमुने गोळा केलेले होते.

''साठ लाख वर्षांपूर्वी पृथ्वीवर भटकणाऱ्या या प्राण्यांना डायनॅसॉर हे नाव कसं पडलं माहीत आहे?'' जॉर्जनं मला विचारलं. मी नकारार्थी मान हलवताच तो म्हणाला. ''हा ग्रीक शब्द आहे. त्याचा अर्थ 'टेरिबल लिझर्ड'. अगदी योग्य वर्णन. कितीही मोठे असले तरी आकारात त्यांचं सरड्यांशी असलेलं अचूक साम्य विसरता येत नाही.''

आता आम्ही थेट स्टोन फॉरेस्टची वाट धरली. चार वाजत आले होते. ते बंद व्हायची वेळ आली होती. पण जॉर्जला पाहिल्यावर चटकन आत प्रवेश मिळाला.

इथलं अश्मवन चीनमधल्यासारखं दाट असेल अशी काहीशी माझी कल्पना होती. पण हे

तसं नव्हतं. डोंगराच्या राखाडी उतारावर अंधरा-वीस फुटांच्या अंतरावर झाडांचे बुंधे उभे राहिलेले होते. पाचसातशे तरी असतील. दोन ते एकवीस फुटांपर्यंत उंच. प्रत्येकाच्या भोवती स्वतंत्र लाकडी चौकट बसवलेली होती. खाली उतरून जवळ गेलो आणि निसर्गाच्या या एकमेव ठेव्याचं सौंदर्य दिसायला लागलं. जॉर्ज आणि मी त्यांच्यामधून फिरत होतो. झाडांची मुळंही दगडी झालेली. बुंध्यांच्या पायाशी धुण्याचे पिळे किंवा सापाची वेटोळी पडल्यासारखी. ती अजूनही वरच्या खोडांना घट्ट धरून ठेवत होती.

काय त्यांचे एकेक रंग. इंद्रधनुष्यांतून चोरून आणलेले. डोळ्यांना खिळवून टाकणारे. केशरीवर जांभळा. शुद्ध निळ्यावर पिवळसर हिरवा. एकेका झाडावर रंगांचे इतके शिडकावे की निसर्गाच्या थाळीत इतके रंग मावले तरी कसे असं वाटावं. बाजूच्या उजाड राखाडीमुळे ते आणखी उठून दिसत होते.

''हे इतके रंग यांना कसे चढले?''

''सिलिकॉनबरोबर कोणता धातू त्या वेळी हजर होता त्यावर रंग अवलंबून. तांबं असेल तर हिरवा, गंधकाचा पिवळा आणि लोहाचा लाल.'' जॉर्ज उत्तरला.

सबंध उतारावर आम्ही दोघे जणच होतो. संपूर्ण शांतता. हे सारं अति प्राचीन कालापासून इथं उभं आहेसं वाटत नव्हतं. कालपरवाच यांच्यावरती राख पडली असावी आणि तिच्यातून हे कोंब उगवले असावेत. त्यांचे सगळे बारकावे जसेच्या तसे. इटलीत व्हेसुव्हिअसच्या पायाशी राखेखाली गाडलेलं पॉम्पे शहर असंच जसंच्या तसं उभं आहे. ही जागा वनस्पती-जगातली पॉम्पे. वीस दशलक्ष वर्षांपूर्वी घडलेल्या घटनांची साक्ष. तिची सृष्टीपाशी असलेली ही एकमेव प्रत.

''हे सगळं केव्हा सापडलं?'' मी जॉर्जला विचारलं.

''तसं पाहिलं तर अगदी प्राचीन काळीसुद्धा ग्रीकांना या अश्मवनाची माहिती होती. आमच्या पुराणात एक कथा आहे. लोहारकाम करणारा आमचा देव ईफिस्तॉस याची भट्टी एजिअन समुद्राच्या खाली होती. तिच्यासाठी त्याला लाकडं हवी होती. ती त्यानं इथल्या वनाकडे मागितली. वनानं नकार देताच तो भयंकर रागावला आणि त्यानं त्याचा प्राणच हिरावून घेतला. इतर देवांनी रदबदली केल्यावर ईफिस्तॉस शांत झाला. पण पुन्हा जिवंत न करता झाडांना त्यानं असं अमर करून टाकलं.

''अर्वाचीन काळात मात्र त्याचा शोध केवळ गेल्या शतकातला. लोक पाहायला येत पण त्याचं महत्त्व त्यांना माहीत नव्हतं. कुणी येई, हवं ते उचलून चालतं होई. १९८७ साली इथलं म्यूझिअम बांधलं गेलं. तेव्हापासून त्यांच्यावर नियंत्रण आलं. भूगर्भशास्त्रातलं हे सर्वोच्च नवल आता आम्ही प्राणपणानं जपतो.''

''जगात आणखी कुठेही असं वन नाही? पृथ्वीची अशी उलथापालथ अनेकदा झाली असणार.'' मी म्हणाले.

''तसं एखाददुसरं झाड कधीतरी सापडतं. कॅलिफोर्नियात काही एकत्र आहेत पण ती दुसरीकडून वाहून आलेली. त्यांना मुळं नसतात. मूळच्या जागेवर दोन कोट वर्ष राहिलेलं हे एकमेवच. याचा बराचसा भाग समुद्रात आहे. पण तो पाहणं कठीण.''

पाच वाजत आले होते. परतण्यापूर्वी जॉर्जला आणखी एक काम उरकायचं होतं. इथून काही अंतरावर असलेल्या डोंगरमाथ्यावर एक महाप्रचंड अश्म-वृक्ष सापडलेला होता. त्याच्यावर संरक्षण म्हणून उभं केलेलं छप्पर दोनदा वाऱ्यानं उडून गेलं होतं. ती मोडतोड प्रत्यक्ष पाहून त्याला आपल्या वरिष्ठांना कळवायची होती. तिकडचे अधिकारी आमची वाट पाहत होते. थकलो होतो तरी बऱ्याच लांब तिकडे गेलो. वाटेत खूपशा चालू पवनचक्क्या लागल्या. खरं तर त्या उभारत असतानाच या झाडाचा शोध लागला होता.

झाडाचं साठेक फूट लांबीचं आणि सहा फूट व्यासाचं केवढं थोरलं धूड आडवं पडलेलं. पुरल्या गेलेल्या खालच्या खडकापासून त्याला अजून पूर्ण सोडवलेलं नव्हतं. रस्ते खणायची यंत्रं घेऊन कामगार झाड हळूहळू बाजूला करत होते. अशा झाडाचा शोध लागला तरी ते मूळ स्वरूपात प्रकट करणं कष्टाचं काम आहे. शिल्पकार मायकेल अँजेलो म्हणाला होता, ''प्रत्येक दगडात आतून बाहेर येण्याचा प्रयत्न करत असलेली एक मूर्ती दडलेली असते. तिच्याभोवतीचे नको तेवढे तुकडे काढून टाकून मी फक्त तिला मोकळं करतो.'' अगदी तशी या अश्मवृक्षांची सोडवणूक चाललेली होती. आपल्याला मिळालेला अमोल नैसर्गिक वारसा कामगार किती अपूर्वाईनं जपत होते. वारं भन्नाट सुटलेलं. इथं ते नेहमीच भिरभिरतं. वर बांधलेल्या छपराचे पोलादी खांब त्यानं उखणून, पिरगळून टाकले होते. त्यांचे फोटो काढून तडक मितिलिनीला परतलो तरी रात्रीचे दहा वाजत आले होते.

आज माझी सत्त्वपरीक्षा होती. सेमेलीचं मित्रमंडळ जेवायला येणार होतं आणि कोंड्याचा मांडा करावा लागणार होता. या मुलांनी एवढा हक्कानं हट्ट केलेला. तो पुरवायला हवा. पण स्वैपाकाची तयारीच मुळी लग्नेच्छू संन्याशाच्या सुप्रसिद्ध शेंडीपासून. घरात एव्हढी मोठी भांडीच नव्हती. वाटाघाटायचं म्हटलं तर ब्लेंडर नाही. हळद-तिखट बेपत्ता. नुसतं धणेजिरं मिळवायसाठी तासभर पायपीट केली होती मग नारळ कुठून मिळणार? मिळाला तर खवणार कसा? आणि त्याचा रस काढणार कसा? सगळीच प्रश्नचिन्हं. कोंबडीचा रस्सा, अंड्याची बिर्यानी, काकडी-टमाटो कोशिंबीर आणि फ्रुटसॅलड असा सज्जड बेत मनाशी आखला होता. पण तो कितपत तडीला जाणार होता ऑर्फिअस जाणे. देवी अन्नपूर्णेला साकडं घातलं आणि धडाधड कामाला लागले.

आदल्या दिवशी कोंबड्यांचे तुकडे सोलून, मसाला लावून दह्यात मुरत टाकले होते. सकाळीच उठून डोळे पुसत मणांनी कांदा चिरून जमेल तिथं वाळत घातला. खोबरं नाही म्हणून टमाटो उकडून, त्यांचा गर काढून, वेगळ्या कांद्याशी परतून रश्श्याची तयारी केली. काकड्यांची सालं काढा, किसा, पाणी पिळून टाका, दाण्याचं कूट करून पेरा. अंडी उकडा, सोला, कापून एकाची दोन करा. फळं सोला, बिया काढून चिरा. मोठ्या मिनतवारीनं मिळवलेला बासमती तांदूळ. तो धुवून पाण्यात घालून ठेवा. आणि बिर्यानीचा कांदा चुरचुरीत होईतो तासभर तळा. स्वैपाकघर नाकपुडीएवढं. एकदोघांचं जेवण बनवण्याइतपत. तिथं हालणं कठीण. त्या कचाटीत विजेसारखी लवलवत होते. सेमेली कामाला गेलेली. जरा लसूण सोल म्हणून सांगीन तर घरात दुसरं कुणी नाही. फक्त दोन मोठी भांडी. धुऊन धुऊन

तीच ती परत वापरावी लागत होती. तुपाच्या जागी लोणी वापर, चिंचेऐवजी लिंबू वापर असा सगळा रदबदलीचा कारभार. फोडण्या पडेतो चार वाजून गेले.

अख्खा दिवस एकटीनं राबून, जे मिळेल ते वापरून, जसं जमेल तसं जेवण केलं. त्यांचं पहिलं भारतीय जेवण शेवटचंच ठरेल कदाचित. नाहीतरी त्याचे दूरगामी परिणाम दिसण्याआधीच मी इथून पळणार होते. आपल्या जेवणाचा इतका बोवाळ असतो याची बिचाऱ्या सेमेलीला कल्पनाच नव्हती. ऑफिसमधून आल्यापासून ती सारखी क्षमा मागत होती. मी तिला थांबवत होते.

पण दिवस मला धार्जिणा होता. तिखट-मीठ जरा बरं पडलं. कधी नव्हे ती फाकडू चव साधली. संध्याकाळी सगळेच्या सगळे जण वेळेवर आले आणि ताव मारून सफाचट जेवले. भांडी फोडून खाल्ली त्यांनी. नमुन्याला मागे काही उरलं नाही. बहुतेकांनी भारतीय चव प्रथमच घेतली होती. ती त्यांना मनापासून आवडली. त्यामागच्या कष्टांचं सेमेली वर्णन करत होती. मी तिला थोपवायचा प्रयत्न करत होते. गप्पांकडे वळवत होते.

सेमेलीच्या घरी एक मोठच्या मोठं भारतीय चित्र लावलेलं होतं. त्याच्याकडे बोट करून मला एकानं विचारलं, ''हे कसलं चित्र?''

तोवर मी ते निरखून पाहिलं नव्हतं. बाटिकचं चित्र. त्यात बरीच माणसं काढलेली होती. बहुधा महाभारतातला एखादा प्रसंग असावासं मला वाटलं होतं. पण तो राम-राज्याभिषेक होता. त्यातल्या एकेक व्यक्तीरेखा हा राम, ही सीता...करत मी त्यांना दाखवल्या.

''आम्हांला त्यांची गोष्ट सांगा.'' दुसऱ्यानं आग्रह केला.

त्यांना ताकापुरतं रामायण सांगितलं आणि म्हणाले, ''आता तुम्ही मला तुमचा होमर सांगा. त्याचं इलियड आणि ओडेसी सांगा.''

सगळे एकमेकांकडे टकमक बघायला लागले.

''सांगा ना. तुम्ही वाचलंय ना ते?'' मी म्हणाले.

''तशा शाळेत त्यांतल्या गोष्टी होत्या आम्हांला, पण ते फार मोठं आहे. ते कसं सांगणार?''

''अरे, मी नाही का रामायण सांगितलं? पाहिजे तर महाभारतही सांगते. तुम्हांला न जमायला काय झालं?''

त्यावर ते खूप हसले पण माझ्या बोलण्यातला तेवढाच धागा उचलून त्यांनी मला आणखी सांगायचा आग्रह केला. आपल्या महाकाव्यांबद्दल काही माहिती नसली तरी त्यांना भरपूर उत्सुकता होती.

''रामायण हे आदर्श व्यक्तिरेखांचं काव्य आहे. आदर्श बाप, मुलगा, बायको, भाऊ, सेवक कसा असावा हे सांगणारं, आदर्शवादाकडे नेणारं. माणसाला तसं जगता येतंच असं नाही. त्याविरुद्ध महाभारत हा व्यवहारवाद आहे. त्यातल्या व्यक्ती आजही आपल्याला सगळीकडे भेटत असतात. त्यांच्याच चुका आपण करत असतो. तसेच परिणामही भोगत असतो. म्हणून ते फार जवळचं वाटतं आपल्याला.''

मी माझ्यापरीनं त्यांना सांगत होते. उदाहरणं देत होते. त्यातल्या गोष्टी सांगत होते. सगळे

कान देऊन ऐकत होते. शेकडो प्रश्न विचारत होते. आर्य कुठून आले? तुमची भाषा कशी आली? लिपी कशी प्रगत झाली? तुला सगळ्या भारतीय भाषा येतात का?

म्हटलं, बाबांनो मला जेमतेम मराठी येतं. थोडंसं हिंदी सोडता बाकीच्या वीस भारतीय भाषांचा मला गंधही नाही. आपल्याकडे इतक्या भाषा आहेत याचं त्यांना अपरंपार आश्चर्य वाटत होतं. धर्माच्याही गोष्टी निघाल्या. हिंदूंचे इतके देव. मग त्यातून मारामाऱ्या कशा होत नाहीत?

''आमचे देव भरपूर असले तरी त्यांची वा त्यांच्या भक्तांची आपापसांत वैरं नसतात. घरात एक रामभक्त असतो तर दुसरा शंकराचा उपासक आणि तिसरा नास्तिक. पण ते गुण्यागोविंदानं राहतात.''

''आमच्याकडे रविवारी चर्चला जायचं. एकच देव. त्याचा एकच वार. तुमच्याकडे इतके देव. त्यांचा घोटाळा कसा होत नाही? कोणत्या वारी तुम्ही काय करता?

''आमच्या देवांनी समजुतीनं वार वाटून घेतले आहेत. भांडणं करत नाहीत.'' मी हसत हसत म्हणाले, ''हे देव वगैरे सर्व वरवरचं. दुसऱ्याला दुःख देऊन आपण सुखी होऊ नये, नेमून दिलेलं काम त्याच्या फळाची आशा न करता करावं असा धर्म ज्ञात्यांनी फार पूर्वीच घालून दिलेला आहे.''

''म्हणजे तत्त्वज्ञानाच्या पायावर तो उभा आहे.''

''हो, अगदी साध्या विचारांवर बेतलाय. रोजचं जीवन चांगलं जगणं हाच धर्म. त्यासाठी वेगळं काही करावं लागत नाही. आता ग्रीक ऑर्थॉडॉक्स धर्मासंबंधी मला तुम्ही सांगा.''

पुन्हा ते एकमेकांकडे बघायला लागले.

मला कमाल वाटली. इजिप्तमधे असताना रमादानमधे जितका मुस्लिम धर्म दिसला तितकाच ईस्टरमधे इथं ग्रीक ऑर्थॉडॉक्स दिसला. दरेक गावात डझनांनी चर्चेस. त्यांना अनुयायी असणारच. पण नवलाची गोष्ट म्हणजे आता जमलेल्या दाही जणांपैकी एकाचाही त्यावर विश्वास नव्हता. देवावरही नाही आणि धर्मावरही नाही.

''एक वेळ आम्हांला देव चालेल'' त्यांच्यातली एक जण म्हणाली, ''पण धर्म अजिबात नको. त्याचे गुरू, त्यांचे भ्रष्टाचार, आरोप-प्रत्यारोप हे इतके झालेले आहेत, त्यांची बिंग इतकी फुटलेली आहेत की धर्मगुरू हे आमच्या चेष्टेचा विषय झालेले आहेत. त्यांच्या दाढ्या, त्यांच्या टोप्या, त्यांचे पायघोळ काळे कपडे...नको रे बाबा.''

''कुठल्याही चर्चमधे जा, या दाढीदीक्षितांचे चार फोटो असतातच. विचित्र दाढ्या वाढवण्याच्या स्पर्धेतले चार फायनलिस्ट असल्यासारखे दिसतात ते.'' सीनाच्या उद्गारांवर सगळेच हसले.

त्यांच्याविषयी आदर सोडा सगळे जण त्यांची टरच उडवत होते.

''तुमची इतकी चर्चेस आहेत, बाजारपेठांत एकाआड एक दुकान मेरी येशूच्या भेटवस्तू विकतं. त्यांना मागणी असणार. लोक धर्मावर विश्वास ठेवत असणारच.''

''या धर्माचंही तू मला काही सांगू नकोस,'' सेमेली उसळून म्हणाली, ''सारखा दुःख उगाळत राहणारा आणि पापाची जाणीव करून देणारा हा कसला धर्म? जन्मल्याक्षणापासून

कसलं पाप? पाच दिवसांचं मूल. ते बाप्तिस्मा द्यायच्या आधी वारलं तर ते म्हणे नरकात जाणार. पाप म्हणजे काय याची कल्पना तरी असते का त्याला? ॲडम-ईव्हनं सफरचंद खाऊन केलेलं ते मूळ पाप हे निष्पाप बालक फेडत राहणार? छट. मला बिलकूल पटत नाही हे.''

तिच्या स्पष्टोक्तीचं मला आश्चर्य वाटत होतं. एकीकडे धर्माचं बोट धरून चालणारे युफ्रसीनी आणि तिच्या कुटुंबीयांसारखे श्रद्धाळू लोक दिसत होते आणि दुसरीकडे खणखणीत बुद्धिवादी, डोळे उघडे ठेवून त्याच्याकडे पाहणारे तरुणही भेटत होते.

'' तुम्ही गाय कां खात नाही?'' आणखी एकानं विचारलं.

''आमचा शेतीप्रधान देश आहे. तिथं खिल्लारं वाढावीत हा उद्देश होता म्हणून गोमाता पवित्र मानलेली होती.''

''तुमची गंगा पवित्र कां?''

''तीही आमची उपकर्ती. दरेक नदीलाच गंगा म्हणतात. ती पाणी देते, घाण वाहून नेते. तिला पवित्र मानलं की तिची काळजी वाहिली जाईल म्हणून असं केलं असावं.''

''भारताच्या न्यूक्लिअर शस्त्रांबद्दल तुला काय वाटतं?''

हा प्रश्न इतक्या ताडकन आणि वेगळा आला होता की मला क्षणभर त्याला काय हवं ते कळेना.

''याबद्दल तुझं मत काय?'' त्यानं पुन्हा ठासून विचारलं.

''माझ्या मतापेक्षा माझ्या देशाचं मत काय आहे हे पाहिलं पाहिजे. तो भारताच्या प्रतिष्ठेचा प्रश्न आहे. त्याच्या हितशत्रूंकडे ती शस्त्रं आहेत. मोठ्या राष्ट्रानं आपल्याकडे वाकडा डोळा करून पाहू नये म्हणून ती असणं त्याला आवश्यक वाटत असणार.''

''पण तुला वैयक्तिक काय वाटतं?''

''हे पहा,'' मी गंभीरपणे म्हणाले, ''कुठल्याही विचारी माणासाला अणुयुद्ध पटूच शकणार नाही. मी हिरोशिमाला आणि चेर्नोबिलला गेलेली आहे. त्या ठिकाणी झालेला विध्वंस, तिथल्या दु:खद म्यूझिअम्समधून डोळ्यांनी पाहिलेला आहे. त्यामुळे मुद्दाम किंवा चुकून अणुस्फोट झाला तरी त्याचे किती अमानुष परिणाम होतात ते समोर दिसत असताना अशा प्रकारचा संहार पुन्हा व्हावा हे कुणाही...कुणाही माणसाच्या मनात येईलच कसं? असले तडाखे मिळूनही आपण ती शस्त्रं जपून ठेवतो, नव्हे नवनवी निर्माण करतो हा आत्मघातकी मूर्खपणाच नाही का?''

वाटेल ते विषय निघत होते. खूप गप्पा, खूप फोटो आणि खूप आनंद यात पहाट उजाडली. आणखी काही तासांत मी लेझव्होस सोडणार. सगळे जण मला पुन्हा येण्याचा आग्रह करत होते. बारीकसारीक भेटी देत होते. मी त्यांना भारतात बोलावत होते. सगळ्यांचे पुन:पुन्हा आभार मानत होते. जॉर्जचे विशेषच. त्याच्यामुळे मला भूगर्भी-लेझव्होस उलगडलं होतं.

सकाळी बसस्टॉपवर सेमेलीची मिठी सोडवताना कोण अधिक गहिवरलं होतं? ती की मी? तीन मिनिटांची आमची मैत्री तीन जन्म टिकावी इतकी घट्ट झाली होती. लवकरच

इराणला जायचं सेमेलीच्या मनात आहे. मलाही तो देश खूप पाहायचा आहे. आम्ही एकत्र जायचं ठरवलंय. बरोबर चल म्हणावं अशी, अगदी योग्य आहे ती. खूप हुशार, जगभर फिरलेली. अनेक भाषा येणारी संवेदनशील मुलगी. माझ्या मुलीहून थोडी लहानंच. वयाची भिंत मधे उभी न राहता ती माझ्याशी समरस होऊ शकते याचाच मला खूप आनंद होता.

Σ

लेझव्होसहून थेसलनीकी गावी विमान मला घेऊन चाललं होतं. जगप्रसिद्ध अलेक्झांडर द ग्रेट मला तिकडे ओढून नेत होता. इसवी सनापूर्वी तीन शतकं यानं भारतावर स्वारी केली. पोरसचं राज्य जिंकल्यावर 'तुला कसं वागवू?' या प्रश्नाला मिळालेल्या 'राजासारखं!' या बाणेदार उत्तरावर खूष होऊन त्याचं राज्यच त्याला परत देणारा बहादर नायक. अलेक्झांडरची ही प्रतिमा शंभर टक्के शाळकरी मुलांच्या मनात रुजते तशी माझ्याही मनात होती. तो भारतात येण्यापूर्वी अनेक शतकं आपला आणि ग्रीकांचा संबंध असला तरी त्यानं तो वज्रलेप करून टाकला. अलेक्झांडर भारतात 'चंद्रसेन' या नावानं ओळखला जाई. त्याच्या सैन्यामधून मागे राहिलेल्या ग्रीक लोकांपासून 'चांद्रसेनीय कायस्थ प्रभु' ही ज्ञाती निर्माण झाली असं म्हणतात. तेव्हा आपल्या वर्णव्यवस्थेतही ज्याच्यामुळे एका परवंशीय लोकांचा समावेश झाला त्याच्या प्रदेशात जाण्याचं विलक्षण आकर्षण साहजिकच होतं.

अगदी काटेकोरपणे म्हणायचं झालं तर अलेक्झांडर मॅसेडोनियाचा. ग्रीसच्या उत्तरेला असलेला स्वतंत्र देशच तो. त्याच्याकडे दक्षिणेतले अव्वल ग्रीक तुच्छतेनं पाहत. त्याला गावरान, असंस्कृत, हाणामाऱ्या करणाऱ्या हिंसकांचा देश समजत.

वडिलांचा अचानक खून झाल्यानं विसाव्या वर्षी अलेक्झांडर राज्यावर आला आणि केवळ तेहेत्तिसाव्या वर्षी तापानं अचानक वारला. पण त्या तेरा वर्षांत त्यानं दाखवलेल्या कर्तबगारीनं सबंध जग आजपर्यंत दिपून गेलेलं आहे. शेकडो कविता-कथा-नाटकांचा तो नायक. त्याच्या मायदेशी जायला खूप उत्सुक होते पण त्याबद्दल अगदीच अनभिज्ञ होते.

माझ्या मूळच्या बेताप्रमाणे मी पारोसहून दोनतीन बेटं पाहून अथेन्सला परतणार होते. त्याप्रमाणे मी माझी पुस्तकं तिथं ठेवली होती. लेझव्होसला जाणं, तिथून पुढे थेसलनीकी गाठणं अचानक झाल्यानं माझ्याकडे त्याविषयी काहीच माहिती नव्हती. इथं ओळखीचं कुणी नाही. तेव्हा मदतीसाठी थेसलनीकी विमानतळावरच्या पर्यटनखात्याच्या कचेरीत जाऊन थडकले.

''तुम्हांला मदत पाहिजे का?'' या वाक्यापुढचं प्रश्नचिन्हं साधारणतः खालच्या रिकाम्या खुर्चीवर पुन्हा एकदा भेटतं. त्यातून तिथं कुणी हजर असलंच तर 'कुठून ही पीडा आली?' असं त्याच्या चेहेऱ्यावर स्पष्ट लिहिलेलं असतं. मला कचेरीत भेटलेला माणूस या दोन्हींना अपवाद होता. उत्तम इंग्लिशमधून मला काय काय पाहायचं ते सांगत असताना ती ती सुबोध माहितीपत्रकं तो हातानं गोळा करत होता. माझे इथले तीनचार दिवस कसे कारणी लावावेत हे त्यानं मला काही मिनिटांत कागदावर लिहून दिलं.

''तुम्ही हॉटेलमधे बुकिंग केलेलं आहे का?'' त्यानं पुढे विचारलं.

''नाही. माझं इथं कुणी ओळखीचंही नाही.'' मी म्हणाले.

''काही हरकत नाही.'' म्हणत त्यानं फोन पुढे ओढला आणि मला सोईचं पडेल अशा हॉटेलांच्या यादीमधून नंबर काढत भराभर फोन करायला सुरुवात केली. त्याची तत्परता पाहून हा माणूस सरकारी–मग सरकार कोणतंही असो–नोकरीतच आहे ना? याची मला शंका यायला लागली. नेमल्या कामाहून कितीतरी अधिक काम तो आपखुशीनं करत होता. ट्रेड युनिअनला कळलं तर बहिष्कार पडेल ना त्याच्यावर.

''कास्तोरिया नावाचं हे हॉटेल तुम्हांला ठीक होईल.'' हातातला फोन चालू ठेवून तो मला म्हणाला, ''मध्यवर्ती आहे, बस आणि रेल्वेच्या नजीक भरवस्तीत आहे. भावही फार नाहीत. हो म्हणून सांगू?''

त्याला होकार देऊन सगळी पत्रकं गोळा केली आणि त्याचे मनापासून आभार मानून निघाले. माझ्या हाती आपलं कार्ड रेटत तो म्हणाला, ''आणखी काही लागलं तर हे जवळ असू द्या.''

योग्य जागी योग्य माणूस. अनोळखी असूनही नवख्या गावात मला त्याचा आधार वाटला. पुन्हा आभार मानले आणि बसमधून गावाकडे निघाले.

प्राचीन काळी ग्रीसशी जुळला असला तरी मॅसेडोनिया वेगळाच दिसतो. इथलं हवामान बरंच कडक. उन्हाळ्यात भरपूर गरम. हिवाळ्यात गोठवणारं. उंच डोंगराळ प्रदेश. देवांची वस्ती असलेल्या आपल्या कैलासासारखा ग्रीक पुराणांतला माउंट ऑलिम्पस याच भागात आहे. स्कॉटलंड ब्रिटनचा भाग असूनही जसं वेगळं तसं या मॅसेडोनियाचं असावं. त्याचं सरकारही निराळं आहे.

त्याची राजधानी थेसलनीकी हे अथेन्सखालोखाल लोकवस्ती असलेलं ठिकाण. अथेन्ससारखं समुद्रकाठी. तसंच खूप पसरलेलं. तसंच सुरेख बांधलेलं. तरीपण त्याच्या बांधणीमधे थोडा तुर्की ढंग होता. पाचसहा मजली जुन्यानव्या इमारती. जागोजाग बागा, पुतळे, कारंजी. विशाल चौक. मधूनच लागणारे प्राचीन भग्नावशेष शहराची प्रतिष्ठा वाढवत होते.

माझं आखुडशिंगी, बहुदुधी हॉटेल सापडायला मुळीच त्रास पडला नाही. शहराच्या सर्वांत मोठ्या रस्त्यावर थेट असल्यानं लगेच मिळालं. मालकही वाट पाहत होता.

''तुम्ही प्रथम इथलं म्यूझिअम पाहून घ्या.'' सामान खोलीत टाकल्या टाकल्या तो मला म्हणाला. ''ते तीनला बंद होतं. तुम्हांला चार तास मिळतील. ते पाहिलंत की बाकी कुठेही गेलात तरी चटकन संदर्भ कळतील. त्यानंतर हवं असल्यास इतर गोष्टी बघा. चर्चेस, कथीड्रल्स भरपूर आहेत इथं.''

लगोलग म्यूझिअमला निघाले. या वेळी त्याच मुख्य रस्त्यानं पण विरुद्ध दिशेनं चालले होते. जुन्या बिझेन्तिन साम्राज्यातल्या भग्न कमानी, तुर्की साम्राज्यातले मोडकळीला आलेले हमाम अशा नाना खुणा दिसत होत्या. चर्चेसची संख्या मात्र अमाप. लाल कौलारू घुमटांची लहानमोठी किती चर्चेस दिसावीत? एकदा एका चौकाच्या चार कोपऱ्यात चार दिसली.

त्यामानानं तुर्की साम्राज्याच्या खुणा विरळ होत्या. मशिदींची पुन्हा चर्चेस झालेली आहेत. ग्रीसचा हा भाग तुर्कस्तानला जमिनीनं जोडलेला. तुर्कस्तान स्वतंत्र झाला तेव्हा लोकसंख्येची अदलाबदल होताना सर्वांत अधिक मुस्लिम जनता इथून तिकडे गेली. आज नावालाही त्यांचं इथं काही नाही.

म्यूझिअम आलं. गावात पाऊल टाकते न टाकते तोच म्यूझिअम पाहायचं म्हणून थोडं जड वाटत होतं पण झाडीत लपलेली त्याची आधुनिक तरी नेत्रसुख देणारी इमारत पाहून बरं वाटलं. आत गेले. कालानुसार त्याचे दहा विभाग पाडलेले होते. नेहमीप्रमाणे इसवी सन पूर्व चारपाच हजार वर्षांनी सुरुवात करून ऑटोमन साम्राज्यापर्यंत ते आणून भिडवलेलं होतं. मला त्यातलं 'मॅसेडोनिअन गोल्ड' प्रदर्शन बघायचं होतं. बहुतेक सगळे जण त्यासाठीच इथं येतात.

१९७७ साली प्राच्य संशोधनाचा ध्यास घेतलेल्या एका प्राध्यापकाला इथून पन्नास मैलांवर अलेक्झांडरच्या वडिलांचं, दुसऱ्या फिलिपचं कबरस्थान, एका मातीच्या टेकाडाखाली शाबूत झाकून ठेवलेलं सापडलं. त्या आणि सोबतच्या कबरींमधून सापडलेल्या मौल्यवान वस्तूंचा साठा बराचसा या म्यूझिअममधे हलवलेला आहे. सापडल्या ठिकाणी सगळं ठेवणं म्हणजे चोरीला आमंत्रण. इथं त्यांचं संरक्षण करणं सोपं.

केवढं ढिगांनी सोनं. त्यात सोन्याचे मुखवटे, मुकुट, गळ्यातले, कानातले, हातातले दागिने आहेत. त्यांच्यावरचं नक्षीकाम पाहून तोंडात बोट घालावं. अप्रतिम सुंदरही आणि वापरण्यास सुलभही. शिवाय हस्तिदंत आणि चांदीचे नमुने होतेच. राजहंसीनं चोचीत पकडलेली चांदीची गाळणी, दायोनिसोस आणि इतर देवांच्या प्रतिमांनी सजलेलं सहाफुटी मदिरापात्र. सगळ्याच चीजा नजरबंद करतात. पण सर्वांत मूल्यवान आहे तिथली 'लार्नास्क' म्हणजे फिलिपच्या अस्थी ठेवलेली सोन्याची पेटी आणि त्याचे विविध कारागिरीतले सोन्याचे मुकुट. इकडचे मुकुट आपल्यासारखे डोक्यावरच्या कळसासारखे नसून ऑलिम्पिक चँपिअनच्या डोक्यावर चढवतात तसे, ऑलिव्हची पानं गुंफून बनवलेले असतात. फक्त पानं झळझळीत शुद्ध सोन्याची. इतकी शतकं झाली पण त्यांच्यावर नजर ठरत नव्हती.

लार्नास्क दोन फूट लांब, दीड फूट रुंद आणि एक फूट उंचीची सोन्याची देखणी चौकोनी पेटी. साधी पण सुरेख. झाकणावर मधोमध सोळा पाकळ्यांचा सूर्य काढलेला. दोन बाजू गुलाबाच्या आणि लिलीच्या फुलांनी सजवलेल्या. एका महान राजाच्या अस्थी सांभाळण्याची महत्त्वाची कामगिरी पार पाडण्यासाठी योग्य. गेली तेवीसशे वर्षं ती तिनं यथायोग्य पार पाडलीच होती.

सुवर्ण दालनातला एक उपविभाग सोन्याच्या अमूल्य नाण्यांनी भरलेला आहे. त्यात फिलिपच्या आणि अलेक्झांडरच्या छापाची कितीतरी आहेत. राजाचा चेहेरा नाण्यावर छापण्याची पद्धत नेमकी कुणी पाडली? तिचं श्रेय अनेक जण घेत असतात. या ठिकाणी ते आधी फिलिपला मग अलेक्झांडरला दिलं होतं. त्या नाण्यांवरच्या बारीक कोरीव कामावरून त्या राजांच्या चेहेऱ्यांची जेवढी कल्पना येते तितकीच त्या वेळच्या सोनारकामाच्या प्रगतीचीही येते. आता आपण यंत्रांनी करतो ती कामं त्यांना तितक्या जुन्या काळी, तितकीच सरस कशी

जमत होती हा अनुत्तरित प्रश्न पडतो. त्या काळी सोनं आणि चांदी एकाच भावात विकली जाई. कारण दोन्ही धातू सारखेच दुर्मिळ होते. सारखेच मूल्यवान समजले जात. नंतर शिशापासून चांदी मिळवणं साधल्यावर सोनं चांदीहून तेरापट महागलं. त्याचे भाव एकदाच खाली आले होते. अलेक्झांडरनं पर्शियामधलं अपरिमित सोनं लुटून आणलं तेव्हा.

निरनिराळे विभाग पाहत चालले होते. पुतळे, माळा, चित्रं, शोभेच्या आणि उपयुक्त वस्तू, माणूस पुरातन कालापासून जे जे काही वापरत आला त्या सगळ्याचे नमुने ठेवल्यासारखे वाटत होते. त्यात इजिप्तचे पपायरसदेखील होते. इसवी सन पूर्व तीन हजार वर्षं ते इजिप्तमधे बनायला लागले. ते ग्रीसमधे तयार व्हायला आणखी दोन हजार वर्षं जावी लागली. केवळ वनस्पतीच्या रसानं जुळलेला असल्यानं हा गुळगुळीत कागद टिकावू आणि गुंडाळायला सोपा होता. इजिप्तमधून ग्रीकांनी उचललेली ही आणखी एक कला.

चालत फिरत पाहत होते. मनात सहज विचार आला की कशासाठी एवढी दगदग करून या प्राचीन गोष्टी मिळवायच्या, राखायच्या आणि पाहायच्या? कां हा आटापिटा करायचा? पण मग वाटलं, की आपण कोण, कुठून आलो, आपलं संचित काय होतं हे ठाऊक व्हावं असं प्रत्येक जिज्ञासूला वाटत राहतं. 'पास्ट इज द अननोन कंट्री व्हेअर वी कम फ्रॉम.' हे वाक्य पुन्हा आठवलं. आपल्या अज्ञात पूर्वजांबद्दल शक्य तितकी माहिती मिळवावी ही मानवजातीची कायमची भूक आहे. चालू घडीच्या कितीतरी ऐतिहासिक आणि सामाजिक प्रश्नांची उत्तरं त्यात लपलेली असतात.

जग कसं निर्माण झालं आणि ते कसं चालत राहिलं याविषयी प्रत्येक संस्कृतीचे वेगळे समज असतात. सुरुवातीला ते केवळ कल्पनाशक्तीवर आधारलेले होते. हळूहळू त्यांची भिस्त शास्त्रीय पायावरचं संशोधन आणि उत्खननात सापडलेले खणखणीत पुरावे यांच्यावर आली. पुरातत्त्व ही ज्ञानशाखा निर्माण झाली. सापडल्या वस्तूंची तज्ज्ञांनी नीट: मांडणी केल्यावर त्यातून अर्थ निघायला लागले. घडला तसा इतिहास, काळाच्या संदर्भात डोळ्यांपुढे हळूहळू उभा राहायला लागला. जगाचा पैतृक वारसा जपणं हा मूळ उद्देश. मग तो ठेवा कुठल्याही भूमीत का मिळालेला असेना.

बाहेर पडताना गंभीर विचार बाजूला पडून नेहमीची शर्विलकी जागी झाली. अलेक्झांडरच्या आईचं एक सुवर्णकंकण आज पाहण्यात आलं होतं. आपली गुजराथी वा राजस्थानी कंकणं असतात ना तसं, पण सोन्याच्या नाजूक तारेनं जाळीदार विणलेलं. त्याच्या तोंडाशी दुबाजूंना एडक्यांची दोन रत्नांकित डोकी. वा:! काय दिसेल हातात! पटकन मनाच्या खिशात दडपलं.

इथून अगदी जवळ म्हणून समुद्रकाठच्या 'व्हाइट टॉवर' या बुरुजाशी गेले. पूर्वी शहराला वेढून असलेल्या तटापैकी केवळ हा एकच गोल बुरुज, बाजूच्या भिंती कोसळल्यानं एकटा उभा आहे. उंच, रुंद, खणखणीत. फार प्रसिद्ध आहे. तीन वाजायला पाच मिनिटं कमी होती पण रक्षक आत सोडीना. ग्रीसमधे हा फार ताप आहे. सगळी प्रेक्षणीय स्थळं दुपारी तीनला खटकन बंद. आता तीन ही काय स्थळं बंद करायची वेळ आहे? उन्हंबिनं उतरली की

जाऊन पाहावं या विचारात पर्यटक असतात. त्या वेळी यांनी तोंडावर दार आपटलंच म्हणून समजा. मी अजून वेळ आहे म्हणून पाच मिनिटं हुज्जत घातली. पण तो काही बधला नाही. तोवर तीनचे ठोके पडले आणि त्यानं ते दार कायदेशीररीत्या बंद केलं. फक्त एक माहितीपत्रक हाती ठेवलं. त्यावरून इमारतीचा दुसरा मजला बंदच आहे आणि पहिल्यावर फोटोंचं एक प्रदर्शन आहे हे कळल्यावर फारसं चुकचुकायला झालं नाही.

बाहेर येऊन समुद्रकाठाशी जाते तर दुसरा मरीन ड्राइव्ह समोर उभा. अगदी तशाच सहासात मजली इमारती आणि तसाच अर्धगोलात फिरणारा समुद्र. क्षणात त्यानं मला मुंबईला नेऊन सोडलं. घर सोडून खूप दिवस झाले होते. मन जिथंतिथं ओळखीच्या खुणा शोधायला लागलं होतं.

'अय्या सोफिया' म्हणजे संत सोफिया ही ग्रीसमधली एक प्रसिद्ध स्त्री-संत. तिचा सारखा उल्लेख येत असतो. थेसलनीकीला तिच्या नावे सर्वांत भव्य चर्च बांधलेलं आहे. ते इस्तंबूलच्या जगप्रसिद्ध अय्या सोफियाची प्रतिकृती आहे म्हणतात. तेही परतण्याच्या वाटेवर होतं. मघा बसमधून जशी आले तशीच आता चालत निघाले. हा प्राचीन रस्ता एवढा लांबलचक पण अगदी सरळच्या सरळ. अलेक्झांडरच्या काळात मिरवणुकीसाठी बांधलेला. रोमनांनीही तसाच जोपासलेला. त्याच्यालगतच्या चौकात हे चर्च होतं. मोठ्या आशेनं गेले. पण ते बंद. त्यानंतर 'रोटंडा' नावाच्या दुसऱ्या चर्चपर्यंत पायपीट केली. तेही बंद. अखेरीस 'आयुस दिमित्रियुस' हे तिसरं प्रसिद्ध चर्च विचारत विचारत गाठलं. तेही बंद पाहून मात्र जाम वैतागले. दीड तास फुकट पाय दुखेतो फिरत राहिले होते. सगळी चर्चेस बाहेरून भव्य सुंदर होती. आतूनही तशीच चांगली असणार. पण बंद असल्यानं नुसती बाहेरून पाहून समाधान मानण्याखेरीज इलाज नव्हता. उद्याला फिलिपचं मृत्युस्थान व्हर्गीना आणि त्याची मूळ राजधानी पेल्ला इथले अवशेष बघायला जायचं ठरवलेलं होतं. त्यासाठी सकाळीच निघणं भाग होतं. परवाच्या दिवशी मेतेओराला जाऊन तिथून अथेन्स गाठायचं. तेव्हा जमलं तरच पुन्हा यायचं ठरवलं. आतापर्यंत बरीचशी चर्चेस पाहिल्यामुळे ती आतून पाहण्याची तेवढीशी अपूर्वाईही राहिली नव्हती.

अचानक एक लाभ मात्र झाला. या शोधाशोधीत तिकडचं 'आगोरा' सापडलं. प्राचीन बाजारपेठेच्या या भग्नावशेषांबद्दल मला कुणी बोललंच नव्हतं. म्यूझिअम पाहून झाल्यावर या चर्चला जा नाहीतर त्या चर्चला जा एवढंच म्हणायचे. ही जागा सगळेच कसे विसरले? थेसलनीकी ही आधी मॅसेडोनियाची राजधानी होती. नंतर रोमनांनी ग्रीस जिंकल्यावर त्याला आपल्या राज्याची पूर्वेकडील राजधानी बनवलं. त्यामुळे राजवाडे, राजरस्ते, फोरम, आगोरा अशी मांडणी केलेली होती. वरती गेल्या पाचसहा शतकांमधलं शहर दिसत असलं तरी त्याच्या तळाशी आद्य शहर लपलेलं आहे. ग्रीसमधे जवळपास कुठंही नवं बांधकाम करायचं म्हणून पाया खोदला की जुनं काही सापडतं आणि नवं काम बंद पडतं. म्हणून तसं काही सापडलं आणि ते तितकंसं महत्त्वाचं नसलं की तसंच दडपून टाकण्याकडे कल असतो.

आगोराच्या बाबत ते जमणं अशक्य इतका मोठा त्याचा व्याप होता. किंचित चढाच्या वीस एकर जमिनीवर तो सापडलेला आहे. भर वस्तीत तीन बाजूंनी राहत्या आधुनिक इमारती

आणि मधोमध हा दोन हजार वर्षांचा उघडा वारसा. मानवाच्या वाटचालीतली दोन टोकं अशी जुळलेली पाहताना गंमत वाटत होती. त्याच्या चारी बाजूंनी पायी चालण्यासाठी आणि काही ठिकाणी आत जाऊन डोकावण्यासाठी निरुंद लाकडी वाटा बांधलेल्या होत्या. संध्याकाळची वेळ. आत जाता येत नव्हतं पण त्याची गरज नव्हती. चारी बाजूंनी उघडं असल्यानं सगळं स्वच्छ दिसत होतं. आत राजवाडे, दरबार, दुकानं, घरं, स्नानगृहं, विहिरी, रस्ते, कमानी, खांब, ज़िने सगळं हज़र. गोल, चौकोनी, लांबटगोल अशा नाना आकारात उरलेलं, लाल विटांमधलं उत्कृष्ट जुनं बांधकाम. त्यात सांडपाणी वाहून नेणाऱ्या नळांचं जाळं.

आपसूक लाभलेल्या या ठेव्याचे फोटो किती काढू नि किती नकोसं झालं. खरोखर पाहण्यासारखं हे ठिकाण माझं जवळपास हुकत होतं. एवढा सुंदर वारसा असलेल्या या गावांमधून तो व्यवस्थित दाखवण्याची ग्रीक सरकार कोणतीही खास सोय करत नाही याचं मनाला परत एकदा सखेदाश्चर्य वाटलं. माझ्या विमानतळावरच्या वाटाड्यानंही त्याबाबत काही न बोलणं किती नवलाचं?

आगोरा सोडेतो रात्र झाली. पुन्हा एकदा शहराचं सुभग दर्शन झालं. रस्ते लोकांनी तुडुंब भरले होते. दिव्यांची रोषणाई झगमगत होती. रस्त्यालगतचे मोठाले बाजार, त्यांमधून पेरलेले सुबक, प्रशस्त पादचारी चौक, त्यांच्यातले पुतळे. या जुन्या राजधानीचं सौंदर्य मनावर ठसवत होते.

थेसलनीकी ही अलेक्झांडरची बहीण. तिचं आपल्या भावावर निरतिशय प्रेम होतं. तो दिग्विजयासाठी गेला पण परत आला नाही हे तिला काही केल्या खरं वाटत नव्हतं. लोकांनी तिला थोडी 'मिथिकल' म्हणजे अर्धी खरी अर्धी खोटी अशी, दंतकथेतली करून टाकली आहे. भाऊ येत नाही म्हटल्यावर ती समुद्रकिनारी जाऊन राहिली आणि येणाऱ्या प्रत्येक जहाजाला 'माझा भाऊ तुम्ही पाहिलात का? तो परत येतोय का?' असं विचारु लागली. 'तो दिसला नाही किंवा तो आता जिवंत नाही' असं सांगणाऱ्यांना ती खाऊन टाकायची. म्हणून तिच्यानंतर तिच्या नावे हे समुद्राकाठचं गाव वसवलं गेलं.

व्यापारांच्या वाढीनुसार त्याचं महत्त्व वाढत गेलं. काही काळ ते सबंध ग्रीसची राजधानीही होतं. तुर्कस्तानला जवळ पडत असल्यानं ऑटोमन साम्राज्यातलं एक मोठं ठाणं बनलं होतं. आज ते मॅसेडोनियाची राजधानी आहे. ईस्टरसाठी सेमेलीचं कुटुंब हेलनच्या माहेरी, इथं आलं होतं. पण ते इतकं प्रेक्षणीय आहे, त्याला भरघोस इतिहास आहे वगैरेची मला काही कल्पना नव्हती. झाडांतून अचानक उडालेल्या रंगीबेरंगी फुलपाखरांसारखं हे रंगीबेरंगी गाव. ते माझ्या मनात जाऊन स्थिरावलं.

दुसऱ्या दिवशी व्हर्गीनाला जाण्यासाठी म्हणून सकाळीच निघाले. तसं ते फार लांब नव्हतं. पण तिथं जायला सरळ बस नव्हती. आधी व्हेरिया नावाच्या जराशा मोठ्या जागी जायचं. तिथून बारा किलोमीटर्सवर व्हर्गीना. महत्त्वाचे भग्नावशेष आणि मुख्य म्हणजे फिलिपचं अखंड थडगं तिथं होतं. बसची ही चढउतर करत असताना वाटेत 'अलेक्झांड्रिया' लागलं तेव्हा चकितच झाले. आपल्या मनामधे इजिप्तमधल्या, जगप्रसिद्ध ग्रंथालय असलेल्या एकाच

'अलेक्झांड्रिया'ला जागा असते. हे दुसरं कुठून उपटलं? तेही अगदी चिमुकलं, मूठभर. मग वाटलं की नामाच्या माहात्म्यापेक्षा स्थानाचं माहात्म्यच अखेरीस मोठं. थेसलनीकी हे बंदर. तिथून होणाऱ्या व्यापारामुळे त्यानं आत पठारावर वसलेल्या या गावापुढे धाव घेतली. बहिणीनं भावाला कधीच मागे टाकलं.

व्हेरिया सोडलं आणि नदीच्या रम्य खोऱ्यात बसनं प्रवेश केला. दोन्ही बाजूंना लांबवर उभे असणारे डोंगर. त्यांच्यामधेच पूर्वीच्या मॅसेडोनिअन साम्राज्याचे अवशेष सापडले तेव्हा ग्रीक इतिहासावर प्रकाश पडण्याला मोठीच मदत झाली.

व्हर्गीना म्हणजेच पुराणप्रसिद्ध जुनी राजधानी 'एगी' हे सिद्ध झाल्यावर तज्ज्ञांना इतकं मोठं सांस्कृतिक धन इथं सापडलं की मॅसेडोनिअन लोक गावंढळ, रानटी, असंस्कृत वगैरे असल्याचं मत बदलणं भाग पडलं. नंतरच्या काळात राजधानी पेल्ला इथं हलली तरी एगीचं महत्त्व कमी झालं नव्हतं. महान धार्मिक क्षेत्र म्हणून ते अढळ राहिलं. राज्याभिषेक, विजयोत्सव, धार्मिक समारंभ आणि लग्नाकार्यांसारखे सोहळे पेल्लाऐवजी इथंच पार पडत.

एगीचे स्पष्ट दोन भाग होते.

पहिला भाग म्हणजे इथलं राहतं शहर. तिन्ही बाजूंनी नदी-डोंगराचं पाठबळ असलेल्या या सुरक्षित जागी ग्रीकांच्या सुबक आखणीतलं सुंदर शहर पायऱ्यापायऱ्यांनी उभं राहिलं.

दुसरा भाग होता त्यांच्या स्मशानांचा. माणसाच्या मृत्यूनंतर दहन आणि दफन केल्यावर त्या जागी पिरॅमिडसारखी दगडांची भव्य स्मारकं न उभारता मातीच्या टेकड्या बांधायच्या असा रिवाज होता. अशा अनंत टेकड्या या खोऱ्यात जागोजाग आहेत. त्यांतल्या नैसर्गिक कोणत्या आणि मानवी कोणत्या हे कळणं कठीण. दोन हजार वर्षांपूर्वी रोमनांनी पाडाव केल्यावर एगीचं साम्राज्य कोसळलं आणि हळू हळू मातीखाली जाऊन लोकांच्या विस्मृतीत गाडलं गेलं.

ते उजेडात आलं अगदी अलीकडे. १९३७ साली इथल्या पुरातत्त्व-विभागाच्या प्राध्यापकांनी विद्यार्थ्यांना उत्खननाचे धडे देण्यासाठी हा परिसर निवडला. त्या वेळी राजवाड्याचा बराच भाग सापडला.

मोहीम संपल्यावर मानोलीस आंद्रोनिकोस या विद्यार्थ्यानं मात्र इथलं उत्खनन हेच आयुष्याचं ध्येय म्हणून निवडलं आणि काम चालू ठेवलं. त्यानी मातीच्या टेकाडांचं संशोधन करायचं ठरवलं. १९५२ ते ६३ या काळात त्याच्या श्रमाला फळ आलं. एका मोठ्या टेकाडाखाली त्याला एगीच्या राजांची दफनभूमी सापडली. १९७६मधे त्याला दुसऱ्या फिलिप्सच्या थडग्याचा शोध लागला. इजिप्तमधे इंग्लिश संशोधक हॉवर्ड कार्टर याला लागलेल्या तुतनकामेनच्या सुप्रसिद्ध थडग्याइतकाच हा शोध जगाला धक्का देणारा, त्याचं कुतूहल चाळवणारा होता.

नऊच्या सुमारास तिथं पोहोचले. एके काळची राजधानी असली तरी आज व्हर्गीना आडवाटेवरचं एक शांतसं खेडं आहे. हालचाल काय ती पर्यटकांच्या जाण्यायेण्यानं. बस रस्त्यावर सोडून गेली होती. पण कुठे काय आहे, पाहायला किती वेळ लागेल वगैरे कुणाला

सांगता येईना. भाषेचा प्रश्न जबरा. परतीची बस केव्हा हेही समजेना. अजून कबरस्तान उघडलं नव्हतं. त्यामुळे एक किलोमीटरवर असलेले राजवाडा, थिएटर नि बाजार पाहायला गेले.

राजवाडा खूपच भव्य. नेहमीसारखेच त्याचे काही खांब फक्त उभे. त्यातल्या सिम्पोझियम म्हणजे पार्टी रूममधल्या जमिनीवरचं अत्यंत मोहक मोझाइक तेवढं बाकी आहे. अंथरलेल्या गालीच्यासारख्या दिसणाऱ्या या कलाकृतीत फळाफुलांनी वेढलेल्या निसर्गकन्या दाखवल्यात. त्या वेळच्या समृद्धीची खूण! बाकी सगळं काळाच्या दुष्ट अंगाईनं कायमचं निजवलेलं. तीन हजार वर्षांपूर्वी सबंध ग्रीसच्या भवितव्याची मोहरी इथून हलत होती.

त्यालगत थिएटर. हेही ग्रीसमधल्या काही भव्य आणि पुरातन थिएटर्सपैकी एक आहे. मांडणी तीच. खडकातून खोदून काढलेल्या आसनांच्या रांगांमधून पडलेल्या पावसाचं पाणी गोळा करून साठवण्याचे हौदही बाजूला केलेले आहेत. नाट्यगृहाला पश्चिमेकडून आम जनतेनं यायचं प्रवेशद्वार होतं तर पूर्वेकडचा राजवाड्याकडून येणारा रस्ता राजकुटुंबासाठी. इसवी सनापूर्वी ३३६ साली याच पूर्व-दारात फिलिपचा खून झाला.

या प्रसंगी वीस वर्षांचा अलेक्झांडर इथं हजर होता. गादीचा पुढचा वारस म्हणून त्याला इथंच जाहीर करण्यात आलं. जवळच असलेल्या, एक हजार वर्षांच्या पुरातन स्मशानभूमीत नंतर अलेक्झांडरनं आपल्या पित्याला मोठ्या मानमरातबानं, विधिपूर्वक निरोप दिला.

एगीचा एक भाग संपवून मीही तिच्या दुसऱ्या भागात, स्मशानभूमीशी येऊन पोहोचले. अजूनही इथं फारशी हालचाल दिसत नव्हती. तिकीट काढलं आणि समोर दिसणाऱ्या मातीच्या गोलाकार उंच टेकाडाकडे निघाले. त्याच्याभोवती आणि वरती हिरवळ होती. त्याला वळसा घालून जाणारा चांगला रुंद रस्ता होता. एके काळी ही टेकडी भोवतालच्या अनेक टेकड्यांपैकी एक होती.

रक्षकाच्या हाती तिकीट देऊन टेकडीच्या पायथ्याशी असलेल्या प्रवेशदारातून आत गेले आणि भुयारासारख्या वाटेनं खाली खाली उतरत चालले. वरती टेकडी असली तरी कबरस्तान तळघरात असल्यासारखं खाली, जमिनीच्या पोटात होतं. तिथं सगळं अर्धवट अंधारात. विजेच्या क्षीण प्रकाशात आतमधे केलेलं उत्खनन आणि त्यात सापडलेल्या इमारती दिसत होत्या. भोवताली लाकडी रस्ते केले होते. त्यावर चालत सबंध जागेला प्रदक्षिणा घालता येत होती. एकूण भाग खूपच मोठा. कुणीतरी नीट समजावून सांगितला तर किती बरं होईल. पण इंग्लिशचा वास नसलेल्या या जागी ते कसं जमणार? तरी मी भेटेल त्याला विचारत होते. आलेला नकार पचवत होते. तेवढ्यात पाठीमागून कुणीतरी धावत आलं आणि म्हणालं, ''मे आय् हेल्प यू?''

एकदम जीव भांड्यात पडला. ती या विभागाची प्रमुख होती. क्लिओ नाव तिचं. चांगलं इंग्लिश बोलत होतीच पण त्याहून चांगला होता तिचा स्वभाव. हसरा, मनमोकळा आणि उदार. काही गरज नसता माझ्याबरोबर हिंडून तिनं सगळे बारकावे समजावून सांगितले.

''शंभर फूट रुंद आणि चाळीस फूट उंच असलेल्या, 'ग्रेट तुमुलुस' नावाच्या या टेकडीखाली अनेक जणांना पुरलेलं आहे. आधी थडगी बांधली मग त्यांच्यावर टेकडी उभारली. त्यांच्या मधलं सर्वांत मोठं आणि महत्त्वाचं स्मारक अर्थातच फिलिपचं आहे.''

क्लिओ सांगत होती. ''जुन्या काळी या पंचक्रोशीतली बाकीची थडगीं लुटली गेली पण हे चोरांच्या तावडीतून कसं निसटलं देव जाणे. त्यामुळे आपल्याला सोन्या-चांदीचे अमोल खजिने मिळालेच पण त्या काळच्या रीतीभाती समजल्या.

''बाहेरून केवळ मातीचा ढीग दिसला तरी तो कोसळू नये, शाबूत राहावा म्हणून त्याला आतून दगडा-विटांनी बांधून काढलेलं आहे. मग वरून माती लिंपून ते झाकले आहे. टेकडीला बाहेरून वळसा घालणारं दगडांचं मोठं वर्तुळ असे. त्याच्या आतच सगळ्यांना पुरायचं. त्यात उच्च-नीच भेद भरपूर होता. या टेकाडाखाली फक्त राजघराण्यातल्या लोकांना स्थान होतं. बायकांना दागिन्यांचा सोस तर पुरुषांची शस्त्रं हेच अलंकार. त्यामुळे त्यांच्या थडग्यात त्या त्या वस्तू सापडतात.''

बोलत बोलत आम्ही प्रत्यक्ष थडग्यापर्यंत येऊन पोहोचलो. जमिनीखाली दोन खोल्यांचा संगमरवरी राजवाडा बांधल्यागत सुशोभित इमारत. दर्शनी दोन-तीन पायऱ्या चढून वर गेलं की चार स्तंभांनी पेललेली भिंत. वर मधोमध दरवाजा. लढाईचे देखावे रंगवलेले. काळानुसार आता पुसट झाले असले तरी कलाकाराचा कुशल हात अजूनही कळत होता. क्लिओच्या मागोमाग आत शिरले. आतमधली पहिली खोली त्यामानानं लहान होती पण तिच्या पुढची दुसरी दुपटीनं मोठी.

''उत्खननात सापडलेल्या अनेक शिलालेखांवरून त्या काळी घडलेल्या घटना इत्थंभूत कळतात. इथं नेमकं कोण आणि कसं पुरलं होतं, कुणाच्या हस्ते अंत्यसंस्कार झाले अशा बारकाव्यांची पक्की माहिती त्यांच्यामुळेच आम्हांला मिळाली.'' क्लिओ पुढे म्हणाली, ''ही मोठी खोली फिलिपची. इथंच लार्नास्क या सोन्याच्या पेटीत ठेवलेल्या त्याच्या अस्थी सापडल्या.''

''अस्थी? म्हणजे त्याचं दहन केलं होतं? मला वाटलं ही त्याच्या दफनाची जागा.'' मी म्हणाले.

''दोन्ही गोष्टी खऱ्या.'' क्लिओ म्हणाली. ''मृतदेह शुद्ध व्हावा म्हणून आधी त्याचं दहन केलं. पार्थिव शरीरातला सडून जाणारा भाग नष्ट झाल्यावर अखंड टिकणाऱ्या अस्थी मिळाल्या. त्या लाल मद्यामधे धुवून किरमिजी वस्त्रात गुंडाळल्या. वर राजमुकुट घातला. मग मोठ्या काळजीपूर्वक त्या सोन्याच्या पेटीत घालून ठेवल्या. ती पेटी थेसलनीकीच्या म्यूझिअममधे आहे.''

ती मी आधीच पाहिली होती.

''त्याखेरीज त्याची जेवणाची भांडी, मद्यपानाच्या सुरया, अंघोळीची पात्रं...तो जिवंत असताना जे जे वापरत होता ते ते इथं ठेवण्यात आलं.'' क्लिओ सांगत होती, ''त्याची चिता चंदनाची होती. सुगंधी द्रव्यं लावलेला फिलिपचा मृतदेह तिच्यावर ठेवण्यात आला. खुद्द अलेक्झांडरनं चितेला अग्नी दिला. राजाबरोबर त्याचे खाण्याचे पदार्थ, काही पोषाख, आयुधं, त्याचा लाडका घोडा, कुत्रा आणि त्याची पत्नी यांनाही दहन करण्यात आलं. पहिल्या खोलीतल्या छोट्या सुवर्णमंजुषेत तिच्या अस्थी सापडल्या.''

मी आश्चर्यानं ऐकत होते. दोन गोष्टींचं आपल्याशी असलेलं साम्य चकित करत होतं. एक

म्हणजे मृताला लगोलग जाळणं आणि दुसरं त्याच्या पत्नीनं सती जाणं!

''अलेक्झांडरची आई सती गेली?'' मी विचारलं. ''मी तर कुठं तरी वाचलं होतं की फिलिपनं दुसरी बायको केली म्हणून त्याच्या खुनामागे पहिलीचाच हात होता.''

''सती गेली ती त्याची शेवटची बायको क्लिओपात्रा. फिलिपला अनेक बायका होत्या पण अलेक्झांडरची आई ऑलिम्पिया ही त्याची एकमेव राणी होती. मृत्यूपूर्वी एकदोन वर्षं त्यानं त्याच्याहून खूप लहान असलेल्या क्लिओपात्राशी लग्न केलं आणि तिलाही राणी केलं. ते अर्थातच पहिल्या राणीला पटणं शक्य नव्हतं.''

म्हणजे सवतीमत्सरापोटी बिचाऱ्या क्लिओपात्राला नवरा आणि जीव दोन्ही गमवावं लागलं काय? ती सीमेवरच्या देशाची राजकन्या होती. हे लग्न राजकीय होतं. त्यांचं एकमेकांवर कितपत प्रेम होतं? सती जाण्याइतकं? तिला तो नीटसा माहीत तरी होता का?

''फिलिप नेमका कसा मृत्यू पावला?'' माझं कुतूहल जागं झालं.

''तो थिएटरमधे मारला गेला. त्याच्या मुलीच्या लग्नाचा सोहळा चालू होता. संपूर्ण ग्रीसवर आपला ताबा आहे, लोकांनी राजा म्हणून स्वीकारलेलं आहे, त्यांचं आपल्यावर प्रेम आहे या खात्रीनं फिलिपनं शरीररक्षकांना दूर ठेवलं होतं. आपल्या मित्रमंडळींना आदरानं पुढे घालून आसनांवर बसायला नेत असताना मारेकऱ्यानं दावा साधला आणि अंगरख्याआडच्या सुऱ्यानं पाठून भोसकलं. प्राणांतिक घाव घातले त्यानं. फिलिप कोसळला तो कायमचा. काही रक्षक फिलिपकडे धावले, काही मारेकऱ्यामागे. तो घोड्यावर बसून फरारी होण्याच्या बेतात असताना पाय अडखळून पडला. रक्षकांनी भाल्यानं भोसकून त्याची चाळण उडवली.

त्यांच्या मरणामागे त्याच्या पहिल्या बायकोचा हात होता असं काहीजणांचं म्हणणं तर फिलिप स्वतःच आपल्या मृत्यूला कारणीभूत ठरला असं दुसऱ्यांचं म्हणणं.''

''तो कसा काय?''

''एव्हाना फिलिप मोठा सम्राट झाला होता. त्याच्या हिशोबी देवत्वाला पोहोचला होता. त्यामुळे लग्नाच्या सोहळ्यात नेहमीच्या बारा देवांबरोबर त्यानं आपली प्रतिमा पूजेसाठी तेरावी मांडली. आपल्याला देवच करून टाकलं. इजिप्तमधे अशी प्रथा होती. फेरो स्वतःची देवळं उभारत. पण इजिप्तपासून दोनतीनशे मैलांवर असला तरी ग्रीस हा वेगळ्या संस्कृतीचा देश. इथल्या लोकांना त्याची कृती अजिबात आवडली नाही. त्यांच्यात असंतोष पसरला. मग त्यांतल्याच एका माथेफिरूनं हा खून केला असं म्हणतात. अलेक्झांडरनं मग त्याची पाळंमुळं खणून काढली.''

''जगज्जेता अलेक्झांडर सर्वांनाच माहीत आहे पण त्याचा बाप एवढा मोठा होता याची मला कल्पना नव्हती.''

''अलेक्झांडर शूर नेता हे खरंच पण त्याचा बापही मोठा होता. तेव्हा ग्रीसमधे संस्थानं होती. एकेका संस्थानाचा एकेक अधिपती. इथं मॅसेडोनियामधे फिलिपची शक्ती वाढायला लागल्यावर त्या सर्वांनी मिळून संयुक्त ग्रीक आघाडी उभी केली आणि फिलिपवर हल्ला केला. पण फिलिप मोठा कुशल मुत्सद्दी होता. त्यानं सैन्याची अशी मांडणी केली की त्यांच्यांत शत्रूचा शिरकावच झाला नाही. ग्रीकांचा पूर्ण पराभव झाला. सगळी संस्थानं खालसा

करून फिलिपनं एक देश निर्माण केला. अशा भक्कम पायावर अलेक्झांडर उभा राहिला.''

शहाजी-शिवाजी पितापुत्रांची आठवण झाली. मोगलांशी सामना करून हिंदुपतपादशाही स्थापणारे छत्रपती शिवाजी महाराज सर्वांना माहीत आहेत पण त्याची सक्रीय बीजं शहाजी महाराजांनी पेरली होती याची जाण थोड्यांनाच आहे.

''अचानक मृत्यू पावला असूनही फिलिपचं हे स्मारक अलेक्झांडरनं मोठ्या इतमामानं उभारलं. अस्थींसाठी सोन्याची पेटी होतीच पण एक बिलोरी मंचक मिळवला. त्याच्यावरची हस्तिदंती कारागिरी अत्यंत सुरेख आहे. त्याखेरीज सुवर्ण मुकुट, चांदीसोन्याच्या अनंत वस्तू, त्याचे पोषाख, शस्त्रास्त्रं ठेवली. ती तुला पलीकडे मांडलेल्या प्रदर्शनात दिसतील. इथं तू भिंतींवर रंगवलेल्या फिलिपच्या शौर्यगाथा बघ. त्यांच्यातला बारकावा आणि रेखीवपण बघ.''

दोन सहस्रकं उलटूनही या कलाकृती सुरेख राहिल्या होत्या.

बाहेरची खोली त्या सतीची होती. थोडीफार तशीच पण थाट जरा बेताचा. अलेक्झांडरच्या आईनं राज्ञीपद भोगलं असेल पण अमरपट्टा मात्र हिनं मिळवला.

नंतर आणखी एकदोन थडगी पाहून झाल्यावर तिथलं म्यूझिअम आलं. तिथं नाना शिलालेख, वस्त्रं, भांडी, चषक मांडलेले. फिलिपच्या तरवारीबरोबरच मद्याची सुरई आणि गाळणीदेखील होती. त्या चांदीच्या सुरईवरचा दाढीमिशा असलेला झ्यूसचा चेहेरा अप्रतिम आहे. सगळं पाहत तिथं फिरत असताना मनात आलं की ज्या जगज्जेत्याचे पाय आमच्या भारताला लागले त्याचे हात इथं लागले होते. इथल्या निर्मितीमागे त्याचीच प्रेरणा होती.

''आता तू या ठिकाणावर तयार केलेली बावीस मिनिटांची खास फिल्म बघ.'' एका बाजूला एक छोटेखानी थिएटर होतं. तिथं मला नेऊन क्लिओ म्हणाली, ''माझ्याकडून काही सांगायचं राहिलं असलं तर ते कळेल. एगी तुला आणखी समजेल.''

उत्खननापासून आतापर्यंत सर्व गोष्टी तिच्यात दाखवल्या होत्या. ग्रीक इतिहासाचा तेवढा तुकडा खडान् खडा उमजला.

फिल्म संपल्यावर मी बाहेर आले. पुस्तकांच्या दुकानात क्लिओ होती. परतीची बस कुठून घ्यायची ते समजावून घेतल्यावर मी तिला व्हर्गीनावरचं कोणचं पुस्तक घेऊ ते विचारलं. तेव्हा ती अनपेक्षितपणे म्हणाली, ''इथलं एकही घेऊ नकोस. ज्यांनी हे सगळं शोधून काढलं त्या मानोलीस आंद्रोनिकोसनी फार सुंदर पुस्तक लिहिलं आहे. पण ते फार मोठं आणि जड आहे. तू ते विकत घेऊ नकोस. मी आणखी दोन महिन्यांनी लंडनला येणार आहे. तेव्हां मी तुझ्यासाठी घेऊन येईन.''

वजन न बाळगता पुस्तक आपल्या हाती येणार म्हणून आनंदून जाऊन मी पैसे देण्यासाठी त्याची किंमत विचारली.

''किंमत? तू व्हर्गीनावर लिहिते आहेस ना? तीच त्याची किंमत. माझ्याकडून तुला ही भेट.''

नुकतीच ओळख झालेली एक मध्यमवर्गीय मुलगी एवढं औदार्य दाखवते आहे या कल्पनेनंच मला उचंबळून आलं. अचानकपणे, माझी पात्रता नसताना नशीब कधीकधी अशी

दानं देऊन जातं.

(ऑगस्टमधे तिनं आपला शब्द खरा केला. ती लंडनला प्रत्यक्ष येऊ शकली नाही पण तिनं ते भारी पुस्तक, एक लोकरीचा दुपट्टा आणि इतर कितीतरी गोष्टी पोस्टानं धाडून दिल्या. सेमेलीसारखं आणखी एका तरुण ग्रीक मुलीनं मला मैत्रीच्या पाशात जखडून टाकलं.)

आता पेल्ला गाठायसाठी पुन्हा व्हेरियाला जायला हवं. तिथं बस बदलून पुढे जायचं. पुढची बस साडेअकराला होती. ती मिळाली तर तीन वाजेतो पेल्ला जेमतेम जमणार होतं. मी आणि आणखी एक प्रवासी असे दोघे जण सांगितल्या जागी, व्हर्गीनाच्या बसस्टॉपवर उभे होतो. बस वेळेवर आली आणि आमच्या आरड्याओरड्याकडे लक्ष न देता सरळ पुढे निघून गेली. दोघे मुखस्तंभ झालो. आता काय करायचं. यानंतर तासभर बस नाही. पुढचं पेल्ला मिळणं आता अशक्य. अगदी हताश झाले.

तोवर बरोबरचा माणूस समोरच्या घराच्या सज्जात उभ्या असलेल्या एका बाईशी मोठ्यानं बोलायला लागला. तिनंही त्याला हातवारे करून काहीतरी सांगितलं. एकाएकी ''बस बस'' म्हणत तो पळायला लागला. मग विचार न करता मीही त्याच्यामागून धावत सुटले. रस्ता गावातून, बाजारातून जाणारा. बरीच माणसं होती. त्यांच्याकडे लक्ष न देता तो पुढे पळत होता आणि मागून मी! वळत वळत जात चांगला अर्धा-पाऊण किलोमीटर धावलो असू. धापा टाकत पुढच्या मुख्य रस्त्याशी येतो तो तीच बस आमच्या दिशेनं डौलात येत होती. तिथं स्टॉप होता तरी तिच्यापुढे जवळपास आडवं पडून तिला थांबवली आणि आत चढलो.

व्हेरियाला या वेळी तासभर रखडावं लागलं. उतारूंची गर्दी बरीच होती. लगतच्या टपरी उपाहारगृहात शिरले. त्याची मालकीण डेलिया. ग्रीक माणसाशी लग्न झालेली पण सांतोरीनीच्या केलीसारखी अमेरिकन-ग्रीक. माझ्याशी भरभरून इंग्लिश बोलत होती. केली खूष होती. इयाला सुखात राहत होती. डेलियाला इथं मुळीच आवडत नव्हतं. नवऱ्याच्या हट्टामुळे अगदी नाइलाजानं ती या आडगावात अडकलेली होती. अमेरिकेत परतण्याचे डोहाळे तिला कायमचे लागलेले. मला तिची कीव येत होती. पण एव्हाना कदाचित तिनं अमेरिका गाठलीही असेल.

पेल्लाला जाणारी गाडी आली. त्या अखंड गाडीत मी एकटी. दुसरं कुणी चढलंच नाही. चालक पंचविशीतला तरुण होता. कमालीचा देखणा. ग्रीक मदन दायोनिसोससारखं रूप त्याचं. मानेवर काळ्या द्राक्षांच्या घोसासारखे काळेभोर कुरळे केस. हसला की मोत्यांचे सर ओघळायचे. हनुवटीवर कोरीव खळगी. सिनेमात चमकायचं सोडून तो बस कां चालवत होता कोण जाणे. अवाक्षर इंग्लिश नाही. दृष्टादृष्ट झाली की विनम्र हसायचा. चाळीस मिनिटांत मला पेल्लाला सोडून तसाच विनम्रपणे पुढे गेला.

पेल्ला ही एगीनंतरची मॅसेडोनियन राजधानी. इथं ती आणण्याचं कारण हलक्याशा उतारावरची मोठीच मोठी प्रशस्त मोकळी जागा. हवं तेवढं बांधकाम करा. दक्षिणाभिमुख होती. त्यामुळे वर्षभर सूर्यप्रकाश आणि हिवाळ्यात ऊब मिळण्याची खात्री. शिवाय जवळच

समुद्राचं एक बोट आलेलं. सैन्याच्या हालचालींसाठी आणि व्यापारउदिम वाढण्यासाठी ते अत्यावश्यक. मॅसेडोनिया या छोट्याशा प्रांताचं मोठं साम्राज्य व्हायचं असेल तर वाढीसाठी अशी मोक्याची राजधानीही हवी. अलेक्झांडरच्या आधी शतकभर राजधानी एगीहून इथं हलली होती. इथून पूर्वेकडे विस्तार करण्याचा राज्यकर्त्यांचा मानस होता. भारतापर्यंत येऊन अलेक्झांडरनं तो पुरा केला.

आजवर नावारूपाला आलेल्या ग्रीकांचा मुकुटमणी म्हणजे अलेक्झांडर. 'द ग्रेट' हे त्याच्या नावानंतरचं अभिधान आजवर अबाधित आहे. तो होऊन गेल्याला दोन सहस्रकं उलटून गेली. तरी आजही थोरापोरांना परिचित असलेली, प्राचीन काळची, कुठल्याही संस्कृतीतली ही सर्वांत प्रसिद्ध व्यक्ती. त्याच्या अजिंक्यतेचा आणि महत्त्वाकांक्षेचा डांगोरा साऱ्या जगभर पिटला गेला आहे. तरी त्याच्या आयुष्याबद्दल निश्चित असं फारच थोडं माहीत आहे. आहे ते घोटाळ्यात टाकणारं. संदिग्ध. त्याच्या काळी लिहिलं गेलेलं आजपावेतो सापडलेलं नाही. त्याच्याविषयी सुसंगत लिहिलं गेलं ते त्याच्या मृत्यूनंतर अनेक शतकांनी. तेही त्याला नायक वा खलनायक कल्पून.

त्यामुळे त्याचं बहुरंगी चरित्र नेमकं डोळ्यांसमोर आणणं कठीण. एकाच वेळी तो अनेक होता. शूर सेनानी, चतुर नेता, निधडा लढवय्या आणि जगाच्या परिसीमेपर्यंत राज्य पसरवण्याची राक्षसी महत्त्वाकांक्षा असणारा धोरणी राजकारणी. त्याच्या मनाचा थांग लागणं अशक्य. इटलीतल्या पॉम्पे शहरात त्याचं बारीक तुकड्यांनी घडवलेलं प्राचीन भुईचित्र आहे. त्यात वापरलेल्या तुकड्यांइतकेच त्याच्या व्यक्तिमत्वाचे अगणित पैलू आहेत. तशा झगमगत्या बारीक कणांतूनच ते साकारायला हवं.

तो निव्वळ शूर नेता नव्हता. सौंदर्यलक्षी, कलाप्रिय रसिक होता. त्याचे गुरू ॲरिस्टॉटल यांनी त्याच्यावर उत्तम संस्कार केलेले होते. होमरचं काव्य त्याला अतोनात प्रिय. त्याची प्रत तो रोज उशीखाली ठेवी म्हणतात. अत्यंत शूर आणि धाडसी पित्याच्या नजरेखाली त्यानं युद्धकला संपादन केली होती. त्या काळी कुशल मुत्सद्दी अलेक्झांडर रणांगणांवरच्या डावपेचांत अद्वितीय मानला जाई. ज्यूलिअस सीझर, ऑगस्टस, जॉर्ज वॉशिंग्टन, नेपोलिअन आणि दुसऱ्या महायुद्धात रणगाडे वापरणारा जनरल पॅटन या सगळ्यांचा नायक– अलेक्झांडर. त्याच्या युद्धकौशल्याचा त्यांनी बारकाईनं अभ्यास केला होता. त्याच्याच क्लृप्त्या पुन:पुन्हा वापरल्या होत्या. गेली तेवीसशे वर्षं! त्याच्या सैनिकांचाही तो जीव की प्राण होता.

त्याचं सैन्य अजेय होतं कारण त्याची रचना. मोठमोठ्या उभ्या ढाली एकमेकांना चिकटवून त्याचे शिस्तबद्ध सैनिक शत्रूवर चालून जात. ही रचना 'फॅलँक्स' म्हणजे हाताच्या बोटासारखी असायची. स्वत: अभेद्य राहून ही भिंत शत्रुसैन्यात घुसायची. त्याच वेळी सैन्याची दुसरी 'बोटं' शत्रूला बगल देऊन पाठीमागून हल्ला करायची. पळायलासुद्धा वाट न उरलेली अशी सैन्यं जागीच गारद व्हायची. स्वत:च्या अचूक नेतृत्वाखाली त्यानं आपल्या सैन्याहून कित्येक पटींनी मोठ्या असलेल्या सैन्यांचा पराभव केला. सर्व मिळून केवळ तेरा वर्षांची त्याची कारकीर्द. ती सगळी वर्षं त्यानं नवनवे प्रदेश काबीज करण्यात, सतत लढाई करण्यात

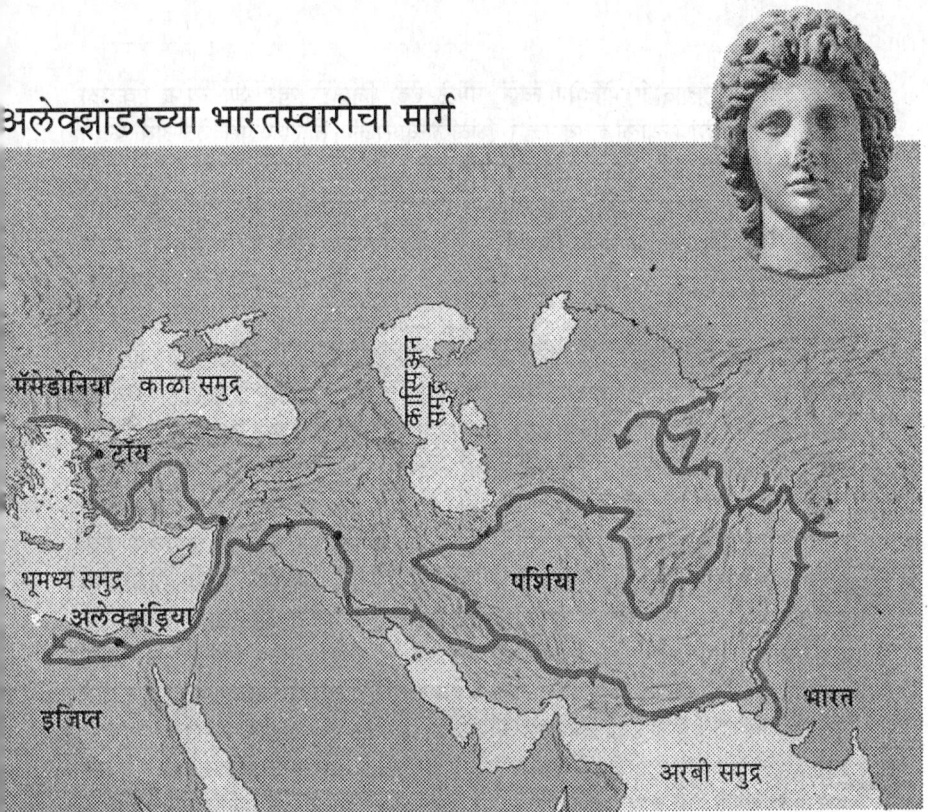

अलेक्झांडरच्या भारतस्वारीचा मार्ग

घालवली. त्यांतली एकही लढाई तो हरला नाही.

ग्रीसचा जुना हाडवैरी पर्शिया. वारंवार ग्रीकांवर हल्ले करून त्यानं त्यांना जेरीस आणलं होतं. लुटलं होतं. नामोहरम केलं होतं. अलेक्झांडरनं त्याच्या विरुद्ध प्रथमच यशस्वी शस्त्र उचललं. त्यांचा दारुण पराभव करून, सोनंनाणं लुटून तो थांबला नाही तर त्यानं ते राज्यच आपल्या राज्यात सामावून टाकलं. पर्शिअन लोकांनी आपल्याला चटकन स्वीकारावं म्हणून त्यानं त्यांच्याशी रोटी-बेटी संबंध प्रस्थापित केले. स्वत: सम-भोगी असूनही तिथल्या राजकन्येशी लग्न केलं. आपल्या लैंगिक जोडीदाराचंही असंच लावून दिलं. सैनिकांचीही लग्नं लावली. पण तो तिथं रमला नाही. इजिप्त, तुर्कस्तान, इराक, मध्य आशिया असं पुढे जात जात त्यानं भारतापर्यंत दौड मारली. तिथूनही आणखी पुढे जाण्याचा त्याचा विचार होता पण सतत प्राणपणानं लढून त्याचे सैनिक आता थकले होते. त्यांनी पुढे जायला नकार दिला आणि त्यांच्या या अजिंक्य नेत्याला मागे परतावं लागलं. त्या वेळी भारतातच किंवा बॅबिलोनला असताना दोषी तापानं त्याचं निधन झालं. कुणी म्हणे त्याचा खून झाला, कुणी म्हणे विषप्रयोग. त्याच्या साम्राज्याची त्यानं योजलेली आणि वसवलेली राजधानी इजिप्तमधील अलेक्झांड्रिया इथं त्याला अखेरीस पुरलं असं मानतात. पण त्याचं शव आजवर कुणाला सापडलेलं नाही. रिकामी शवपेटी तेवढी लंडनला आहे.

त्याच्या या झंझावाती मोहिमेनं त्यानं सगळे देश जिंकले खरे पण त्यांना एकछत्री अंमलाखाली आणणं त्याला शक्य नव्हतं. जिंकलेल्या राजांना तो राज्य परत देत असे. फक्त त्यांच्यावर देखरेख करण्यासाठी आपला एक सरदार मागे ठेवी. त्याच्यामागे त्या सरदारांनी ती राज्यं आपसांत वाटून घेतली. त्यामुळे अलेक्झांडरचं 'साम्राज्य' अल्पजीवी ठरलं तरी काबीज केलेल्या त्या काळच्या 'सबंध' जगात त्यानं ग्रीक भाषा आणि संस्कृती नेऊन पोहोचवली. देशोदेशींच्या कथा-दंतकथांमधे त्याला स्थान आहे. ते आजही अबाधित आहे.

सर्वतोमुखी असलेल्या या महामानवाचा जन्म इथं पेल्लाला झाला. त्याचे विचार मनात गर्दी करत असताना मी समोर पाहत एकटीच उभी होते. दूरवर एक उंचशी टेकडी. तिच्यावर ॲक्रोपोलिस, देवळं आणि खजिना असे. तिथपासून या रस्त्यापर्यंत मोठं निर्वृक्ष सपाट मैदान. त्यावर केवळ पायांच्या रूपात शिल्लक असलेले इमारतींचे अवशेष. पण त्यावरूनसुद्धा हे विराट शहर उत्तम आखणी करून बांधलेलं होतं हे दिसत होतं. बुद्धिबळाच्या पटासारखे सर्व रस्ते एकमेकांना काटकोनात छेदत होते. त्यात नेहमीप्रमाणे फोरम, आगोरा, नगरवासीयांची घरं यांच्याजवळ राजवाडा बांधलेला होता. सगळ्यांची रचना अतिभव्य. नुसता राजवाडाच साठ हजार चौरस मीटर्स म्हणजे दोन एकर क्षेत्रफळाचा. अत्यंत बलाढ्य आणि वैभवशाली सम्राटाखेरीज दुसऱ्या कुणाला तो पेलणंच अशक्य. त्याच्यात फिरून बघत होते. मनातच खूपसं उभं करावं लागत होतं. शंभर गुणिले दोनशे फुटांचे एकेक महाल. मधूनमधून थोडे खांब कल्पना देण्यासाठी रचून उभे केलेले असले तरी पायातली मूळची जमीन शिल्लक आहे. प्रासादांमधल्या प्रांगणांत अजून टिकून राहिलेली भुईचित्रंही आहेत. ती केवळ थक्क करून सोडतात. काही वर छपरी बांधून जाग्यावर राखली आहेत तर उत्तम स्थितीतली काही रस्त्यापलीकडे म्यूझिअममधे उचलून नेली आहेत.

इतर कुठल्याही प्राचीन राजवाड्यात न दिसलेली आणखी एक गोष्ट तिथं होती. पोहण्याचा तलाव. एकवीस गुणिले पंधरा फुटांचा हा तलाव तळचे तीन फूट पाणीबंद केलेला आहे. आजही तिथून पाणी झिरपू शकत नाही. त्याला येणारं पाणी, निचरा होणारं पाणी यांचे वेगवेगळे नळ घातलेले आहेत. सबंध शहरातच सांडपाण्याची भूमिगत व्यवस्था राबवलेली आहे. ज्या लोकांना शहररचनेचा इतका बारकावा माहीत ते कसले रानटी?

भर उन्हात सुनसान जागी एकटी फिरत होते. दगडगोटे, वाळकं गवत याखेरीज काही राहिलेलं नव्हतं. रोमनांनी जिंकल्यानंतर मॅसेडोनिया लयाला गेला. चिरेबंद तट कोसळले. शहरं बसली. राजवाडे ओसाड पडले. गाळानं भरलेला समुद्र तीस किलोमीटर दूर गेला. खूप नंतरच्या तुर्की राजवटीत जवळ वसलेल्या नव्या पेल्लासाठी सगळं कच्चं सामान इथून पुरवलं गेलं. आद्य इतिहासकार हेरोडोटसनं पुरातन पेल्लाबद्दल भरभरून लिहिलं आहे. तो त्याच्या वैभवकाळात इथं येऊन गेला होता. इथली गजबज, व्यापार, प्रासाद, उपवनं, इथून सागरापर्यंत पसरलेला, वनांनी वेढलेला अपूर्वसुंदर देखावा...त्यानं सगळं नमूद करून ठेवलं आहे. आज त्या कशाचाही मागमूस उरला नव्हता. 'राष्ट्रे बुडाली नृप थोर गेले' ही विनायक कवींची ओळ मनात सारखी घुमत होती. इथं तर समुद्रानंही पाठ फिरवली होती.

रस्ता ओलांडून समोरच्या म्यूझिअममधे गेले. छोटं पण छान होतं. राजवाड्यातली विशेष सुंदर भुईचित्रं तिथं पाहायला मिळाली. त्यांत अनेक ठिकाणी अलेक्झांडर होता. मित्रासमावेत सिंहाची शिकार करतानाचं त्याचं एक भव्य चित्र आहे. त्यावरून तो कसा दिसत असे याची चांगली कल्पना येते. बिबळ्याच्या पाठीवर बसून शिकार करणाऱ्या दायोनिसोसचं एक मोठं चित्रही लक्ष वेधून घेतं. बारीक रंगीत खड्यांनी केलेली ही सारी चित्रं, त्यांचे रंग जसेच्या तसे टिकलेले आहेत. घडवल्या दिवसाइतके ताजे. ग्रीसमधल्या सर्वोत्तम कलाकृतीत त्यांची गणना होते.

अलेक्झांडरचं संगमरवरी मस्तकही तिथं होतं. किती देखणा होता हा माणूस. रांगडा शिपाईगडी असूनही चेहेऱ्यावर प्रसन्न गोडवा. एखाद्या प्रमदेसारखे नाजूक नाकडोळे. मुरड असलेली कोरीव जिवणी आणि कुरळ्या, स्वैर कुंतलांची, कपाळावर झेपावणारी, खास त्याची अशी ती दाट महिरप. देखण्या चेहेऱ्यावरचा देखणा मुकुट. त्यावरून पुतळा त्याचाच म्हणून ओळखता येतो.

राजवाड्याचे आणि त्या काळच्या घरांचे नमुने करून ठेवलेले होते. त्यांच्यावरून मनात पेल्ला रचत बाहेर आले आणि बसनं थेसलनीकी गाठलं. पुन्हा एकदा ती चर्चेस उघडी आहेत का त्याचा मागोवा घेतला. पण ती आपली तीनलाच बंद झालेली. तेव्हा अधिक दगदग न करता तिथल्या विशाल चौकात संध्याकाळ घालवली आणि सामानाची बांधाबांध करून पुढच्या प्रवासाला सिद्ध झाले.

π

थेसलनीकीहून अथेन्सकडे निघाले होते पण मेतेओरामार्गे. वाईवरून कोल्हापूरला जाण्याचा हा प्रकार. पण मेतेओरा इतकं वेगळं आणि सुंदर असल्याचं वाचलं होतं, ते वगळून कसं चालेल? सकाळी आठची बस होती. सुंदर आरामगाडी. गर्दी नसल्यानं आणखीच आरामशीर. मी दारालगत पहिल्या आसनावर बसलेली. ही जागा फार छान असते. ड्रायव्हर दुसऱ्या बाजूला. आपल्यासमोर त्याच्याचएवढी मोठी थोरली हक्काची काच. उजवीकडची खिडकी आपली. डावीकडचंही जरा दुरून दिसतच असतं. उंच बसल्यानं खासगी गाडीपेक्षा चांगलं. ड्रायव्हरइतकं दिसत असून चालवण्याचा ताप नाही.

इथल्या ड्रायव्हरची काय तैनात. चालवायला नवीकोरी मर्सेडीस गाडी. युरोपियन बांधणी म्हणून त्यांच्यासाठी आणखी वेगळी आरामयंत्रणा असते की काय कोण जाणे. सुखासीन आसन हवेच्या दाबावर हलणारं. आत बसल्यावर त्यानं आपल्या मापानं वरखाली करून घ्यायचं. खाली हवेची गिर्दी असल्यानं उडत्या गालिच्यावर बसल्यासारखं. क्वचित बसणारे हिसके त्यांच्यापर्यंत पोहोचत नाहीत. एवढं मोठं वाहन पण हाताळायला एकदम सोपं आणि हलकं असावं. गिअर्स लोण्यासारखे मऊ. टिचकीनं बदलावेत. बटनानं उघडबंद करणारे दरवाजे. आतून बाहेरून आरसेच आरसे. एकदा मी मुद्दाम मोजले. आठ भरले. बसच्या आतबाहेर, आणि मागे इंचन् इंच पाहण्याची सोय होती. त्यांतला एखादा त्याला भांग

पाडण्यासाठीसुद्धा असेल.

त्याचा थाटही सिंहासनावर बसलेल्या राजाचा. स्वतःला काही कष्ट पडू देत नाही. एकीकडे सिगरेट चालू. (बसमधली धूम्रपान बंदी फक्त उतारूंनाच लागू असते हे क्रीटनंतर मला कळलं. त्या ड्रायव्हरबद्दल तक्रार उगीचच केली असं वाटलं. दरेक जण च ओढतोय. मग त्या बिचाऱ्यानं काय पाप केलं?) एकीकडे मोबाईल. उजवीकडे रेडिओ. एंजिनची चावी नाही फिरवली तरी चालेल पण रेडिओचा कान प्रथम पिरगळायला हवा. इजिप्तमधे व्हीडिओ तसा इथं रेडिओ. चालत्या गाडीत मधूनच बसचे कागदपत्र चाळण्याचा छंद. त्यातले कागद उलगडून, बघून, पुन्हा टाचणी लावून व्यवस्थित ठेवायचे. त्यासाठी एकदा तर त्यानं दोन्ही हात सोडलेले मी पाहिले. रावसाहेब स्वतःच्या घरी, दिवाणखान्यात सिगरेट ओढत, कॉफी पीत, फोन घेत बसलेले आहेत, वृत्तपत्र चाळताहेत. त्यातून सापडल्या सवडीत गाडी हाकताहेत.

इंग्लिश येत नसलं तरी इंग्लिश गाणी ऐकायचा मात्र अतोनात सोस. त्यामुळे या प्रवासात इंग्लिश पॉप गाणी आपोआप पाठ झाली. ग्रीक भाषेच्या अनाकलनीय डोहात ओळखीचे इंग्लिश शब्दमोती हाती लागले की थोडं बरं वाटे, मग ते कितीही निरर्थक नि बेचव असोत. खुद्द इंग्लंडमधे मी त्यांच्या वाटेला चुकून जात नाही.

जाण्याचा आजचा रस्ता फार छान. विविधतेनं नटलेला सुंदर निसर्ग. बाहेरची दृश्यं भराभर बदलत होती. सुरुवातीला मोटर-वेवरून निघालो. आठ पदरी रुंद सरळ रस्ता. त्याच्यावर एकही खडा वा खड्डा नाही. सगळा अळंग प्रवास. मधेच एका जागी बस थांबली आणि तिच्यात सातआठ उतारू चढले. मोटर-वेवर? हे तर अपघाताला अक्षदा देऊन निमंत्रण. बहुतेक देशात मोटारीत काही बिघाड झाला असेल तरच कडेला गाडी थांबवायची. एरव्ही अजिबात नाही. ग्रीसमधे आधी सांगून तुम्हांला अशी बस पकडता येते म्हणे.

त्यांच्यासोबत काही पोलिसही आत चढले. प्रवाशांनी आपापली ओळखपत्रं काढली. मीही माझा गाडी हाकण्याचा परवाना बाहेर काढला. पण मला नुसतं ''कुठून आलात?'' एवढं विचारण्यावर भागलं. हा पोलिसी खाक्या ग्रीसमधे मला पहिल्यांदाच दिसत होता.

थोड्या वेळानं चहापाण्याला थांबल्यावर मी तिथल्या बाईला त्याबद्दल विचारलं.

''हे सगळं अल्बेनिअन निर्वासितांसाठी.'' ती म्हणाली. ''त्यांनी आम्हांला काव आणलाय. जिथून तिथून बेकायदा घुसतात. रस्त्यावर भीक मागतात. अमली पदार्थांची चोरटी आयात करतात. गुन्हेगारी वाढली आहे. शिक्षणाचा बट्ट्याबोळ केलाय त्यांच्या पोरांनी.

''इथून अल्बेनिया जवळ आहे. समोर दिसणारे डोंगर ही त्यांची सीमा. त्यांना फार सोयीचे. ते उतरून सरळ आत येतात. त्यांच्याकडे कागदपत्रं नसतात. त्यांना इथं पकडणं सोपं होतं.''

''मग मला कसं काही विचारलं नाही त्यांनी? समजा, मी अल्बेनियातून आले आणि लंडन म्हणून सांगितलं असलं तर?'' मी थट्टेनं म्हणाले.

ती हसायला लागली. ''तुम्ही भारतीय दिसता ना. शिवाय ते माणसं ओळखतात.''

मोटर-वेवर डाव्या बाजूला सुंदर समुद्र आणि उजवीकडे लांब उभे असलेले निळे निळे

डोंगर होते. मधे शेतीभातीचे पट्टे. एखाद्या चित्रकारानं हिरव्या-पिवळ्या रंगाचे चौकोन मनमुराद चितारून ठेवावेत असं दिसत होतं. महामार्ग सोडला आणि एकदम छोट्या रस्त्यावर आलो. दोन्ही बाजूंनी आता हिरवीगार झाडी बसला भेटायला येत होती. अशा हिरव्या मांडवाखालून बराच वेळ गेलो. फार गंमत वाटत होती. दहाएक मैलांनी तेही विरलं आणि दूरवर पुन्हा दांडगे डोंगर दिसायला लागले.

एव्हाना त्रिकाला या गावी आलो होतो. इथून कालांबाका गाठायचं. त्याच्या आणखी पुढे मेतेओरा. तिकीट जरी तिथवरचं फाडलं होतं तरी आमची बस त्रिकालालाच थांबत होती. त्या पुढे बस होती पण आणखी दोन तासांनी. मेतेओरा केवळ पंचवीस किलोमीटर्स उरलेलं. म्हणजे अगदी हाकेच्या अंतरावर येऊन इथं दोन तास रखडायचं. बहुतेक पर्यटक मेतेओराला जाणारे असतात. त्यांना त्रिशंकूसारखं मधेच लटकवण्यात ग्रीकांना काय मजा वाटते?

मला आज संध्याकाळपावेतो अथेन्स गाठायचं होतं. जवळ सामानसुमान. आताच अकरा वाजत आलेले. एकला पुढची गाडी. ती दोनला नेऊन सोडणार. मग एका तासात मेतेओरा पाहणार काय आणि परतणार कधी? आता काय करावं या विवंचनेत असताना माझ्याच बसमधली एक स्लाव्हिअन बाई जवळ आली. उत्तम इंग्लिश बोलणारी. कुठल्याशा कंपनीतर्फे कामासाठी थेसलनीकीला आलेली. आज मेतेओरा पाहायला आली होती. तिला थोडं ग्रीक येत होतं.

''तू देखील मेतेओराला चालली आहेस ना? आपण टॅक्सीनं एकत्र जाऊ या का? मी जाऊन ठरवते.''

मला देव भेटल्यागत झालं. लगोलग तिनं आणलेल्या टॅक्सीत सामान टाकलं आणि आत चढले.

रस्त्यात खूपच गप्पा चालल्या होत्या. ती तिच्या देशाबद्दल, कामाबद्दल बोलत होती. मलाही माझ्या प्रवासाबद्दल विचारत होती.

''मी ग्रीसमधे बसनं किंवा बोटीनं भरपूर फिरले.'' मी म्हणाले, ''अथेन्सला पोहोचल्यावर आजूबाजूला फिरणार आहे. त्या वेळी मला संधी मिळेल किंवा नाही माहीत नाही पण एकदा तरी मला इथल्या आगगाडीत बसायचं आहे. आज परतताना कालांबाकाहून आगगाडी घ्यायचा माझा बेत आहे. तेव्हा मेतेओराला जायच्या आधी रेल्वे स्टेशनवर टॅक्सी घ्यायला ड्रायव्हरला सांगशील का? तिथंच सामान ठेवून पुढे जाईन.''

तिनं तेवढं काम ठीक केलं. स्टेशनमास्तरला अगदी जेमतेम इंग्लिश येत होतं. तो म्हणला एक वाजताची गाडी घ्या. ती साधणं अशक्य. मग म्हणाला तीन पन्नासची घ्या. ही गाडी योग्य होती. मला इथं चारेक तास मिळणार होते आणि दिवसाढवळ्या मी अथेन्सला पोहोचणार होते. पण हा पठ्ठ्या काही केल्या मला तिचं तिकीट देईना. ती गाडी भरलेली होती.

''एका सीटनं काय फरक होणार?'' मी म्हणाले.

''ती गाडी भरलेली असल्यानं मी अर्धसुद्धा तिकीट देणार नाही.'' त्यानं निक्षून सांगितलं. ''हवं तर पाचच्या गाडीचं मिळेल.''

त्याला हो म्हणण्याखेरीज इलाजच नव्हता. सामान ठेवलं. दोघी मेतेओराला जायला निघालो.

कालांबाकाला पोहोचल्यावरच अगदी वेगळ्या प्रदेशात येऊन पोहोचल्याची जाणीव झाली होती. समुद्रसपाटीपासून हजार फूट वर आल्यानं उत्फुल्ल गारवा होता. आमच्या टॅक्सीनं स्टेशन सोडून मेतेओराच्या दिशेला मोहरा वळवला आणि समोर प्रचंड मोठे, काळ्याभोर खडकांचे विचित्र वेगळे सुळके उभे ठाकले. आतापर्यंत लहान वा मोठे नेहमीचे, झाडांना अंगाखांद्यावर खेळवणारे लेकुरवाळे डोंगर दिसत होते. इथं आकाशाला भिडणारे, धातूच्या शिल्पासारखे, उंचच्या उंच स्वच्छ सोलीव खडक. त्यावर हिरवा डागदेखील नाही. एकेक सुटा सुळा. पाचशे मीटर्स म्हणजे पंधराशे फूट सरळ आभाळात गेलेला. अचानक सगळे इथं आले कुठून?

त्यांच्यामधून वाट काढत, घाट चढत टॅक्सी वर चाललेली. चारी बाजूंनी भोंडल्याचा फेर धरल्यासारखे हेच डोंगर. तळाशी थोडी हिरवळ असेलनसेल. बाकी पटावर मांडलेल्या या सोंगट्यांचं काळं रान. शेदीडशे तरी असतील. अफाट उंचीमुळे पन्नास मजली इमारतींसारखे निळ्या आकाशावर उठून दिसत होते. कधी दोनतीन एकत्र जुळलेले. कधी त्यांच्यामधल्या अरुंद सापटीतून जपून निघायचं.

मेतेओरा म्हणजे मिटिओराइट्स. उल्का. ज्यांनी हे डोंगर प्रथम पाहिले त्यांना ते पृथ्वीवरचे वाटलेच नाहीत. या उल्का अवकाशातून आल्या आणि इथल्या जमिनीत रुतल्या. पृथ्वीवर या इथंच एकमेव. त्यामुळे या डोंगरांना नैसर्गिक आश्चर्य म्हणून जागतिक वारशामधे स्थान मिळालं आहे. इथल्या निसर्गाला आणि मानवाच्या इथल्या करामतीलाही. कारण या डोंगरांच्या माथ्यावर टोपी घालावी तसे ग्रीक ऑर्थॉडॉक्स पंथाचे क्रिश्चन मठ बांधलेले आहेत. केव्हा? सोळाव्या शतकात. एकूण पंधरा उभारलेले. त्यांपैकी नऊ अजून चालू आहेत. त्यांतल्या सर्वांत उंच, सर्वांत मोठ्या आणि महत्त्वाच्या अशा दोन मठांना भेट द्यायला चालले होते. एकाचं नाव व्हारालाम आणि दुसऱ्याचं मेतेओरा.

टॅक्सीनं व्हारालामच्या पायथ्याशी छोट्या पठारावर नेऊन सोडलं. तिथं डोंगर अंगाशी झटल्यागत जवळ आले. सुळक्याच्या पायाशी उभी होते. पाऊण चढ संपला होता. शेवटचे हजारभर फूट आता पायी चढायचे होते. आणखी उंच पोहोचणार होते. पण इथूनही फार विलोभनीय दृश्य दिसत होतं. सुळक्यांच्या फटींमधून खाली लांबवर दिसणारी झाडी, गावं, रस्ते. दूर चमकणारी वळणदार नदी. उंचावर आल्यानं सौम्य, आल्हाददायक वाटणाऱ्या उन्हात उभी राहून डोळ्यांनी देखावा पीत होते.

इथं पर्यटक भरपूर. कुणाचे कोच उभे. कुठे परतणाऱ्या टॅक्स्या. त्याच अडचणीत स्मरणवस्तूंच्या दुकानांची गर्दी. ती भेदत वरच्या मठाकडे निघाले. खडकाच्या कडेनं काढलेले कठड्यांचे जिने. खडकाला अंग घासत वर जात होते. वाटेत कोपऱ्या कोपऱ्यावर छोटी मचाणं बांधलेली होती. तिथं थोडं विसावायचं, चारी बाजूंना बघत पुन्हा वर चढायचं.

चीनमधला जगातला सर्वांत मोठा बुद्धाचा पुतळा पाहत पाहत डोंगर उतरल्याची आठवण

आली. तिथूनही असंच दिसत होतं. पण ती उतरण धोकादायी. दुसऱ्या बाजूला कठडाच नव्हता. इथं सुरक्षित होतं तरी तळच्या पाताळभेगेकडे पाहिलं की जिवाचा थरकाप उडायचा. वाटलं, आज आम्ही रुंदशा, घडीव जिन्यानं वर जातो आहोत तरी ही स्थिती, मग पाचशे वर्षांपूर्वी ते महंत वर चढले कसे? त्यांनी बांधकामाचं साहित्य बरोबर नेलं कसं? लगतची दोन शिखरं पुलानं सांधून एवढ्या मोठ्या विस्ताराचा हा मठ बांधला कसा?

वर चढताना त्याचं बांधकाम अधिकाधिक स्पष्ट होत होतं. काय उत्तम बांधणी. खणखणीत दगडां-विटांच्या देखण्या इमारती. जागोजाग पुढे काढलेले अधांतरी सज्जे. उंच जागा आत्महत्येला प्रवृत्त करतात म्हणे. इथं ते सज्जेच आत्महत्या करायला सज्ज झालेले. तिथं आपल्याला उभं राहायचं आहे ही कल्पना आतडी आकसून टाकत होती. पायाखाली फक्त लाकडी फळ्या. दुसरं काही म्हणजे काही नाही. सरळ पंधराशे फुटांची, रिती गर्ता.

चढत चढत वर दाराशी पोहोचले. तिथं तिकीट काढलं पण प्रवेश मिळेना. बायकांनी ट्राउझर्स घातलेल्या त्यांना चालत नाहीत. आता कुठे कुठे अर्ध्या चड्डयांना मनाई असते. कुठे दंड तर कुठे डोकी झाकायला लागतात. पाय लांब पँटनं झाकले की पुरे. पँटच्या दोन कापडी नळकांड्यांनी पाय झाकले काय किंवा स्कर्टच्या एकानं, त्यात काय फरक? पण अशी तर्कशुद्धता तिथं कामाची नाही. मी जीन्स घातलेल्या होत्या. तेव्हा तिथंच उसना मिळणारा स्कर्ट कमरेवर नुसता गुंडाळला. माझं ध्यान अतिशय विचित्र नि विसंगत दिसत असलं तरी त्यांची विनयाची कसोटी पार पाडून पुढे झाले. मोठ्या बोगद्यासारख्या वाटेच्या पायऱ्या चढून खुद्द मठाच्या भरदार इमारतींपाशी पोहोचले. आपण इतक्या उंचीवर, निमुळत्या डोंगराच्या शिखरावर आहोत हा भासही होऊ नये असं प्रशस्तपण त्यांना होतं.

आकाशातल्या या विहारांची सुरुवात अगदी साधी झाली. मुसलमानांच्या छळाला कंटाळून व्हारालाम नावाचा एक नि:संग ग्रीक साधू पंधराव्या शतकात इथं चढून आला आणि इथंच एकाकी, एकटा राहिला. त्यानं आपल्यापुरतं छपरी चर्च उभारलं होतं. पुढे तो वारला. त्यानंतर साताठ वर्षांनी खालचे काही लोक त्याची वास्तपुस्त करायला इथवर आले. त्यांना त्याचा सांगाडा आणि ते उद्ध्वस्त चर्च दिसलं. तेव्हा धर्मासाठी आत्मार्पण केलेल्या त्या संताचे चेले बनून काही जण इथं राहिले. त्यांनी त्याचा पंथ स्थापन केला. त्याच्या नावे हळूहळू हा एवढा मोठा प्रकल्प उभारला.

मानवी संपर्कापासून खूप आत, तुर्की राज्यकर्त्यांच्या कडक नजरेआड आपला धर्म पाळता येत असल्यानं इतर भाविकांनाही त्याचं आकर्षण वाटायला लागलं. इथल्या शिखरांवर अनेक मठ बांधले गेले आणि हा सगळा भाग ग्रीक ऑर्थॉडॉक्स पंथाचा बालेकिल्ला बनला. या चर्चना मोठं माहात्म्य प्राप्त झालं. इथं यात्रा भरायला लागल्या. जन्मात एकदा तरी ही यात्रा घडलीच पाहिजे असं भाविकांना वाटायला लागलं. पूर्वीची तीव्र धार्मिकता ओसरल्यानं त्यांचं महत्त्व थोडं आटलं असलं तरी गरुडाच्या कोटरीसारखे लटकलेले इथले नऊ मठ अजून चांगले चालताहेत. त्यात एक स्त्रियांची ननरीदेखील आहे.

येशू-मेरीला अर्थातच सगळीकडे प्राधान्य दिलेलं आहे. त्यांची कथीड्रल्स, चर्च, घंटाघरं,

कपडे, दागिने, जपमाळा, संतांच्या गुहा, त्यांना पुरलेली तळघरं हे सगळं होतंच शिवाय राहती घरं, जेवणघरं, प्रदर्शनं, ग्रंथालय, संग्रहालय, एक छोटीशी बाग हेही होतं. आहे चढ-उतारावर, पण सगळं हजर. इतक्या गोष्टी तिथं सामावलेल्या असतील असा खालून संशयही येऊ नये.

सर्वांत मोठ्या, पांढऱ्याशुभ्र चर्चच्या पायाशी, घंटाघरालगत उभी राहून त्याची शिखरं न्याहाळीत होते. बिझेन्तिन पद्धतीप्रमाणे वरवर रचलेले लहानमोठे पाचसहा घुमट. त्यांच्यावर रेखीव केशरी कौलं. मागे आकाशाच्या निळाईवर कोरलेला क्रॉस आणि बाजूला उंच वर गेलेलं एकमेव, हिरवंगार सुरूचं झाड. इतक्या निमुळत्या काटेकोर जागेत किती मनोरम चित्र उभारलं होतं. ते पाहून आत शिरले. प्रथम ऐसपैस सभामंडप. पुढे मोठं चर्च. जरासं अंधारं पण चोहीकडे चित्रंच चित्रं काढलेली. नाना संत, त्यांची चित्रात्मक चरित्रं रेखलेली. नेहमीप्रमाणे त्यांचे छळ झालेले दाखवले होते. काही चित्रं फार सुंदर तर काही अगदी सामान्य.

भाविक भरपूर आलेले. जिथं जिथं मेरीचं वा येशूचं चित्र दिसेल तिथं थांबून, त्याचं चुंबन घेऊन तीनदा स्वत:वर क्रॉसची खूण करत होते. दारात मेणबत्त्या विकत घेऊन लावत होते. त्यांचा धूपधूसर उजेड, आतलं अंधारं गांभीर्य, सगळ्याचा त्यांच्यावर खोल परिणाम होत होता. महा यात्रेचं पुण्य पदरात पडल्याची भावना त्यांच्या चेहेऱ्यांवरून ओघळत होती.

चर्चच्या दारातून परतताना मला एक खूप म्हातारा धर्मगुरू दिसला. काळे पायघोळ कपडे, डोक्यावर काळी गोल, वरून चपट टोपी. लांब धवलशुभ्र दाढी. वयानं आणि अधिकारानं मोठा वाटत असला तरी चेहेऱ्यावरून ममताळू. काळ्या कपड्यातल्या फादर क्रिसमससारखा. तो माझ्याकडे पाहून हसल्यावर मी अभिवादन करून त्याला आतल्या चित्रांबद्दल विचारलं. त्यानं मला परत आत नेऊन मोठ्या आस्थेनं त्यांच्या कथा सांगितल्या. क्रुसाच्या मागे, मधोमध असलेलं एक चित्र फारच भारी. पांढऱ्या कपड्यातला एक माणूस एका हातानं पुरुषाला आणि दुसऱ्या हातानं बाईला ओढतोय. त्याच वेळी पायाखाली कुणाला तरी तुडवतोय. बालबुद्धीतून निघावी तशी ती चित्रकला. हे काय? म्हणून विचारता धर्मगुरू म्हणाले, ''मधे बसलाय तो आमचा आद्य संत व्हारालाम. त्याच्या डाव्याउजव्या हातात ॲडम आणि ईव्ह आहेत. सफरचंद खाल्ल्याच्या अपराधातून मुक्त करून संत त्यांना वर खेचतो आहे. त्याच वेळी त्यांना भुलवणाऱ्या सैतानाला पायदळी तुडवतोय.''

धर्मगुरूंनी गंभीरपणे सांगितलेल्या गोष्टीला मी 'हो हो' करत मान हलवली. ते निघून गेले. मग माझ्या हसण्याला वाट करून दिली.

आपल्या डोक्यात असतात तसे अंजिराची पानं ल्यालेले ॲडम आणि ईव्ह हे नव्हेत. ईव्हनं नखशिखांत ननचा काळा पोषाख केलेला. तिच्याकडे पाहून फक्त मातृभावनाच जागी व्हावी. ॲडमही पाद्र्याच्या पोषाखात. दिसायला कसनुसा. दोघांकडून 'ओरिजिनल सिन' घडण्याची शक्यता फारच कमी. खालच्या सैतानाची मात्र मला कीव आली. अगदी सैतान झाला तरी त्याचे हातपाय इतके मुरगळून त्याची कणिक तिंबायची का? सचित्र पोथ्यांमधल्या चेंदामेंदा राक्षसांची आठवण झाली. धार्मिक नसल्यानं असली कुठलीही चित्रं मी त्रयस्थपणे पाहते. त्यातली श्रद्धेय भावना मला उचलता येत नाही. वास्तवच काय ते दिसतं. बाकीचे लोक

मोठ्या भक्तिभावानं त्याच्याकडे बघत होते.

जिने चढतउतरत, ओवऱ्या ओलांडत चालले होते. धान्याची कोठारं, मुदपाकखाना, पाण्याच्या टाक्या होत्याच पण एक कवट्यांचं कोठारही दिसलं. गेल्या पाचशे वर्षांत इथं मरण पावलेल्यांच्या कवट्या एकावर एक रचून त्यांचा मोठा ढीग राखून ठेवलेला होता. भकास खोबण्या रोखून तो पर्यटकांकडे पाहत होता.

आणखी एक महत्त्वाचं ठिकाण म्हणजे इथली वाइन करण्याची आणि ठेवण्याची जागा. तिच्यासाठी द्राक्षं ते कुठून आणि कशी आणत होते त्यांचे तेच जाणे. वर सगळं असलं तरी द्राक्षं पिकवणं अशक्य. एका खूप मोठ्या, लांबलचक पडवीमधे द्राक्षं गाळायची कितीतरी यंत्रं ओळीनं मांडली होती. त्यांच्याजवळ दारूचे बुधले, सुरया नि चषक. द्राक्षरस आंबून दारू होण्यासाठी घराएवढी वेगळी खोली होती. ती भरून टाकणारं तिथलं आडवं लाकडी पिंप छताला टेकलेलं. मांडीएवढा नळ होता त्याचा. सर्वसंगपरित्याग करून आलेल्यांना दारूचा एवढा मोठा साठा कशाला हवा? एवढी दारू कोण पिणार? आणि ती घेतल्यावर ईशचिंतनाची गरजच काय? पण बाकी सगळी ऐहिक सुख तळाशी सोडून, निर्वाणाच्या इतक्या नजीक येऊन बसलेल्यांना एवढी सूट असायला हरकत नसावी.

पिण्यावरून खाण्याची आठवण आली. बरोबर आणलेला सँडविच घेऊन एका टोकाशी गेले. खास बसण्यासाठी बाकं टाकलेली. तिन्ही बाजूंनी मोकळा देखावा. समोरच्या सुळक्यावर चढलेली धाडसी तरुण पोरं बाहुल्यांसारखी दिसत होती. त्यांच्याकडे बघत खाणं आटोपलं. सावली होती. वारं सुटलेलं. आजूबाजू स्वच्छ. त्यामुळे प्रसन्न वाटत होतं. आपल्याकडचं तीर्थस्थळ म्हणजे घाणीचं आगर. लोक देवासाठी सगळं सहन करतात. इथं इतके यात्रेकरू होते पण कुठं घाण नाही, वास नाही. सिगरेटची थोटकं, सँडविचचे कागद, कोका कोलाचे डबे असला प्रसाद मागे ठेवलेला नव्हता. फक्त खाण्याच्या ठिकाणीच खात होते. जागोजाग पिण्याच्या पाण्याचे हौद. शौचालय स्वच्छ. इतक्या उंचावरही आदर्श व्यवस्था होती.

'जा!' की 'नको जाऊस!' अशी स्वत:शीच हुज्जत घालत अखेरीस लांब ओवरीच्या टोकाशी असलेल्या लाकडी सज्जावर पाऊल ठेवलं. रमणीय दृश्य समोर पण लक्ष सगळं पायाखाली. फळ्यांच्या फटींमधून खोल दरी दिसत होती. काही होणार नाही हे पक्कं माहीत असूनही ती अस्वस्थ करत होती. मॉस्कोमधे एक उंच फिरतं रेस्टॉरंट आहे. चूष म्हणून त्यातल्या एका भागात जमिनीऐवजी काच घातली आहे. आपण वर फिरतोय आणि खोल खाली मोटारी ये-जा करताहेत. काच दणकट आहे, आपण पडणं अशक्य हे ठाऊक असूनही त्या चौकोनावर पाय देववत नव्हता. खरं तर सारंच रेस्टॉरंट तितक्या उंचीवर नव्हतं का? पण अंथरलेल्या गालिच्यामुळे सुरक्षित वाटत होतं. मजा म्हणजे डोळे मिटले की त्याच काचेवरून बेधडक जाता येई. तसंच काहीसं आताही करावं म्हणून मिचमिच्या डोळ्यांनी फटी चुकवत शेवटपर्यंत पोहोचले पण ते अधांतरीपण न साहवून लगेच परतले.

शेवटी लिफ्टच्या खोलीत आले. आजही इथं आपली नेहमीची लिफ्ट नाहीच. पायऱ्यांनी चढावं लागतं. पण पूर्वी जेव्हा पायऱ्या नव्हत्या, वर बांधकाम चालू होतं तेव्हा त्यांनी ही

माणसांनी ओढायची लिफ्ट बनवली. या सुळक्याच्या जमिनीपर्यंतच्या, अगदी सरळसोट उभ्या भागाशी आडातलं पाणी शेंदायला बसवतात तशी कप्पी बसवली होती. ती खोलीतल्या उभ्या रहाटाला दोरखंडानं जोडलेली होती. त्याला आडवी बांधलेली दोन मुसळं धरुन दोघांनी गोलगोल फिरलं की दोर वरखाली व्हायचा. दोराला बांधलेल्या जाळीच्या पोत्यात माणूस घालायचा आणि देवाचं नाव घेऊन त्याला खाली सोडायचा किंवा वर ओढायचा. कोणत्याही क्षणी काहीही होऊ शकेल.

आता पायऱ्यांची सोय असल्याचा सुस्कारा सोडत खाली उतरले आणि दुसऱ्या मॉनेस्ट्रीला गेले.

ही मेतेओरा मॉनेस्ट्री सर्वांत उंच म्हणजे पंधराशे फुटांवर आहे. तिथून पुन्हा चौफेर देखावा दिसत होता. भोवती मांडलेले लोखंडी डोंगर. त्यांच्या कुशीत बिलगलेली लालचुटुक घरं. लांबवर पसरलेली हिरवी झाडी, निळसर डोंगर आणि त्याच्याही पलीकडे समुद्राचं लकलकतं पाणी.

बाकीच्या मठाची मांडणी मघासारखी. चर्चमधली चित्रंही तशीच. त्यातल्या एका संताची आजानुदाढी लक्षात राहिली. तिथला रक्षक माझ्याशी इंग्लिशमधून बोलायला लागला.

''तुम्ही भारतीय ना?''

''हो.''

''तुमच्या देशात खूप वेळा जाऊन आलोय मी. मर्चंट नेव्हीत होतो. काठाकाठानं तुमचा देश खूप पाहिलाय. फार हुशार आहेत हां तुमचे लोक.'' त्याचं आपल्याबद्दलचं मत खूप चांगलं होतं. बरं वाटलं ऐकून.

''इथं चर्च सर्व्हिस वगैरे असते का?'' प्रवाशांची नुसतीच ये-जा पाहून मी विचारलं.

''हो तर. तीन वाजता मठाची दारं बंद झाली, सगळे प्रवासी खाली उतरले की इथल्या पूजाअर्चा साग्रसंगीत सुरू होतील.''

''त्या कोण करतं? अधूनमधून दिसतात ते धर्मगुरू?''

''ते असतातच. पण इथं राहणारे चारशे अनुयायी तेव्हा हजर असतात.''

''चारशे? मग ते आता कुठे आहेत?''

''आपापल्या खोल्यांमधे. त्यांचा दिनक्रमच असा बसवलेला आहे. पहाटे तीनपासून त्यांची वर्दळ असते. नऊ वाजता ते निवासात गेले की मठाची दारं उघडतात. आता तुम्ही निघून गेलात की ते इथं परततील.''

अगदी वेगळी जीवनं मठ जगत असतात. एकाचा दुसऱ्याला हासभास नाही.

''तू सुद्धा इथं राहतोस?''

''नाही. मी खाली कालांबाकाला राहतो.''

''रोज बसनं येतोस का?''

''येताना येतो. पण जाताना चालत जातो. फार छान रस्ता आहे. तुम्ही तशाच जा. तासाच्या आत पोहचाल.'' असं म्हणून तो आत गेला आणि त्यानं मठाचं एक चित्र आणून मला भेट म्हणून दिलं.

त्याचे आभार मानले आणि त्याचा सल्लाही मानला. स्टेशनपर्यंतचा सहासात किलोमीटर्सचा रस्ता चालत निघाले. रस्ता पूर्ण रिकामा. मधूनच एखादी गाडी जाई. सगळा घाट मला आंदण. आता उन्हं उतरली होती. मजेदार गारवा वाढला होता. सगळा उतारच. झपझप चालत होते. थोडे ढग असल्यानं पावसाळ्यात जुन्या पुणे-मुंबई रस्त्यावरून खंडाळ्याचा घाट उतरल्यासारखं वाटत होतं. भोवतालच्या देखाव्याकडे आता सावकाश पाहता येत होतं. बाजूच्या कड्यांना सर्वस्वी वेगळं सौंदर्य आणि भव्यता आली होती. ते पाहताना वाटलं, पृथ्वी जन्मल्यादिवशी अशी दिसत असेल. नुकत्या जन्मलेल्या बालकासारखी नितळ.

पुढच्या वळणावर उंचावरचा आणखी एक मठ दिसलं. एवढ्या उंचीवर निसर्ग एकदम रुद्रावतार तरी धारण करील वा अगदी निश्चल तरी बनेल. ऐहिक सुखांकडे पाठ फिरवलेल्या संतांनी इथं पुरातन कालापासून वास्तव्य केलेलं आहे. त्यांच्या भावना काय असतील? धर्मासाठी उभ्या केलेल्या या अफाट इमारतींकडून, त्याहून वरच्या अगाध शक्तीकडे वळत त्यांचा आत्मा शांतीशी संवाद साधत असेल का? विश्वासाचं निधान असलेल्या त्यांच्या परमात्म्याशी थेट जाऊन पोहोचत असेल? संसार-सौख्य नाकारून, एकांतवास पत्करून आणि देवाची प्रार्थना करून ते अजरामर होऊ पाहताहेत. त्यांच्या हातच्या चित्रांनी, शिल्पांनी आणि कोरीव कामानं इथली चर्चं सजली आहेत. भाविकांनी दिलेल्या सोन्याचांदीतून देवासाठी सुंदर चीजा बनवून इथल्या सुजन महंतांनी आपली कृतज्ञता व्यक्त केली आहे. त्यातच त्यांच्या जीवनाचं सार्थक होतं का?

विचारांच्या प्रवाहात पोहत कालांबाका गाठलं. स्टेशनवर पोहोचले. सकाळचा स्टेशनमास्तर नव्हता. आताच्याला अजिबात इंग्लिश कळत नव्हतं. जोरजोरानं माथेफोड करत बोललेलं त्याचं ग्रीक मला कळेना. तो नुसती स्वत:ची खुर्ची हलवून दाखवत 'नो नो' म्हणून किंचाळत होता. म्हणजे आता पाचच्या गाडीलाही तिकीट नाही का? पण सकाळी तर होतं. मग तेव्हाच मला कां नाही दिलं? मी भडकत होते पण त्याला काही कळत नसल्यानं भडकण्यालाही काही अर्थ नव्हता. पुढची गाडी आठला. मग रात्री एकला अथेन्स. अशा अपरात्री सामानासकट तिथं कशी आणि कुठं जाणार?

प्लॅटफॉर्मवर न्यूझीलंडच्या चार बायका बसल्या होत्या. पाचच्या गाडीचा पत्ताच नसल्यानं त्यांनी आठची तिकिटं काढलेली. तेव्हा आम्ही सगळ्यांनी ''येत्या गाडीत चढायचं, मग काय होईल ते पाहू'' असं ठरवलं.

बरोबर पाचला दोन डब्यांची सुंदर गाडी आली. सगळ्या सोयींनी भरलेली राजविलासी आणि पूर्ण रिकामी. स्टेशन मास्तर मग आम्हांला कां अडवत होता? काहीच कळेना.

आमच्यासोबत एकदोन ग्रीक प्रवासी होते. त्यांना इंग्लिश येत होतं. गाडी सुटता सुटता त्यांनी सांगितलं की ही फक्त तासाभराची गाडी. जंक्शनला पोहोचली की ती बदलून अथेन्सच्या दुसऱ्या गाडीत चढायचं. एवढंच ना! हे सोपं होतं.

अतिशय सुखद प्रवास. आतापर्यंत बसनं हिंडल्याचं दु:ख झालं. गाडी हलणं नाही, सिगरेटच्या धुराचा त्रास नाही, कान किटवणारं गाणं नाही. एकदम शांत. यापुढे फक्त

आगगाडीच. उंच आसन. जवळ जवळ जमिनीपर्यंत पोहोचणाऱ्या खिडक्या. त्यामुळे जणू काचेच्या महालातून चालले होते.

गाडीला समांतर मोठमोठाली शेतं पळत होती. शेतकरी सधन असावेत. सगळी शेती यंत्रांनी. कुठे ट्रॅक्टर उभे. कुठे गोल फिरणारे पाण्याचे फवारे तर कुठं छोटं विमान जावं अशी वरून पाणी शिंपडणारी यंत्रं. पिकांच्या ओळी फूटपट्टीनं आखल्यासारख्या सरळ. प्रत्येक शेत आखीव, रेखीव. अगदी सपाट जमीन. पिकं काढलेली मोकळी शेतही ट्रॅक्टरनं रेखून नांगरलेली. तुसू-तण काही नाही. त्याचबरोबर कुठं जनावरं नाहीत आणि माणसंही नाहीत. सबंध ग्रीसची लोकसंख्या आपल्या मुंबईहून कमी. अधूनमधून लागणारी खेडी खेळ मांडून ठेवल्यासारखी सुंदर. कशीतरी खोपटं, दारात कचरापोतेरी असलं अजिबात नव्हतं.

निसर्गाचा तीव्र विरोधाभास जाणवला. आपण आताच मेतेओराचे ते अचाट डोंगर पाहिले. ते खरे होते ना? खरोखरी या सपाट मैदानी प्रदेशात त्या आकाशातून पडलेल्या उल्काच असाव्यात.

जंक्शन आलं. पुढची गाडी अर्ध्या तासानं होती. हरकत नाही. अशीच सुहाना सफर असेल तर तासभर थांबू. पुढचे साडेचार तास कसे जातील कळणारदेखील नाही.

अनेक डब्यांची मोठी गाडी अगदी वेळेवर आली पण खच्चून भरलेली. मुंगी शिरायला वाव नाही. आतल्या आरड्याओरड्याला न जुमानता कशा तरी आम्ही आत शिरलो. सामानाचा गोंधळ. ते आत घुसवलं आणि त्याच्या आधारे दोन डब्यांच्या चिंचोळ्या सांध्यावर उभी राहिले. ऐन गर्दीच्या वेळी मुंबई लोकलसारखं घुसमटायला होत होतं. ए०सी० असूनही श्वास घेणं मुष्किल. मघाचं सुखद रेल्वेप्रवासाचं चित्र या गाडीनं पुसून टाकलं. मी वाटेतच उभी. उतारूंचे पाय पायावर पडत होते. त्यांच्या हातातल्या वस्तू डोक्यावर आपटत होत्या. सिगरेटचे चटके बसतीलशी सारखी धास्ती. सगळे जण तापलेले. सहनशक्ती घसरलेली. खाणं नाही पिणं नाही. त्यातच गाडीला उशीर झाला. तब्बल पाच तासांनी रात्री अकराला अथेन्सला उतरले ती पुन्हा ग्रीक आगगाडीत न बसण्याची शपथ घेऊन. आजवर कुठल्याच देशात इतक्या लांबवर असा कुचंबून प्रवास घडला नव्हता. पुन्हा कधीही नशिबी नसो ही प्रार्थना!

इथून आता ग्लिफादा गाठायचं. मी आधी फोन करून इथंच हॉटेलात राहीन असं हेलनला कळवलं होतं. पण तिनं कितीही वाजले तरी घरीच ये, वाट पाहते असा आग्रह धरला होता. टॅक्सी घरी पोहोचली तेव्हा ती आणि दिमित्री दोघेही जागे होते. आठवड्याभरात पारोसला जाऊन यायच्या बेतानं गेलेली मी चार आठवड्यांनी अथेन्सला आले होते. खूप थकून घरी परतल्यासारखं वाटलं. परदेशी असताना अशी जिव्हाळ्याची माणसं असण्यासारखा अनमोल ठेवा नाही.

''किती फिरलीस. हडकली आहेस. आता चार दिवस तू काही करू नकोस बघू. नुसती विश्रांती घे. मग बाकी काय बघायचं ते बघ.'' माझी झालेली दमणूक चेहेऱ्यावर दिसत असल्यानं हेलननं फतवा काढला.

दोन दिवसांनी माझ्या मनाची चुळबूळ व्हायला लागली. लांबचा सगळा ग्रीस थोडाफार

पाहून झाला होता पण स्पार्टा, ऑलिम्पिया आणि देल्फी ही तीन महत्त्वाची ठिकाणं आणि खुद्द अथेन्सच पाहायचं उरलं होतं. पैकी देल्फीला हेलन-दिमित्री घेऊन जाणार होते. उरलेल्या दोन ठिकाणची एखादी सफर मिळते का त्याची चौकशी करण्यासाठी मी सिन्तागमा गाठलं. पण बरीच फिरले तरी मला हवी तशी सफर काही मिळेना. त्यांतल्या ज्या थोड्या घेता आल्या असत्या त्यांच्या किमती भरमसाठ. ज्यांच्यापाशी वेळ नाही, स्वत: धडपड करायची इच्छा नाही आणि पैशांची फिकीर नाही अशांचे खिसे रिकामे करायला या पर्यटन संस्था टपलेल्या होत्या. तेव्हा ही ठिकाणंही मलाच स्वतंत्रपणे जाऊन बघायला हवी होती. दोन्ही शेजारच्या पेलोपोनेज प्रांतात असली तरी खूप दूर दूर. वेगवेगळ्या दिवशी जावं लागणार होतं. मधे जमेल तसं अथेन्स पाहायचं होतं.

अथेन्स शहर तसं जाता-येता सारखं दिसतच होतं पण त्याची भूषणं म्हणजे त्याची संग्रहालयं आणि प्राचीन स्थळं. ॲक्रोपोलिस हा त्यांचा शिरपेच. तिथं मला युफ्रसीनीची एक वाटाडी मैत्रीण घेऊन जाणार होती.

संग्रहालयांमधली नॅशनल आर्ट गॅलरी अजून पाहायची होती तिथं जाऊन पोहोचले. नवी बैठी इमारत. तिच्यात व्हॅन डाइक, सेझान, रेम्ब्रान्टसारख्या नाणावलेल्या युरोपियन कलाकारांच्या कलाकृती होत्या. एक पिकासोचंही होतं. तरी तिथला खास म्हणजे 'एल् ग्रेको'. ग्रीसचा सर्वांत मोठा चित्रकार.

पंधराव्या शतकात होऊन गेलेला हा एक तडकफडक कलावंत. चित्रकलेच्या पाठी लागून तो युरोपभर भटकला. हळूहळू त्यानं स्वत:ची शैली घडवली. त्याचं मूळचं नाव बाजूला पडून तिकडे त्याला 'एल् ग्रेको' म्हणजे 'ग्रीक माणूस' म्हणायला लागले. मग तेच त्याचं नाव बनलं. ग्रीसमधेही तो खूप प्रसिद्ध झाला. त्यानं धार्मिक चित्रं काढली पण स्वत:च्या प्रतिभेनं मेरी-येशू काढल्यानं चर्चचा त्याच्यावर रोष होता. त्याला कचाट्यात पकडून धर्मगुरूंना त्याच्यावर बहिष्कार टाकायचा होता. त्याच्या एका चित्रातल्या देवदूताचे पंख फार लांब काढल्याच्या आरोपावरून त्याला दोषी ठरवण्याचा प्रयत्न चालला होता. तेव्हा ''देवदूतांच्या पंखांची लांबी नेमकी किती तेवढी मला सांगाल का?'' असा प्रश्न विचारून त्यानं धर्ममार्तंडांना गप्प बसवलं.

त्याची चित्रं जगभरच्या संग्रहालयात विखुरली आहेत. त्यांपैकी केवळ दोनच ग्रीसमधे आहेत. एक सेंट पॉलचं पोर्ट्रेट आहे आणि दुसऱ्यात पाचसहा स्त्रिया नाचताहेत. मला ते दुसरं आवडलं. त्यात चित्राचे बारकावे न दाखवता केवळ रंगांच्या फटकाऱ्यांनी त्या उभ्या केलेल्या आहेत. तरी त्यांचा जोश, भावना त्यात सुंदर व्यक्त होतात. आजदेखील ते नवं नि हवंसं वाटत होतं.

तरी मला तिथलं सर्वांत आवडलेलं चित्र वेगळं. सव्वाशे वर्षांपूर्वीचा लित्रास हाही इथला सुप्रसिद्ध चित्रकार. त्याची शैली मला खूप भावली. त्याची बरीच चित्रं लावलेली होती. त्यातलं 'कोल्ड बाथ' हे चित्र नजर ओढून घेणारं. एक म्हातारी आजी आपल्या दीडेक वर्षाच्या नातवाला अंघोळ घालते आहे. त्याला पत्र्याच्या टबमधे उभं केलंय. अंगावर ओतलेलं थंड पाणी सहन न होऊन ते पोर किंचाळतंय. आजी काम आटपायच्या मागे आहे.

त्याचं थंडीनं आक्रसलेलं शरीर पाहून तिला थोडी कीव आणि बरीचशी गंमत वाटते आहे. त्याचं फार सुंदर मिश्रण तिच्या पाठमोऱ्या आविर्भावांत आहे. तिचा चेहेरा तर जवळपास दिसतच नाही. मुलगा मात्र समोरून दिसतो. ते पोर इतकं चिडलंय, रडतंय, कधी एकदा यातून सुटतोय असं वाटून संतापाच्या कडेलोटाला पोहोचलंय. दोन विरोधी संमिश्र भावनांचं चित्रण लित्रासला इतकं बेमालूम जमलंय की पाहिल्या क्षणी ते तिथून काढून घेऊन मी माझ्या मनाच्या संग्रहालयात लटकवून टाकलं.

बाहेर येताना दरवाजाशी एका खूप गाजलेल्या अमेरिकन 'चित्र'काराचं प्रदर्शन होतं. भरपूर मोठं होतं म्हणून तिथं पाहायला गेले आणि अर्धा तास फुकट गेला म्हणून हळहळले. तिथं लावलेल्या फलकांना चित्रं कां म्हणायची हा प्रश्न होता. सगळीकडे खिळे, मोळे आणि सुतळ्या यांचा गुंता. चित्रकारावरचा एक लघुपटही चालू होता. चित्रं पाहून कळली नाहीत म्हणून तोही पाहिला. पण माझ्या ज्ञानात टाचणीचीही भर पडली नाही. एकूण सगळंच मला अनाकलनीय. त्याचं एवढं कौतुक कां? तेही कळलं नाही.

मग इथल्या सरकारी पर्यटक संस्थेत गेले. माझ्या सहली मलाच आखायच्या होत्या. त्यांची पत्रकं, बसची वेळापत्रकं आणि इतर माहिती मिळवायची होती. थेसलनीकीचा एकमेव अपवाद सोडल्यास उत्साहानं आपलं काम करणारं, 'सरकारनं तुमच्यासाठी उभारलेल्या या ठिकाणी तुम्ही या, पर्यटनाविषयी हवे तितके प्रश्न विचारा. तुमच्या सगळ्या शंकांचं मी निरसन करीन' अशा भावनेनं स्वत:चं काम नेकीनं पार पाडणारं दुसरं कुणीही भेटलं नाही. इथं त्याच कामावर असलेला हा माणूस अतिशय घाईत असल्यासारखा वागत होता. तिथं दुसरं कोणीही नव्हतं. तो आणि मी. सिगरेट फुंकत टी०व्ही० बघण्याखेरीज त्याला दुसरा उद्योग नव्हता. पण तो पूर्ण उदास आणि निरुत्साही. पाच प्रश्न विचारल्यावर एकाचं उत्तर दिलं-दिलं, नाही-नाही. तुम्ही बाहेर कधी जाताय याची वाट पाहत, दाराकडे ढकलतच होता. मी खमकी. मला हवी ती उत्तरं मिळेपर्यंत हलले नाही.

माझ्या या चिकाटीला एक वेगळंच फळ आलं.

तिथं लावलेलं 'अथेन्स म्यूझिक फेस्टिव्हल'चं माहितीपत्रक दिसलं. त्यात आज संध्याकाळी ॲक्रोपोलिसवरच्या हेरोडिअन ॲम्फिथिएटरमधे सुंदर कार्यक्रम होता. मिकीस थिओदोर्किस या सुप्रसिद्ध संगीत दिग्दर्शकाच्या ऐंशीव्या वाढदिवसानिमित्त गाण्यांची मैफल होती. या माणसानं ग्रीक संगीताची ओळख सगळ्या जगाला करून दिली. त्याचं 'झोर्बा–द ग्रीक' या सिनेमाचं संगीत सबंध जगभर गाजलं. आजही गाजतंय. झोर्बा नाचताना त्याला दिलेली धून केवळ अमर आहे. घरी सतत वाजत असल्यानं कानात कायमची बसलेली. तिच्या कर्त्याला पाहायला, त्याच्या नेतृत्वाखाली वाद्यवृंद ऐकायला खरोखरच आवडणार होतं. झोर्बाच्या जन्मदात्याच्या, निकोस काझांझाकिसच्या क्रीटमधल्या स्मृतिस्थानाला नुकतीच भेट देऊन आलेली असल्यानं तर हा कार्यक्रम चुकवणं शक्यच नव्हतं.

लगोलग हेलनला फोन केला. तिनं दिमित्रीसह या कार्यक्रमाला यावंसं मला वाटत होतं. सुदैवानं ती सापडली आणि तिकिटं मिळाल्यास साडेआठला थिएटरवर भेटायचं ठरलं.

लगोलग हेरोडिअनला गेले. तिथं तिकिटांची भली मोठी रांग. फक्त वरच्या मजल्यावरची पायऱ्यांची शिल्लक होती. त्यांच्यावर क्रमांक नव्हते.

''आधी येईल तो मधल्या जागा पटकावील. आठला दारं उघडतात. तुम्ही साडेसातला आलात तर चांगल्या जागा मिळतील.'' विक्रेती बाई म्हणाली.

हेलन-दिमित्रीची तिकिटं तिच्यापाशी ठेवून मी थिएटरच्या दाराशी रांग धरली. तिच्यात पहिली मीच. या पायावरून त्या पायावर रेलत तासभर घालवायचा होता. कार्यक्रम संपायला मध्यरात्र होणार होती. जवळच्या दुकानात जाऊन, थोडं खाऊन घेता आलं असतं तर बरं झालं असतं. पण आता रांग वाढली होती. मला जागा सोडायची नव्हती. भुकेल्या पोटी तशीच आजूबाजूला बघत उभी होते.

ॲक्रोपोलिस टेकडीच्या एका कुशीत, अर्ध्या उंचीवर हेरोडिअन आहे. जुन्या काळी ग्रीकांनी बांधलेलं हे ॲम्फिथिएटर. त्याचा जीर्णोद्धार केला रोमनांनी. त्यालाही आता दोन हजार वर्षं उलटून गेली. त्याचा गोलवट आकार आणि दगडी कमानी थोड्या थोड्या दिसत होत्या. दोन बाजूंना दोन प्रवेशदारं. लगतच रुंद संगमरवरी जिने. इकडचा मला दिसत होता. तिथून वर जायचं होतं. वेळ होत आली. सगळे जण सावध उभे राहिले. बरोबर आठ वाजले तरी रक्षक आत सोडेनात. दोन्ही दारं अगदी एकाच वेळी उघडायची असतात. तिकडून अजून आदेश येत नव्हता. शेवटी एकदाचा तो आला आणि आमचं दार उघडल्याबरोबर शर्यतीचे घोडे सुटावेत तसे लोक धावत सुटले. मी आघाडीला.

हेरोडिअनमधे आज मी प्रथम शिरावंसं मला वाटत होतं. किती बालिश इच्छा. तरी ती पुरी झाली याचं चिमुकलं समाधान गाठीला लागलं. एरव्ही मी पहिली गेले की पाचवी, काय फरक पडणार होता? सात हजार लोकांचं थिएटर. वर पाच हजारांची सोय. त्यात आम्हां तिघांना चांगल्या जागा मिळणारच होत्या. पण या पुरातन वास्तूच्या संगमरवरी पायरीवर माझं पहिलं पाऊल पडलं याचा मनोमन आनंद झाला होता. वरच्या मजल्यावर पहिल्या रांगेत, अगदी मोक्याच्या तीन जागा मिळाल्यावर उसंत खाल्ली. बाजूच्या दोन रबरी उशांवर पुस्तकं ठेवून त्या अडवल्या आणि मधल्या उशीवर बसून सभोवार बघायला लागले.

केवढं मोठं अर्धचंद्राकार थिएटर. खालपासून वरपर्यंत चढत जाणाऱ्या पायऱ्यांवर सात हजार आसनं. ती तितकी आहेत असं वाटू नयेतसं आटोपशीर. समोर मोठाथोरला उघडा रंगमंच. त्याच्या दोन बाजूंना पुरातन भग्न भिंती होत्या. त्यांच्यावरच्या मूळच्या कमानीही तशाच उंच उभ्या होत्या. रंगमंचाच्या बरोबर पाठीमागे दोन कमानी नि त्यांच्यावर सर्वांत उंचशी एकच कमान. किंचित गुलाबी झाकेच्या चिऱ्यांनी त्या उभारलेल्या. नुसते एकमेकांवर रचलेले दगड. मधे चुनामाती काही नसूनही दोन सहस्रक वर्षं तिथं उभ्या असलेल्या. संध्याकाळच्या तिरप्या उन्हात त्यांचा एकेक भाग मुद्दाम मशालींच्या प्रकाशात दाखवावा तसा उजळत चालला होता. त्यानं त्या अतिशय कमनीय दिसत होत्या. आजही त्या इतकी छाप पाडत होत्या मग जेव्हा ही वास्तू अखंड उभी होती तेव्हाची शोभा काय असेल?

रंगमंचाच्या पुढे पारंपरिक आणि रंगमंचावर आधुनिक वाद्यवृंदाची जागा होती. त्यांच्याही मागे समूह गायक उभे राहण्याच्या पायऱ्या. आमच्या बाजूनं खाली उतरत जाणाऱ्या पायऱ्या

तळाशी थोड्या स्थिरावून परत रंगमंचावर चढून जात होत्या. त्यांच्या मागच्या त्या कमानी नजर तशीच वर खेचून परत समोर आणत असल्यानं, दृष्टीचा अर्धगोल पुरा होऊन छान समतोल साधत होता. फक्त रंगमंचाच्या वर टांगलेले सिनेमाचे आडवे पडदे खटकले.

वरच्या मजल्याच्या दोन्ही दारातून लोकांचे लोंढे वाहतच होते. जागेच्या ओढीनं दीड-दोन हजार प्रेक्षक आत जागा सापडवत होते. मित्रांसाठी जागा सारवत होते. खालच्या भारी जागाही आता भरू लागलेल्या. सूर्य हळूहळू खाली उतरतोय. आकाशात संध्यारंग चढताहेत. वरचा केशरी-गुलाबी प्रकाश खालच्या दुधी-गुलाबी दगडांवर पडून रंगारंगांचा मनोहारी संगम झालेला.

उजवीकडे सूर्य मावळत असताना डावीकडून पुनवेचा चंद्र वर येत होता. आधी त्या सोनेरी लखलखीत गोळ्याच्या प्रकाशानं दिपायलाच झालं. तो कमानींमागे लपला नि खालच्या सोनेरी प्रकाशावर वरून चंदेरी मुलामा चढायला लागला. काय योग पाहा, ऑलिम्पिक्सच्या सांगता समारंभालाही तो होता. ग्रीसमधे दर महत्त्वाच्या प्रसंगी या पूर्णचंद्रानं मला साथ दिली. त्या त्या सोहळ्याची शोभा हजार गुणांनी वाढवली.

किंचितशा गारव्यात सगळं नुसतं बघताना, लोकांची सळसळ ऐकताना आनंद वाटत होता. तिथं कोणता कार्यक्रम होणार होता, किती रंगणार होता, मला तो कितीसा कळणार होता हे माझ्या बाबतीत दुय्यम होतं. भाषेचा प्रश्न येणार होता. ज्यांच्याकरता तो आयोजित केला होता त्या संगीत-तज्ज्ञांबद्दलही थोडसंच माहीत होतं. पण ऑलिम्पिक्सच्या वेळी वाका स्टेडिअममधे जाऊन पोहोचले तेव्हा केवळ तिथं असण्याच्या ज्या आनंदानं जीव भरून गेला होता त्याचाच पुनर्प्रत्यय आता येत होता.

आजवर अशी ॲफिथिएटर्स खूप पाहिली, पण सगळी रिकामी पाहिली होती. फार पूर्वी इटलीतल्या व्हेरोनाला एकदा भरल्या जागी गेले होते. तेव्हा ते नवल फारसं भावलं नव्हतं. तिथलं स्वरूपही जत्रेचं. लोक खात-पीत गप्पा करत होते. आज तसं नव्हतं. प्रत्येकाला या सोहळ्याची अपूर्वाई कळत होती. इथं एक शिस्त होती. या प्राचीन वास्तूबद्दल मनोमन आदर होता. समोरच्या कमानींनी मला त्या काळात नेलं होतं.

पावणेनऊ होऊन गेले. अजून हेलन-दिमित्रींचा पत्ता नव्हता. थिएटर तर जवळपास पूर्ण भरत आलेलं. जिवाची उलघाल सुरू झाली. वेळेवर का नसतील आले? त्यांच्या हाती तिकिटं पडली नाहीत का? आम्ही एकमेकांना कसे गाठणार? मी घरी फोन केला. कुणी घेत नव्हतं म्हणजे निघाले नक्कीच. फोन बंद करते तोच तो वाजला. दिमित्रीचा होता. दोघे जण आत आलेले होते. आम्ही एकमेकांपासून केवळ दहा फुटांवर होतो पण दिसत नव्हतो. मोबाईलमुळे सापडलो. नाहीतर एवढ्या पाच हजार बैठ्या पुतळ्यांमधून आपलं माणूस शोधणं अवघडच.

''या भागात कमीत कमी दोन हजार मोटारी आलेल्या आहेत.'' बसता बसता घाम पुसत दिमित्री म्हणाला. ''गेला अर्धा तास मी गाडी उभी करण्याच्या खटाटोपात होतो.''

दोन हजार वर्षांपूर्वी ही एक पीडा पाठीशी नव्हती.

आणखी काही बोलणार तोच समारंभ सुरू झाला. प्रथम पारंपरिक वाद्यवृंद आत आला. शंभर जण तरी असतील. त्यांचं टाळ्यांच्या गजरात स्वागत झालं. रंगमंचापुढच्या गोलात त्यांनी आपापल्या जागा घेतल्या. त्यानंतर एका पोषाखातले समूह गायक आले. तेही दीडदोनशे असतील. प्रेक्षकांना अभिवादन करून त्यांनी मंचावर सर्वांत उंच तीन रांगा धरल्या. आता गायक आणि आधुनिक वाद्यवृंद रंगमंचावर आला. सर्वांत शेवटी हातात लांब छडी घेऊन ऑर्केस्ट्रा कंडक्टर पुढे झाला. आधी मला वाटलं की मिकीस थिओदोर्किसच आले की काय. पण एक तर ते ऐंशी वर्षांचे. त्यातून आज त्यांचा वाढदिवस. तेव्हा त्यांना कसं कामाला जुंपणार? त्या तोलामोलाचा दुसरा कुणी आलेला होता हे त्याला मिळालेल्या टाळ्यांच्या गजरावरून समजलं.

सुरुवात युरोपिअन वाद्यसंगीतानं झाली. मग हळूहळू गायक त्यात सामील झाले. त्यानंतर मुख्य गायिका रंगमंचावर आली. तिला पाहून मी बसल्या जागी हादरले. काय तिचा परीघ. ऑप्रा गाणाऱ्या 'दिवा' नेहमी जाडजूडच असतात. पण हिच्या आकाराला 'तुळना नसे'. एखादं मोठं पिंप गडगडावं तशी ती अवतीर्ण झाली होती. वर डोकं आणि खाली पावलं काय ती बेतात असतील पण मधला, सर्व बाजूंनी सारखा, अखंड गोल असा मानवी देह मी पहिल्यांदा पाहिला. तिनं अंगावर घातलेला चकमक तंबूही अर्धा काळा आणि अर्धा लाल. कसलं ते विदूषकी वस्त्र. अर्थात अशा देहाला कोणतंच वस्त्र शोभणार नाही खरं, पण तिनं जे काय घातलं होतं ते त्या बिचारीला आणखीच बेढब बनवत होतं.

तिच्याबरोबरचा गायक मात्र सडपातळ. दिसायलाही सुरेख. हे मला ग्रीसमधे सगळीकडेच दिसलंय. बायका कुरूप आहेत असं नाही पण पुरुष एकजात देखणे. समोरून, बाजूनं कुठूनही बघा. सारे अपोलोचे भाऊ. बरोबर याच्या उलट इजिप्तमधे. तिथं साऱ्या पद्मिनी चेंगिझखानांच्या हाती सापडलेल्या. केवळ दोनतीनशे मैलांच्या समुद्र-अंतरात केवढा फरक. समोर तो अधोरेखित झाला होता.

त्यांची गाणी सुरू झाली. काही जुनी तर काही हल्लीची. पण सगळी लोकप्रिय. काही त्यांच्या स्वातंत्र्ययुद्धाच्या वेळची. त्यांतलं एक फारच हृद्य. कोवळा स्वातंत्र्यवीर रणांगणी पडलेला आहे. शेजारी बसलेली त्याची आई दोन्ही हात उभारून शोक करत आहे अशी चित्रं वरच्या पडद्यावर उमटत होती. त्या वेळी रंगमंचावरची ती तन्वंगी गात होतीच पण आश्चर्य म्हणजे जवळ जवळ सात हजार कंठ तिच्याबरोबर गात होते. मला गाण्याचा अर्थ समजत नव्हता पण भाव कळत होता. 'ऐ मेरे वतनके लोगो' ऐकताना प्रत्येक भारतीयाची जशी स्थिती होते तशीच इथल्या सगळ्यांची झाल्यानं त्यातली वेदना नकळत माझ्यापर्यंत येऊन पोहोचत होती.

हा अनुभव वारंवार येत होता. बरीचशी गाणी अशी दुःखाच्या किनाऱ्यानं जाणारी असावीत. लोक मनापासून गात होते. वाढदिवसाच्या समारंभाला अशी शोकगीतं कां निवडावीत हा प्रश्न होता. पण एकूणच ग्रीकांच्या नाटका-गाण्यांचा कल हर्षापेक्षा शोकाकडे असावा. कॉमेडीपेक्षा त्यांच्या ट्रॅजेडीच जास्त प्रसिद्ध आहेत.

अर्थात मधूनमधून आनंदी, उत्फुल्ल गाणीही येत होती. मग सात हजार गात्या तोंडांबरोबर

चौदा हजार हातही ताल धरायला लागत. त्याचा घनघोर नाद त्या प्रचंड, उघड्या मंदिरात गर्जू लागे. त्या पुरातन वास्तूत असलेलं ध्वनिवृद्धीचं सामर्थ्य तेव्हा कळे नि अवाक व्हायला होई. आवाजाचा प्रतिध्वनी नाही, तो घुमणं नाही. कंप, थरथर काही नाही. प्रत्येक स्वर, अर्धस्वर, एक चतुर्थांश, अष्टमांश जे असेलनसेल ते सारं सारं स्वच्छ, कानापर्यंत थेट पोहोचणारं. माझ्या जागेपासून मंच कमीत कमी दीडशे फुटांवर असेल. पण चार फुटांवर कुणी गातंयसं ऐकू येत होतं. नावापुरते ध्वनिवर्धक होते पण गाणी शेवटच्या पायरीपर्यंत पोहोचवण्याची किमया करत होती त्या पुरातन मंदिराची रचना.

मध्यंतर झालं तरी बहुतेक जण जागच्या जागी बसून राहिले. मोजक्या वेळात हा एवढा मोठा लोकसंभार खाली उतरून परत वर चढणं अशक्यच. आम्ही आपसांत गप्पा करत होतो. हेलन मला काही दृश्यांचा आणि त्यांच्याबरोबरच्या गाण्यांचा अर्थ सांगत होती. दहा मिनिटांनी झांजेचा एक मोठा आवाज झाला. ती यांची पहिली घंटा. ध्वनिवर्धकाशिवाय तिचा झिनझिनाट साऱ्या परिसराला बुडवून गेला. पाचेक मिनिटांनी दोनदा आणि आणखी पाच मिनिटांनी तीनदा झांज वाजली. कार्यक्रम पुन्हा सुरू झाला.

पुन्हा गाणी सुरू झाली. प्रत्येक गाणं लोक गात होते. वाटलं, मागे वेगळे समूह गायक हवेत कशाला? सात हजारांचा हा कोरस पुढे बसलेला आहे ना? प्रत्येक आसन भरलेल्या त्या भरगच्च रंगमंदिरात नुसता एवढा सामूहिक आवाज ऐकणंही सुखावह होतं. मला ना शब्द ना सूर माहीत, तरी त्या गाण्याची लय साधत होते. काय होत होतं ते मला माहीत नाही पण त्यांच्या बरोबरीनं गात होते, डोलत होते, टाळ्या वाजवत होते.

रात्रीचे बारा वाजत आले. आता कार्यक्रम संपला असं वाटत असताना, खाली पहिल्या रांगेतल्या एका व्यक्तीवर दिव्यांचे तीव्र झोत एकदम झळकले आणि टाळ्यांचा कडकडाट झाला. सर्व गायकांनी आणि कंडक्टरनं पुढे येऊन त्या व्यक्तीला अभिवादन केलं आणि पारंपरिक ऑर्केस्ट्रामधे पाचारण केलं.

अत्यंत डौलात, तरीही नम्रपणे मिकीस थिओदोर्किसनी तिथं पदार्पण केलं. ऐंशी वर्षांचा माणूस वाटतच नव्हता. रुपेरी भरगच्च केस. उत्तम कपडे. लटलट नाही. थकावट नाही. मोठ्या आत्मविश्वासानं उभी असलेली ताठ अंगकाठी. त्यांना वर घेताना हात दिला होता तो आधाराचा नव्हे, आदराचा. जगानं गौरवलेली एक व्यक्ती मला समोर दिसतेय याचा माझ्या अंगावर शहारा येत होता. तिचा-माझा थेट दुवा जुळतोय या कल्पनेनं थरारून जात होते. एके काळी या माणसानं खूप सहन केलं. 'झोर्बा–द ग्रीक'चा जन्मदाता लेखक काझान्झाकिस डाव्या विचारसरणीचा. ग्रीसमधल्या लष्करशाहीचा विरोधक. त्यामुळे पूर्वी या सिनेमावर आणि त्याचा प्राण असलेल्या त्याच्या संगीतावर कडक बंदी होती. ते घरी चोरून ऐकणंदेखील गुन्हा होता.

वर चढल्यावर थिओदोर्किसनी प्रथम वादकांना वंदन केलं. नंतर वळून आम्हां प्रेक्षकांना वंदन केलं. वातावरण इतकं भारावून गेलं की सगळे जण आपोआप उठून उभे राहिले. टाळ्यांचा पाऊसच्या पाऊस पडत होता. बरोबरीनं फुलांचाही पाऊस पडत होता. एवढे मोठे गुच्छ आणून त्यांच्या पायाशी वाहत होते की जणू हा यांचा जिवंत देवच. 'ग्रीक गॉड' हे शब्द

सारखे वापरले जातात. पण या वेळी ते खरोखरी आनंद, सुखसमृद्धी आणि संगीत यांच्या पुरातन देवाच्या, दायोनिसोसच्या जागी उभे होते.

कार्यक्रम खरं तर आता संपावा पण लोकांनी टाळ्यांचा ठेका जो सुरू केला तो थांबेचना. त्याचा अर्थ ''आता तुम्ही कंडक्ट करा. तुमच्या हातची एक झलक आम्हांला दाखवा.'' नवल म्हणजे त्यांनी त्याला मान दिला. कुणीतरी त्यांच्या हाती छडी आणून दिली. पुन्हा एकदा प्रेक्षकांना वंदन करून त्यांनी पाठ वळवली आणि सुरुवात केली.

त्या क्षणी अनोखं चैतन्य उफाळलं. आतापर्यंत चांगलं चाललंच होतं पण आता सगळा वाद्यवृंद झळझळून उठला. त्यांनी अर्थातच 'झोर्बा–द ग्रीक'चं संगीत सुरू केलं होतं. तो मोठा सिनेमा आहे. त्यातले तुकडे वाजवत वाजवत शेवटी ते अँटनी क्वीनच्या त्या सुप्रसिद्ध नाचाची धून वाजवायला लागले. 'तडांग. तडांग. तडतडतड तडांग.' त्या वेळी सबंध प्रेक्षागार नुसतं उठून उभं राहिलं. नाही, त्याच्या तालावर गात गात नाचायला लागलं. कुणीही बसलेलं नव्हतं, बसूच शकत नव्हतं. दहा मिनिटं उन्मन होऊन सारे जण गात-नाचत होते. सुरावट तार सप्तकात, द्रुतगतीनं वर वर जात होती. शेवटच्या उच्चतम सुरावर जेव्हा ती जाऊन थांबली तेव्हा क्षणभर निःशब्द शांतता...आणि पुढच्या क्षणी मुसळधार कोसळावी तशी टाळ्यांची झिम्मड सुरू झाली. तिचा नाद मंदिराचा अर्धचंद्र भरून, त्याच्या भिंती-कमानींवरून ओसंडून, चारी दरवाजांनी दुथडी भरुन वाहायला लागला. त्या पुरात थिओदोर्किस वाहून गेले असतील. एके काळी सरकारनं ज्या संगीतावर घरच्या घरीसुद्धा बंदी घातलेली होती ते लोकांनी असं हृदयात जपून ठेवलं होतं. सवड मिळताच ते त्याला असं डोक्यावर घेऊन नाचत होते. राष्ट्रगीताच्या उंचीवर नेऊन बसवत होते. धन्य धन्य झालं असेल त्याच्या जनकाला.

पूर्ण चंद्र नकळत डोक्यावर आला होता. आधी न ठरवता आज माझ्याबरोबर हेलन-दिमित्री होते. गेल्या पौर्णिमेला याच ठिकाणी, ॲक्रोपोलिसच्या पार्श्वभूमीवर एक पूर्ण चंद्रम आम्ही एकमेकांसमावेत पाहिला होता. मधे मी ग्रीसभर हिंडत होते. आज नेमक्या पौर्णिमेला पुन्हा आम्ही इथंच भेटत होतो. मागल्या वेळी चंद्रप्रकाशात डुंबले. या वेळी चांदण्याबरोबर स्वरानंदात डुंबत होते. खाली भुवनचंद्र आणि वर गगनचंद्र. दोघे एकमेकांना साजून दिसत होते. एकमेकांची शोभा वाढवत होते.

सारं पाहिलं आणि मघा दारात उभ्यानं केलेल्या तपाचं सार्थक झालंसं वाटत असताना थिएटर सोडलं.

अथेन्सबाहेर जाणं आता भाग होतं. ऑलिम्पिया किंवा स्पार्टा या दोघांमधून मी स्पार्टा प्रथम निवडलं.

''स्पार्टा?'' दिमित्री म्हणाला, ''तिथं जुन्यापैकी काहीही शिल्लक नाही. तू कशासाठी एवढ्या लांबचा हेलपाटा मारते आहेस?''

''माझ्यासाठी. मी हे नाव इतक्या वेळा ऐकलं आहे. त्याचे इतके उल्लेख इतिहासातून आणि काव्यांतून माझ्यापर्यंत आलेले आहेत की या देशात आल्यावर तिकडे गेले नाही, त्या भूमीचं दर्शन झालं नाही तर काहीतरी राहून गेल्याची हुरहूर लागेल म्हणून,'' मी प्रामाणिकपणे सांगितलं.

ग्रीकांच्या इतिहासात या प्रांताला आगळं स्थान आहे. अथेन्सला लागून असला तरी किती वेगळा. तिथला निसर्ग वेगळा. माणसं, त्यांची वृत्ती आणि संस्कृती वेगळी. समान भाषेचा दुवा सोडला तर हे दोन भूभाग जगाच्या दोन टोकांना शोभले असते. अथेन्स विचारी तत्त्वज्ञांचा प्रांत तर स्पार्टा माथेफिरू लढवय्यांचा.

इसवी सन पूर्व अकराव्या शतकात स्पार्टन्स प्रथम उदयाला आले. आपण सर्वांत उत्कृष्ट आहोत याबद्दल त्यांना मुळीच शंका नव्हती. अधिक जागेची गरज भासली की ते बिनधास्त आक्रमण करत. तिथल्या रहिवाशांना जिंकून गुलाम करून टाकलं की झालं काम. गुलामांनी शेतात राबायचं. मग हे लढायला मोकळे. त्यामुळे त्यांच्या लढाया सतत चालू असत.

तिथे केवळ युवकांनाच युद्धशिक्षण होतं असं नाही. लहान मुलंही त्यात गोवलेली. पळणं, कुस्ती खेळणं, भालाफेक या झाल्या मुलींनी शिकायच्या गोष्टी. त्यांना आपल्या सौंदर्याची जाणीव होऊ नये म्हणून सार्वजनिक समारंभांत विवस्त्र वावरावं लागे. त्यांचं जीवनातलं एकमेव उद्दिष्ट म्हणजे स्पार्टासाठी योद्धे जन्माला घालणं. तोंडातून 'ब्र' न काढता झालेली मुलं देशाला वाहायची.

लग्नाच्या वेळी वधूला पळवून नेल्याचं नाटक वराला करावं लागे. तिलाही केस कापून, पुरुषी कपडे घालून त्यात सामील व्हावं लागे. झालं मूल सरकारचं. जन्मल्याबरोबर त्याला जाणती माणसं तपासत. अशक्त वाटलं तर ते डोंगमाथ्यावर फेकत. धट्टंकट्टं मूल सात वर्षांपर्यंत घरी वाढे पण मग त्याला बालगटात राहायला जावं लागे. त्यांतल्या म्होरक्यांना, बारक्यांना झोडपायसाठी चिथवत. म्होरके त्यांना गुलामासारखं वागवत. चुकली तर त्यांना चावत. मुलांनी स्वत: गोळा केलेल्या गवतावर झोपायचं. थंडीमधे त्यात काटेरी बोंडं घातली की कातडी भगभगायची. तेवढीच अंगाला ऊब! अंघोळ वर्षातून एकदा. अन्न चोरायची सवय लागावी म्हणून पोरांना उपाशी ठेवत. चोरी करताना पकडलं तर खरपूस मार मिळे. शिक्षा चोरीसाठी नाही, पकडला गेला म्हणून. मारताना रडला तर त्याच्याबरोबर त्याच्या मित्रालाही चोपून क।ढत. मर्दानी खेळांमधे विजेत्याला पारितोषिक म्हणून दगडात बसवलेला कोयता मिळे. कुठल्याही कृत्यामागे हेतू एकच. युद्धासाठी गुंड तयार करायचे. फसव, खोटं बोल पण अवघड फटीतून निसट.

अशा करकरीत, कडव्या जीवनशैलीला 'स्पार्टन' असं खास नाव पडलं. तिच्यातून मरणाला क:पदार्थ समजणारे कडकडीत देशभक्त तयार होत. आर्तेमिस देवीपुढे अंगाची सालं निघेतो चाबकाचे फटके देऊन त्यांच्या ताकदीची परीक्षा होई. जो सर्वांत अधिक फटके खाईल तो खरा स्पार्टन. युद्धात माघार घेण्यापेक्षा ते मरणच पत्करत. मग शत्रू कितीही भारी असो. तरवारी मोडल्या तर हातादातांनी लढत. त्यांच्या सैन्याला शत्रू दबून असे ते उगीच नव्हे.

त्यांचे हाडवैरी अथीनिअन्स. दोन्ही प्रांत लगतचे. नजिकच्या बेटांवर सत्ता गाजवण्याची,

एकमेकांना नामोहरम करण्याची दोघांना खुमखुमी. आठशे वर्षं त्यांच्या मारामाऱ्या चालल्या होत्या.

पर्शिया हा दुसरा मोठा शत्रू. हे परकं संकट सबंध ग्रीसवरच येत असल्यानं त्या वेळी तातपुरती दिलजमाई करून एकत्र तोंड देत असत. त्याचा पाडाव झाला की पुन्हा पहिले पाढे पंचावन्न. अखेरीस मॅसेडोनियाच्या फिलिपनं संपूर्ण ग्रीसचा पराभव करून तो आपल्या राज्याला जोडून टाकला तेव्हा एके काळी अजिंक्य असलेलं स्पार्टा राज्य एकटं पडलं, त्याचं महत्त्व कमी झालं, पैशाअभावी लष्करी बळ खचलं. स्पार्टा इतिहासाच्या पोटात रिचवलं गेलं.

पण त्याच्या सुवर्णकाळी, या मानवी राक्षसांची राणी हेलन जेव्हा ट्रॉयच्या राजपुत्राबरोबर पळाली (किंवा त्यानं तिला पळवली) तेव्हा केवढा हाहाकार माजला असेल? 'हेलन ऑफ ट्रॉय' म्हणून प्रसिद्ध असली तरी ती मूळची स्पार्टन. तिला परत आणण्यासाठी स्पार्टानं अर्थातच ट्रॉयवर हल्ला केला. दहा वर्षं ती लढाई चालली. अखेरीस लाकडी घोड्यात लपून, युक्तीनं शहरात शिरून त्यांनी ट्रॉयचा पाडाव केला. त्या ट्रोजन युद्धावर होमरनं इलियड आणि ओडेसी ही महाकाव्यं लिहिली.

स्पार्टा (सुदैवानं) पूर्वीचं उरलं नसलं म्हणून काय झालं? तिथं मला जाऊन यायलाच हवं.

बरासा दिवस बघितला आणि सकाळीच जाऊन बस पकडली. अंतर बरंच. प्रवास डोंगराळ भागातून लहान रस्त्यानं होणार म्हणून वेळही भरपूर लागणार होता. मायसीनीला जाताना इथूनच गेलेली असल्यानं पहिला रस्ता परिचयाचा होता. पुन्हा कॉरिन्थिअन इस्थमसवरून पेलोपोनेजमधे शिरलो. आणखी एकदा तो छोटासा, सरळच्या सरळ कालवा बघितला. या वेळी फारच निरुंद भासला. वाटलं, हा अगदी सरळ रेघेतच असायला हवा. जरा वळण असेल तर जहाजच अडकेल.

मोठा रस्ता सोडून आता दक्षिणेकडे डोंगराळ प्रांतात बस वळली आणि भोवतालची सृष्टी बदलली. सापासारखी वळणं घेत, डोंगर चढतउतरत एकेरी रस्ता चाललेला. त्यामुळे बस सावकाश जात होती तरी त्याचं वाईट वाटू नये अशी वनश्री रस्ता वेढून उभी होती. हिरव्यागार डोंगरांची संगत एकदा जडली ती अखेरपर्यंत सुटली नाही.

थोड्या वेळाने जमिनीवरच्या झाडांच्या दाटीसारखी आकाशात ढगांची दाटी व्हायला लागली. डोंगरांमुळे अथेन्सपेक्षा स्पार्टाला नेहमीच अधिक पाऊस असतो. तो असा अवकाळी भरून आलेला होता. एक झड लागून गेली. आकाश थोडं निवळलं. थोडं ऊनही आलं. पुन्हा ढगाळलं. हवेतही गारवा भरला होता. वाटेतल्या एका हिरव्यागार डोंगराच्या मधोमध एक पांढराफेक ढग चुकून उतरला होता. केळीच्या हिरव्याचार पानांमधे शुभ्र कमल ठेवल्यासारखा कोमल. कधी एखादा खट्याळ ढग खाली येऊन आमच्या बसशी सलगी करायचा. मग थोडा वेळ काहीच दिसेनासं होई. रस्ताभर अशी मौज चाललेली. स्पार्टाला गाडी पोहोचली तेव्हा उघडीप होती पण पावसाचा भरवसा नव्हता.

बस-स्टेशनकडे जाताना चारी बाजूंच्या डोंगरांमधे वसलेलं गाव दिसत होतं. अगदी सामान्य अनाकर्षक गाव. कारखान्यांनी भरलेलं. चौकोनात आखलेले अलिप्त रस्ते आणि

बिनचेहऱ्याची, चौकोनी पेट्यांसारखी, चार मजली घरं. त्याला आपल्या रोमहर्षक इतिहासाची किंवा महाकाव्याला केलेल्या योगदानाची जाणीवही नाही आणि पर्वाही नाही. त्यातलं काही इथं घडलंच नाहीसं वाटावं. त्याच्या सुवर्णकाळात इथं कुणी देवालयं बांधली नाहीत की राजवाडे उठवले नाहीत. इतकंच काय त्याला संरक्षक तटबंदीही नव्हती. स्पार्टन स्वत:चं तटबंदीसारखे खंदे होते ना! त्यामुळे इतिहासाची साक्ष द्यायला पुस्तकातली अक्षरं सोडून मागे काही राहिलेलं नाही. शेती उत्पादनांची केंद्रं चालवत इथले लोक रोजचं रटाळ जीवन जगत होते. माझा अपेक्षाभंग झाला नाही कारण कसल्याच अपेक्षेनं आले नव्हते. केवळ ही भूमी बघावीशी वाटली म्हणून आले. ती सगळीकडे असते तशीच होती.

तरी बसमधून उतरल्यावर चौकशी कार्यालयात गेले आणि तिथल्या मुलीला इथं काय पाहण्याजोगं आहे ते विचारलं.

''पाहण्याजोगं?'' ती डोकं खाजवत म्हणाली, ''काहीच नाही.''

इथं पर्यटक येत नसल्यानं तिला हा प्रश्न कुणी विचारलेला दिसत नव्हता. ती थांबून पुढे म्हणाली, ''गावाच्या बाहेर टेकाडावर ॲक्रोपोलिस आणि थिएटर होतं पण तिथं आता फारसे दगडही शिल्लक नाहीत.''

''आणि आर्तेमिसचं देऊळ?'' मी नेट लावत विचारलं.

''कुणाचं?'' तिनंच उलटा प्रश्न केला.

याच देवीच्यापुढे स्पार्टन्सना चाबकाचे फटकारे खावे लागत असत. अंगातून उडणाऱ्या रक्ताच्या चिळकांड्या जोवर देवीचे पाय धूत नसत तोवर ती संतुष्ट होत नसे. पुढे रोमनांनी देवीच्या जत्रा भरवून त्याचा प्रेक्षणीय खेळच बनवला. यातलं काही या मुलीला माहीत असणं शक्य नव्हतं.

''बरं दुसरं आणखी काही?'' मी विचारलं.

''इथून नऊ किलोमीटरवर 'मिस्त्रा' नावाचं बिझेन्तिन गाव आहे. तिथं हवं तर तुम्ही जाऊ शकता. आणि हो, स्पार्टामधे एक ऑलिव्ह म्यूझिअम आहे. तेही पाहू शकता.''

बिझेन्तिन गावं मी सगळीकडे पाहत आले होते. बाहेर हवेची अजिबात खात्री वाटत नव्हती. तेव्हा आधी इथलं म्यूझिअम बघावं आणि हवेनं कृपा केली तर मिस्त्राला जावं असं म्हणत बाहेर आले आणि चालायला लागले.

वाटेत एका मोठ्या चौकात एक ठसठशीत पुतळा उभा केलेला दिसला. तो चोवीसशे वर्षापूर्वीच्या लिओनिडास राजाचा होता. बाकी सगळा पूर्वेतिहास पुसला गेला असला तरी याला स्पार्टाचे लोक विसरणं कठीण. आपल्या बाजी प्रभूंनी जशी मूठभर मावळ्यांनिशी पावन खिंड लढवली तशी या राजानं थर्मोपीली खिंड पर्शियनांच्या विरुद्ध लढवली. याच्याकडे तीनशे सैनिक. पर्शियन तीस हजार होते. पण हे अशा शर्थीनं झुंजले की शत्रूच्या नाकी दम आला. शेवट केवळ फंदफितुरीनंच यांचा गळा कापला तरी राजासकट एकही सैनिक माघारा आला नाही. लढता लढता मरून खरा स्पार्टन म्हणजे काय ते त्यांनी दाखवून दिलं होतं.

ऑलिव्ह म्यूझिअमचा रस्ता विचारत पुढे निघाले. ते होतं गावाच्या कोपऱ्यात. अगदी समोर जाऊन पोहोचेपर्यंत काही सापडलं नाही. इथं अवचितपणे काही वेगळंच हाती लागलं.

कसलीही अपेक्षा न करता आल्यानं मिळालेलं फळ मोठं वाटलं.

खाजगी रेल्वे कंपनीची जुनी इमारत होती. वाहतुकीमधे मोलाची कामगिरी या कुटुंबानं पार पाडली होती. शेवटी रेल्वे सरकारनं चालवायला घेतल्यावर ही इमारत त्यांनी म्यूझिअमसाठी देऊन टाकली. कुटुंबातल्या कर्त्या पुरुषांचे फोटो माहितीसकट बाहेर लावले होते. ते पाहून लगतच्या म्यूझिअमकडे वळले. दोनशे वर्षांपूर्वीच्या त्या इमारतीचा पूर्ण कायापालट झालेला होता. जुन्या दगडविटांच्या जागी आता काच, स्टील आणि लकाकणारं लाकूड आलं होतं. दोन मजले. समोर स्वागतकक्षाचा मजला आणि तळघरात खालचा मजला. छताला मोठ्या खिडक्या असल्यानं काळोख कुठेच नव्हता. सगळं मोकळं-ढाकळं. पावसाळी दिवशीही उजेडानं भरलेलं.

आत जाऊन तिकीट काढलं. हा मजला सर्वस्वी ऑलिव्हच्या साद्यंत इतिहासाला वाहिला होता. उत्तम माहिती देणारे, चित्रांनी स्पष्टीकरण करणारे फलक ओळीनं लावले होते. ग्रीक जीवनामधलं या फळाचं ऐतिहासिक महत्त्व पटवून देत होते.

फार जुन्या कालापासून हे झाड मानवाला परिचित आहे. मूळचं ते जॉर्डनमधलं. तिथं चाळीस हजार वर्षांपूर्वीचे त्याचे अश्मावशेष सापडलेले आहेत. ग्रीसमधे ते गेली पाच हजार वर्षं रुजलं आहे. त्यांच्या पुराणांत, इतिहासात आणि काव्यांत ते अनेकदा येतं. देवी 'अथीनानं हे झाड निर्माण केलं, त्याची लागवड केली आणि संरक्षण केलं असं मानलं जाई. त्यापासून तेल काढणंही देवीनंच शिकवलं. बलभीमासारखा शक्तिदाता देव हेराक्लीस. त्याच्या हातात मारुतीच्या गदेसारखा एक दंडा कायम असतो. तो या झाडाचा. होमरच्या ओडिसीचा नायक याच झाडाची फांदी एकाक्ष राक्षसाच्या डोळ्यात खुपसून त्याला आंधळा करतो.

क्रीटमधील आद्य ग्रीक संस्कृतीत सापडलेल्या खापराच्या तुकड्यांवर त्याचं तेल कसं काढायचं ते लिहिलेलं आहे. तिथल्या मिनोअन राजांच्या ऑलिव्हच्या मोठाल्या बागा होत्या. तेल साठवायचे अजस्र रांजण मी क्नॉसस राजवाड्यात पाहिले होतेच. त्या तेलाचा व्यापार दूरदेशी चालायचा. गहू, मदिरा आणि ऑलिव्ह ऑइल यांना व्यापारी 'सोनेरी त्रिकूट' म्हणत. खाद्य, इंधन, सौंदर्यप्रसाधन आणि धर्म या चतुष्ट्यात या तेलाला अनन्यसाधारण महत्त्व होतं आणि आहे.

कोकणात नारळ तसा ग्रीसमधे ऑलिव्ह. कल्पतरूच म्हणावा. अख्ख्या झाडाचा उपयोग. त्याचं लाकूड घरबांधणीला, फर्निचरसाठी आणि जळाऊ म्हणून वापरतात. पानं जनावरांचं खाद्य. फळं खाण्यासाठी आणि तेल काढण्यासाठी. त्याच्या बियासुद्धा वाया जात नाहीत. त्यांच्यापासूनही पशुखाद्य आणि जळण मिळतं. सर्वांत महत्त्व तेलाला. त्याचा उपयोग गेली चार हजार वर्षं चालू आहे. तेव्हापासून सॉससाठी, फोडण्यांसाठी, लोणच्या-चटण्यांसाठी हे सतत वापरात आहे. आजही ग्रीकांच्या खाद्यजीवनाचा तो आरोग्यपूर्ण पाया आहे.

या तेलाच्या दिव्यांनी मंदिरं, राजरस्ते आणि राजवाडे उजळून' निघाले. खाजगी सिंपोझिअममधल्या मद्याच्या बैठकींना या दिव्यांनी रंगत आणली. प्रसाधनांसाठी ते स्त्री-पुरुषांचं लाडकं. कांती मृदुमुलायम राखण्यासाठी बायका धडपडत. तालिमबाज मालिशसाठी वापरत. कुस्तीच्या फडाआधी किंवा लढाईला निघण्यापूर्वी ते अंगाला चोपडायचे. खेळाडूंना

तर 'तेलानं माखलेला' हाच प्रतिशब्द होता. अंगातलं पाणी जाऊन शोष पडू नये, स्नायू घोटीव व्हावेत म्हणून ते तेलात पोहतच असत. आलिम्पिक चॅम्पिअन्सना डोक्यावरच्या ऑलिव्ह-पानाच्या मुकुटाबरोबर उत्कृष्ट तेलाचा बुधला पारितोषिक म्हणून मिळायचा. तो परदेशी विकून पैसा करण्याचा अधिकार फक्त त्यांनाच होता.

ग्रीकांचा वारसा रोमनांनी चालवला.

नंतर आलेल्या क्रिश्चनांनी त्याला थोडं वेगळं वळण दिलं. त्यांनी ऑलिव्हच्या झाडाला दया, क्षमा, शांती आणि शहाणपणाचं द्योतक मानलं. बायबलमधला नोहा चाळीस दिवसांच्या प्रलयानंतर चोचीत ऑलिव्हची फांदी घेऊन येणाऱ्या पारव्याला पाहून आनंदला. अथीनाऐवजी मेरीला त्याची निर्माती केली. बाप्तिस्मा या तेलानं दिला. राज्याभिषेकाआधी या तेलानं राजमर्दन करायची प्रथा पाडली. घरी कार्य असेल तर आनंदाचं द्योतक म्हणून आपल्या नारळाच्या तोरणासारखं ऑलिव्हच्या पानांचं तोरण असे.

मृत्यूनंतरही त्याची गरज संपत नाही. तेलाचा बुधला कबरीमधे ठेवायची प्रथा जुनी. तिथे हे घडे उत्तम स्थितीत सापडल्यानं पूर्वापारचं जीवन अचूक कळतं. त्या घड्यांवरही याच्या फळां-पानांची नक्षी असते.

असं सबंध ग्रीक जीवन भरून दशांगुळं उरलेलं हे बहुगुणी फळ दिसायला मात्र नारळासारखं घवघवीत देखणं नाही. साध्या बोराएवढं. आता त्याचे अनेक प्रकार झाल्यानं ते लिंबोणीपासून खारकेपर्यंत केवढ्याही आकारात मिळू शकतं. पण एकूणात लहानच आणि कटकटीचं. पानांच्या रंगाचं असल्यानं झाडावर दिसत नाही. पिकल्यावर काढणं कठीण. लगेच खाताही येत नाही. फार तुरट. नाना प्रक्रिया केल्यावरच ते खाण्याजोगं होतं.

खालच्या मजल्यावर तेल काढण्याचे जुने साचे आणि घाण्या ठेवलेल्या होत्या. पूर्वी त्या गुलाम फिरवायचे. मग त्या जागी जनावरं आली. शेवटी विजेनं कब्जा घेतला. आलेला रस मोठ्या भांड्यात ठेवला की तेल वर येतं. ते हलकेच ओतून बाजूला करायचं. खालचा गाळ साबण करण्यासाठी वापरला जाई. आता साखरेच्या कारखान्यांतून जसा ऊस गाळतात तसे ऑलिव्ह व्यापारी प्रमाणावर गाळतात.

तरी हा ग्रामोद्योग अजून चालू आहे. पूर्वी आपल्याकडे सधन घरात गाईगुरांचा बारदाना असला की कर्त्या बाईमागे दूध, दही, ताक, लोणी, तूप यांचा जसा रगाडा असायचा तसा खेडवळ ग्रीक बायकांच्यामागे तेल नि साबण बनवण्याचा लकडा अजूनही असतो. इथं घरगुती साबण कसा करतात ते प्रत्यक्ष दाखवत होते. शेवटी तयार झालेलं त्याचं मेणचट रूप फारसं गोंडस नव्हतं. तो विकत घेण्याच्या फंदात काही पडले नाही.

या ऑलिव्हपुराणात मी इतकी गुंगून गेले की दोन तास कसे संपले ते कळलंच नाही. बाहेर येते तो स्पार्टाची चेरापुंजी झालेली. धो धो पाऊस थांबण्याची वाट पाहण्यात अर्थ नव्हता. जवळ छत्री नव्हती, मिस्त्राचा बेत आपोआप गळला तरी बस स्टॅंडपर्यंत जाणं भागच होतं. दोनचार टॅक्स्या दिसल्या पण माझ्यासाठी एकदेखील थांबेना. रस्त्यांतून खासगी गाड्याही चालल्या होत्या तरी माझी अवस्था बघून, माझ्या विनंतीला मान देऊन कुणी थांबलं नाही.

कोसळत्या पावसात तशीच चालत होते.

आता केवळ पाव किलोमीटर अंतर उरलं होतं. गाड्या त्याच दिशेनं जाणाऱ्या. पण लोकांमधे मदतीची भावनाच नव्हती. लेझ्व्होसला सेमेली किंवा जॉर्ज वाटसरूची अडचण ओळखून, आपणहून गाड्या थांबवत. इथं नेमका विरुद्ध अनुभव येत होता. नवल करत, तशीच भिजत, चुकतमाकत स्टँडवर पोहोचेतो अंतर्बाह्य जलमय झाले होते. सुदैव एकच की लगोलग अथेन्सला जाणारी बस मिळाली आणि केस पिळत मी सुस्कारा सोडला.

ओल्या अंगाला हुडहुडी भरत होती पण जाती वाट इतकी सुंदर होती म्हणून सांगू. पावसाचा मारा जरा ओसरला की ढगांची गंमत दिसायची. बस सतत त्यांच्यातूनच चाललेली. राखी रंगाच्या किती किती छटा दिसत होत्या. काळ्याभोर मोठ्या हत्तीपासून नुकत्या पिंजलेल्या कापसापर्यंत सगळे जण स्पर्शून जात होते. वर आकाशात ढगांचे डोंगर तसे जमिनीवर डोंगरांचे ढग झालेले. इतकं मनोहर दिसत होतं की पाऊस आला हे फार बरं झालं, असंच वाटलं. ग्रीसमधे आजवर नुसतं निळाईनं गोंजारलं होतं. आता मेघांचा जिव्हाळा जाणवत होता. मिस्त्रा हुकलं होतं पण हा नवा वर्षा-सोहळा हाती लागला. त्याच्या माऱ्यापासून दूर राहून पाहत असल्यानं तो फार सुखद वाटत होता.

चार तासांनी काल्यासारख्या थंडगार अंगानं, वाशेळ्या दमट कपड्यांनी घरी आले आणि गरमागरम कोकोला तोंड लावलं.

७

स्पार्टाचा हा प्रकार. ऑलिम्पियाचा आणखी वेगळाच. एखादा दिवस अगदी डफ्फड उजाडतो. त्या दिवशी सगळ्या गोष्टी चुकतच जातात. आजचा त्यापैकी एक होता.

ऑलिम्पियाचा बेत ठरवला होता. ही जागा पेलोपोनेजच्या पश्चिम किनाऱ्याला, अथेन्सपासून सर्वांत दूर. भाड्याची गाडी घेऊन जाईन म्हटलं तर लांबचा पल्ला म्हणून हेलन-दिमित्रींनी मोडता घातला. बसनं जायला चांगले साडेपाच तास. यायला साडेपाच तास. अकरा तास केवळ प्रवासातच जाणार होते. त्यामुळे वेळाचं गणित बिनचूक करणं आणि पाळणं भाग होतं. दोन दिवस चौकशा करून, बसच्या वेळा पाहून हिशोब पक्का केला होता. सकाळी साडेसहाची पहिली बस धरली की बारापर्यंत ऑलिम्पियाला पोहोचेन. तीन तास पाहून झालं की दुपारची पकडून रात्री दहापर्यंत घरी.

बसस्टँड सिन्ताग्माच्याही पलीकडे. तिथं जायला तास तरी मोडणार होता. तेव्हा पहाटे चारचा गजर लावून उठले. तयारी करून मांजराच्या पावलांनी घर सोडलं आणि बसनं सिन्ताग्माच्या पुढचं आमोनिया पावणेसहाला गाठलं. इथून बस टर्मिनस पाच किलोमीटर्स पुढे. तिथं दुसरी बसही जात होती. पण वाटलं तिच्या वेळेची खात्री नाही. त्यापेक्षा टॅक्सी करावी आणि सहा-सव्वासहापर्यंत तिथं पोहोचले की झालं. आरामात बस मिळेल. एका टॅक्सीला थांबवलं. सुदैवानं त्याला इंग्लिश येत होतं. पण मला आत घेण्याऐवजी त्यानं माझी उलटतपासणी सुरू केली.

'' बसनं कुठं जायचंय तुम्हांला?''

''ऑलिम्पियाला.''

''किती वाजता सुटते?''

''साडेसहाला.''

''तिचं तिकीट आहे का तुमच्याकडे?''

''नाही.''

''मग तुम्हांला जागा कशी मिळणार? दोन महिने आधी त्याचं बुकिंग करावं लागतं.''
ही बातमी मला अगदी नवी होती.

''ते काय ते मी पाहून घेईन. तू मला फक्त बस टर्मिनसवर सोड.'' मी म्हटलं.

''पण तुम्हांला बसमधे घेणारच नाहीत.''

''त्याची काळजी नको. तुला तुझं भाडं मिळाल्याशी कारण.'' काटा सहाकडे झुकायला
लागला होता म्हणून दार उघडून आत बसायचा प्रयत्न करत म्हणाले.

ते फटकन लावून घेत तो म्हणाला, ''तिकीट नसेल तर मी तुम्हांला नेणार नाही. दुसरी
टॅक्सी बघा.''

हे असलं तर्कट मी तरी पहिल्यांदाच ऐकत होते.

नाइलाजानं दुसरी टॅक्सी पकडली. घाईनं आत शिरल्यावर कळलं की याला अजिबात
इंग्लिश येत नाही. पण बस टर्मिनसला जायला कितीसं इंग्लिश लागतं? मी त्याला ''
ऑलिम्पिया?'' ''बस टर्मिनस?'' असं तीनचारदा विचारलं. तो ''हो'' म्हणाला. मी तिथूनच
स्पार्टाची गाडी पकडली होती. गर्दी असूनही त्या वेळी टॅक्सीनं वेळेवर नेऊन पोहोचवलं होतं.
सारा पाचदहा मिनिटांचा प्रवास. त्या जागेचं लेखी नाव माझ्यापाशी होतं. ते दाखवलं.
ग्रीकमधून सांगितलं. आणि आम्ही निघालो. मी सैलावून बसले. आता साडेसहाची गाडी
नक्की मिळणार.

पाच मिनिटं झाली, सात झाली, दहा उलटली. अजून टर्मिनस येत नाही म्हणून बाहेर पाहते
तो पुन्हा सिन्ताग्मालाच आल्यासारखं वाटलं. सावरून बघते तर खरंच ते. म्हणजे आम्ही
आमोनियावरून दोन स्टेशनं उलटे आलो होतो. मी परत त्याला सांगितलं की बस टर्मिनसला,
जिथून सगळ्या बसेस सुटतात तिथं जायचं आहे. ऑलिम्पियाची बस पकडायची आहे. आपण
इकडे कुठे आलो? त्याला त्यातलं अवाक्षर कळेना. फक्त रिकाम्या रस्त्यांवरून तो
जोराजोरात टॅक्सी चालवतोय. त्याला बस टर्मिनस माहीत नाही यावर विश्वास बसत नव्हता.
सगळ्या बसेस तिथून सुटतात. लोक अमोनियाला येऊन तिथूनच पुढे जातात.

घड्याळाचा काटा टॅक्सीच्याच वेगानं पळतोय. जीव काकुळतीला आला. शेवटी
वाटेतल्या एका बस-स्टॉपवर काही लोक दिसल्यावर मी त्याला टॅक्सी थांबवून रस्ता विचारणं
भाग पाडलं. चारपाच लोक होते पण एकालाही इंग्लिश येत नव्हतं. ती माणसं सोडून आणखी
दोन ठिकाणी थांबलो. पण किती डोकेफोड केली, ऑलिम्पियाचं माहितीपत्रक दाखवलं तरी
'ऑलिम्पिया' आणि 'बस टर्मिनस' एवढे दोन शब्द जाणणारा हरीचा लाल काही मिळेना.
रडकुंडीला आले. अथेन्सच्या इंग्लिश भाषिकांनी आज माझ्याविरुद्ध कट केला होता की

काय? एकानं 'ऑलिम्पिया' ऐकून एका दिशेनं हात केला होता. तिकडे टॅक्सी मोटर-वेसारख्या मोठ्या रस्त्याला भरवेगात लागलेली. मैलोगणती दूर आलेलो. पहाटेची वेळ. ड्रायव्हर काही बहाणा करून भलतीकडे तर नेत नाही? थांब म्हटलं तर थांबेनाही.

आता रस्ता पूर्ण सुनसान. दुकानं बंद. भरधाव जाणाऱ्या दोनपाच मोटारी सोडल्या तर माणसांची जाग नाही. सहा, सहा दहा. ह्या भंगडाला कळतंय की नाही? इथून टर्मिनसला दुसरा रस्ता आहे का?

तेवढ्यात दूरवर मला ऑलिम्पिक स्टेडिअमची सुंदर, शुभ्र कमान दिसायला लागली. ऑलिम्पिक्सच्या सांगता समारंभाला मी इथंच आले होते म्हणून ती मी ओळखली. आता माझ्या डोक्यात ट्यूब पेटली. टॅक्सीवाल्यानं 'ऑलिम्पिया' गावाचा 'ऑलिम्पिक्स' खेळांशी घोटाळा केला होता. आम्ही अथेन्सच्या उत्तरेला, फार बाहेर आलो होतो. टर्मिनस पश्चिमेला. कसाबसा त्याला थांबवला. फणफणत बाहेर पडले. भाड्याचे पैसे अंगावर फेकले आणि चौपदरी रस्ता ओलांडून उलट्या दिशेची टॅक्सी मिनतवारीनं पकडली.

या माणसाला टर्मिनस माहीत होतं. तो चालवण्याची शिकस्त करत होता पण फारच दूर आलेलो. शेवटी सहा एकतीसला मी टर्मिनसला पोहोचले. दहा मिनिटांच्या जागी तब्बल पन्नास मिनिटं खर्ची पडली होती.

माझ्या डोळ्यांदेखत गाडी गेली. बस चुकली. भारी वाईट वाटलं. एवढी आखणी करून, लवकर उठून, चौपट पैसे घालवून केलेली धावपळ फुकट गेली होती. जीव तडफडला नुस्ता.

चुकचुकत खिडकीशी गेले. पुढची बस साडेसातची होती. तिचं तिकीट काढलं. तिकिटमास्तरनं माझी धावाधाव पाहून काय झालं ते विचारलं. एकूण वृत्तान्त ऐकून तो म्हणाला, ''काळजी करू नका. आधीची गाडी स्लो होती. ही सुपर फास्ट आहे. चार तासांत पिर्गोसला जाते. दोन्ही साधारणतः एकाच वेळी पोहोचतील. तिथून वेगळी गाडी तुम्हांला ऑलिम्पियाला घेऊन जाईल.''

एकदम सुटल्यासारखं झालं. वेळाच्या दृष्टीनं माझं काहीच नुकसान झालेलं नव्हतं. उलट थोडा जलद प्रवास. छान. चला, मांजर नेहमी चार पायांवर पडतं तशी प्रवासात मी शेवटी बरोबर पोहोचते.

''किती नंबरवर पिर्गोस गाडी लागते?'' मी त्याला विचारलं.

खूप गाड्या सुटत असल्यानं चाळीस पन्नास 'बे' किंवा 'स्लॉट्स' तिथं आहेत. सगळे एकमेकांना लागून ओळीनं आहेत.

''बावीस. तुम्ही बावीसच्या पुढे जाऊन थांबा. पंचेचाळीस मिनिटांत बस सुटेल.''

नीट नंबर बघून जाऊन बसले. अजून पाऊण तास वेळ होता. ऑलिम्पिया चांगलं कळावं म्हणून पुस्तक उघडलं आणि वाचनात गर्क झाले. समोर गाडी लागली होती. वेळेआधी पाचसात मिनिटं ती उघडतात. मग आत चढायचं म्हणून निर्धास्त होते.

क्रीडा-स्पर्धा हा ग्रीकांचा प्राण. त्यांच्या संस्कृतीचा अविभाज्य भाग. त्यातल्या ऑलिम्पिक

स्पर्धा हा जुन्या जगातला सर्वांत महत्त्वाचा क्रीडा महोत्सव असायचा. दर चार वर्षांनी तो ऑलिम्पियाला, नारळी पौर्णिमेच्या दिवशी सुरू होई. देवाधिदेव झ्यूसच्या नावे भरत असल्यानं त्याला राजकीय आणि धार्मिक असं दुहेरी महत्त्व होतं. त्याच्यावर, त्यातल्या विजेत्यांवर अनेक काव्यं लिहिली जात. पिंदार नावाचा कवी तेव्हा फार प्रसिद्ध. त्याची कवनं लोक खेळाच्या वेळी गात असत. असा हा आनंद सोहळा इसवी सन ३९३मधे क्रिश्चन राज्यकर्त्यांनी 'मूर्तिपूजक' म्हणून बंद पाडला.

पण त्यापूर्वी सुमारे साडेअकराशे वर्षं चाललेला हा महान महोत्सव लोकांचा जीव की प्राण होता. 'ऑलिम्पिक तह' हा त्याचा पुरावा. महोत्सवाच्या आधी स्पोन्दोफोरॉय या गावचे नागरिक डोक्यावर ऑलिव्ह-मुकुट आणि हातात ऑलिव्ह-दंड घेऊन तीन महिन्यांचा तह सुरू झाल्याचं जाहीर करत सबंध ग्रीस जगतात प्रवास करायचे. महोत्सवाच्या काळात प्रेक्षकांच्या, कलावंतांच्या आणि खेळाडूंच्या सुरक्षिततेसाठी आपापसांतल्या सर्व लढाया बंद करण्यात येत. खेळांमधून आपण सर्व जण शांततेनं राहू शकतो, एकमेकांना अधिक समजावून घेऊ शकतो हे दाखवण्याचा हेतू या तहामागे असे. अथेन्स-स्पार्टासारखे हाडवैरीही त्यात भाग घ्यायचे.

हा महोत्सव ऑलिम्पियालाच कां? तर मानवांनी त्यात भाग घेण्याआधी देवही इथंच स्पर्धा भरवत असत म्हणून. हेराक्लीस या महान वीरदेवानं विजयोत्सव म्हणून त्याची सुरुवात केली. 'स्टेडिओन'ची म्हणजे स्टेडिअमची लांबी सहाशे फूट ठरवल्यानंतर त्यानं आपल्या भावांना पळण्याच्या शर्यतीसाठी बोलावलं आणि विजेत्याला ऑलिव्ह-पर्ण-मुकुट चढवला असं पिंदारच्या एका कवितेत आहे.

हे खेळ म्हणजे केवळ व्यायामात वेळ घालवणं नव्हे. सर्वांगीण शिक्षणाचा तो एक भाग असे. निरोगी शरीरातच निरोगी मन राहू शकतं असा विश्वास असल्यानं शिक्षणाचे शारीरिक आणि बौद्धिक असे दोन भाग करणं ग्रीकांना मान्य नव्हतं. शरीरा-मनानं सुखी असणारा, सुंदर आणि सुदृढ युवक निर्माण करणं हा शिक्षणाचा उद्देश असे. समतोल जीवनाला प्राचीन ग्रीकांच्या लेखी सर्वोच्च महत्त्व होतं. त्यामुळे लहानपणीच मुलांना लिहिण्या-वाचण्याबरोबर व्यायाम, गाणं, नाचणं आणि ताल याचं शिक्षण मिळे. जीवनाची जबाबदारी हसतमुखानं तोलणारे आदर्श नागरिक यातूनच निर्माण होतात. त्यासाठी त्यांना स्वत:च्या शारीरिक आणि मानसिक बळाची खात्री असावी लागते.

इसवी सनापूर्वी अकरा शतकं मूळ स्पर्धा सुरू झाल्या. त्यांचं स्वरूप पेलोपोनेजपुरतं मर्यादित असे. पुढे चारशे वर्षांनी देल्फीच्या ज्योतिष्यांनी सांगितल्यावरून बाकीचे प्रांत त्यात भाग घ्यायला लागले. त्याचे नियम ठरवण्यात आले. क्रीडापूर्व तह संमत झाला. हळूहळू सगळं ग्रीक जग त्यात सामील झालं. इसवी सनापूर्वी ७७६मधे हा महोत्सव चालू केला गेला असं खात्रीपूर्वक सांगता येतं कारण त्यावर्षी जिंकलेल्या खेळाडूंची नावानिशी लेखी यादी मिळालेली आहे. पहिली पन्नास वर्षं तो केवळ एक दिवस चाले. त्यात फक्त पळण्याच्या शर्यती असत. ६०० फूट लांबीच्या स्टेडिअममधे धावणं. मागाहून कितीही इतर स्पर्धा त्यात आल्या तरी या शर्यतीचं महत्त्व कायम राहिलं. जो कोणी ती जिंकेल तो महोत्सवाचा

मुकुटमणी. त्याच्या नावे तो महोत्सव - ते 'ऑलिम्पियाड' नंतर ओळखलं जाई.

हळूहळू त्यात लांब उडी, उंच उडी, थाळीफेक, भालाफेक, कुस्ती, मुष्टियुद्ध वगैरेंचा समावेश झाला. आजच्या पेंटॅथ्लॉन, डेकॅथ्लॉन स्पर्धा खेळल्या जाऊ लागल्या. श्रीमंतांसाठी रथस्पर्धा आल्या. महोत्सवाचं स्वरूप खूप मोठं झालं. पण त्याचबरोबर स्पर्धा जीवघेण्या व्हायला लागल्या. त्यातला मुष्टियुद्ध हा प्रकार फार हिंस्र असायचा. एकमेकांना चावणं आणि डोळे फोडणं एवढं सोडल्यास गळा दाबणं, लाथा मारणं, खाली पाडून अंगावर कचकचा नाचणं...काय हवं ते करायला परवानगी होती. एकदा तर एका विजेत्याला मृत्यूनंतर मुकुट चढवावा लागला. त्याच्या प्रतिस्पर्ध्यानं हार कबूल केल्याक्षणीच बिचारा मरण पावला होता. रथस्पर्धाही खतरनाक. त्यांच्यात स्पर्धकांच्या धडाडीची आणि चालवण्याच्या कौशल्याची कसोटी लागे. विसांपैकी एकोणीस रथ उलटत.

स्पर्धा मोठ्या ईर्षेनं साजऱ्या होत. स्पर्धक त्यांच्यासाठी बालपणापासून कसोशीनं तयारी करत. गावोगावी व्यायामशाळा असत. व्यायामाच्या जोडीला तिथं एकमेकांना ऑलिव्ह ऑइलनं मालिश करणं, एकत्र खाणं-पिणं-आराम करणं, सारं असायचं. यातून स्नेहभाव वाढवणं हाही त्यामागचा उद्देश असे.

ऑलिम्पिक्सचे सर्व स्पर्धक नग्न असत.

ग्रीक मानवी शरीराला देवाचं मंदिर मानत. संपूर्ण नग्नतेत ते सर्वाधिक सुंदर दिसतं असं त्यांना वाटे. पुरुषांच्या बाबतीत विशेषच. त्यामुळे त्यांना समाजात विवस्त्र फिरायला कुठलाही संकोच वाटत नसे. उलट ते अभिमानानं वस्त्रहीन वावरत. ग्रीक खेळाडू हे उत्तम शरीर-सौष्ठवाचे नमुने. त्यांना हजारो प्रेक्षकांपुढे वस्त्रविहित येण्यात अभिमान वाटे. सुंदर नग्न पुतळे पाहिल्यासारखे प्रेक्षक त्यांच्याकडे पाहत असत.

स्पर्धांची एक विलक्षण अट अशी की त्या फक्त पुरुषांच्या आणि पुरुषांसाठीच असत. प्रेक्षक म्हणूनही तिथं स्त्रियांना पूर्ण मज्जाव होता. कुणी आत चोरून शिरलीच तर तिचा कडेलोट व्हायचा! या नियमाला एक अपवाद म्हणजे स्पार्टाच्या स्त्रिया. त्यांना मर्दानी शिस्तीत वाढवलेलं असल्यानं त्यांची एक पळण्याची शर्यत असे. झ्यूसची बायको ईरा या देवीच्या सन्मानार्थ ही शर्यत असे. एकशेसाठ मीटर्स पळण्याची ही शर्यत लांडा झगा घालून आणि उजवा स्तन उघडा ठेवून व्हायची.

बायकांच्या बंदीवर कालीपातीरा नावाच्या विधवेनं एकदा मात केली. तिचा मुलगा पिसिदोरस हा एक स्पर्धक होता. त्याचा शिक्षक म्हणून पुरुषी वेषात ती आत शिरली. पिसिदोरस जिंकल्याची बातमी कानी येताच आनंदानं नाचताना तिचं स्त्रीत्व उघडं पडलं. ती पकडली गेली. तरी तिच्या विजेत्या नवऱ्याचा, भावाचा आणि मुलाचा विचार होऊन, तिला ठार न करता सोडून देण्यात आलं पण त्यानंतर आणखी एक नियम करण्यात आला. स्पर्धकांसारखं त्यांच्या शिक्षकांनीही मैदानावर वस्त्रवंचित राहायचं!

गुलामांना मात्र अजिबात प्रवेश नव्हता. सापडल्यास त्यांची गय व्हायची नाही.

महोत्सवाच्या अखेरीस विजेत्यांना पारितोषिक देण्याचा समारंभ झ्यूसच्या मंदिरात होई. सर्व विजेते गोळा झाले की प्रमुख अधिकारी त्यांच्या नावाचा पुकारा करी. प्रथम स्पर्धकाचं

नाव, मग त्याच्या वडलांचं नाव आणि शेवटी त्याच्या गावाचं नाव घेतलं की त्या त्या गावचे लोक विजयी घोषणा द्यायचे. ऑलिव्हच्या पानांचा मुकुट हे एकमेव पारितोषिक असलं तरी हा बहुमान फार प्रतिष्ठेचा. त्यांना आयुष्यभर पुरायचा. इतिहासात त्यांची नावं कोरली जायची. क्वचित देवांच्या जोडीनं त्यांचे पुतळे इथं उभे राहायचे. हे विजयी वीर आपल्या गावी परतले की 'असा नायक गावात असताना त्याला दुसऱ्या संरक्षणाची गरज काय?' हे दाखवण्यासाठी गावच्या तटबंदी तोडून गावकरी त्यांना मिरवत आत नेत असत.

थासोसचा थीआजेनिस हा पंचाहत्तराव्या ऑलिम्पियाडचा अष्टपैलू विजेता. त्यानं अनेक मुकुट मिळवले होते. इतर ठिकाणी विजेता होताच पण खुद्द ऑलिम्पियामधे तो बारा वर्षं प्रथम क्रमांकावर चमकला. त्याचा पुतळा अलेक्झांडरच्या पुतळ्याशेजारी उभारला होता.

ऱ्होड्स बेटातला दायगोरास हा मल्लयुद्धात अजिंक्य. तो क्षुद्र युक्त्या करून लढत नसे. त्यामुळे त्याला फार चांगलं नाव होतं. पण त्याहूनही त्याला फार चांगलं मरण आलं.

त्याचे दोन मुलगे आणि तीन नातू हेही ऑलिम्पिक चॅम्पिअन होते. इसवी सन पूर्व ४४८मधे तो आपल्या मुलांचा पराक्रम बघण्यासाठी ऑलिम्पियाला आला. त्यांनी त्याला निराश केलं नाही. दोघेही जिंकले. प्रेक्षकांनी आनंदानं आरोळ्या देत दायगोरासलाच वेढलं. मुलांनी येऊन आपले मुकुट वडिलांच्या मस्तकावर चढवले. विजयोन्मादात त्यांना खांद्यावर उचलून घेऊन, प्रेक्षकांची गर्दी दुभंगत जाताना, त्यांच्यावर होणारा पुष्पवर्षाव स्वीकारत असताना, सुखाच्या राशीवर दायगोरासला मरण आलं. यापरतं महद्भाग्य ते कोणतं?

खेळांखेरीज या ठिकाणी लेखक, कवी, गायक, वाक्पटू इत्यादी कलाकारांची दाटी होई. त्यांना हजारोंच्या संख्येनं श्रोते नि प्रेक्षक मिळत. उद्योगधंद्याला बरकत येई. जसजशा स्पर्धा मोठ्या झाल्या, त्यांना अधिकाधिक प्रेक्षक जमायला लागले तसतसं त्यांचं आंतरराष्ट्रीय महत्त्व वाढायला लागलं. नाना देशींचे राजे, राजदूत, धनिक व्यापारी, कलावंत यायला लागले. आपापली कामं आटपून घ्यायला लागले. व्यापार वाढला. त्यामुळे केवळ ऑलिव्ह मुकुटांवर खूष होण्याऐवजी स्पर्धकांना पैसा मिळायला लागला. कोता राष्ट्रवाद आणि धंदेवाईकपण घुसलं. खोटेपणही आलं. रोमन सम्राट नीरोनं एकदा स्पर्धा दोन वर्षं आधी भरवल्या. त्यानं रथस्पर्धेत भाग घेतला होता. याच्या रथाला दहा घोडे, बाकीच्यांना चारांची परवानगी. तो दोनदा खाली पडला, शर्यत पुरी करू शकला नाही तरी तोच 'विजेता' ठरला.

त्याच्यानंतर तीनशे वर्षं महोत्सव चालू राहिला. शेवटी थांबला तो क्रिश्चन सम्राट थिओडोसिअसच्या दळभद्री हुकुमावरून. नंतर आलेल्या सम्राटांनी ऑलिम्पियातली देवळं पाडली, स्टेडिअम्स उखडली, लोकांना तिकडे फिरकायची बंदी घातली.

मग निसर्गही कोपला. भूकंप झाले. जवळच्या आल्फिओस नदीनं मार्ग बदलला. ऑलिम्पिया वीस फूट जमिनीखाली गाडलं गेलं. जर्मन शास्त्रज्ञांनी १८७०मधे उकरेपर्यंत ते तिथंच लपलं होतं.

१८९६मधे पिएर द कुबेर्त्‌ँ या घरंदाज फ्रेंच माणसानं ऑलिम्पिक स्पर्धा पुन्हा अथेन्समधे सुरू करून त्यांना जीवदान दिलं. तरी त्यात तहाऐवजी युद्धाला महत्त्व दिलं गेलं. दोन्ही महायुद्धांत १९१६, १९४० आणि १९४४मधे ऑलिम्पिक गेम्स झाले नाहीत.

आधुनिक ऑलिम्पिया क्लादिओस नदीच्या काठी वसलेलं आहे. तिच्यावरचा छोटासा पूल ओलांडून समोरच्या झाडीत गेलं की प्राचीन ऑलिम्पिया येतं. थिओडोसिअसच्या आणि निसर्गाच्या कृपेनं मूळच्या उत्तमोत्तम वास्तूंपैकी काहीच उभं नाही. तरीही त्या हिरव्यागार परिसरामधे मनानं हरवून जायला होतं. प्रथम व्यायामशाळा लागते. नंतर आखाडा येतो. इथं मल्लयुद्धं होत. मग धर्मगुरूंचा निवास. त्याच्याजवळ फायदियास या शिल्पकाराची कार्यशाळा. जुन्या जगातल्या सातांपैकी एक आश्चर्य मानलेला झ्यूसचा विराट पुतळा हस्तिदंत आणि सोनं वापरून या महान कलाकारानं घडवला होता. त्याची हत्यारं या अवशेषांमधे मिळाली. मग येते नामवंत पाहुण्यांच्या उतरण्याची सोय असलेली अतिथीशाळा.

या इमारतींच्या समोर धार्मिक विभाग येतो. याला मध्यवर्ती कल्पून चारी बाजूंनी इमारती बांधलेल्या होत्या. झ्यूस हा मोठा देव. त्याचं देवालय त्या प्रमाणात अतिभव्य होतं. त्यातच तो सुप्रसिद्ध पुतळा बसवलेला होता. इसवी सनाच्या चौथ्या शतकात थिओडोसिअसनं तो कॉन्स्टॅन्टिनोपलला हलवला. तिथे तो शतकभर होता. पुढे आगीच्या भक्ष्यस्थानी पडला. आता मंदिराच्या खांबांचे बुडखे तेवढे मागे राहिले आहेत.

याच विभागात उत्तरेला झ्यूसच्या बायकोचं, ईरा देवीचं मंदिर, पेलोप्स देवाचं देऊळ आणि मॅसेडोनियाच्या फिलिपनं बांधलेल्या गोल इमारतीचे अवशेष होते. इसवी सन पूर्व ३३८मधे त्यानं केलेल्या ग्रीकांच्या सामुदायिक पराभवाचं हे विजयचिन्ह. पलीकडे हेरोदीस नावाच्या महाश्रीमंत शेठानं बांधलेलं निम्फिअम हे सुंदर ठिकाण. अथेन्सच्या 'हेरोडिअन'चा यानंच जीर्णोद्धार केला होता. इथलं निम्फिअमही अर्धचंद्राच्या आकारात होतं. ते पाणी पुरवठा करी. शेजारी ऱ्हियाचं मंदिर. त्याच्या बाजूला लहान देवळांसारखी बारा कोठारं होती. ग्रीसच्या प्रत्येक प्रांताचं एकेक. त्या जागी त्यांच्या मौल्यवान वस्तू ठेवलेल्या असत.

झ्यूस-मंदिराच्या दक्षिणेला स्पर्धकांनी शपथ घेण्याची जागा होती. तिच्या पूर्वेला खेळांचं प्रचंड स्टेडिअम. आणि त्याच्या डाव्या बाजूला हिपोड्रोम किंवा रथांच्या शर्यतीची जागा.

नकाशे बघत सगळं बारकाईनं वाचून काढल्यावर सात-पंचवीसला मी पुस्तकातून डोकं वर केलं. बाजूची गाडी उघडली होती. लोक आत चढत होते. आमची अजून बंद. जरा नवलच वाटलं. सात सव्वीस झाले. सत्तावीस झाले. ड्रायव्हर सिगरेट ओढत असणार बहुतेक. होतात पाच मिनिटं मागेपुढे. सात एकोणतीस झाले. गाडी अजून बंद. एकदम शंका आली की मी भलत्या ठिकाणी तर नाही ना थांबलेली? मग राहवेना. पुढे जाऊन विचारलं. दोघाचौघांनी सांगितलं, ''पिर्गोस? पिर्गोस? दॅट कॉर्नर.'' तो बावीस नसून बत्तीस नंबर होता. जीव खाऊन तिकडे पळाले पण गाडी निघालेली. माझा हात बसच्या पाठीला लागतोय. तोंडानं ओरडतेय. पण ड्रायव्हरला मी दिसले नसणार. तो थांबला नाही. अगदी मोठ्या रस्त्याला वळेतो तिच्यामागे प्राणपणानं धावले. पण फोल. डोळ्यांदेखत गाडी गेली. एक तास समोर थांबून पुन्हा गाडी चुकली!

काय चाललंय ते मला कळेना. खरंच घडतंय का हे? की स्वप्नात आहे मी? हा काय प्रकार आहे? भडकलेली मी तिकिट ऑफिसकडे पुन्हा गेले. तो माझ्याकडे पाहायला

लागला.

''कां मला भलत्या ठिकाणी पाठवलंत?'' माझ्या आरड्याओरड्यानं सगळं टर्मिनस गोळा झालं.

''मी तुम्हांला बसचा नंबर सांगितला होता. गाडी कुठं लागणार ते नाही.'' विक्रेता बचावासाठी म्हणाला.

तसं मुळीच झालं नव्हतं. तो शुद्ध खोटं बोलत होता. ते त्याच्या चेहेऱ्यावर स्पष्ट दिसत होतं. त्यानं चुकून 'थर्टी टू'च्या ऐवजी 'ट्वेन्टी टू' म्हटलं होतं.

''बस नंबर? बसचा नंबर कधी कुणी वाचतं का? तो कुठं असतो ते तरी ठाऊक असतं का? बाहेर मोठ्या पाट्यांवर प्लॅटफार्म नंबर्स लिहिलेले आहेत. त्यानुसार लोक थांबतात ना?''

माझं म्हणणं अगदी तर्कशुद्ध पण अगदी निरुपयोगी होतं. ते मलाही पटत होतं पण अंगाची काहिली होत होती.

तोवर तिथल्या इतर कर्मचारी बायका मधे पडल्या. ''माफ करा. त्याची चूक झाली आहे. आता तुम्ही पुढची बस घेऊन जा. ती साडेनऊला सुटते.''

चार वाजता उठून, पाच वाजल्यापासून इथं यायचा खटाटोप करून साडेनऊची गाडी. म्हणजे साडेपाच तास होऊन गेले तरी अजून मी इथेच? राग मनात मावेना. आणखी दोन तास तिथं नुसतं बसून राहणं मला अशक्य होतं. आजचं जाणं रद्द करणंही दुरापास्त. माझा सारा दिवसच फुकट जाईल. तिथून तडक बाहेर पडले आणि ताडताड चालत सुटले. कुठे जाते आहे याचा विचार न करता एका सरळ रेषेत निघाले. परत येताना चुकायला नको. चांगली चारेक मैल जाऊन आले. भराभर चालण्यानं घाम फुटला पण मन निवलं. रागाचा पारा उतरला. त्याच्या सांगण्यावर मी तरी सारीपुरी कां अवलंबून राहिले? वाचनात इतकी कां बुडाले? पाच मिनिटं आधी चौकशी करायला हवी होती वगैरे विचार मनात यायला लागले. यापुढे अशी चूक करायची नाही.

त्यातून आता पंचाईत अशी होती की मी ऑलिम्पियाला पोहोचणार तीनच्या आसपास. तिथून परतीची गाडी म्हणे पावणे चारला. त्यानंतर इकडे येणारी गाडीच नाही. म्हणजे जवळपास बारा तास जाता-येता प्रवास करून तिथं पंचेचाळीस मिनिटं? हे काय वेळापत्रक आहे की थट्टा? अर्ध जग पिर्गोसला जातं ते ऑलिम्पियासाठी. त्यांची काहीतरी सोय पाहावी की नाही? त्यात एक गोष्ट बरी होती. ही गाडी थेट ऑलिम्पियाला जात होती. ऑलिम्पिया पाचला बंद होतं. तीन ते पाचपर्यंत मी थांबीन. मग परतीन कशीतरी.

हुरहुरत्या मनानं अखेरीस साडेनऊला अथेन्स सोडलं. बसही कसली! अतीच हळू. मला दर मिनिट मोलाचं. त्यामुळे ती ढकलावीशी वाटत होती. सबंध पेलोपोनेजच्या उत्तर किनाऱ्याला वळसा घालून चाललो होतो. नकाशात ऑलिम्पिया पश्चिमेला दिसत होतं. पण मधे डोंगराळ प्रदेश असल्यानं वरुन दूरचा रस्ता केलेला. बाहेर सुंदर निसर्ग. पण मन रमेना. गाडीच्या गतीनं फार कंटाळा येत होता. शेवटी तर हमरस्ता सोडून ती दर गावात जायला लागली आणि तिची पांगुळगाडा झाला.

दोन वाजता पिर्गोस आलं. तिथं कळलं की ही बस इथंच थांबते. पुढची आणखी एक तासानं. सरळ टॅक्सी पकडली आणि वीस किलोमीटर्सवरचं ऑलिम्पिया गाठलं.

तिकीट ऑफिसची बाई तिकीट देण्याऐवजी तोंडाकडे बघायला लागली. कारण पुस्तकात लिहिल्याप्रमाणे पाच वाजता नसून ही जागा तीनलाच बंद होत होती. मला फक्त चाळीस मिनिटं मिळत होती. त्यात भग्नावशेष आणि म्यूझिअम दोन्ही बसवायचं होतं. ऑलिम्पिया ही ग्रीसमधली सर्वांत महत्त्वाची जागा. ती अशी आटपायची हे जिवाला टोचत होतं पण इलाजच नव्हता. तिच्याकडून तिकीट खेचून घेतलं, पायाला चाकं लावली आणि ऑलिम्पिक वेगानं पाहायला सुरुवात केली. एक गोष्ट बरी की नेमकं काय पाहायचं आणि ते कुठे आहे हे मला नीट माहीत होतं.

झाडीनं झाकलेला प्रचंड मोठा परिसर. छोट्या नदीवरचा चिमुकला लाकडी पूल ओलांडून पलीकडे गेले आणि समोरच्या अफाट विस्ताराकडे आणि भग्न वास्तूंच्या खुणांकडे पाहून स्तिमित झाले. किंचित उंचावर उभी असल्यानं एका नजरेत बरंच कवटाळता येत होतं. ती जिथवर पोहोचत होती तिथवर उखणून काढलेले, इकडेतिकडे कोसळलेले, आडवे-उभे मिसळलेले, क्वचित खांबांच्या, पायऱ्यांच्या स्वरूपात उभे केलेले, शेकडो घडीव चिरे दिसत होते. या गोंधळातून मनामधे थोडंफार उभं करता येतंय का ते पाहायचं होतं. कठीण काम. कुणी जाणत्यानं इकडे लक्ष देऊन थोडं तरी वेगवेगळं करून रचलं तर पर्यटकांना खूप सोयीचं होईल असा विचार मनामधे घोळत असताना पाय पळत होते. बंद होण्याची वेळ होत आल्यानं पहाणाऱ्यांची गर्दी रोडावलेली होती. मला त्यामुळे भराभर पाहता येत होतं. झरझर कॅमेऱ्यावर टिपता येत होतं.

आधी झ्यूसच्या देवळाकडे पळाले. वाटेत ईराचं मंदिर लागलं. लहानसं असलं तरी या मंदिराचे मात्र बरेचसे खांब आणि आतली एक भिंत अजून शिल्लक होती. हर्मिसचा सुप्रसिद्ध पुतळा इथं मिळाला. फिलिपनं बांधलेल्या गोल वास्तूच्या आणि निम्फिअमच्या उखडलेल्या खुणा पाहून झ्यूसच्या मुख्य मंदिराकडे वळले.

सुरुवातीला त्याच्याभोवती तट होता. ग्रीक राज्यांच्या मौल्यवान वस्तूंचं हे कोठार. रोमन सम्राटांनी इथं धाडी घालून मौल्यवान चीजा लुटल्या होत्या. सुरुवातीला या तटाच्या आत खेळ होत असत. तीन वेळा चॅम्पिअन झाल्यास त्याचा पुतळा इथे उभा करत असत. या भागात फक्त ग्रीक पुरुष येऊ शकत. मर्दानी वेषात मुलाचा शिक्षक म्हणून घुसलेल्या आईची कथा इथं घडली. बायकांना आणि गुलामांना खेळ पाहायचेच असतील तर दूरच्या टेकडीवर उभं राहावं लागे.

ॲक्रोपोलिसवरच्या पार्थेनॉनची आणि झ्यूसच्या मंदिराची रचना सारखी. तितक्याच प्रतिष्ठेची. आतल्या महाकाय मूर्तीपुढे ऑलिम्पिक खेळांची ज्योत पेटवली जायची. आताच्या ऑलिम्पिक्समध्येही ही ज्योत या जागीच प्रज्वलित करतात. मंदिरातल्या बाकीच्या सुंदर मूर्ती म्यूझिअममधे गेल्या आहेत. समोर केवळ खांबांचे खंड भक्कम पायावर विखुरलेले होते.

फिदिआसची कार्यशाळादेखील खूप मोठी. इथंच त्या महान मूर्तिकारानं झ्यूसचा पुतळा बनवला होता. त्याच्या एका कोपऱ्यात बिझेन्तिन काळाच्या चर्चचे अवशेष होते. या जागी

फिदिआसचं नाव असलेली हत्यारं सापडली होती. प्राचीन काळी याच्यापुढे मुख्य प्रवेशद्वार असे. मोठ्या खांबांच्या रांगांतून मिरवणुकीनं आत येऊन झ्यूसच्या देवळात खेळाडूंनी प्रथम सच्चेपणाची शपथ घेतल्यावर खेळांची सुरुवात होई. ही वाटही राजांच्या वा खेळाडूंच्या ब्राँझच्या पुतळ्यांनी सजवलेली असे. मिरवणुकीतल्या लोकांना ते सहजच दिसत असत. सम्राट नीरोनं इथं आपला एक भव्य निवास बांधलेला होता. त्याचं प्रवेशद्वार भावी विजयोत्सवांसाठी विजय-कमानीसारखंच बांधलं होतं. त्याच्या कीर्तीसारखा हा निवासही धुळीला मिळाला आहे.

एकूण आवार खूप प्रचंड. कुठे माहितीचे फलक होते. ते भराभर वाचत, वैशिष्ट्यं पाहत धावत असताना धाप लागत होती. अंगातून घामाच्या धारा लागल्या होत्या. पण बावीस मिनिटांची मर्यादा पाळायलाच हवी होती. आता उलट उत्तरेला वळून मी स्टेडिअम गाठायला निघाले. बाकीचे भग्न पाये वा स्तंभ असोत-नसोत इथं खरं महत्त्व स्टेडिअमचंच.

त्याची वाट दहाबारा फूट रुंदीच्या आणि वीसेक फूट लांबीच्या बोगद्यासारख्या कमानीखालून जात होती. ही मात्र इतकी चांगली शिल्लक होती की बहुधा नव्यानं बांधलेली असावी. पावणेतीन हजार वर्षांपूर्वी या कमानीखालून स्वत: हेराक्लीस आत गेला असं मानतात. त्यानंतर मोठमोठे विजेते आपल्या कौशल्याची, सहनशक्तीची आणि नशिबाची परीक्षा बघण्यासाठी या वाटेनं आत गेले. सतत साडेअकराशे वर्षं जात राहिले. तिथून धावत जाताना त्यांच्या आठवणींनं मन उचंबळलं.

आतलं खूप मोठं उघडं स्टेडिअम दोन्ही बाजूंनी खाली उतरत येत होतं. त्यांच्यावर पायऱ्यापायऱ्यांनी हिरवळ उगवलेली. मधला भाग पूर्ण मोकळा. पळण्याच्या सुरुवातीची आणि दोनशे मीटर्सवरची शेवटची अशा दोन्ही रेषा तिहेरी दगडांनी आखलेल्या आहेत. त्या मात्र अस्सल, मूळच्या आहेत. मधल्या मोकळ्या मैदानाच्या दुतर्फा परीक्षकांची आसनं अजून थोडीफार शिल्लक आहेत. त्यांच्या बाजूला काही श्रेष्ठींना बसायच्या जागा. बाकी सर्व प्रेक्षक उभ्यानं खेळ बघायचे.

जसजसे खेळ लोकप्रिय व्हायला लागले तसतसं या स्टेडिअमनं सध्याचं रूप घेतलं. इथं तीस हजार प्रेक्षकांची सोय झाली. जगातल्या सगळ्या स्टेडिअमचं हे आदिस्थान आहे. नंतर कितीही सुधारणा केल्या असल्या तरी मूळ नमुना हा.

इथं पर्यटकांची सर्वांत अधिक उपस्थिती होती. कुणी फोटो काढताहेत, कुणी हिरवळींच्या उतारावर बसलेत. कुणी उजव्या बाजूवर चढून पलीकडच्या हिपोड्रोम-प्रांगणाकडे बघताहेत. कुणी उत्साही तरुण हातात स्टॉप-वॉच घेऊन 'खरं' ऑलिम्पिक अंतर तोडताहेत.

मी सुरुवातीच्या दगडी रेषांवर जाऊन उभी राहिले. किती जणांनी इथं प्राणपणानं लढत दिली होती. जिंकल्याचा हर्षोन्माद उपभोगला होता. पराभवाच्या कळा सोसल्या होत्या आणि कधी कधी प्राणसुद्धा वेचले होते. इथं काहीतरी करावंसं वाटत होतं पण काय करावं ते सुचत नव्हतं. नुसतं वाकून, त्या 'भू'ला हात लावून नमस्कार केला. बोटांना आली ती माती कपाळाला लावली आणि परत फिरले.

आता म्यूझिअम.

ते अर्धा किलोमीटर अंतरही पळतच काटलं. ग्रीसमधल्या काही सर्वोत्कृष्ट चीजा ठेवलेल्या असल्यानं मिळेल तितका वेळ इथं काढायची इच्छा होती. पोहोचेपर्यंत कपाळावरून घाम गळायला लागला. धाप लागलेल्या माझ्याकडे चमत्कारिकपणे पाहत दारावरच्या माणसानं तिकिट फाडलं आणि मला आत सोडलं.

आत प्राचीन ग्रीक आणि रोमन पुतळे आदर्श पद्धतीनं मांडलेले होते. काळाप्रमाणे व्यवस्था लावलेली होती. एकाच ठिकाणी महत्त्वाच्या पुतळ्यांची वा वस्तूंची खिचडी न करता ते सुटे करून, त्यांना हवी तेवढी जागा भोवती देऊन ठेवलेले असल्यानं त्यांचं सौंदर्य दुणावत होतं. नीट पाहता येत होतं. आजवर खूप म्यूझिअम्स पाहिली. हे छोटं असूनही लक्षात राहण्याजोगं सुरेख होतं.

ऑलिम्पियाच्या या धर्मकेंद्रात आणि क्रीडाकेंद्रात जे जे महत्त्वाचं मिळालं ते इथं छान लावून ठेवलं आहे. झ्यूसच्या मंदिराची पेडिमेन्ट्स म्हणजे दारावरचे सुशोभित, त्रिकोनी तुकडे, तिथं सापडलेल्या भग्न पुतळ्यांवरून मूळच्यासारखी मांडायचा प्रयत्न केलेला आहे. त्यावर खूप पुराणकथा चित्रित केलेल्या आहेत. संगमरवराचे हे पुतळे तुटके असले तरी त्यांचे खंड त्या काळच्या अप्रतिम वास्तुशिल्पाची कल्पना देऊन जात होते. एके ठिकाणी सिंहाच्या पंज्याखाली सापडलेला बैल आहे. त्यातल्या सिंहाची उडी, शिकार पकडल्याचा अभिमान आणि त्याला फाडून खायची हिंस्रता हुबेहूब आली होती; पण खरं कौशल्य वेदनांनी तळमळणाऱ्या, अर्ध्या उघड्या तोंडाच्या मरणासन्न बैलात दिसत होतं. संगमरवराचा असूनही मृत्यूसमयी मला तो निळसर झाल्यासारखा भासला.

ऐतिहासिक महत्त्वाच्या छोट्यामोठ्या वस्तू तर कितीतरी. अशा चीजा देवाला अर्पण करण्याची पद्धत असल्यानं त्या एकत्र मिळाल्या. त्यात मॅरॅथनच्या लढाईत हिरावून घेतलेलं पर्शियन सेनापतीचं शिरस्त्राण आहे. शेजारी विजेत्या अथीनिअन सेनापतीचंही ठेवलंय. फिदिआसच्या कार्यशाळेतले अनेक लहानमोठे पुतळे आहेत. त्यांतच त्याच्या नावाचा एक पेलाही आहे. असल्या लहान वैयक्तिक गोष्टी आपल्याला त्या माणसांच्या किती जवळ घेऊन जातात नाही? यातून घुटके घेत त्या महान कलावंतानं कितीतरी वेळा आपल्या कलाकृतींकडे अभिमानानं वा चिकित्सक दृष्टीनं पाहिलं असेल. झ्यूसच्या मंदिरातल्या सुंदर कलाकृतींमधे हेराक्लीस त्याला सांगितलेली बारा कामं करताना दाखवलेला आहे. इतरही पौराणिक कथा आहेत. शिल्पं दगडी असूनही रंगवलेली होती. त्यांच्या मूळ रंगांच्या पुसट खुणा त्यांच्यावर दिसत होत्या.

अलंकार, छोटे घोडे, भांडी, देवळांचे कळस वगैरे विविध वस्तू पाहत मी एका भव्य दालनात शिरले आणि समोर उभ्या असलेल्या संगमरवरी पुतळ्याकडे वेडी होऊन पाहत राहिले. तो हर्मिसचा पुतळा होता. इसवी सन पूर्व चौथ्या शतकातला. सबंध ग्रीसमधल्या पुतळ्यांमधे त्याला सरस मानतात. अतिशयच सुंदर. आठ फूट तरी उंच असेल. ईरा देवीच्या मंदिरात सापडलेला हा पुतळा जवळपास अखंड आहे. पुरुषी सौंदर्याचा अजोड नमुना. त्यानं डाव्या हातानं आईवेगळ्या बाल दायोनिसोसला उचलून घेतलेलं आहे. भग्न उजव्या हातात बहुधा द्राक्षांचा घोस होता. तिकडे हे मूल झेप घेतंय. दायोनिसोस हा सुखचैनीचा, मदिरेचा

देव. बालपणापासून त्याचा तिकडे असलेला कल दाखवला होता.

मी त्याच्या चारी बाजूंनी भराभरा हिंडत पुन:पुन्हा पाहत होते. अजिबात समाधान होत नव्हतं. डोळे वखवखलेले. तिथला रक्षक दिलदार माणूस निघाला. माझ्या अंगावरून निथळणारा घाम आणि चेहेऱ्यावरून निथळणारी उत्सुकता, कुतूहल आणि आनंद पाहून त्यानं मला उरलेलं म्यूझिअम पाहून परत यायला सांगितलं. त्याप्रमाणे मी परतेपर्यंत तीन वाजल्यानं दिवे मालवले गेले होते. मला पाहून त्यानं माझ्यापुरते ते पुन्हा लावले आणि पाचेक मिनिटं खुशीनं अधिक दिली. डोळे भरून त्या हर्मिसचं रूप मनात साठवता आलं.

हीच माझी इथली चोरी.

बाहेर पडले. हिरवळीच्या कडेशी एका बाकड्यावर टेकले आणि तासाभरातला पहिला साधा श्वास घेतला. हातपाय अगदी भेंडाळले होते. घाईघाईत पण संपूर्ण ऑलिम्पिया मला पाहता आलं होतं याचा अपरिमित आनंद वाटत होता. सकाळी इथं पाऊस पडून गेल्याची चिन्हं होती. मी इथं होते तेवढा वेळ नुसती उघडीपच नव्हे तर उन्हाची तिरीप येण्याइतकी छान हवा होती. आता काय वेळच वेळ. चारची बस सहज पकडता येईल. तिची नक्की चौकशी करायला उठून मी पुन्हा तिकीट ऑफिसवर गेले. तिथं तीच मुलगी होती.

''झालं का सगळं पाहून?'' माझा दमलेला पण आनंदी चेहेरा पाहून तिनं विचारलं. सैरावैरा पळताना तिनं मला पाहिलंच असणार.

''हो. झालं.'' मी हसून म्हणाले, ''याहून अधिक वेळ मिळाला असता तर इतकी धांदल उडाली नसती. पण महत्त्वाच्या सगळ्या गोष्टी बघितल्या. आता मला परत अथेन्सला जायची बस सांगाल का?''

''पिर्गोसची बस या पुढच्या चौकात चारला येईल. पण तू त्यापेक्षा आगगाडीनं थेट अथेन्सला कां जात नाहीस?''

''इथून आगगाडी?'' हे मला अगदीच नवं होतं. ''थेट अथेन्सला? मला नाही तसं कुणी बोललं.''

''खरंच, इथून आणखी वीस मिनिटांत गाडी सुटेल. हवं असेल तर हा माझा मित्र तुला स्टेशनवर नेऊन सोडेल. तोही त्याच गाडीनं पिर्गोसला जातोय.''

आंधळा मागतो एक डोळा. येताना इतकं कठीण आणि जाताना घरपोच वाहन. पण मागचा खेचाखेचीचा प्रवास आठवला.

''ही गाडी इथनंच सुटते. तिला फारशी गर्दी नसते.'' तिनं माझी शंका निवारली.

तिच्या त्या सुस्वभावी मित्रानं मला स्टेशनवर सोडलं. तिकीट काढून प्लॅटफॉर्मवर गेले. तिथं एक चिमुकली चार डब्यांची दुतोंडी गाडी उभी. मधले दोन मोठे डबे. त्यांच्या दोन बाजूंना दोन लहान. वाटलं ही हलल्यावर मोठी गाडी येईल. ट्रॅमएवढी ही गाडी अथेन्सपर्यंत कशी जाईल? मेतेओराच्या गाडीची आठवण येऊन मी परत परत चौकशी करत होते. अधिकारी तेच पुन्हा सांगत होते, ही थेट गाडी आहे. आत चढले.

अतिशय सुरेख गाडी. मीटर-गेजची पण डबा आतून रुंद. सगळ्या सोयींनी भरलेला. लांबीलाही मोठा. केवळ तीसेक सीट्स. चारी डबे मिळून सत्तर लोक असू नसू. मखमाली

आरामखुर्च्या. हलका एऽसी०. खिडक्यांना खालपर्यंत काचा. इतका ऐषाराम तरी बसहून स्वस्त. बरोबर साडेतीनला गाडी सुटली आणि एका अत्यंत सुखद प्रवासाला सुरुवात झाली. मार्ग जवळपास बसचाच. पुन्हा पेलोपोनेजला वरून वळसा घालून पश्चिमेकडून पूर्वेला यायचं. पण बसपेक्षाही समुद्रकिनाऱ्याला लगटून चालली होती.

वाटेवरल्या छोट्या गावांमधून जाणारी खेळातली गाडी. घरेलू स्टेशनं. त्यांच्यावर कृष्णकमळींच्या वेली सोडलेल्या. प्लॅटफॉर्मच नाही. गाडीच्या अंगभूत दोन पायऱ्या उतरलं की पाय जमिनीवर. कुणाच्या परड्यातून जातोय, कुणाच्या अंगणातून जातोयसं वाटत होतं. मधे कसले बांध नाहीत. घरच्या अवखळ पोरांना आया कसं सांभाळत असतील कुणास ठाऊक.

खेडी संपली की एकीकडे डोंगर नि दुसरीकडे सागर. खिडक्या बंद होत्या म्हणून नाहीतर समुद्राच्या पाण्यातून बोटांनी रेघा काढत गेले असते. फार वेगाची गाडी नव्हती कबूल, पण फार गमतीची होती नक्की. स्टेशनं येतजात होती. माणसं चढत उतरत होती, पण अतिशय घरगुती काम. तिचा जीवच केवढा. एखाद्या बसमधेसुद्धा हिच्याहून जास्त माणसं असतील.

सागराचे आणि रानाचे देखावे दिसत होते. रिओ गावातून उत्तर ग्रीक बेटाला जोडणारा एक समुद्रपूल दिसला. पांढऱ्या रेशमी धाग्यांनी गुंफल्यागत सुंदर. त्याचे जहाजाच्या शिडांसारखे चार डौलदार आधारस्तंभ त्या विणत्या धाग्यांना पकडत होते. फारच देखणा पूल. कॉरिन्थ आणि तिथलं समुद्र जोडणारं इस्थमस पुन्हा लागलं. त्यावरून आगगाडी रस्त्यापेक्षा जवळून गेली. खाली खोल पाणी. तिथं प्रचंड बोट. वर आगगाडीच्या पोकळ पुलावर आमची खेळगाडी.

अथेन्स जवळ यायला लागलं. मोटर-वे सरळ जातो. आम्ही काठाकाठाची वळणं घेत जात होतो. मला सारखं नवल वाटत होतं की आगगाडी एवढी माणसात कशी? मोटारीशेजारून मोटर जावी तशी ही खुशाल जाते आहे. मधे कुंपण, जाळी असलं काहीच विभजन कसं नाही?

अथेन्सच्या मधोमध असलेल्या लारिसा स्टेशनवर, जुन्या थाटात नटलेल्या छानशा इमारतीत उतरले. समोर ग्लिफादाची गाडी उभी. बसपेक्षाही लवकर आणि सोयीच्या ठिकाणी येऊन पोहोचले होते.

अखेरीस मांजर चार पायांवरच पडलं.

Ψ

अथेन्सला आल्यापासून इथलं पार्लमेंट पाहायची मला इच्छा होती. ती योग्यच होती. जागतिक लोकशाहीची पुरातन जननी म्हणून ग्रीसकडे पाहिलं जातं.

इसवी सनापूर्वी सातआठ शतकं अथेन्समधेच लोकशाहीचा वैचारिक जन्म झाला. यथावकाश ती आचरणातही आणली गेली. लोकांचा संरक्षक म्हणून राजांकडे सर्वाधिकार सोपवून, ते म्हणतील ती पूर्व दिशा करून राहण्याचा प्रयोग सफल होत नव्हता. चांगला

प्रजाहितदक्ष नेता मिळणं दुर्मीळच होतं. बहुधा जुलमी आणि स्वार्थी राजवटच वाट्याला यायची. तेव्हा लोकांसाठी असलेली, लोकांनी चालवलेली आणि लोकांनीच बनलेली सत्ता त्यांना हवी होती. जमीनदारांच्या सत्तेचीं मक्तेदारी मोडून नवी लोकसत्ता स्थापन करण्याचा हा प्रयत्न होता. 'डेमॉक्रसी' मधे 'देमोस' म्हणजे लोक आणि 'क्रेतोस' म्हणजे सत्ता.

जुन्या जगातले सात शहाणे म्हणून समजल्या जाणाऱ्यांपैकी एक होता अथेन्समधला 'सोलोन'. त्यानं केलेल्या मूलभूत हक्कांच्या कायद्यांमुळे गरीब-श्रीमंतांमधली दरी कमी व्हायला लागली. त्यानं कर्ज माफ केली. कर्जबाजाऱ्यांना गुलामगिरीतून मुक्त केलं. देशांतर केलेल्या सर्व अथीनिअन लोकांना परतण्याचं आवाहन केलं. अभय दिलं. अथेन्समधल्या परकीयांना मदत केली. सामाजिक बाबींबद्दलचं लोकांमधे असलेलं औदासिन्य निपटून काढणं हे त्याचं सगळ्यात महत्त्वाचं कार्य. समाज ढवळून काढणारी गंभीर घटना घडल्यास लोकांना या ना त्या बाजूनं बोलावंच लागे. नाहीतर त्यांचे नागरिकत्वाचे हक्क हिरावले जात. समाजातल्या कोणत्याही क्षुद्र भागाला झालेली केवढीही क्षुद्र इजा ही सबंध समाजाची आपत्ती आहे असं तो समजे. त्याबद्दल न्यायालयात न्याय मागण्याचा आणि ज्यूरींमधे येण्याचा प्रत्येक नागरिकाला हक्क होता.

पुढे पेरिक्लीस या नेत्यानं राजकारण्याना त्यांच्या कामाबद्दल भत्ता देण्याची सुरुवात केल्यावर अगदी गरीब माणसालादेखील त्यात भाग घेता येऊ लागला. ॲरिस्टॉटलच्या म्हणण्याप्रमाणे माणूस आणि जनावर यांच्यातला मुख्य फरक म्हणजे माणूस हा शहरांमधून राहतो. 'पोलिस' म्हणजे शहर. म्हणजे त्या वेळचं शहरराज्य. अथेन्ससारखी, स्पार्टा, थीब्ज, इथका अशी अनेक शहरराज्यं त्या वेळी अस्तित्वात होती. पोलिस या शब्दापासूनच पॉलिटिक्स, पोलिटिकल हे शब्द आले आहेत. आपलं मतस्वातंत्र्य टिकवण्यासाठी अथेन्सनं स्पार्टासारख्या लढाऊ राज्याशी शत्रुत्व ओढवून घेतलं होतं. इसवी सनापूर्वी चौथ्या शतकात फिलिपनं ग्रीस शहरराज्यांचा एकत्रित पराभव करेपर्यंत ही व्यवस्था चालू होती.

तिचं आजचं स्वरूप पाहावं ही माझी इच्छा मी हेलनला बोलून दाखवली.

''ते अगदी सोपं आहे.'' हेलन हसत म्हणाली. ''तू दिमित्रीला सांग. इथली एम०पी० त्याची मैत्रीण आहे. तो तुझी व्यवस्था करून देईल.''

त्याप्रमाणे दिमित्रीनं आजचा दिवस पार्लमेंटसाठी ठरवला होता आणि मला ठीक अकरा वाजता सिन्ताग्मामधे यायला सांगितलं होतं.

अथेन्समधला हा सर्वश्रुत सिन्ताग्मा चौक एव्हाना माझ्या चांगल्या परिचयाचा झाला होता. सगळे मोठे रस्ते इथं येऊन मिळतात. किंचित उताराचा हा भला मोठा चौक आहे. मध्यभागी पांढऱ्या स्वच्छ फरशा घातलेलं खूप मोठं प्रांगण. मधोमध सतत उडणारं कारंजं. भोवताली झाडांच्या हिरव्यागार रांगा. मध्यम उंचीचे अष्टकोनी दिवे आणि जागोजाग लावलेले ग्रीसचे निळे-पांढरे पट्टेदार झेंडे त्याची शोभा वाढवतात. एका बाजूला 'सिन्ताग्मा' भुयारी स्टेशनला जायच्या पायऱ्या. कुठं कबुतरं उडताहेत. कुठं पोरं खेळताहेत. कुठं ओळीनं मांडून ठेवलेल्या बाकांवर म्हातारा सिगरेट ओढत वृत्तपत्र चाळतोय. वादळाच्या केंद्रभागी एकदम शांतता असते तशी चारी बाजूच्या घनचक्कर वर्दळीच्या मध्यभागी ही स्वस्थता दिसते.

लंडनच्या ट्रफाल्गर स्क्वेअरसारखी अथेन्समधली सगळी निदर्शनं इथं येऊन थडकतात. मिरवणुका इथं विसर्जित होतात. राजकीय आंदोलनं इथं जीव धरतात. आणि निवडणुकांच्या वेळी लाख-लाख लोकांच्या विराट सभाही इथंच भरतात.

त्याच्या दक्षिणोत्तर बाजूंना ब्रिटानिया, अथेन्स प्लाझासारखी प्रचंड मोठी आधुनिक हॉटेल्स आहेत. विमान कंपन्या, पर्यटक संस्था, रेस्टॉरंट्स आहेत. विमानतळावर जाणाऱ्या बसेसही इथंच थांबतात. पश्चिमेकडे मोनास्तिराकी, प्लाका हे पर्यटकांचे लाडके विभाग आहेत. तिथला एर्मू स्ट्रीट म्हणजे लंडनचा ऑक्सफर्ड स्ट्रीट. वाहनांना बंद असल्यानं निर्धास्तपणे हवी तितकी खरेदी करा. तिथूनच पुढे ॲक्रोपोलिसला जाता येतं.

सिन्तागमाच्या पूर्वेला मात्र एकच इमारत चौकाची सबंध रुंदी व्यापून उभी आहे. थोड्या पायऱ्या चढून रस्त्यापलीकडे गेलं की ती पुढच्या विशाल प्रांगणासह दिसते. निओक्लासिकल धाटणीतली, वर त्रिकोनी टोपी चढवलेली ही तीन मजली दगडी वास्तू बाकीच्या सर्वसाधारण आधुनिक इमारतींमधे एकदम चमकते. तिच्या गुलाबी रंगावर प्रवेशद्वाराचे दहा पांढरेस्वच्छ, उंच स्तंभ मोठे उठून दिसतात. हे 'व्हूली'. म्हणजे ग्रीक पार्लमेंट. सिन्तागमाचा अर्थ 'राज्यघटना'. त्यावरून या चौकाला नाव मिळालं. याच्या सौधावरून ग्रीसची पहिली राज्यघटना १८४३मधे घोषित झाली.

पार्लमेंट हा मूळचा राजवाडा. राजाला शोभेल अशीच ती प्रशस्त वास्तू आहे. तुर्कांच्या चारशे वर्षांच्या गुलामगिरीतून सुटल्यावर १८३२मधे इंग्लिश आणि फ्रेंच या महाशक्तींनी एका जर्मन राजपुत्राला ग्रीसच्या राज्यावर बसवलं. आधुनिक ग्रीसचा हा पहिला राजा 'ओतो'. त्याच्या वास्तव्यासाठी हा राजवाडा उभारण्यात आला. विसाव्या शतकाच्या सुरुवातीला राजाही संपला आणि त्याचं राज्यही संपलं. ग्रीसमधे पुन्हा लोकशाही स्थापन झाल्यावर या वास्तूचं आता पार्लमेंट बनलं आहे.

व्हूलीच्या प्रांगणात समोरच्या सिन्तागमासारखीच पांढरी फरशी घातलेली आहे. वर मजलाभर जोतं आणि त्यावर इमारत. प्रवेशद्वाराखाली 'टूम्ब ऑफ द अननोन सोल्जर' ही दुसऱ्या महायुद्धाची खूण आहे. तिथं एक अखंड तेवणारी ज्योतही आहे. तिचं संरक्षण पॅलेसचे रक्षक करत असतात. अष्टौप्रहर ते तिथं खडा पहारा देत असतात.

या रक्षकांचे गोंडेदार वेष फार मजेचे. लाल स्लिपर्ससारखे पुढे गोंडा लावलेले शूज, वर कमरेपर्यंत येणारी लोकरीचे खाकी तुमान. गुडघ्यांच्या मागे त्यांच्यावर काळे गोंडे लोंबताहेत. मिनी स्कर्टसारखा लांब हातांचा, ढगळ बाह्यांचा पांढरा शर्ट. त्यावर काळंपिवळं जाकीट. उजव्या कानावरून खाली येणारी, टोकाशी आणखी एक गोंडा असलेली, काळी, विसविशीत गवळी टोपी आणि डाव्या हाती या सरंजामाशी अगदी विशोभितशी बंदूक. गुडघे न वाकवता ताठ पावलांनी 'गूझ स्टेप्स' टाकत ते येरझाऱ्या घालतात तेव्हा जरा हसूच फुटतं. पारंपरिक पहाडी पोषाखातल्या या युवकांची मला वाटतं ग्रीसमधेसुद्धा चेष्टाच होत असावी. अर्नेस्ट हेमिंग्वेनं त्यांच्या मर्दपणाबद्दल शंका व्यक्त केली असली तरी ते अत्यंत शिस्तशीर, उत्तम शिकवलेले तगडे जवान असतात. त्यांच्या भरतीच्या वेळी उंची-वजनाबद्दल काटेकोर

नियम पाळले जातात.

मी सिन्तागमात थोडी आधी पोहोचल्यानं या गमती पाहत उभी होते. बरोबर अकरा वाजता ठरल्याप्रमाणे व्हूलीच्या उजव्या कुशीतल्या दाराशी गेले. दिमित्री तिथं वाट पाहत होता. दोघे मिळून आत गेलो. वाटेत पोलिसांची बरीच ठाणी. पण पेपीच्या, त्या खासदार बाईच्या नावाचा परवलीच्या शब्दासारखा उपयोग करत करत आम्ही खुद्द दाराशी आलो. इथं विमानतळासारख्या धातुशोधक कमानीतून पुढे गेलो. आमच्या नावचे बिल्ले तयार होते. आमचे पासपोर्ट्स देऊन ते घेतले आणि गळ्यात अडकवले. लगेच वरच्या मजल्यावर पेपीच्या ऑफिसमधे गेलो. धुरानं भरलेल्या मोठ्याशा खोलीत पेपीबाई कार्यमग्न होत्या. आम्हांला पाहून त्यांनी कागद बाजूला सारले आणि हसून आमचं स्वागत केलं. त्यांना जुजबी इंग्लिश येत असल्यानं भाषेचा प्रश्न नव्हता. चहापान झाल्यावर त्यांनीच आम्हांला सगळीकडे फिरवून आणलं.

इमारत आतून खूपच मोठी. दालनांमागून दालनं आणि ओवऱ्यांमागून ओवऱ्या. जिने शंभर तरी असतील. पेपी बरोबर होत्या म्हणून भरभर फिरत होतो. प्रथम त्यांनी त्यांचं मुख्य सभागृह दाखवलं. हे थेट ॲम्फिथिएटरच्या धर्तीवर बांधलेलं आहे. तोच अर्धचंद्राचा आकार आणि तशाच वर चढत येणाऱ्या लाल कातडी खुर्च्या. समोर छोटा मंच. त्यावर उच्चासनं मांडलेली. राष्ट्रपती बसण्याची जागा सर्वांत उंच. आज तिथं उपराष्ट्रपती बसलेले होते. त्यांच्या जरा खाली स्पीकर. त्यांच्या दोन्ही पाखांना जमिनीवर मांडलेल्या खुर्च्यांवर उजवीकडे सत्ताधीश पक्षाचे दोनतीन मंत्री आणि डावीकडे वार्ताहर. विरोधी पक्ष आणि बाकी सत्ताधारी समोरच्या चढत्या खुर्च्यांवर बसतात. उजव्या कोपऱ्यात कम्युनिस्ट पक्ष बसत असतो. रशियात तो संपला असला तरी इथं अजून तगून आहे.

आम्ही प्रेक्षकांसाठी असलेल्या दुसऱ्या मजल्यावर होतो. आमच्यावर तिसरा मजलाही होता. खालचं सभागृह जवळपास पूर्ण मोकळं होतं. आज तिथं आरोग्यमंत्री आणि समाज-कल्याण मंत्री उपस्थित होते. आरोग्यमंत्री तावातावानं, मुठी आपटून वक्तृत्व गाजवत होते पण ते ऐकायला तिसऱ्या मजल्यावर आलेल्या जपान्यांखेरीज फारसं कुणी हजर नव्हतं. जागतिक लोकशाहीची ही आद्य जननी थोडी अगतिकच वाटली.

व्हूलीतं उभं केलेलं कायमचं प्रदर्शन मात्र छान होतं. ते दालनही आकर्षक होतं. हा जुना बॉल-डान्स हॉल. लांबीरुंदीला भरपूर. वर लावलेली विलासी झुंबरं त्याच्या दुधी-सोनेरी रंगाला खुलवत होती. छतापासून जमिनीपर्यंत जाणारी, उत्तम काचेची खिडक्या-दारं. त्यांच्यामुळे झुंबरांचा बिलोरी प्रकाश शतगुणित होत होता. तुर्कांविरोधी लढलेल्या स्वातंत्र्ययुद्धाचे, नंतरही पूर्ण लोकशाही येईतो झालेल्या महत्त्वाच्या घडामोडींचे कागदपत्र, नेत्यांची तैलचित्रं आणि पदकं अशा नाना वस्तू काचेआड नीट लावून ठेवलेल्या होत्या. क्रीट बेट ग्रीसला मिळवून देणारा त्यांचा लाडका पंतप्रधान व्हेनिझोलास. १९१०पासून सत्तावीस वर्षं तो सत्तेत होता. त्याला आधुनिक ग्रीसचा राष्ट्रपिता मानतात. त्याचाच पुतळा बाहेरही बसवलेला आहे. त्याचं संपूर्ण आयुष्य इथं चित्र-पत्र-रूपानं उभं केलेलं आहे.

पेपीचे भरपूर आभार मानून आणि बिल्ले परत देऊन आम्ही आमचे पासपोर्ट्स घेतले नि

बाहेर आलो.

''मी आज अर्धा दिवस सुट्टी काढलेली आहे. तुला हवं असल्यास आपण थोडं आजूबाजूला फिरू या.''

दिमित्रीची सूचना फारच पसंत. प्रथम आम्ही व्हूलीच्या मागच्या बागेत गेलों.

हाती सँडविचेस घेऊन फिरत होतो. भर उन्हात इथल्या थंडगार सावल्या हव्याशा वाटत होत्या.

''अथेन्समधली ही माझी सर्वांत आवडती जागा. भोवती एवढं मोठं शहर पसरलेलं आहे अशी शंका तरी येते का? गाड्यांचा आवाजसुद्धा ऐकू येत नाही.'' सँडविच खाता खाता तो म्हणाला.

''खरं आहे.'' मी म्हणाले, ''पण भरवस्तीत ही इतकी प्रशस्त बाग कशी?''

''ही बाग राजवाड्याची. ओतोची राणी अमालिया हिला वृक्षवल्लींचा मोठा शौक. तिनं फुलझाडं फारशी लावली नाहीत पण जगाच्या कानाकोपऱ्यातून दुर्मीळ झाडं आणवली. त्यासाठी तिनं आमच्या नौ-दलाला कामाला लावलं होतं. तिनं ती फार उत्तम जोपासली. त्यातून ही बाग उभी राहिली. आमच्यावरच्या राज्यसत्तेचं हे हिरवं द्योतकं. तेवढंच आता मागे शिल्लक राहिलेलं आहे.''

बाग खरोखर हिरवीगार होती. गंमत म्हणजे तिच्यामधले एकूण एक रस्ते वळणावळणांचे. झाडांच्या या चक्रव्यूहातून आपण नेमके कुठं बाहेर पडू ते सांगताच येत नाही. मधेच बदकांची तळी आहेत. मुलांसाठी एक छोटंसं झू आणि खेळायच्या जागा आहेत. तिच्या दक्षिण कोपऱ्यात एक खूप मोठी देखणी इमारत उभी होती.

''हाही राजवाड्याचा एक भाग होता.'' दिमित्रीनं सांगितलं. ''काही काळ हे आमचं रेडिओ स्टेशनही होतं. आता इथं प्रदर्शनं भरतात.''

एव्हाना आम्ही बागेच्या दुसऱ्या बाजूनं बाहेर आलो होतो. इथंही आणखी एक सुंदर इमारत आणि त्याच्यापुढे मघा पार्लमेंटसमोर दिसलेले रक्षक होते.

''हे राष्ट्रपती भवन. हादेखील मूळचा राजवाडाच.'' दिमित्री हसत म्हणाला, ''१८६७मधे किंग कॉन्स्टन्टिननं राज्यत्याग केला. ग्रीसचा हा अखेरचा राजा या राजनिवासात राहत असे. भोवतीच्या या सुंदर इमारती बघ. हे सगळे राजदरबारच्या मानकऱ्यांचे प्रासाद होते. आता नाना देशींचे राजदूत इथं राहतात.''

प्रवासी पुस्तक वाचत प्रत्येक स्थळ बघण्यापेक्षा उत्तम माहितगाराबरोबर पाहणं किती सुखकारक असतं. त्याच भागात सापडलेल्या रोमन स्नानगृहांचे अवशेष, झ्यूसच्या मंदिराचे उंच स्तंभ आणि रोमन एम्परर हेड्रिअन याच्या नावे उभी केलेली कमान हे सगळं दिमित्रीनं दाखवलं.

''इसवी सनाच्या दुसऱ्या शतकात हेड्रिअननं हे झ्यूस मंदिर बांधलं होतं. ग्रीसमधल्या मंदिरांत सर्वांत मोठं. त्याचे हे पंधरा स्तंभच काय ते मागे उरलेले आहेत पण ते त्याच्या भव्यतेची साक्ष देतात. हेड्रिअननं आत झ्यूसचा मोठा पुतळा बसवला होता. त्याच्यासमवेत

स्वत:चाही एक भक्कमसा पुतळा बसवायला त्यानं मागेपुढे पाहिलं नव्हतं. आता ते दोन्हीही नाहीत. हेड्रिअनच्या नावाची एवढी कमान काय ती शिल्लक राहिली आहे. ही बघ एक गंमत.'' तो हसत म्हणाला, ''कमानीच्या देवळाकडच्या बाजूला कोरलंय 'हे अथेन्स. थेसिअसचं पुरातन शहर.' आणि बाहेरच्या बाजूला कोरलंय 'हे शहर थेसिअसचं नसून हेड्रिअनचं आहे.'''

मला मनापासून हसू आलं. काय लहान मुलासारखं भांडताहेत हे दोन सम्राट! एका शतकातलेसुद्धा नव्हेत.

जवळच असलेले विशाल रोमन बाथ्स बघितले. हल्लीच सापडलेत. रोमनांच्या विलासी वृत्तीचे आणि जलप्रियतेचे साक्षी. पूर्वीची रोमन वसाहत असल्यानं सिन्ताग्मामधे जरा उकरलं की त्यांच्या अनेक चीजा सापडतात.

थोड्याशा अंतरावर असलेल्या जुन्या ऑलिम्पिक स्टेडिअमकडे चालत निघालो.

''आम्ही त्याला 'पॅनअथेनेइक' या नावानं ओळखतो.'' दिमित्री सांगत होता, 'जुन्या ग्रीक रिवाजाप्रमाणे धार्मिक जागेशेजारी क्रीडांगण असायलाच पाहिजे. ॲक्रोपोलिस टेकडीवर जागा नसल्यानं ते त्याच्या जवळच्या या दोन टेकड्यांच्या मधे बांधलं असावं. तिथं ते कसं चपखल बसवलं आहे बघ.''

भर रहदारीच्या मोठ्या रस्त्यांवरून जात होतो. दहापाच मिनिटांत स्टेडिअम आलं. ते अगदी रस्त्यालगत होतं. दोन बाजूंना हिरव्यागार टेकड्या. मधोमध सत्तर हजार प्रेक्षक बसतील एवढं प्रचंड स्टेडिअम. मध्यभागी धावण्याचं आणि इतर खेळांचं लांबटगोल मैदान. दुतर्फा शुभ्र संगमरवरी आसनांच्या रांगा वर वर चढत गेलेल्या. अगदी उत्तम स्थितीत होतं ते.

''गेल्या ऑलिम्पिक्ससाठी हे नवं बांधलं का?''

अथेन्सच्या निरनिराळ्या भागात त्या महोत्सवासाठी नवनवी उभारणी झाली होती.

''छे! छे!,'' दिमित्री घाईघाईनं म्हणाला, ''हे स्टेडिअम फार फार जुनं. चोवीसशे वर्षं झाली त्याला. मुळात खेळांसाठी ग्रीकांनी बांधलं पण नंतर आलेल्या रोमन विजेत्यांनी क्रूर श्वापदांच्या लढतीसाठी आणि रक्तरंजित आहुतीसाठी त्याचा वापर केला. सम्राट हेड्रिअन राज्यावर आला तेव्हा अशी एक हजार जंगली जनावरं इथं जीवे मारली गेलीसं म्हणतात.

''हे रानटी खेळ क्रिश्चनांनी थांबवले. पण त्याबरोबर इतर क्रीडाप्रकारही थांबवले. त्यामुळे ही जागा गेली सतरा शतकं केवळ संगमरवराची खाण म्हणून वापरली गेली. १८९६मधे ऑलिम्पिक्स महोत्सव नव्यानं अस्तित्वात आला. त्या वेळी एका ग्रीक धनिकानं याचा जीर्णोद्धार केला. त्यामुळे स्पर्धा इथं भरवता आल्या. हे स्टेडिअम आजही वापरात आहे. नाना खेळांचे, पळण्याचे सराव केले जातात. पण सर्वांत महत्त्वाची गोष्ट म्हणजे ग्रीक मॅरॅथन शर्यतीचा शेवट इथं होत असतो.''

आज जगभर होणाऱ्या मॅरॅथन्सच्या उगमाबद्दल मला फार कुतूहल होतं.

''ही शर्यत नेमकी कशी सुरू झाली हो?'' मी दिमित्रीला विचारलं.

''तुला माहीत नाही?'' त्यानं मिस्किलपणानं मला डिवचलं.

''तशी वर वर थोडी माहिती आहे मला. पण तुम्ही चांगलं सांगता म्हणून विचारते.'' माझी मखलाशी.

''फ्लॅटरी विल टेक यू नो व्हेअर.'' तर्जनी हलवत, माझ्याकडे तिरकं बघत तो मोठ्यानं हसला नि सांगायला लागला. ''आमच्या इतिहासातल्या एका महत्त्वाच्या लढाईची ती खूण आहे. पर्शिअन्स आमचे हाडवैरी. त्यांनी हल्ले करून करून प्राचीन काळी आम्हांला सळो की पळो करून सोडलं होतं. त्यांच्या सैन्यबळामुळे ते दर वेळी जिंकायचे. आम्हांला लुटायचे.

''इसवी सनापूर्वी पाचशे वर्ष एक चमत्कार झाला. अथेन्सवर चालून आलेल्या पर्शिअन सैन्याची, अथेन्सपासून बेचाळीस किलोमीटरवर असलेल्या मॅरॅथन गावी आमच्या सैन्याशी गाठ पडली. ते पंचवीस हजारांहून अधिक. आम्ही जेमतेम दहा हजार. पण आम्ही त्यांना चोपून काढलं.''

''ते कसं?''

''आमच्या सेनापतीनं लढाईचे डावपेच बदलले. नेहमीप्रमाणे सगळं सैन्य सामोरं न पाठवता त्यानं त्याच्या तीन तुकड्या केल्या. मधली तुकडी पुढे झाली. बाजूच्या दोघी दोन बाजूंना लपून राहिल्या. एवढंच ग्रीक सैन्य आहेसं समजून त्याची वासलात लावायला पर्शिअन्स धावले. शत्रू आवाक्यात आल्याबरोबर दोन्ही बाजूंनी ग्रीक सैन्य त्यांच्यावर तुटून पडलं. या अनपेक्षित हल्ल्यानं ते घाबरले, विस्कळीत झाले. मग हातचं न राखता ग्रीकांनी त्याची लांडगेतोड केली. त्या एका दिवशी त्यांचे दहा हजार सैनिक कापून काढले. आम्ही केवळ एकशे ब्याण्णव गमावले. तोवर अजिंक्य असणाऱ्या पर्शिअन्सची अब्रू धुळीला मिळाली. त्यांची जरब सरली.

''या अप्रतिम विजयाची बातमी अथेन्समधे पोहोचवण्याची जिम्मेदारी फिदीपिदीस या युवकावर आली. सर्व शक्ती पणाला लावून त्यानं २६ मैल, ३८५ यार्डांचं ते अंतर धावत पार केलं. उत्सुकतेनं ओथंबलेल्या अथेन्सच्या जनतेपुढे ''आपण जिंकलो'' एवढं बोलून तो जो कोसळला तो कोसळलाच. परत उठला नाही. त्याच्या स्मरणार्थ ही शर्यत सुरू झाली. गेल्या ऑलिम्पिक्समधे ती नेमकी त्या मार्गावरून धावण्यात आली. फरक एवढाच की आताचे स्पर्धक सिंगलेट्-शॉर्ट्समधे हलक्या कपड्यांत धावतात; पूर्वी ते संपूर्ण सैनिकी गणवेश घालून, शस्त्रास्त्रांसह धावत असत.''

''इतक्या रोमहर्षक जागी जायला पाहिजे.'' मी म्हणाले.

''जाणार तर जा बापडी.'' दिमित्री म्हणाला. तो नको म्हणत असताना मी स्पार्टाला गेलेली तो विसरला नव्हता. ''पण दोन टेकाडांखेरीज तिथं काही नाही. मोठ्या टेकडीखाली धारातीर्थी पडलेले पर्शिअन्स आणि छोटीच्या खाली आमचे वीर पुरलेले आहेत.''

स्टेडिअमनंतर आणखी एक ठिकाण. ऑलिम्पिक्सला आल्या वेळी एका उंच टेकडीवरून झरझर खाली उतरणाऱ्या प्रकाश-बिंदूंनी माझं लक्ष वेधलं होतं. ती टेकडी ॲक्रोपोलिससारखी सतत दिसायची. तिच्या अगदी टोकावर एक पांढरं चर्च असल्यानं तिची उंची चटकन नजरेत भरे. आताही ती दिसत होती. मी दिमित्रीला तिचं नाव विचारलं.

''ती लिकाव्हितोस म्हणजे लांडग्यांची टेकडी. जुन्या काळी तिथल्या झाडीत लांडगे फिरायचे. झाडतोडीमुळे लपायच्या जागा गेल्यावर लांडगे गेले. फक्त त्यांचं नाव राहिलं. ते माझं आणखी एक आवडतं ठिकाण आहे.'' तो म्हणाला. ''जाऊ या का तिथं? तिथून सगळं अथेन्स कसं दिसतं ते बघ.''

अशी आमंत्रणं वाया घालवायची नसतात. मी लगेच होकार दिला.

''आपल्याला थेट इथून चालत जाता येईल किंवा अर्ध्यावर जाऊन गाडीवाट संपली की वर चढायचं.''

वेळासाठी दुसरा पर्याय सोईचा वाटला. लगेच टॅक्सी केली आणि वरच्या तळापर्यंत गेलो. इथूनही सभोवताल फार छान दिसत होतं. आता चालत शेवटचा टप्पा गाठायचा होता. संध्याकाळची उन्हं होती पण इथल्या वाऱ्यानं भणभणवलं. एकुलता एक सुळका हा. कशाचा आडोसा नाही. त्याचा चढ मात्र सोपा होता. बोलत बोलत टोकाला पोहोचलो. तीन बाजूंनी उपाहारगृह. त्यांच्यामधूनच वर चर्चला जायचा जिना. एवढ्या अपुऱ्या जागेतही बाग केलेली होती. तिच्यात खुर्च्या-टेबलं टाकलेली.

अगदी वर चर्चशी पोहोचलो. काय विलक्षण देखावा. तीन बाजूंना पांढरंधोप अथेन्स अपरंपार पसरलेलं. चौथ्या बाजूला निळाशार समुद्र.

''डावीकडे दूरवर तुला ते निळसर डोंगर दिसताहेत ना, ते पेलोपोनेजचे आहेत. म्हणजे किती दूरपर्यंत दिसतंय बघ. सालामिस आणि एजिना बेटंही इथनं दिसताहेत.''

त्याहून महत्त्वाचं म्हणजे ॲक्रोपोलिस. खास घडवून समोर ठेवल्यासारखं दिसत होतं. अमोरासमोर या दोन टेकड्या. मधे शुभ्र नगर-सागर. आजवर ॲक्रोपोलिसकडे खालून वरती पाहिलं होतं. आता त्याच्या डोळ्याला डोळा देता येत होता. कोपऱ्यात लावलेल्या मोठ्या दुर्बिणीतून निरखताना त्याचे खांब, त्यांच्यावरच्या रेषांसह दिसत होते. ॲक्रोपोलिसच्या कर्त्यांनीदेखील त्याला असं पाहिलं नसेल.

''इकडे डाव्या बाजूला ही पायवाट बघ. प्रथम खाली उतरून पुन्हा वर त्या बुटक्या टेकडीवर चढते आहे. तिथं एक उघडं थिएटर आहे. मे ते ऑक्टोबर तिथं नाटकं होतात.''

परतताना तिथल्या शुभ्र चर्चमधे डोकावलो. अगदी चिमुकलं होतं. रात्री दिव्यांच्या झोतात न्हालं की थेट स्वप्नगरीत जाऊन बसणारं.

खालच्या उपाहारगृहात खूप महाग कोको प्यालो. किंमत पेयाची नव्हती. ती होती तिथून दिसणाऱ्या देखाव्याची.

६

शनिवारचा दिवस. तिघे मिळून देल्फीला जायचं आम्ही केव्हापासून ठरवलं होतं. पण ऐन वेळी शाळेचं काम निघाल्यानं हेलन येऊ शकली नाही म्हणून पुन्हा दिमित्रीची नि माझी जोडगोळी निघाली. कॉरिन्थपर्यंतचा रस्ता तोच होता. मग उत्तरेकडे वळून छोट्या रस्त्याला लागलो आणि पावसानं फळी धरली. मे म्हणजे खुद्द उन्हाळी महिना आणि या पावसानं काय

पीडा मागे लावली होती. दोन तास पावसाशी झगडलो. अर्धं अंतर सरलं पण पाऊस वाढतच होता. मधेच परत फिरावं का? असंही मनात आलं. पण आता ग्रीसचे दिवस संपत आले होते. सोमवारी तुर्कस्तानला प्रस्थान ठेवणार. तेव्हा पुढे जावंच लागलं. पुन्हा माझं स्पार्टा होणार की काय याचा घोर लागला.

पारनोसस पर्वतांच्या रांगामधून, घाटातून चाललो होतो. मनात आलं पॅरिसमधल्या 'माँ पार्नास' डोंगराचं नाव याच्यावरून पडलं असेल का? थेसलनीकी जवळच्या माउंट ऑलिम्पससारखा हाही देवांनी राहण्याचा पर्वत. आता धुक्यानं भरलेला. समोरून येणाऱ्या गाड्या अगदी अंगाशी भिडेतो दिसत नव्हत्या. फार जपून जावं लागत होतं. दिमित्री पावसाला ग्रीकमधून शिव्या हासडत असावा. थोड्या वेळानं तो आपणहून बोलता झाला.

''ग्रीक पुराणांप्रमाणे देल्फी हे ऑलिम्पियाच्या तोडीचं, कदाचित कणभर अधिकच महत्त्वाचं आहे. ऑलिम्पिया हे झ्यूसचं स्थान तर देल्फी हे त्याच्या मुलाचं, अपोलोचं ठाणं. त्याच्यामागे नित्यासारखी पुराणकथा आहेच. लेतो या अप्सरेला झ्यूसपासून दिवस गेलेत हे ईराला कळल्यावर तिनं तिला ठार मारण्यासाठी पिथोन नावाच्या अजगराला पाठवलं, लेतोला गरोदरपणात त्याच्यापासून लपूनछपून राहावं लागलं, तिला होणाऱ्या जुळ्यापैकी आधी जन्मलेल्या आर्तेमिसनं आपल्या आईला अपोलोच्या जन्मवेळी मदत केली वगैरे मिथक-कथा तुला माहीत असेलच.''

''हो. देलोसला जाताना ती मी वाचली होती.'' मी हसत हसत म्हणाले, ''पण आर्तेमिस जुळ्यातली एक होती तर तिनं आईला मदत कशी केली? हा प्रश्न मला पडला.''

''मीना,'' डोळे मोठे करून मला खोटं दटावत दिमित्री म्हणाला, ''जगातल्या दरेक पुराणात अशा शेकडो नवलकथा आहेत. त्यांतली ही खूपच साधी. यापेक्षा भारी अद्‌भुतकथांनी आमची पुराणं भरलेली आहेत. मजा म्हणजे इतकी शतकं झाली तरी लहानथोर त्यांच्यात रमलेले आहेत. नाना कला त्यांच्यावरच पोसताहेत. काय सांगत होतो बरं? हं.

''तर देल्फी अगदी पुराणातसुद्धा ठाव लागू नये इतकं जुनं. किमान पाच हजार वर्षं लोक या पवित्रस्थानी राहताहेत. आज आपण अपोलो आणि अथीना यांच्या देवळांचे अवशेष पाहणार असलो तरी मूळचं हे 'गाया'चं, म्हणजे पृथ्वीदेवीचं ठाणं. पिथोन अजगर तिचाच मुलगा. गाया खोल गुहेत राहायची. पिथोन तिचा द्वारपाळ. तो भविष्यवाणी म्हणजे 'ओरॅकल' उच्चारायचा. हे ठिकाण खूप लोकप्रिय होतं. ग्रीसमधे अनेक ठिकाणी ओरॅकल्स होती तरी इथलं सर्वांत जागृत असल्यानं हे यात्रेचं मोठं ठिकाण बनलं. जन्मात एकदा तरी देल्फी घडावं असं तमाम जनतेला वाटे.''

आपल्या काशीयात्रेसारखं याला महत्त्व असावं. फक्त काशी सपाटीवर गंगेच्या काठी तर हे बद्रिकेदारासारखं पर्वताच्या कुशीत.

''देलोसला मोठा झाल्यावर,'' दिमित्री पुढे सांगत होता, ''आपल्या आईला सतावणाऱ्या पिथोनचा सूड घेण्यासाठी अपोलो इथं आला आणि त्याला ठार मारल्यानंतर इथं राहायचा विचार करू लागला...''

''या एकाच जागी दोन मोठे देव? त्यातून पहिल्या गायादेवीला हाकलून दुसरा देव इथं कां आला? त्यानं दुसरी जागा कां नाही शोधली?''

''त्याचं कारण या देल्फीचं पुराणांनी गायलेलं महत्त्व. देवाधिपती झ्यूसनं एकदा पृथ्वीवरची सर्वांत पवित्र जागा ठरवण्यासाठी दोन गरुड पूर्व आणि पश्चिम दिशांना पाठवले. त्यांची गाठ या देल्फीला पडली. तेव्हा हीच पृथ्वीची बेंबी (ओम्फालोस) असं ठरवून गाया तिथं राहायला आली होती. नंतर अपोलोनं ते काबीज केलं. या पावसाच्या तडाख्यातून आज आपण तिथं पोहोचलो की ते स्थान भांडणाचं मूळ कां ठरलं हे तुला आपोआप कळेल.''

या पृथ्वीला बेंब्या आहेत तरी किती? निरनिराळ्या पुराण-संस्कृतींमधे एक तरी अशी जागा शोधलेली आहे. मेक्सिकोचे आस्तेक, मेक्सिको सिटीजवळ समजत. पेरूचे इंका, कुस्को गावी समजत. प्राचीन चीन, ती शिअॅला आहेसं माने. इथं ग्रीसमधे देलोसलाही आणि देल्फीलाही! फक्त आपण भारतीयांनीच असं नाभि-शोधन केलेलं दिसत नाही.

''तरी अपोलोच्या हातून पिथोनला मारल्याचं, देवहत्येचं घोर पातक झालं होतं.'' दिमित्री पुढे सांगत होता, ''त्याचं यथायोग्य प्रायश्चित्त घेतल्यानंतरच झ्यूसनं त्याला 'पिथिओस अपोलो' असं नाव देऊन आणि पानांचा मुकुट घालून देल्फी हे त्याचं ठाणं बनवलं. पिथोनची आठवण म्हणून इथल्या पुजारिणीला 'पिथिया' असं म्हणत. अपोलो इथं 'देल्फीनी'च्या, म्हणजे डॉल्फिन माशाच्या रूपात आला म्हणून या जागेला पूर्वीच्या 'पिथो'ऐवजी 'देल्फी' असं म्हणायला लागले. पिथोनचं ओरॅकल अपोलोकडे आलं.

''मग या जागेचं महत्त्व आणि लोकप्रियता कमालीची वाढली. एक अपोलोचं आणि दुसरं अथीनाचं अशी दोन महाप्रचंड देवळं बांधली गेली. इतरही अनेक देवळं बाकीच्या शहरराज्यांनी बांधली. हे ग्रीसमधलं सर्वांत महत्त्वाचं धर्मकेंद्र बनलं. डोंगरांमधल्या कठीण खिंडी ओलांडून भाविक सगळीकडून येत होते. युद्ध, प्रेम, धर्म आणि व्यापारउदिम यावरचे आपले प्रश्न विचारत होते. त्यांची जशी उत्तरं मिळतील तसे वागत होते. इजिप्तच्या राजांपासून सगळे जण इथं येत. भरपूर देणग्या देत.

''त्याच्या अशा लोकप्रियतेमुळे, श्रीमंतीमुळे प्रत्येक राजाला देल्फी आपल्या सत्तेखाली असावंसं वाटे. त्यामुळे धर्मयुद्धं झाली. शेवटी मॅसेडोनियाच्या फिलिपनं ग्रीस जिंकला तेव्हा देल्फीही जिंकलं. त्यानं इथला यात्राकर माफ केला. मग भाविकांचा ओघ प्रचंड वाढला. देल्फी आणखीनच उंचावलं.

''पुढे रोमन आले. त्यांच्या ज्या थिओडोसिअस सम्राटानं ऑलिम्पियाचा नाश केला त्यानंच या देल्फ़ीवरही घाला घातला. एक हजार वर्षांचा सुवर्णकाळ लयाला गेला. भूकंपांमुळे देल्फी आणखी खचली. तिचे अवशेष जमिनीत गाडले गेले. दोनशे वर्षांपूर्वी देल्फीचा पुन्हा शोध लागला. नंतर झालेल्या उत्खननामुळे जुनं देल्फी आपल्यासमोर उभं राहिलं.

''सध्या देल्फी आधुनिक कलांची पंढरी बनली आहे. नवी सुंदर कलामंदिरं बांधली गेली. प्राचीन नाट्यशास्त्र, पुरातत्त्व यांच्यावरच्या परिषदा इथं भरतात. कार्यशाळा होतात. जुलै-ऑगस्टमधे प्राचीन नाटकं होतात. संगीताचे मेळावे भरतात. त्यामुळे देल्फी आजही वेगळ्या

प्रकारे जिवंत आहे.''

गाडी जात असताना वाटेत लिव्हादिया खेड्याची पाटी लागली. जिथं त्याचा फाटा फुटत होता तिथं गाडी थांबवत दिमित्री म्हणाला, ''पावासाची इतकी झिंबड नसती तर या गावी जायची माझी इच्छा होती. इथंही जुने अवशेष आहेत. फारसे धड नाहीत पण या जागी पुराणांमधली एक महत्त्वाची घटना घडली असं मानतात. तुला आमचा इदिपोदास राजा माहीत आहे?''

''इंग्लिशमधे 'इडिपस' म्हणतात तो हा राजा का?'' मी विचारलं.

मनोरुग्णशास्त्रात मुलाला आपल्या आईबद्दल वाटणाऱ्या विकृत लैंगिक आकर्षणाला 'इडिपस कॉंप्लेक्स' असं म्हणत असल्यानं मला हे नाव माहीत होतं. पु०लं०नी केलेलं 'राजा ओयदिपौस' हे भाषांतरही वाचलेलं होतं.

''हो. तोच. त्याला 'इदिपुस' असंही म्हणतात.'' दिमित्री म्हणाला, ''या मिथकाचे खूप पाठभेद आहेत. पण सोफोक्लीस या नाटककारानं आपल्या नाटकात घेतलेली कथा सर्वांत प्रसिद्ध आहे.

''लायोस नावाचा थीब्ज नगराचा राजा देल्फीच्या जत्रेला गेला होता. तिथल्या ओरॅकलनं त्याला 'तुझा मुलगा तुझा काळ ठरणार आहे' असं भविष्य सांगितलं. लायोसची पत्नी गरोदर असते. मुल जन्मताच मारण्याची आज्ञा वडील देतात. पण आईला नुकत्या जन्मलेल्या आपल्या बाळाचा आपल्या हातानं एकदम घात करवत नाही. ती फक्त त्याच्या पायांमधून सळी खुपसते आणि त्याला पर्वतावरून फेकण्याकरता एका धनगराच्या स्वाधीन करते. त्या धनगरालाही या बालकाला तसं टाकवत नाही. तो त्याला कॉरिन्थच्या निपुत्रिक राजाच्या स्वाधीन करतो. पोराचे सुजलेले पाय पाहून त्याचं नाव 'इदि-पुस' म्हणजे 'सुजऱ्या पायाचा' असं ठेवतात.

''कॉरिन्थला तो राजपुत्रासारखा वाढतो. पण मोठा झाल्यावर कुणीतरी त्याला 'पाळलेला अनौरस' म्हटल्यानं, आपल्या खऱ्या आईवडिलांचा पत्ता भूत-भविष्य-वेत्त्या ओरॅकलला विचारण्यासाठी तो देल्फीला येऊन पोहोचतो.

''तिथं त्याला वेगळंच काही ऐकावं लागतं. 'तू आपल्या जनक पित्याला ठार मारशील आणि आपल्या जननीशी लग्न करशील!'

''असलं भयानक भविष्य ऐकल्यावर इदिपुस अगदी वेडापिसा होतो. तो आपल्या दत्तक मात्यापित्यांना सोडून भटकत थीब्जच्या दिशेनं जायला लागतो.

''वाटेत सैन्यासह चाललेला एक बलशाली पण उर्मट माणूस 'मी येतोय ते तुला दिसत नाही? डोळे फुटले का तुझे? चल हट्, हो बाजूला' असं इदिपुसवर खेकसतो. हा अकारण झालेला अपमान सहन न होऊन तेजस्वी इदिपुस त्याला द्वंद्वाचं आव्हान देतो आणि त्यात आपल्या प्रतिस्पर्ध्याला ठार करतो. त्याच्याबरोबर असलेलं सैन्यही उधळून लावतो.

''आता आपण ज्या ठिकाणी उभे आहोत तिथं हे युद्ध झालं असं मानतात.''

''पुढे काय झालं?''

मूळ कथा माहीत असूनही तिचे ग्रीक बारकावे गुंगवत होते.

''मारला गेला तो इदिपुसचा पिता, लायोस होता हे तू ओळखलं असशील पण आपल्या जन्मदात्यालाच आपण मारलं हे इदिपुसला माहीत नसतं. तो पुढे जात जात थीब्जला पोहोचतो. तिथं स्त्रीचं तोंड, सिंहिणीचं अंग आणि पाठीवर पंख असलेली एक स्फिंक्स प्रजेला छळत असते. ती येणाजाणाऱ्याला 'सकाळी चार, दुपारी दोन आणि रात्री तीन पायांवर चालणारा प्राणी कोण?' असं कोडं घाली आणि त्याचं उत्तर देता आलं नाही की त्याला खाऊन टाकी. आजवर तिच्या या कोड्याचं कुणालाच उत्तर देता आलं नव्हतं. इदिपुस मात्र त्याचं 'मनुष्य' असं बरोबर उत्तर देतो. आयुष्याच्या सकाळी (बालपणी) चारांवर रांगणारा, दुपारी (मोठेपणी) दोन पायांवर चालणारा आणि रात्री (वृद्धापकाळी) हातात आधारासाठी काठी घेणारा हा एकच प्राणी आहे. उत्तर दिल्यानंतर तो त्या स्फिंक्सला मारून टाकतो आणि थीब्जला एका त्रासातून कायमचं मुक्त करतो.

''लायोस राजा नुकताच मरण पावल्यानं लोक थीब्जच्या राज्याला वारस शोधत असतात. ते त्या शूराला राज्य आणि त्याबरोबर तिथली विधवा राणी देऊ करतात. इदिपुस दोन्ही स्वीकारतो आणि राणीशी लग्न करतो. त्यांना चार मुलं होतात.

''नंतर मात्र राज्यात प्लेगची साथ येते. लोक पटापट मरायला लागतात. याचं कारण शोधण्यासाठी इदिपुस पुन्हा देल्फीला जातो. 'पित्याचा खून आणि मात्रागमनाचं पातक झाल्यामुळे थीब्जवर देवांचा कोप झालेला आहे' असं त्याला तिथं कळतं. अर्थातच हे अतिनिंद्य कृत्य कुणाचं असं इदिपुस विचारतो. 'ते तूच केलं आहेस' असं तिथल्या महंतानी सांगितल्यावर, आपल्याविरुद्ध रचलेला हा कट आहे असं समजून इदिपुस भयंकर संतापतो.

''ही बातमी राणीला कळल्यांवर ती इदिपुसला सांगते की तू रागावू नकोस. ओरॅकलच्या या वाणीत काही अर्थ नाही. माझ्या पहिल्या नवऱ्याला, लायोसला आपल्या मुलाच्या हातून मरण येण्याचं भविष्य त्यानं मागे वर्तवलं होतं. पण ते साफ खोटं ठरलं. त्याला देल्फीजवळच्या तिवाठ्यावर चोरांनी ठार केलं आणि मुलाला तर मी जन्मत:च पायात सळ्या घालून पर्वतावरून फेकून दिला. तिथंच तो मेला. तेव्हा या दोन्ही गोष्टी तुझ्याकडून घडलेल्या नाहीत.

''राणीच्या तोंडून हे पूर्ववृत्त ऐकल्याबरोबर इदिपुसला सगळा उलगडा होतो. त्याच्याकडून आईलाही खरं काय ते समजतं. तेव्हा ती गळफास घेऊन जीव देते आणि तिच्या झग्याच्या सोनेरी आकड्यानं इदिपुस आपले डोळे फोडून घेतो.''

सांगता सांगता दिमित्री सफाईनं गाडी नेत होता. रस्ता हळूहळू खूप डोंगराळ आणि अरुंद झाला होता. भोवतीचे पहाड उंचीनं वाढले होते आणि पावसाची झड काही थांबत नव्हती.

तासाभरात आम्ही देल्फीला पोहोचलो. पाऊस ओततच होता. सगळीकडून ढग दाटून आलेले. वारा सुसाट. अर्धा डोंगर चढून गाडी तळावर जाऊन पोहोचली तरी आम्ही पंधरा मिनिटं आतच अडकलो. दिमित्रीला सिगरेटची तल्लफ आली. माझ्यामुळे ती गाडीत ओढता येईना. बाहेर पावसात शक्य नव्हतं. शेवटी समोरच्या टेलिफोन बूथमधे जाऊन त्याला आपली तल्लफ भागवावी लागली.

''मला वाटतं आधी आपण इथलं म्यूझिअम पाहून घेऊ या.'' सिगरेट संपवून परत आल्यावर दिमित्रीनं सुचवलं. ''इथल्या उत्खननात सापडलेल्या उत्तम गोष्टी तिथं ठेवलेल्या आहेत. तोवर या पावसाची मर्जी फिरली तर बघू.''

गाडीत एक छत्री असूनही शंभर पावलं जाऊन म्यूझिअमच्या चार पायऱ्या चढेतो दोघे चांगलेच भिजलो. म्यूझिअम नवीन होतं. अतिशय प्रशस्त आणि सुरेख इमारत. प्रवाशांची रीघ लागत असल्यानं सगळ्या सुखसोयींनी भरलेली होती. पण सर्वांत मोठं सुख होतं आतल्या ऊबदार कोरड्या हवेचं. कपडे झाडत, केस पुसत तिकिटं काढली आणि पहिल्या दालनात शिरलो.

इथं तेरा मोठाली दालनं आहेत. अगदी प्राचीन कालापासून क्रिश्चन्स येईपर्यंत देल्फीनं अनंत, अनमोल गोष्टी देणगी रूपात मिळवल्या होत्या. त्यांचा भलामोठा साठा इथं होता. उत्खननात सापडलेल्या महत्त्वाच्या गोष्टी सुंदर लावून ठेवल्या आहेत. इतकी उत्कृष्ट शिल्पं, पात्रं, स्तंभ आणि पेडिमेन्ट्स वगैरे अथेन्सचं नॅशनल म्यूझिअम सोडलं तर बाकी कुठेच नाहीत. पुरातन देल्फी कसं असेल याची ती चांगली कल्पना देतात.

प्रेक्षणीय स्थळाइतकंच दर ठिकाणी वस्तुसंग्रहालयांना ग्रीसमधे प्राधान्य दिलेलं आहे. एकाखेरीज दुसरं अपुरं. घडलेला इतिहास, सांस्कृतिक आणि राजकीय घडामोडी यांची सुसंगती त्यामुळे मनावर बिंबते. धर्मानं क्रिश्चन असूनही या प्राचीन ग्रीक धर्माच्या ठेव्यांबद्दल या लोकांना कडकडीत अभिमान आहे. त्यांचं ते शक्य तितकं चांगलं रक्षण करतात.

दारातच 'ओम्फालोस' म्हणजे नाभि-स्तंभ उभा केलेला आहे. त्याचे तुकडे गायाच्या मूळ देवळाजवळ मिळाले. सबंध स्तंभावर उत्तम कारागिरी केलेली आहे तरी पण त्याच्या कळीसारख्या शेंड्यावर केलेलं चौफुल्यांचं नक्षीकाम फारच सुंदर आहे.

त्यापुढे लगेच चार घोडे उडवत चाललेली अपोलोची रथारूढ मूर्ती होती. या प्रकाशाच्या देवाला सूर्याच्या अरुणासारखा सारथी मात्र नाही. स्वत:च घोडे हाकावे लागतात. त्याची ही मूर्ती शिल्पकलेचा उत्तम नमुना आहे.

पुढच्या दालनात देवळाची त्रिकोनी, भग्न 'पेडिमेंट्स' पुन्हा नीट लावून ठेवायचा प्रयत्न केलेला आहे. छपराखाली अडचणीच्या जागेत एकेक पुराणकथा चित्रित केलेली. त्यांना अनुरूप असे भाव आणि हावभाव तेवढ्या चिमुकल्या जागेत कसे सुंदर दाखवलेले आहेत. त्यातल्या मूर्तींची मोडतोड झालेली असली तरी मूळ शिल्पं खरीच सुंदर.

पूर्वीच्या ग्रीक पुतळ्यांवर इजिप्शिअनांचा खूप प्रभाव होता. चौकोनी ताठ अंग. सरळ हात त्यांना चिकटलेले. चेहेऱ्यावर किंचितसं गूढ हसू आणि पुढे टाकलेला एक पाय एवढीच काय ती शारीरिक हालचाल. त्यांचे दोन नमुने इथं होते. शरीरांच्या मानानं मला त्यांचे हात फार तोकडे वाटले.

अशा लाकडी ठोकळेबाजपणापासून दूर जाऊन मानवी शरीररचनेची नैसर्गिक गुंतागुंत, तिच्या हाडा-मांसांचं, रक्तवाहिन्यांचं दिसणारं सहजरूप आणि स्नायूंची प्रमाणबद्धता दाखवावी ही सौंदर्यदृष्टी ग्रीकांनीच प्रथम शिल्पांमधे आणली. प्रत्येक अवयव रेखीव. पुतळा कसाही बघितला तरी सुरेख दिसावा. त्यांची उदाहरणं जागोजाग दिसून आली होतीच. इथं

त्यांची वाटचाल कळली. शिल्पशास्त्रात प्राविण्य मिळवण्यासाठी त्यांनी अनेक युवकांचे नग्न वा सवस्त्र पुतळे म्हणजे 'कुरोस' त्यांच्या 'क्लासिकल एज'मधे निर्माण केले. इसवी सन पूर्व पाचशे वर्षं हा इथल्या दोघांपुढे लिहिलेला काळ वाचला आणि मनातल्या मनात सलाम ठोकला.

दालनांमागून दालनं पार करत होतो. दिमित्री आवश्यक तिथं थांबून मला माहिती देत होता. जसे मानवी वा दैवी पुतळे तसेच कल्पित प्राण्यांचे वा दैत्यदानवांचे सुरेख पुतळे केलेले. इदिपुसनं मारलेल्या त्या कोडं-बहाद्दर स्फिंक्सचा पुतळा इतका छान हसरा आहे की ही बया माणसं खात असेलशी शंकाही येऊ नये. चांदीचा पत्रा ठोकून ठोकून बनवलेला, सोन्याच्या पाण्यानं चमकणारा, शिंग उगारून अंगावर येणारा नवसफेडीचा एक बैल असाच सुंदर होता. त्याचे मधले किती तरी तुकडे गायब झालेले होते तरी मूळचं सौंदर्य आणि धावून येण्यातला उन्मेष ओसरत नव्हता.

शेवटच्या खूप मोठ्या दालनात या संग्रहालयातलं सर्वांत प्रसिद्ध आणि सुंदर असं ब्राँझचं शिल्प मांडून ठेवलेलं आहे. इसवी सन पूर्व पाचव्या शतकातली जी काही अगदी थोडी शिल्पं मिळालेली आहेत त्यांतलं हे सर्वांत महत्त्वाचं. हा एका रथाचा सारथी आहे. डावा हात दंडातून मोडलेला आहे पण अखंड उजव्या हातात त्यानं घोड्यांचे लगाम धरलेले आहेत. खऱ्या वाटणाऱ्या अंगावरच्या पायघोळ वस्त्राच्या चुण्या, त्या खालची रुंद पावलं ही जिवंत वाटतात. मुख्य म्हणजे ऑनिक्स दगडाचे त्याचे डोळे. किंचित तिरकस बसवल्यानं अगदी खरेसे भासतात. चेहेऱ्यावर अलिप्त भाव. त्यानं शिल्पाला एक गंभीर डौल आलेला आहे.

समोरून पाहिलं की शरीराच्या मानानं त्याचं धड जरासं आखूड वाटतं. हा पुतळा उंचावर बसवलेला होता. त्याला खालूनच पाहता येई. तिथून अगदी व्यवस्थित आणि प्रमाणबद्ध दिसण्यासाठी ही खबरदारी. सौंदर्यशास्त्र असं जिथंतिथं राबवलेलं आहे. इसवी सन पूर्व चौथ्या शतकातल्या भूकंपामधे हा सारथी खाली पडला. नंतर त्याचे घोडे हरवले. मग तो जमिनीत गाडला गेला. आणि १८९६मधे परत सापडला. बराच वेळ त्याला निरखत राहिलो. मग संग्रहालयातून बाहेर आलो आणि आनंदलो.

पाऊस पूर्णपणे थांबलेला होता. पातळ ढगही पांगलेले. मध्यान्ह झाली असूनही त्यांच्या पातळ गाळणीतून कोवळं ऊन झरत होतं. हाः! आम्ही दोघांनी सुटकेचा निःश्वास टाकला आणि आता खुद्द अवशेष बघण्यासाठी वर निघालो. डोंगराच्या कडेकडेनं केलेला रस्ता अजून ओलाच होता. थोडा गारवा हवेत भरलेला. भरपूर उल्हास अंगात भरलेला. अर्ध्यावर आलो आणि थांबून वर नजर टाकली तेव्हा ते प्रथमच नीट दिसले.

दोन डोंगरांच्या सलग उतारावर अवशेष पसरलेले. दोन्ही डोळ्यांत मावू नयेसा भला थोरला मोरपंखी विस्तार. त्यावर मधेच ॲम्फिथिएटरचा जपानी पंखा उलगडलेला. कुठे उंच स्तंभ. कुठे अर्धवट कमानी. एखाद्या भव्य भिंतीचा आडोसा. पाहता पाहता लक्षात आलं की मी इथे चुकीच्या शतकात, नव्हे सहस्रकात—अडीच हजार वर्षं उशीरा आले आहे. हे सगळं जागच्या जागी उभं असताना, आताच्या छत्र्या सावरणाऱ्या अलिप्त पर्यटकांऐवजी, श्रद्धावान

भाविकांनी भरलेलं असताना, राजा-महाराजांची, महंतांची यें-जा चाललेली असताना, घंटानाद होताना, धूप-दीपांच्या वासा-प्रकाशात, नांदतं-गाजतं होतं तेव्हा देल्फी किती समृद्ध दिसत असेल?

दोनपाच मिनिटं तिथून हलावंसं वाटेना. पण दूरवरचे काळे ढग डोक्यावर पावसाची तरवार टांगून ठेवून आम्हांला पुढे ढकलत होते. डोंगराच्या शिखरापर्यंत खोदल्यासारख्या पायऱ्या. त्यांच्यावर अफाट दगडी अवशेष विखरून पडलेले. त्यांच्यामधून वळत जाणाऱ्या पायवाटा. आज अशा पावसाच्या दिवशीदेखील चांगलीच गर्दी होती. एकूण विस्तार खूप असल्यानं ती इतकी भासत नव्हती. आम्ही दोघे वर जात होतो. दिमित्री माहिती पुरवत होता.

''वर टोकापर्यंत या 'पवित्र वाटे'नं जाता येतं. तिच्या एका बाजूला सबंध ग्रीसमधल्या शहरराज्यांच्या कोठ्या होत्या.''

काशीला गंगेच्या घाटाला लागून होळकर, शिंदे, पुणे दरबारचे मोठे वाडे होते तसेच इथे अथेन्स, स्पार्टा, इथका वगैरेंचे.

''ओरॅकलपुढे नवस फेडण्यासाठी आणलेल्या त्या त्या राज्यांमधल्या किमती वस्तू या कोठ्यांमधून ठेवत असत. त्यांना 'ट्रेझरी' म्हणत. त्यात अथेन्सचा खजिना सर्वांत मोठा. अलीकडे विसाव्या शतकात डागडुजी केल्यानं ती एक इमारत अजून बऱ्यापैकी उभी आहे. काल परवा आपण मॅरॅथन लढाईविषयी बोललो. तो विजय साजरा करण्यासाठी ही इमारत बांधली गेली होती.''

चढाच्या बाजूला असलेली महंतांची भग्न घरं, कचेऱ्या वगैरे मागे टाकल्यावर नाना खांबांच्या रांगा लागल्या. त्यांतल्या फारच थोड्या पूर्ण. वरची छप्परं उडून गेलेल्या या स्वागताच्या कमानी होत्या. पण त्यांच्या मागे असलेली एक 'पॉलिगॉनल' भिंत मात्र अनेक भूकंपांना पुरून उरलेली. दगड एकात एक अडकवून केलेली तिची रचना त्यांना टक्कर देऊ शकली होती.

पुढे गायाच्या देवळाचे अवशेष लागले. मूळ ओरॅकल तिथं असलं तरी आता त्याचं काही शिल्लक नव्हतं. त्यापुढे अनेक विजयस्तंभ, शूरांची स्मारकं, अर्ध्या उभ्या भिंती पाहत इथल्या सर्वांत महत्त्वाच्या आणि सर्वांत मोठ्या अशा अपोलोच्या देवळाशी येऊन पोहोचलो. चांगल्या पुरुषभर उंचीच्या जोत्यावर ते उभं होतं, म्हणजे त्याचे उभे करून ठेवलेले खांब होते. मूळच्या चाळीस-बेचाळिसांपैकी सहाच शिल्लक होते तरी डोंगराच्या हिरव्यागार पडद्यावर आणि भुऱ्या आकाशाच्या पार्श्वभूमीवर ते विदग्ध-उदात्तसे भासत होते. या विशाल परिसराला उंचीचं परिमाण देत होते. खांबांच्या दोन ओळी. बहुतेक सारे खांब बाहेरच्या मोठ्या चौकोनात होते. आत प्रवेशदाराशी आणि गाभाऱ्याजवळ केवळ दोन दोन उभे. वर चढायची परवानगी नसल्यानं लांबून पाहावे लागत होते.

''पूर्वी इथं आलं की हातपाय धुवून शुचिर्भूत व्हायचं, कर द्यायचा. मग देवळात प्रवेश मिळे. गाभाऱ्यात सर्वांत खोल, अपोलोच्या मूर्तीमागे ओरॅकल असायचं. तिथून भविष्यवाणी व्हायची. ग्रीसमधली सर्वांत प्रसिद्ध आणि शक्तिशाली जागा ही.

''देवाच्या मागे मोठं, खोल बिवर होतं. त्याच्या तोंडाशी एका तिवईवर देव-संदेश

सांगणारी पिथिया पुजारीण बसायची. आधीच्या पिथिया तरुण नि सुंदर होत्या. पण त्यांतल्या बहुतेक भविष्यप्रेमी श्रीमंत भक्तांबरोबर पळून गेल्या. त्यामुळे नंतर पन्नाशीच्या पुढच्या प्रौढ पुरंध्रीनाच नेमत असत.'' दिमित्री हसत म्हणाला, ''बाकी सारं पुरुष-राज्य असलं तरी पिथिया स्त्रीच असावी असा संकेत होता. तिला पाल्याचे रस पाजत. पुढ्यात अग्निकुंड. त्यावर धुपाची धुरी. भाविकांनी प्रश्न विचारले की गुहेमधे तोंड घालून ती आणखी जोरात श्वास घ्यायची आणि बेभान व्हायची. असं अंगात आलं की ती थेट देवाशी बोलायची. तिचं बरळणं तिथले महंत गहन भाषेत, शीघ्रकाव्याच्या रूपात म्हणत असत. त्यावरून हो किंवा नाही, नेमकं उत्तर कळत नसे. पुष्कळदा चेहेरे वाचून महंत भविष्य वर्तवायचे.''

अडीच हजार वर्षं उलटली तरी तसलं भविष्य-कथन अजून जगभर चालूच!

''असल्या भोंगळ प्रकारावर लोक विश्वास ठेवायचे?'' मी कुतूहलानं विचारलं.

''ठाऽम. त्यांच्या सांगीवरून युद्धं झाली, लग्नं ठरली, प्रवास-प्रस्थानं ठेवण्यात आली. अथेन्सच्या एका राजावर परचक्र आलं असताना त्यानं 'काय करू' असं ओरॅकलला विचारलं. त्यावर भविष्यवाणी झाली, 'लाकडी किल्ले बांध.' त्यांचा 'नौका' असा अर्थ काढून त्यानं आपली नौसेना बळकट केली आणि शत्रूला हरवलं.

''ज्याला दिशा मिळेल तो प्रचार करायचा. काढावा तो अर्थ निघाल्यामुळे ओरॅकल नेहमी खरंच होतं अशी त्याची कीर्ती होती. त्याच्या या गुळमुळीतपणामुळे कधी कधी भाविकं यायचे, त्याहून अधिक गोंधळून परत जायचे.

''नेहमी असं थातुरमातुर सांगणाऱ्या पिथियाला एकदा बरं खमकं गिऱ्हाईक भेटलं. 'लवकरच सबंध जग तू पादाक्रांत करशील' अशी भविष्यवाणी ऐकण्यासाठी आलेल्या अलेक्झांडरला निश्चित उत्तर देण्याचं तिनं नाकारलं. त्याऐवजी 'पुन्हा ये' म्हणून फर्मावलं. चिडलेल्या अलेक्झांडरनं तिचे केस धरून, तिला फरफटत बाहेर खेचली. ती 'मला सोडा, सोडा. तुम्ही अजिंक्य व्हाल' असं किंचाळायला लागली तेव्हा 'मला माझं उत्तर मिळालं' म्हणत त्यानं तिला अपोलोपुढे आदळली.''

आम्ही दोघेही खदखदून हसलो. असा एक घाव दोन तुकडे करणारा अलेक्झांडर पुढे जगज्जेता झाला नसता तर नवल.

''लिडियाच्या क्रोएसस राजानं शेजारच्या पर्शिअन राज्यावर 'हल्ला चढवू का?' म्हणून विचारलेल्या प्रश्नाला 'तू एका मोठ्या साम्राज्याचा विनाश करशील' असं उत्तर मिळालं. त्याप्रमाणे घडलं. क्रोएससनं युद्ध पुकारल्यावर एका मोठ्या साम्राज्याचा विनाश झाला...त्याच्या स्वतःच्या!''

पुन्हा एकदा आमच्या हसण्याची फैर झडली.

''हसण्यावारी नेऊ नकोस.'' दिमित्रीनं मला दम भरला, ''ओरॅकलची लोकप्रियता आणि प्रभाव इतकी शतकं राहिला त्याअर्थी ते काहीतरी चांगला व्यावहारिक सल्ला देत असणार. इथलं ओरॅकल जगातल्या इतर कुठल्यापेक्षा खरं निघायचं, याचं एक कारण इथले धर्मगुरू. ते चांगले माहीतगार असत. ग्रीसच्या मधोमध असल्यानं देल्फीला हल्लीच्या यूनोसारखं स्थान होतं. इसवी सन पूर्व सातव्या शतकापासून देल्फीच्या खबऱ्यांचं जाळं सबंध

ग्रीस आणि त्याच्या वसाहतींमधून पसरलेलं होतं. त्यांच्याकडे राजकीय, सामाजिक आणि आर्थिक माहिती भरपूर असायची. त्यामुळेच योग्य सल्ला देणं त्यांना शक्य होई. लोकांनी आपखुशीनं दिलेल्या महामूर संपत्तीचं ते आगर झालं. त्याच्यामुळेच पुढे अनेक शतकं धर्मयुद्धंही माजली.''

''आता गाभाऱ्यात काय आहे?'' मीं विचारलं.

''उत्खननात ओरॅकल सापडलं नाही. त्याचे अवशेष, नुसतं विवरसुद्धा सापडलं नाही. पण त्याचा अर्थ ते केव्हाच नव्हतं असा नाही. इथं अनेकदा भूकंप झाले. त्यात ते विवर उघड-मीट करतही असेल. हिवाळ्यात ओरॅकल बंद असे. ते ऋतूंशी कसं तरी संलग्न असावं.''

''पण नुसत्या अंधश्रद्धेवर पोसणारं, जनतेची बेधडक फसवणूक करणारं भविष्य खरं ठरलं तर श्रेय ओरॅकलला, नाही ठरलं तर त्याचा अर्थ काढण्यात आपली चूक झाली म्हणून भाविक तोंडात मारून घेणार. पिथियांशी देव थोडाच बोलायचा? त्यांची गुंगी वगैरे सबझूट. नाटक. असलीच तर ती अमली पदार्थांनी आणलेली असेल.'' मी म्हणाले.

माझ्यातल्या नास्तिक संशयात्म्यानं फडा काढला होता.

''कोण जाणे.'' दिमित्री उत्तरला, ''त्यामागचं रहस्य काय असावं हे स्ट्राबो नावाच्या भूगोलज्ञानं एकवीस शतकांपूर्वी लिहून ठेवलं आहे. तो स्वत: इथं आला होता. या खोल विवरातून जो न्यूमा म्हणजे वायू बाहेर येतो तो हुंगल्यामुळे पिथियाच्या अंगात येतं असं त्याचं मत. प्लूतार्क या दुसऱ्या प्रवाशानं हा धुंद करणारा वास सुगंधी असतो असंही म्हटलेलं आहे. अलीकडे केलेल्या संशोधनावरून हा भूभाग भूगर्भातल्या हालचालींशी थेट जुळलेला असावा असं वाटतं. इथल्या झऱ्यांच्या पाण्यामधे ईथेन, मीथेन आणि एथिलिन असल्याचं सिद्ध झालं आहे. हे वायू गुंगी आणणारे आहेत. देल्फीची खूप कोडी आहेत त्यांतली फार थोडी सुटलेली आहेत.''

तिथून पुढे निघण्याआधी अपोलोची दोन बोधवाक्यं दिमित्रीनं लांबून दाखवली. ती देवालयाच्या आत लिहिलेली होती. 'नथिंग इन एक्सेस' आणि 'नो दायसेल्फ'. आपल्या 'अति सर्वत्र वर्जयेत्।' आणि 'आधी स्वत:ला ओळखा'ची शब्दश: भाषांतरंच जणू. भारतीय तत्त्वज्ञानाशी किती निगडित!

आणखी बरंच वर चढल्यावर इथलं थिएटर लागलं. केवळ पाच हजार प्रेक्षकांचं पण फार देखणं. खाली उतरत जाणाऱ्या आसनांच्या रांगा. रंगमंच जवळपास अपोलो मंदिराला खेटलेला. इतक्या उंचावरून समोरचा देखावा हिरव्या स्वर्गासारखा दिसत होता. हे रंगमंदिर दायोनिसोसला अर्पण केलेलं होतं ते किती योग्य. सुख-समृद्धी आणि कलेच्या या देवाला इथंच राहावंसं वाटलं तर काय नवल? हिवाळ्यात ओरॅकल बंद असताना दायोनिसोसची इथं सत्ता चाले. दरवर्षी पिथियन महोत्सव व्हायचा. त्यात नाटकं आणि क्रीडास्पर्धा व्हायच्या. या स्पर्धांसाठी लागणारं स्टेडिअम आणखी वरती बांधलेलं होतं.

त्याला जायचा रस्ता आणखी चढाचा आणि कठीणसा होता. पायाखालची ओली वाळू जागोजाग निसटे. वर पोहोचेपर्यंत चांगलाच दम निघाला पण देखावा अनुपम.

घोड्याच्या नालासारख्या पार्नासोस पर्वतावर आम्ही उभे होतो. दोन्ही हातांनी लांबपर्यंत हिरव्यागार पर्वतांच्या रांगा जाताहेत. राखी-पांढऱ्या ढगांनी त्यांच्या अंगांवर धिंगामस्ती चालवलेली आहे. शिखरं लपाछपी खेळताहेत. पायऱ्या पायऱ्यांनी खालती जाणाऱ्या समोरच्या उतारावर भग्नावशेष दिसताहेत. तळच्या खोल दरीत हिरव्या पांघरुणाखाली लपलेली घरं. खरंच ही पृथ्वीची नाभी. इथं काहीतरी उगवलं. फोफावलं. दोन देवांमधे भांडण लागावं अशी ही, जगावेगळी भद्रंकर जागा. प्राचीन ग्रीकांनी त्यांच्या देवळांसाठी निवडली नसती तर दुसऱ्या कुणीतरी, कुठल्या ना कुठल्या नामी युक्तीनं लोकांना इकडे खेचलंच असतं. इथला निसर्गपट इतका सुंदर की तेही आपखुषीनं आले असते. वाटलं, इथंच राहावं. पर्यटकांचे घोळके नि कोच सारखे जात-येत असूनही ही जागा मनात खास भावना फुलवत होती.

स्टेडिअम चढतानाची धाप आता निवत आली होती.

''बापरे, केवढ्या उंचीवर हे बांधलंय.'' मी घाम पुसत दिमित्रीला म्हणाले, ''इथवर यायला माणसानं चांगलंच तगडं असायला हवं. खेळाडू सोडून कुणी यायचे का या स्पर्धा बघायला?''

''यायचे तर. हे स्टेडिअम चांगलं दहा हजार लोकांसाठी बांधलेलं आहे. ग्रीकांना बलोपासनेचं वेड होतं. अगदी बालपणापासून त्यांना व्यायामचे धडे मिळायचे. बहुतेक प्रजा, जख्ख म्हातारेसुद्धा ठणठणीत असत. अर्थात बायकांना इथं यायची बंदीच होती.''

स्टेडिअमच्या चढत्या बैठकींमधून हिरवंचार गवत असलं तरी मधलं मैदान सपाट निर्मळ. चोपल्या वाळूनं त्याची जमीन घडवलेली होती. अजूनही खालच्या रंगमंदिरात नाटकं आणि इथं खेळ होत असतात.

''एवढ्या उंचीवर हे बांधलं कसं? राखलं कसं? वापरलं कसं? आणि कुणी?'' मी विचारलं. भोवतालच्या डोंगरशिखरांमधे ही एकमेव सपाट जागा होती.

''अथेन्सचं हेरोडिअन रंगमंदिर आणि ऑलिम्पियाचं निम्फिअम बांधलं त्याच हेरोदिस ॲटिकसनं हे बांधलं. त्यासाठी प्रथम ही डोंगराच्या उतारावरची जागा खोदून सपाट करावी लागली. किती कठीण काम. किती खर्चाचं! हे उभारून त्यानं देल्फीत मोलाची भर घातली. ऑलिम्पिक्सच्या तोडीचे पिथियन गेम्स व्हायला लागले. देव, कला आणि क्रीडा. तिन्ही मिळून नेहमीची घट्ट वेणी गुंफली.

''या जागेचा केवळ चांगल्या कारणांसाठी उपयोग होता असं नाही. कधीतरी या उंचीचा कडेलोटासाठीही उपयोग करत. त्यातलं एक दुःखदायी उदाहरण सांगतो. तुला 'आईसोपोस' माहीत आहे ना?''

''नाही. हा कोण?''

''एक फार हुशार माणूस होता. सॉक्रेटिससारखा तो उपदेशपर बोलायचा, पण ते अगदी सोप्या कथांमधून सांगायचा. *फेबल्स ऑफ इसॉप* या नावानं त्यांचं इंग्लिश भाषांतर जगप्रसिद्ध आहे.''

''हा तर आमचा इसाप. अगदी चांगला माहीत आहे. त्याच्या बोधकथांचं पुस्तक

इसापनीती नावानं आमच्याकडे खूपच प्रसिद्ध आहे. अगदी शाळकरी वयापासून तो प्रत्येक बालकाचा सोबती असतो. तो ग्रीक होता?''

ही गोष्ट मला अजिबातच माहीत नव्हती.

''तसा तो जन्मानं ग्रीक नव्हता. तो कुठं जन्मला ते नक्की ठाऊक नाही. रंगानं काळा असल्यानं तो इथिओपियाला जन्मला असं मानतात. तो मुका होता. इसिस या इजिप्शिअन देवीच्या एका भक्ताला त्यानं चांगलं वागवलं म्हणून तिनं इसापला वाचा दिली आणि त्याला ज्ञानप्राप्ती झाली असं म्हणतात. त्यानंतर तो क्झांतुस या तत्त्वज्ञान्याचा गुलाम म्हणून ग्रीसला आला पण धन्यापेक्षा त्याचा हा चाकरच हुशार म्हणून गाजला. त्याच्या कथा जगविख्यात होत्या तरी तो जगला कसा हे कुणाला नीटसं माहीत नाही. परंतु तो मेला कसा हे मात्र माहीत आहे. त्याच्या तिरकस पण चपखल बोलण्यामुळे त्याच्याबद्दल ग्रीसच्या ज्ञानी लोकांमधे फार असूया होती.

''तो देल्फीला आला तेव्हा त्याची साठी उलटली होती. इथल्या ओरॅकलबद्दल त्यानं काढलेले उद्‌गार महंतांना आवडले नाहीत. त्यांनी त्याच्यावर पैशांच्या अफरातफरीचा आळ घातला. देवापुढचा चांदीचा पेला चोरला असाही आरोप केला आणि या इथून त्याचा कडेलोट केला.''

''दिमित्री, हा केवढा अन्याय. जीवनाचं तत्त्वज्ञान इतकं कोळून प्यालेल्या, साठी उलटलेल्या एका पक्व माणसाला असल्या क्षुद्र गोष्टीचा मोह पडेल हे खरं वाटत नाही मला.'' मी म्हणाले.

''मलाही तसंच वाटतं. पण इतिहास सगळा न्यायानं भरलेला थोडाच असतो?''

निरुत्तर होऊन मी त्याच्यामागून खाली निघाले.

जपून, तोल सावरत जावं लागत होतं. पायथ्याशी पोहोचलो. अजूनही पर्जन्यराजांनी न वर्षण्याची कृपा केली होती. आतापर्यंत डोंगराच्या तीन पातळ्यांवर जाऊन पाहून आलो होतो. आता दोन खाली उतरायच्या होत्या. गाडीत बसून त्यांच्या शक्य तितक्या जवळ गेलो आणि पायउतार झालो. रस्त्याच्या डाव्या बाजूला डोंगरावरून पांढऱ्याशुभ्र धबधब्यासारखा एक निर्झर उतरत होता. पाठच्या हिरव्या गवताच्या मखमालीवर तो धवल मोत्यांच्या कंठ्यासारखा शोभत होता.

''याचं नाव कास्तालिअन झरा.'' दिमित्री म्हणाला, ''प्राचीन काळापासून आजतागायत हा अव्याहत वाहतोय. देल्फीच्या देवळांइतकाच हा प्रसिद्ध आणि महत्त्वाचा आहे. इथं शुद्ध होऊन मगच भाविकांना वर जाता येई. साध्या लोकांना याच्या पाण्यानं केवळ केस ओले केले की भागायचं पण खुन्याला त्यात संपूर्ण बुचकळी मारावी लागे.''

''वा!, हे म्हणजे खुनाची आपसुक कबुली देणं.'' मी शंका काढली. ''त्याला तिथल्या तिथंच पकडायला हरकत नाही मग.''

''तसं नसावं बहुतेक. देल्फीचे स्वत:चे कायदे असणार. इथल्या स्नानानं कवीची प्रतिभा प्रफुल्लित होते या दुसऱ्या दंतकथेनं प्रभावित होऊन लॉर्ड बायरननं मात्र त्यात उडी टाकली होती.''

कवींवर हा परिणाम होत असेल तर लेखिकेवरही त्यातला थोडाबहुत उतरेल या अपेक्षेनं मी जवळ गेले. पण निराशा झाली. वरच्या कड्यावरून कोसळणारे दगड कपाळमोक्ष करतात म्हणून झऱ्यापुढच्या कुंडाला आता तारांचं कुंपण घातलेलं आहे.

रस्त्याच्या दुसऱ्या उताराच्या कडेला असलेल्या 'मार्मारिया'मधे अथीनाच्या देवळाचे अवशेष विखुरलेले आहेत. अथीना ही अपोलोची संरक्षकदेवता. त्यासाठी तिची इथं प्रतिष्ठापना केलेली होती. पण वरच्या अपोलोचं सोडा तिला स्वत:चं संरक्षण करणं जमलं नाही. तिच्या देवळाचा–संगमरवराच्या खाणीसारखा–'मार्मारिया'सारखा उपयोग करून मध्ययुगीन तुर्कांनी आपली घरं सजवली.

''समोरची ती 'गझीबो'सारखी गोल इमारत दिसते आहे ना तुला?'' दूरवर बोट दाखवत दिमित्री म्हणाला.

ती देल्फीची 'थोलोस' असणार हे मी लगेच ओळखलं. आजपर्यंत देल्फीच्या प्रत्येक चित्रात ती पाहिली होती. जास्तीत जास्त उभं असणारं इथलं हेच एक स्थळ आहे. त्या दिशेनं जात दिमित्री म्हणाला, ''मूळच्या वीस खांबांपैकी आता केवळ तीन उभे आहेत. त्यांच्यावरच्या घुमटाचा काही भाग दिसतोय. त्यावरून थोलोसच्या सौंदर्याची चांगली कल्पना येते की नाही?''

एव्हाना आम्ही थोलोसच्या नजीक जाऊन पोहोचलो होतो. तीन पायऱ्यांचा गोल चबुतरा. त्याच्यावर वीसेक फूट रुंदीच्या गोलात तीन चाळीसेक फूट उंच, सडपातळ, नखरेल खांब. वर घुमटाचा गोलसर तुकडा. किंचित गुलाबी छटेचा त्याचा संगमरवर. मधूनमधून दुधी जोड दिलेला. आडव्या दगडांच्या त्या परिसरात हे तीन स्तंभ मान ताठ करून पाहत होते. गतवैभवाची आठवण काढत असतील कदाचित पण गतवैभवाची ठेवण नक्की दाखवत होते.

मी त्याच्या सर्व बाजूंनी फिरून त्यांना नजरेत साठवण्याचा प्रयत्न करत होते. जवळ जमिनीवर उभं राहून पाहिलं. जरा लांब खडकांवर, एकमेकांवर पडलेल्या स्तंभखंडांवर चढून निरखलं. खास ठिकाणी आल्यासारखं, काही तरी विशेष पाहिल्यासारखं वाटत होतं. तेवढ्यात चक्क ऊन आलं. मघाची गुलाबी झळाळी आता जरा फिकी झाली पण अधिक उजळून निघाली. आणखी लोभसवाणी बनली. देल्फीला आले त्याचं सार्थक झालंसं वाटलं. त्याचे काही तुकडे वर संग्रहालयात पाहिले होते. सगळे मनातल्या मनात जोडून बघत होते. नीट जमत नव्हतं.

खरंच मी पंचवीस शतकं आधी जन्मायला हवं होतं.

''ही इमारत कसली आहे? हे उघडं देऊळ कुणाचं?'' भिंतींविना नुसत्या खांबांवर उठलेल्या थोलोसकडे पाहत मी विचारलं.

''ते नक्की कुणालाच माहीत नाही.'' दिमित्री थोडक्यात उत्तरला. ''ते देऊळ आहे की नाही हेही माहीत नाही. त्याचा नक्की उपयोग काय? इमारत वाद्यांसाठी बांधली, कुणा देवाची पूजा करण्यासाठी की नुसतीच शोभेची याचा पत्ता नाही पण आज ती देल्फीचा पत्ता बनली आहे.''

इथं आल्याला चार तास उलटून गेले होते. परतीचा तीनचार तासांचा प्रवास होता. हेलन घरी आली असणार म्हणून आम्हांला लवकर परतायचं होतं. पण अथेन्सकडे न वळता दिमित्रीनं गाडी उलट्या दिशेनं चढावाला लावली.

''इथं आणखी एक फार वेगळी जागा आहे. तू ती पाहायला हवीस. ज्या ज्या वेळी हेलन आणि मी येतो त्या त्या वेळी ती पाहिल्याखेरीज इथून पाय निघत नाही आमचा.''

अंतर फार नव्हतं. दोनतीन मैलच. सारखा चढ असल्यानं बरेच उंच आलो होतो. निमुळत्या रस्त्यावर गाडी कडेला उभी करून दिमित्री खाली उतरला. मागोमाग मीही. फुटपाथच्या पलीकडे सलग कठडा बांधलेला होता. तिथं जाऊन उभे राहिलो.

अगाध दृश्य दिसत होतं. आमच्या बाजूनं सरळ तळाशी कोसळणारा कडा. खाली दरीची त्रिकोनी घळ. पलीकडे समोरच्या डोंगराचा तसाच विशाल उभा कडा. याबाजूनं, खाली, समोरच्या त्या कड्यावर, डावीकडे, नजर पोहोचेल तितक्या अंतरावर, सगळीकडे गच्च, हिरवीकंच झाडी. जमिनीचा इंचभर तुकडा दिसत नव्हता. उजवीकडेही ती खूप लांबवर गेलेली आणि तिच्या पलीकडे समुद्र चमकत असलेला. दरी जशी वळत जात होती तशी ही पाचूंची नदीही वळणं घेत होती. अखेरीस दूरच्या नील-सागराला मिळत होती.

''हे काय आहे?'' असं दृश्य मी कधी पाहिलंच नव्हतं.

''ही ऑलिव्ह-वृक्षांची लागवड. क्रीटसारखं इथलं ऑलिव्ह-ऑईलही सुप्रसिद्ध. हीसुद्धा आमच्या पूर्वजांची देणगी.''

दृष्ट,लागेलशी ती निसर्गशोभा डोळ्यांनी हावऱ्यासारखी प्याले. अडीच हजार वर्षं उशीरा आले खरी पण ऑलिव्ह-तरुंच्या मखमालीनं नेत्र निमाले.

आता ग्रीसमधे मोजून दोन दिवस उरले होते. त्यातला शक्य तेवढा वेळ मित्रमंडळींत काढायचा होता. युफ्रसीनी बाहेरदेशी होती. अपॉस्तोलोस-दोरीनाही पारोसला गेलेले. हेलन-दिमित्री मला नजरेआड होऊ देत नव्हते. देल्फीहून परतायला रात्रीचे आठ वाजले. घरच्या घरी जेवून गप्पा मारायला बसलो. हातात आइस्क्रीमचे मोठे थोरले पेले.

''आज सेमेलीचा फोन आला होता तुझ्यासाठी.'' हेलन मला म्हणाली.

''निरोपाचा फोन मी करणारच होते उद्या. काय म्हणते ती?''

''ती ठीक आहे. तुझी ग्रीस ट्रिप कशी पार पडली ते विचारत होती. लेझ्व्होसला चारच दिवस मिळाले म्हणून कुरकुरत होती. छान वेळ गेला, खूप गंमत आली म्हणाली. तुझ्या भारतीय जेवणानं त्यांना भुरळ घातली आहे हां. पुन्हा तिकडे जायला पाहिजे तुला.''

''हो, नक्की.'' मी भरघोस होकार दिला. लेझ्व्होसच्या गमती आठवून, विशेषत: विमानतळावरच्या त्या घरगुती लेस्बिअन वस्तूंच्या दुकानावरची पाटी आठवून मला हसू फुटलं.

''हसायला काय झालं?'' दिमित्रीनं मला विचारलं, ''खाजगी हसायला आमच्या घरी बंदी. सगळ्यांनी विनोद वाटून घ्यायचा.''

पाटीवरचा मजकूर मी जरा लाजत सांगितला. तो आणि हेलन माझ्या चाचरण्यावर खो खो

हसायला लागले. मला आणखीच शरमायला झालं.

''अगं त्यात एवढं संकोचण्यासारखं काय आहे.'' दिमित्री मोकळेपणी म्हणाला, ''लैंगिक संबंधांविषयी आम्ही ग्रीक मंडळी अगदी पूर्वीपासून विशाल दृष्टिकोनाची आहोत. पुरुषांचा वा बायकांचा समलिंगी संभोग हा फार पूर्वी इथं मान्यता पावलेला आहे. इसवी सनापूर्वी सातव्या शतकात इथं अथेन्समधे त्याला अडकाठी नव्हती आणि माणसंच कशाला आमचे देवही त्याच प्रकारचे आहेत. आमचा सर्वांत मोठा देव झ्यूस. त्याचाही इकडे कल होता.''

''पण ईरा त्याची बायको. शिवाय लेतो, सेमेली, लेदा अशा कितीतरी उपपत्न्या त्याला होत्या. जवळ जवळ अर्धी दैवी आणि मानवी प्रजा त्यानं निर्माण केली. तरी?''

''त्याला कसली हरकत.'' दिमित्री हसत म्हणाला, ''त्याचा ग्वानीमीड नावाचा सेवक-प्रियकर होता. त्यांचे घनिष्ठ संबंध लक्षात आल्यावर ईरा भडकली आणि ग्वानीमीडला पिडायला लागली. तेव्हा झ्यूसनं त्याला गरुडाचं रुप दिलं आणि लपवलं. झ्यूसच्या जवळ नेहमी गरुड कोरलेला असतो तो त्यामुळे. आमच्या देवांनीच ही उदाहरणं घालून दिल्यावर आणखी काय हवं.''

''एकूणात तुमची पुराणं अगम्य. किती गुंतागुंत आणि घोटाळे त्यांत. ती कुठे संपतात आणि प्राचीन इतिहास कुठे चालू होतो?''

''बऱ्याच युरोपियनांना हा प्रश्न पडतो. त्यांना सगळं अनाकलनीय वाटतं. मिथिकल वाटतं. 'मिथ'चा ग्रीक अर्थ गोष्ट. मिथॉलॉजी मग ती कोणत्याही देशाची असो, गोष्टींनी, चमत्कारांनी भरलेली असते. त्यामुळे अभ्यासक त्यांच्याकडे गंभीरपणे पाहत नाहीत. पण त्यांचा युरोपिअनांच्या मानसिकतेवर खोल परिणाम झालेला आहे. त्यांना या पुरातन देवांबद्दल कुतूहल आहे आणि त्यांच्या पुराणांतल्या नायकांबद्दल अपार कौतुक आहे. त्यांच्या संगीतावर, कलेवर आणि साहित्यावर त्यांचा खूप खोल परिणाम झालेला आहे. तरी त्यांना ते नीट उमजत नाहीत याचं पहिलं कारण म्हणजे आमच्या पुराणात असलेली देवांची संख्या. तू ग्रीसमधे फिरताना त्यांतल्या काहींचा थोडाफार परिचय झाला असेलच.''

''हो. तुमचा देवाधिदेव हा झ्यूस. त्याची पत्नी ईरा, एक भाऊ पोसिदोन, दुसरा भाऊ आदिस हा पाताळाचा, मृत्यूचा राजा. त्याची मुलं अथीना, अपोलो, आर्तेमिस, आरिस, आफ्रोदीती, ईफिस्तोस इत्यादींबद्दल थोडं थोडं माहीत झालंय. हर्मिस, दिओनिसोस, ॲस्कलेपिअन यांचीही नावं कानांवरून गेलेली आहेत.''

''म्हणजे बरंच ऐकलं आहेस.'' दिमित्री म्हणाला, ''झ्यूसचं शस्त्र विजेचा लोळ. जरा मनाविरुद्ध झालं की तो फेकून मारायचा. त्याच्या या प्रखर शस्त्रासारखाच त्याचा लंपटपणाही प्रसिद्ध. सुंदर स्त्रियांना भुलवण्यासाठी तो शक्ती आणि युक्ती दोन्ही वापरायचा. कधी बैलाच्या रूपांत, कधी हंस होऊन तर कधी त्या मानवी स्त्रीचा नवरा बनून तो आपली कामेच्छा पूर्ण करायचा. कसा वाटतो आमचा हा देवाधिदेव?''

''फारच मोठा. त्यात मला आमच्या हिंदूंचे ब्रह्मा आणि इंद्र हे दोन्ही देव दिसतात.

''झ्यूस आणि इतर अकरा प्रमुख देव ऑलिम्पस नावाच्या पर्वतावर राहायचे. त्यामुळ

त्यांचा 'ऑलिम्पिअन्स' असा उल्लेख करतात. त्यांच्या गोष्टी नाट्यमय करून, बोधपर करून राजकीय प्रचारासाठी वापरल्या गेल्या. एकेका गोष्टीची अनेक रूपं झाली. देव हे पुराणांचे मुख्य आधार. त्यांचं सौंदर्य आणि अद्भुतरम्य कृत्यं यांनी लेखकांना, कवींना आणि कलावंतांना शतकानुशतकं प्रेरित केलं. प्राचीन ग्रीकांच्या धर्माला ग्रंथ नव्हता, कायदेकानू सांगणारे प्रेषित नव्हते किंवा चर्चसारखी मध्यवर्ती संस्थाही नव्हती. त्यामुळे पुराणं या कलाकारांच्या हातांनीच घडली, बिघडली किंवा बदलली.''

''या देवांचा इतिहास म्हणजे मानवसमाजाच्या इतिहासाचा पुसटसा श्रीगणेशा म्हणावा. कारण देवत्वाकडून हळूहळू ते मनुष्यत्वाकडे वळतात. त्यांच्या जीवनात हस्तक्षेप करतात. त्यांच्या लढायांमधे बाजू घेतात.'' हेलननं पुस्ती जोडली.

''हो. देवांनंतर मानवी नायकांची मिथकं सुरू होतात. इथं मात्र आपल्याला इतिहासाचा वास यायला लागतो. थेसिअसनं क्रीटला जाऊन क्नॉसस राजवाड्यातल्या मिनोटॉरला मारणं, हेराक्लीसची बारा दिव्य कामं या गोष्टी पुराणांमधे येतात. पण ट्रोजन युद्धाचा काळ इसवी सन पूर्व बारावं शतक, त्यात भाग घेतलेल्या अकिलीस, ओडीसी वगैरे शूरवीर आणि त्यांच्या कथा हा इतिहास. सापडलेल्या पुराव्यांमुळे या घटना कल्पित नसून ट्रॉयला खऱ्याखुऱ्या घडलेल्या आहेत हे नक्की झालंय. त्याच युद्धात हेराक्लीसनंदेखील भाग घेतला होता. इथं आपल्याला पुराणांच्या आणि इतिहासाच्या मधला जोडसांधा सापडतो.''

''पण इतके देव कसे निर्माण झाले?'' मी विचारलं.

''ते त्यांच्याही आधीच्या संस्कृतींच्या मिश्रणातून उद्भवलेले असावेत. त्यांच्यामधली युद्धं ही त्या त्या टोळ्यांमधली युद्धं असावीत. कधी त्यांची अशी संगती लावता येते तर कधी देवांच्या करामतींमधून मानव निसर्गाचे चमत्कार उलगडण्याचा प्रयत्न करताना दिसतो. उन्हाळ्यात नद्या कां आटतात? त्याचं कारण समुद्राचा अधिपती पोसिदोन हा एकदा नदी-देवावर कोपला होता, त्याचा राग पुरा गेला नाही म्हणून. ज्वालामुखी हे दैत्यांचे तुरुंग आहेत. फार पूर्वी देवांनी त्यांना आत कोंडलेलं आहे. त्यांनी केलेली सुटायची धडपड म्हणजे ज्वालामुखीचा उद्रेक.''

''हिवाळ्याची फोड तर फारच कल्पकतेनं केलेली आहे.'' हेलन म्हणाली, ''गायासारखं दिमीतर हे पृथ्वीचं आणखी एक रूप. तिची मुलगी पर्सीफोनी. आदिसनं तिला बळजबरीनं पळवून पाताळात नेली. मग रुसलेल्या पृथ्वीनं धान्य पिकवायचं नाकारलं. सगळीकडे दुष्काळ पडला. तेव्हा झ्यूसनं आदिसला तिला सोडून द्यायला सांगितलं. 'बाहेर सूर्यप्रकाशात जाईतो मी काही एक खाणार नाही' या अटीवर आदिसनं तिला मोकळं केलं. परतीची वाट खूप लांब. अखेरीस भूक अनावर होऊन पर्सीफोनीनं डाळिंबाचे तीन दाणे तोंडात टाकले. झालं, पुन्हा तिची गर्तेत रवानगी झाली. पुन्हा झ्यूसची मध्यस्थी. अखेरीस पर्सीफोनीनं वर्षातले तीन महिने आदिसकडे घालवायचे या बोलीवर तिची सुटका झाली. हे तीन महिने म्हणजे इथला हिवाळा.''

मी ऐकत होते. कडक हिवाळ्यात युरोप किती उजाड दिसतो. पानं झडून झाडांचे वाळके खराटे होतात. ती मेलीत असं वाटतं. तरी सृष्टिचक्र चालू राहतं. पुन्हा उन्हाळा येतो. त्याचं हे

स्पष्टीकरण रम्य वाटलं.

''पौराणिक देवांवर चोरी-चहाडी-शिंदळकीबद्दल जे आक्षेप आपण आज घेऊ ते आमच्या पूर्वजांनीसुद्धा घेतले होते.'' दिमित्री हसत हसत म्हणाला, ''इसवी सनाच्या पूर्वी सहा शतकं आमच्या पुराणांवर जोरदार टीका झाली. देवानं माणसाला निर्माण करण्याऐवजी माणसांचे गुणावगुण देवाला चिकटवून देवाला निर्माण केल्याचं खापर त्यांनी होमरच्या माथ्यावर फोडलं होतं. पुढच्या लेखकांनी आणि कवींनी देवांमधले दोष वगळले, तर कुणी सगळे प्राचीन देव रद्दबातल करून त्यांच्याजागी सर्व जगाचा एक स्वामी म्हणजे निसर्ग, खुद्द हे जगच, असाही दावा केला.''

''अरे वा! हा तर आधुनिक विचार झाला.'' मी म्हणाले.

''हो. माणसांचा न्याय करताना दैवी पुराणकथा प्रमाण मानण्यात आल्यावर काही जुन्या विचारवंतांची झेप 'धर्म ही अफू आहे' असं मानण्याइतकी पुढची होती. लोकांना शिस्त लावण्यासाठी उभा केलेला बागुलबुवा म्हणजे देव.'' दिमित्री म्हणाला, ''म्हणून सॉक्रेटिसचा शिष्य प्लेटो यानं लोकांची मनं, भावना आणि आदर्श समाज घडवण्यासाठी नवी मिथकं तयार करण्याचा प्रयत्न केला.

''पण देवाधर्माचा सांगोपांग ऊहापोह करणाऱ्या सर्व विचारवंतांना अनादिकालापासून एकच प्रश्न पडलेला आहे. कल्पनेतल्या न्यायी नि कनवाळू देवाची आणि भोवतालच्या कमालीच्या अन्यायी नि दुष्ट जगाची सांगड कशी घालायची? म्हणून त्या वेळचे देव, पुराणं वा धार्मिक विधी यांनी लावता न येणारा, या जगाचा स्वाभाविक आणि न्याय्य अर्थ लावायचा प्रयत्न ग्रीक तत्त्वज्ञानी केला.''

''हिंदू धर्मातही नास्तिकतेचे प्रयोग भरपूर झाले आहेत.'' मी उद्गारले.

''आमच्या पुराणांचं एक वेगळेपण म्हणजे'' दिमित्री म्हणाला, ''त्यांतल्या कथांमधे कितीही जादूटोणा नि अफाटपणा भरलेला असो, कितीही गंधर्व आणि अप्सरा विहरत असोत, त्यांचे नायक मानवी आहेत. त्यांचे प्रश्न, भावना आपल्याच आहेत आणि त्या घडलेले प्रदेश आज आपण ओळखू शकतो. काहीतरी विशेष करून दाखवलं तरच देवांच्या कृपेनं ते अमर होतात नाहीतर आपल्यासारखे मरतातही. त्यांच्या कथा त्यांनी केलेल्या पराक्रमांच्या, साहसांच्या असतात. पुष्कळदा त्या इथं होऊन गेलेल्या राजवंशात घडतात. तुमच्याकडे तसं काही आहे का?''

''बहुतेक हिंदू पुराणंही तशीच आहेत. आमचं रामायण हे रघुवंशाचा तर महाभारत हे कुरुवंशाचा इतिहास आहेसं मानतात. पण तो नेमका केव्हा घडला हे काही सांगता येत नाही. आज त्या घटनांचा पुसटही पुरावा नाही.''

''आमच्याकडे मात्र त्या राजवंशांच्या काळाची कल्पना आहे कारण या सगळ्या साहसकथा एकमेकींत गुंतलेल्या आहेत आणि त्या ट्रोजन युद्धाच्या वेळी वा आसपास घडलेल्या आहेत. त्या सगळ्याच कथा सुसंगत आहेत आणि त्या एकमेकीत बरोबर बसतात असं मला म्हणायचं नाही. त्यांचे असंख्य पाठभेद आहेत. तरी एकूणात त्यांना इतिहासाच्या कक्षेत बसवता येतं.

''खुद्द ट्रॉयच सव्वाशे वर्षांपूर्वी तुर्कस्तानमधे सापडलंय. ट्रोजन युद्धाला इतिहास म्हणून मान्यता मिळाली आहे. होमर मोठा कवी तसाच तो इतिहासकार म्हणूनही आता गणला जातो. त्याचे, हेराक्लीस, ओडेसी, अकिलीस हे नायक माणसंच होती. मजा म्हणजे बरोबर एवढं सैन्य असलं तरी ट्रोजन युद्धात एकास एक अशी द्वंद्व युद्धंच फार आहेत.''

मला आपल्या महाकाव्यांशी अगदी उघड साम्य दिसत होतं. राम हा रावणाशीच लढणार. कर्ण-अर्जुन, भीम-दुर्योधन हे हाडवैरीच झुंजणार. एकीकडे अगदी मानवी पातळीवर गोष्टी घडतात तर मारुतीनं द्रोणागिरी उचलणं किंवा युधिष्ठिराचा रथ चार अंगुळं वर चालणं अशा अद्‌भुत घटनाही होत असतात.

आपली पुराणं खूप आधीची मानली जातात. त्यांचा ग्रीक कथांशी काही संबंध असेल का असंही मनात येऊन गेलं. पुरातन काळी हजारो मैलांच्या अंतरावर असलेल्या प्रदेशांतल्या घटनांमधे, शोधांमधे वा विचारपद्धतीमधे असं अनाकलनीय साम्य अनेकदा आढळतं तरी ते आता ऐकताना मजा वाटत होती.

''देवांमधे माणसांचे गुणदोष भरपूर होते. मघा विचारलंस त्या झ्यूसबद्दल सांगायचं म्हटलं तर त्यानं होमोसेक्श्युॲलिटीचा पाया घातलेला दिसतो. ती समाजमान्य रीत होती. पुरुषांनी आपापसांत मैत्री वाढवण्याचा, एकमेकांना समजावून घेण्याचा तो एक मार्ग मानला जाई. त्यांनी व्यायामशाळेत, स्नानगृहात नग्नपणे एकमेकांजवळ असावं, जेवणानंतर होणाऱ्या केवळ पुरुषांच्या वाइनपार्टीला एकत्र मजा करावी हा रिवाज होता. तेव्हा आपोआप वैषयिक उत्तेजन मिळे. त्या वेळी दारू ओतायला असणाऱ्या किंवा बासरी वाजवून करमणूक करणाऱ्या पोऱ्यांनी नंतर शरीरसुख द्यावं हे अपेक्षित असे. कित्येक लेखक तर स्त्री-पुरुष प्रेमाहून या प्रेमाची पातळी वरची आहे असं कडकडून मांडताना दिसतात. कारण मोठ्या माणसानं त्या मुलाला बौद्धिक आणि आध्यात्मिक बाबतीत शहाणं होण्यासाठों मार्गदर्शन करावं असं त्या प्रेमाचं उच्च रूप असे. स्त्रियांच्याबाबत ते तितकं उघड नव्हतं. साफोला किती भोगावं लागलं. शेवटी तिला जीव द्यावा लागला.''

''आज समाजात काय परिस्थिती आहे. त्याला मान्यता आहे का?''

''छे! उघड मान्यता अजिबात नाही. मोठ्या शहरांमधून एक वेळ फारसा विरोध आढळणार नाही पण बहुसंख्य खेड्यांतून त्याच्याकडे तुच्छतेनं, किळसवाणं कृत्य म्हणून पाहिलं जातं.''

''हे कसं काय? इतक्या पूर्वी मान्यता आणि आता विरोध?''

''त्याला कारण बदललेला धर्म. क्रिश्चन धर्माच्या प्रभावानं लोक याबाबत सोवळे झालेले आहेत.''

''परंतु मुलामुलींचे संबंध खूप अधिक वाढलेले आहेत.'' हेलन म्हणाली, ''मी शाळेतल्या मुलांना सहलीला घेऊन जाते त्या वेळी ती अगदी मोकळेपणानं लैंगिकतेविषयी बोलतात. चौदा-पंधरा वर्षांची मुलंमुली माझ्याशी बोलताना कुठला कॉंडोम चांगला यावर चर्चा करतात.''

शाळेच्या बाईंबरोबर अशी बोलणी होऊ शकतात हे मला कल्पनेतसुद्धा सहन होईना.

''पूर्वी दिवस जाऊ नयेत म्हणून मुली 'पिल्'वर असायच्या. आता एड्सच्या भीतीनं त्याच कॉंडोम जवळ बाळगतात. दोन्हींचा एकदम बंदोबस्त.''

''म्हणजे लग्नाआधीच्या संबंधांना अजिबात विरोध नाही?''

''काही आईवडिलांना आरोग्याच्या दृष्टीनं असं असू नये असं वाटतं पण त्यांचा फारसा प्रभाव पडत नाही. लग्नाआधी संपूर्ण कोरा मुलगा वा मुलगी नसतेच. लग्न पंचविशीच्या पुढे. त्याच्याआधी आठदहा वर्षं मुलंमुली वयात येतात. तेव्हा इतकी वर्षं आम्ही वैषयिक उपवास कां काढायचा असा त्यांचा सवाल आहे. तुमच्याकडे काय स्थिती आहे?'' तिनं मला प्रश्न केला.

''मी कैक वर्षं भारताच्या बाहेर असल्यानं मला नीटसं सांगता येणार नाही, पण मला वाटतं सत्तर-ऐंशी टक्के मुलीतरी कुमारी असाव्यात. हे मी सर्वसाधारण मध्यम वर्गाबद्दल बोलते. शहरात राहणाऱ्या अतिश्रीमंतांबद्दल नाही. पाश्चिमात्यांच्या अनुकरणात ते पार बुडालेले आहेत. त्यांच्या मोजपट्ट्या वेगळ्या. तुम्ही स्वत:ला पाश्चिमात्य समजता का? कारण ग्रीस युरोपमधे मोडतो.''

''ते तितकंसं खरं नाही.'' दिमित्री म्हणाला, ''आमच्यावर पौर्वात्यांचा खूप पगडा आहे. पूर्वापारपासून आमचे पूर्वेकडे संबंध अधिक आलेले आहेत. आमचा अलेक्झांडर दिग्विजयासाठी पूर्वेकडे गेला तो खुष्कीच्या मार्गानं. पण समुद्रमार्गानं पर्यटन व्हायचं ते भूमध्य समुद्राच्या काठाकाठानं. फारच क्वचित ते जिब्रॉल्टरचा खडक ओलांडून ॲटलांटिक महासागरात पश्चिमेला गेले. त्या खडकाला ते हेराक्लीसनं रोवलेला खांब समजत. त्यानं घातलेली ती भ्रमणमर्यादा.''

''बाकी किती युरोपियनांसारखे वागत असलो तरी आमची कुटुंबं अजूनही पौर्वात्यांसारखी एकमिटीनं राहतात.'' हेलन म्हणाली, ''पंचविशी ओलांडलेल्या मुलांना गरज असल्यास आईवडील पैसे पुरवतात. म्हाताऱ्या आईवडिलांची काळजी घेतात. दिमित्रीची किंवा माझी आई. दोघी स्वतंत्र राहतात. त्यांना होईनासं झालं की मग आमच्या घरी राहायला येतील. मला वाटतं आम्ही दिवसा युरोपियन आणि रात्री एशियन असतो.''

यावर तिघेही हसलो तरी मला तिचं हे वर्णन फार आवडलं.

''तुमच्याकडे घटस्फोटाचं प्रमाण इतकं जास्त कसं?'' मी विचारलं, ''इथं किंवा पारीसला भेटलेल्या मंडळींमधे तुम्ही दोघेच फक्त तीस वर्षं टिकून आहांत. युफ्रसीनीचे दोन झाले. तिच्या मैत्रिणीचा एक चालू आहे. भावाचा तर खूपच गाजला. इतरही मंडळी लग्न न झालेली वा घटस्फोटित.''

''खरं आहे तुझं म्हणणं'' हेलन हसत म्हणाली, ''आम्ही जुन्या, बुरशा विचारांचे आहोत. कुठल्याही पार्टीत अखंड जोडपं बहुधा आमचंच असतं. पण घटस्फोट आमच्या घरापासून फार लांब नाही. दिमित्रीच्या आईचा, मोठ्या बहिणीचा, माझ्या बहिणीच्या मुलीचा अशा तीन पिढ्यांच्या घटस्फोटाची तीन उदाहरणं घरचीच आहेत. आमची मुलं काय करतील कोण जाणे.''

''आईच्या वेळी तिला सामाजिक त्रास खूप झाला. आता आईवडील मुलामुलींच्या मागे

खंबीरपणे उभे राहतात. त्यांना पुन्हा आयुष्याची सुरुवात करायला मदत करतात. त्यांनी व्यसनांच्या आहारी जाऊ नये म्हणून प्रयत्न करतात.'' दिमित्री म्हणाला.

''इथं दारू पिण्याचं प्रमाण कितपत आहे? तुमची वाइन-परंपरा खूप जुनी.'' मी म्हणाले.

''तरी तो त्रास आम्हांला फारसा नाही. थोड्या प्रमाणात सगळेच पितात पण तरुणांपैकी क्वचितच कुणी तिच्या आहारी जातात.''

''पण सिगरेटचं प्रमाण मात्र फार दिसतं.'' मी म्हणाले. ''इथं येईतो मला इजिप्तचे लोक धूम्रपानात कुणाला हार जाणार नाहीतसं वाटायचं. इथं तर त्याहूनही पुढचं पाऊल.''

''दुर्दैवानं ही गोष्ट खरी आहे. त्याबाबत युरोपमधे आमचा पहिला-दुसरा नंबर लागत असेल.''

''इथं त्यांच्या जाहिरातींवर बंदी नाही. धूम्रपानरहित खास जागा नेमलेल्या नाहीत. एवढ्या दिवसांत मी एकमेव धूम्रपान-विरोधी संस्था पाहिली. तिच्या आकारावरून तिच्यात फारसा दम असेलसं वाटलं नाही.''

बोलण्याच्या ओघात येईल त्या विषयावर हवं तसं बोलत होतो. आइस्क्रीमच्या दोनतीन फेरी झाल्या होत्या. बारा वाजून गेले होते. पण उठावंसं कुणालाच वाटत नव्हतं.

''आता तुमच्या बायका खूप स्वतंत्र वृत्तीच्या वाटतात. पूर्वीदेखील तशाच असतील ना?'' मी म्हणाले.

''अजिबात नाही.'' हेलन लगेच म्हणाली, ''बायकांना ग्रीसमधे फार गौण स्थान होतं. त्यांना कायद्यानं समान हक्क नव्हते. त्यांना वागवायची रीतही वाईट होती. मुलगी म्हणून तिला बापाचं सर्वस्वी ऐकावं लागे. हुंडा देऊन लग्नं व्हायची. लग्नानंतर तिच्यावर नवऱ्याची मालकी. तिला आपल्या नावे जमीनजुमला घेता येत नसे. कसलेच कायदेशीर हक्क नाहीत. घटस्फोट झाला तर हुंडा आणि ती परत वडिलांकडे जायची. म्हातारपणी ती मुलाच्या स्वाधीन.''

मनुस्मृती ग्रीसमधे कधी गेली? हे तर चक्क 'न स्त्री स्वातंत्र्यमर्हति।'च झालं.

''तेव्हांचे पुरुष तिशी उलटेतो लग्न करत नसत. मुली लहान वयाच्या. त्या दबून राहत.'' ती पुढे म्हणाली, ''कितीही धनवान असल्या तरी घरचं सगळं काम त्यांना बघावं लागे. नवऱ्याचे मित्र आले की तिनं माजघरात पळायचं. तिकडे परपुरुषांना बंदी. थोडे सण-उत्सव सोडले तर तिनं घराबाहेर पडणं असभ्य. तिनं सवती सहन करायच्या. पण हिचा एखादा मित्र असेल तर कडक शिक्षा. आम्हां ग्रीकांचा लोकशाहीचे जनक म्हणून उदोउदो होतो. पण त्यांच्या बायकांना मतदानाचा किंवा कुठल्याही निवडणुकीला उभं राहण्याचा हक्क नव्हता. कठीण होतं त्यांचं जिणं.''

''विसाव्या शतकापर्यंत जगभर त्यांची हीच परवड होती.'' मी म्हणाले. ''अजूनही दक्षिण युरोप म्हणा वा मुस्लिम देशांमधे हेच चालतं.''

''पण ग्रीसमधे तरी फरक पडलाय ना?'' दिमित्री चेष्टेनं म्हणाला.

''तोही वरवरचा बरं का मीना.'' हेलन म्हणाली. ''शहरांमधे त्यांना मोकळीक मिळते. त्यावर जाऊ नकोस. खेड्यापाड्यांतून बायका दबूनच वागतात.''

मी फिरत असताना हे वारंवार पाहिलं होतं. संध्याकाळी गप्पांच्या अड्ड्यात फक्त पुरुष मंडळी दिसत.

''सगळ्याच बायका पायांची दासी नसायच्या हां.'' दिमित्री पुन्हा हसत म्हणाला, ''काही लबाड-लुच्च्या, काही नवऱ्याला नमवणाऱ्या गर्गशादेखील होत्या. आमच्या साहित्यात मात्र बायकांना उंच स्थान दिलेलं होतं. होमरनं कित्येक स्त्रियांबद्दल गौरवोद्गार काढलेले आहेत.''

हेही आपल्यासारखंच नाही का? बायकोला 'गृहदेवता' म्हणायचं. तिच्याखेरीज घर म्हणजे रानाहून उजाड. अर्थातच ती जोवर 'गृहदेवा'ची मर्जी सांभाळेल तोवर तिचं देवपण.

''युरीपीडिस नावाचा आमचा एक कवी-नाटककार-तत्त्वज्ञ होऊन गेला.'' दिमित्रीनं सांगितलं, ''तो मात्र स्त्रियांच्या बाजूनं खूप लढला. पंचवीसशे वर्षांपूर्वी. जगातला पहिला स्त्रीमुक्तीचा पुरस्कर्ता. त्यानं नव्वद नाटकं लिहिली. सगळी नायिकाप्रधान. पण त्यांचा समाज बदलण्यासाठी काही उपयोग झाला नाही. साफो म्हणाली होती, 'भविष्यात आम्हांला कुणीतरी, केव्हातरी न्याय देईल.'''

'कालो ह्ययं निरवधिर्विपुला च पृथ्वी!' वेगळ्या संदर्भात आपला भवभूतीही तेच सांगून गेला.

आता आम्ही पुन्हा ग्रीक तत्त्वज्ञानाकडे वळलेलो पाहून मात्र हेलन उठली. गप्पांच्या नादात दीड वाजून गेला होता. उद्या सकाळी उठून मला ॲक्रोपोलिस गाठायचं आहे हे तिच्या नीट लक्षात होतं.

β

अथेन्समधे प्रथम येऊन, इतके दिवस मुक्काम ठोकून, लांबून सारखं पाहत असून आणि पाहायची तीव्र ओढ लागलेली असूनही मी अजून ॲक्रोपोलिसला गेले नव्हते. त्याचं मुख्य कारण मला उत्तम वाटाड्याबरोबर ते पाहायचं होतं. त्याबाबतीत दिमित्रीनं निक्षून नकार दिला होता.

''माझ्यापेक्षा तू व्यावसायिक वाटाड्याबरोबर गेलीस तर तुला खूप अधिक कळेल.'' तो म्हणाला, ''संपूर्ण ग्रीसमधलं ते सर्वांत महत्त्वाचं स्थळ आहे असं मी मानतो. नुसता हवा तर येईन तुझ्याबरोबर.''

तेही त्याला आज जमू शकत नव्हतं. युफ्रसीनीची एक मैत्रीण या विषयाची आध्यापिका होती. तिनं आज मला वेळ दिला होता हेही परमभाग्य होतं. ठरल्याप्रमाणे आम्ही ॲक्रोपोलिसच्या पायथ्याशी भेटलो.

''मी मारिया काँतोमिनास.'' मला दुरूनच ओळखून माझ्याजवळ येत ती म्हणाली. मी माझी ओळख करून दिली.

एकदम आवडली मला ती बाई. स्वप्नाळू प्रोफेसरची झग्यातली आवृत्ती असावी अशी. वयाचा अंदाज करणं कठीण. डोक्यावरचे भरगच्च केस पांढरेशुभ्र झालेले. चेहऱ्यावर तशाच भरगच्च सुरकुत्या. अर्ध्या काचांच्या मागे लुकलुकणारे डोळे. आणि वयाला अत्यंत

विसंगत अशी शुभ्र मोतीलग दंतपंक्ती. त्या बोलताना गालांवरच्या हसऱ्या खळ्या सतत सोबतीला. जणू रुपेरी केसांच्या, ग्रीक-गोऱ्या दुर्गाबाई खोटे निळसर घाऱ्या डोळ्यांतून माझ्याकडे बघत होत्या.

''युफ्रसीनीनं मला तुझ्या पुस्तकाबद्दल सांगितलं,'' ती म्हणाली, ''पण ॲक्रोपोलिस स्वतंत्र पुस्तकाचा विषय आहे. आजवर त्याच्यावर शेकड्यांनी पुस्तकं लिहिली गेली आहेत अं! ते एका भेटीत सांगणं म्हणजे मधाचं अख्खं पोळं एका घोटात पिणं.''

''मी तसं ते दुरून पाहत आलेली आहे. खूप पूर्वी एकदा त्याला भेटही दिली होती. पण तेव्हा वाटाड्याच्या मागे पळण्यात गुंतले होते. माझी पाटी कोरीच राहिली.''

''आज आपण तिच्यावर पहिला धडा गिरवू. भरपूर वेळ आणि पायपीट करायची तयारी हवी.''

''मी सबंध दिवस केवळ इथंच राहणार आहे. तुम्ही सांगाल तेवढं कमी.''

''अडीच हजार वर्षांपूर्वी ॲक्रोपोलिसची उभारणी झाली तेव्हापासून हे जगातलं आदरानं बघण्याचं प्रेक्षणीय स्थळ झालेलं आहे. इथलं संगमरवरी मंदिर आणि त्याच्याभोवतीच्या इमारती सुंदर आणि डौलदार आहेतच पण रेखीवपणाबद्दलही त्यांचा बोलबाला आहे.. एवढ्या मोठ्या इमारतीमधे असा बारकावा सापडणं दुर्मीळच अं?''

मारिया बाईंनी सांगायला सुरुवात केली.

रूपाच्या बरोबरीनं त्यांचा आवाजही गोड होता. सांगण्याची पद्धत किंचित प्राध्यापकी पण अजिबात कंटाळवाणी नव्हती. मधूनच ''अं?'' असा स्वत:लाच प्रश्न केल्यासारख्या बोलण्यानं ऐकणाऱ्याला अगदी बुद्दू करून टाकणारी नव्हती. आतुरता वाढवणारी होती. अशी सर्वगुणसंपन्न मार्गदर्शिका मिळाल्यानं माझा आनंद आणखी वाढला. भेटलो तिथंच उभं राहून त्यांनी प्राथमिक माहिती आणि पार्श्वभूमी द्यायला सुरुवात केली.

''वास्तुशास्त्र आणि ललित कला यांचं ते प्रेरणास्थान आहे. या इमारतींनी ग्रामीण अथेन्सचं, ग्रीसमधलं प्रमुख नगरराज्य होताना पाहिलं. प्रतिकूल परिस्थितीत त्यानं पर्शियनांवर मिळवलेल्या मॅरॅथन विजयाच्या त्या साक्षी आहेत. पारतंत्र्यापासून ग्रीसला वाचवलेल्या अथेन्सचं त्या प्रतीक आहेत. समानतेवर आधारलेली जगातली पहिली लोकशाही त्यांच्या रूपानं आपल्यासमोर उभी आहे. तोच अथेन्सचा सुवर्णकाळ. तो आलाही अचानक आणि थोडा काळ टिकून ओसरलाही अचानक.

''तरीही त्यांच्यामुळेच अथेन्सची सांस्कृतिक मूल्य पुन्हा पुन्हा वर येताना दिसतात. रोमन काळी, मध्ययुगांत आणि अलीकडे एकोणिसाव्या शतकातसुद्धा यांच्या नमुन्यावर फ्लॉरेन्स, रोम आणि व्हेनिस बांधलं गेलं. अडीच हजार वर्षांपासून उभं असूनही इसवी सनाच्या अठराव्या शतकात पाश्चिमात्यांना ॲक्रोपोलिस जणू पुन्हा सापडलं. 'निओक्लासिकल' आणि 'रोमॅंटिक' या दोन शैलींची बांधकामं मग जगभर उगवली.''

बोलत बोलत आम्ही पुढे निघालो. तिकिट ऑफिसमधून मी माझं तिकिट काढलं. मारियाबाईंच्या गळ्यात पास होता. पण तिथल्या लोकांनी 'कालीमेरा' म्हणत त्यांना केलेलं अभिवादन आणि त्यांनी हसून केलेला स्वीकार, त्यांच्याविषयीचा आदर दाखवून गेलं.

''ॲक्रोपोलिस टेकडीवर जायला तीनचार रस्ते आहेत. त्यांतला आपण हा दक्षिणेकडचा घेणार आहोत.'' तिच्या पायथ्याकडे आम्ही निघालो होतो. ''अथेन्सच्या रहदारीतून फिरताना हे शुभ्र स्वप्न आपल्याला सतत भेटत असतं. एकाच वेळी ते दूर आवाक्याबाहेरचं आणि इतकं जुनं असूनही परिचित, आपलंसं वाटत असतं. अं? ज्या काळी हे बांधलं गेलं तो काळ अत्यंत धार्मिकतेचा, त्या वेळच्या देवांवर पूर्ण विश्वास असलेला होता. त्याचंच प्रतिबिंब इथल्या रचनेवर पडलेलं आहे.''

वर चढता चढता त्या त्या मागची जुनी पुराणकथा सांगायला लागल्या.

''ही मध्यवर्ती मोठी टेकडी. तिच्या पायाशी नगर पसरलेलं. संरक्षणाच्या दृष्टीनं उत्तम. तिथं देऊळ असणं फार प्रतिष्ठेचं. मग इथली ग्रामदेवता कुणी व्हायचं याची अथीना आणि पोसिदोन या दोघांमधे चढाओढ लागली. आपली योग्यता पटवण्यासाठी दोघांनी या टेकडीला काहीतरी वरदान द्यावं अशी अट पंचांनी घातली.

''तेव्हा पोसिदोननं टेकडीच्या माथ्यावर आपला त्रिशूळ खुपसून खाऱ्या पाण्याचं सरोवर निर्माण केलं. समुद्राचा देव तो! तो खारं पाणीच निर्माण करणार अं? अथीनानं टेकडीवर या देशातलं पहिलं ऑलिव्हचं झाड आणून लावलं. तिची देणगी वरचढ ठरवून पंचांनी ती जिंकल्याचं जाहीर केलं.

''हा निर्णय झिडकारून पोसिदोननं तिला लढाईचं आव्हान दिलं. युद्धदेवताच ती. ढाल-भाला घेऊन तीही सरसावली. तुमुल युद्ध झालं. कुणीच हार मानायला तयार होईना. अखेरीस झ्यूसनं मधे पडून ते थांबवलं आणि अथीनाला नगर आंदण दिलं. तेव्हापासून त्याचं नाव 'अथीना' असंच पडलं. इंग्लिशमधे अथेन्स म्हणत असले तरी आम्ही त्याला अथीना या मूळ नावानंच ओळखतो.''

रस्त्यांवरच्या पाट्यांमुळे ते मला ठाऊक होतं. एव्हाना तेवढं ग्रीक वाचायला यायला लागलं होतं.

''या गोष्टीचा व्यावहारिक अर्थ म्हणजे हे नगर फार पूर्वीपासून समुद्रगामी होतं. इथला व्यापारधंदा, बरकत सगळी समुद्रामुळे आलेली. तेव्हा व्यापारी मंडळींना इथं त्यांच्या आराध्यदैवताचं, पोसिदोनचं देऊळ असावंसं वाटत होतं. पण विचारवंतांना, तत्त्वज्ञांना इथं अथीनाची, शांतीचं प्रतीक असलेल्या ऑलिव्ह वृक्षाची प्रतिष्ठापना व्हावीशी वाटली. भवति न भवति होऊन अखेरीस त्यांचं म्हणणं मान्य झालं.

''अनेक थोर आणि नामवंत राजांनी इथून राज्यं केली. थेसिअस इथूनच क्रीटच्या मिनोटॉरला मारण्यासाठी रवाना झाला. तिथून यशस्वी होऊन परतल्यावर त्यानं टोळ्यांनी राहणाऱ्या इथल्या लोकांची एकजूट केली. इथल्या 'पॅन-अथीनिअन' क्रीडास्पर्धा चालू केल्या.

''मायसीनिअनांनी इथं इसवी सन पूर्व बारा शतकं वस्ती केली. अथीनाचं देऊळ बांधलं. पण इसवी सन पूर्व पाचव्या शतकात, मॅरॅथनच्या पराभवाचा बदला म्हणून पर्शियन राजांनी अथेन्सवर स्वारी केली. ग्रीकांना जिंकलं आणि देऊळ पाडून-तोडून टाकलं. त्या पराजयाची धगधगीत खूण म्हणून पाव शतकभर ते तसंच ठेवलं गेलं. नंतर आलेल्या पेरिक्लीजनं

पर्शियनांचा पुढच्या लढाईत धुव्वा उडवल्यावर ते पुन्हा बांधायला घेतलं. आज आपण पाहतो आहोत ते त्याचं कर्तृत्व.''

चढत चढत पहिल्या टप्प्यावर येऊन पोहोचलो. अ‍ॅक्रोपोलिसवरची मोक्याची जागा ही. समोर मोठं अथेन्स पसरलेलं. पुढ्यात एका विशाल रंगमंदिराचे जीर्णावशेष विखुरलेले होते. थिएटरचा आकार नेहमीचाच अर्धचंद्राकृती. संगमरवरी आसनं बहुतेक मातीखाली लपलेली. वरतून हिरवळीचा हात फिरला असला तरी मधूनच त्यांतली काही बाहेर डोकावत होती. खाली तळाशी पन्नास-साठ सुटी आसनं मांडलेली होती. त्यांतली बरीचशी शिल्लक होती. त्यांच्यापुढे विशाल पण उध्वस्त रंगमंच. त्याच्यावरचं सुंदर भुईचित्र तेवढं अजून अखंड राहिलं होतं.

''ग्रीकांचं नाट्यप्रेम तुला ठाऊक असेलच.'' मॅडम म्हणाल्या. ''या अ‍ॅक्रोपोलिसवर एक नसून दोन उघडी रंगमंदिरं आहेत. हे त्यांतलं पहिलं. इथं सतरा हजार प्रेक्षक बसू शकतात. याच्या आकारावरून तुला त्या काळी अथेन्समधे नाटकांना किती महत्त्व होतं ते लक्षात येईल अं? रंगदेव दायोनिसोसच्या नावे सव्वीसशे वर्षांपूर्वी हे प्रथम लाकडांनी बांधलं होतं. त्या वेळी नाच-गाण्यासाठी वापरलं जायचं. सगळ्या नागरिकांनी आलटून-पालटून समूहगानात भाग घ्यायचा.

''रंगमंचासमोर तुला जी खास आसनं दिसताहेत ती तशाच खास लोकांसाठी. मधलं मोठं दायोनिसोसच्या मुख्य महंतांसाठी. त्याच्या शेजारी देल्फीचे महंत बसत. त्यावरून त्या ओरॅकलला किती मान होता ते तुला समजेल.

''हळूहळू या कार्यक्रमाला फार महत्त्व आलं. इथं पाच दिवसांचा नाट्यमहोत्सव साजरा व्हायला लागला. बक्षिसं ठेवल्यानं त्यात स्पर्धा आली. मागे रंगवलेले भव्य पडदे आले. नाटकांमधलं गाणं कमी होऊन गद्य संवाद सुरू झाले. 'थेस्पिस' नावाच्या कलावंतानं ते प्रथम सुरू केले म्हणतात. आजही नटांना इंग्लिशमधे 'थेस्पिअन' म्हणतात अं? मग सोफोक्लीस, युरीपिडिस असे खंदे नाटककार आपली दुःखान्त नाटकं इथं आणण्यात धन्यता मानू लागले. त्यांना उतारा म्हणून अ‍ॅरिस्तोफेनसारखे विनोदी नाटककार प्रहसनं सादर करून लोकांना पोट धरून हसवायला लागले. त्यात चालू राजकारणाची आणि राजकारण्यांच्या भानगडींची भरपूर खिल्ली उडवलेली असायची. तुला नवल वाटेल पण आमच्या नाटकांचा जन्म लोकशाहीच्या कल्पनेतून झाला.''

''लोकशाहीतून नाटक?'' मी चकित होऊन म्हणाले.

''हो. अगं त्या वेळची बहुसंख्य जनता अडाणी, निरक्षर होती. पण तीच नगरराज्य चालवत असे. तेव्हा या नाटकांमधून चालू घटनांची, प्रश्नांची आणि त्यावरच्या उपायांची चर्चा असायची. नाटक पाहायला जाणं सक्तीचं होतं. त्यांची तिकिटं तशी भारीच असत. ज्यांना ती परवडत नसत त्यांना सरकार त्यासाठी भत्ता द्यायचं. जनतेचं प्रबोधनच ते. आता वर बघ.''

उंचावर खडकाच्या कपारीत गुहेसारखं काहीतरी दिसत होतं.

''हे दायोनिसोसचं देऊळ. नेमकं या रंगमंदिरावर खडकांतच बांधलेलं आहे.''

''आपण तिथं जाऊ शकतो का?'' मी विचारलं.

''आता आपण ॲक्रोपोलिसवरच्या कुठल्याच स्मारकामधे जाऊ शकत नाही. त्यातून हे मूळचं मंदिरही उरलेलं नाही. त्याच्या जागी मेरीची स्थापना होऊन त्याचं केव्हाच चर्च झालं अं! पण आता तेही बंद आहे.''

बोलत बोलत आम्ही पुढे जात होतो. नजिकच्या काही अवशेषांकडे बोट दाखवून मॅडम म्हणाल्या, ''तू डॉक्टर ना? तुला इथं नक्कीच रस वाटेल. हे प्राचीन काळचं आरोग्यधाम. ॲस्कलेपिऑन. त्या ग्रीक धन्वंतऱ्याचं नाव दिलेलं असलं तरी इथं रोगी दुखण्यातून उठल्यावर विश्रांतीसाठी येत. त्या वेळी इथं असलेल्या झऱ्याचं पाणी औषधी समजलं जाई. तो झराही आटला. इमारतही गेली. आता केवळ मोडक्या भिंती मागे राहिल्यात. त्याच्या लगतचं हे काय आहे काही कल्पना अं?''

मोठे अवशेष होते. चौकोनी हौदातून चर खणून पुढे आणखी काळपट विटांमधे काहीतरी होतं. मी नकारार्थी मान हलवली.

''ईफिस्तोस हा धातुकाम, ओतकाम करणाऱ्यांचा, तांबट-घिसाड्यांचा देव. त्याच्या नावानं इथं काम चाले. ॲक्रोपोलिसवर लहानमोठे अनेक पुतळे होते. ते सगळे इथं तयार होत असत. इथं धातुकाम असायचं आणि पलीकडे शिल्पाकृती घडायच्या. इथून पुढे जाणाऱ्या या रस्त्यावर अनेक खांबांचा 'स्टोआ' म्हणजे लांबलचक पडवी होती. ती तुला हेरोडिअन नाट्यगृहापाशी नेते.''

एव्हाना हेरोडिअन दिसायला लागलं होतं. आम्ही तिथं पोहोचलो ते अगदी उंचावर त्याच्या शेवटच्या रांगेच्याही मागे. मधे लोखंडी जाळी. दिवसा ते रात्रीहून कितीतरी वेगळं वाटत होतं. अगदी उंचावर असल्यानं खूपच भव्य वाटत होतं. उतरणाऱ्या पायऱ्यांच्या रांगा, रंगमंच आणि मागच्या त्या सुबक कमानी. त्यांच्या फिक्या केशरी रंगाला उन्हानं उठाव आणला होता. बाजूची झाडी त्यांना हिरव्या मखरात बसवत होती.

''इथं कार्यक्रम पाहायला ये. किती मनोरम होतात ते.'' मॅडम म्हणाल्या.

मिकिस थिओदोर्किसचा कार्यक्रम तिथं पाहिल्याचं मी बोलले.

''भाग्यवान आहेस अं.'' त्या माझा हात हातात घेऊन म्हणाल्या, ''त्या दिवशी मीही त्याला आले होते. काय रंगला नाही तो कार्यक्रम?''

त्याविषयी बोलत आम्ही आणखी पुढे, ॲक्रोपोलिसच्या महाद्वारापाशी येऊन ठेपलो. आधी डोळ्यांत भरला तो तिथवर नेणारा भव्य सोपान. दोन कोनांतून वळत जाणारा. वर रुंदीला अडीचशे फूट तरी असेल. उंचही भरपूर. संगमरवराचे वर चढत जाणारे चौकोनी पाषाणखंड. दगड अर्धे उखणलेले तरी फार विशाल आणि आकर्षक दिसत होता. वर साधे पण दिमाखदारसे सहा स्तंभ. कडेचे दोन पूर्ण. मधले चार अर्ध्यावरच तुटलेले. त्यांच्यामधल्या पायऱ्यांवरून आत प्रवेश करायचा. ''हे प्रवेशद्वार, त्याच्यापुर्यंत घेऊन जाणारा हा प्रशस्त जिना. केवढा मोठा आहे नाही.'' वर चढता चढता मी उद्‌गारले.

''असणं आवश्यकच होतं.'' मॅडम म्हणाल्या, ''पॅन-अथीनिअन क्रीडामहोत्सवाच्या आरंभी निघणारी विराट मिरवणूक या प्रवेशद्वारातून वर देवीच्या दर्शनाला जात असे. तिच्यासाठी एवढी लांबीरुंदी हवीच. अं?''

डाव्या बाजूला, जिन्यालगत पुढे आलेला एक चौकोनी बुरुज होता. त्यावर चार आयोनिक शैलीतल्या खांबांचं चिमुकलं पण अतिशय देखणं देऊळ होतं. उजव्या बाजूला उंच खांबांच्या आणखी इमारती. सगळ्यांचा एकत्रित आविष्कार मनावर खोल ठसा उमटवत होता.

''या सबंध वास्तूला 'प्रोपिलेआ' असं म्हणतात. ॲक्रोपोलिसवर असलेल्या चार महत्त्वाच्या वास्तूंपैकी ही एक.'' मॅडम म्हणाल्या. ''ही सर्वांत शेवटी बांधली गेली. खरं तर ती कधी पूर्ण झालीच नाही. दोन्ही अंगांनी सारखी नसूनही ती किती प्रभावी वाटते अं? इथल्या देवांनी खाली नगरावर कृपादृष्टी ठेवावी म्हणून फार सुरेख बांधकाम करत असत.

''मोक्याच्या जागी, सर्वांत पुढे बांधलेलं हे डावीकडचं छोटं देऊळ ही दुसरी महत्त्वाची गोष्ट. पेरिक्लीजनं त्याच्यासाठी ही जागा मुद्दाम निवडली. कारण हे आहे 'अथीना नीकी'चं देवालय. अथीना आमची युद्ध-देवता आणि नीकी ही विजयाची देवता. इसवी सन पूर्व ४८०मधे पर्शियनांचा हल्ला आल्यावर देवीची जुनी मूर्ती इथं ठेवण्यात आली होती. पण शत्रूनं सगळ्याचाच नाश केला. त्या पराभवाची जळती आठवण म्हणून भग्न ॲक्रोपोलिस तीस वर्षं तसंच पडून होतं. त्यानंतर पेरिक्लीज या सेनानीच्या नेतृत्वाखाली अथेन्सनं पर्शियनांचा पराभव केला. महत्त्वाच्या लढाईत अथेन्स विजयी झालं. ग्रीस धार्जिणा तह झाला.

''तेव्हा पेरिक्लीजनं ॲक्रोपोलिस पुन्हा बांधण्याची योजना पुढे आणली. तो नुसताच रणधुरंधर वीराग्रणी नव्हता. अत्यंत चतुर आणि रसिक असा राज्यधुरंधरही होता. या विजयामुळे अथेन्स, ग्रीसमधल्या सर्व नगर-राज्यांत बलवान ठरलं होतं. त्या बळावर त्यानं देलोसला असलेली ग्रीक गंगाजळी उचलून इथं आणली.''

देलोसच्या मार्गदर्शिकेनं त्याचा रागारागानं केलेला उल्लेख मला आठवला.

''बांधकामासाठी पैसा हाताशी होता. लोकांनाही पोटासाठी काम मिळालं असतं. हा सगळा विचार करून त्या मुत्सद्दी नेत्यानं त्या काळचे प्रख्यात वास्तुशास्त्रज्ञ बोलावले. बांधकाम-कुशल कारागिरांचा संच तयार केला आणि सर्वांच्या वर फिदिआस या महान कलाकाराची नेमणूक केली. त्यानंच या देवळातले सगळे पुतळे घडवले. तू त्याचं नाव ऐकलं आहेस का?''

''ऑलिम्पियाच्या देवळातला, जुन्या जगातल्या सात आश्चर्यांपैकी एक समजला जाणारा झ्यूसचा पुतळा बनवलेला हाच ना तो कारागीर?'' मी विचारलं. ''त्याची कार्यशाळा तिकडे आहे. तिथं त्याच्या नावाचा पेलाही सापडलेला आहे.''

''बरोबर तोच हा. त्यानं केवळ पुतळे घडवले नव्हते. या देवळांच्या आखणीतही त्याचा भाग होता.'' मॅडम म्हणाल्या, ''ॲक्रोपोलिस पुन्हा बांधायचं ठरल्यावर 'विजय' हा विषय घेऊन त्यानं त्याची मांडणी केली. या छोट्या देवळात 'विजयश्री हाती असलेल्या अथीना'ची प्रतिष्ठापना केली. छताच्या चारी कोपऱ्यांवर नीकीला बसवून टाकली. आपल्या विजयाची पताका शत्रूंना सतत समोर दिसावी म्हणून आढ्याजवळच्या पट्टीवर अथेन्सच्या विजयी लढाया चित्रित केल्या. खाली असलेल्या सर्वांत मोठ्या सार्वजनिक मैदानातूनदेखील त्या ठळक दिसत. नीकी ही पंखधारी देवता आहे. पण इथं मात्र ती 'ऑप्तेरा' म्हणजे पंख

ॲक्रोपोलिसचे प्रवेशद्वार : 'प्रोपिलेआ'

कापलेली आहे. तिनं पुन्हा उडून शत्रूकडे जाऊ नये म्हणून ही खबरदारी. इतक्या साध्या गोष्टीनं शत्रू नमते तर आणखी काय हवं, अं?''

त्या हसल्या. मीही हसले.

''पण असं बिनीला असण्यानं या मंदिरावर संकट ओढवलं. सतराव्या शतकामधे व्हेनिसच्या सैन्यानं ॲक्रोपोलिसला वेढा घातला. तेव्हा ते तुर्कांच्या ताब्यात होतं. शत्रूवर तोफा डागण्यासाठी हे देऊळ पाडून त्यांनी इथं तोफा आणून लावल्या.''

''म्हणजे हे देऊळ साफ पाडूनच टाकलं?''

''हो. परधर्मीय असल्यानं त्यांना त्याची काय महती. ते तसं भग्नावस्थेत दोन शतकं पडून राहिलं. अखेरीस स्वातंत्र्य मिळाल्यावर ग्रीकांनी ते पुन्हा बांधून काढलं. अगडबंब दगडी 'जिग् सॉ पझल' होतं ते. ते सोडवायला तब्बल पाच वर्षं लागली.''

वरच्या प्रवेशदाराशी प्रोपिलेआच्या सहा खांबांजवळ आलो. आत आणखी खांबांच्या दोन ओळी होत्या. बाजूला मोठाली दालनं होती.

''नाना लोकांनी नाना प्रकारे या इमारतीचा उपयोग करून घेतला.'' मॅडम म्हणाल्या. ''तुर्कांनी तोफा ठेवल्या तर त्यांना जिंकलेल्या इटालिअनांनी इथं दरबार भरवले. खाने दिले.''

हा भाग ओलांडून पलीकडे गेलं की पार्थेनॉन. मी आपली तिथूनच आत काय दिसतंय ते डोकावून पाहायच्या नादात. तेव्हढ्यात माझे दोन्ही खांदे धरून ''जरा इकडे पाहा'' म्हणत मॅडमनी मला उलटं वळवलं.

ओहोहो. समोर चारी बाजूंना अफाट अथेन्स पसरलेलं. लहानमोठ्या इमारती, पांढरी घरं, झ्यूसच्या देवालयाचे भग्नावशेष, रस्ते, बागा सगळं अकराच्या उन्हांत नहात बसलेलं. आता आम्ही कितीतरी वर आलो होतो. समोरचं लिकाव्हितोस टेकडीवरचं चर्च सोडल्यास एवढं उंच काहीच नव्हतं. त्या टेकडीवरून पूर्वी एकदा अथेन्सचं हे दर्शन होऊनही आताचं अधिक मोहक वाटत होतं. मी मॅडमकडे पाहून हसले. माझं काहीसुद्धा हुकू नये म्हणून त्या किती दक्ष होत्या.

''हं, चल आता आत.'' त्या म्हणाल्या.

आतल्या प्रशस्त प्रांगणात पाऊल टाकलं. एकाच वेळी डावीकडच्या आणि उजवीकडच्या अशा दोन महान इमारतींनी नजर ओढून घेतली.

''डावीकडे सहा युवती छत तोलत असलेली ही इमारत म्हणजे एरेक्थॉन आणि उजवीकडची ही पार्थेनॉन. ही तुला माहीतच असेल.''

चांगली माहीत होती मला ती. अथेन्समधे फिरताना कोपऱ्याकोपऱ्यावरून दिसणारी तीच ती सुबक, देखणी, स्वप्निल इमारत. दिसली की भोवतीच्या गर्दीचा, वाहनांचा विसर पडावा अशी. एकदा ती पूर्णचंद्रापुढे साकारताना पाहिली होती. एकदा चंद्रधारा अंगावर झेलताना निरखली होती. आता ती सूर्यप्रकाशात पन्नास फुटांवरून दिसत होती. जवळून आणखीनच भुरळ घालत होती. बाकीच्या प्रवाशांना टाळून मी पुढे झाले. तिथला एक बैठा दगड बघितला आणि त्यावर बसून समोर एकटक डोळे लावले.

खरं तर आठ आडव्या आणि सतरा उभ्या खांबांनी आखलेली एक लांबट चौकोनी इमारत. वरचं छप्पर कोसळलेलं. तिच्यावर नक्षीकाम नाही, मूर्ती नाहीत तरीही विलक्षण सुंदर दिसणारी. हिला पुढ्यात ठेवून सबंध युरोपभर अगणित इमारती बांधल्या गेल्या. हिच्यासारख्या इतर अनेक इमारती पाहिल्या असतील. पण जगात काही वास्तू अशा असतात की त्यांच्यासारखं बांधायला गेलं तर त्यांची भ्रष्ट नक्कल निर्माण होते. गीझाचे पिरॅमिड्स त्यात येतात, आपला ताजमहाल त्यात येतो आणि हे पार्थेनॉनही त्यातलंच.

थोडा वेळ मला तशीच बसून देऊन मॅडम म्हणाल्या, ''मी इतक्या वेळा इथं येते पण माझीदेखील अशीच अवस्था होते दर वेळी. या पार्थेनॉनची मोहिनी काही और आहे अं. कां माहीत आहे? पेरिक्लीजच्या या वास्तुसंकुलातलं हे सर्वांत सुंदर देऊळ. उभं करताना त्यानं आणि त्याच्या कलावंतांनी विलक्षण बारकावा साधला आहे. अपरिमित कष्ट घेतले आहेत. त्यामधूनच सगळ्या जगाला ललामभूत ठरणारी अशी अद्‌भुत कलाकृती निर्माण होते.

''हिची सगळी सुंदरता तिच्या अतुलनीय प्रमाणबद्धतेत आहे. कशी ती तुला सांगते. ही अशी समोर येऊन उभी राहा. हिची लांबी दोनशे अठ्ठावीस फूट, रुंदी एकशे एक फूट आहे. दरेक खांबाची उंची चौतीस फूट. लांबीचं रुंदीशी आणि रुंदीचं उंचीशी ही सगळी प्रमाणं ९:४ या 'क्लासिकल रेशोत' येतात. तेच प्रमाण दोन खांबांच्या अंतरामधे आणि खांबांच्या

व्यासामधे आहे. बरं, समोरचे आठ खांब तुला अगदी सरळ दिसतात ना? ते एकमेकांना पूर्ण समांतर आहेत ना?''

''हो.'' मी नीट पाहून सांगितलं.

''तर ते तसे नाहीत अं. हा तुझा दृष्टीभ्रम आहे.'' त्या खुदकन हसून म्हणाल्या.

''म्हणजे?'' मी गोंधळून विचारलं.

''टेकडीवरची ही सर्वांत उंच जागा. तिचं जोतंही चांगलंच उंच आहे. कोणतीही मोठी इमारत बांधायची म्हटलं की ती जसजशी उंच किंवा रुंद व्हायला लागते तसतशी ती डोळ्यांना वेगळी दिसायला लागते. हे खांब आणखी तिप्पट वर वाढवले तर 'पार्थेनॉन'चा 'पिरॅमिड्' होईल. त्यामुळे ही इमारत अगदी सरळ खांबांची बांधली असती तर खांब आत कललेले वाटून ती बेढब दिसली असती. म्हणून ते मधोमध किंचित फुगीर करून टोकांशी प्रमाणबद्ध लहान केलेले आहेत नि योग्य तितके बाहेर कलवलेले आहेत. त्याच प्रमाणात हिच्या पायऱ्या आणि जोतंही मधे वर उचललेलं आहे. म्हणजे तिचा पाया आणि खांब हे दोन्ही किंचित बर्हिगोल केल्यामुळे अंतर्गोल दृष्टिभ्रमाला छेद जाऊन ती अत्यंत प्रमाणबद्ध आणि सरळ दिसते आहे.''

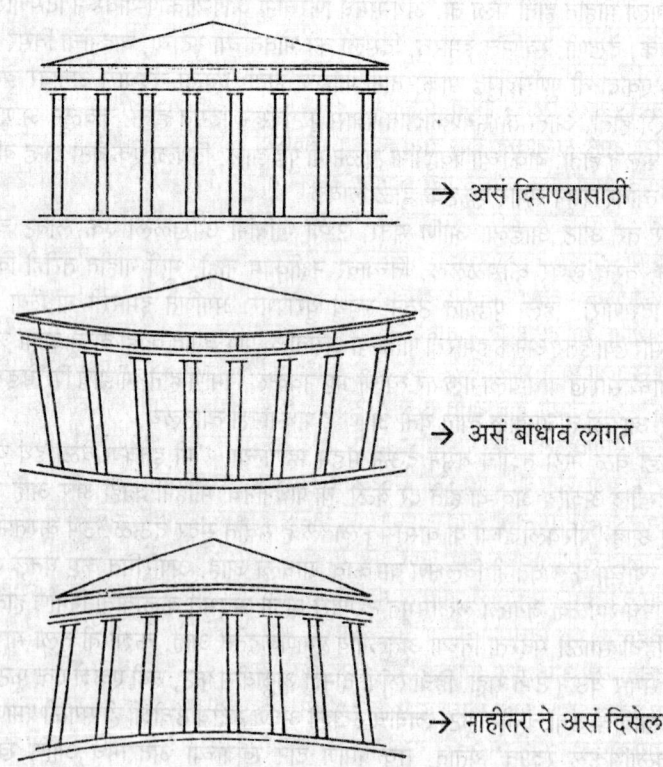

→ असं दिसण्यासाठी

→ असं बांधावं लागतं

→ नाहीतर ते असं दिसेल

मी थक्क होऊन ऐकत राहिले. पायथागोरसमुळे ग्रीकांची भूमिती फार उच्च दर्जाची आहे हे माहीत होतं तरी अडीच हजार वर्षांपूर्वी इतका बारकावा हुडकून काढून त्यानुरूप बांधणं अतर्क्य.

''आणखी एक गणिती विलास सांगते.'' त्या हसत म्हणाल्या, ''हे खांब फक्त घडवून, दगड एकावर एक रचून उभे केलेले आहेत. त्यांच्यात चुना वगैरे काही नाही. तरी त्यांची घडणावळ इतकी तंतोतंत की त्यांच्यामधे एक हजारांश मिलिमीटरचं अंतर असे. म्हणजे त्यांच्यामधला सांधा डोळ्यांना दिसत नसे की हातांना कळत नसे. एकाच अखंड दगडात अख्खा चौतीस फुटांचा खांब कोरल्यासारखा वाटे.''

मी खांबांकडे अधिक निरखून पाहतेसं बघून त्या पुढे म्हणाल्या, ''त्यांच्या आता दिसणाऱ्या भेगा भूकंपांनी, जमीन खचण्यानं किंवा स्फोटांनी पडलेल्या आहेत.''

''ॲक्रोपोलिसवरच्या सगळ्याच इमारती 'पेन्टेलिक' संगमरवरात बांधलेल्या आहेत.'' त्या सांगायला लागल्या, ''हा दगड बांधकामाला फार चांगला. कोरायला मऊ, पॉलीश केल्यावर अगदी गुळगुळीत होणारा आणि रंगवायला सोपा.''

''रंगवायला?'' संगमरवर काय कुठलाच दगड रंगवणं मला भावत नाही.

''पूर्वी मंदिरं रंगवायची प्रथा होती. अत्यंत कोमल छटांच्या रंगसंगतीनं फिदिआसनं हे मंदिर मनोरम करून सोडलं होतं. खांबांच्या माथ्यावर असलेली वळसेदार आयोनिक रचना तेवढी लाल-निळ्या किनारीनं ठळक केली होती. अशा बारकाव्यांमुळे ही वास्तू पूर्णत्वाला गेली. बाकीच्या देवळांचा नमुना बनली.''

दर्शनी आठ खांबांकडे बोट दाखवून त्या म्हणाल्या, ''या खांबांवरून, देवळाच्या चारी बाजूंनी एक सहा फुटी कोरीव पट्टी म्हणजे 'फ्रिझ' धावते. तिच्यावर भित्तिशिल्पं खोदलेली असतात. पूर्वेकडील वा पश्चिमेकडील फ्रिझच्या वर आणि छपराच्या खाली त्रिकोनी 'पेडिमेंट्स' आहेत. या छोट्याशा अवघड जागी शिल्पकलेचा अद्भुत आविष्कार झालेला होता. फिदिआसनं तिथं ॲक्रोपोलिसची पुराणकथा दाखवलेली होती.

''अथीना आणि पोसिदोन दोघांमधे अथेन्सच्या स्वामित्वाबद्दल झगडा चाललेला आहे. अथीना उजव्या हाती भाला सरसावते आहे. डाव्या हातानं ढाल उचललेली आहे. पोसिदोन मागे कलून, उजव्या हातानं तिचा वार चुकवत आहे. डाव्या हाती त्याचा त्रिशूळ आहे. अथीनाचा रागावलेला चेहेरा, अंगचा आवेश, वस्त्रांच्या चुण्या, पोसिदोनचं मागे झुकलेलं शरीर, मांड्या-पोटाचे स्नायू या सगळ्यांमधून गती सळसळते. बाजूला उधळलेल्या घोड्यामुळे तिला वेग येतो आहे. दोन्ही बाजू मिळून असलेल्या या चव्वेचाळीस पुतळ्यांमधे ग्रीक शिल्पकला पूर्णत्वाला पोहोचली असं समजलं जायचं अं.''

समोरचं पेडिमेंट मोडलेलं, मोकळं पडलेलं दिसत होतं, पण मॅडम बारकावा सांगण्याच्या ओघात होत्या. प्रश्न विचारुन तो मी तोडला नाही.

''देवळाच्या आत एक आडवी भिंत होती. तिनं त्याचे दोन भाग झाले होते. शंभर फूट लांबीचा पूर्वेचा आणि खजिन्याचा वीस फुटी पश्चिमेचा. इकडच्या मोठ्या भागात मधोमध सुटी देवी. सगळीकडून नीट निरखता यावी म्हणून तिच्या तिन्ही बाजूंना उंच खांबांची दुमजली

'अथीना पार्थेनॉस' किंवा 'अथीना पोलिस'

ओळ होती. वरच्या मजल्यावर जाण्यासाठी देवळाच्या भिंतीतून चोरजिना काढलेला होता. मंदिराला पुडांच्या चौकोनांनी जडवलेलं छत होतं. त्यांच्या मधोमध सोनेरी तारे. तिथून देवीला जवळून निरखता येई. त्या लोकशाही काळातही अगदी थोड्या लोकांना खालच्या गाभाऱ्यात जाण्याची परवानगी होती. इथले पुजारी मंदिराला फार जपायचे.''

'पार्थेनॉस'च्या म्हणजे 'कुमारीके'च्या रूपातली अथीना. तिला 'अथीना पोलिस' म्हणजे नगर-रक्षिका अथीना असंही म्हणत.

कोरीव बैठ्या चबुतऱ्यावर, जवळ जवळ छताला टेकणारी प्रसन्नवदना उभी देवी. हस्तिदंत आणि सोन्यात घडवलेली. मस्तकी तीन तुरेदार घोड्यांचा मुकुट. रेखीव हस्तदंती चेहेरा, हात नि पाय. रत्नजडित डोळे. अंगावर पायघोळ सुवर्ण-वस्त्र. छातीवर सर्पकेशा मेडूसा राक्षसीचं मस्तक-पदक. उजव्या हातात पंख मिटलेली नीकी. डाव्या हातातली ढाल जमिनीवर टेकलेली. ढालीच्या पोटात नगर-रक्षक सर्प.

प्राचीन ग्रीक सूर्यपूजक असल्यानं देऊळ पूर्वाभिमुख होतं. दाराच्या दोन बाजूंच्या खिडक्यांमधून सकाळी आलेला प्रकाश नेमका देवीवर पडायचा. तिला उजळवायचा. शिवाय पुढ्यातल्या तेलकुंडात सूर्यकिरण पडले की त्यांच्या कवडशात सोनसळी देवी भर उन्हात असल्यासारखी तळपे. तिन्ही बाजूंना सलग दुहेरी खांबांची मोकळी प्रभावळ. तिच्यातून प्रदक्षिणा घालून परतणारी नजर देवीच्या नितळ मुखावर पुन्हा स्थिर व्हावी. अं.''

स्वत:च रंगून जाऊन मॅडम इतक्या बारकाईनं वर्णन करत होत्या की ती तारक संजिवनी देवी माझ्या नज़रेसमोर साक्षात तरळायला लागली. गाभाऱ्याची मांडणी किती सुंदर आणि अचूक.

मॅडम बोलायच्या थांबल्या. जवळची बाटली काढून त्यांनी पाण्याचे दोन घोट घेतले आणि बाटली माझ्यापुढे केली. चढत्या उन्हात मीही घसा ओला केला. त्या इतकं छान बोलत होत्या, समजावून सांगत होत्या म्हणून मी अगदी वेगळ्या विषयाकडे संभाषण वळवलं.

''जगातली पहिली लोकशाही इथं जन्मली असं आपण मघा म्हणालात. कशी होती तेव्हाची पद्धत. नीट चालायची का?''

''लोकशाहीच्या नावाखाली आज जी गटबाजी वा भ्रष्टाचार चालतो त्यामुळे तुला अशी शंका येणं साहजिक आहे.'' त्या सांगू लागल्या. ''पण त्या वेळची लोकशाही वेगळी होती. एक तर ही छोटी छोटी नगरराज्यं. त्यांची लोकसंख्या कमी. पाच हजारांहून अधिक मोठं शहर असूच नये असं ॲरिस्टॉटल म्हणे. सर्वांनी एकमेकांना ओळखावं.

''सबंध ग्रीसला नियमित राजघराणं नव्हतं. मायसीनिअन राजे काही काळ होते. पण त्यांच्या अस्तानंतर जमीनदारशाही आली. तिच्यात होणारी लोकांची पिळवणूक असह्य होऊन माजलेल्या शेतकऱ्यांच्या बंडाळीमुळे तीही लयाला गेली. मग इसवी सनापूर्वी सहाशे वर्षं 'जनसामान्यांवर कुणाचंच राज्य नको. त्यांनी आपला कारभार आपणच बघावा' अशी कल्पना उदयाला आली.

''त्यासाठी दरवर्षी पाचशे लोकांची निवड व्हायची. ही निवड चिठ्ठ्या टाकून करत असल्यानं लाचलुचपत किंवा दडपण येण्याचा प्रश्न नसे. एका सभासदाला दोन खेपाच काम करता येई. त्यामुळे गटबाजी किंवा वैयक्तिक फायदा साधत नसे. ते सारखे बदलत असल्यानं बहुतेकांना कारभारात काम करण्याची संधी केव्हा ना केव्हा यायचीच. या पाचशेंवर दहा 'स्ट्राटेये' अधिकारी असत. पाचशेंनी केलेला निर्णय ते अमलात आणत. कुशल कार्यपद्धतीसाठी 'स्ट्रॅटेजी' हा इंग्लिश शब्द इथून आला.

''स्ट्राटेये बहुधा लष्करी जनरल असत. एवढा नावाजलेला पेरिक्लीज एक जनरलच होता. हाती अधिकार असले तरी स्ट्राटेये लोकमतानं चालत. त्यांनी आपलं काम नीट करावं म्हणून दर दहा दिवसांनी लोकांची सभा भरायची. त्या वेळी गुन्हेगारी, युद्धं, कचऱ्याची विल्हेवाट वगैरे प्रश्नांवर साधकबाधक चर्चा व्हायची. योग्य ते निर्णय घेतले जायचे.''

''या कामांसाठी दर दहा दिवसांनी पाचशे लोक जमत?'' मी विचारलं.

हाउझिंग सोसायटीच्या मासिक सभेला चारदोन टाळकी हजर असली तर नवल.

''त्यात कामचुकार नसत असं नव्हे अं. अशांसाठी आगोरामधे म्हणजे गावच्या

बाजारपेठेत सभेच्या दिवशी रंगवलेले लाल दोर घेऊन शिपाई जात आणि त्यांना त्यांत गोळा करून सभेला आणत. एखादा कुणी निसटलाच तर त्याला लागलेल्या रंगावरून तो सापडायचा.'' त्या हसत म्हणाल्या, ''इंग्लिशमधला 'टू रोप समबडी इन' हा वाक्प्रचार त्यावरून अस्तित्वात आला. अर्थात हातावरच्या पोटांच्या गरीबांना सारखं कामापासून दूर राहणं कसं परवडणार? तेव्हा त्यांच्यासाठी पेरिक्लीजनं सरकारी भत्ता सुरू केला. पेरिक्लीजच्या शब्दाला खूप मान होता. तो खंदा वक्ता म्हणून प्रसिद्ध होता. कामावरच्या ठाम निष्ठेनं तो लोकांची मनं वळवू शके.''

''कागदावर हे सगळं छान दिसतं. पण प्रत्यक्ष कारभार कसा चालायचा?'' मी विचारलं.

''बऱ्यापैकी चालत असावा. वीरमरण आलेल्या सैनिकांच्या अंत्यविधी वेळी स्मशानात केलेलं पेरिक्लीजचं एक भाषण फार प्रसिद्ध आहे– 'कुणाची नक्कल करून आम्ही आमचा कारभार चालवत नसून आमच्यावरून बाकीचे लोक बोध घेतात. त्याला आम्ही डेमॉक्रसी म्हणतो कारण तिच्यात अधिकाराचा उपयोग जास्तीत जास्त लोकांसाठी केला जातो, केवळ मूठभर श्रीमंतांसाठी नाही. अंगच्या गुणांप्रमाणे वर जाण्याची प्रत्येकाला शक्यता आहे, तो कुठल्या कुळात जन्मला किंवा त्याचे कुणाशी लागेबांधे आहेत यांवर नाही. काम करणाऱ्याला त्याचं दारिद्र्य आड येणार नाही...इच्छेप्रमाणे खाजगी आयुष्य घालवायला जसे आम्ही मोकळे आहोत तसेच इतरही आहेत. त्यांच्याकडे पाहून आम्ही नाकं मुरडणार नाही. सार्वजनिक जीवनात आम्ही कायदा पाळतो तो कायद्याविषयी आदर आणि भीती बाळगतो म्हणून...विशेषत: पददलितांविषयी असलेले अलिखित नियम आमच्यातली सज्जन माणसं कधीही मोडत नाहीत.

''आज सर्वसंमत वाटणारे हे विचार पंचवीसशे वर्षांपूर्वीचे आहेत हे ध्यानात घे अं. त्या वेळी जगात बहुतेक जागी झुंडशाहीचं राज्य होतं.

''अर्थात या कार्य पद्धतीवर टीकाटिप्पणी खूप झाली. त्याला 'निबुद्ध गर्दी'चा कारभार असंही संबोधलं जाई. कधी कधी त्यांच्या घोडचुकाही होत.

''एकदा लेझ्व्होसच्या लोकांनी उठाव केला तेव्हा भडकून जाऊन 'तिथल्या पुरुषांची सरसकट कत्तल करावी आणि बायकामुलांना गुलामगिरीत विकावं' असा ठराव अथेन्समधे करण्यात आला. थोड्या वेळानं भडकलेली माथी शांत झाली आणि तो मागे घेण्यात आला. पण तोवर त्याची अंमलबजावणी करणारं लढाऊ जहाज निघालंही होतं. तेव्हा दुसरं अधिक वेगवान जहाज त्याच्या पाठोपाठ पाठवून अनर्थ टाळला गेला.''

''बापरे!'' मी उद्गारले.

''कारभारात कुणा एकाचं पारडं जड व्हायला लागलं तर त्याला काढण्याची एक नामी युक्ती होती. सभासदांनी त्याच्याविरुद्ध मतदान करायचं. त्यात 'विजयी' झालेल्या उमेदवाराला दहा वर्षं अथेन्स सोडून जावं लागे. ज्या खापराच्या तुकड्यावर नाव कोरून मत देत त्याला 'ऑस्त्राकॉन' म्हणत. त्यावरून 'ऑस्ट्रसाइझ' म्हणजे 'बहिष्कार टाकणे' हा शब्द आला. प्रतिपक्षीयांचे खून पाडण्यापेक्षा हे बरं अं?'' हसत हसत त्या पुढे म्हणाल्या,

''एकदा एक गंमत झाली. न्यायी न्यायी म्हणून गाजलेल्या आरिस्तिदेस नावाच्या एका

सभासदावर ही पाळी आली. त्याच्या न्यायीपणाच्या डंक्याला कंटाळून एकानं त्याच्याविरुद्ध मत द्यायचं ठरवलं. आरिस्तिदेसला न ओळखून त्यानं हे खुद्द त्यालाच सुनावलं आणि स्वत: निरक्षर असल्यानं नाव लिहून देण्यासाठी खापराचा तुकडा पुढे केला. 'न्यायी' आरिस्तिदेसनं ब्रीदाला जागून आपलं नाव त्या तुकड्यावर लिहून दिलं. मतमोजणीत आरिस्तिदेस बहिष्कृत झाला...एका मतानं!''

मॅडम जोरानं हसल्या. मीही हसले.

''काही असो, ही पद्धत अथेन्सच्या सुवर्णयुगात शंभर वर्षं टिकली. पुढेही स्पार्टानं त्याला हरवलं तरी अथेन्सच्या लोकांनी लोकशाहीला दोष दिला नाही. ती त्यांच्या जीवनाचा भाग होऊन बसली होती. त्यांनी ती कधीच टाकली नाही.''

''या पद्धतीत बायकांचं स्थान कुठं असायचं?'' मी विचारलं.

''त्यांचं स्थान उंबऱ्याच्या आत. त्यांना घरात मत नसायचं तर सार्वजनिक कामात कुठून असणार? या 'लोक'शाहीत गुलाम आणि बायका यांची एकच स्थिती होती.''

पार्थेनॉनपुढच्या मैदानात उभं राहून आमची चर्चा चालली होती.

''चल, आपण याला एक चक्कर मारून येऊ या.'' मॅडम मला म्हणाल्या. ''हा मार्ग आता मोकळा दिसतोय. पण पूर्वी इथून पॅन-अथीनिअन मिरवणूक जायची. त्यामुळे तो सुशोभित केलेला होता. मोठाल्या पुतळ्यांची इतकी रेलचेल होती की त्या गर्दीत पार्थेनॉन चटकन दिसूच नये. सर्वांत मोठा पुतळा प्रोपिलेआच्या समोर या इथं होता. महाद्वारातून मिरवणूक आत आली की समोर दिसायचा. हा वीरवेषातल्या 'प्रोमाचोस अथीना'चा ब्राँझ पुतळा होता. चाळीस फूट उंच असल्यानं तिचं चमकणारं शिरस्त्राण समुद्रातल्या नौकांना दुरूनही दिसे. हा पुतळाही फिदिआसनंच बनवलेला होता.''

कमाल आहे या फिदिआसची. सोनं, हस्तिदंत, तांबं, संगमरवर... याला काही वर्ज्य नाही. शिल्पकलेबरोबर वास्तुकलेचंही सखोल ज्ञान. चित्रकलेतही तज्ज्ञ. धातुकामातही तरबेज. एवढा मोठा पुतळा घडवला कसा, ओतला कसा आणि उभारला कसा? त्याच्या प्रतिभेला हजारो वर्षांत तोड सापडलेली नाही.

''या पुतळ्याचं नशीब विचित्र अं.'' मॅडम सांगत होत्या, ''वर उचललेल्या उजव्या हातात भाला आणि डाव्या हातात ढाल अशी ती रणचंडिका अथीना. सम्राट थिओडोसिअसनं पाचव्या शतकात इथून उचलून तिला कॉन्स्टॅन्टिनोपलला नेलं. तिथं ती आठ शतकं होती. त्या अवधीत भाला हरवून ती उजव्या हातानं कुणाला तरी बोलावते आहे अशी दिसायला लागली. तेराव्या शतकात कॉन्स्टॅन्टिनोपलवर ख्रिश्चन क्रुसेडर्सनी हल्ला करून शहराची धूळधाण केली. या नाशाला अथीना कारणीभूत आहे, तिनं क्रुसेडर्सना हाताच्या इशाऱ्यानं बोलावून घेतलं असं वाटून नागरिकांनी तिचे तुकडे तुकडे केले. वेडगळ समजुतीनं कलेचा एक महान आविष्कार नष्ट झाला बघ.''

पार्थेनॉनला उजवी घालून पुढे जात होतो. मोडक्या बाह्यरूपाखेरीज त्याचं काही उरलं नव्हतं. केवळ खांबांचा सांगाडा.

''ही स्थिती अडीच हजार वर्षांच्या काळानं केली?'' मी त्याच्याकडे पाहत विचारलं.

''काळानं थोडीफार पण मानवानं फारच दुर्दशा केली त्याची. परकीयांनी केलेली हेळसांड, मोडतोड, चोऱ्या सगळंच त्यात आलं.'' मॅडम विषादानं म्हणाल्या, ''बांधल्यानंतर एक हजार वर्षं पार्थेनॉन उत्तम स्थितीत होतं. मॅसेडोनियानं अथेन्स जिंकलं आणि अलेक्झांडरनं याची देखभाल केली. नंतर रोमन इथं येऊन पोहोचले. त्यांनीही त्याचा मान राखला. पण पुढे रोमन सम्राट क्रिश्चन झाले. त्यांना मूर्तीपूजा अमान्य. मग सगळंच बदललं. सम्राट जस्टीनिअननं पार्थेनॉस अथीनाचा आतला पुतळा इथून हलवून कॉन्स्टॅन्टिनोपललाच नेला. तिथं तो 'गहाळ' झाला.

''मग तुर्की अंमल आला. सतराव्या शतकात तुर्कांनी मंदिराची मशीद बनवली. त्याच्यावर एक मिनार चढवला. मागच्या खजिन्याचं दारूचं कोठार झालं. समोरच्या या एरेक्थिऑनचा झनानखाना बनला. त्याच्यावर सोनेरी चाँद झळकू लागले. हे जरी टिकलं असतं तरी विचित्र सजवलेलं पण अखंड राहिलेलं देवालय आज आपल्याला दिसलं असतं. अशी चित्रं फक्त जुन्या पुस्तकांतून उरली.

१६८४मधे व्हेनिसचा घाला तुर्कांवर आला. त्याच वेळी तुर्कांनी बाहेरच्या दाराजवळचं अथीना-नीकी देऊळ पाडून तिथं तोफखाना चढवला. पण त्याचा फायदा झाला नाही. व्हेनिस नौसेनेचा एक तोफगोळा नेमका पार्थेनॉनवर आदळला. दारूच्या कोठाराचा प्रचंड स्फोट झाला. त्यात त्याचं छप्पर उडालं, भिंती पडल्या. शिल्पं कोसळली. त्या वेळी पार्थेनॉनला लागलेली आग अखंड दोन दिवस आणि दोन रात्री जळत होती. शुभ्र पेन्टेलिक संगमरवर तिच्यात होरपळून निघाला. वास्तुज्ञांना मोह घालणारा हा फिका केशरी रंग खांबांना त्यामुळे आला. सगळ्या विनाशातून झालेला हा एकमात्र कलात्मक लाभ अं.''

हे म्हणजे काळ्या ढगाची रुपेरी कड शोधणं.

''मग आम्हांला फ्रेंचांनी आणि ब्रिटिशांनी लुटलं. विशेषत: ब्रिटिशांनी. तुला लॉर्ड एल्गिन माहीत आहे?'' मॅडमनी मला विचारलं.

हे सद्गृहस्थ मला चांगलेच माहीत आहेत. लंडनमधल्या ब्रिटिश म्यूझिअमचा ग्रीक विभाग मी अनेकदा पाहिला आहे. तो यांच्यामुळे सजलाय. परदेशातली सर्वाधिक ग्रीक शिल्पं तिथं एकवटल्यानं तो जगप्रसिद्ध आहे.

''अठराव्या शतकात इजिप्तचा राजदूत असताना एल्गिननं तुर्की पाशाची 'परवानगी' काढली, पराती बांधल्या आणि पार्थेनॉनवरची शिल्पं राजरोस खांदून काढून लंडनला रवाना केली. पेडिमेंटवरचे बहुतेक पुतळे आणि देवळाभोवतीच्या फ्रिझमधली अर्ध्यांहून अधिक शिल्पं आणि या एरेक्थॉनची एक आधार पुतळी त्यानं पळवली. तुर्कांना त्याचं सोयर ना सुतक. ते स्वत: पार्थेनॉनला दगडाच्या खाणीगत वापरत होते.''

'हवापाण्यानं किंवा हयगयीनं खराब होऊ नयेत म्हणून ही शिल्पं आपण सुरक्षित ठेवतो आहोत' या एल्गिनच्या म्हणण्यावर तेव्हाही टीका झाली आणि आजही होते.

''ती शिल्पं त्यानं ब्रिटिश म्यूझिअमला पस्तीस हजार पौंडांना विकली. आता 'एल्गिन मार्बल्स' नावानं ती ओळखली जातात.'' मी म्हणाले, ''तिथं त्यांचा इतिहास लिहून ठेवलेला आहे.''

''तरी पण चोरी ती चोरीच.'' मॅडम उसळून म्हणाल्या, ''कायदेशीर रीत्या कदाचित असेल पण नैतिकदृष्ट्या तुमचा मुळीच अधिकार नाही. आमच्या सरकारनं किती वेळा ती परत देण्याबद्दल अर्ज-विनंत्या केल्या. आमची मेलिना मर्कुरी लंडनला प्रत्यक्ष जाऊन आली, पण काय फायदा झाला? तुम्ही काही ती परत केली नाहीत अं?''

इंग्रजांनी खायचे जोडे मला खावे लागत होते.

''मला पण तुमच्यासारखंच वाटतं.'' मी गडबडीनं म्हणाले, ''गेल्या ऑलिम्पिक्सच्या मुहूर्तावर त्यांनी एल्गिन मार्बल्स परत केले असते तर दोन्ही बाजूंचा मान राहिला असता.''

तसं केलं असतं तर बाकीच्या जगानं आपापल्या वस्तू इंग्रजांकडे परत मागितल्या असत्या. मग बिच्चारं ब्रिटिश म्यूझिअम रिकामं पडलं असतं ना!

फिरत फिरत आम्ही पश्चिमभागी आलो होतो. भोवती सगळीकडे कोसळलेल्या दगडांचा खच पडलेला. पार्थेनॉनवर खूप कामगार काम करत होते. उंच पाऱ्या लावलेल्या होत्या. यंत्रं घरघरत होती.

''आता पार्थेनॉनवर घाला आला आहे तो प्रदूषणाचा. हवेतलं गंधक संगमरवर खाऊन टाकतंय. ते आहे त्या स्थितीत राखण्याचा आमचा कसून प्रयत्न चालला आहे.''

मघापासून माझं लक्ष सहा युवतींच्या माथ्यावर उभ्या असलेल्या एरेक्थॉनकडे वळत होतं. मॅडम आता तिकडे वळलेल्या पाहून बरं वाटलं.

संगमरवराच्या एका उंच चौकोनी ओट्यावर सहा युवतींचे पुतळे होते. आठ फूट उंचीचे तरी असतील. त्यांच्यावर जडशीळ छप्पर. एकेका मूर्तीचे हात तुटलेले आणि चेहेरा झिजलेला असला तरी अंगावरची झुळझुळती तलम वस्त्रं, त्यातून पुसटसे दिसणारे उभार स्तन, सैलावल्या अंगानं किंचित पुढे टाकलेल्या पायाची सुघड मांडी नि पोटरी देखणी दिसत होती. डोक्यावर पेलत असलेल्या भाराचा तिथं लवलेश नव्हता. उत्तम, उत्तम शिल्पाकृती. पार्थेनॉनइतकीच जगद्विख्यात. समोरच्या पार्थेनॉनच्या साधेपणामुळे त्यांची कमनीयता आणखी उठून दिसत होती.

''पेरिक्लीजनं उभी केलेली ही एक अजब इमारत आहे.'' तिच्याजवळ गेल्यावर मॅडम म्हणाल्या, ''बांधणं सोपं नव्हतं अं. कड्यालगतची उंचसखल जागा. बांधकामात अनेक पातळ्या सामावून घ्याव्या लागल्या. बहुतेक प्राचीन इमारती दोन्ही बाजूंनी सारख्या असतात. ही तशी बांधणं शक्य नव्हतं. तरीही तिच्यात किती समतोल साधला गेला आहे तो बघ.

''या बाजूच्या या सौधासारख्या चौकोनी दालनाचे खांब नेहमीसारखे साधे न करता या सहा युवतींच्या रूपात केले आहेत. त्यांची एक खुबी सांगते. पुतळे युवतींचे असले तरी खांबच ते. छताचा भार खाली जमिनीत पोहोचवायला हवा. पण नाजूक मानेला तो कसा सहन होणार? त्यासाठी त्यांच्या मानेवर भरदार केशरचना केलेली आहे. एक पाय पुढे टाकण्यामागेही वजन विभाजनाची युक्ती आहे. पुतळ्यांच्या सौंदर्याला बाध न आणता चतुर वास्तुज्ञानं कशी लपवेगिरी केली आहे अं. किती मनमोहक आहेत बघ ते. मागच्या या साध्या, लांबलचक भिंतीमुळेही त्यांचं सौंदर्य दुणावतं. पार्थेनॉन मोठं असलं, महत्त्वाचं असलं तरी ते राज्याची शक्ती आणि प्रतिष्ठा मिरवायचं स्थान होतं. धार्मिक कार्यासाठी हे देऊळ वापरलं

जाई. इथं अथीना आणि पोसिदोन या दोन्ही देवतांची पूजा व्हायची.''

''अरेच्चा! ते दोघे तर युद्धाला सरसावलेले.'' मी म्हणाले.

मॅडम हसल्या. ''अगं, ती सगळी माणसांची प्रतीकं. अथेन्स हे खूप प्राचीन बंदर. मघा मी सांगितलं तसा इथल्या धनिकांना सागरदेव हवा होता. पण अथेन्स हे विचारवंतांचं आगर होतं. पैशापेक्षा ते शांतीला महत्त्व देत. अथीनानं शांतीचं प्रतीक असलेला ऑलिव्ह-वृक्ष लावला. ती नगर-रक्षक झाली.''

''पण ती तर युद्धाची देवी.'' मी म्हणाले.

''हो. युद्धाचीही आणि जिच्याकरता युद्ध करायची त्या शांतीचीही. लष्करी बळावरच शांततेचं रक्षण होतं अं?'' त्या उत्तरल्या.

मला आपल्या गोव्याची शांतादुर्गा आठवली. शांत आणि संतप्त अशा दोन्ही रूपांत आपण ती आदिशक्ती पाहतोच ना?

''इथल्या अथीनाला दरवर्षी 'पेप्लॉस' म्हणजे वस्त्र चढवण्याचा मोठा उत्सव असायचा. हे वस्त्र कुमारिका विणत. त्याचं नाजूक पोत दाखवण्यासाठी ते आधी या लांब भिंतीपुढे लावण्यात येई. पॅन-अथीनिअन उत्सवातला तो सर्वांत मोठा आणि पहिला सोहळा असायचा. या एका सार्वजनिक उत्सवात स्त्रियांचा मोठा सहभाग असे. वाद्यांच्या गजरात मिरवणूक ॲक्रोपोलिसवर यायची आणि पूजा झाली की स्पर्धा सुरू व्हायच्या.''

''या उभ्या युवती कुणाचं प्रतीक होत्या?'' मी विचारलं.

''त्याबद्दल दुमत आहे. या युवतींना 'कारियातिद' म्हणतात. कारिया नावाचा प्राचीन ग्रीसचा भाग होता. पर्शियन युद्धाच्या वेळी त्याचे नागरिक शत्रुपक्षाला जाऊन मिळाले. त्या देशद्रोहाची शिक्षा म्हणून त्यांच्या बायकांना गुलाम करून इथं डांबून ठेवलं असं काही जण म्हणतात. त्यांना हे अवजड ओझं कायमचं मस्तकी वागवायला लागणार आहे. त्याउलट, उत्सवात भाग घेणाऱ्या या कुमारिका आहेत असंही म्हणतात. त्यांच्या डोक्यावर असलेले सुगंधी कुंभ, सैलावलेली शरीरं आणि तृप्त मुद्रा पाहिल्या की मलाही तसंच वाटतं.

''एक सांगते, या सहाजणींपैकी कुणीही अस्सल नाही. मूळच्या मूर्तींमधली एक फ्रान्समधे हरवली, एक एल्गिननं पळवली. ती ब्रिटिश म्यूझिअममधे नांदते आहे आणि उरलेल्या चौघी जणी इथल्या म्यूझिअममधे ठेवलेल्या आहेत. पण या प्रतिकृतीसुद्धा अगदी हुबेहूब आहेत. सांगितलं नाही तर कळणारसुद्धा नाहीत.

''क्रिश्चन राजवटीत एरेक्थॉनचं चर्च झालं आणि तुर्कांनी त्याचा झनाना केला ते मी मघाशी सांगितलंच. आता त्याला कसलंच धार्मिक स्थान नाही.''

उजवीकडून खाली उतरून आम्ही एरेक्थॉनच्या पुढच्या म्हणजे कड्याच्या बाजूला जायला निघालो. अथीनाचं ऑलिव्हचं झाड या भिंतीशी आहे. फारसं जुनं दिसत नव्हतं. मी तसं म्हटल्यावर मॅडम म्हणाल्या, ''अगं, ते कसलं जुनं? ते गेल्या शतकात अमेरिकनांनी लावलंय.''

तिथल्या जोत्यावर खोल वाकड्या खुणा दिसत होत्या. त्या दाखवून मॅडम हसत म्हणाल्या, ''अथीना-पोसिदोन यांची लढत जुंपलेली थांबेना. तेव्हा त्या दोघांना अलग

करण्यासाठी झ्यूसनं आपलं वज्र फेकून मारलं. त्याच्या आघाताच्या या खुणा आहेत असं मानतात.''

कथा, दंतकथा, लोककथा सांगण्यात कशाचीही उणीव राहू नये म्हणून मॅडम किती काळजी घेत होत्या. अशी मार्गदर्शिका मिळणं खरोखरी देवदुर्लभ.

पुढून ते तीन पातळ्यांवर बांधलेलं, उंच खांबांचं मोकळं चौकोनी देऊळ दिसत होतं. त्याचा हा वेगळा आकार आयोनिक शैलीत सर्वांत सुंदर समजला जातो. आतला गाभारा दुभागलेला. एकीकडे पोसिदोनची पूजा व्हायची. दुसरीकडे अथीना पोलिआसची. तिच्या लाकडी मूर्तीला पेप्लॉस नेसवण्यात येई. ''म्हणजे या ॲक्रोपोलिसच्या परिसरात चार अथीना होत्या?'' मी नवलानं विचारलं.

''हो. मूर्ती चार पण त्यांना पाच नावं!'' मॅडम हसत मोजायला लागल्या, ''अथीना नीकी, पार्थेनॉस, पोलिस, प्रोमाचोस आणि पोलिआस.''

''बापरे.'' मी उद्‌गारले.

''अगं, प्रत्येकीचं कार्य वेगळं, अं!''

''आता शेवटच्या ठिकाणाला भेट देऊ या. ते म्हणजे इथलं म्यूझिअम.'' एरेक्थिऑनच्या पाठीमागे डावीकडे वळत मॅडम म्हणाल्या. ''छोटंसं आहे पण फार महत्त्वाचं. ॲक्रोपोलिसवर सापडलेल्या बहुतेक सगळ्या वस्तू इथं ठेवलेल्या आहेत. सध्याच्या इमारती अडीच हजार वर्षांच्या. त्याच्या आधीही इथं जुनं मंदिर होतं. पर्शियनानी ते पाडलं. त्याची काही शिल्पं खोदकाम करताना सापडलेली आहेत. ती तुला तिथं दिसतील.''

पहिल्या दालनात पोहोचल्यावर त्या म्हणाल्या, ''हा त्या पहिल्या देवळाच्या पेडिमेंटचा काही भाग. यात हेराक्लीजची पुराणकथा आहे. झ्यूसचा हा महाकाय पण महासंतापी पुत्र. एकदा रागाच्या भरात त्यानं आपल्या बायको-मुलांना ठार मारलं. त्याचं प्रायश्चित्त म्हणून याला बारा अचाट कामं सांगण्यात आली. त्यातलं एक होतं हायड्रा म्हणजे डोक्याऐवजी नागाच्या फण्या असलेल्या राक्षसाला मारणं. ते इथं दाखवलं आहे.

''बैल खाणारी सिंहीण आमच्या पुष्कळ शिल्पांत दाखवलेली असते. या बैलाच्या मरणकळा किती हुबेहूब आहेत पाहा.

''पुढच्या दालनात इथं या कोरा युवती आहेत. पर्शियन युद्धाच्या वेळी त्यांना जमिनीत पुरलं होतं. त्या अलीकडे सापडल्या. यांच्यावर इजिप्शिअन शिल्पांचा प्रभाव आहे.''

''देल्फीला असेच कुमारांचे पुतळे आहेत. त्यांना कोरुस म्हणतात ना?'' मी हुशारी दाखवली. दोन दिवसांपूर्वीच देल्फी केली होती हे काही बोलले नाही.

''अरे वा:! बरोबर आठवलं तुला.'' कौतुकाच्या नजरेनं माझ्याकडे बघत त्या उद्‌गारल्या. ''इजिप्तहून मूळ कला उचलली असली तरी आम्ही नंतर त्यात खूपच सुधारणा केली. नंतर घडवलेल्या या युवतींची अंग ताठलेली आणि जिवणी गोठलेली नाही. त्यांच्या सर्वांगात नैसर्गिकता आहे. शिल्पकलेच्या सौंदर्यात हे पुढचं पाऊल होतं. सव्वीसशे वर्षांपूर्वी घडवलेला, खांद्यांवर बळीचा गोऱ्हा घेऊन चाललेला हा युवक बघ. आवडतं वासरू बळी द्यायची असहाय्य कालवाकालव आणि देवभक्तीची अगतिकता यांचं सुंदर मिश्रण त्याच्या

मुखांवर आहे अं!

''आणि इकडे हे तुझ्या एल्गिनच्या तावडीतून सुटलेल्या फ्रीझचे काही तुकडे.''

त्या डाकूशी काही एक संबंध नसताना मॅडमनी तो मला डकवून टाकला होता.

''त्यानं हे बरे मागे ठेवले?'' मी विचारलं.

''मागे ठेवले नाहीत, मागे राहिले. व्हेनिसनं लावलेल्या आगडोंबात पडझड झाली. त्यांतले हे तुकडे जमिनीत गाडले गेले म्हणून एल्गिनच्या आधाशी नजरेतून सुटले. उत्खननात मागाहून सापडले. त्यांच्यावरचं नक्षीकाम किती सुंदर आहे ते तुला आता जवळून दिसेल. माणसं, कपडे, घोडे, शस्त्रं किती सुरेख नि प्रमाणबद्ध कोरलेली आहेत अं! पाहून अचंबा वाटतो. या शिल्पांनी ग्रीसची कीर्ती दिगंत नेली. युरोप अंकित केला. सोळाव्या शतकात युरोपमधे घडलेल्या 'र्‍हनेसॉन्स'ला म्हणजे कलांच्या पुनर्जन्माला हातभार लावला. असंख्य कलाकारांना स्फूर्ती दिली. सुप्रसिद्ध इटालिअन शिल्पकार मायकेल अँजेलो या शिल्पांना आपले गुरू मानायचा.

''पूर्वी पौराणिक देवांच्या किंवा शूर देवपुत्रांच्या कथाच शिल्पांतून कोरायच्या असा परिपाठ असे. पण इथं बघ, पॅन-अथीनिक जत्रेतले प्रसंग रंगवलेले आहेत. साधे स्त्रीपुरूष आनंदानं गाता-नाचताना दाखवलेले आहेत. पार्थेनॉनसारख्या महत्त्वाच्या देवळावर मर्त्य-मानवांचं असं चित्रण करणं किती धाडसाचं. त्यावरून पेरिक्लीजची आणि अथेन्सच्या नगरवासीयांची सामाजिक अस्मिता किती वर गेली होती याचा तुला अंदाज येईल.''

प्राचीन ग्रीसचा मला पौराणिक, धार्मिक, आर्थिक, सामाजिक अशा सर्व कोनांमधून परिचय व्हावा म्हणून मॅडम किती प्रयत्न करताहेत याचा पुन्हा एकदा प्रत्यय येऊन मी भारावले.

''शेवटी पाहायच्या इथल्या या अस्सल कारियातिद.''

बाहेर पडायच्या वाटेवर उजवीकडे काचेच्या कपाटात त्या ठेवलेल्या होत्या. मॅडमच्या समाधानासाठी पाहिल्या पण खरोखरच त्यांच्यात आणि बाहेरच्या नकली पुतळ्यांमधे मला काही फरक दिसला नाही.

एक वाजून गेला होता. तहानभूक विसरून गेले चारपाच तास आम्ही दोघी बघण्यात गुंगून गेलो होतो. आता पोटाची शुद्धं आली. मी मॅडमना 'जेवायला चला' म्हणाले आणि कुठं जाऊ या तेही विचारलं.

''इथं आसपास खूप उपाहारगृहं आहेत. पण ती खूप वेळ खातील. त्यापेक्षा आपण आगोराच्या दिशेनं जाऊ या. तिथल्या कॅफेमधे आपल्याला काहीतरी मिळेल अं.'' मॅडम म्हणाल्या.

खाली उतरण्यासाठी आम्ही प्रोपिलेआकडे प्रवेशद्वारी गेलो. त्या भव्य इमारतीच्या वैभवी दर्शनानं पुन्हा एकदा आनंदले. वाटलं, पॅन-अथीनिअन मिरवणुकीचं ॲक्रोपोलिसवर स्वागत करायला किती योग्य वास्तू आहे ही. तिच्या भरदार पार्श्वभूमीवर ती भरगच्च मिरवणूक नक्कीच उठून दिसत असणार. दारातून बाहेर पडताना पुन्हा एकदा समोर पसरलेलं अथेन्स

मनावर उमटून गेलं. आता उन्हं बदलली होती. उलट दिशेनं येत होतं. पण सावल्यांच्या रांगोळ्या घालू पाहणारं नगर तितकंच मनोहर दिसलं.

देल्फीला जाऊन पोहोचणारा उजव्या बाजूचा यात्रा मार्ग घेऊन आम्ही टेकडी उतरायला सुरुवात केली. पायवाटच, पण चांगली मोटार जाईलशी रुंद. अर्ध्या वाटेवर पायातळचा आगोरा दिसायला लागला. इथला हा बाजारही अॅक्रोपोलिससारखा इसवी सनापूर्वी तीन हजार वर्षं इथं वसला होता. हे अथेन्सचं काळीज. तसंच अहोरात्र स्पंदन करणारं. आर्थिक उलाढालींबरोबर इथं राजकीय, धार्मिक आणि सामाजिक गोष्टी घडायच्या. त्यांच्या इमारतींचे सरमिसळ अवशेष चौफेर दूरपर्यंत पसरलेले दिसत होते.

''तुर्की पाशांनी या जागेवर वसाहत बांधली होती'' मॅडम सांगायला लागल्या, ''पावणे दोनशे वर्षांपूर्वी त्यांची सत्ता गेल्यावर आमच्या पुरातत्त्वखात्यानं ती उखडून काढून तिथं उत्खनन केलं.''

''बापरे, केवढा मोठा विस्तार आहे त्याचा.''

''तो दिसतोय त्याहूनही खूप मोठा आहे. संशोधकांना प्लाका, मोनेस्तेराकी, सिन्तागमापासून जुन्या ऑलिम्पिक स्टेडिअमपर्यंत सगळं उकरायचं होतं. ते अर्थातच शक्य नव्हतं. या भागाचं संशोधनही अजून पुरं झालेलं नाही. लोक काम करताहेत.

''आपण चालतो आहोत तो रस्ता कुठं खडबडीत आहे तर कुठं नीट बांधलेला आहे. खडबडीत भाग आहे पुरातन ग्रीक आणि गुळगुळीत रोमन. रोमन्स फार चांगली बांधकामं करायचे. डावीकडे ग्रीक आगोरा आणि उजवीकडे रोमन आगोरा. रोमनांनी ग्रीकांच्या पुष्कळशा प्रथा चांगल्या म्हणून स्वीकारल्या.''

किलोमीटरभर चालत जाऊन एक कॅफे गाठलं. दोन सुवलाकी आणि एक कॉफी मागवून मॅडम पुन्हा बोलायला लागल्या.

''आगोरा ही प्राचीन ग्रीक विश्वातली सर्वांत महत्त्वाची जागा होती. रोजच्या उलाढालीबरोबर तिथं खास ग्रीक अशी बौद्धिक उलाढाल होत असे. इथं ग्रीक तत्त्वज्ञानाचा जन्म झाला.''

जगातल्या बहुतेक जुन्या संस्कृतींमधे तत्त्वज्ञान आश्रमांत, मठांमधे किंवा रानात जन्मलं. धर्माच्या आश्रयानं जगलं. मोठं झालं. धर्माच्या सीमांमधेच घोटाळत राहिलं. इथं त्यानं थेट बाजारपेठ पकडली होती याचं मला नवल वाटलं. त्याबद्दल थोडं विस्तारानं सांगायची विनंती करून ग्रीक तत्त्वज्ञानासारखा गहन विषय सोपा होऊन सामोरा येत होता. मी कान देऊन ऐकायला लागले.

''इजिप्त आणि मेसोपोटेमिअन संस्कृतीत असे विचार ग्रीकांच्याही आधी सुरू झाले होते.'' त्या पुढे म्हणाल्या, ''पण ग्रीकांनी त्यांत मोलाची भर घातली. त्यांच्यामधून आजचं युरोपिअन तत्त्वज्ञान उगम पावलं. प्राचीन ग्रीक तत्त्ववेत्त्यांनी उच्चारलेले शब्द आजही तितकेच लागू पडतात. कलेच्या दालनात प्राचीन ग्रीकांनी केलेली प्रगती सगळ्यांना माहीत आहे पण ही शुद्ध बौद्धिक घोडदौड त्याहूनही महत्त्वाची आहे अं.

''इथल्या विचारवंतांना जगाचा उगम आणि निसर्ग-नियम याचं कायमच कुतूहल वाटत

होतं. ते शमवण्यासाठी, पुरातन धार्मिक विचारांच्या घट्ट बेड्या त्यांनी प्रथम तोडल्या. देव, भुतंखेतं यांच्यावर बेतलेली, न पटणारी पुराणातली स्पष्टीकरणं त्यांनी धुडकावून लावली आणि स्वतंत्र बुद्धीनं विचार करायला सुरुवात केली. ही फारकत झाल्यानंतरच आज ज्याला 'शास्त्र' म्हणतात त्याच्या दिशेनं माणसांची पावलं पडायला लागली. अथेन्स हे त्या शास्त्रांचं केंद्र बनलं.''

''हे केव्हा घडलं?'' मी पृच्छा केली.

''इसवी सनापूर्वी सात शतकं. सत्याचा हा शोध सॉक्रेटिसच्या आधी दोनशे वर्षं चालू झाला होता. सगळ्या प्रश्नांची उत्तरं मिळण्यासाठी केवळ शास्त्रीय प्रयोग किंवा नुसती माहिती पुरेशी नव्हती. भूमितीतला आमचा पायथागोरास मोठा गणिती म्हणून शाळकरी पोरांपासून सर्वांना माहीत आहे. पण तो मोठा संशोधक-तत्त्वज्ञही होता. 'रोजच्या जीवनात तत्त्वज्ञानाची गरज असते आणि तत्त्वज्ञच उत्तम राज्यकर्ते होऊ शकतात' हे त्यानं लोकांपुढे मांडलं. विचारांना शास्त्रीय आणि तात्त्विक बैठक घालून दिली.

''सॉक्रेटिस हा करकरीत बुद्धिवादी आणि लोकप्रिय तत्त्वज्ञ. ज्ञानाचं ओझं न बाळगता तो साध्या लोकांत मिसळायचा. बरं काय नि वाईट काय असे साधे नीति-प्रश्न विचारत राहायचा. त्याचं सगळं आयुष्य या आगोरात बसून अशा चर्चा करण्यात गेलं. वादविवाद करणारा लहानथोरांचा घोळका सतत त्याच्या जवळ असे. त्यानं एकही पुस्तक लिहिलं नाही. पण कठीण तत्त्वं समजतीलशी उकलून सांगितली. चालू धार्मिक समजुतींबद्दल, राजकारणाबद्दल डोळस प्रश्न विचारायला, त्यांचे जाब मागायला शिकवलं. म्हणूनच तरुणांना चिथावण्याच्या आरोपावरून त्याला अखेरीस विष देऊन ठार मारण्यात आलं.

''त्याचा शिष्य प्लेटो यानं पुस्तकं लिहून त्याचे विचार अमर केले आणि आपल्यापर्यंत पोहोचवले. त्यानं अकादमी स्थापन करून शिकवलं. ती अकादमी पुढे नऊशे वर्षं चालली.''

तिची आधुनिक इमारत मी अथेन्सला आल्याच्या पहिल्या दिवशी पाहिल्याचं मला आठवलं.

'''विश्व हे विशुद्ध तत्त्वाची पुसट छाया आहे. नीट विचार केल्यावर त्याचा उमज पडतो' असं प्लेटो म्हणे. 'आयडियालिझम' या नावानं प्रसिद्ध असलेली ही विचारधारा त्यानं संवादरूपात मांडली. त्यात मुख्य वक्ता सॉक्रेटिसच असे. प्लेटोचा शिष्य ॲरिस्टॉटल. गोष्टी कशा असाव्यात हे सांगण्याकडे प्लेटो गुंतलेला असताना त्या कशा आहेत याचं विवेचन ॲरिस्टॉटल करी. या तिघांच्या महान गुरुशिष्यपरंपरेनं आमच्या तत्त्वज्ञानाचा पाया घट्ट केला. प्राचीन तत्त्वज्ञांपैकी ॲरिस्टॉटल सर्वांत व्यवहारी होता. अलेक्झांडर हा त्याचा विख्यात शिष्य.''

हे मी वाचलं होतं. पण गुरूचा त्याच्या या जगद्विख्यात शिष्याच्या पुढच्या आयुष्यावर कितपत प्रभाव पडला होता कोण जाणे.

''ॲरिस्टॉटलचा समकालीन डायोजेनिस. सगळ्या गरजा कमी करून, निसर्गाच्या जास्तीत जास्त जवळ जाऊन जगणाऱ्या या विचारवंताच्या पंथाला 'सिनिक' म्हणतात.

त्याच्या विचित्रपणाच्या खूप गोष्टी प्रचलित आहेत. तो म्हणे लाकडी पिंपात राहायचा. एकदा अलेक्झांडर त्याच्या भेटीला गेला. जगज्जेत्यानं डायोजेनिसला 'तुला काय हवं ते माग. मी देतो.' असं म्हटल्यावर 'तू जरा बाजूला सरक. तुझी सावली माझ्यावर पडते आहे. माझं ऊन अडतं आहे. ते तर तू मला देऊ शकत नाहीस?' असं रोखठोक उत्तर देऊन गप्प केल्याची आख्यायिका तू ऐकलीच असशील अं?''

माझ्या एका निरीच्छ, वरिष्ठ मित्रवर्यांनी ही कथा मला कित्येकदा ऐकवलेली आहे.

''एपिक्यूरिअन आणि स्टॉइक्स हे पंथ त्यानंतरचे.'' मॅडम पुढे म्हणाल्या, ''विचारांत एपिक्यूरिअन्स सिनिक पंथीयांच्या अगदी विरुद्ध. सुख हेच जगण्याचं प्रयोजन आहे असं ते मानत. शहाण्याला देवाची भीती नको. तो असलाच तर मानवी आयुष्यात ढवळाढवळ करत नाही. फक्त आयुष्य सर्व बाजूंनी, आनंदानं उपभोगताना त्याचा स्वैराचार होऊ देऊ नये.''

'यावज्जीवेत् सुखं जीवेत्' हा श्लोक आठवून मी म्हणाले, ''आमच्याकडे चार्वाक नावाच्या तत्त्वज्ञानं असेच विचार मांडलेले आहेत.''

''जगात एका वेळी, एकच विचार अनेकांना स्वतंत्रपणे सुचू शकतो याचं हे उदाहरण म्हणायला हवं अं.'' त्या म्हणाल्या, ''हे तत्त्वज्ञान जगायला सोपं असल्यानं फारच लोकप्रिय झालं.

''शेवटची मोठी स्टोइक तत्त्वप्रणाली झेनोची. आपला आत्मा हा वैश्विक चैतन्याची एक ठिणगी आहे. निसर्गाविषयी आदर ठेवून तिचा सुबुद्ध विकास केला की ती परत त्या परमतत्त्वाशी एकरूप होते असा त्याचा विश्वास होता. त्यातूनच माणसाला कायमस्वरूपी आनंद मिळतो. ऐहिक गोष्टींमधून नाही. आगोरामधल्या दुकानांच्या लांबलचक पडव्यांमधे ('स्टोआं'मधे) उभं राहून तो आपली मतं मांडत असे म्हणून त्यांना 'स्टोइक' असं नाव पडलं.''

''अरे, हे तर आमचं अद्वैत तत्त्वज्ञान.'' मी उद्‌गारले.

पारोसला अपॉस्टॉलसच्या घरी झालेल्या संवादाची मला आठवण आली. तो म्हणाल्याप्रमाणे खरोखरीच भारतीय तत्त्वज्ञानातून ग्रीक तत्त्वज्ञान उगम पावलं असावं.

मॅडम अर्थपूर्ण हसल्या आणि थोडं थांबून पुढं सांगू लागल्या,

''आयडियालिस्ट, सिनिक, एपिक्यूरिअन आणि स्टोइक या चारी विचारप्रणाली ग्रीसमधे आगोरातच फुलल्या. लोकांच्या विचारांची बैठक इथं घातली गेली. बाजारानं फार महत्त्वाची कामगिरी विनासायास पार पाडली. तत्त्वज्ञान सहजपणे त्यांच्या आटोक्यात आणून दिलं.''

एव्हाना खाणं संपवून कॉफीचे घुटके चालले होते.

''आगोराचं धार्मिक स्थानही मोठं. जवळ जवळ देल्फीएवढं. अथेन्समधल्या क्रीडा महोत्सवात भाग घेणारे सर्व खेळाडू अथीनाला वंदन करण्यासाठी पॅन-अथीनिक मिरवणुकीत भाग घेत. या क्रीडास्पर्धांना ऑलिम्पिक्सचा दर्जा यायला लागला''

''त्यांच्या काही खुणा, काही स्मृती आगोरात उरल्यात का?''

''प्रत्यक्ष पाहायचं म्हटलं तर आगोरात अगदी थोडं उरलेलं आहे.'' मॅडम उठत म्हणाल्या, ''केवळ दोनच ठिकाणी काही उभं आहे ते दाखवते.''

प्रथम त्यांनी एका जुन्या बांधणीतल्या पण नवीन दिसणाऱ्या वास्तूकडे नेलं. शुभ्र संगमरवरातली मोठी, लांबलचक, दुमजली इमारत होती. आतमधे कित्येक दुहेरी कमानी. डावीकडून आत झिरपणाऱ्या उन्हात त्यांच्या एकात एक बसणाऱ्या, लांबवर जाणाऱ्या महिरपी छाप पाडत होत्या.

''या इमारतीला 'अतालोसचा स्टोआ' म्हणतात. इसवी सन पूर्व दुसऱ्या शतकात तुर्कस्तानमधल्या पर्गामाच्या राजानं ही बांधली. आत भरपूर किमती दुकानं असल्यानं अथेन्सच्या धनिकांचा इथं वावर असायचा. पॅन-अथीनिक मिरवणूक पाहायसाठी दरवर्षी बाकीचे लोकही गर्दी करायचे.

''इतर इमारतींसारखी हीदेखील काळाच्या प्रवाहात जमीनदोस्त झाली होती. पण पूर्वीच्या आगोराची किंचित कल्पना यावी म्हणून १९५६ साली अमेरिकनांनी पंधरा लाख डॉलर्स खर्च करून पुन्हा बांधली. ती उभारताना पूर्वीची वर्णनं, चित्रं यांचा कसून अभ्यास केलेला होता. त्यामुळे पूर्वीचाच संगमरवर वापरुन ती हुबेहूब बांधलेली आहे. एकच फरक. मूळची इमारत लाल निळ्या रंगात रंगवलेली होती. अमेरिकनांनी हा संगमरवर पुन्हा रंगवला नाही. पांढराच राखला. वरच्या मजल्यावरही पूर्वी दुकानं होती.''

बाहेर येऊन आता आम्ही खुद्द आगोरात भटकत होतो. मॅडम राजकीय कचेऱ्या, बाजारपेठा, छोटीमोठी देवळं, थोलोस, पाण्याचे हौद, सांडपाण्याचे नळ वगैरे अवशेष दाखवत होत्या, पण नीट पाहण्यासारखं काही उरलेलंच नव्हतं. कुठे काही खांब उभे. कुठे भिंती तर कुठे पुतळ्याचे तुकडे. त्यांच्यामधून वाट काढत दूरवर दिसणाऱ्या उंचावरच्या एका शाबूत इमारतीकडे जाऊन पोहोचलो.

तिची बांधणी साधारण पार्थेनॉनसारखी परंतु जराशी बोजड. रंगही काळवंडलेला. पण ही इमारत अखंड उभी होती. वर छप्परही होतं.

''धातुकाम करणाऱ्या ईफिस्टॉस देवाचं हे देऊळ. याच्या आसपास घिसाडी कारखाने असायचे. हे देऊळ मुद्दाम दाखवते कारण पुरातन डॉरिक शैलीतलं, संपूर्ण उभं असलेलं हे ग्रीसमधलं एकमेव देवालय आहे अं.''

''बाकी आगोराचा विध्वंस झाला. हे एकच कसं शिल्लक राहिलं?''

''एक तर हे देऊळ एकीकडे. पार्थेनॉनसारखं उंचावर, सहज दिसणारं नव्हतं. त्यामुळे शत्रू इथपर्यंत पोहोचले नाहीत. आणि दुसरं कारण म्हणजे क्रिश्चन इथं आल्यावर त्यांनी त्याचं सेंट जॉर्ज चर्च बनवलं. अगदी गेल्या शतकापर्यंत ते चर्च म्हणून वापरात होतं. त्यामुळे त्याची देखभाल झाली. एक तरी प्राचीन ग्रीक नमुना मागे उरला. चर्च जाऊन आता त्याचं फक्त स्मारक झालं आहे.

''ॲक्रोपोलिस शक्य तेवढं मी तुला दाखवलं. या सगळ्या जागांचा नीट अर्थ लागायला त्यांना पुष्कळदा भेट द्यावी लागते. तू पुन्हा एकदा ते पाहायला ये.''

''मला फार आवडलं असतं पण उद्या मी तुर्कस्तानला जाणार.'' मी म्हणाले.

ग्रीक आणि तुर्की जन्मजात हाडवैरी. दोघांनी एकमेकांवर साम्राज्यं केलेली. दोघेही एकमेकांना पाण्यात पाहणारे. आतापर्यंत ग्रीसमधे तुर्कांचा उल्लेख झाला की लोक नाक

मुरडत. ''तिकडे कुठे चाललीस?'' असा भाव तोंडावर आणत.

मॅडम त्याला अपवाद होत्या. त्या उत्साहानं म्हणाल्या, ''अरे वा! फार छान. आमच्या इतिहासातल्या कितीतरी महत्त्वाच्या घटना तिथेच घडल्या आहेत. चांगली संधी साधते आहेस. तिचा चांगला उपयोग करून घे. जरूर जा अं.''

उन्हं उतरली होती. चार वाजता मॅडमचा मुलगा त्यांना न्यायला येणार होता म्हणून त्या माझा निरोप घ्यायला लागल्या. पैसे देण्याचा प्रश्नच नव्हता पण त्यांनी पूर्ण दिवस माझ्याबरोबर घालवला होता. कुठल्याही प्रवासी पुस्तकात न सापडणारे बारकावे लेखिका म्हणून मला नीट समजावून सांगितले होते. त्यांची मी कशी उतराई होऊ?

पटकन वाकून मी त्यांच्या पायाला हात लावला.

''अगं, अगं हे काय?'' म्हणत त्यांनी मला वर उठवलं आणि प्रेमळपणे ''छान होईल तुझं पुस्तक अं?'' म्हणत आशीर्वादही दिला. पाठीवरून हात फिरवला. माझे दोन्ही हात हाती घेऊन ते मायेनं दाबले ''लिहिताना काही अडचण आली तर मला जरूर फोन कर'' असं परत परत सांगून त्या गेल्या. जिव्हाळ्यानं वागणारी, बुद्धिमान, ज्ञानी बाई मला माझ्या ग्रीक वास्तव्याच्या शेवटच्या दिवशी भेटली. ती आधी सापडायला हवी होती अशी हुरहूर लावून गेली.

मंदिराच्या बाजूला एक घडीची खुर्ची होती. मी तिच्यावर जाऊन बसले. पाहण्यासारखं पाहून झालं होतं पण इथून निघावंसं अजून वाटत नव्हतं. उजवीकडे उंचावर पार्थेनॉन छोट्या संगमरवरी ताजमहालासारखं सुबक होऊन बसलं होतं. शेजारी एरेक्थिऑन तीन पातळ्यांवर वसलेलं. दोघे एकमेकांची शोभा वाढवत होते. माझ्या भोवती भग्न आगोरा. चतुर सेनानी पेरिक्लीज इथं वावरला होता. त्याचं तडफदार चेतवणारं भाषण त्यानं इथं केलं होतं. सॉक्रॅटिस, प्लेटोसारख्या महान समाजधुरिण तत्त्ववेत्त्यांचे पाय इथं लागले होते. त्यांचे शब्द निनादले होते. जाता आलं असतं तर त्या काळात जाऊन जगावंसं वाटत होतं तरी इथं यायला मिळालं, पाहायला मिळालं...कृतार्थ आनंदानं माझे डोळे भरून आले.

गेल्या तीन हजार वर्षांत अनेक मानव समूहांनी आपापल्या सांस्कृतिक पणत्या या भूमीवर उजळून घेऊन कालप्रवाहात सोडल्या. त्यांचा एकत्र मेळ हळूहळू पुढे चालला होता. माझ्या वंदनाची एक पणती मीही तिथं सोडत होते. प्रसाद म्हणून आठवणींची पसाभर फुलं पदरात बांधून घेत होते.

ती सुगंधी सुमनांजली सुकणार नाही...कधीही नाही.

Ω

संदर्भ

ग्रीकांजली अनुक्रमणिका

१. अथेन्स ऑलिम्पिक्स २००४ – १

२. अथेन्स अकादमी आणि ग्रंथालय – २४

३. अथेन्स पुराण–वस्तु–संग्रहालय – २५

४. पेलोपोनेज : मायसीनी, नाप्लिऑन, एपिदाव्होस – ३१

५. पारोस – ५५

६. मिकोनोस – ८७

७. देलोस – ९२

८. आन्तिपारोस – ९९

९. सांतोरीनी – १०४

१०. आक्रोतीरी – ११३

११. क्रीट – १२५

१२. पुराण–वस्तु–संग्रहालय, क्रीट – १३३

१३. अर्काडी मठ – १४१

१४. चानिया – १४२

१५. समारिया गॉर्ज – १४३

१६. स्पिनालोंगा – १५५

१७. निकोस काझांन्झाकिस – १५६

१८. ऱ्होड्स – १५८

१९. लिंदोस – १६८

२०. लेझ्व्होस – १७२

२१. थेसलनीकी शहर – १९२

२२. थेसलनीकी : वस्तु–संग्रहालय – १९३

२३. आगोरा थेसलनीकी – १९५

२४. व्हर्गीना आणि पेल्ला – १९७

२५. मेतेओरा – २०८

२६. हेरोडिअन ॲम्फिथिएटर अथेन्स – २१८

२७. स्पार्टा – २२३

२८. ऑलिम्पिया – २२९

२९. डेल्फी – २५२

३०. ॲक्रोपोलिस अथेन्स – २६८

३१. रोमन आगोरा – २८६

मीना प्रभु यांची पुस्तके :

माझं लंडन (१९९१)
सुखनिधी तुझा माझा (१९९५)
मुखवट्यांमागचे चेहरे, डायाना आणि चार्ल्स (१९९६)
दक्षिणरंग (१९९९)
मेक्सिकोपर्व (२००१)
चिनीमाती (२००३)
इजिप्तायन (२००५)
ग्रीकांजली (२००६)
तुर्कनामा (२००६)
गाथा इराणी (२००८)
रोमराज्य : १ ॲम्स्टरडॅम ते रोम (२००९)
रोमराज्य : २ नेपल्स ते व्हेनिस (२००९)